தஞ்சாவூர்
(கி.பி. 600 - 1850)

டாக்டர் குடவாயில் பாலசுப்ரமணியன்,
எம்.ஏ., எம்.ஃபில்., பி.எச்.டி.,

அன்னம்
மனை எண்.1, நிர்மலா நகர்,
தஞ்சாவூர் - 613 007.

நூலின் பெயர்	:	தஞ்சாவூர் (கி.பி.600 - 1850)
நூலாசிரியர்	:	டாக்டர் குடவாயில் பாலசுப்ரமணியன்
மொழி	:	தமிழ்
உரிமை	:	ஆசிரியருக்கு
நூல் வெளியீடு	:	அன்னம், மனை எண்.1, நிர்மலா நகர், தஞ்சாவூர்-7.
பதிப்பு	:	முதல் பதிப்பு : 1995 இரண்டாம் பதிப்பு : 2009 மூன்றாம் பதிப்பு : 2010 நான்காம் பதிப்பு : பிப்ரவரி 2012 ஐந்தாம் பதிப்பு : டிசம்பர் 2019 ஆறாம் பதிப்பு : செப்டம்பர் 2022
தாள்	:	மேப்லித்தோ
பக்கம்	:	384 + 16
நூலின் அளவு	:	கிரவுன் (1 × 4)
எழுத்தின் அளவு	:	11 புள்ளி
விலை	:	*550/-*
நூலாக்கம்	:	அகரம், தஞ்சாவூர் - 7.

முன்னுரை

தமிழக வரலாறு முழுமையாக எழுதப்பெறவில்லை என்பது பெருங்குறையே. இதற்குக் காரணம் வரலாற்று ஆவணங்களாகத் திகழும் திருக்கோயிற் கல்வெட்டுக்கள் செப்பேடுகள் போன்றவை இன்னும் பதிப்பில் வெளிவராமல் பல்லாயிரக்கணக்கில் உள்ளமைதான். இருப்பினும் ஆங்காங்கே ஒவ்வோர் ஊரின் வரலாறும் முழுமையாக எழுதப்பெற்று வருமாயின் நம் வரலாற்றை அறிய பெருந்துணையாய் அமையும்.

முனைவர் மீனாட்சி அம்மையார், முனைவர் தேவகுஞ்சரி போன்றவர்களின் முயற்சியால் காஞ்சிநகர வரலாறும், ஆலவாய் நகர வரலாறும் நமக்குக் கிடைத்தன. அந்நூல்கள் போன்றே தஞ்சை நகரின் வரலாறு கூறும் இந்நூலும் தமிழக வரலாறு அறிய துணையாய் நிற்கும் என நம்புகிறேன். இப்பணியில் என்னை ஆட்படுத்திய என் ஆசிரியப் பெருந்தகை முனைவர் இரா.நாகசாமி அவர்களுக்கு என்றென்றும் நன்றி கடப்பாடுடையேன் ஆவேன். 1994ஆம் ஆண்டு உலகத் தமிழ் மாநாட்டுப் பெருவிழாவின் போது முதற்பதிப்பாக அச்சில் வெளிவந்தது. பின்பு தமிழக அரசின் தமிழ் வளர்ச்சித்துறை 1994ஆம் ஆண்டின் முதற்பரிசுக்குரிய சிறந்த நூலாக இதனைத் தேர்வு செய்து ரூ.5,000 பரிசும், சான்றிதழும் வழங்கியது.

அகரம் பதிப்பகத்து உரிமையாளர் திரு மீரா. கதிர் அவர்கள் இதனை மேலும் செப்பம் செய்து புதிய செய்திகளை இணைத்து வெளியிட்டால் மேலும் சிறக்கும் என எனக்கு ஆலோசனை வழங்கினார். அதன்படி பல புதிய தரவுகளை சேகரித்து அதனடிப்படையில் நூலினை விரிவு செய்து அளித்தேன். அதனை அகரம் பதிப்பகம் மிகச் சிறப்பாக வெளியிட்டுள்ளது. திரு மீரா. கதிர் அவர்களுக்கும், கணினி அச்சு செய்த சகோதரி செல்வி. திலகவதி அவர்களுக்கும் என் நன்றியைத் தெரிவித்துக் கொள்கிறேன்.

அன்புடைத் தமிழ்ச் சமுதாயமே! நூலின்கண் நிறையிருப்பின் மகிழ்க; குறையிருப்பின் சுட்டுக, பண்புடன் ஏற்கிறேன்.

அன்பன்

டாக்டர் குடவாயில் பாலசுப்ரமணியன்

தஞ்சாவூர்

20.11.2009

உள்ளுறை

பகுதி ஒன்று

1. தஞ்சை எனும் திருவூர் — 7
2. ஆழ்வார்கள் பார்வையில் தஞ்சை — 11
3. முத்தரையர்களின் தலைநகரம் தஞ்சையே — 13
4. சோழநாட்டு தலைநகரங்கள் — 21
5. விஜயாலய சோழன் கைப்பற்றிய தஞ்சை நகரம் — 23
6. தஞ்சை நிசும்பசூதனி — 26
7. சோழர் காலத் தஞ்சாவூர் — 30
8. தஞ்சையில் சோழர் அரண்மனையும் பிற இடங்களும் — 36
9. கருவூர்த் தேவர் கண்ட தஞ்சை — 54
10. தஞ்சாவூர் பெருவழிகள் — 57
11. தஞ்சாவூர் நகரின் பேரழிவு — 59
12. தஞ்சையிலிருந்த சோழர்கால மருத்துவமனை — 62
13. இராஜராஜனின் அரண்மனை இருந்த இடம் எது? — 66
14. கல்வெட்டில் தஞ்சை நகரமும் மும்முடிச்சோழன் திருமதிலும் — 70
15. சோழர்காலத் தஞ்சாவூர் புதிய முடிவு — 82
16. பாண்டியர் ஆட்சியில் தஞ்சாவூர் — 88
17. தஞ்சைத் திருக்கோயில்கள் (பல்லவ சோழ, பாண்டியர் காலம் வரை) — 90
18. விஜயநகரப் பேரரசின் காலத்தில் தஞ்சை — 132
19. மராட்டியர் ஆட்சியில் தஞ்சாவூர் — 155
20. ஆங்கிலேயர் ஆதிக்கத்தில் தஞ்சை — 174

பகுதி இரண்டு

தஞ்சை இராஜராஜேச்சரம் — 180

கேரளாந்தகன் திருவாயில், பலிபீடமும் ரிஷபக் கொட்டிலும், இராசராசன் திருவாயில், அணுக்கன் திருவாயிலும் மற்ற வாயில்களும், பரிவாராலயத்து உமாபரமேஸ்வரி, துவார பாலகர்கள், கோஷ்ட தெய்வங்கள், தட்சிண மேருவும் தஞ்சைக் கோயிலின் தத்துவமும், தட்சிண மேருவிடங்கரான ஆடவல்லார், கரணச் சிற்பங்கள், யானையை விழுங்கும் பாம்பு, ஸ்ரீ விமானமே சிவலிங்கம், வான் கயிலாயம், பஞ்சபூத தலங்களும் கட்டுமானமும், விண்ணிழி விமானம், அம்மன் கோயில், நாயக்கர் காலப் பணிகள், மராட்டியர் காலப் பணிகள், சோழர்கால ஓவியங்கள், நாயக்கர்கால ஓவியங்கள், மராட்டியர் கால ஓவியங்கள், கல்வெட்டுக்கள் கூறும் வரலாற்றுச் செய்திகள்.

பகுதி மூன்று

பிரிவு ஒன்று   தஞ்சை நாயக்கர் காலக் கோட்டையும் அரண்மனையும் — 314
பிரிவு இரண்டு தஞ்சை மராட்டியர் கோட்டையும் அரண்மனையும் — 359

'தஞ்சை' எனும் திருவூர்

'தஞ்சை' என்ற பெயர்க் குறிப்பை முதன்முதலாக அழகு தமிழில் நமக்குக் காட்டுபவர் திருநாவுக்கரசர் எனும் அப்பர் அடிகளே. இவர் சிவாலயங்கள் இருந்த ஊர்களுள் ஒன்றாகத் தஞ்சையைக் குறிப்பிடுகிறார்.[1] அப்பர் சுவாமிகள் கண்ட அந்தச் சிவாலயத்து இறைவனின் திருநாமம் 'தளிக்குளத்தார்' என்பதாகும்.[2] தளிக்குளத்தாரை அப்பர் திருவீழிமிழலைத் திருத்தாண்டகத்தில் குறிப்பிடுகிறாரேயன்றி, இத்திருக்கோயிலுக்கென அவர் யாத்த பதிகங்கள் எதுவும் இதுவரைகிடைத்தில.

'தஞ்சை' என்ற இந்தப் பெயர்க்குறிப்பே தஞ்சை நகரம் பற்றி அறிய நமக்குத் துணைபுரியும் முதற் சான்றாக அமைந்து நிற்கின்றது. அப்பர் சுவாமிகள் மகேந்திர பல்லவன் காலத்தில் வாழ்ந்தவர் என்பதனை வரலாற்றறிஞர்கள் வரையறுத்துள்ளனர். இக்கருத்தின் அடிப்படையில் நோக்கும்போது கி.பி.7ஆம் நூற்றாண்டில் தஞ்சை என்ற ஊரில் 'தளிக்குளம்' என்ற குளம் இருந்திருக்கிறது. அக்குளத்தின் நடுவிலோ கரையிலோ அச்சிவாலயம் இருந்திருக்க வேண்டும். திருப்புகலூர் வர்த்தமானீச்சரம், உடையார் கோயில் சிவாலயம் போன்றவை குளத்தின் நடுவே அமைந்துள்ளமை போன்று தளிக்குளத்து ஈசன் கோயிலும் தஞ்சையில் தளிக்குளத்தின் நடுவே இருந்திருக்க வாய்ப்புகள் உண்டு. எனவேதான் அப்பரடிகள் 'தளிக்குளத்தார்' என, 'குளம்' என்ற அடைமொழியோடு ஈசனைக் குறிப்பிடுகிறார். இந்த தளிக்குளத்தார் திருக்கோயில் அப்பர் சுவாமிகள் திருப்பதிகம் பாடும் காலத்தில்தான் எடுக்கப்பெற்ற கோயில் எனக்கருதுதல் தவறு. நிச்சயம் அங்குத் திகழ்ந்த கோயில் அவரது காலத்தைவிட முற்பட்டதாக இருக்கவேண்டும். தருமசேனராகச் சமணத்தின் பிடியில் இருந்த திருநாவுக்கரசர் சைவம் தழுவியபோது பாடிய கோயில்கள் அனைத்தும் அதற்குச் சில நூற்றாண்டுகளுக்கு முந்தைய கோயில்களே. அப்பர் சுவாமிகளுக்கு முன் வாழ்ந்த காரைக்காலம்மையார் மற்றும் சைவ அடியார்கள் பலர் அற்புதங்கள் நிகழ்த்திக் காட்டிய சிவப்பதிகள் பல இருந்திருக்கின்றன. இத்தகைய அடியார்களின் வரலாறுகளையும் கூறுவதிலிருந்து, கி.பி 7 ஆம் நூற்றாண்டுக்கு முன்பே இந்தச் சிவாலயங்கள் திகழ்ந்தன என்பதனை உறுதியாகக் கொள்ள முடியும். எப்படி நோக்கினும் கி.பி.5-6ஆம் நூற்றாண்டுகளில் தஞ்சை எனும் ஊரும், தளிக்குளத்துச் சிவாலயமும் இருந்திருக்க வாய்ப்புகள் உள்ளன. இச்சிவாலயம் பற்றி விரிவாகக் காண்பதற்கு முன்பு, 'தஞ்சை' எனும் ஊர் பற்றிய பிற தொன்மையான வரலாற்றுச் செய்திகளைக் காண்போம்.

சிராப்பள்ளிக் கல்வெட்டில்

திருச்சிராப்பள்ளிக் குன்றின் மீது மூன்று கோயில்கள் உள்ளன. உச்சியில் பிற்காலத்திய உச்சிப் பிள்ளையார் கோயிலும், இடையே மகேந்திர பல்லவன் சமணம் விடுத்துச் சைவம் மாறியவுடன் எடுத்த 'லலிதாங்குர பல்லவ ஈஸ்வர கிருஹம்' எனும் குடைவரையும், அதற்குக் கீழாகத் தாயுமானவசுவாமி திருக்கோயிலும் உள்ளன. உச்சிப்பிள்ளையார் கோயில் பிதுக்கம் பெற்ற பெரிய பாறையின்மேல் கிழக்கு நோக்கி அமைந்துள்ளது. இப்பாறையின் வடபுறமாக, மிக ஒடுக்கமான பாதையொன்று மேற்குப் பக்கம் செல்கிறது. அங்கு இயற்கையாக அமைந்த குகைத்தளமொன்றும் உள்ளது. இக்குகையில் சமண முனிவர்களுக்கான கற்படுக்கைகள் உள்ளன. கி.பி.5ஆம் நூற்றாண்டு எழுத்தமைதியில், அக்கற்படுக்கைகளுக்குரிய சமணத் துறவிகளின் பெயர்கள் கல்லில் பொறிக்கப்பெற்றுக் காணப்பெறுகின்றன. அவற்றுள் ஒரு பொறிப்பு 'சிரா' என்ற சமணத் துறவியின் பெயரைக் குறிப்பிடுகிறது. இவரது பெயரால்தான் 'சிராப்பள்ளி' என இவ்வூருக்குப் பெயர் வந்தது எனக் கருதுகின்றனர்.

இக்குகைத்தளத்திற்குச் செல்லும் வழியில் பாறையின் மீது பல கல்வெட்டுப் பொறிப்புக்கள் உள்ளன. அவற்றுள் ஒன்று தஞ்சஹரக என்று கிரந்தலிபியில் எழுதப் பெற்றுள்ளது.[3] இது இப் பாறைக்குக் கீழாக உள்ள 'லலிதாங்குர பல்லவ ஈஸ்வர கிருஹத்'தில் காணப்பெறும் மகேந்திர பல்லவனின் கல்வெட்டுக்களில் உள்ள எழுத்துப் பொறிப்புக்களையே ஒத்துள்ளது. எனவே இப்பொறிப்பு மகேந்திர பல்லவனது காலத்தில் எழுதப் பெற்றிருக்கலாம் எனக் கருதுகின்றனர். இப்பொறிப்புக்கு அருகாக எழுதப்பெற்றுள்ள 'கம்துஹீ' என்ற பெயர் மகேந்திரவர்மனின் பட்டப்பெயராக இருக்கும் என்றும், அவன் சைவனாக மாறி கீழே உள்ள குடைவரைக்கோயிலை எடுப்பதற்கு முன்னர் இச்சமணக் குகையைப் போற்றி இருக்கவேண்டும் எனவும் தொல்லியல் வல்லுநர்கள் கருதுகின்றனர்.

'தஞ்சைஹரக' என்பதும் மகேந்திரனின் பட்டப்பெயராகவே இருக்க வேண்டும் எனவும் கருதுகின்றனர். இது 'தஞ்சையை வென்றவன்' என்ற பொருளைக் குறிப்பதாகவும் குறிப்பிட்டுள்ளனர்.

மகேந்திரவர்மனின் தந்தையான சிம்மவிஷ்ணு சோழ நாட்டை வென்று தன்னடிப்படுத்தினார். இதனை வேலூர்ப்பாளையம் செப்பேடு விவரிக்கின்றது. பள்ளன் கோயில் (நாகை மாவட்டம் திருத்துறைப்பூண்டி அருகே உள்ள ஊர்) செப்பேடு கூறுவதாவது:

(இரண்டாம் ஏடு முதல் பக்கம்)

வரி 11 ஸ்ரீஸிம்ஹ விஷ்ணுர்ஜ்ஜித ஸிம்ஹவிஷ்ணுர்ப்பலனே ஜிஷ்ணுர்த்தனுஷாபி

வரி 12 ஜிஷ்ணும்|ப்ராஜிஷ்ணு வம்சம் ஸ்வமல்கரிஷ்ணுர்ந் நிராகரி ஷ்ணுஸ்ஸ

வரி 13 மரேஷு திருஷ்ணூன்||(4) ஸத்யத்யாக விந்தாதி விமலம்

வரி 14 யஸ்மிந்நலப்தாஸ்பதம் பிருந்தம் க்ஷாத்ரகுணம் ஸமுன்னத மதாவ

வரி 15 ஸ்யேஷ்வலப்தா ஸ்பதம்| யேனாஹாரிதராங்கி வேரதநயா ஹா

வரி 16 ராபி சோளாவ நிச்சாலயே க்ஷுவணாம் சுகாக்ரமுக

(இரண்டாம் ஏடு பின்புறம்)

வரி 17 ரம்பாராமஸன் மேகளா|| (5)

சுலோகம் 4

அவன் சிம்மவிஷ்ணு : சிம்மவிஷ்ணு என்ற மற்றோர் அரசனை வென்றவன் (ஜித ஸிம்ஹ விஷ்ணு) பலத்தில் சிறந்தவன். வில்லாற்றலிலும் வல்லவன். பல்லவ வம்சத்தைத் தன்னுடைய பிறப்பினால் அலங்கரிப்பவன். பகைவர்களைப் போரிலே வெற்றிகொள்ளும் வல்லோன்.

சுலோகம் 5

அவன் உண்மை தியாகம் எளிமை போன்ற நற்குணங்களின் உறைவிடமாகத் திகழ்பவன். வீரர்களின் (க்ஷாத்ர) குணங்கள் மிகவும் உயர்ந்த நிலையில் பெருகி எவரிடமும் புகாமல், யாரிடம் புகுந்ததோ அவன் (சிம்ம விஷ்ணு) கவேரன் மகளான காவிரி நதியை மாலையாகவும், செந்நெற்கழனிகள், செங்கரும்பு வயல்கள் ஆகியவற்றை ஆடையாகவும், குலை வாழை, கமுகுத் தோட்டங்களை மேகலையாகவும் கொண்ட சோழர் பூமியைக் கைப்பற்றினான்.

இவ்வாறு காவிரி நாடான சோழ நாட்டைக் கைப்பற்றிய சிம்ம விஷ்ணு தன்னுடைய ஆறாம் ஆட்சியாண்டில் வெண்குன்றக் கோட்டத்துப் பெரு நகரநாட்டு அமண் சேர்க்கை எனும் ஊரினைப் பருத்திக் குன்றில் இருந்த (திருப்பருத்திக்குன்றம்) வஜ்ரதந்தி எனும் சமண முனிவருக்குப் பள்ளிச்சந்தமாக அளித்ததை இச்செப்பேடு (தமிழ்ப் பகுதியில்) விவரிக்கின்றது.

இச்சான்று கொண்டு நோக்கும் போது சிராப்பள்ளி மலையுச்சியில் சமணக் குகையில் காணப்பெறும் 'தஞ்சஹரக' (தஞ்சையை வென்றவன்) என்ற சொல் சிம்மவிஷ்ணு தஞ்சையைக் கைப்பற்றியதைக் குறிப்பதாக இருக்கலாம் என்று ஊகிக்க முடிகிறது. எப்படி இருப்பினும் கி.பி. 6-7ஆம் நூற்றாண்டுகளில் சிம்மவிஷ்ணு அல்லது மகேந்திரபல்லவன் ஆகிய இருவரில் ஒருவர் தஞ்சையைக் கைப்பற்றி இருக்க வேண்டும்.

அப்பர் சுவாமிகளின் திருவீழிமிழலைப் பதிகம் குறிப்பிடும் 'தஞ்சைத் தளிக்குளம்' எனும் குறிப்பும், திருச்சிராப்பள்ளிக் குன்றில் உள்ள 'தஞ்சஹரக' என்ற கல்வெட்டுப் பொறிப்பும் பல்லவர் காலத் தஞ்சையின் சிறப்பைப் பேசும் சான்றுகளாக நிற்கின்றன.

குறிப்புகள்

1. நாவுக்கரசரின் ஆறாம் திருமுறை க்ஷேத்திரக்கோவைத் திருத்தாண்டகம்

உஞ்சேனை மாகாளம், ஊறல், ஓத்தூர்
    உருத்திரகோடி, மறைக்காட்டுள்ளும்,
மஞ்சு ஆர் பொதியில் மலை, தஞ்சை வழுவூர்
    வீரட்டம், மாதானம், கேதாரத்தும்,
வெஞ்சமாக்கூடல், மீயச்சூர், வைகா,
    வேதீச்சுரம், வில்வீச்சுரம், வெற்றியூரும்,
கஞ்சனூர், கஞ்சாறு, பஞ்சாக்கையும்
    கயிலாயநாதனையே காணல் ஆமே.   (6 : 70 : 8)

2.   அஞ்சைக்களத்து உள்ளார்; ஐயாற்று உள்ளார்;
        ஆரூரார்; பேரூரார்; அழுந்தூர் உள்ளார்;
தஞ்சைத் தளிக்குளத்தார்; தக்களூரார்;
    சாந்தை அயவந்தி தங்கினார்தாம்;
நஞ்சைத் தமக்கு அமுதா உண்ட நம்பர்;
    நாகேச்சுரத்து உள்ளார்; நாரையூரார்;
வெஞ்சொல் சமண்சிறையில் என்னை மீட்டார்
    வீழிமிழலையே மேவினாரே   (6ஆம் திருமுறை திருத்தண்டகம்)

3.   A.R.E. 1937-38-B. 135 & Pages 78-79.

ஆழ்வார்கள் பார்வையில் தஞ்சை

நாயன்மார்களின் பதிகங்களால் சைவசமயம் ஏற்றம் பெற்றது போன்று, ஆழ்வார்களின் பிரபந்தங்களால் வைணவம் சிறப்பு பெற்றது. ஆழ்வார்களின் வரிசையில் முதன்மை பெறுபவர்கள் முதல் ஆழ்வார்கள் எனும் பொய்கையார், பூதத்தார், பேயார் ஆவர். இவர்களது காலம் 7ஆம் நூற்றாண்டாக இருக்கலாம் என அறிஞர்கள் கருதுகின்றனர். இவர்களில் இரண்டாவதாகப் பேசப்பெறும் பூதத்தாழ்வார் இரண்டாம் திருவந்தாதியில்,

"தமருள்ளம் தஞ்சை தலையரங்கம் தண்கால்
தமருள்ளுந் தண்பொருப்பு வேலை தமருள்ளும்
மாமல்லை கோவல் மதிட்குடந்தை யென்பரே
ஏவல்ல எந்தைக்கு இடம்" (பாடல் எண். 70)

என்று பாடுகின்றார். திருமால் உறைகின்ற இடங்களாகப் பக்தர்களுடைய நெஞ்சம், தஞ்சைக்கோயில், திருவரங்கம், திருத்தண்கால், திருமலை, திருப்பாற்கடல், கடல்மல்லை, திருக்கோவலூர், திருக்குடந்தை ஆகிய திருவிடங்களே எனக் குறிப்பிடும் பூதத்தாழ்வார் ஊர்கள் வரிசையில் தஞ்சைக்கு முதலிடம் கொடுத்துச் சிறப்பிக்கின்றார். கி.பி.7ஆம் நூற்றாண்டில் தஞ்சையில் வைணவ ஆலயமொன்று இருந்தது என்பது ஆழ்வாரின் கூற்றால் உறுதிபெறுகின்றது.

வைணவச் சான்றோர்களில் குறிப்பிடத்தக்கவரான திருமங்கை ஆழ்வாரின் காலம் பற்றி அறிஞர்கள் துல்லியமாகக் கணித்துள்ளனர்.[1] பல்லவமல்லன் எனும் இரண்டாம் நந்திவர்மன், பாண்டிய மன்னர்களான முதலாம் இராசசிம்மன், நெடுஞ்சடையன் ஆகியவர்களின் சமகாலத்தில் வாழ்ந்தவர் என்பதற்கான செப்பேட்டுச் சான்றுகளும், இலக்கியக் குறிப்புகளும் காணப்படுகின்றன.

மண்ணை எனும் ஊரில் பல்லவமன்னன் பாண்டியனை வென்றான் என்று திருமங்கை ஆழ்வார் தம் பாசுரமொன்றில் குறிப்பிட்டுள்ளார்.[2] உதயேந்திரம் செப்பேட்டுத் தொகுதி, இரண்டாம் நந்திவர்ம பல்லவனின் தானைத் தலைவனான உதயேந்திரந், மண்ணைக்குடி எனுமிடத்தில் மாறவர்மன் இராசசிம்ம பாண்டியனை வென்றான் என்பதை விவரிக்கின்றது. மேலும் திருமங்கை ஆழ்வார்,

"உலகுடை மன்னவன் தென்னவனைக்
கன்னி மாமதில்சூழ் கருவூர் வெருவ
பலபடை சாய வென்றான் பணிந்த
பரமேச்சுர விண்ணகர மதுவே"[3]

என்ற பாடல் வரிகளில் கருவூர் வெற்றியைப் புகழ்கிறார். தளவாய்புரம் செப்பேடு, சீவரமங்கலம் செப்போடு போன்றவை கருவூர், புகழியூர்ப் போர்கள் பற்றி விவரிக்கின்றன. ஆழ்வார் 'வைரமேகன்' என்ற சொல்லால் பல்லவனைப் புகழ்கிறார். இப்பெயர் நந்திவர்மனுக்கும் அவன் மகன் தந்திவர்மனுக்கும் உரியது. இவையனைத்தையும் தொகுத்து நோக்கும்போது திருமங்கை ஆழ்வார் கி.பி.730-800 காலகட்டத்தில் வாழ்ந்தவர் என்பது நன்கு புலனாகின்றது.

கி.பி.8 ஆம் நூற்றாண்டில் வாழ்ந்த திருமங்கை ஆழ்வார், தஞ்சையில் தாம் கண்ட விஷ்ணு மூர்த்தங்களைப் பற்றியும், தஞ்சையின் எழில் பற்றியும் திவ்யப்பிரபந்தப் பாசுரங்களில் சித்திரித்துள்ளார்.

1. "வம்புலாஞ் சோலை மாமதிள் தஞ்சை
    மாமணிக் கோயிலே வணங்கி
    நம்பிகாள் உய்ய நான்கண்டு கொண்டேன்"[4]

2. "தடம்பருகு கருமுகிலைத் தஞ்சைக் கோயில்
    தவநெறிக்கோர் பெருநெறியை வையங் காக்கும்
    கடும்பரிமேல் கற்கியைநான் கண்டு கொண்டேன்"[5]

3. "தஞ்சை யாளியைப் பொன்பெய ரோன்நெஞ்சம்
    அன்றிடந்தவனை.................."[6]

என்ற திருமங்கை மன்னனின் பாடல் அடிகளால், அவர் பார்த்த தஞ்சை நகரின் எழிலையும், அங்குத் திகழ்ந்த கோயில்கள் பற்றியும் அறிகிறோம். கி.பி. 8-9 ஆம் நூற்றாண்டுகளில் மாமதிள் சூழ்ந்த தஞ்சை நகரம், சிறந்த வைணவத் திருக்கோயில்களைத் தன்னுள் கொண்டு திகழ்ந்தது என்பதை அறிகிறோம். அத்துடன் பரந்தாமன் புகழ் பாடப் பைந்தமிழ்ப் பாக்களைத் தொடுத்த திருமங்கை ஆழ்வாரின் திருவடிகள் பதிந்த பதி தஞ்சை என்பது இவ்வூருக்கு மேலும் பெருமை சேர்ப்பதல்லவா...! இவர் பாடிய திருக்கோயில்களின் சிறப்புகள் பற்றிப் பின்னர்க் காண்போம்.

குறிப்புகள்

1. R. Nagasamy, Studies in Ancient Tamil Law and Society, pp.18-19.
2. பெரிய திருமொழி 2.9.
3. மேலது, 2.10.7.
4. மேலது, 1.1.6.
5. மேலது, 2.5.3.
6. மேலது, 7.3.9.

முத்தரையர்களின் தலைநகரம் தஞ்சையே!

சங்ககாலத் தமிழகத்துப் பேரரசர்களான சேர சோழ பாண்டியர்களோடு சிறப்பித்துப் பேசப்படும் பன்னிரு வேளிர்களில் ஒரு மரபினரான கங்கர்களே முத்தரையர் என்ற அரச மரபினராவர்.[1] இவர்களில் ஒரு பிரிவினர் பல்லவப் பேரரசர்கள் சோழ நாட்டைத் தமதாக்கிக், தொண்டு அரசோச்சும் நாளில் (கி.பி. 7-9 ஆம் நூற்றாண்டுகளில்), பல்லவர்களுக்குட்பட்ட குறுநில அரசர்களாகச் சோழ நாட்டிலேயே வாழ்ந்து வந்தனர். இவர்க்ளில் குறிப்பிடத்தக்க புகழ்பெற்றவன் சுவரன்மாறன் எனும் பெரும்பிடுகு முத்தரையன் ஆவான்.

சிம்மவிஷ்ணு மரபில் வந்த பல்லவர்கள் காஞ்சியைத் தலைநகரமாகக் கொண்டு கி.பி.600 முதல் 710 வரை ஆண்டு வந்தனர். இந்த வம்சத்தின் கடைசி அரசனாகிய இரண்டாம் பரமேஸ்வரன் திடீரென்று இறக்கவே பல்லவ வம்சமானது வாரிசு இன்றித் தவித்தது. அப்போது காஞ்சி மக்களும், மந்திரிகளும், அரச பட்டத்திற்கு உரிமையுடைய ஒருவனைத் தேர்ந்தெடுக்க முயன்றார்கள். இறந்த பரமேஸ்வர பல்லவனின் குலமுதல்வனாகிய சிம்மவர்மனின் உடன்பிறந்தான் வம்சத்தில் தோன்றிய ஹிரண்யவர்மனை அணுகி, அவனது சந்ததிகளில் ஒருவனை அரசனாக்க உதவ வேண்டும் என்று வேண்டினர். அவனது மக்கள் நால்வரில் மூவர் மறுக்க, நான்காவது மகன் ஒருவனே துணிந்து பட்டமேற்க முன்வந்தான். பன்னிரண்டு வயதுடைய பல்லவமல்லன் எனும் அவனுக்கு நந்திவர்மன் என்ற அபிஷேக நாமம் வழங்கி மகுடாபிஷேகம் செய்துவைத்தனர். அப்பல்லவன்தான் இரண்டாம் நந்திவர்மனாவான். இவனுக்குக் காஞ்சியில் இன்னல்கள் விளைந்தபோது சோழநாட்டில் பாதுகாப்பு மிக்க தலைநகரம் ஒன்று தேவைப்பட்டது. அப்போது உருவானதே 'நந்திபுரம்' எனும் கடிநகரமாகும்.

சோழநாட்டில் உருவான 'நந்திபுரம்' 'ஆயிரத்தளி' எனும் அப்பேரூர் தஞ்சையிலிருந்து 10 கிலோமீட்டர்த் தொலைவிலுள்ள கண்டியூர், செங்கமேடு, வீரசிங்கம் பேட்டைப் பகுதிகளே என்பது அண்மைக்கால ஆய்வுகளால் உறுதி செய்யப்பட்டுள்ளது.[2] சோழ மண்டலத்தில் அரசோச்சிய இரண்டாம் நந்திவர்ம பல்லவன் மற்றும் அவன் வழித்தோன்றல்களுக்குச் சோழ மண்டலத்தின் ஒரு பகுதியின் ஆட்சியாளர்களாக உற்ற துணைவர்களாகத் திகழ்ந்தவர்களே முத்தரையர்கள் ஆவர்.

பல்லவப் பேரரசுக்கு உட்பட்ட முத்தரையர்களின் ஆட்சி சோழ மண்டலத்தில் 8-9ஆம் நூற்றாண்டுகளில் நிலைத்தது. இவர்களைப் பற்றி அறியச் சில

கல்வெட்டுகள் துணைபுரிகின்றன. முத்தரையர்களின் சோழநாட்டுக் கல்வெட்டுகளிலேயே தலையாய இடம்பெற்றுத் திகழ்வது செந்தலைச் சுந்தரேஸ்வர் கோயில் மண்டபத்துத் தூண்களில் உள்ளவையேயாகும். இவை முன்பு செந்தலைக்கு மேற்காக 7 கிலோமீட்டர்த் தொலைவிலுள்ள நியமம் எனும் ஊரில் இருந்தவையாகும். பின்னாளில் இங்குக் கொண்டு வரப்பெற்று, மகாமண்டபத்துத் தூண்களாக இடம்பெறச் செய்துள்ளனர்.

நியமம்' என்றும் 'ஆயிரத்தளி' என்றும் பெயர் பெற்ற இவ்வூர், பண்டு முத்தரையர்கள் காலத்திலும் பிறகு சோழப் பேரரசர்கள் காலத்திலும் மிகவும் சிறந்து திகழ்ந்த ஒரு பேரூராகும். இங்கும் நந்திபுரம் போன்று ஆயிரம் சிவலிங்கங்கள் கொண்ட ஆயிரத்தளி என்ற திருக்கோயில் இருந்தமையால் இவ்வூரும் ஆயிரத்தளி எனப் பெயர் பெற்றது. முத்தரைய மன்னன் சுவரன்மாறன் எனும் பெரும்பிடுகு முத்தரையன் நியமத்தில் காளாபிடாரிக்குக் கோயிலொன்று எடுப்பித்தான். அக்கோயிலில் இருந்தவையே இன்று செந்தலையில் காணப்படும் நான்கு தூண்களுமாகும். இத்தூண்களில் காணப்பெறும் கல்வெட்டுகளில்

1. பெரும்பிடுகு முத்தரையன் சுவரன்மாறனின் புகழ்கூறும் சாசனம்

2. பாண்டியன் மாறஞ்சடையனின் 10 ஆம் ஆண்டுச் சாசனம் (கி.பி. 775)

3. தெள்ளாறு எறிந்த நந்திப் போத்தரையனான பல்லவ மன்னனின் 12 ஆம் ஆண்டுச் சாசனம் (கி.பி. 838)

4. சோழ ராஜகேசரிவர்மனின் (முதல் ஆதித்தன்) 18 ஆம் ஆண்டுச் சாசனம் (கி.பி. 889) ஆகியவை உள்ளன.

இக்கல்வெட்டில் சுவரன்மாறனின் தந்தை, அவன் தந்தை ஆகியோர் பெயர்கள் பின்வருமாறு குறிக்கப்பெற்றுள்ளன:

1. பெரும்பிடுகு முத்தரையனான குவாவன் மாறன்

2. அவன் மகன் இளங்கோ வதியரையனாகிய மாறன் பரமேசுவரன்

3. அவனுடைய மகன் பெரும்பிடுகு முத்தரையனான சுவரன் மாறன்

இக்கல்வெட்டுச் சாசனத்தின் தொடக்கத்தில் சுவரன்மாறன் எடுப்பித்த பிடாரி கோயில், அவன் வெற்றிபெற்ற ஊர்கள், அவன் பெயர்கள் அவனைப் பாடியோர் பெயர்கள் ஆகியவற்றோடு அவன் புகழ்பாடும் சில பாடல்களும் உள்ளன.

பாண்டிய மன்னன் மாறஞ்சடையனின் கி.பி.775 ஆம் ஆண்டுச் சாசனம் இடம் பெற்றிருப்பதால், சுவரன்மாறன் எடுப்பித்த இந்தப் பிடாரி கோயில் கி.பி.775க்கு முன்பே எடுக்கப்பெற்றது என்பது தெளிவாகின்றது. எனவே சுவரன் மாறன் எனும்

பெரும்பிடுகு முத்தரையன் இரண்டாம் நந்திவர்மன் தஞ்சைக்கு அருகிலுள்ள நந்திபுரத்தில் இருந்த காலத்திலோ அவன் மகன் தந்திவர்மன் காலத்திலோ வாழ்ந்தவன் என்பது உறுதி பெறுகின்றது.

ஸ்ரீ மாறன், ஸ்ரீ சத்ருகேஸரி, ஸ்ரீ கள்வர்கள்வன், ஸ்ரீ அதிஸாஹசன் என்ற பட்டப்பெயர்களுடன் இவனது சாசனம் கூறும் இந் நியமத்துத் தூண்களில் உள்ள பாடல்களை,

1. பாச்சிள் வேள் நம்பன்
2. கோட்டாற்று இளம்பெருமானார்
3. கிழார் கூற்றத்துப் பவதாயமங்கலத்து அமருண்ணிலை ஆயின குவாவங் காஞ்சன்
4. ஆசாரியர் அநிருத்தர்

ஆகிய நான்கு புலவர்கள், பாடினர் என்ற குறிப்பு காணப் பெறுகின்றது.[3]

இப்பாடல்களே அப்பர் அடிகளின் திருவீழிமிழலைப் பதிகத்திற்கும் பூதத்தாழ்வாரின் பாசுரத்திற்கும் அடுத்ததாக, தஞ்சை பற்றிப் பேசும் வரலாற்றுச் சான்றாக நிற்கின்றன. ‘கோட்டாற்றிளம் பெருமானார் பாடின’ என்ற தலைப்பில் காணும் பாடலொன்று,

> நிற்கின்ற தண்பணை தோன்றுந் **தஞ்சைத்திறம்** பாடிநின்றார்
> விற்கின்ற வீரர்கள் ஊர்கின்ற இப்பிணக் குன்றுகள் மேல்
> நெற்குன்ற யானை ....
> ....

என்று புகழ்கின்றது. மிக ஓங்கி வளரும் மூங்கில்கள் தோன்றும் தஞ்சையின் சிறப்பைப் பாடி நின்ற புலவர்கள், பகைவருடைய பிணங்களை அடுக்கியதால் ஏற்பட்ட குன்றுகளின் மேல், வில்லில் வல்ல வீரர்கள் ஊர்ந்து செல்கின்ற, நெற்போரைப் போல் காணப்படும் யானைகளைப் பரிசு பெறுவர் என்பதே இப்பாடலின் பொருளாகும்.

இரண்டாவது தூணில் ‘பாய்ச்சில்வேள் நம்பன் பாடின’ என்ற தலைப்பில் காணப்படும் பாடல்களில் இரண்டாம் பாடல் வருமாறு:

> வஞ்சிப்பூச் சூடிய வாளமருள் வாகைப்பூக்
> குஞ்சிக் கமழ்கண்ணிக் கோமாறன் - **தஞ்சைக்கோன்**
> கோளாளி மொய்ம்பிற் கொடும்பாளூர் காய்ந்தெறிந்தான்
> தோளால் உலகளிக்கும் தோள்.

வஞ்சிப்பூச்சூடிப் பகைவர்மேல் மாறுபாடு காரணமாகச் சென்று நிகழ்த்திய வாட்போரில் வெற்றி பெற்று, வாகைப்பூவால் ஆகிய மாலையை அணிந்த கோமாறனும், தஞ்சை அரசனும் சிங்கம் போன்ற வலிமையால் கொடும்பாளூரில் பகைவர்களைக் கோபித்து அழித்தவனுமாகிய சுவரன்மாறனுடைய தோள்களே உலகைக் காப்பாற்றும் தோள்களாகும் என்பது இதன் பொருளாகும். இப்பாடல் சுவறன்மாறன் தஞ்சை மன்னன் என்பதைத் தெளிவாக உரைக்கின்றது.

இதே தூணில் உள்ள அதே புலவரின் மற்றொரு பாடலில்,

சொற்புகு தொண்டைக் கனிபுகு தூமதி போன்முகத்தாள்
பொற்புக வெற்புப் பகுதிகண்டாய்புக ழிப்பொருதார்
கற்புக விற்புகக் கண்டவன் கள்வர்கள்வன் தஞ்சை
நற்புக ழான்கரம் போற்கொடை காலுங் கருமுகிலே - என்றுள்ளது.

தலைவியிடத்தில் மழைக்காலத்தில் திரும்பிவருவேன் என்று கூறிச்சென்ற தலைவன் தன் பணி முடிந்து திரும்பும்போது, தனக்கு முன் தலைவியின் ஊர் நோக்கிச் செல்லும் கருமேகத்தைப் பார்த்துக் கூறியதாக இப்பாடல் û¼©Ú¢ÖV¢.SiY 'புகழி' என்ற ஊரில் பகைவேந்தர்களை மலையில் ஓடி ஒளியும்படித் தன்வில்லாற்றலை வெளிப்படுத்தியவனும் 'கள்வர் கள்வன்' என்ற பட்டப்பெயரை உடையவனும், தஞ்சையை நல்ல புகழுடன் ஆளுகின்ற அரசனுமாகிய சுவரன்மாறனுடைய கைகளைப் போலக் கைமாறு கருதாமல் கொடுக்கும் கார்மேகமே, சந்திரனைப் போன்ற முகமுடைய என்காதலி உன் வரவு கண்டு, கார் காலம் வந்ததும் தலைவன் வரவில்லையே என வருந்தும்படி மழைபெய்யச் செல்கின்ற இச்செயல் உனக்கு ஏற்றது அன்று" எனத் தலைவன் கூறுவதாகப் பாய்ச்சில்வேள் நம்பன் பாடுகிறார். மீண்டும் புலவர் இப்பாடலில் கள்வர்கள்வனாகிய சுறவன்மாறனின் ஊர் தஞ்சை என்பதையே சுட்டுகின்றார்.

நான்காவது தூணில் 'ஆசாரியர் அநிருத்தர் பாடியன' என்ற குறிப்பின்கீழ்க் காணப்படும் பாடல்கள் ஒன்றில்,

....
மண்டீது கண்டான்தஞ் சைச்செம் புலநாட்டு வெண்கோடல்
விண்டபோது கொண்டாயர் மலையப் புதுமணல் மீதுசெந்தீத்
தண்டுகண் டாலன்ன கோவங்க ளூர்கின்ற தாழ்புறவே.

என்றுள்ளது. பகைவர்களுடைய நாடுகளை அழித்தவனாகிய சுவரன்மாறனுடைய சிவந்த பூமியை உடைய தஞ்சை நாட்டிலே ஆயர்கள் வெண்காந்தள் மலர்கள் சூடிக் கொண்டிருப்பதையும், ஆற்றுப் புதுமணலில் செந்நெருப்புப் போல இந்திர கோபப் பூச்சிகள் ஊர்ந்துசெல்கின்ற தாழ்ந்த முல்லைநிலப் பகுதியைக் காணலாம் என்பதே புலவர் அநிருத்தர் கண்ட காட்சியாகும்.

இப்பாடலில் சுவரன்மாறனுடைய தஞ்சைநாடு செம்புலநாடு என்பதையும் அது முல்லை நிலம் என்பதையும் தெளிவாகக் காட்டுகின்றார்.

பாய்ச்சில் வேள் நம்பன் பாடிய பாடல்களில் ஒன்றில் சுவரன் மாறன் 'வல்லக் கோமாறன்' என்று கூறப்படுவதால் தஞ்சைநகரை அடுத்த வல்லமும் இவனது நகர் என்பதை அறியமுடிகிறது. முத்தரையர்களின் கல்வெட்டுகளும், அவர்கள் காலத்துச் சிற்பங்களும் தஞ்சையிலிருந்து மேற்காகத் திருச்சிராப்பள்ளி வரையும், காவிரியின் வடகரையிலிருந்து புதுக்கோட்டை மாவட்டத்தின் ஒரு பகுதி வரையும் அடங்கிய பரந்த சிவப்பு மண் (செம்புலநாடு) பூமியான முல்லைநிலப் பகுதியிலிருந்துதான் கிடைத்துள்ளன. புலவர் அநிருத்தர் கூறுவது போன்று தஞ்சை செம்புலநாடுதான் முத்தரையர் நாடு என்பது உறுதி பெறுகின்றது.

இப்புலவர்களின் பாடல்களில் தஞ்சை நகரம்தான் மிகச் சிறப்பாகப் பேசப்படுகின்றது. நியமம் பற்றியோ செந்தலை பற்றியோ எந்த ஒரு குறிப்பும் இல்லை. ஏ.நீலகண்ட சாஸ்திரியார், எஸ்.ஆர். பாலசுப்பிரமணியம் போன்றவர்கள் தம் நூல்களில் நியமம் எனும் ஊரே முத்தரையர்களின் தலைநகரம் என்று கூறியுள்ளனர். இது அவர்களின் ஊகமே. கல்வெட்டுச் சான்றோ, இலக்கியச் சான்றோ அவர்களால் குறிப்பிடப்பெறவில்லை. திவை.சதாசிவப் பண்டாரத்தார் செந்தலையே முத்தரையர்களின் தலைநகரம் என்று குறிப்பிடுகின்றனர். இதுவும் ஊகமே. சான்று கொண்டு நிறுவப்பெறாத கூற்றேயாகும்.

திருவாலங்காட்டுச் செப்பேடு, விஜயாலய சோழன் வெண்மையான சுண்ணாம்புப் பூச்சுகளுடன் திகழும் அழகான மாளிகைகளையுடைய தஞ்சை நகரைக் கைப்பற்றிச் சோழ சாமராஜ்யத்தை நிலைபெறச் செய்தான் என்றே கூறுகிறது. இவன் முத்தரைய மன்னனிடம் இருந்துதான் தஞ்சையைக் கைப்பற்றினான் என்பது எல்லா வரலாற்று அறிஞர்களின் ஒருமித்த கருத்தாகும். முத்தரையனின் நாட்டை பிடிக்கும் போது அதன் தலைநகரைத்தான் கைப்பற்றியிருப்பான். தலைநகரைத் தவிர வேறு நகரத்தைக் கைப்பற்றுவதால் ஒரு நாட்டையே ஒருவன் கொள்ள முடியாது. திருவலங்காட்டுச் செப்பேட்டு வாயிலாக, எழில் மிகுந்த மாளிகைகளோடு திகழ்ந்த தஞ்சைதான் முத்தரையர்களின் தலைநகரம் என்பதை உறுதியாக நம்ப முடிகிறது. எந்த ஒரு சான்றும் இல்லாமல் நியமத்தை முத்தரையர்களின் தலைநகரம் என்று கொள்வதைவிட, முத்தரையன் ஒருவனைப் புகழ்ந்து பாடும் ஐந்து பாடல்கள், திருவாலங்காட்டுச் செப்பேட்டு வரிகள் ஆகியவற்றின் அடிப்படையில் தஞ்சை நகரம் தான் கி.பி.8-9ஆம் நூற்றாண்டுகளில் அவர்களுடைய தலைநகரம் எனக்கொள்ளுதல் சரியான முடிவாகும்.

குறிப்புகள்

1. இரா. நாகசாமி, முத்தரையர்.

   முத்தரசர் என்ற சொல் முதன்முதலில் கி.பி. ஆறாம் நூற்றாண்டிலிருந்துதான் காணப்படுகிறது. அதுவும் தமிழ்நாட்டில் இல்லை. பெங்களூர் கோலார், தலைக்காடு பகுதியில் அக்காலத்தில் ஆண்ட கங்கர் என்பவர்களின்

செப்பேடுகளில்தான் காணப்படுகின்றது. இவர்களுக்குக் கொங்கணி கங்கர் என்று பெயர்.

ஏறக்குறையக் கி.பி.550-600இல் ஆட்சி செய்த கங்க மன்னன் துர்விநீதன் என்பவன் மிகச்சிறந்த தீரனாகவும் அறிவாளியாகவும் திகழ்தான். இவன் முத்தரையர் என்றால் என்னபொருள் என்று தன் செப்பேட்டில் கூறியிருக்கிறான். இவனது செப்பேடு இருமொழிகளில் உள்ளது. முதல் பகுதி சம்ஸ்கிருதத்திலும் இரண்டாம் பகுதி பழைய கன்னடத்திலும் உள்ளது. பழைய கன்னடம் என்பது பெரும்பாலும் தமிழாகவே இருக்கும். சம்ஸ்கிருதப் பகுதியில் துர்விநீதன் தன்னைக் கொங்கணி விருத்தராஜன் (ஸ்ரீமத் கொங்கணி விருத்தராஜேன துர்விநீத நாமதேயன்) என்று குறிக்கிறான். இதே பகுதியைக் கன்னடத்தில் கூறும்போது 'ஸ்ரீ கொங்கணி முத்தரசரு' என்று கூறுகிறான். இதிலிருந்து முத்தரசர் என்ற சொல்லுக்கு நேர் சமஸ்கிருத சொல்லாக விருத்தராஜன் என்ற மொழிபெயர்ப்பு உள்ளது. ஆதலின் முத்தரசர் என்ற சொல், மூத்தகுடி என்பதன் பெயரே. உண்மையில் முது அரசர் என்பதே முத்தரசர் என்று வந்துள்ளது. முத்தரசர் என்று குறிக்கப்படும் துர்விநீதன் முதுகுடியைச் சேர்ந்தவன். இதுபோல கி.பி.7ஆம் நூற்றாண்டில் ஆண்ட முதலாம் சிவமாறன் என்ற கங்க மன்னனும், 8ஆம் நூற்றாண்டில் ஆண்ட கங்கன் ஸ்ரீ புருஷன் என்பவனும் சமஸ்கிருதப் பகுதியில் விருத்தராஜா என்றும் கன்னடப்பகுதியில் முத்தரசர் என்றும் அழைக்கப்படுகின்றனர். ஒன்று அல்ல! இரண்டு அல்ல! பல கல்வெட்டுகளிலும் செப்பேடுகளிலும் கங்கர்களை 'முத்தரசர்' என்று அரசு பட்டயங்கள் குறிக்கின்றன. இவற்றிலிருந்து முத்தரையர் என்ற சொல் எவ்வாறு தோன்றியது என்றும், கங்க அரசர்களே முத்தரையர் என்றும் தெளிவாக்கப்பட்டுள்ளன.

முதுபெரும் வேளிர் கங்கர்: இந்தக் கங்க மன்னர்கள் தம்மை ஏன் முத்தரையர்கள் என அழைத்துக்கொண்டனர்? கொங்கணி கங்க அரசர்களது வரலாற்றை எழுதுபவர்கள் கி.பி.4ஆம் நூற்றாண்டிலிருந்துதான் தொடங்குகிறார்கள். அவர்கள் கொங்கணம் என்னும் கன்னடப் பகுதியை ஆண்டதால் கன்னட அரசர்கள் என்றும் கூறுவர். உண்மையில் கங்கர்கள் தமிழ்முதுகுடி மக்களே. முதுபெரும் வேளிர்களில் ஒருவரே கங்கர் எனச் சங்க இலக்கியங்கள் தெளிவாகக் கூறுகின்றன. அகநானூற்றில் உள்ள ஒரு பாடல் 'நன்னன் ஏற்றை நறும்பூண் அத்தி துன்னரும் கடுந்திறல் கங்கன் கட்டி' (அகம்.44) என்று கங்க அரசனைக் கூறுகிறது. இவன் சோழ மன்னனோடு பொருது தோற்றுப் போயிருக்கிறான். கொங்காணம் என்ற பகுதியின் தலைவன் நன்னன் என்றும், அவன் தமிழ்க்குடிமகன் என்றும் சங்க இலக்கியங்களிலிருந்து அறிகிறோம். கங்கர் குடியினர் சங்ககாலத்திற்குப்பிறகு கொங்காணத்தைத் தமதாக்கிக்கொண்டு, படிப்படியாகப் பெங்களூர், தலைக்காடு, கோலார் பகுதிகளைப் பிடித்து, ஒரு பேரரசை நிறுவினார்கள். இருப்பினும் தமிழகத்துடனேயே சிறந்த தொடர்பு கொண்டிருந்தனர். இவர்களில் சில அரசர்களுக்குப் பல்லவ அரசர்கள் முடி சூட்டியுள்ளார்கள்.

கன்னடமும் சமஸ்கிருதமும் : தமிழ்ப்பெரு மன்னர்களான சேர மன்னர்களே சங்க காலத்துக்குப் பின்னர் மேலைக் கடற்கரைப்பகுதியிலே தங்கி, அங்கு மலர்ந்த மொழியால் மலையாள அரசர்களாகிவிட்டமை போன்று தமிழ் மன்னர்களான கங்கர்கள் கொங்கணப்பகுதியில் ஆட்சி புரியத் தொடங்கிக் கி.பி.5ஆம் நூற்றாண்டில் அங்குத் தனித்தன்மை வாய்ந்ததாகக் கன்னட மொழி வளர, மக்கள் மொழியான கன்னடத்தையும், சமஸ்கிருதத்தையும் பயன்படுத்தினர். இருப்பினும் இவர்கள் தமிழையும் விட்டுவிடவில்லை. இவர்களது பல கல்வெட்டுகள் தமிழில் உள்ளன. கி.பி.3, 4ஆம் நூற்றாண்டுகளில் பழைய கன்னடத்துக்கும் தமிழுக்கும் அதிக வேறுபாடு இல்லை என்பது ஆராய்ச்சியாளர் அறிந்ததே.

அப்பகுதியில் பெருமன்னர்களாக மலர்ந்த இம்மன்னர்கள், தாங்கள் புதிதாக ஆட்சிக்கு வந்தவர்கள் அல்லர் மிகவும் தொன்மையான குடியைச் சேர்ந்தவர்கள் என்பதை வலியுறுத்தும் வகையில் தம்மை முதுகுடி முத்தரையர் (விருத்த ராஜா) என்று அழைத்துக் கொள்ளத் தலைப்பட்டனர். ஆதலின் கங்கர் 'முத்தரையர்' என்றும் முதுபெரும் தமிழ்வேளிர் வழிவந்தவர் என்றும் தமிழ் வரலாற்றோடு நெருங்கிய தொடர்பு கொண்டவர் என்றும் அறிகிறோம். **தினமணி நாளிதழ், சென்னை.**

2. குடவாயில் பாலசுப்பிரமணியன், நந்திபுரம் 1992.

3. Epigraphia Indica Vol.xiii pp.142.

4. 1. K.A. Nilakanta Sastri, The Colas, University of Madras, Madras, Reprint, 1984

   2. S.R. Balasubramanian Sendai

5. தி.வை. சதாசிவப் பண்டாரத்தார், பிற்காலச் சோழர் வரலாறு அண்ணாமலைப் பல்கலைக்கழகம், அண்ணாமலைநகர்.

தஞ்சையைத்
தலைநகராகக்கொண்ட
சோழப் பேரரசு

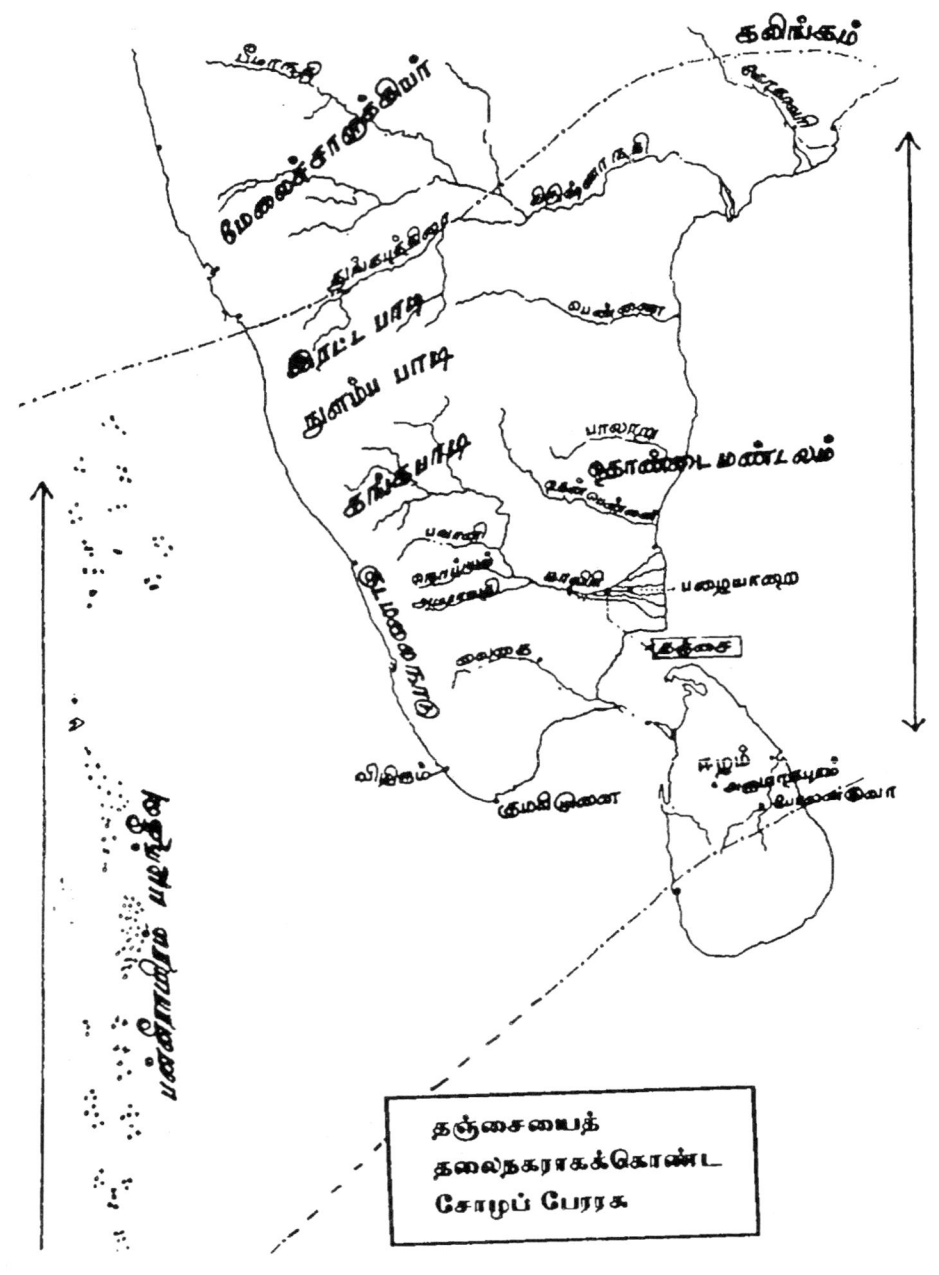

சோழ நாட்டுத் தலைநகரங்கள்

சங்ககாலத்தில் கரிகாற்பெருவளத்தான் போன்ற சோழ மன்னர்கள் செங்கோலோச்சும் நாளில் காவிரிப்பூம்பட்டினம், உறையூர் போன்ற பெருநகரங்களே அவர்கள்தம் தலைநகரங்களாகத் திகழ்ந்தன. சங்கம் மருவிய காலத்திற்குப் பின்பு களப்பிரர் காலத்திலும் பின்னர் பல்லவப் பேரசர்கள் காலத்திலும் பேரரசர்களுக்குரிய தகுதியை அவர்கள் இழந்தாலும் குறுநில மன்னர்களாகச் சோழ நாட்டிலேயே வாழ்ந்துள்ளனர். கி.பி.5இலிருந்து 8ஆம் நூற்றாண்டு வரை இவ்வாறு வாழ்ந்த சோழ மன்னர்கள் தங்கள் தலைநகரங்களாக உரகபுரம், பழையாறை போன்ற ஊர்களைக் கொண்டனர்.

உரகபுரம்

சங்ககாலத்தில் திகழ்ந்த முதுபெரும் வேளிர்களில் ஒருவரான கங்கர்களே முத்தரையர்கள் என்பதையும், அவர்களே கொங்கணப் பகுதியை ஆட்சிபுரிந்த தமிழ் முதுகுடி மக்கள் என்பதையும் முன்னரே கண்டோம். தற்போதைய கர்நாடக மாநிலத்தின் கொங்கணப் பகுதியைக் கி.பி.550-600 இல் ஆட்சிபுரிந்தவன் துர்விநீதன் என்ற கங்கமன்னனாவான். இவன் மனைவி ஒரு சோழ இளவரசியாவாள். அவள் "உரகபுரத்தை ஆண்ட, கரிகால் சோழனின் வழிவந்தவனும் பரம க்ஷத்திரியனுமான சோழ அரசனின் பெண்" என்று கங்கர் செப்பேடு ஒன்றில் குறிக்கப்பெறுகின்றாள். இதனைக் குறிப்பிடும் அச்செப்பேடு உரகபுராதிப பரம க்ஷத்திரிய சோழகுலதிலக ஸ்ரீ தக்த சரணசந்தான ப்ரசூதா என்று விவரிக்கின்றது. தக்த சரண என்பது தீயால் கருகிய காலை உடையவன் என்பதாகும். சந்தான என்பது வழித் தோன்றல் என்பதாம். இதனால் கரிகாற் சோழனின் மரபில் வந்த சோழர்கள் கி.பி.6ஆம் நூற்றாண்டில் உரகபுரம் எனும் நகரில் இருந்தனர் என்பதை அறிகிறோம். இதேபோன்று சாளுக்கிய முதலாம் விக்கிரமாதித்தனின் கத்வல் செப்பேடு, சோழ நாட்டில் காவிரியின் தென்கரையில் இருந்த உரகபுர நகரத்தைக் கி.பி.674 இல் அப்பெருமன்னன் முற்றுகை இட்டமையை விவரிக்கின்றது.

சோழ நாட்டிலிருந்து உரகபுரம் எது என்பதைப் பற்றி ஆய்வாளர்களிடையே பல்வேறு ஊகங்கள் இருந்தன.[1] உரகபுரம் பற்றி ஆராய்ந்த இந்நூலாசிரியர் திருப்பாம்புப்புரம் (திருப்பாம்புரம்) எனும் சோழ நாட்டு ஊரே 'உரகபுரம்' என்பதைத் தம் ஆய்வுக்கட்டுரை மூலம் நிறுவியுள்ளார்.[2] கி.பி.6 ஆம் நூற்றாண்டுச் சான்று கொண்டு நோக்கும்போது உரகபுரத்தில் தான் சோழர்கள் இருந்தனர் என்பது தெளிவாகின்றது.

பழையாறை

கி.பி.7ஆம் நூற்றாண்டில் அப்பரடிகள் சோழநாட்டுப் பழையாறை நகரின் வடதளிக்கு வந்தபோது, அக்கோயிலில் சிவலிங்கப் பெருமானை அமண்சமயத்தினர் மறைத்து வைக்கவே, அடிகள் உளம் வருந்தினார். அதனை அறிந்த அவ்வூர் வேந்தன் அடிகளின் இன்னல் தவிர்த்து ஆலய வழிபாடு செய்ய உதவினன் என்று திருத்தொண்டர் புராணம் உரைக்கின்றது.[3] அவ்வேந்தன் சோழ மன்னனே என்பது அறிஞர்கள் பலரும் கூறும் கருத்தாகும். பின்னாளில் பழையாறையில் சோழர்களின் மாளிகையும், அரண்மனையும் இருந்ததற்கான சான்றுகள் இருப்பதால் கி.பி.7ஆம் நூற்றாண்டிலேயே இங்கு அவர்கள் குறுநில மன்னர்களாக இருந்திருக்கலாம் எனக் கருத வாய்ப்புகள் உள்ளன.

சங்கம் மருவிய காலத்திற்குப் பிறகு வாழ்ந்த சில சோழ மன்னர்களைப் பற்றிய குறிப்புகள் இலக்கியங்களில்[4] காணப்பட்டாலும், அவர்கள் வாழ்ந்த ஊர் எது என்பதற்கான சான்றுகள் எதுவும் கிடைக்கவில்லை. எனவே காவிரிப்பூம்பட்டினப் பேரழிவிற்குப் பிறகு, வலிமை இழந்த சோழ மரபினர் உரகபுரம் பழையாறை போன்ற நகரங்களிலே வாழ்ந்தனர். கி.பி.8ஆம் நூற்றாண்டு முடியத் தஞ்சை நகரில் எந்த ஒரு சோழ மன்னனும் வாழ்ந்ததாக இலக்கியக் குறிப்புகளோ, கல்வெட்டுச் சான்றுகளோ இதுவரை கிடைக்கவில்லை. எனவே தஞ்சை, சோழர்களுக்குப் பின்னாளில் (கி.பி.9ஆம் நூற்றாண்டில்) அமைந்த தலைநகரம் என்பதுதான் உண்மை.

குறிப்புகள்

1. உறையூர், நாகப்பட்டினம், திருநாகேஸ்வரம், பழையாறை போன்ற ஊர்களில் ஒன்றுதான் உரகபுரம் எனக் கருதினர்.

2. Journal of the International Institute of Saiva Siddhanta Research, Vol.2 No.2, p.52.

3. பெரியபுராணம் திருநாவுக்கரசு நாயனார்புராணம் 294 - 299.

4. மங்கையர்க்கரசி வளவர்கோன் பாவை வரிவளைக்கை மடமாணி பங்கயச்செல்வி பாண்டிமாதேவி" - திருஞானசம்பந்தர் தேவாரம் திருவாலவாய் பதிகம்.

பெரியபுராணம் கழற்றிற்றறிவார் புராணம் 91 - 92.

சுந்தரர் தேவாரம் திருப்பரங்குன்றப் பதிகம் 2.

விஜயாலய சோழன் கைப்பற்றிய தஞ்சை நகரம்

பிற்காலச் சோழ மன்னர்களின் ஆட்சிக்காலத்தில் தான் தஞ்சை எனும் தஞ்சாவூர் சோழர்களின் தலைநகராயிற்று. இம்மரபில் உதித்த விஜயாலய சோழன் ஏறத்தாழக் கி.பி.850இல் தஞ்சை நகரைக் கைப்பற்றித் தனது தலைநகராக்கிக் கொண்டான். இதனை முதலாம் இராஜேந்திர சோழனின் திருவாலங்காட்டுச் செப்பேடும்[1] வீரராஜேந்திர சோழனின் கன்னியாகுமரிக் கல்வெட்டும்[2] திறம்பட உரைக்கின்றன.

விஜயாலயன் முத்தரைய மன்னன் ஒருவனிடமிருந்துதான் தஞ்சை நகரைக் கைப்பற்றினான் என்பது வரலாற்று ஆய்வாளர்களின் ஒருமித்த கருத்தாகும். திருவாலங்காட்டுச் செப்பேட்டில் வடமொழிப் பகுதியின் நாலாவது ஏட்டின் முதற்பக்கம் மூன்றாம் வரியிலிருந்து ஏழாம் வரி வரை உள்ள **44-45**ஆம் சுலோகங்களில் விஜயாலயனைப் பற்றியும், அவன் தழுவிய தஞ்சாபுரி எனும் தஞ்சை நகரம் பற்றியும் அழகுபடக் கூறப்பெற்றுள்ளன.

"கோச்செங்கணான் மரபில், வெற்றிக்கு இருப்பிடமாயும், தோள் வலிமை கொண்டவனாயும், மன்னர்களால் வணங்கப்படும் பாதபீடம் உடையவனாயும் திகழ்ந்த விஜயாலயன் பிறந்தான்."

"சூரிய குலத்தின் ஒளிவிளக்காகிய விஜயாலயன் குபேரனது அளகாபுரிக்கு ஒப்பாக அழகாயும் வானளாவியும் திகழ்ந்த தஞ்சை நகரைத்தான் அனுபவிப்பதற்காகப் பிடித்துக்கொண்டான். விழியழகு, குழலழகு, ஆடையழகு, சுண்ணம் போன்ற சந்தனப்பூச்சழகு ஆகியவற்றோடு திகழும் அவன் மனைவியைத் தழுவுவது போல, வானளாவிய கட்டிடங்களும், அவற்றின் மேல் வெண்மையான சுண்ணாம்புப் பூச்சும் எழில் செய்ய, மணம் வீசும் அழகோடு திகழும் தஞ்சாபுரி எனும் நகரைத் தழுவித் தனக்கே உரியதாக்கிக் கொண்டான்."

"அங்கு சும்பன் நிசும்பன் எனும் அரக்கர்களை அழித்து, வெற்றி வாகை சூடி, தேவர்களாலும் அசுரர்களாலும் பூஜிக்கப்பட்ட திருவடிகளையுடைய நிசும்பசூதனியைத் தாபித்து, நான்கு கடல்கள் ஆகிய ஆடையணிந்து பிரகாசிக்கின்ற பூமியை மாலையை அணிவதுபோல் சுலபமாக ஆண்டு வந்தான்.

திருவாலங்காட்டுச் செப்பேடு கூறும் இச்சுலோகங்கள் வாயிலாக விஜயாலயன் தஞ்சை நகரைக் கைப்பற்றும்போது அங்கு உயரமான மாளிகைகள்

சுண்ணாம்புப் பூச்சுடன் திகழ்ந்தன என அறிகிறோம். குபேரனின் அளகாபுரிக்கு இணையாகத் தஞ்சைபுரி திகழ்ந்தது என்பதோடு அம்மன்னனின் எழில்மிகு மனைவிக்கு ஒப்பாகவும் கூறப்பட்டதால் அவ்வூர் அவனுக்கு உரிமையாயிற்று என்றும் பேசப்பெறுகின்றது.

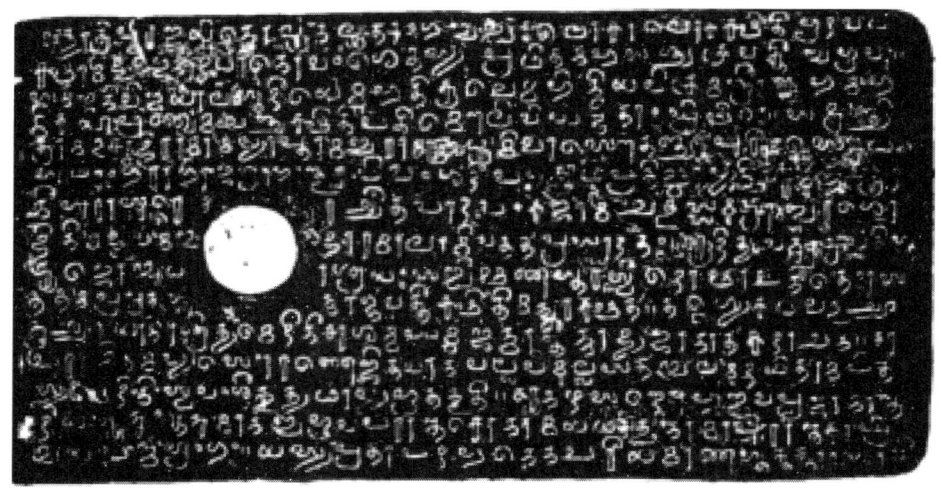

திருவாலங்காட்டுச் செப்பேடு

முத்தரைய மன்னனிடமிருந்து விஜயாலயன் தஞ்சையைக் கைப்பற்றி, சோழ சாம்ராஜ்யத்தின் தலைநகராக்கும்போது அங்கு முன்னரே சுண்ணாம்பால் எடுக்கப் பெற்ற மாடமாளிகைகளோடு ஒரு பெருநகரம் (அளகாபுரிக்கு ஒப்பாக) திகழ்ந்தது என்பது தெளிவாகின்றது. அதுவே முத்தரையர்களின் தலைநகரமாகத் திகழ்ந்த தஞ்சை நகரம் என்பதில் ஐயம் இல்லை.

ஏழாம் நூற்றாண்டின் முற்பகுதியில் வாழ்ந்த திருநாவுக்கரசர் குறிப்பிடும் 'தஞ்சைத் தளிக்குளம்' எனும் மகாதேவர் திருக்கோயில், எட்டாம் நூற்றாண்டின் பிற்பகுதியில் வாழ்ந்த திருமங்கையாழ்வார் குறிப்பிடும் 'வம்புலாஞ் சோலை மாமதிள் தஞ்சை மாமணிக் கோயில்' என்னும் வைணவ ஆலயம் ஆகிய இவை எழில் செய்யுமாறு திகழ்ந்த தஞ்சை நகரம் ஒன்பதாம் நூற்றாண்டில் விஜயாலயனால் கைப்பற்றப் பெறும்போது குபேரனது அளகாபுரியாகவே விளங்கிற்று என்பதுதான் உண்மை.

கன்னியாகுமரிக் கல்வெட்டு

கன்னியாகுமரி பகவதி அம்மன் திருக்கோயிலின் மகாமண்டபமான மணிமண்டபத்துத் தூண்களில் சோழ மன்னன் வீரராஜேந்திரனின் நீண்ட

வடமொழிச் சுலோகங்களும், சாசனமும் கல்வெட்டாக உள்ளன.[3] இதில் சோழமன்னர்களின் வமிசாவளி சம்ஸ்கிருதச் சுலோகங்களாகக் கூறப்பெற்றுள்ளன. 53 மற்றும் 54ஆம் சுலோகங்கள்.

"அன்வரீய த்ர விஜயாலய நாமா
ஸம்ப்பூவ ஸகலக்ஷிதி நாத:
யத் பதாம் புருஹ யுக்ம மஜஸ்ரம்
சேகரீ க்ருதம் அசேஷ மஹீபை:
நிவே சயாமாஸ ஸ சோள தேசே
நவினதா சேஷ குணப்ர வ்ருத்தாம்
கஞ்ஜாஸனாத் யைரமரை: பரணீதாம்
தஞ்சாபுரீம் நாமபுரீம்" என்று கூறுகின்றன.

"இந்தக் குலத்தில் (சோழர்) விஜயாலயன் என்ற பெயருடையவன், அனைவருக்கும் தலைவனாகப் பிறந்தான். இவனது பாதங்களால் பல மன்னர்களின் திருமுடிகள் சிறப்புப்பெற்றன. அவன் சோழ நாட்டில் பிரம்மாதி தேவர்களால் அமைக்கப்பட்ட தஞ்சாபுரீ எனும் நகரைப் புதுமையான பல சிறந்த அம்சங்களுடன் சிறப்புற்றதாக அமைத்தான் என்பது இச்சுலோகங்களின் பொருளாகும்.

இக்கல்வெட்டின் அடிப்படையில் நோக்கும்போதும் முன்பே திகழ்ந்த தஞ்சாபுரி எனும் நகரத்தினைத் தனது புதுமைப் படைப்புகளால் மேலும் சிறந்த நகராக்கினான் என்பது தெளிவாகின்றது. சிலர் இச் சுலோகத்திலுள்ள தஞ்சாபுரி எனும் நகரினைப் புதுமையான அம்சங்களால் அமைத்தான் என்பதனை, இந் நகரினை இவன்தான் முதன் முதலாகப் புதுமையாக அமைத்தான் என்று தவறாகப் பொருள்கொண்டனர். முன்பே எழிலுடன் திகழ்ந்த தஞ்சை நகரைத்தான் விஜயாலயன் கைப்பற்றினான் என்று இக்கல்வெட்டு தெளிவாகக் கூறுகின்றது. எனவே முத்தரையர்களின் தலைநகரமாம் இப்பெருநகரம் சோழர்களின் தலைநகரமாக மாறியது என்பதுதான் இச்சுலோகத்தின் உட்பொருளாகும்.

குறிப்புகள்

1. S.I.I. vol III No.205

2. Epigraphia Indica XVIII No.4

3. Ibid., XVIII No.4

தஞ்சை நிசும்பசூதனி

"தஞ்சாபுரீம் சௌத சுதாங்கராகாம
ஐக்ராஹ ரந்தும் ரவி வம்ச தீப:
தத: பிரதிஷ்டாப்ய நிசும்ப சூதனீம்
சுராசுரை: அர்ச்சித பாத பங்கஜாம்
சது: சமுத்ராம்பர மேகலாம் புவம்
ரஹாஜ தேவோ தத்பராசதந."

"சும்பன் நிசும்பன் என்ற அரக்கர்களை அழித்து வெற்றிவாகை சூடிய 'நிசும்பசூதனி' என்ற தேவியை அங்குப் (தஞ்சை நகரில்) பிரதிட்டை செய்தான். தேவர்களாலும் அசுரர்களாலும் பூஜிக்கப்பட்ட பாதங்களையுடைய அத்தேவியின் அருளால், நான்கு கடல்கள் ஆகிய ஆடையை அணிந்து ஒளி வீசுகின்ற பூமியை, ஒரு மாலையை அணிவது போலச் சுலபமாக ஆண்டு வந்தான்."

மேற்காட்டப்பெற்ற திருவாலங்காட்டுச் செப்பேட்டு வரிகளால், தஞ்சை நகரில் சோழர் ஆட்சி மலரும் போதே நிசும்பசூதனியாம் தேவியின் திருக்கோயிலும் எழுந்தது என்பதறிகிறோம்.

பேரரசர்கள் தங்கள் வெற்றிக்குத் தெய்வமாக விளங்கும் கொற்றவைக்கு ஆலயங்கள் அமைப்பது பண்டைய மரபாகும். தஞ்சை நகரின் புகழுரைக்கும் செந்தலைத் தூண்கள் (நியமத்துத் தூண்கள்) சுவரன்மாறன் எனும் பெரும்பிடுகு முத்தரையன் எடுப்பித்த நியமத்து மாகாளத்துப் பிடாரி கோயிலின் தூண்களே என்பது குறிப்பிடத்தக்கதாகும். அந்த நியமத்து மாகாளத்துப் பிடாரி தேவியைப் பாண்டியன் மாறஞ்சடையன், தெள்ளாறு எறிந்த மூன்றாம் நந்திவர்ம பல்லவன், சோழ மன்னன் ராஜகேசரிவர்மனான ஆதித்தன் போன்ற பெருமன்னர்கள் போற்றி வழிபட்டனர் என்பதை அதே தூண்களில் உள்ள கல்வெட்டுகள் எடுத்துரைக்கின்றன. இதனால் தமிழகத்து, அனைத்து மன்னர் மரபினர்களும் தேவிக்கு எத்துணை ஏற்றம் தந்து வழிபட்டனர் என்பதை அறிகிறோம். இதே நெறியில்தான் விஜயாலயனும் தஞ்சையில் நிசும்பசூதனியைப் பிரதிட்டை செய்தான்.

அன்னை பராசக்தி துர்க்கையாக, காளிதேவியாகப் பல்வேறு வடிவங்கள் பூண்டு தீமையின் உருவாகத் திகழ்ந்த அரக்கர் பலரை வதம் செய்தாள் என்பதைத் தேவி மகாத்மியம் தெளிவுபட உரைக்கின்றது. தேவியின் உன்னதத்தை வேதத்தில் கூறப்படும் 'ராத்திரி சூக்தம்' என்பதிலிருந்து பல நூல்கள் எடுத்துரைக்கின்றன.

'துர்காசப்தசதி' தேவி மகாத்மியம் என்பன தேவியின் ஆற்றலைப் பலபட விரித்துக் கூறுகின்றன. தேவி மகாத்மியம் மார்க்கண்டேய புராணத்தின் ஒரு பகுதியாகும்.

ஸ்ரீ மார்க்கண்டேய புராணம் ஸ்வாவர்ணி மந்வந்தரத்தில் தேவி மஹாத்மியம் நிசும்பவதம் ஒன்பதாம் சர்க்கமாகவும், சும்பவதம் பத்தாம் சர்க்கமாகவும் விவரிக்கப் பெற்றுள்ளது. தேவி துர்க்கா பரமேசுவரியாக இரத்தபீஜன் எனும் அரக்கனை அழித்தபோது முதலில் நிசும்பனும் பின்னர் அவன் தம்பி சும்பனும் தேவியுடன் போர்தொடுத்தனர். இறுமாப்புடைய அரக்கர் இருவரையும் தேவி அழித்தாள். அப்போது அவள் பூண்ட வடிவே 'நிசும்பசூதனி' யாகும் என்பது இந்நூல்களால் அறியப்படுகிறது.

விஜயாலய சோழன் தஞ்சையில் பிரதிஷ்டை செய்த நிசும்பசூதனி திருமேனி எது? அவன் எடுப்பித்த திருக்கோயில் எங்குள்ளது என்பனவற்றைக் கண்டறிய, சென்ற ஒரு நூற்றாண்டுக் காலமாக ஆய்வறிஞர்கள் முனைந்துள்ளனர். கரந்தைக் கோவிந்தராசனார் கீழவாசலிலிருந்து கிழக்கு நோக்கிச் செல்லும் சாலையில், நகரின் கிழக்கு முனைப் பகுதியில் உள்ள குயவர் தெருவின் கருவேலங்காட்டிலுள்ள காளி கோயிலில் காட்சி நல்கும் சோழர் காலத்துச் சிலையே விஜயாலயன் பிரதிட்டை செய்த 'நிசும்பசூதனி' என்று கூறுகிறார். எஸ்.ஆர்.பாலசுப்பிரமணியம் தம் சோழர் கலைப்பாணி எனும் நூலில்[1] இக்கோயில் தஞ்சையின் பழைய சோழர் காலத்துக் கோட்டையின் கீழை வாசலில் நிறுவப்பட்டிருக்கவேண்டும் என்று கருதுகிறார். மேலும் இரண்டு துண்டாக உடைந்துள்ளதும் ஒன்பதாம் நூற்றாண்டின் கலைப்பாணி கொண்டதும் ஆகிய தஞ்சைக் குயவர் தெரு உக்கிரமாகாளி சிலையே நிசும்பசூதனி என ஐயுறக் கிடக்கிறது எனக் கூறுகிறார்.

இக்காளிதேவியின் வடிவம் பீடத்தின் மேல் அமர்ந்த கோலத்திலுள்ளது. இச் சிற்பத்தின் வலக்கால் மடங்கி ஆசனத்தின் மீது அமர்ந்திருக்க இடக்கால் தொங்கிய வண்ணமாக உள்ளது. கையில் கத்தியும் கேடயமும் உள்ளன. மேல்பாகத்தில் வலக்கையில் ஏந்திய சூலத்தைக் கொண்டு காலடியில் இருக்கும் அரக்கனைக் குத்தித் தள்ளுவது போல அமைந்துள்ள இத்திருமேனிக்குப் பாம்பினாலாகிய குசபந்தமும், சடைமுடியும் விளங்குகின்றன.

கரந்தை கோவிந்தராசனாரது கருத்துப்படியே குயவர் தெரு உக்கிரமாகாளியே 'நிசும்பசூதனி' ஆகலாம் எனக் கருதியிருந்த எஸ்.ஆர்.பாலசுப்பிரமணியம், பின்னர் இரா.நாகசாமி அவர்களின் புதிய கருத்துகளுக்கேற்பத் தம் 'இடைக்காலச் சோழர் கோயில்கள்' எனும் நூலில் கீழவாசல் வடபத்ரகாளியே விஜயாலயன் பிரதிட்டை செய்த நிசும்பசூதனி என்று குறிப்பிட்டுள்ளார்.

இரா.நாகசாமி தஞ்சைக் கீழவாசல் பூமால்ராவுத்தன் கோயில் தெருவிலுள்ள காளி கோயிலில் காணப்பெறும் நெடிதுயர்ந்த அரிய திருமேனியே விஜயாலயனது 'நிசும்பசூதனி' எனக் காட்டுகின்றார். பூமால் ராவுத்தன் கோயில் எனப்பெறும்

சிறிய சிவாலயத்தை ஒட்டி வடதிசை நோக்கிய வண்ணம் எடுக்கப்பெற்ற மிகப் பிற்காலத்துக் கோயிலில் இச்சிலை இடம்பெற்றுள்ளது. பூமால் ராவுத்தன் கோயிலில் யோகபட்டத்தில் அமர்ந்திருக்கும் சிவனாரது திருவுருவமும், காளிகோயிலை ஒட்டிய மணற்பகுதியில் மார்பு வரை புதைந்துள்ள கௌமாரி உருவமும் மிகப் பழமையான 8-9ஆம் நூற்றாண்டுச் சிற்பங்கள் ஆகும். இந்தப் பழமை எச்சங்களோடு தேவி இங்குக் கோயில் கொண்டுள்ளாள். பொதுவாக எல்லா ஊர்களிலும் காளி கோயிலாக அல்லது பிடாரி கோயிலாகத் தேவியின் திருமுற்றங்கள் காணப்பெறும். இங்கு இடம் பெற்றிருக்கும் திருவுருவங்கள் 4 அல்லது 8 கரங்களோடு திகழும். பெயர்களும் காளி, காளாபிடாரி, பட்டாரகி என்பனவாகக் குறிக்கப்பெறும். ஆனால் தஞ்சையில் விஜயாலயன் பிரதிட்டை

நிசும்பசூதனி

உக்கிரமாகாளி

தேவிக்கு 'நிசும்பசூதனி' என்ற சிறப்புப் பெயர் காணப் பெறுகின்றது. இதனால் இவ்வடிவம் மற்றக் காளி, பிடாரி உருவங்களிலிருந்து மாறுபட்டுத் திகழ்ந்திருக்க வேண்டும் என்பது தெளிவு. தஞ்சைக் குயவர் தெருவிலுள்ள உக்கிரமாகாளி மற்ற இடங்களில் காணப்பெறும் முற்காலச் சோழர் கலைப்பாணியில் அமைந்த, காளாபிடாரியாகவே காணப்பெறுகின்றாள். ஆனால் தஞ்சை பூமால் ராவுத்தன் கோயில் தெரு வடபத்ரகாளியோ தமிழகத்தில் வேறு எங்கும் காணமுடியாத புதுமையான வடிவில் திகழ்கிறாள்.

ஆறு அடி உயரத்திற்கும் மேலுள்ள இவ்வரும் சிலையில் தேவி அமர்ந்து காணப்படுகிறாள். பல கரங்கள். அக்கரங்களில் பல படைக்கலன்கள். தலையில் கேசம் தீச்சுடர்போல் மேல் எழுகிறது. முகத்தில் ஓர் உறுதி. அசுரப் பூச்சிகளை அழிக்க வேண்டும் என்னும் சீற்றம். வலது காதில் பிரேத குண்டலம். இடக்காதில் பெரியகுழை. சதைவற்றிய உடல். அவள் உடலில் சதையேயில்லை. வெறும் எலும்புதான். ஆயினும் திண்மையான நீண்டு தொங்கும் மார்பகங்கள். அவற்றைச் சுற்றிலும் பாம்பு கச்சாகச் சுழல்கிறது. மண்டை ஓடுகள் பூணூலாக அவள் உடலில் திகழ்கின்றன. எட்டுக் கரங்கள். அவை சூலம், வில், மணி, கத்தி, பாசம், கேடயம், கபாலம் தரித்துள்ளன. ஓர் இடக்கரம் காலின் கீழ் கிடக்கும் அசுரரைச் சுட்டுகிறது. அவளது வலது அடி துண்டிக்கப்பட்ட ஒரு தலையின் மீது ஊன்றியுள்ளது. அந்தத் தலையே பெரிதாக உள்ளது. அதன் மீது ஊன்றியுள்ள அவளது காலில், எலும்பாக இருப்பினும், அழுத்தும் வலிமையைக் காணலாம். அவளது இடக் காலை அசைத்துக் கிடத்தியுள்ளாள். அவ்விருக்கையின் கீழ் நான்கு அசுரர்கள் சிக்கித் தவிக்கிறார்கள். மூச்சுத் திணறுகிறார்கள். ஓடுகிறார்கள். என்ன பெருமிதமான சிற்பம். மயிர்க்கூச்செறியும் அமைப்பு. சண்டன், முண்டன், சும்பன், நிசும்பன் என்னும் அசுரர்கள் நால்வரும் வதைபடும் காட்சியைக் காணக் கண்கோடி வேண்டும்.

தீமையை அழித்து அடியவர்களுக்கு அன்னை அருளமுது அளிக்கின்றாளோ எனக் கருதுமாறு கம்பீரமாக அமர்ந்துள்ளாள். இதனை ஒத்ததொரு வடிவம் தமிழகத்தில் வேறு எங்கும் கிடையாது. மத்தியப் பிரதேச மாநிலத்தில் இதேவடிவில் அன்னை எலும்புருவில் காட்சி அளிக்கும் மற்றொரு சிற்பம் இருப்பதாகச் சிற்பவியல் வல்லுநர்கள் கூறுகின்றனர். இவள்தான் விஜயாலயன் வடித்த நிசும்பசூதனி என்பதில் ஐயமில்லை.

அவளுக்காக விஜயாலயனால் எடுக்கப்பெற்ற கோயில் அழிந்தாலும், திருமேனி நிலை குலையாமல் இருப்பது தஞ்சையின் பெரும் பேறாகும். வரலாற்று ஏடுகள் குறிக்கும் தஞ்சை நகரின் தொன்மையான தேவியின் தெய்வத் திருவுருவமும் இதுதான் என்பது சிறப்புக்குரிய செய்தியாகும்.

குறிப்பு

1. எஸ்.ஆர்.பாலசுப்பிரமணியம் சோழர் கலைப்பாணி பாரி நிலையம், சென்னை, *1966, பக்.41-42.*

சோழர்காலத் தஞ்சாவூர்

விஜயலாய சோழனால் தஞ்சையைத் தலைமையிடமாகக் கொண்டு மலர்ந்த சோழப் பேரரசு மாமன்னன் இராசராச சோழனின் இறுதிக்காலம் வரை தஞ்சையிலேயே தொடர்ந்தது. பின்னர்க் கங்கை கொண்ட சோழன் எனும் முதலாம் இராசேந்திரன் முடிசூடிச் சில ஆண்டுகளுக்குள் கங்கை கொண்ட சோழபுரம் தலைநகரமாக முக்கியத்துவம் பெறவே தஞ்சை நகரின் தனித்தன்மைகள் குலைந்தன. கி.பி.850 இலிருந்து 1026 வரை நூற்று எழுத்தாறு ஆண்டுகள் செழுமையோடும் பொலிவோடும் திகழ்ந்த தஞ்சை நகரம் பற்றி இனிக் காண்போம்.

விஜயாலயன், ஆதித்த சோழன், பராந்தகன், அரிஞ்சயன், கண்டராதித்தன், சுந்தரசோழன், ஆதித்த கரிகாலன், மதுராந்தகன், இராசராசன் ஆகிய பெருமன்னர்கள் இங்கு அரியணையில் அமர்ந்து ஆட்சி செய்தபோதும், நமக்கு அவர்கள் காலத்திய தஞ்சை நகரம் பற்றியோ அரண்மனை பற்றியோ அறிய மிகக் குறைந்த சான்றுகளே கிடைக்கின்றன. 'தஞ்சை' என்று அப்பர் சுவாமிகளின் தாண்டகமும், நியமத்துத் தூண்களும், ஆழ்வார்களின் பாடல்களும் திருவாலங்காட்டுச் செப்பேடும் பேசும் இவ்வூரின் முழுப்பெயர் 'தஞ்சாவூர்' என்பதாகும். ஆடுதுறை திருக்கோயிலிலுள்ள பாண்டியன் மாறஞ்சடையனின் 6ஆம் ஆண்டு (கி.பி.771) சாசனத்தில் (எண். 364-1907) "தஞ்சாவூர் நாடு" என்ற குறிப்பு காணபெறுகின்றது. இந்நாட்டுப்பிரிவு பல்லவ முத்தரையர்களின் ஆட்சியின் போது இருந்த பிரிவாகும். ஆதித்தன், பராந்தகன், கண்டராதித்தர், சுந்தரசோழன் போன்ற மன்னர்களின் சாசனங்களில் 'தஞ்சாவூர்' என்றே குறிக்கப்பெற்றுள்ளன. பராந்தகனின் திருவிசலூர்ச் சாசனத்தில்[1] தஞ்சாவூர்க் கூற்றத்துப் பெண்ணாகடம் உடையான் என்ற குறிப்பு காணப்பெறுகின்றது. இதனால் ஒரு கூற்றம் தஞ்சையைத் தலைமை இடமாகக் கொண்டு திகழ்ந்தது என்பதறிகிறோம். இது பின்னாளிலும் தொடர்ந்தது. கண்டராதித்தனின் குடந்தைக் கீழ்க்கோட்டத்துச் சாசனத்தில்[2] 'தஞ்சாவூர்க் கூற்றத்துத் தஞ்சாவூர் கைக்கோளன் குமரன் தூதுவன்' குறிக்கப் பெறுகிறான். சங்ககாலத்திலேயே தமிழகத்தில் கூற்றங்கள் எனும் நிலப்பகுப்புமுறை தோன்றியதெனினும், 'தஞ்சாவூர்க் கூற்றம்' எனும் பிரிவு முத்தரையர் காலத்திலோ விஜயாலயனது காலத்திலோதான் ஏற்பட்டிருக்க வேண்டும் எனலாம்.

நித்தவிநோத வளநாட்டுத் தஞ்சாவூர்

தஞ்சாவூரில் கருந்திட்டைக்குடிச் சிவாலயத்திலுள்ள மாமன்னன் இராசராச

சோழனின் 17-வது ஆண்டு (கி.பி.1002) கல்வெட்டுச் சாசனத்தில்[3] நித்த விநோத வளநாட்டு நல்லூர் நாட்டுப் பிரமதேயம் ஸ்ரீராஜகேசரி சதுர்வேதி மங்கலத்து ஊர்ச் சபையோர் விற்ற நிலவிலையாவணம் குறிக்கப்பெற்றுள்ளது. இச்சாசனத்தில் "நம்முடைய சக்கரவர்த்தி ஸ்ரீபராந்தக தேவர் திருமகளார் ஸ்ரீகுந்தவைப் பிராட்டியார் இந்நித்த விநோத வளநாட்டுத் தஞ்சாவூர்க் கூற்றத்துத் தஞ்சாவூர் புறம்படி வடவாற்றின் வடகரை கருந்திட்டைக்குடித் தேவர்க்கு..." என்று குறிக்கப் பெற்றுள்ளதால் கி.பி. ஆயிரத்து இரண்டாம் ஆண்டிலும், அதற்கு முன்பும் தஞ்சாவூர் நித்தவிநோத வளநாட்டில் தஞ்சாவூர்க் கூற்றத்தில் இருந்தது என்பது புலனாகிறது. பிற்காலத்திலேயே இது பாண்டிய குலாசனி வளநாட்டுத் தஞ்சாவூர்க் கூற்றத்துத் தஞ்சாவூர் என்று அழைக்கப்பெற்றது என அறிகிறோம்.[4]

சோழமண்டலம்

தொன்மைக் காலத்திலிருந்தே சோழநாடு என்றிருந்த பெயர் இராசராசன் காலத்தில்தான் முதன் முதலில் 'சோழ மண்டலம்' என்றழைக்கப்பட்டது. இதனை இம் மன்னனது 23ஆம் ஆட்சியாண்டின் 35ஆம் நாளில் வரையப்பட்ட கல்வெட்டொன்று எடுத்தியம்புகிறது.[5] 'சோழ மண்டலம்' என்ற சொல்லாட்சி கி.பி.1009 இலிருந்துதான் காணப்படுகிறது. இக்கல்வெட்டு தென்னார்க்காடு மாவட்டம், விழுப்புரம் வட்டம், திருவாமாத்தூர் அபிராமேசுர சுவாமி திருக்கோயிலில் உள்ளது. இச் சாசனத்தில் சோழமண்டலத்து அருமொழித்தேவ வளநாட்டு மங்களநாட்டுப் புதுக்குடி எனும் ஊர் குறிப்பிடப்பெற்றுள்ளது.

சோழநாடு பல உட்பிரிவுகள் கொண்ட நாடுகள் அல்லது கூற்றங்களாகப் பிரிக்கப்பட்டிருந்ததை இப்பெருமன்னன் மாற்றி அமைத்து, சோழ நாட்டை மிகப் பரவலாக விரிவடையச் செய்து, அதற்குச் சோழ மண்டலம் எனும் பெயரைச் சூட்டி, பின்பு இம்மண்டலத்தைப் பல வளநாடுகளாகப் பிரித்து, ஒவ்வொரு வளநாட்டையும், நாடு அல்லது கூற்றங்களாகவும், அவற்றை ஊர்ச்சபைகளாகவும் பிரிக்கச் செய்தனன். இம் மன்னனது மற்றுமொரு சாதனை, இவன் தன் ஆட்சியின் 16ஆம் ஆண்டாகிய கி.பி.1001இல் சோழ மண்டலம் முழுவதையும் அளக்குமாறு செய்தான்.[6]

மேலும் இம் மன்னனது காலத்தில் சோழநாடு சோழமண்டலம் ஆனதுபோல், தொண்டை நாடு செயங்கொண்ட சோழ மண்டலம் என்றும், பாண்டிநாடு இராசராச மண்டலமென்றும், நுளம்பபாடி நிகரிலி சோழ மண்டலமாகவும், ஈழம் மும்முடிச்சோழ மண்டலமாகவும் பெயர் மாற்றம் பெற்றன. இவனது மைந்தன் இராசேந்திரன் காலத்தில் கங்கபாடி முடிகொண்ட சோழமண்டலமென்றும், தடிகைபாடி விக்கிரமசோழ மண்டலமென்றும், நுளம்பபாடி நிகரிலி சோழ மண்டலமென்றும் பெயர் மாற்றங்கள் பெற்றமையோடு இம்மன்னர்களின் அதிகாரிகளான 'மண்டல முதலிகளால்' அரசு நிருவாகம் மேற்கொள்ளப்பட்டது.

சோழ மண்டல எல்லை

"கடல்கிழக்கு தெற்கு கரைபுரள்வெள் ளாறு
குடதிசையில் கோட்டைக் கரையாம்-வடதிசையில்
ஏணாட்டு வெள்ளாறு இருபத்து நாற்காதம்
சோணாட்டுக்கு எல்லையெனச் சொல்"

என்று சோழ மண்டல சதகம் குறிப்பிடுகிறது.[7]

இப்பாடல் மற்றும் சோழப் பெருமன்னர்களின் கல்வெட்டுக் குறிப்புகள் ஆகியவற்றைத் தொகுத்து நோக்கும்போது சோழ மண்டலத்து எல்லைகள் கிழக்கே வங்கக்கடலும், மேற்கில் கொல்லி மலையிலிருந்து புறப்பட்டுத் தெற்கு நோக்கிப் பாய்ந்து காவிரியில் கலக்கும் கரைப் போத்தனாறும் (இது திருச்சி நாமக்கல் பெருவழியில் முசிறிக்கு மேற்கே 12 கல் தொலைவில் உள்ளது). காவிரிக்குத் தென்கரையில் குளித்தலைக்கு மேற்கே மாயனூரை ஒட்டிய கோட்டைக்கரையும், வடக்கில் தென்னார்க்காடு மாவட்டத்திலுள்ள ஏணாட்டு வெள்ளாறும், தெற்கில் புதுக்கோட்டை மாவட்டம் திருமயத்திற்குத் தெற்காகச் செல்லும் வெள்ளாறும் ஆகும்.

பழைய சோழ நாடு விரிவடைந்து சோழ மண்டலமாக ஆனபோது இதனுடன் வடதிசையில் இணைந்த ஒருபகுதி 'நடுவில் நாடு' என அழைக்கப்பட்டது. இப்பகுதி கொள்ளிடத்தின் வடகரைக்கும், பெண்ணையாற்றின் தென்கரைக்கும், இடைப்பட்ட பகுதியாகும். இது இராசேந்திர சோழ வளநாடு, கங்கை கொண்ட சோழ வளநாடு, இராசராச வளநாடு என்ற மூன்று வளநாட்டுப் பகுதிகளைத் தன்னுள் கொண்டு திகழ்ந்தது. திருவண்ணாமலை, செஞ்சி, திண்டிவனம் என அழைக்கப்படும் வட்டங்கள் அக்காலத்தில் முறையே வாணகோப்பாடி, சிங்கபுரநாடு, ஓய்மா நாடு என்ற பெயர்களில் சோழ மண்டலத்தின் வடபகுதிகளாகத் திகழ்ந்தன. சோழ மண்டலத்து நடுவில் நாடு கி.பி.13ஆம் நூற்றாண்டின் பிற்பகுதியிலிருந்து 'நடுவில் மண்டலம்' என்ற பெயர் மாற்றம் பெற்றுச் சோழ மண்டலத்திலிருந்து பிரிந்து தனி மண்டலமாயிற்று.[8]

இராசராசன் (கி.பி. 985-1014) காலத்திலிருந்துதான் சோழ மண்டலம் வளநாடுகளாகப் பிரிக்கப்பட்டு, அவை நாடு அல்லது கூற்றங்களாகவும் பிரிக்கப் பட்டதைக் கண்டோம். ஒவ்வொரு நாட்டுப் பகுதியிலும் (கூற்றத்திலும்) பல ஊர்ச்சபைகள் அடங்கியிருந்தன. வளநாடு என்ற அமைப்பு மாவட்டத்திற்கும், நாடு அல்லது கூற்றமென்பது தாலுக்கா அல்லது வட்டம் என்னும் தற்போதைய நாட்டுப் பிரிவுகளுக்கும் ஒப்பானவையாகும். சோழ மன்னர்கள் தாங்கள் பெற்ற சிறப்பு விருதுப்பெயர்களையே வளநாடுகளுக்குப் பெயர்களாக இட்டனர். எடுத்துக்காட்டாக இராசராசனின் விருது பெயர்களான கேரளாந்தகன், பாண்டிகுலாசனி, சத்திரிய சிகாமணி, அருமொழித்தேவன் முதலான பெயர்கள் வளநாடுகளுக்குச் சூட்டப் பெற்றுள்ளன. இதேபோன்று சோழ அரசியர்களான

சோழமண்டலம்

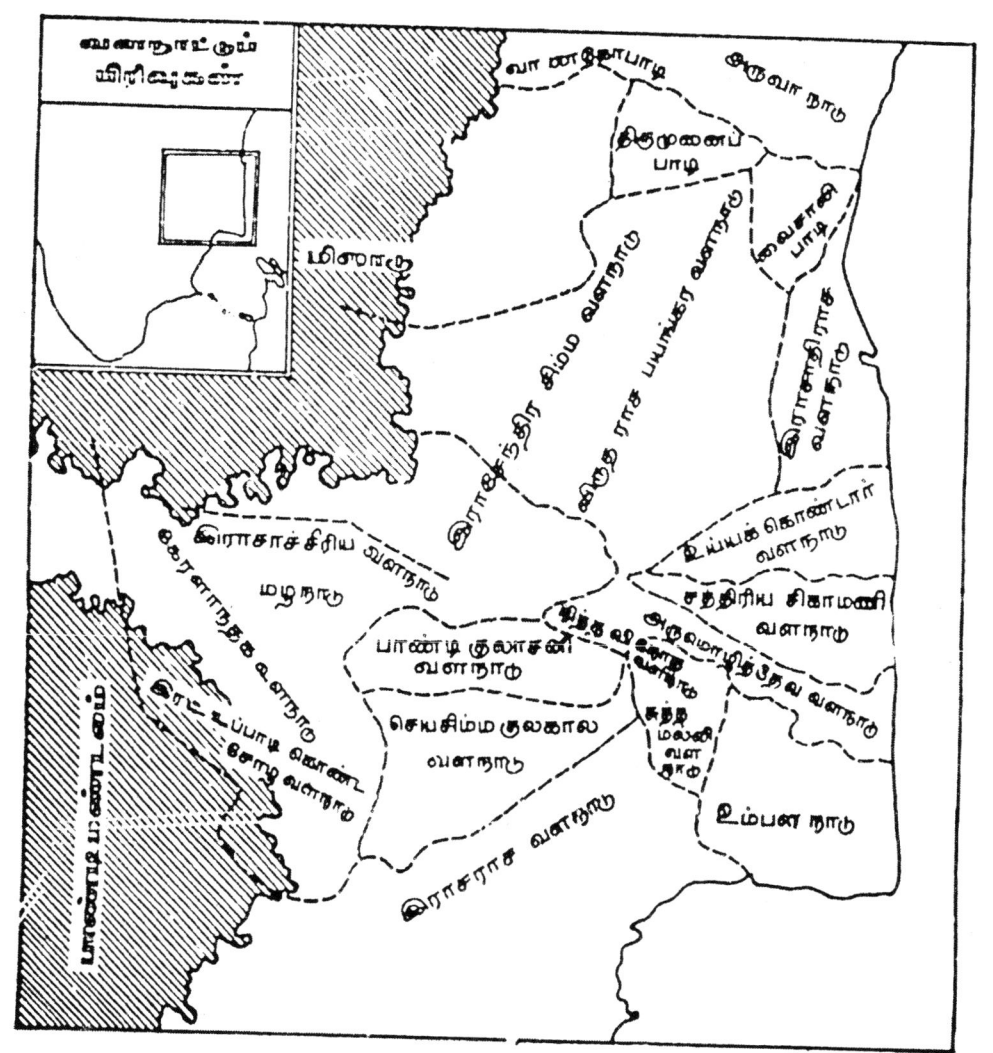

இராசராசன் காலம் கி.பி. 985 – 1014

தரணி முழுதுடையாள், உலகமுழுதுடையாள், உலகுடை முக்கோக்கிழானடி முதலான பல பெயர்களும் வளநாடுகளுக்குச் சூட்டப்பெற்றுள்ளன. ஒரு மன்னன் காலத்திலிருந்த வளநாட்டுப் பெயர் மற்றொரு மன்னனால் மாற்றப்பட்டது. எடுத்துக்காட்டாகச் சத்திரிய சிகாமணி வளநாடு என்ற முதல் இராசராசன் காலத்து வளநாடு, முதற்குலோத்துங்கன் காலத்தில் குலோத்துங்க சோழவளநாடு எனப் பெயர் பெற்றது. அனைத்துச் சோழ மன்னர்களின் கல்வெட்டுகளையும் தொகுத்து நோக்கும்போது 48க்கும் மேற்பட்ட வளநாட்டுப் பெயர்கள் நமக்குக் கிடைக்கின்றன.[9]

சோழர்கள் காலத்திற்குப் பிறகும் சோழ மண்டலம் என்ற பெயரே நிலைத்தது என்பதைப் பாண்டியர்கள், ஒய்சளர்களின் கல்வெட்டுகளில் அறியலாம். கி.பி.16ஆம் நூற்றாண்டில் (கி.பி.1518 சனவரி 26ஆம் நாள்) வரையப்பட்ட கிருட்டிணதேவராயரின் கல்வெட்டொன்று சோழ மண்டலம் பற்றிய விரிவான செய்திகளைக் குறிப்பிடுகின்றது.[10] தஞ்சை நாயக்கர்களும், தஞ்சை மராத்தியர்களும் தத்தம் நாட்டைச் சோழ நாடென்றே அழைத்தனர். பின்பு இம்மண்டலம் ஆங்கிலேயர் ஆதிக்கத்துக்கு உட்பட்டபிறகு, தஞ்சை, திருச்சி, தென்னார்க்காடு ஆகிய மாவட்டங்களாகப் பிரிக்கப்பெற்றது.

பாண்டிய குலாசனி வளநாடு

பாண்டிய குல அசனி என்பதே பாண்டியகுலாசனியாகும். பாண்டிய மன்னர்களின் குலத்திற்கு இடி போன்றவன் என்பதே இந்தச் சமஸ்கிருதச் சொல்லின் பொருளாகும். 'பாண்டிய குலாசனி' என்ற பெயர் இராசராசசோழனின் விருதுப் பெயர்களுள் ஒன்றாகும். இப்பெருமன்னன் தன் வீரத்தாலும், தோள் வலிமையாலும் பாண்டியர்களுக்குப் பேரிடியாகவே திகழ்ந்தான். இவனது முதல் வெற்றியும் பாண்டியர்களுடன் மோதியபோது கிடைத்ததே. எனவே அவன் விரும்பிச் சூடிய விருதுப் பெயராலேயே ஒரு வளநாட்டையும் அழைத்து மகிழ்ந்தான். அவ்வாறு பெயர் பெற்ற பாண்டிய குலாசனி வளநாட்டில் தான் தஞ்சாவூர் எனும் தலைநகரம் திகழ்ந்தது.

பாண்டிய குலாசனி வளநாட்டில்

1. ஆர்க்காட்டுக் கூற்றம்	2. கீழ்செங்கிளி நாடு
3. மேற்செங்கிளி நாடு	4. வடசிறுவாயில் நாடு
5. சுண்டய்மூலை நாடு	6. ஏரியூர் நாடு
7. எயில்நாடு	8. இடையாற்று நாடு
9. வடகவீர நாடு	10. கீழ்குடி நாடு
11. கிளியூர் நாடு	12. அகக்கிளியூர் நாடு
13. புறக்கிளியூர் நாடு	14. மீய்பொழில் நாடு
15. பனங்காட்டு நாடு	16. பெருவாயில் நாடு

17. பூதலூர் நாடு   18. பனங்கிய நாடு
19. புன்றில் கூற்றம்   20. தஞ்சாவூர்க் கூற்றம்
21. விள நாடு என்ற 21 உட்பிரிவுகள் இருந்தன.

இவ்வாறு திகழ்ந்த பாண்டிய குலாசனி வளநாட்டுத் தஞ்சாவூர்க் கூற்றத்தில் பல ஊர்கள் இருந்தன. கல்வெட்டுகளைக் கொண்டு பார்க்கும்போது கண்ணங்குடி (கண்நந்தங்குடி), கருந்திட்டைக்குடி, குருகாடி (குருவாடி), நத்தமங்கலம், நெற்குப்பை, பெண்ணாகடம், ராஜசுந்தர சதுர்வேதி மங்கலம் (கள்ளப்பெரம்பூர்), தஞ்சாவூர் போன்ற ஊர்களின் பெயர்கள் தெரியவருகின்றன.

தஞ்சாவூர்

தண் செய் என்பது தஞ்சை என்றும், தண்செய்யூர் என்பது தஞ்சாவூர் என்றும் மருவின என்பர். குளிர்ந்த வயல்கள் சூழ்ந்த ஊர் என்பதே இதன் பொருளாகும். வராக மான்மியம் எனும் புராணம், சமீவனப்பகுதியில் இருந்த தஞ்சாசுரன் என்பவனைத் தஞ்சபுரீஸ்வரர் கோயிலில் எழுந்தருளியிருக்கும் ஆனந்தவல்லி எனும் தேவி சம்கரித்ததாகக் கூறி, அந்தச் சமீவனமே தஞ்சாசுரன் பெயரால் தஞ்சாபுரியாயிற்று என்று கூறுகின்றது. சோழர் தலைநகரமான இத்தஞ்சாவூரினை மேலத்தஞ்சையென்றும், இந்நாளைய நாகை மாவட்டம் நன்னிலம் வட்டத்திலுள்ள தஞ்சாவூர் எனும் கிராமத்தினைக் கீழத்தஞ்சை என்றும் கூறுவர்.

குறிப்புகள்

1. AR No 314 of 1907, SII Vol. XII, No. 8

2. AR No 228 of 1911, SII Vol. XII. No. 45

3. SII Vol. V, No 1409 (ARE 46 of 1987)

4. SII Vol. II No. 1

5. ARE No.22 of 1922.

6. SII Vol. VIII No 222 223.

7. சோழமண்டல சதகம், ஆத்மநாததேசிகர்

8. SIII Vol. VIII No. 43

9. Political Geography of Chola Country, p.98

10. SII Vol. VIII No.352

தஞ்சையில் சோழர் அரண்மனையும் பிற இடங்களும்

விஜயாலய சோழன் தஞ்சையைத் தலைநகரமாகக் கொள்வதற்கு முன்னர் அந்நகர் முத்தரையர்களின் தலைநகரமாகத் திகழ்ந்தது என்பதை முன்னரே கண்டோம். மேலும் அந்நகரில் சுண்ணாம்பு கொண்டு கட்டப்பெற்ற மாட மாளிகைகள் திகழ்ந்தன என்பதும் திருவாலங்காட்டுச் செப்பேட்டின் கூற்றாகும். அவ்வாறு திகழ்ந்த மாளிகைகளுள் ஒன்றாக முத்தரையர்களின் அரண்மனையும் திகழ்ந்திருக்க வேண்டும். அவ்வரண்மனை இருந்த இடம் பற்றியோ அதுபற்றிய மற்றத் தடயங்களோ இதுகாறும் கிடைத்தில. சோழர்கள் அதே இடத்தில்தான் தங்கள் அரண்மனையை விரிவுபடுத்தி இருக்கவேண்டும் எனக் கருதலாம். விஜயாலயன் தன் மனைவியின் பேரெழிலுக்கு நிகராத் திகழ்ந்த அந்தச் சுண்ணாம்புக் கட்டடங்களைத் தனக்கே உரியதாகத் தழுவிக் கொண்டான் என்ற இராசேந்திர சோழனின் சாசன வரிகளால் (திருவாலங்காட்டுச் செப்பேடு) இக்கருத்து வலுப்பெறுகின்றது.

விஜயாலயன் காலம் முதல் மாமன்னன் இராசராச சோழன் காலம் வரையிலும் தஞ்சை அரண்மனையே இம்மரபினர்க்குத் தலைமை இடமாகத் திகழ்ந்துள்ளது. விஜயாலயனுக்குப் பின்பு வந்த ஆதித்த சோழன் தஞ்சையைத் தலைமை இடமாகக் கொண்டான் என்பதைச் சாசனங்கள் வாயிலாக அறியமுடியாவிட்டாலும், 'கொங்க தேச இராசாக்கள் சரித்திரம்' என்ற நூலில்,

> "சோள வம்சத்திலே விசயாடராயன் மகன் ஆதித்ய
> வருமராயன் சோள தேசம் தஞ்சாவூரிலே பட்டம்
> கட்டிக்கொண்டு, கொங்க தேசத்துக்கு வந்து, கொங்க தேசத்து
> இராசா வேடர்களைச் செயம் பண்ணி தலைக்காடு
> பட்டணம் கட்டிக்கொண்டு இந்த ராஜ்யங்களி
> லே அநேக அக்கிரகாரம் சர்வமானியமாய் தருமங்கள்
> பண்ணி இந்த இராச்சியமும் இரக்ஷித்தான்"[1]

என்று கூறப்பெற்றுள்ளது. இத்துடன் திருத்தொண்டர் திருவந்தாதியில் நம்பியாண்டார் நம்பிகள்.

> "சிங்கத் துருவனைச் செற்றவன் சிற்றம் பலமுகடு
> கொங்கிற் கனகம் அணிந்த ஆதித்தன்"[2]

என்று கூறுவதையும் ஒப்பிட்டு நோக்கும்போது கொங்கு நாட்டை வென்ற ஆதித்த சோழன் தஞ்சை அரண்மனையில் பட்டம் ஏற்றவன் என்பதை அறிய முடிகிறது.

முதலாம் ஆதித்த சோழனின் மகனான பராந்தகன் கி.பி.907இல் சோழப் பேரரசனாக முடி சூடிக்கொண்டான். அப்போது பாண்டி நாட்டை மூன்றாம் இராசசிம்ம பாண்டியன் ஆட்சி புரிந்தான். இருவருக்குமிடையே மோதல்கள் பல நிகழ்ந்தன. சில போர்களில் இராசசிம்மனும், சில போர்களில் பராந்தக சோழனும் வெற்றி பெற்றனர். இறுதியில் பராந்தகன் வெற்றி பெற்றுப் பாண்டி நாட்டைக் கைப்பற்றினான். தோல்வியுற்ற இராசசிம்மன் ஈழநாடு சென்று, தனது குலதனமாகிய இந்திரஆரம், சுந்தரமுடி இரண்டினையும் ஈழமன்னனிடம் அடைக்கலப்படுத்திவிட்டு, சேர நாடு ஏகினன்.

இராசசிம்ம பாண்டியன் பெற்ற சோழநாட்டு வெற்றிகளை அவனது சின்னமனூர்ச் செப்பேடுகள்[3] புகழ்ந்துரைக்கின்றன. தஞ்சை மன்னனை (பராந்தகனை) வைப்பூரிலும், நாவற்பதியிலும் தோல்வியுறச் செய்தான் என்பதை இச்செப்பேடுகள் குறிக்கின்றன.

"மடைப்பகர்நீர் தஞ்சையர்கோன் தானைவரை வைப்பூரிற்
படைபரிசா ரந்தந்து போகத்தன் பணை முழக்கியுங்
கொடும்பைமா நகர்நிறைந்த குரைகடற் பெருந்தானை
இடும்பையுற் றிரியத்தன் இரணோதயம் மேற்கொண்டும்
புனற்பொன்னி வடகரையிற் பொழில்புடைசூழ் மதில்வஞ்சிக்
கனற்படவிழித் தெதிர்ந்தவீரர் கவந்தமாடக் கண்சிவந்தும்
சேவலுயர் கொடிக்குமரன் எனச்சீறித் தென்தஞ்சை
காவலனது கரிதுரக பதாதிகள்செங் களத்தவியப்
பூம்புனல்நா வற்பதியில் வாம்புரவி வலங்காட்டியும்"

என்னும் சின்னமனூர்ச் செப்பேட்டு வரிகள் பராந்தக சோழனைத் 'தஞ்சையர்கோன்' என்றும் 'தஞ்சைக் காவலன்' என்றும் பேசுகின்றன. விஜயாலயன் ஆதித்தன் ஆகியவர்களின் அடியொற்றிப் பராந்தக சோழனும் தஞ்சையையே தலைமை இடமாகக் கொண்டு ஆட்சி புரிந்தான் என்பது இராசிம்ம பாண்டியனின் செப்பேட்டால் அறியமுடிகிறது.

இம்மன்னனது மகனான கண்டராதித்தர் (கி.பி.950-957) சோழ மன்னராகத் திகழ்ந்தபோதும் சிவஞானச் செம்மலாகவே வாழ்ந்தார். இவரது மனைவி செம்பியன் மாதேவியார் சோழர் கலைக்கே புத்துயிர் ஊட்டியவர். இவர்கள் இருவரும் தஞ்சை அரண்மனையில் இருந்தவர்களே. இவர் யாத்த திருவிசைப்பாவின் திருக்கடைக்காப்பில்

"சீரான் மல்கு தில்லைச் செம்பொன் அம்பலத்தாடிதன்னைக்
காரார் சோலைக் கோழி வேந்தன் தஞ்சையர் கோன்கலந்த
ஆரா இன்சொற் கண்டராதித்தன் அருந்தமிழ் மாலைவல்லார்"[4]

என்று கூறப்பெறுவதால், இவர் தஞ்சை அரண்மனையில் இருந்து செங்கோலோச்சியவர் என்பதை அறியமுடிகின்றது.

இவருடைய தம்பி அரிஞ்சயனின் மகனான சுந்தரசோழன் (கி.பி.957-970) தஞ்சை அரண்மனையைவிட நந்திபுரத்து ஆயிரத்தளி அரண்மனையையும், பழையாறை முடிகொண்ட சோழபுரத்து அரண்மனையையுமே மிகவும் விரும்பியவர் என்பதை வீரசோழிய உரையால் அறியலாம்.[5] மேலும் இவர் தஞ்சைக்கருகில் உள்ள நந்திபுரத்து பொன் மாளிகையில் இறந்தவர். இருப்பினும் இவரது காலத்தில் தஞ்சை அரண்மனை எவ்வளவு முக்கியத்துவம் பெற்றதாய்த் திகழ்ந்தது என்பதை முதலாம் இராசேந்திர சோழனின் எசாலம் செப்பேட்டுச் செய்யுள் வாயிலாக அறியமுடிகிறது.[6]

சுந்தர சோழனின் முதல் மகனான ஆதித்த கரிகாலன் தன்னை 'வீரபாண்டியனைத் தலைகொண்ட கோப்பரகேசரிவர்மன்' என்று சாசனங்களில் கூறிக்கொள்கிறான். இச்சொற்றொடர்களை ஆராய்ந்த அறிஞர்கள், வீரபாண்டியனின் மணிமகுடத்தைத்தான் ஆதித்த கரிகாலன் தன் வெற்றியால் பெற்றான் என்று கருதினார்கள். ஆனால் சில ஆண்டுகளுக்கு முன்பு விழுப்புரம் அருகிலுள்ள எசாலம் கிராமத்தில் புதையுண்டு வெளிப்பட்ட இராசேந்திர சோழன் காலத்துச் செப்பேடுகளை முதலில் வரலாற்றுலகுக்கு அறிமுகம் செய்த இரா.நாகசாமி அச்செப்பேட்டு வரிகளுள் ஓர் அற்புதச் செய்தியைக் கண்டார்.[7] "வீரபாண்டியன் தலைகொண்ட" என்ற சொற்களுக்கு உண்மையான பொருள் அதில் புதைந்திருந்தது. எசாலம் செப்பேட்டுத் தொகுதியில் சமஸ்கிருதப் பகுதியின் 14ஆம் சுலோகம் வருமாறு:

"தத்ப்ராதா கரிகாலசோல ந்ருபதிர்
வீரஸ்ரியா லிங்கிதோ
ஹத்வா பாண்ட்யநரேந்திரம் ஆஹபமுகே
சசித்வாததீயம் சிரஹ
தஞ்சாத்வாரகதோரு தாருசிரஸி
ந்யஸ் யோத்தமாங்கம் ரிபோஸ்
ஸப்தாம் போநிதி மேகலாம் வஸுூம்தீம்
பாலோப்யரக்ஷத்சிரம்"

அவனுடைய (இராசராசனுடைய) உடன் பிறந்தவனாகிய கரிகால சோழ மன்னன் (ஆதித்த கரிகாலன்) வீரலக்ஷ்மியால் அணைக்கப்பட்டவனாக, பாண்டிய மன்னனைப் போர்களத்தில் கொன்று, அவனுடைய தலையைக் கொய்து (வெட்டி), தஞ்சாவூர் (கோட்டை) வாயிலில் இருந்த பெரிய மரக்கழியின் உச்சியில் சொருகி வைத்து, ஏழுகடலை இடையணியாகக் கொண்ட பூமியை அவ்விளவயது மன்னன் ஆண்டு வந்தான் என்பதே இச்சுலோகத்தின் பொருளாகும்.

'தஞ்சாத்வாரகதோரு' என்பதால் தஞ்சை நகரின் கோட்டை வாயில் இங்குச் சிறப்பாகப் பேசப்படுகின்றது. தான் பெற்ற பெருவெற்றியின் அடையாளமாகத்தனது தலைநகரின் வாயிலில் இவ்வாறு ஆதித்த கரிகாலன் செய்துள்ளான். இவன் சுந்தர சோழன் ஆட்சி புரியும் காலத்திலேயே இளவரசனாக முடிசூடி வீரம் படைத்தவன். தந்தை நந்திபுரத்திலோ பழையாறையிலோ இருக்கும் காலை, இவன் தஞ்சையில் இருந்து ஆட்சிப் பொறுப்புகளைக் கவனித்தான் என அறியமுடிகிறது.

தஞ்சை நகருக்கும், அரண்மனைக்கும் மிகுந்த ஏற்றம் அளித்தவன் மாமன்னன் முதலாம் இராசராச சோழனேயாவான். இவன் காலத்துச் சாசனங்கள் வாயிலாகத் தஞ்சை அரண்மனை பற்றியும், நகரம் பற்றியும் ஓரளவு அறியமுடிகிறது. தஞ்சைப் பெரியகோயில் எனும் இராஜராஜீச்சரத்திற்கு முதல் இராசராசன் அளித்த அறக்கொடைகள் பற்றி விளக்கும் கல்வெட்டில்

> "உடையார் ஸ்ரீராஜராஜதேவர் தஞ்சாவூர்க் கோயிலி
> னுள்ளால் இருமடி சோழநின் கீழைத் திருமஞ்சனசாலை
> தாநஞ்செய்தருளாவிருந்து பாண்டிய குலாசனி வள
> நாட்டுத் தஞ்சாவூர்க் கூற்றத்து தஞ்சாவூர் நாம் எடுப்
> பிச்ச திருக்கற்றளி ஸ்ரீராஜராஜீச்வரமுடையார்க்கு...."

என்று குறிக்கப் பெற்றுள்ளது. இதுவே தஞ்சை அரண்மனை பற்றிப் பேசும் கல்வெட்டுப் பகுதியாகும்.

தஞ்சாவூர்க் கோயில்

மேற்குறித்த கல்வெட்டுப் பகுதியில் காணும் தஞ்சாவூர்க் கோயிலினுள்ளால் இருமடிசோழனின் கீழைத் திருமஞ்சனமாலை என்ற சொற்கோவையில் காணும் தஞ்சாவூர்க் கோயில் என்பது மன்னனது அரண்மனையைக் குறிப்பதாகும். அங்கு மாமன்னன் வாழ்ந்த பெரிய மாளிகையின் பெயர் 'இருமடிச்சோழன்' என்பதாகும். அந்த மாளிகைக்குக் கீழ்ப்புறத்தில் 'திருமஞ்சனசாலை' இருந்துள்ளது. மன்னர்களுக்கு மகாபிஷேகம் நிகழ்த்தப்பெறும் அரங்கமே (மண்டபமே) திருமஞ்சன சாலையாகும். அங்கு மன்னர்கள் ஆசனத்தில் அமர்ந்துகொண்டு பல அறக்கட்டளைகள் நல்குவது சோழர் மரபாகும்.[8] மாமன்னர் இராசராசன் தஞ்சை அரண்மனையான இருமடிச் சோழனின் கீழ்பாகத்திலிருந்த அபிஷேக மண்டபத்தில் எழுந்தருளியிருந்தபோதுதான் தஞ்சைப் பெரியகோயில் அறக்கட்டளைகளைக் கல்லில் பொறிக்க ஆணையிட்டான் என்பதனை அறியமுடிகிறது.

தஞ்சாவூர்ப் பெரிய செண்டு வாயிற் சித்திரக்கூடம்

தஞ்சாவூரிலிருந்த இராசராச சோழனின் அரண்மனை பற்றிய சிறப்பான குறிப்பொன்று வடார்க்காடு மாவட்டம் உக்கல் திருக்கோயிலிலுள்ள கல்வெட்டில்

காணப்பெறுகின்றது.[9] மாமன்னன் இர்ராசராசசோழன் தஞ்சாவூர் அரண்மனையின் பெரிய செண்டு வாயிலில் இருந்த சித்திரக்கூடத்திற்குத் தெற்காக அமைந்திருந்த கல்லூரியில் எழுந்தருளியிருந்தபோது அந்த ஆணையைப் பிறப்பித்ததாகக் கூறப்பெற்றுள்ளது. இதனை அக்கல்வெட்டு,

> "....... ஸ்ரீ கோராஜ கேசரிவர்மரான ஸ்ரீராஜராஜ
> தேவர்க்கு யாண்டு 24 ஆவது நாள் 124 உடையார்
> ஸ்ரீராஜராஜ தேவர் தஞ்சாவூர்ப் பெரிய செண்டு
> வாயில்ச் சித்திரக்கூடத்து தெற்கில் கல்லூரியில்
> எழுந்தருளி இருந்து.......

என்று கூறுகின்றது.

பெரிய செண்டு வாயில் என்பது தஞ்சை அரண்மனையின் பெரிய வாயில்களுள் ஒன்று என்பது தெள்ளிதின் விளங்குகின்றது. செண்டு என்பதற்குப் பொருள் வையாளி வீதி என்பதாகும். குதிரையேற்றம், குதிரைப்போர்ப் பயிற்சி போன்றவை நிகழும் இடமாகிய வையாளிவீதிக்குச் செல்லும் பெரிய திருவாயிலே இங்குப் பெரிய செண்டு வாயில் எனக் குறிக்கப்பெற்றுள்ளது எனலாம். இந்த வாயிலில் சித்திரக்கூடமொன்று இருந்தது என்பதையும் அறிகிறோம்.

மாமன்னன் இராசராசன் ஓவியக் கலையை மிகவும் போற்றியவன் என்பதைத் தஞ்சைப் பெரியகோயில் கருவறை உண்ணாழியில் உள்ள ஓவியங்களின் சிறப்பால் அறியலாம். பெருங்கோயிலின் ஓவியக்கூடத்தை தோற்றுவித்தவன் தன் கோயிலாம் அரண்மனையிலும் சிறந்த ஓவியக்கூடத்தை நிறுவிக் கலை நுகர்ந்தான் என்பதனைச் சித்திரக்கூடம் இருந்தது என்பதனால் அறிகிறோம்.

இச்சித்திரக்கூத்திற்குத் தெற்காகக் கல்லூரி (தனித்த மண்டபம்) ஒன்று இருந்துள்ளது. திருவலஞ்சுழியிலுள்ள விக்கிரமசோழ தேவரின் கல்வெட்டொன்று திக்காலி வல்லத்தில் இருந்த அரண்மனை மாளிகையின் மேற்குப் புறத்தில் இருந்த கல்லூரியில் இராசேந்திர சோழன் எழுந்தருளி இருந்தபோது திருவலஞ்சுழி மகாதேவர்க்குச் சில அறக்கொடைகள் நல்கியதை விவரிக்கின்றது.[10]

இச்சான்றுகளைத் தொகுத்து நோக்கும்போது மன்னர்தம் கோயிலாம் அரண்மனைகளில் கல்லூரிகள் இருந்தன என்று அறிகிறோம். உக்கல் கல்வெட்டு வாயிலாக இராசராசன் காலத்தில் தஞ்சை நகரிலிருந்த பெருவாயில், வையாளிவீதி, சித்திரக்கூடம், கல்லூரி போன்றவை பற்றி அறியமுடிகிறது.

உள்ளாலையும் புறம்படியும்

தஞ்சாவூர்க் கோயில்' எனும் சோழர்களின் அரண்மனை தஞ்சை நகரின் உட்பகுதியில் இருந்துள்ளது. இதற்குத் 'தஞ்சாவூர் உள்ளாலை' என்று பெயர்.

தஞ்சை ராஜராஜேச்சரத்துக் கல்வெட்டுக்களைத் தொகுத்து நோக்குவோமாயின் தஞ்சை நகரம் பற்றிய பல குறிப்புக்களைப் பெறமுடியும். உள்ளாலைக்கு வெளியே அமைந்துள்ள புறநகர்ப்பகுதி 'புறம்படி' என்ற பெயரில் குறிக்கப் பெற்றுள்ளது. இருபத்து நான்கு தெருக்களின் பெயர்களை இக்கல்வெட்டுக்களால் அறிகிறோம். தெருக்கள், பெருந்தெருக்கள், வேளம், படைவீடு, தளிச்சேரி, மடவிளாகம், அங்காடி, பேரங்காடி, சுரபி போன்றவையும் கோயில்களும் திகழ்ந்ததை இவை காட்டி நிற்கின்றன.

தஞ்சாவூர் உள்ளாலை

தஞ்சாவூர் நகரின் மையப்பகுதியாகத் திகழ்ந்த உள்ளாலை கங்கைகொண்ட சோழபுரத்து 'உட்கோட்டை'க்கு ஒப்பானதாகும். இங்கு மன்னனின் அரண்மனை, இராசராசன் எடுப்பித்த இராஜராஜீச்சுரம் எனும் பெருங்கோயில் ஆகியவை திகழ்ந்ததோடு, சோழப் பேரரசின் தலைமையத்துக்குரிய அனைத்து நிறுவனங்களும் திகழ்ந்திருக்க வேண்டும். இவை பற்றி விரிவாக அறிய நமக்குப் போதிய குறிப்புகள் கிடைக்கவில்லையாயினும், கிடைத்த குறிப்புகள் வாயிலாகச் சில பகுதிகள் பற்றி அறிகிறோம்.

தளிச்சேரிகள்

பெரிய கோயிலை ஒட்டித் தளிச்சேரிகள் மூன்று தெருக்களாக இருந்துள்ளன. கல்வெட்டுக்கள் இவை பற்றிக் கூறும்போது,

"தெற்குத் தளிச்சேரி தென்சிறகு, வடசிறகு,
வடக்குத் தளிச்சேரி, தென்சிறகு, வடசிறகு
.... தளிச்சேரி"

என்று கூறுகின்றன. இதனால் தெற்குத் தளிச்சேரியும் வடக்குத் தளிச்சேரியும் கிழக்கு மேற்காக நீண்ட பெரிய தெருக்கள் என்பது உறுதியாகிறது. தெற்குத் தளிச்சேரி தென்சிறகில் 92 வீடுகளும், வடசிறகில் 92 வீடுகளும் இருந்துள்ளன. வடக்குத் தளிச்சேரி தென்சிறகில் 95 வீடுகளும், வடசிறகில் 96 வீடுகளும் இருந்துள்ளன. இவ்விரண்டு தளிச்சேரிகள் தவிர 25 வீடுகளையே உடைய சிறிய தெரு ஒன்றும் இருந்துள்ளது. இந்தச் சிறிய தெரு இரண்டு பெரிய தெருக்களையும் கீழக்கோடியிலோ அல்லது மேல்கோடியிலோ தென்வடலாக இணைக்கும் குறுக்குத் தெருவாக இருந்திருக்கவேண்டும். இத்தெருவைப் பற்றிக் கூறுமிடத்தில் கல்லெழுத்துக்கள் சிதைந்துள்ளதால் இதன் பெயரை அறிய முடியவில்லை. இந்த மூன்று தளிச்சேரித் தெருக்களிலும் மொத்தமாக நானூறு வீடுகள் இருந்திருக்கின்றன. இந்த வீடுகள் ஒவ்வொன்றும் கதவிலக்கம் பெற்று, ஒவ்வொரு வீடும் ஒவ்வொரு ஆடல் மகளுக்கு உரிமையுடையதாக இருந்தது.

"வடக்கில் தளிச்சேரி வடசிறகு ஐஞ்சாம்வீடு
அந்தளி அவனிகேசரி ஈச்வரத்து நக்கன்
குஞ்சரமல்லிக்கு பங்கு ஒன்றும்"

என்பன போன்று 400 வீடுகளுக்குரியவர்களின் பெயரும் ஊரும் காணப்பெறுகின்றன.

தஞ்சாவூரின் உள்ளாலையில் இருந்த இந்தத் தளிச்சேரிகள் தற்போதைய தஞ்சைநகரின் எந்தப் பகுதியில் இருந்திருக்கலாம் என்பதை ஊகிக்க ஒரு குறிப்புக் கிடைக்கின்றது. தஞ்சாவூர்ப் பெரியகோயில் கல்வெட்டுக்களை ஆராய்ந்த வி.வெங்கய்யா, இரா.நாகசாமி போன்றவர்கள் அக்கோயிலில் காணப்பெறும் கல்வெட்டுக்கள் பெரும்பாலும் அச்செய்திகளுக்குரிய இடங்களிலேயே காணப்பெறுவதாகக் கண்டுள்ளனர். உதாரணமாகக் கணபதி பிள்ளையாருக்குக் கொடுக்கப்பெற்ற நிவந்தங்கள் பற்றிய கல்லெழுத்துக்கள் பிள்ளையார் கோயிலிலேயே எழுதப்பெற்றுள்ளது. சண்டிகேசருக்குரியது சண்டீசர் கோயிலிலும் இராஜராஜேச்சுரத்துப் பரமசாமிக்குரியவை, கருப்பகிரகத்தின் சுவர்களிலுமே காணப்பெறுகின்றன. இவ்வுண்மையை அடிப்படையாக வைத்து நோக்கும்போது, தஞ்சைப் பெரியகோயிலின் திருச்சுற்று மாளிகையின் வெளிப்புறச் சுவரில் வடமேற்கு மூலையில் அணுக்கன் திருவாயிலை ஒட்டியே 400 ஆடல் மகளிருக்குரிய தளிச்சேரி வீடுகள் பற்றிய கல்வெட்டுக்கள் பொறிக்கப் பெற்றிருப்பதால் இத்தளிச்சேரிகள் கோயிலின் வெளியே வடமேற்குப் பகுதியில்தான் திகழ்ந்திருக்கவேண்டும் என எளிதில் ஊகிக்க முடிகிறது. இந்த அணுக்கன் திருவாயில் மாமன்னனும் ஆடல் மகளிரும், மற்றத் தெய்வீகப் பணியாளர்களும் திருக்கோயிலுக்குள் நுழையும் வாயிலாகத்தான் இருந்திருக்க வேண்டும். சங்கநிதி, பதுமநிதி, அட்டமங்கலங்கள் ஆகியவை வடபுறம் உள்ள இந்த அணுக்கன் வாயிலிலும், இதன் எதிரே உள்ள அர்த்த மண்டபத்து வடவாயிலிலும் மட்டுமே காணப்பெறுகின்றன. இதனால் இந்த அணுக்கன் திருவாயிலே மாமன்னன் இராசராசன் காலத்தில் சிறப்புப்பெற்ற நுழைவாயிலாக இருந்தது என்பது உறுதியாகிறது.

உள்ளாலைச் சாலியத் தெரு

தஞ்சை இராஜராஜீச்சரத்துக்கு அளிக்கப்பெற்ற திருவிளக்குகளுக்கு முதலாக வைக்கப்பெற்ற பசு, எருமை, ஆடு போன்ற கால்நடைகளைப் பெற்ற இடையர்களின் பெயர்கள் பல இடங்களில் குறிக்கப்பெற்றுள்ளன. அவ்வாறு குறிக்கப்பெற்ற கல்லெழுத்துக்களில் ஓரிடத்தில்,

> "தஞ்சாவூர் உள்ளாலைச் சாலியத்தெருவில் இருக்கும்
> இடையன் மாயன் சுற்றி ஆடவல்லானால் நிசதம்
> அளிக்கக் கடவ நெய் உழக்கு"

என்று காணப்பெறுகின்றது. இதனால் தஞ்சையின் உள்நகரத்திலேயே (உள்ளாலை) சாலியத்தெரு என்று ஒரு தெரு இருந்தமை புலனாகிறது. சாலியர் என்பார் நெசவுத் தொழில் புரியும் பெருமக்களாவர். மன்னனது அரண்மனை, திருக்கோயில் இவற்றைச் சார்ந்துள்ள மக்களுக்கு உரிய ஆடை தரும் சாலியர்களின்

வாழ்விடம் உட்புற நகரிலேயே இருந்துள்ளது. சாலியத்தெருவில் அந்த இன மக்கள் மட்டுமன்றிப் பால் வளத்திற்கும் கால்நடைச் செல்வங்களைப் பெருக்குவதற்கும் உறுதுணையாக நிற்கும் 'மாயன்சுற்றி' போன்ற இடையர்களும் வாழ்ந்தனர் என்பதை இதனால் அறியமுடிகிறது.[11]

உள்ளாலைப் பாண்டிவேளம்

சாலியர் தெரு தவிர உள்ளாலையில் இருந்த தெருக்களில் பாண்டிவேளம் என்ற மற்றொரு இடத்தின் பெயர் மட்டுமே நமக்குச் சாசனங்கள் வாயிலாகக் கிடைக்கின்றது. இதனைக் கூறும் தஞ்சை இராஜராஜீச்சரத்துக் கல்லெழுத்து வரிகளை அப்படியே காண்போம்.

> ''பாண்டியகுலாசனி வளநாட்டு ஏரியூர் நாட்டு கருவுகல்
> வல்லத்திருக்கும் இடையன் நக்கனுக்கு உய்யக்கொண்
> டான் தெரிந்த திருமஞ்சனத்தார் வேளத்துப் பெண்
> டாட்டி[12] வரகுணன் எழுவத்தூர் திருவிளக்குக்கு தந்த பசுவில்
> அடுத்த பசு பன்னிரண்டும்) சேநாபதி
> குரவன் உலகளந்தானான ராஜராஜ மஹாராஜன்
> திருவிளக்குத் தந்த பசுவில் அடுத்த பசு முப்பத்
> தாறும் ஆகப் பசு நாற்பத்தெட்டிநால் திருவிளக்கு
> ஒன்றினுக்கு இவன் தானும் இவன் அடைகுடி இவனுடன்
> பிறந்த நக்கன் சூற்றியும், நக்கன் பாய்புலியும்,
> தஞ்சாவூர் உள்ளாலைப் பாண்டி வேளத்து இருக்கும்
> இடையன் பனையூர்க்காரியும், தஞ்சாவூர்ப் புறம்படி
> ராஜராஜத் தெரிந்த பாண்டித் திருமஞ்சனத்தார்
> வேளத்து இருக்கும் இடையன் அரைய (.......
> .... ஆடவல்லானால் நிசதம் அளக்கக் கடவ)
> நெய் உழக்கு''

தஞ்சாவூரிலிருந்த உய்யக்கொண்டான் தெரிந்த திருமஞ்சனத்தார் வேளம் என்ற இடத்தில் பணிபுரியும் பெண்ணான வரகுணன் எழுவத்தூர் என்பாள் தஞ்சாவூர்ப் பெரிய கோயிலில் ஒரு திருவிளக்கு எரிப்பதற்கு முதலாகப் பன்னிரண்டு பசுக்கள் கொடுத்தாள். இராசராச சோழனின் சேநாபதி (படைத்தலைவர்) குரவன் உலகளந்தானான இராசராச மகாராசனும் ஒரு திருவிளக்கு எரிக்க 36 பசுக்களை முதலாகக்கொடுத்தான். ஆக இவ்வாறு முதலீடாகத் தரப்பெற்ற 48 பசுக்களையும் வல்லத்தில் இருந்த இடையன் நக்கன், அவன் உடன்பிறந்தான் நக்கன் சூற்றி, நக்கன் பாய்புலி, தஞ்சாவூர் உள்ளாலைப் பாண்டி வேளத்தைச் சார்ந்த பனையூர் காரி, தஞ்சாவூர் புறம்படி ராஜராஜத் தெரிந்த பாண்டித் திருமஞ்சனத்தார் வேளத்து இடையன் அரையன் ஆகியோர் பெற்றுக்கொண்டு நாள் ஒன்றுக்கு ஒரு உழக்கு நெய் வீதம் அளிப்பதாக ஒப்பந்தம் செய்துகொண்ட சாசனமே இக் கல்வெட்டாகும்.

இதனை நோக்கும்போது தஞ்சாவூர் உள்ளாலையில் 'பாண்டிவேளம்' என்ற ஒரு பகுதி இருந்தது எனத் தெரியவருகிறது. இங்குப் டனையூர் காரி போன்ற இடையர்கள் வாழ்ந்துள்ளனர். இதே போன்று தஞ்சாவூர்ப் புறம்படியிலிருந்த உய்யக்கொண்டான் தெரிந்த திருமஞ்சனத்தார் வேளத்தில் வரகுணன் எழுவத்தூர் என்ற பணிமகள் இருந்திருக்கிறாள். தஞ்சாவூர்ப் புறம்படி ராஜராஜத் தெரிந்த திருமஞ்சனத்தார் வேளத்தில் இடையன் அரையன் போன்றவர்கள் வாழ்ந்துள்ளனர்.

வேளம்

'வேளம்' என்ற சொல் எதைக்குறிக்கிறது என்பதை ஆராயும்போது கலிங்கத்துப்பரணி, 'மீனவர் கானம்புக......... வேளம்புகும் மடவீர்'[13] என்று கூறுகிறது.

"மூன்றாம் குலோத்துங்கனின் மெய்க்கீர்த்தி,
வீரபாண்டியன் முடித்தலை கொண்டு, அமர் முடித்து,
அவன் மடக்கொடியை வேளமேற்றி"[14]

என்று கூறுவதாலும் வேளம் என்பது சோழராற் சிறைபிடிக்கப் பெற்ற உயர் குலப்பெண்கள் வாழும்படி அமைத்த அரணிடம் என அறியமுடிகிறது.

இவ்விரண்டு சான்றுகளையும் கொண்டு பார்க்கும்போது ஆநிரை கவர்தல், மகளிர்க் கவர்தல் போன்ற வீரமரபுப்படி போர்மேற் சென்று திரும்பும்போது பகைவர் நாட்டிலிருந்து பற்றிவந்த உயர்குடிப் பெண்களை வேளங்களில் ஏற்றினர் என்பது புலனாகிறது. எனினும் வேளம் என்பதற்கு இந்த ஒரு பொருளை மட்டும் எல்லா இடங்களிலும் கொள்ள முடியவில்லை.

இராசராசன் தஞ்சைப் பெருநகரில் அமைத்த வேளங்களின் பெயர்களாவன:

1. உள்ளாலை   பாண்டிவேளம்
2. புறம்படி   உய்யக்கொண்டான் தெரிந்த திருமஞ்சனத்தார் வேளம்
3. புறம்படி   இராஜராஜ தெரிந்த பாண்டித் திருமஞ்சனத்தார் வேளம்
4. புறம்படி   அபிமான பூஷணத் தெரிந்த வேளம்
5. புறம்படி   அருமொழித் தேவத் தெரிந்த திருப்பரிகலத்தார் வேளம்
6. புறம்படி   பஞ்சவன் மாதேவியார் வேளம் எனும் கைதவ..... வேளம்
7. புறம்படி   உத்தமசீலியார் வேளம்
8. உடையார் கோதண்ட வேளம்[15] - கோதண்டராம வேளம்

9. சளுக்கிகுல காலத் தெரிந்த வேளம்[16]

10. மஞ்சுணத்தாள் வேளம்[17]

தஞ்சைக் கல்வெட்டுக்களை அணுகிப் பார்க்கும்போது இவ்வேளங்களில் பணி மகளிர், ஆயர்கள் என்னும் இவர்களோடு திருமஞ்சனத்தார், திருப்பரிகலத்தார் ஆகியவர்களும் வசித்து வந்தமை உணரப்படுகிறது. பின்னர்க் குறிக்கப்பெற்ற இருவரும் திருக்கோயிலிலும், அரண்மனையிலும் முறையே நீராட்டுதல், அமுது படைத்தல் ஆகிய இரு பணியினர் என்பது உறுதி.

பகைவரிடமிருந்து போரில் கைக்கொள்ளப்பெற்று, போக மகளிராக்கப் பெற்றவர்கள் வாழும் தெருவிற்குப் பஞ்சவன் மாதேவியார் வேளம், உத்தமசீலியார் வேளம் என்றெல்லாம் தம் பட்டமகிஷிகளின் பெயரை மன்னர்கள் சூட்டுவார்களா எனச் சிந்திக்கவேண்டும்.

முன் சொல்லப்பெற்ற வேளத்துப் பெண்டாட்டி வரகுணன் எழுவத்தூர் என்பாள் சேநாபதி குரவன் உலகளந்தானோடு சேர்ந்து திருவிளக்கிடப் பன்னிரண்டு பசுக்களை அளிக்கிறாள்.[18] மாமன்னன் இராசராசன் ஒரு விளக்கிற்கு 45 ஆடுகளைக் கொடுக்கும்போது இவளே நான்கு காசுகள் கொடுத்து 12 ஆடுகளைத் தருகிறாள்.[19] இன்னொரு முறை இராசராசன் ஒரு திருவிளக்கெரிக்க 42 பசுக்கள் கொடுத்தபோது இப்பெண்ணும் 6 பசுக்களை வழங்குகிறாள்.[20] இவற்றைக்கொண்டு சிந்திக்கும் போது இவ்வேள மகளைச் சிறைப்பட்ட ஒருத்தியாகக் கருத இயலவில்லை. மேலும் சமுதாயத்தில் இவள் உயர்ந்த நிலையில் மதிக்கப்பட்டிருக்கிறாள் என்பதும் புலனாகிறது. தஞ்சை மாவட்டம் ஆடுதுறைச்சிவாலயத்தில் (பண்டைய திருக்குரங்காடுதுறை) காணப்பெறும் முதலாம் இராசராசனின் 9ஆம் ஆட்சியாண்டுக் கல்வெட்டில், தஞ்சாவூர்க் கூற்றத்துத் தஞ்சாவூர் உடையார் கோதண்ட வேளத்துப் பெண்டாட்டி அடியள் சோலை, அடியள் பிரமாணி, சண்டனவல்லி, முருகன் திருவடி என்னும் நால்வர் பெயரிலும் திருக்குரங்காடுதுறை மகாதேவர்க்குத் திருவிளக்கு வைப்பதற்காகப் பராந்தகத் தெரிஞ்சகைக்கோளரில் சாத்தன் அருவத்தாறன் என்பவன் விலைகொடுத்து நிலம் வாங்கிய செய்தி இடம்பெற்றுள்ளது.[21] இந்நால்வரையும் அச் சாத்தன் அருவத்தாறனின் போக மகளிர் எனில் பொருந்துமா? இக்காரணங்களால் தஞ்சையில் இருந்த வேளங்கள் அனைத்தும் சிறை பிடிக்கப்பெற்ற மகளிர் விடுதிகள் அல்ல என்பது திண்ணம்.

வேளம் என்பது மகளிர் உறைவிடத்தை மட்டும் குறிக்குமென்றால் 'தஞ்சாவூர் உள்ளாலைப் பாண்டி வேளத்து இருக்கும் இடையன் பனையூர்க்காரி', 'தஞ்சாவூர்ப் புறம்படி ராஜராஜத் தெரிந்த பாண்டித் திருமஞ்சனத்தார் வேளத்து இருக்கும் இடையன்'[22] போன்ற கல்வெட்டுச் சொற்றொடர்கள் பொருளற்றதாகிவிடும். இதே கல்வெட்டில் வருகின்ற "இவ் வேளத்து இருக்கும் இடையன் பகையன் திறலனும், இவ்வேளத்து இருக்கும் இடையன் பகையன் காளியும்" என

வருமிடங்களைக் கொண்டு தமிழ்ப் பேரகராதி (லெக்சிகன்) வசிக்குமிடம் எனப் பொருள் கொண்டுள்ளது.[23] அதாவது இந்தக்கல்வெட்டில் வருகின்ற வேளம் என்ற சொல்லுக்குப் பொது மக்கள் வசிக்கின்ற தெரு எனவே பொருள் கொள்ள வேண்டும்.

தஞ்சாவூர்ப் புறம்படி

1. வடவாற்றின் வடகரை கருந்திட்டைக்குடி

உட்புற நகரமான உள்ளாலையைவிடத் தஞ்சாவூர்ப் புறம்படி பற்றியே அதிகம் அறிந்துகொள்ளத் தஞ்சைப் பெரியகோயில் கல்வெட்டுக்கள் துணைபுரிகின்றன. புறம்படியில் பெருந்தெருக்கள், தெருக்கள், வேளங்கள், படைவீடு, அங்காடிகள், பேரங்காடிகள், கோயில்கள், மடவிளாகங்கள், மடப்பள்ளித் தெருக்கள் ஆகியவை இருந்திருக்கின்றன. இப்புறநகரில் வீர சோழ வடவாறு என்னும் காவிரியின் கிளைநதி வளைந்தவாறு ஓடி, பின்பு கிழக்காகச் சென்றுள்ளது. இந்த ஆற்றின் வடகரையிலிருந்த கருந்திட்டைக் குடி எனும் பகுதியும் தஞ்சாவூரின் புறம்படியாகத்தான் திகழ்ந்துள்ளது. தற்போதைய கரந்தையிலுள்ள வசிட்டேசுவரர் கோயிலில் காணப்படும் மாமன்னன் இராசராசசோழனின் சாசனத்தில்,

"தஞ்சாவூர்க் கூற்றத்துத் தஞ்சாவூர்ப் புறம்படி
வடவாற்றின் வடகரை கருந்திட்டைக்குடி
தேவர்க்கு…………"[24]

என்றும், இராசேந்திர சோழனின் சாசனத்தில்,

"புறம்படிக் கருந்திட்டைக்குடி மகாதேவர்"[25]

என்றும் காணப்படுவதால், கருந்திட்டைக்குடியும் தஞ்சாவூர்ப் புறம்படியே என்று உறுதி பெறுகின்றது.

கருந்திட்டைக்குடியில்

1. கருந்திட்டைக்குடி மகாதேவர் திருக்கோயில் எனும் சிவாலயம்

2. பிடாரி கோயில்

3. நந்தி மாகாளி கோயில்

எனும் கோயில்கள் திகழ்ந்தன என்பதைக் கரந்தைச் சிவாலயத்துக் கல்வெட்டுக்கள் தெளிவாகக் காட்டி நிற்கின்றன.

புறம்படியிலிருந்த பெருந்தெருக்கள்

தஞ்சைப் புறம்படியில்,

1. ஜயங்கொண்ட சோழப் பெருந்தெரு
2. ராஜவித்யாதரப் பெருந்தெரு
3. சூரசிகாமணிப் பெருந்தெரு
4. வானவன் மாதேவிப் பெருந்தெரு
5. வீரசோழப் பெருந்தெரு
6. நித்தவிநோதப் பெருந்தெரு
7. வீரசிகாமணிப் பெருந்தெரு
8. மும்முடிச்சோழப் பெருந்தெரு

என்ற பெருந்தெருக்கள் இருந்துள்ளன. இராசராசனின் தாயின் பெயரான வானவன் மாதேவிப் பெயரில் அமைந்த ஒரு பெருந்தெருவைத் தவிர, மற்றவை அனைத்தும் இராசராசன் சூடிய விருதுப் பெயர்களையே பெற்று விளங்கியது ஈண்டு நோக்குதற்குரியன.

1. ஆனை ஆட்கள் தெரு
2. ஆனைக்கடுவார் தெரு
3. காந்தர்வத் தெரு
4. மடைப்பள்ளித் தெரு
5. பன்மையார் தெரு
6. வில்லிகள் தெரு
7. ரௌத்ர மகாகாளத்து மடவிளாகம்

ஆகிய தெருக்கள் புறம்படியில் இருந்துள்ளன.

பேரங்காடிகளும் அங்காடிகளும்

1. திரிபுவன மாதேவிப் பேரங்காடி என்ற தெரு பெரிய கடைவீதியாகத் திகழ்ந்துள்ளது.
2. கொங்காள்வார் அங்காடி

3. இராஜராஜப் பிரம மஹாராஜன் அங்காடி

4. பொன்னமனையார் அங்காடி[26]

என்ற அங்காடி வீதிகளும் தஞ்சை நகரை அலங்கரித்துள்ளன.

மும்முடிச் சோழப் பெருந்தெரு, நித்தவிநோதப் பெருந்தெரு, வீரசிகாமணிப் பெருந்தெரு போன்ற தெருக்களும் வணிக மையங்களாகத் திகழ்ந்திருக்க வேண்டும் என்பது தஞ்சைப் பெரியகோயில் பரிவார ஆலயத்துக் கணபதிப் பிள்ளையார்கோயில் கல்வெட்டுக்களால் அறியமுடிகிறது.[27]

படைவீடு

தஞ்சாவூர்ப் புறம்படியில் "சிவதாஸன் சோலையான ராஜராஜப் பிரும்ம மஹாராஜன் படைவீடு" என்ற படைவீரர்களின் முகாம் ஒன்று இருந்துள்ளது. இது தற்காலத்திய இராணுவத்தினர் தங்கும் கண்டோன்மெண்ட் பகுதியை ஒப்பதாகும். சிவதாசன் சோலை எனும் இடம் தஞ்சைப் பெரிய கோயிலுக்குத் தென்மேற்குப் பகுதியில் திகழ்ந்திருக்க வேண்டும். இது பழையாறையில் தற்போது உள்ள ஆரியப்படையூர் (அரியப்படை வீடு) பம்பப்படையூர் போன்றவற்றிற்கு ஒப்பானதாகும்.

ஸ்ரீ ராஜராஜீஸ்வரமுடையார் சுரபி

தஞ்சாவூர் உள்ளாலையிலோ அல்லது புறம்படியிலோ தஞ்சைப் பெரிய கோயிலுக்குரிய பசுக்கள் உறைந்த கோசாலை இருந்துள்ளது. ராஜ ராஜீஸ்வரமுடையார் சுரபி என்றே இது அழைக்கப்பெற்றது. இங்கிருந்த பசுக்களை இடையர்களுக்கு அளித்ததைத் தஞ்சைக் கல்வெட்டுக்கள் விவரிக்கின்றன.

பண்டாரங்கள்

தஞ்சாவூர் நகரத்தின் உள்ளாலையில் பல பண்டாரங்கள் இருந்துள்ளன. இவை தஞ்சை ராஜராஜீச்சரத்துக்கும், தஞ்சைக்கோயில் எனும் மன்னனது அரண்மனைக்கும் உரியவையாகும். தஞ்சைப் பெரியகோயில் கல்வெட்டுக்களில்

1. தஞ்சைவிடங்கன் எனும் தஞ்சாவூர் உடையார் பெரும் பண்டாரம்
2. ராஜ ராஜீஸ்வரமுடையார் உள்ளூர் பண்டாரம்
3. ராஜ ராஜீஸ்வரமுடையார் நாட்டுப் பண்டாரம்

என்ற பெயர்களில் திருக்கோயில் பண்டாரங்கள் குறிக்கப்பெற்றுள்ளன.

1. ராஜராஜ தேவர் தம் பண்டாரம்

சோழ நாட்டின் தலைநகராம் தஞ்சை அரண்மனையில் இருந்த சோழ அரசின் பெரும் பண்டாரமாகும்.

2. மூல ரத்ன பண்டாரம்

இதுவும் தஞ்சை அரண்மனையில் இருந்த பண்டாரமாகும். இங்கு நவமணிகளும், உயர்ந்த பொருள்களும் இருந்தன. தஞ்சைப் பெரிய கோயில் கல்வெட்டு மூலரத்ன பண்டாரம் பற்றிக் குறிப்பிடுகின்றது.

தஞ்சாவூர் பெரும் பண்டாரம்

இது இராஜராஜீச்சரம் எனும் தஞ்சைப் பெரிய கோயிலில் இருந்ததாகும். இப் பண்டாரத்தில் காசும், நெல்லும் முதலீட்டுப் பொருள்களாக விளங்கின.

> "உடையார் தஞ்சாவூர் பெரும் பண்டாரத்தே ஆட்டைவட்டம்
> காசு ஒன்றுக்கு முக்குறுவி நெல்லு பொலிசை யூட்டாகச்
> சந்திராதித்தவர் செல்ல வைத்த காசு நூறு; இக்காசு
> நித்த வினோத வளநாட்டு வெண்ணிக் கூற்றத்துப் பிரமதேயம்
> பெருநங்கை மங்கலத்துச் சபையார் உடையார் ஸ்ரீ ராஜராஜ
> தேவர்க்கு யாண்டு இருபத்தெட்டாவது பசான் முதல்
> கொண்ட காசு நூறினால் காசு ஒன்றுக்கு ஆட்டை வட்டம்
> முக்குறுணி நெல் பொலிசையூட்டாகச் சந்திராத்தவர்
> ஆட்டாண்டு தோறும் உடையார் தஞ்சாவூர் பெரும் பண்டாரத்தே
> ராஜகேசரியோடொக்கும் ஆடவல்லான் எனும் மரக்காலால்
> அளக்கக் கடவ நெல்லு இருபத்தைங்கலம்"[28]

இக் கல்வெட்டு வரிகளால் இப்பெரும் பண்டாரத்தில் காசு முதலீடு செய்யப் பெற்றதையும், அதனைக் கடனாகப் பெற்ற பெருநங்கை மங்கலத்து ஊர்ச்சபையார் காசு ஒன்றுக்கு ஆண்டொன்றுக்கு முக்குறுணி நெல் வட்டியாகச் செலுத்தினர் என்பதையும் அறிகிறோம். எனவே இப்பெரும் பண்டாரம் நாட்டு மக்களுக்கு ஒரு வங்கியாகச் செயல்பட்டு வந்தது என்று தெரிகிறது. இப்பண்டாரம் பற்றி விரிவாகத் 'தஞ்சைப் பெரியகோயில்' என்ற தலைப்பில் காண்போம்.

ராஜராஜீஸ்வரமுடையார் உள்ளூர்ப் பண்டாரமும் நாட்டுப் பண்டாரமும்

தஞ்சைப் பெரிய கோயிலிலுள்ள கல்வெட்டொன்று மாமன்னன் இராசராசனின் ஆணை ஒன்றைக் குறிப்பிடுகின்றது.[29] அதில் தஞ்சை ராஜ ராஜீச்சரத்திற்காகச் சோழ மண்டலம், பாண்டி நாடான ராஜராஜ மண்டலம், தொண்டை நாடான ஜயங்கொண்ட சோழ மண்டலம் ஆகிய மண்டலங்களில்

உள்ள பிரமதேயங்களிலிருந்து சொந்த நிலமும், உறவினர்களும் (பூமி சம்பத்தும் பந்து சம்பத்தும்) உடையவர்களை ஸ்ரீ பண்டாரஞ் செய்யும் பண்டாரிகளாய் (கருவூலங்களை நிருவகிக்கும் அலுவலர்களாக) நியமனம் செய்யவும், கணக்கர்கள், கீழ்க்கணக்கர்கள், திருப்பரிசாரகர்கள் ஆகியவர்களை நியமிக்கவும் ஆணையிட்டார். இதில் திருப்பரிசாரகர்கள் தங்களுக்கு ஊதியமாக நெல்லும் காசும் 'ஸ்ரீ ராஜராஜீஸ்வரமுடையார் உள்ளூர்ப் பண்டாரத்தே பெறவும்' என்றும்; பண்டாரிகளும் கரணத்தார்களும், 'உடையார் ஸ்ரீ ராஜராஜீஸ்வரமுடையார் நாட்டுப் பண்டாரத்தே பெறவும்' என்றும் குறிக்கப் பெற்றுள்ளது.

இக் கல்வெட்டால் பண்டாரிகளாய்ப் பொறுப்பேற்பவர்களுக்கு நிலமும், நல்ல உறவினர்களும் இருக்கவேண்டும் என்ற கட்டாயவிதி இருந்துள்ளது என்னும் அரிய செய்தி தெரியவருகிறது. மேலும் கோயிலில் பணிபுரியும் பரிசாரகர் போன்ற கோயில் ஊழியர்களுக்கு உள்ளூர்ப் பண்டாரத்திலிருந்தும், பண்டாரங்களை நிர்வகிக்கும் அரசு சார்ந்த பணியாளர்களுக்கு (பண்டாரி, கரணத்தார்) நாட்டுப் பண்டாரத்திலிருந்தும் ஊதியம் வழங்கப்பெற்றது என அறிகிறோம். இதனால் உள்ளூர்ப் பண்டாரமும் நாட்டுப் பண்டாரமும் ராஜராஜீஸ்வரம் எனும் பெரிய கோயிலிலேயே இருந்தாலும், உள்ளூர்ப் பண்டாரம் இறைபணிக்காகக் கோயில் நிர்வாகத்தாலும், நாட்டுப் பண்டாரம் சமுதாயப் பணிகளுக்காக அரசு நிர்வாகத்தாலும் தனித்தனியாக இயங்கி வந்தன எனப் புலனாகிறது. கோயில் சொத்து வேறு பணிகளுக்குத் திசை திருப்பிவிடப்படவில்லை. மன்னனாலும் மக்களாலும் முதலீடு செய்யப்பெற்று இயங்கிவந்த இந்தப் பண்டாரங்களின் நிர்வாகம் எத்தனைச் சிறப்பாகவும் நேர்மையாகவும் நடைபெற்று வந்தது என்பது குறிப்பிடத்தக்கதாகும்.

இராஜராஜதேவர் பண்டாரம்

இராஜராஜதேவர் தம் பண்டாரத்திலிருந்து இராஜராஜேஸ்வரமுடைய பரமசாமிக்குப் பல நிவந்தங்கள் அளித்ததைக் கல்வெட்டுக்கள் சுட்டுகின்றன. இது மன்னனின் அரண்மனையில் இருந்த சோழநாட்டு அரசுக் கருவூலம் என்பதை அறிகிறோம்.

மூலரத்ன பண்டாரம்

இது தஞ்சை அரண்மனையிலிருந்த ரத்ன பண்டாரமாகும். நவமணிகள், பொன் அணிகலன்கள் போன்ற விலை உயர்ந்த பொருள்கள் சேமித்துவைக்கப் பெற்றிருந்த முக்கியமான கருவூலம் ஆகும். மாமன்னன் இராசராசன் சேரர்களையும், பாண்டியர்களையும் வென்று, அங்கிருந்து கொணர்ந்து, தன் மூலரத்ன பண்டாரத்தில் வைத்திருந்த முத்து, பவளம் போன்றவற்றை இறைவனின் திருப்பாதங்களில் ஸ்ரீ பாத புஷ்பமாக இட்டுத் திருவடி தொழுதான் என்பதைத் தஞ்சைக் கல்வெட்டொன்று கூறுகின்றது.[30] இவ்வாறு அளித்த முத்துக்கள், முத்துவட்டம், அனுவட்டம் ஒப்புமுத்து, குறுமுத்து, நிம்பொளம்,

பயிட்டம், அம்புமுது, கறடு, இரட்டை சப்பாத்தி, சக்கத்து, குளிர்ந்த சிவந்த நீர் உடைய முத்துக்கள் என்று பல இனங்களாகப் பகுக்கப்பெற்றுக் கணக்கிடப் பெற்றிருந்தன என்பதையும் இக்கல்வெட்டு காட்டி நிற்கின்றது.

மடவிளாகம்

ஒரு குறிப்பிட்ட கோயிலைச் சார்ந்து அமைந்திருக்கும் பகுதிக்கு மடவிளாகம் என்று பெயர். சில திருக்கோயில்களில் திருமடங்களும் இருக்கும். அத்தகைய கோயில்களைச் சார்ந்த மடமும், அது இடம்பெற்றிருக்கும் வளாகமும் சேர்ந்து மடவளாகம் என அழைக்கப்பெற்று, அதுவே மடவிளாகம் எனக் குறிக்கப் பெற்றது. தஞ்சையில் ரௌத்ரமகாகாளம் எனும் கோயிலுடன் இணைந்து மடவிளாகம் இருந்துள்ளது.

இதுகாறும் கண்ட வேளங்கள், பெருந்தெருக்கள், அங்காடிகள், படைவீடு, மடவிளாகம் போன்ற எல்லாத் தெருக்களிலும், இடங்களிலும் இடையர்கள் வாழ்ந்துள்ளனர். அவர்களுக்குப் பசு, எருமை அல்லது ஆடுகளைத் தஞ்சை இராஜராஜேச்சுரத்து திருவிளக்குக்காகக் கொடையாக அளித்ததோடு, நிரந்தரமான (சந்திரன் சூரியன் உள்ளளவும்) கால்நடைப் பண்ணைகளைப் புறநகர்ப் பகுதியிலும், சுற்றுப்புற ஊர்களிலும் அமைத்துத் தந்து நகரத்தில் பால்வளம் பெருக்கியதைத் தஞ்சைக் கல்வெட்டுக்கள் காட்டி நிற்கின்றன.

தொழில் அடிப்படையிலும், படைகளின் பெயர்களாலும், மன்னர் குடும்பத்தவர் பெயர்களாலும் பெரும்பான்மையான தெருக்கள் திகழ்ந்தன. ஆனைக்கடுவார் தெரு என்பது யானைப் படைக்குரிய உணவு கொடுக்கும் பணியாளர்கள் வாழ்ந்த தெரு என்பதும், ஆனை ஆட்கள் தெரு என்பது யானைகளுக்குரிய மாவுத்தர்கள் வாழ்ந்த பகுதி என்பதும் பெறப்படுகின்றன. இது போன்றே வில்லிகள் தெரு என்பது விற்படை வீரர்கள் வாழ்ந்த பகுதியாகவும், காந்தர்வர்தெரு இசைவாணர்களின் இருப்பிடமாகவும், தளிச்சேரி ஆடற்கலைஞர்கள் வாழ்ந்த பகுதியாகவும் திகழ்ந்துள்ளது.

பெருந்தெருக்களில் உயர்குலமக்கள் அல்லது பெருந்தரத்து அதிகாரிகள் மட்டுமே வாழ்ந்தனர் எனக் கொள்ளமுடியவில்லை. சூரசிகாமணிப் பெருந்தெருவில் மட்பாண்டம் செய்யும் குயவர்கள், வண்ணத்தார்கள், ஈரங்கொல்லிகள் (துணி வெளுப்பவர்கள்) காவிதிமை செய்பவர்கள் நாவிதர்கள் (முடி திருத்தும் கலைஞர்கள்) கணித நூலோர் (சோதிடர்கள்) என அனைத்துத் தர மக்களும் வாழ்ந்துள்ளனர். தஞ்சாவூர்ப் 'புறம்படி கருந்திட்டைக்குடி' என்ற பெயர் மதுராந்தக உத்தம சோழன் காலத்திலே குறிக்கப்பெற்றிருந்தாலும், பெரும்பான்மையான பிற தெருப் பெயர்களும், வேளங்களின் பெயர்களும் இராசராசனின் விருதுப் பெயர்களாகவே காணப்பெறுகின்றன. அவருக்கு முன்பு இத்தெருக்கள் எவ்வாறு வழங்கப்பெற்றன என அறிவதற்கான சான்றுகள் இதுகாறும் கிடைத்தில. முன்னோர்காலத்தே இருந்ததைவிட மிகப்பெரிய

நகரமாகத் தஞ்சையை மாமன்னன் இராசராசன்தான் உருவாக்கினானா என்பதையும் அறுதியிட்டுக் கூற முடியவில்லை. எப்படியிருப்பினும் இவ்வூர் வலிமை மிகுந்த அரண்களையும், படைவீரர்கள் வாழும் பகுதியையும் கொண்டு ஒரு பெருநகருக்குரிய எல்லா நலன்களுடனும் திகழ்ந்திருந்தது என்பதனைத் தஞ்சை ராஜராஜீச்சரத்துக் கல்வெட்டுக்களால் அறியமுடிகிறது.

குறிப்புகள்

1. செந்தமிழ் தொகுதி 16, ப.394.
2. திருத்தொண்டர் திருவந்தாதி, 65.
3. SII, Vol. III, No.209
4. திருவிசைப்பா திருப்பல்லாண்டு ஒன்பதாம் திருமுறை, 5.20.10
5. நந்திபுரம் ஆயிரத்தளி எனும் ஊர் தஞ்சைக்கு மிக அருகாமையில் உள்ள கண்டியூர், வீரசிங்கம்பேட்டை, செங்கமேடு ஆகிய ஊர்கள் அடங்கிய பகுதியாகும். இது பல்லவர் காலம் தொட்டுப் பிற்காலப் பாண்டியர் காலம் வரையிலும் தலைநகரமாகவும், அரண்மனை இருந்த ஊராகவும் திகழ்ந்துள்ளது. இது இவ்வாசிரியரின் நந்திபுரம் என்னும் நூலில் விரிவாக விளக்கப்பட்டுள்ளது.
6. Bulletin De l'elole Francaise Dextreme Orient-Tome LXXVI-1987.
7. மேலது
8. கி.பி.1090இல் கடாரத்து அரசன், இராசவித்தாயதர சாமந்தன், அபிமானதுங்க சாமந்தன் எனும் தூதர்களைச் சோழநாட்டுக்கு அனுப்பினான். அவர்கள் முதற் குலோகத்துங்கனை ஆயிரத்தளியான ஆஹவமல்ல குலகாலபுரத்து அரண்மனையில் திருமஞ்சன சாலையில் காலிங்கராயன் எனும் கட்டிலில் இருந்த போது சந்தித்தனர்: அவர்கள் வேண்டுகோளுக்கிணங்கச் சோழகுலவல்லிப் பட்டணம் எனும் நாகப்பட்டிணத்திலிருந்த பௌத்த விகாரைகளுக்குப் பல ஊர்களைத் தானமாக அளித்தான். இதனைச் சிறிய ஆனைமங்கலச் செப்பேடுகள் "கோவிராஜ கேசரிவர்மரான சக்கரவர்த்திகள் ஸ்ரீ குலோத்துங்க சோழ தேவர்க்கு யாண்டு இருபதாவது ஆயிரத்தளியான ஆஹவமல்ல குலாகாலபுரத்து கோயிலின் உள்ளால் திருமஞ்சன சாலையில் பள்ளிப்பீடம் காலிங்கராயனில் எழுந்தருளி இருக்க ...." என்று கூறுகின்றது.

   சுந்தரபாண்டியனின் திருப்பரங்குன்றக் கல்வெட்டு, "ஆடகப்புரிசை ஆயிரத்தளியில் சோழவளவன் அபிஷேக மண்டபத்து வீராபிஷேகம் செய்து ...... உலக முழுதுடையாளொடும் வீற்றிருந்தருளிய ...... என்று கூறுகின்றது.
9. SII, Vol.III, No.9.
10. SII.Vol.VIII, No.222. ARE No.624 of 1902

11. தஞ்சாவூர் உள்ளாலை சாலியத்தெருவில் இருந்த மற்றொரு இடையன் பெயரும் கல்லெழுத்துக்களில் உள்ளது. அதில் பெயர்பகுதி மட்டும் சிதைந்துள்ளது.

12. சோழநாட்டில் உயர்நிலையிலிருந்த பணிப்பெண்கள் இப்பெயரால் அழைக்கப்பெற்றதைப் பல கல்வெட்டுகளால் அறியலாம்.

13. கலிங்கத்துப்பரணி கடைதிறப்பு.

14. SII, Vol.III, No.217.

15. SII, Vol.23, (Are No.356 of 1907)

16, 17. தஞ்சைப் பெரிய கோயில் அருங்காட்சியகத்திலுள்ள துண்டுக் கல்வெட்டுக்கள்.

18. SII, Vol II No.95.

19. மேலது.

20. மேலது.

21. SII, Vol.23 No.356, AR 356 of 1907.

22. SII, Vol.2 No.94 line 94.

23. தமிழ்ப் பேரகராதி (லெக்சிகன்) தொகுதி 6, ப.3843

24. ARE 46 of 1897, SII, vol.V No.1409.

25. ARE 49 of 1897, SII, Vol. V No.1412.

26. தஞ்சைப் பெரியகோயில் அருங்காட்சியகத்திலுள்ள ஆதித்த கரிகாலன் மற்றும் சுந்தரசோழன் காலத்தியக் கல்வெட்டில் குறிக்கப்பெற்றுள்ளது.

27. SII, Vol. II No.37.

28. SII, Vol. II No.28.

29. SII, Vol. II No.69.

30. SII, Vol. II No.59.

31. கி. பி. 7ஆம் நூற்றாண்டில் அப்பர் பாடலில் கருந்திட்டைக்குடி குறிக்கப் பெற்றுள்ளது. அடைவு திருத்தாண்டகம் 3.

கருவூர்த்தேவர் கண்ட தஞ்சை

இதுவரை இராசராச சோழனின் கல்வெட்டுக்கள், வாயிலாகத் தஞ்சை நகர அமைப்பைக் கண்டோம். இனி இராசராசன் இராசேந்திரன் ஆகிய சோழப் பெரு மன்னர்கள் காலத்தில் வாழ்ந்தவரும், பன்னிரு திருமுறை ஆசிரியர்களுள் ஒருவருமான கருவூர்த்தேவரின் இலக்கியம் வாயிலாகத் தஞ்சை நகரைக் காண்போம். இவர் யாத்த திருவிசைப்பாப் பாடல்களில் தஞ்சை நகரின் அமைப்பு ஓரளவு விளங்குகின்றது. திருவிசைப்பாவில்,

"அரணம்
பலகுலாம் படைசெய் நெடுநிலை மாடம்
படுவரை ஞாங்கர்வெண் திங்கள்
இலைகுலாம் பதணத் திஞ்சிசூழ் தஞ்சை" (பாடல் எண். 1)

பெரிய மலையிடத்துச் சந்திரன் தவழ்வது போன்று பல போர்க் கருவிகளைத் தன்பாற் கொண்டதும், நீண்டு உயர்ந்ததும், பல அடுக்குகளைக் கொண்டதுமாகிய மாடங்களிலும், மேடைகளிலும் (சந்திரன்) தவழ்ந்து செல்கின்ற மதிலைக் கோட்டையாகப் பெற்றுள்ள தஞ்சாவூர்:

"............ மறிதிரை வடவாற்று
இடுபுனல் மதகில்வாழ் முதலை
எற்றுநீர்க் கிடங்கில் இஞ்சிசூழ் தஞ்சை" (பாடல் எண். 2)

அலைகளை உடைய வடவாற்றின்கண் அமைக்கப் பெற்றதாகிய தண்ணீர் பாயும் தலைமதகில் வாழ்கின்ற முதலைகள் மோதுகின்ற நீரகழியால் சூழப்பெற்ற தஞ்சாவூர்:

"உக்கசெஞ் சுடர்ப்படு குவை ஓங்கு
இடைகெழு மாடத் திஞ்சிசூழ் தஞ்சை" (பாடல் எண். 3)

உதிர்ந்த மாணிக்கக் கற்களின் குவியல்கள் நிறைந்துள்ள இடமாக அமைந்துள்ள மாடங்கள் நிறைந்ததும் மதிலால் சூழப்பெற்றதுமாகிய தஞ்சாவூர்;

"சுனைப்பெருங் கலங்கற் பொய்கையங் கழுநீர்ச்
சூழன்மா ளிகை சுடர் வீசும்
எனப்பெரு மணஞ்செய் இஞ்சிசூழ் தஞ்சை" (பாடல் எண். 7)

மலைச்சுனைகளைப் போல ஆழமுடையதும், பரப்பளவால் பெரியதும், தம்பால் நீராடும் மகளிரின் பல்வேறு வாசனைப் பொருள்களின் சேர்க்கையால் கலங்கியிருப்பதுமாகிய குளங்களில் மலர்ந்துள்ள ஆம்பற்பூக்களின் நறுமணம் கமழ்கின்ற மாளிகைகள் பிரகாசிக்கின்றதும் மதிலால் சூழப்பெற்றதுமாகிய தஞ்சாவூர்;

"மின்னெடும் புருவத் திளமயில் லனையார்
விலங்கல்செய் நாடகசாலை
இன்னடம் பயிலும் இஞ்சிசூழ் தஞ்சை"   (பாடல் எண். 8)

மின்னல் போன்று ஒளிவீசுகின்ற நீண்ட புருவத்தினையுடையவரும், இளமயிலைப் போன்றவருமாகிய பெண்கள், மலைபோல் உயர்ந்த பெரிய நாடக அரங்குகளில் அழகாக நாட்டியமாடும் இடமானதும் மதில்கள் சூழப் பெற்றிருப்பதுமாகிய தஞ்சை;

"சரளமந் தார சண்பக வகுள
சந்தன நந்தன வனத்தின்
இருள்விரி மொழுப்பின் இஞ்சிசூழ் தஞ்சை"   (பாடல் எண். 11)

தேவதாரு மந்தாரம் சண்பகம் மகிழமரம் சந்தனமரம் ஆகியவை நிறைந்த சோலையின் இருள் பரவி இருக்கின்ற உச்சியினையுடைய மதில்களால் சூழப்பெற்ற தஞ்சை என்றெல்லாம் வருணித்துக் காட்டுகிறார்.

கருவூர்த்தேவரின் வாக்கைக் கூர்ந்து நோக்குவோமாயின் தஞ்சையைப் பற்றிய பல செய்திகளை அறியமுடிகிறது. இங்குள்ள பெரிய கோயிலை 'இராசராசேச்சுரம்'[1] என்றே கூறுகிறார். எல்லாப் பாடல்களிலும் 'இஞ்சிசூழ்தஞ்சை' என்றே குறிப்பிட்டுக் கூறுகிறார். இதனால் அக்காலத்தில் தஞ்சை நகரம் பெரிய மதிற்சுவரால் சூழப் பெற்றிருந்தது என்பது நன்கு விளங்குகிறது. கங்கை கொண்ட சோழபுரத்தில் நகரைச் சுற்றி அமைந்திருந்த மதிலின் அடிச்சுவடுகள் இன்றும் நன்கு புலப்படுகின்றன. ஆனால் தஞ்சையில் இருந்த மதிலின் சுவடுகள் இதுவரை தெளிவாகக் காணக்கிடைக்கவில்லை. தஞ்சை நகரில் வடவாறு ஓடியது என்பதும், அதில் மதகு இருந்தமையும், அவ் வடவாறே அகழி போல இருந்தது என்பதும் புலனாகின்றன.

தஞ்சை நகரில் உயர்ந்த மாடமாளிகைகள் இருந்ததும், பெண்கள் நாட்டியமாடும் கலை அரங்கங்கள் இருந்ததும், கருவூரார் காட்டும் காட்சிகளாகும். இந்த ஊரைச் சூழ்ந்துள்ள அழகிய சோலைகளில் தேவதாரு, மந்தாரம் சண்பகம், மகிழ் போன்ற மரங்கள் அடர்ந்திருந்ததையும் குறிப்பிடுகிறார்.

இராசராசனின் கல்வெட்டுக்களால் தஞ்சைப் பெரியகோயிலில் 400 ஆடல் மகளிர் பணிபுரிந்தமையையும், இது தவிரப் பிரம்மகுட்டம், மாமணிக்கோயில்,

ஏரியூர் நாட்டுத்தளி, ஐயபீமதளி போன்ற கோயில்களிலும் மிகுந்த ஏற்றத்தோடு ஆடற்கலை பேணப்பெற்றது என்பதையும் அறிகிறோம். எனவே ஆடற்கலை செழித்த தஞ்சையில் பெரிய நாடகசாலைகள் பல இருத்தல் இயல்பே. இந்த நாடக சாலைகள் பெரிய கோயிலைத் தவிர வேறு எங்கெங்கு அமைந்திருந்தன என அறியக்கூடவில்லை.

வம்புலாஞ்சோலை, சிவதாசன் சோலை என்றெல்லாம் கல்வெட்டுக்களில் குறிக்கப்பெற்றுள்ளவற்றையே இத்திருவிசைப்பாவும் சிறப்பாக எடுத்துக்கூறித் தஞ்சையைப் புகழ்கிறது எனக் கொள்ளவேண்டும்.

குறிப்பு

1. இராசராசனின் கல்வெட்டுக்கள் ராஜராஜீச்சரம் என்று கூறுகின்றன. ஆனால் கருவூர்த் தேவரோ இராசராசேச்சரம் என்றே கூறுகிறார். வடமொழி இலக்கணப்படிக் கருவூராரின் ஆட்சியே சரியானது.

தஞ்சாவூர்ப் பெருவழிகள்

பண்டு நெடுந்தூர நகரங்களையும் ஊர்களையும் இணைக்கும் பெருஞ்சாலைகளும், ஆங்காங்கே ஊர்களின் தூரங்களைக் காதங்கள் கணக்கில் குறிப்பிடும் நெடுவழிக் கற்களும் இருந்தற்கான சான்றுகள் பல கிடைத்துள்ளன.[1] இத்தகைய நெடுஞ்சாலைகளைப் (High way) 'பெருவழி' என அழைத்தனர். தஞ்சாவூர் நகரைத் தொலைவிலுள்ள நகரங்களோடு இணைக்கும் பல வழிகள் இருந்துள்ளன. அவற்றுள் மூன்று பெருவழிகள் பற்றிய குறிப்புகள் கல்வெட்டுக்கள் வாயிலாகக் கிடைக்கின்றன.

தஞ்சாவூர் மாவட்டத்தில் தஞ்சை மயிலாடுதுறைச் சாலையில் திகழும் ஆடுதுறை என்னும் திருக்குரங்காடுதுறை மகாதேவற்குத் திருவிளக்குகள் வைக்கக் குலோத்துங்க சோழனின் பதினான்காம் ஆட்சியாண்டில், அம்பர் நாட்டவர் சிலரால் நிலம் நன்கொடையாக வழங்கப்பெற்று, அந்நிலத்தின் நான்கெல்லை கூறும்போது,

"நிலத்துக்குக் கீழ்பாற்கெல்லை இப்பூபால விளாகத்து
நிலத்துக்கு மேற்கும், தென்பாற்கெல்லை தஞ்சாவூர்ப்
பெருவழிக்கு வடக்கும்……."[2]

என்று குறிக்கப்பெற்றுள்ளது. மேலும் இதே கோயிலில் காணப்பெறும் மற்றொருத் துண்டுக்கல்லில் "தஞ்சாவூர் பெருவழிக்கு வடக்கும்"[3] என்ற குறிப்பு காணப்பெறுகின்றது.

தஞ்சாவூர் மாவட்டம், அவளிவணல்லூர்க்கு அருகிலுள்ள முனியூர்ச் சிவாலயத்திலுள்ள மூன்றாம் இராசராசசோழனின் நான்காம் ஆண்டுக் கல்லெழுத்துச் சாசனத்தில் மற்றொரு தஞ்சாவூர்ப் பெருவழி பற்றிய குறிப்பு கிடைக்கின்றது. இச்சாசனத்தில்,

"இத் தேவர்க்கு விட்ட நிலத்திற்கு கீழ்ப்பாற்கெல்லை
ஊர்ப் பொதுத் திடலுக்கு மேற்கும், தென்பாற்கெல்லை
தஞ்சாவூர்ப் பெருவழிக்கு வடக்கும், மேல்பாற்கெல்லை
சோழராச்சிய திலத சருப்பேதி மங்கலத்துக் கீழ்ப்
பிடாகை ஆச்சமங்கலத்து எல்லை ஊரத்தூர் வாய்க்
காலுக்குக் கிழக்கும், வடபாற்கெல்லை கௌதமன்
தெற்றிவர்மன் நிலத்துக்கும் இவ்வூர்த் துர்க்கையார்
நிலத்துக்கும் தெற்கும்…."[4]

என்று கூறப்பெற்றுள்ளது.

முனியூர் எனும் இவ்வூர் வெண்ணாற்றின் வடகரையில் உள்ள ஊராகும். இதனை ஒட்டியே அவளிவணல்லூர், அரதைப் பெரும்பாழி (அரித்துவாரமங்கலம்) எனும் தேவாரப்பாடல் பெற்ற தலங்கள் உள்ளன. திருஇரும்பூளை எனும் ஆலங்குடியிலிருந்து அரதைப் பெரும்பாழி, முன்னியூர், இரும்புதலை, கோவத்தக்குடி, உதாரமங்கலம், குலமங்கலம் வழியாக வெண்ணாற்றின் வடகரையில் இப்பெருவழி தொடர்ந்து தஞ்சையிலிருந்து வடக்கு நோக்கிச் செல்லும் கோடிவனமுடையாள் பெருவழியோடு இணைந்திருக்க வேண்டும் என்றறியமுடிகிறது.

கோடிவனமுடையாள் பெருவழி

பாண்டிய மன்னன் ஸ்ரீ வல்லபனின் 35ஆம் ஆண்டுச் சானமான திரிபுவன சக்கரவர்த்திகள் கோனேரின்மை கொண்டான் எனத் தொடங்கும் கல்வெட்டொன்று தஞ்சை இராஜராஜேச்சரத்தில் உள்ளது. சாமந்த நாராயண விண்ணகரத்து எம்பெருமானுக்கும், சதுர்வேதி பட்டர்கள் 106 பேருக்கும் தொண்டைமானார் என்பவர் அளித்த நிலக்கொடை பற்றிக் குறிப்பிடும் இக்கல்வெட்டு 'கோடிவனமுடையாள் பெருவழி' பற்றி விவரிக்கின்றது. கருந்திட்டைக்குடியிலிருந்த அந்த நிலத்தின் மேற்கு எல்லையாகக் கோடிவனமுடையாள் பெருவழி குறிக்கப் பெற்றுள்ளது. தற்போதுள்ள கருந்திட்டைக்குடியை ஊடறுத்து வடக்கு நோக்கிச் செல்லும் பெருவழியாகவே இக்கல்வெட்டு காட்டி நிற்கின்றது.

தஞ்சை வடக்கு வாசலிருந்து தொடங்கி வடவாற்றைத் தாண்டி, கண்டியூர் திருவையாறு வழியே செல்லும் நெடுவழிதான் இக் கோடிவனமுடையாள் பெருவழியாகும். தஞ்சையின் புறம்படியான கருந்திட்டைக்குடிக்கும் காடவன் மாதேவியான விருதராஜ பயங்கர சதுர்வேதிமங்கலம் எனும் தற்போதைய வெண்ணாற்றின் தென்கரையில் அமைந்துள்ள ஊருக்கும் இடையில் அமைந்திருந்த கோடிவனமுடையாள் திருக்கோயிலை ஒட்டிச்சென்ற இந்த நெடுவழியின் பெயர் கோடிவனமுடையாள் பெருவழீ என அமைவதாயிற்று.

குறிப்புகள்

1. தருமபுரிக்கு மேற்கே மூன்றுகல் தொலைவில் இருசாலைகள் கூடுமிடத்தில் கிடைத்துள்ள ஒரு கல்லில் அதியமான் பெருவழி நாவற்தாவளத்திற்குக் காதம் 29" என்ற 13ஆம் நூற்றாண்டுத் தமிழ் எழுத்துக்கள் உள்ளன. மேலும் 29 காதம் என்பதைக் குறிப்பிட எழுத்துப் பொறிப்புக்குக் கீழாக இரண்டு பெரிய துளைகளும் அதற்குக் கீழாக 9 சிறிய துளைகளும் உள்ளன. -- கல்வெட்டு இதழ் 3, த.தொ.பொ.ஆ.து.
2. SII Vol XXIII No. (A.R.E. 363 of 1907)
3. குடந்தைக் கல்வெட்டுக்கள்--தமிழ்நாடு தொல்பொருள் ஆய்வுத்துறை-- எண் 166/1979
4. SII Vol.8 No.207 ARE 610 of 1902.

தஞ்சாவூர் நகரின் பேரழிவு

சோழப் பேரரசன் விசயாலயன் காலத்தில் தொடங்கி, மாமன்னன் இராசராச சோழன் காலத்தில் உன்னத வளர்ச்சி பெற்று, 176 ஆண்டுகளுக்கும் மேலாகச் சோழ மண்டலத்தின் தலைநகரமாகத் திகழ்ந்த இந்நகரின் முக்கியத்துவம் கங்கை கொண்ட சோழனான இராசேந்திர சோழன் காலம் முதல் சரியத் தொடங்கியது. கி.பி.1026இல் கங்கை கொண்ட சோழபுரம் பெருநகரமாக உருவெடுத்து, தலைநகரமாக மாறியது. அரசியல் மையமாகத் திகழ்ந்த தஞ்சை நகரம் அரசியல் காரணமாகவே எழுந்த கங்காபுரியாம் கங்கைகொண்ட சோழபுரத்தின் வளர்ச்சியோடு போட்டி போட்டுக்கொண்டு வளர இயலாத நிலையைப் பெற்றது. பின்வந்த சோழப் பேரரசர்கள் யாருமே தஞ்சை நகரம் அல்லது பெரியகோயில் பற்றி அவ்வளவாக நாட்டம் செலுத்தவில்லை என்பது ஒரு வியப்பாகவே உள்ளது. இராசேந்திர சோழனுக்குப் பின்வந்த சோழர்களின் கல்வெட்டுக்களாக ஓரிரு சாசனங்களே இராஜராஜேச்சரத்தில் காணப்படுகின்றன. மன்னனது நிர்வாகம், பெரும் படைகளின் நிர்வாகம் ஆகியவற்றால் மட்டுமே செயல்பட்ட இந்நகரமும், கோயிலும் கங்காபுரியின் உதயத்தால் தம் ஒளி இழந்தன.

கங்கை கொண்ட சோழபுரம், முடிகொண்ட சோழபுரம் எனும் பழையாறை, ஆயிரத்தளி எனும் நந்திபுரம் ஆகியவை தஞ்சையைவிட மேலான நிலையை எய்தின. மன்னர்களின் பல ஆணைகள் மேற்குறித்த அரண்மனைகளிலிருந்தே வந்தன என்பதைப் பல சாசனங்கள் காட்டி நிற்கின்றன. இவ்வாறு நாளுக்கு நாள் முக்கியத்துவம் இழந்த தஞ்சை நகரம் பாண்டியர்களின் பகையால் அழிவின் சிகரத்திற்கே சென்றது. தன் நகரத்திற்குச் சோழனால் விளைந்த அவமானத்தைப் போக்க முனைந்தான் பாண்டிய மன்னனொருவன். அதன் விளைவே தஞ்சையிலிருந்த சோழர் அரண்மனையும் நகரமும் மண்ணோடு மண்ணாயின.

மதுரையைத் தலைநகராக் கொண்டு பாண்டிய நாட்டை ஆட்சி புரிந்த குலசேகரபாண்டியன் சோழ நாட்டோடு மோதத் தொடங்கினான். இரண்டுமுறை பாண்டியர்களை வென்று அடக்கிய மூன்றாம் குலோத்துங்கனுக்கு இப்படையெடுப்பு மிகுந்த கோபத்தை ஊட்டியது. பேராற்றல் படைத்த சோழர்படை பாண்டி நாட்டில் மட்டியூர், கழிக்கோட்டை என்ற இடங்களில் பகைவருடன் மோதியது. குலசேகர பாண்டியனின் மறப்படையும், ஏழகப்படையும் பேரழிவிற்கு உள்ளாகிப் புறங்காட்டி ஓடின. குலசேகரன் தன் தம்பியுடன் மதுரையை விட்டு ஓடினான். கோபக்கனல் அடங்காத குலோத்துங்க சோழன் மதுரை நகருக்குள் புகுந்தான். மாடமாளிகைகளையும், அரண்மனைகளையும் அழித்தான். புறமதில் அழிந்தது. பாண்டியனின்

கூடமண்டபத்தை இடித்துத் தரைமட்டமாக்கிக் கழுதை கொண்டு ஏர் உழுது, தன் புகழாகிய கதிர் விளைய வரகினை விதைத்தான். பின்பு பாண்டியர்க்கு எத்தனை அவமானங்கள் செய்யவேண்டுமோ அவ்வளவையும் செய்து, ஆலவாய்ப் பெருமானை வணங்கி விழா எடுத்துத் திரும்பினான். இதனால் மதுரை நகரின் பழம் பெருமை வாய்ந்த மதில்களும், அரண்மனையும் அழிந்தன.[1] இது கி.பி.1202க்கு முன்னர் நிகழ்ந்தது.

பழி தீர்த்த பாண்டியன்

மூன்றாம் குலோத்துங்க சோழன் இறந்தபிறகு கி.பி.1218இல் மாறவர்மன் சுந்தரபாண்டியன் சோழ நாட்டின்மீது படையெடுத்தான். உறையூரையும் தஞ்சாவூரையும் தீயிட்டு அழித்தான். கூடமும், மாமதிலும், அரண்மனைக் கோபுரங்களும், ஆடரங்குகளும், மாளிகைகளும், மண்டபங்களும் துகள் துகளாயின. பின்பு தஞ்சைக்கு அருகிலுள்ள (கண்டியூர் அருகில்) நந்திபுரமாம் ஆயிரத்தளி அரண்மனையில் வீராபிஷேகம் செய்துகொண்டான்.

தஞ்சை நகரைச் செந்தழல் இட்டுக் கொளுத்தியபோது தஞ்சை அரண்மனையைத் தரைமட்டமாக இடித்துத்தள்ளி, அங்கு கழுதை கொண்டு ஏர் உழுது வரகும் விதைத்தான். சோழநாட்டில் அவன் அழித்தது போக எஞ்சி இருந்தது ஒரேயொரு மண்டபம்தான். அவனுக்கு ஆயிரம் ஆண்டுகளுக்கு முன்பு சோழன் கரிகாற் பெருவளத்தானைப் புகழ்ந்து, பட்டினப்பாலை எனும் நூலை இயற்றிய கடியலூர் உருத்திரங் கண்ணனார் என்ற புலவருக்குப் பரிசாக அவ்வேந்தன் அளித்த பதினாறுகால் மண்டபம் ஒன்றுதான் அது. மற்றவை எல்லாம் மாறவர்மன் சுந்தரபாண்டியனால் இடிக்கப்பெற்றது என்பதனைத் திருவெள்ளறைக் கல்வெட்டுப்பாடல்

> "வெறியார் தளவத் தொடைச்செய மாறன் வெகுண்டதொன்றும்
> அறியாத செம்பியன் காவிரி நாட்டி லரமியத்துப்
> பறியாத தூணில்லை கண்ணன்செய் பட்டினப் பாலைக்கன்று
> நெறியால் விடுந்தூண் பதினாறு மேயங்கு நின்றனவே"

என்று கூறுகின்றது.

தஞ்சையையும் உறந்தையையும் (உறையூர்) அழித்ததாகக் கூறும் பாண்டியனின் மெய்க்கீர்த்தி,

> "பொன்னிசூழ் நாட்டிற் புலிஆணை போய்அகலக்
> கன்னிசூழ் நாட்டிற் கயல்ஆணை கைவளர
> வெஞ்சின இவுளியும் வேழமும் பரப்பித்
> தஞ்சையும் உறந்தையும் செந்தழல் கொளுத்திக்
> காவியும் நீலமும் நின்று கவினிழப்ப
> வாவியு மாறும் மணிநீர் நலனழித்துக்

கூடமும் மாமதிளுங் கோபுரமும் ஆடரங்கும்
மாடமும் மாளிகையும் மண்டபமும் பலஇடித்துத்
தொழுதுவந் தடையார் நிருபர்தத் தோகையர்
அழுத கண்ணீர் ராறு பரப்பிக்
கழுதைகொண் டுழுது கவடி வித்திச்
செம்பியனைச் சினமிரியப் பொருதுசுரம் புகவோட்டிப்
பைம்பொன் முடிபறித்துப் பாணனுக்குக் குடுத்தருளிப்
பாடருஞ் சிறப்பிற் பருதி வான்தோய்
ஆடகப் புரிசை ஆயிரத் தளியில்
சோழவளவன் அபிஷேக மண்டபத்து
வீராபிஷேகம் செய்து........"[3]

என்று கூறுகிறது.

இதனால் தஞ்சை அழிந்தது. ஆயிரத்தளி அரண்மனை பாண்டியர்க்கு உரியதாயிற்று. கி.பி.850இல் சோழர் தலைநகரமாக உதயமாகிக் கி.பி.1014க்குப் பிறகு ஒளியிழந்து கி.பி.1218இல் தரைமட்டமான சோழர் அரண்மனை (மதில்கள், மண்டபங்கள், மாளிகைகள் அனைத்தும்) 368 ஆண்டுகளே நிலைத்திருந்தது என்பதை அறிகிறோம்.

குறிப்புகள்

1. "தென்மதுரைப் புறமதிலைத் தன்னெடும் படைக்கடல் வளையப்
பெருவழுதியரும் தம்பியரும் பெற்ற தாயும்
பேருரிமையும் பொருவருதுயர் துணையாக
வேறுவேறு சுரம்படரத் தென்மதுரைப் பதிபுக்கு
வந்ததை யெல்லாம் கெடுத்துப் பொடிபடுத்தி
வழுதியர் தம்கூட மண்டபம் கழுதையேரிட
உழுதுபுகழ்க் கதிர்விளையக் கவடிவித்தி"
--மூன்றாம் குலோத்துங்கனின் மெய்க்கீர்த்தியின் ஒருபகுதி

2. செந்தமிழ் தொகுதி 41, ப.215.

3. SII Vol IV No.372 (ARE 49 of 1890).

தஞ்சையிலிருந்த சோழர்கால மருத்துவமனை

தஞ்சையில் மாமன்னன் இராசராசன் காலத்தில் அவனது சகோதரி குந்தவைப் பிராட்டியாரால் மக்களுக்காக ஓர் இலவச மருத்துவமனை தோற்றுவிக்கப்பெற்று அது செயலாற்றியுள்ளது. இம்மருத்துவமனை பற்றிய செய்திகளைப் பாபநாசம் வட்டம் இராசகிரிக்கு அண்மையிலுள்ள கோயில்தேவராயன்பேட்டைச் சிவாலயத்துச் சாசனங்கள் மூலமாக அறியமுடிகின்றது. இம் மருத்துவமனைக்குச் 'சுந்தரசோழ விண்ணகர ஆதுலசாலை' என்ற பெயர் இருந்துள்ளது. குந்தவை தனது தந்தையின் நினைவாக இம்மருத்துவமனையைத் தோற்றுவித்துள்ளார்.

கோயில் தேவராயன் பேட்டையிலுள்ள முதற் சாசனம் கி.பி.1015இல் இராசேந்திர சோழனின் மூன்றாம் ஆட்சியாண்டு குறிக்கப்பெற்று எழுதப் பெற்றுள்ளது.[1] அப்போது மாமன்னன் இராசராசன் உயிருடன் இல்லை. இக்கல்வெட்டில் இராசேந்திர சோழரின் மூன்றாம் ஆட்சியாண்டில், இராசகேசரி சதுர்வேதி மங்கலத்துச் சபையோர் குந்தவைப் பிராட்டியாரிடமிருந்து 70 காசுகள் பெற்றுக்கொண்டு 9 மா நிலத்தை இறையிலி நிலமாக விற்றுக் கொடுத்ததும், இந்நிலம் தஞ்சாவூரிலிருந்த சுந்தரசோழ விண்ணகர ஆதுலசாலையின் பராமரிப்புக்காக அளிக்கப்பெற்றதும் கூறப்பெற்றுள்ளன. இதே சாசனம் இந்த ஆதுல சாலை குந்தவைப் பிராட்டியாரால் தோற்றுவிக்கப்பெற்றது என்பதையும் கூறுகிறது. இது இராசராசன் உயிருடன் இருக்கும் போதே தோற்றுவிக்கப் பெற்றிருக்க வேண்டும்.

அடுத்த சாசனம் கி.பி.1019ஆம் ஆண்டான இராசேந்திர சோழனின் 7 ஆம் ஆண்டில் வெட்டப்பெற்றதாகும்.[2] தஞ்சை மருத்துவமனைக்கு 'வைத்திய போகமாக' முன்பு அளித்த நிலக்கொடை போதாதென்று கருதிய குந்தவைப் பிராட்டியார், மேலும் ஒரு வீட்டுமனையை இராசகேசரி சதுர்வேதி மங்கலத்துக் கலகரச்சேரியிலிருந்த ஒருவரிடமிருந்து விலைக்கு வாங்கி அளித்தார். இந்த வைத்தியபோக நிலங்கள் சவர்னன் அரயன் மதுராந்தகன் என்பவனுக்கு அளிக்கப் பெற்றதாகவும், இவன் சத்திரிய சிகாமணி வளநாட்டு மருகல் நாட்டு மருகல் எனும் ஊரினன் என்றும், அவனும் அவனது வமிசத்தாரும் இந்த ஆதுலசாலையில் புரியும் மருத்துவப் பணிகளுக்காக இது அளிக்கப்பெறுகிறது என்றும் இச்சாசனம் தெரிவிக்கிறது. வரலாற்றுச் சிறப்புடைய இச்சாசனத்தைத் திருச்சேலூர் எனும் கோயில் தேவராயன்பேட்டை கோயிலில் கல்வெட்டாகப் பொறிக்குமாறு இராசகேசரி சதுர்வேதிமங்கலத்துச் சபையோர்க்குக் குந்தவைப் பிராட்டியார்

பழையாறை அரண்மனையிலிருந்து ஆணையிட்டதாகவும் இக்கல்வெட்டே கூறுகின்றது.

ஆதுலசாலை அல்லது ஆதுரசாலை என்பது நோய்வாய்ப்பட்டோர் தங்கிச் சிகிச்சை பெறும் இடமாகும். இங்கு நோய்க்கு மருந்துகள் அளிப்பதோடு, சல்லியக்கிரியை எனும் அறுவை சிகிச்சையும் அளிக்கப்பெறும். தஞ்சையிலிருந்த ஆதுலசாலை 'சுந்தரசோழ விண்ணகரம்' எனும் திருமால் கோயிலின் ஒரு பகுதியில் செயல்பட்டு வந்துள்ளது என்பதை இதன் பெயரால் ஊகிக்க முடிகிறது. சோழர் காலத்தில் திருமால் கோயில்களில் ஆதுலசாலைகள் இயங்கின என்பதற்குத் திருமுக்கூடல் என்னும் ஊரிலுள்ள வீரராசேந்திர சோழனின் கல்வெட்டு சான்றாக நிற்கின்றது.

தஞ்சையில் சுந்தரசோழ விண்ணகரம் எனும் விஷ்ணு ஆலயத்தில் இருந்த இந்த மருத்துவமனை எவ்வாறு செயல்பட்டது என்பதற்குத் தஞ்சையிலோ கோயில் தேவராயன் பேட்டையிலோ சான்றுகள் இல்லையாயினும், சோழர் காலத்தில் மருத்துவமனை எவ்வாறு செயல்பட்டது என்பதனை மேற்கூறிய திருமுக்கூடல் கல்வெட்டு விரிவாகக் கூறுகின்றது. இராசராச சோழனின் பேரனும், கங்கை கொண்ட இராசேந்திர சோழனின் மகனுமான வீரராசேந்திரன் கி.பி.1063-1070 வரை சோழ மண்டலத்தை ஆட்சி புரிந்தவனாவான். இப்பெரு வேந்தன் கங்கை கொண்ட சோழபுரத்து அரண்மனையில் 'சோழ கேரளன்' எனும் மாளிகையில் இராசேந்திர சோழ மாவலிவாணராயன் எனும் அரியணையில் அமர்ந்துகொண்டு திருமுக்கூடலிலிருந்த மருத்துவமனைக்கு கி.பி.1068இல் அளித்த அறக்கட்டளையை இச்சாசனம் விரிவாகக் கூறுகின்றது.

திருமுக்கூடல் விஷ்ணு ஆலயத்திலிருந்த ஜனநாத மண்டபத்தில் (ஜனநாதன் என்பது இராசராசனின் விருதுப்பெயர்) ஒரு பள்ளியும், ஒரு ஆதுல சாலையும், மாணவர்கள் தங்குவதற்கு ஒரு விடுதியும் இவ்வறக்கட்டளையால் செயல்பட்டன. இவ்வாறு அம்மண்டபத்தில் செயல்பட்ட மருத்துவமனையின் பெயர் 'வீரசோழ ஆதுலசாலை' என்பதாகும்.

இந்த ஆதுலசாலையில் சல்லியக்கிரியை எனும் அறுவை சிகிச்சைகளும் நிகழ்ந்தன. இங்கு நோயாளிகள் தங்கிச் சிகிச்சை பெற 15 படுக்கைகள் இருந்தன. ஒரு மருத்துவர் நோயாளிகளின் நோய் அறிந்து மருந்து அளித்தார். மற்றொரு மருத்துவர் அறுவை சிகிச்சை புரிபவராவார். இரண்டு உதவியாளர்கள் மருந்து கொண்டு வருதல் முதலிய பிற அலுவல்களைச் செய்பவர் ஆவர். இரண்டு பெண்கள் (செவிலியர்) நோயாளிகளைக் கவனிப்பதற்கு நியமிக்கப்பெற்றனர். ஒரு பொதுஆள் (விசன்) ஆதுலசாலை பள்ளி, விடுதி ஆகியவற்றைக் கவனிக்கும் பணி புரிந்தான். இவ்வாறு பல்வகைப் பணியாளர்களோடு இம் மருத்துவமனை இயங்கிற்று.

இம்மருத்துவமனையில் இருந்த மருந்துகள் பற்றியும் இக்கல்வெட்டு விரிவாகக் கூறுகின்றது. ஓராண்டுக்குத் தேவையான மருந்துகள் இந்த ஆதுல

சாலையில் சேகரிக்கப்பெற்று இருக்கவேண்டும் என்பதோடு, அவற்றின் பெயரையும் அளவையும் இக்கல்வெட்டு கூறுகின்றது.

1.	பிராம்யம் கடும்பூரி	1 படி
2.	வாசாஹரிதகி	2 படி
3.	கோமூத்ர ஹரிதகி	2 படி (ஹரிதகி என்பது கடுக்காயாகும்)
4.	தசமூலா ஹரிதகி	1 படி
5.	பல்லாதக ஹரிதகி	1 படி
6.	கந்தீரம்	1 படி
7.	பாலகோரண்ட தைலம்	ஒரு தூணி
8.	பஞ்சாக தைலம்	ஒரு தூணி
9.	லாஸுனாதிஎரண்ட தைலம்	ஒரு தூணி
10.	உத்தம கர்ணாதி தைலம்	ஒரு தூணி
11.	.....ஷக்ருதம்	ஒரு பதக்கு
12.	பில்வாதிக்ருதம்	ஒரு பதக்கு
13.	மண்டூகர வடகம்	2000
14.	த்ருவாதி	ஒரு நாழி
15.	விமலை	2000
16.	சுனேத்திரி	2000
17.	தாம்ராதி	2000
18.	வஜ்ரகல்பம்	ஒரு தூணி ஒரு பதக்கு
19.	கல்யாண லவணம்	ஒரு தூணி ஒரு பதக்கு

இவை தவிரப் புராணசர்பி தயார் செய்யப் பசுநெய்யும், ஆதுலசாலையில் இரவு முழுவதும் ஒரு விளக்கு எரிய எண்ணெயும் அளிக்கப்பெற்றன.

வீரராசேந்திர சோழன் காலத்திய திருமுக்கூடல் மருத்துவமனையைப் போலவே குந்தவைப் பிராட்டியாரால் நடத்தப்பெற்ற தஞ்சை ஆதுல சாலையும் மிகச் சிறப்பாகச் செயல்பட்டிருக்கும் என ஊகிக்கலாம். இங்கு பயன்படுத்தப்

பெற்ற மருந்துகள் அனைத்தும் ஆயுர்வேத மருந்துகள் என்பது குறிப்பிடத் தக்கதாகும்.

தஞ்சையில் இருந்த இச் சுந்தரசோழ விண்ணகர ஆதுலசாலை எங்கிருந்தது என்பதையறியப் போதிய சான்றுகள் இதுகாறும் கிடைக்கவில்லை. இருப்பினும் அதுபற்றி ஆராய்வோம். சோழர்காலச் சாசனங்களில் பேசப்படும் தஞ்சைநகர் விஷ்ணு ஆலயங்கள் இரண்டு மட்டுமே. ஒன்று குந்தவைப் பிராட்டியாரின் சாசனமும், இராசராசனின் இராஜ ராஜேச்சரத்துக் கல்வெட்டுகளும் குறிப்பிடும் தஞ்சை மாமணிக் கோயிலாகும். இரண்டாவது முற்கூறப்பெற்ற கோயில் தேவராயன்பேட்டைச் சாசனத்தில் இடம்பெற்றுள்ள சுந்தரசோழ விண்ணகரம் ஆகும். தஞ்சை மாமணிக்கோயில் வம்புலாஞ் சோலையில் இருந்து, பின்னர் தஞ்சை நாயக்கர்களால் வெண்ணாற்றங்கரைக்கு மாற்றப்பெற்றது. இதனை அச்சுதப்ப நாயக்கரின் சக்கரசாமம் ஆழிக்கல் கல்வெட்டு உறுதி செய்கின்றது.

மேலச்சிங்கப்பெருமாள் குளம், அதனைச் சுற்றியுள்ள மேலவெளிக் கிராமம் ஆகியவை சோழர்காலத் தஞ்சாவூரின் முக்கியப் பகுதிகள் என்பது புதிய முடிவு. மேலும் மேலச்சிங்கப்பெருமாள் கோயிலுக்கு மேற்கில் மிகப்பெரிய மேடு ஒன்று இருந்தது. அதைச் சில ஆண்டுகளுக்கு முன்னர்தான் அகற்றியுள்ளனர். இவ்விடத்தில் கோயில் இருந்ததற்கான எல்லாச் சான்றுகளும் உள்ளன. மேலச்சிங்கப்பெருமாள் கோயிலை யாளிவிண்ணகரம் என அழைக்கும் மரபு வைணவர்களிடையே இன்றும் வழக்கில் உள்ளது. யாளிவிண்ணகரம் என்றும் இக்கோயில் குந்தவைப் பிராட்டியரால் சுந்தரசோழ விண்ணகரம் என அழைக்கப் பெற்றிருக்கலாம். இக்கோயிலோடு இணைந்து சுந்தரசோழ விண்ணகர ஆதுலசாலை இயங்கியிருக்கக்கூடும். மேலச்சிங்கப்பெருமாள் கோயில் சோழர்கால விண்ணகரம் என்பதில் ஐயமேதுமில்லை யாதலால் இந்த ஆதுலசாலையும் இவ்விடத்தில் இருந்திருக்கும் என நம்பலாம்.

குறிப்புகள்

1. ARE 248 of 1923.
2. ARE 249 of 1923.

இராசராசனின் அரண்மனை இருந்த இடம் எது?

விசயாலய சோழன் காலம் தொடங்கிப் பாண்டியர் ஆட்சிக் காலம் முடியக் காணப்பெறும் வரலாற்றுச் சான்றுகள் அனைத்தையும் இதுகாறும் காண்போம். சுண்ணாம்பு சுதையுடன் எடுக்கப்பெற்ற மாடமாளிகைகள், மாமதில் தஞ்சை, ஆதித்த கரிகாலன் தன் பெருவெற்றியினைக் கொண்டாடிய தஞ்சை நகரப் பெருவாயில், இருமுடிச்சோழன் என்ற பெயரில் விளங்கியிருந்த இராசராசனின் அரண்மனை, அதில் திருமஞ்சனசாலை, பெரியசெண்டு வாயில், சித்திரக்கூடம், கல்லூரி போன்ற இடங்கள் தஞ்சை நகரின் உள்ளாலையில் இருந்ததைக் கண்டோம். உள்ளாலையிலும், புறம்படியான புறநகரிலும், திருக்கோயில்கள், தளிச்சேரிகள், மடவிளாகங்கள், சுரபி, பண்டாரங்கள், பெருந்தெருக்கள், பேரங்காடிகள், வேளங்கள், படைவீடு போன்றவை இருந்தமையும் கண்டோம். நாடகசாலைகள், பெருவழிகள், நீர்க்கிடங்குகள், திருமதில்கள் பற்றிப் பேசும் குறிப்புக்களையும் கண்ணுற்றோம். மும்முடிச்சோழன் திருமதில் என்னும் தஞ்சையின் கோட்டைச்சுவர் பற்றிப் பேசும் தஞ்சை இராஜராஜேச்சரத்துக் கல்வெட்டு கூறும் செய்திகளை ஆராய்ந்து, அண்மையில் வெளிப்பட்ட ஒரு தடயமும் சுட்டிக் காட்டி அம்மதிலின் ஒருபகுதி கரந்தைச் சாலையை ஒட்டிய சுண்ணாம்புக் காளவாய்ப்பகுதியில் புதைந்திருக்கக்கூடிய சாத்தியக் கூறுகளையும் காணப்போகிறோம். இனி இராசராசனின் அரண்மனை இருந்த இடம் எதுவாக இருந்திருக்கலாம் என்பதை ஊகிக்கத் துணைநிற்கும் சான்றுகளைக் காண்போம்.

புதைந்திருந்த கல்வெட்டுத் தூண்

தற்போதைய தஞ்சை அரண்மனை (நாயக்கர் எடுத்தது) அதனைச் சூழ்ந்துள்ள நான்கு இராசவீதிகள், கோட்டை, அகழி சூழ்ந்த நகரமே சோழர்கால அரண்மனை இருந்த பகுதி எனக் கருதுதல் தவறாகும். இன்றையத் தஞ்சாவூர் சோழர்காலத் தஞ்சையின் ஒருபகுதியேயாகும். சோழர்கால அரண்மனை தஞ்சை இராஜராஜேச்சரத்திற்கு வடமேற்காக உள்ள சீனிவாசபுரம் சிங்கப்பெருமாள் குளம், செக்கடிமேடு போன்ற பகுதிகளில் தான் இருந்திருக்கவேண்டும் என்பதைத் தொல்லியல் ஆய்வாளர்கள் நம்புகின்றனர். இதனை மெய்ப்பிக்கும் வகையில் அண்மைக் காலத்தில் ஒரு தடயம் கிடைத்தது.

1989ஆம் ஆண்டு தஞ்சாவூர் சீனிவாசபுரத்திற்கு அருகிலுள்ள இராசராசன் நகரில் ஒரு தனியாருக்கு வீடுகட்ட ஒப்பந்தக்காரர் ஒருவர் கடைக்கால் தோண்டினார்.

அப்போது 10 அடி ஆழத்திற்குக்கீழ் மிகநீண்ட கற்றூண் ஒன்று கல்வெட்டுக்களுடன் புதைந்திருந்து வெளிப்பட்டது. கல்வெட்டுக்களின் முக்கியத்துவம் உணராத அந்த ஒப்பந்தக்காரர் அந்த தூணை 70 தூண்டுகளாக உடைத்து, கட்டுமானத்திற்குப் பயன்படுத்தத் தயார் செய்துவிட்டார். அப்போது இத்தூணின் அருமை அறிந்த சிலர் இந்நூலாசிரியருக்கும், இந்து பத்திரிகையின் நிருபர் திரு வி.கணபதி அவர்களுக்கும் தகவல் அளித்தனர். இவர்கள் இருவரும் உடனே சென்று பார்த்து அப்போதைய மாவட்ட ஆட்சியர் மச்சேந்திரநாதன் அவர்களின் உதவியுடன் உடைந்த கல்துண்டுகளைக் கைப்பற்றினர். பிறகு டாக்டர் இரா.நாகசாமி இத்துண்டுகளைப் படித்து இக்கல்வெட்டின் முக்கியத்துவத்தை அறிவித்தார். தமிழக அரசின் தொல்லியல்துறையினரும், இந்தியத் தொல்லியல் துறையினரும் இக்கல்வெட்டுத் துண்டுகளைப் படியெடுத்துப் பதிவுசெய்தனர். இக்கற்றூண் (துண்டுக் கற்கள் இணைக்கப்பெற்றது) இப்போது தஞ்சை இராசராசன் அருங்காட்சியத்தில் இடம்பெற்றுள்ளது.

இந்தத் தூணின் மூன்று புறங்களில் கிரந்த தமிழ் எழுத்துக்களில் வடமொழிப் பாடல்கள் பொறிக்கப்பெற்றுள்ளன. பன்னிரண்டு சுலோகங்களில் இராசராசனின் பெரும்புகழ் உரைக்கப்பெற்றுள்ளது. இது தமிழக வரலாற்றுக்குக் கிடைத்த மாபெரும் செல்வமாகும். இதனை ஒத்த கல்வெட்டுப் பாடல்கள் இதுவரை கிடைத்ததில்லை. இலக்கண அமைதியோடு, பல்வகை அலங்காரங்கள் அமைய இப்பாடல்கள் இயற்றப்பட்டுள்ளன. இப்பாடல்களை ஆராய்ந்த டாக்டர் இரா.நாகசாமி அவர்கள் இவற்றை ‘இராஜராஜய காவியம்’ என்றே குறிப்பிடுகின்றார்.

இதுவரை கிடைத்துள்ள மாமன்னன் இராசராசனின் கல்வெட்டுக்கள் அனைத்தும் திருக்கோயில்களுக்கும் மற்ற அரசு நடவடிக்கைகளுக்குமே உரிய சாசனங்களாகும். ஆனால் தஞ்சையில் கிடைத்துள்ள இக்கல்வெட்டுப் பாடல்களோ இராசராசனின் புகழை மட்டுமே பாடுபவையாக உள்ளன. மேலும் அவனது பிற பட்டப்பெயர்களைக் கூறாது மும்முடிச்சோழன் என்றே புகழ்கிறது. இப்பாடல்கள் இடம்பெற்ற இந்தக் கல்தூண் அவனது அரண்மனையில் தான் இருந்திருக்கவேண்டும் என உறுதியாக நம்பலாம்.

இப் பாடல்களின் கருத்து வருமாறு:

இராசகேசரிவர்மன் எனப் பட்டம் பூண்ட இராசராசசோழனுடைய திருவடிகள் மற்ற அரசர்களின் தலையில் சூடியுள்ள மகுடங்களால் அலங்கரிக்கப் பெற்றதாகும்.

மும்முடிச்சோழனே! இந்த உலகத்தைப் பொன்னாலாகிய வாகுவலயத்தை அணிந்த உன் புயங்கள்தான் தாங்குகின்றன என்று சாதாரண மக்கள் சொல்கின்றனர். ஆனால் உன்னால் வெல்லப்பட்ட பகைவர்களின் தலைகளின் மேல் வைத்த உன் திருவடிகளல்லவா இந்தப் பூமியைத் தாங்குகின்றன.

அரசே! உன் காலடியில் வீழ்ந்த பகைவர்களின் மகுடங்களில் உள்ள இரத்தினங்களால் சிவந்த பொற்பாதங்களை உடையவன். இத்தகைய நீ உன் எழிலால் மட்டுமன்றிக் கரங்களில் ஏந்தியுள்ள பாம்பைப் போன்ற வாளாலும் பகைவரின் உள்ளங்களைக் கலங்கச் செய்கிறாய்.

நிலமாகிய மனைவியைக் காப்பதில் சிறந்த கணவனாகவும், இந்த மும்முடி மன்னன் ஒருவனே சிற்றரசர்களை வெப்பத்திலிருந்து காப்பதில் பெருங்குடை போன்றவனாகவும் மகளிரின் உள்ளத்தைக் கவருவதில் மன்மதனுக்கு நிகரானவனாகவும் விளங்குகிறான்.

இராசராசன் குற்றமற்ற செல்வம், கலைகள், போற்றப்படும் ஆலயங்கள் ஆகியவற்றில் எப்போதும் ஈடுபாடு கொண்டவன். அழகனாய் வாலிபனாய் இருந்தும் புலன்களை அடக்கியாளும் வலிமைகொண்டவன். இதற்கு முன்பு இவனை ஒத்த ஒருவன் பிறந்ததில்லை. இத்தகைய மும்முடி மன்னன் இந்தப் பூமியை நெடுங்காலம் ஆள்வானாக!

அறிவிற் சிறந்த மும்முடிச் சோழனே! கடும் நோயால் துன்புறுகின்றவர்கள் திருநீற்றைக் காப்பாகத் தரித்துக் கொள்வதைப் போல உன் திருவடித்துகள்களைத் தங்கள் மகுடங்களில் காப்பாகப் புனைந்துகொண்ட காரணத்தால் நல்ல மரபில் தோன்றியவர்களும் போரில் பெருவிருப்பமுடையவர்களுமாகிய அரசர்கள் அனைவரும் இப்போது அச்சமற்றவர்களாய்த் தலைநிமிர்ந்து நடக்கின்றனர்.

இராசராசனே! இந்திரனுக்கு ஒப்பான உன்னுடைய ஆட்சியில் காட்டில் வசிப்பவர்களும் நிலத்தின் வளங்கள் அனைத்தையும் பெற்று இன்பமுற்று வாழும்போது, நின் பகைவர்கள் நெல்லிக்கனியையும், வில்வப்பழத்தையும் அருந்தி (இவையாவது கிடைத்தனவே என) மகிழும் நிலையில் உள்ளனர். இச் செய்தி மிக வியப்பிற்குரியதன்றோ!

மும்முடிச் சோழனே! நின் பகைவர்கள் வானின்வழியாகத் தப்பியோட முயன்றால் அங்குள்ள வில்லைப் பார்த்தும், கடல்வழியாகச் செல்லவிழைந்தால் அங்குள்ள மீனைக் கண்டும், காட்டிற் புகுந்து தப்ப நினைத்தால் அங்குள்ள புலியைக் கண்ணுற்றும் அஞ்சுகின்றனர்.

மும்முடிச் சோழன் ஒருவனே தன்னைப் பணியும் சிற்றரசர்களை இடுக்கண் களிலிருந்து காப்பாற்றுபவனாகவும், பகைவர்களை பகலவனைப்போலக் காய்கின்றவனாகவும், மங்கையர்களின் மனங்கவர்ந்து அவர்களை மகிழ்வூட்டுவதில் மன்மதனைப் போன்றவனாகவும் விளங்குகின்றான்.

குறைவற்ற செல்வச் செழிப்பாலும், அறுபத்து நான்கு வகைப்பட்ட கலைகளின் சிறப்பாலும், அறிவுநூற் கல்வியாலும் பெருமை பெற்றுள்ள இந்த மன்னனே என்றென்றும் சோழ நாட்டை ஆள்வானாக!

தஞ்சாவூர் ☙ 68

தஞ்சை அரண்மனையில் இருந்த தலைமையான மாளிகையின் பெயர் இருமடிச்சோழன் என்பதாகும். இந்த அரண்மனையின் திருமதில் மும்முடிச் சோழன் எனப்பெயர் பெற்றிருந்தது. நாம் மேலே கண்ட கல்தூண் பாடல்கள் மும்முடிச் சோழன் 'இராசராசன்' என்றே சுட்டுகின்றன. இவை அனைத்தையும் தொகுத்து நோக்கும்போது, இக்கல்வெட்டுத்தூண் இராசராசனின் அரண்மனையைச் சேர்ந்ததாகவே இருந்திருக்கவேண்டும் என்பதை தெளிவாக ஊகிக்க முடிகிறது. இதனால் இன்றைய தஞ்சையின் சீனிவாசபுரம், இராசராசன் நகர் ஆகிய பகுதிகளே சோழர்களின் அரண்மனை இருந்த இடம் எனக் கொள்ளலாம்.

இதனை மேலும் வலியுறுத்தும் வண்ணம் இக்கற்றூண் கிடைத்த இடத்திற்கு அருகிலேயே செங்கற் கட்டுமானப் பகுதியின் சில தடயங்களும் இருந்தன. இப்பகுதி முழுவதிலும் முழு அளவில் முறையாக அகழாய்வு மேற்கொண்டால் அரண்மனை பற்றி மேலும் பல புதிய செய்திகளை அறியமுடியும்.

கல்வெட்டில் தஞ்சை நகரமும் மும்முடிச்சோழன் திருமதிலும்

தஞ்சாவூர்ப் பெரியகோயில் கருவறை அர்த்தமண்டபத்துத்தென்புற வாயிலின் கீழ்ப்புறம் அதிட்டானத்தில் ஒரு நீண்ட கல்வெட்டுள்ளது. இதனைத் தென்னிந்தியக் கல்வெட்டுத் தொகுதி இரண்டில் 22ஆம் எண் உள்ள கல்வெட்டாகப் பதிப்பித்துள்ளனர். திரிபுவனச் சக்கரவர்த்திகள் கோநேரின்மை கொண்டான் என்று மன்னன் பெயர் குறிப்பிடப்பெற்று, அவனது முப்பத்தைந்தாவது ஆட்சியாண்டில் 64ஆம் நாளில் தொண்டைமானார் என்பவர் அளித்த நிலக்கொடை பற்றிக் கூறப்பெற்றுள்ளது. பல அரிய வரலாற்றுச் செய்திகளை அளித்திடும் இக்கல்வெட்டு பற்றி விரிவான ஆய்வு மேற்கொள்ளப் படவில்லை. தஞ்சை நகரம் பற்றி அறியத் தடயங்கள் ஏதேனும் இக்கல்வெட்டில் உள்ளனவா என்பது பற்றி இனி ஆராய்வோம்.

கோனேரின்மை கொண்டான் யார்?

திரிபுவனச் சக்கரவர்த்தி கோனேரின்மை கொண்டான் என்பது ஒரு பொதுப் பெயராகும். இது சோழன் பாண்டியன் ஆகிய இருவரையும் குறிப்பிடலாம். ஆனால் ஒன்று மட்டும் தெளிவு. இது ஒரு மன்னனின் நேரடியான ஆணையாகும். மன்னனது ஸ்ரீ முகங்கள், மன்னனது ஒப்புதல் பெற்று வெளியிடப்பெறும் சாசனங்கள் ஆகியவை மட்டுமே இச்சொற்றொடரோடு பொறிக்கப் பெறுவது மரபு. எனவே இக்கல்வெட்டு தொண்டைமானார் என்ற உயர்நிலை அலுவலரால் மன்னனது நேரிடையான ஒப்புதல் பெற்று எழுதப்பெற்றது என்பது உறுதி.

இங்கு குறிக்கப்பெறும் மன்னன் சோழனா அல்லது பாண்டியனா என்பது அடுத்த வினாவாகும். இக்கல்வெட்டில் "பாண்டியகுலபதி வளநாட்டுத் தஞ்சாவூர் கூற்றத்துத் தஞ்சாவூரில்" என்று கூறப்பட்டுள்ளது. இராசராசன் காலம் முதல் சோழராட்சி மறையும் வரை "பாண்டியகுலாசனி வளநாட்டுத் தஞ்சாவூர் கூற்றத்துத் தஞ்சாவூர்"[1] என்றுதான் அழைத்தனர். பின்பு சோழ மண்டலம் பாண்டியராட்சிக்கு உட்பட்டபோது பாண்டிய குலாசனி வளநாடு என்பதைப் பாண்டியகுலபதி வளநாடு என மாற்றம் செய்தனர். எனினும் இவர்களுக்குப் பின்பு வந்த விசயநகர அரசர்கள் பாண்டியகுலாசனி வளநாடு என்றே அழைக்கலாயினர்[2] இதனால் இக் கல்வெட்டு சோழநாட்டைப் பாண்டியர்கள் ஆண்டபோதுதான் வெட்டப்பெற்றது என்பது உறுதி. இதன் எழுத்தமைதி 14ஆம் நூற்றாண்டுக்குரியதாகவே இருப்பதுவும் இதனை மேலும் உறுதி செய்கின்றது.

இக்கல்வெட்டுக்குரிய பாண்டிய மன்னன் யார் என்பது அடுத்ததாக எழுகின்ற வினா சாசனத்தில் ஆண்டு 35ஆவது நாள் 64 என்ற குறிப்பு உள்ளது. 35 ஆண்டுகளுக்கு மேலாக ஆட்சி புரிந்த பாண்டிய மன்னர்கள் யாவர் என நோக்கும் போது.

1.	முதலாம் மாறவர்மன் குலசேகரன்	கி.பி. 1268 - 1318
2.	முதலாம் சடையவர்மன்	கி.பி. 1297 - 1342
3.	முதலாம் மாறவர்மன் ஸ்ரீ வல்லபன்	கி.பி. 1308 - 1344
4.	இரண்டாம் மாறவர்மன் ஸ்ரீ குலசேகரன்	கி.பி. 1314 - 1362
5.	நான்காம் சடையவர்மன்	கி.பி. 1337 - 1378
6.	நான்காம் மாறவர்மன் வீரன்	கி.பி. 1341 - 1388

ஆகிய ஆறு மன்னர்களே 35 ஆண்டுகளுக்கும் மேலாக ஆட்சி புரிந்தவர்கள்[3] இவர்களில் ஒருவனே தஞ்சைக்கல்வெட்டுக்குரிய மன்னன் என்பதில் ஐயமில்லை.

இவன்தான் அந்தப் பாண்டியன் என அறுதியிட்டுக் கூற இந்தச் சாசனத்தில் எந்தக் குறிப்பும் இல்லை. மாறாக இதில் குறிப்பிடப் பெறும் நிலக்கொடையைக் கொடுத்தவர் தொண்டைமானார் என்றும் இவர் தன் பெயரால் சாமந்த நாராயண சதுர்வேதிமங்கலம் என்ற அகரகிராமத்தை ஏற்படுத்தினார் என்றும் கூறப் பெற்றுள்ளது. பாண்டியனின் உயர்நிலை அலுவலராக (சாமந்தன் = படைத்தலைவன்) இந்தச் சாசனத்தைப் பொறித்த தொண்டை மானாரின் இயற்பெயர் நாராயணன் என்பதை அறியமுடிகிறது. இத்தொண்டைமானாரை வைத்துக்கொண்டு மன்னனை அறிய முயலுவோம். சோழநாட்டிலுள்ள பிற்காலப் பாண்டியர்களின் கல்வெட்டுக்கள் அனைத்தையும் தொகுத்து நோக்கும் போது திருவெண்காட்டிலுள்ள பாண்டிய மன்னன் ஸ்ரீ வல்லபனின் 33ம் ஆண்டுக் கல்வெட்டு[4] அம்மன்னனின் அதிகாரியான தொண்டைமானார் பற்றிக் குறிப்பிடுகின்றது.

பெருமாள் ஸ்ரீ வல்லப தேவரும், பெருமாள் சுந்தரபாண்டிய தேவரும் இணைந்து தம் அலுவலர் தொண்டைமானார் மூலம் அவரது 33ஆம் ஆட்சியாண்டில் திருவெண்காட்டுக் கோயிலுக்கு விழாக்கள் நடத்த ஏற்பாடுகள் செய்தது கூறப்பெற்றுள்ளது. மேலும் இதே கல்வெட்டில் முந்தைய பல்லவ மன்னன் கோப்பெருஞ் சிங்க தேவர் காலத்தில் கன்னடியர்கள் படையெடுப்பால் இக்கோயில் விழாக்கள் நின்றுபோன விவரமும் குறிக்கப்பெற்றுள்ளது. எனவே கோப்பெருஞ்சிங்கனுக்குப் பின்வந்த பாண்டியன் ஸ்ரீவல்லபன், சுந்தரபாண்டியன் ஆகிய இருவர்தான் திருவெண்காட்டுக் கல்வெட்டில் குறிக்கப்படுகின்றனர் என்பது உறுதியாகின்றது.

1243 முதல் 1279 வரை ஆட்சிபுரிந்த கோப்பெருஞ்சிங்கன்[5] காலத்துக்குப் பின்பு வந்த பாண்டிய மன்னர்களில் ஸ்ரீ வல்லபன் என்ற பெயரில் 35 ஆண்டுகளுக்கும் மேலாக ஆட்சிபுரிந்தவன் முதலாம் மாறவர்மன் ஸ்ரீ வல்லபன் ஒருவனே (1308-1344). மேலும் இவனது ஆட்சிக்காலத்திலேயே எட்டாம் சடையவர்மன் சுந்தரபாண்டியன் 1330-1347 ஆட்சி புரிந்துள்ளான்.[6] இவர்கள் இருவரும் இணைந்து கி.பி.1340இல் திருவெண்காட்டில் தொண்டைமானார் மூலமாக இந்த அறக்கொடையை நல்கினர். இந்தப் பெருமாள் சுந்தரபாண்டிய தேவர் பற்றிய குறிப்பு திருவேந்திபுரம் கல்வெட்டில் காணப்பெறுகின்றது.[7]

எனவே தொண்டைமானார் என்ற அலுவலருக்கு மன்னனாகத் திகழ்ந்த பெருமாள் ஸ்ரீ வல்லப தேவரே தஞ்சைக் கல்வெட்டில் கூறப்பெறும் கோனேரின்மை கொண்டான் என்பது தெளிவு. இக் கல்வெட்டில் கூறப்பெறும் 35ஆம் ஆட்சி ஆண்டு கி.பி.1343 ஆகும்.

அகரம் சாமந்த நாராயண சதுர்வேதி மங்கலமும்

சாமந்த நாராயண விண்ணகரமும்

தொண்டைமானார் தம் பெயரால் சாமந்தநாராயண சதுர்வேதி மங்கலம் எனும் அகரத்தைத் தஞ்சாவூர்க் கூற்றத்துத் தஞ்சாவூரில் ஏற்படுத்தினார் என்பதைத் தஞ்சைப் பெரியகோயிலின் அதிஷ்டானக் கல்வெட்டு தொடக்கத்திலேயே கூறுகின்றது. மாறவர்மன் சுந்தரபாண்டியனால் எரியூட்டி அழிக்கப்பட்ட தஞ்சையில் பின்னாளில் பெருமாள் ஸ்ரீவல்லப தேவர் காலத்தில் மீண்டும் குடியிருப்புப் பகுதி தோற்றுவிக்கப்பெற்றது என்பது இக் குறிப்பால் நன்கு விளங்கும். இந்தச் சாமந்த நாராயண சதுர்வேதிமங்கலம் எனும் அகரப்பகுதி (அந்தணர்கள் வாழும் இடம்) தற்போதைய நகரின் எந்த இடம் என்பது ஆய்வுக்குரிய அடுத்த கேள்வியாகும்.

தொண்டைமானார் தோற்றுவித்த அகரத்தில் தம் பெயரால் சாமந்த நாராயண விண்ணகரம் என்ற திருக்கோயிலொன்றினையும் எடுப்பித்தார் என்பது இக்கல்வெட்டின் கூற்றாகும். இந்தத் திருமால் கோயில் தற்போதைய தஞ்சாவூர்க் கோயில்களில் எது என்பதைக் கண்டறிந்தால், அந்த அகரம் இருந்த இடத்தை உறுதி செய்ய முடியும். அந்த அகரத்தின் பெயர் இன்றும் வழக்கில் உள்ளதா என்பதும், கி.பி.14ஆம் நூற்றாண்டுச் சிற்ப அமைதியுடைய திருமால் திருமேனி அப் பகுதியில் இடம் பெற்றுள்ளதா என்பதும் முக்கியமாக ஆராயவேண்டுவனவாகும். இன்றையத் தஞ்சை நகரை ஆராயும்போது, தஞ்சாவூர்க் கீழவாசல் அருகே கொண்டிராசபாளையம் என வழங்கும் பகுதியில் ‘சாமந்தான் குளம்’ என்ற தொன்மையான திருக்குளமொன்று உள்ளதைக் காணலாம். இது சாமந்தநாராயண சதுர்வேதி மங்கலத்தில் இருக்கும் குளம் என்பதால்தான் சாமந்த நாராயணன் குளம் என வழங்கப்பெற்று நாளடைவில் மருவி சாமந்தான் குளம் என அழைக்கப்படலாயிற்று. இதனால் பழம்பெயர் முற்றிலும் அழியாமல் இன்றும் மக்கள் வழக்கில் இருப்பதை அறிகிறோம். இக்குளம் உள்ள பகுதியில் கீழநரசிங்கப்பெருமாள் கோயில் என்ற விண்ணகரமொன்று பழைமைச் சுவடுகளுடன் உள்ளதைக் காணமுடிகிறது.

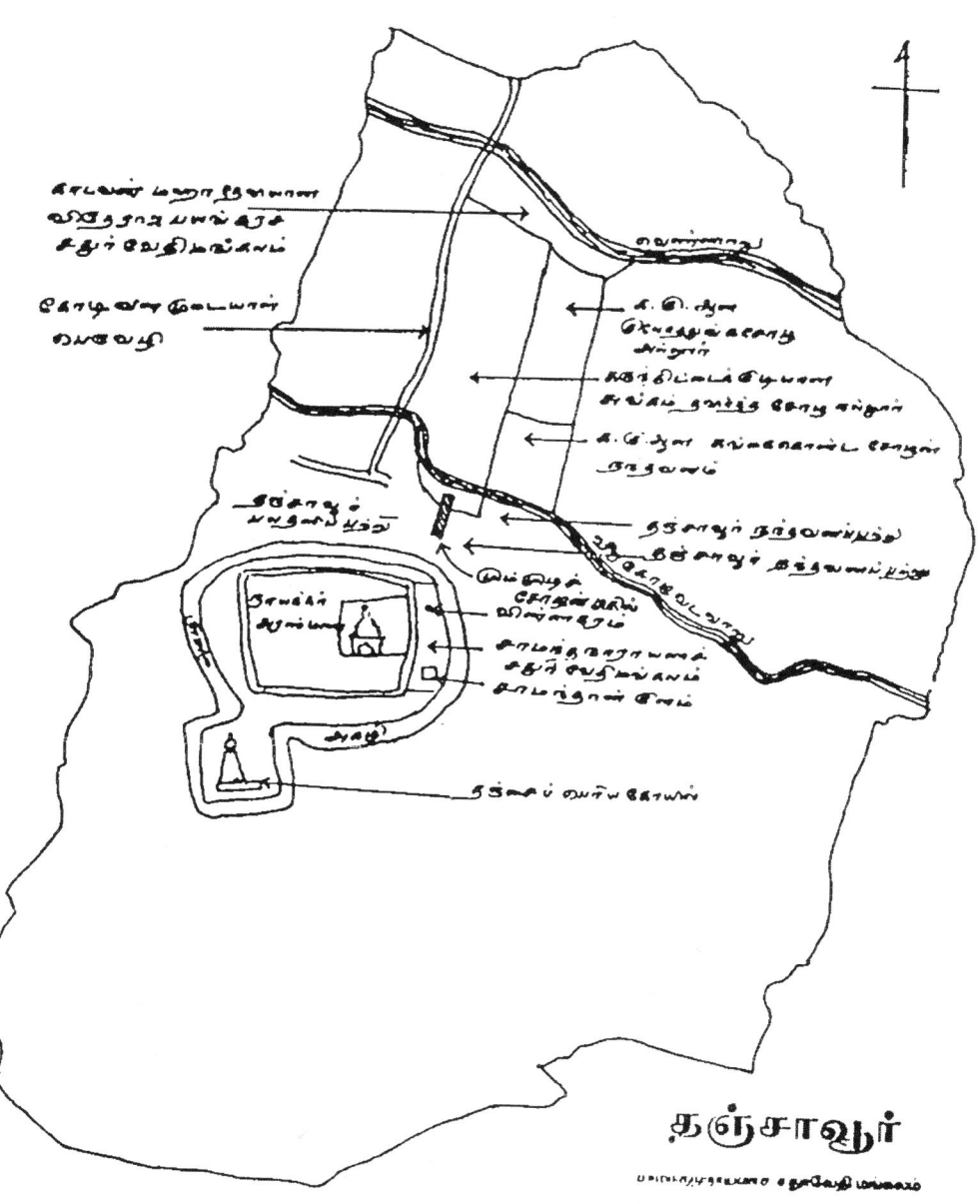

தஞ்சாவூர்

இந்தச் சிங்கப்பெருமாள் கோயிலின் கருவறையில் சுமார் 5 அடி உயரத்தில் யோகபட்டத்தில் அமர்ந்தவண்ணம் நரசிங்கப்பெருமாள் காட்சி அளிக்கின்றார். இந்தத் திருமேனி கி.பி.14ஆம் நூற்றாண்டுச் சிற்ப அமைதியுடையது என்பதைவிட, இது பாண்டியர்களின் கலைப்பாணியில் காணப்பெறுவது நோக்குதற்குரியதாகும். சாமந்தான் குளம், சிங்கப்பெருமாள் கோயில் திருமெனி ஆகிய சான்றுகளால் அகரம் சாமந்தநாராயண சதுர்வேதி மங்கலம் எனப்பெற்ற குடியிருப்புப் பகுதி தஞ்சைக் கீழவாசல் கொண்டிராசபாளையமே (கண்டிராசாபாளையம்) என்பது உறுதியாகிறது.

நான்கெல்லைக்குள் சுங்கம் தவிர்த்த சோழநல்லூர்

இக் கல்வெட்டின்படிச் சாமந்தநாராயண சதுர்வேதமங்கலத்தில் வாழ்ந்த சதுர்வேதி பட்டர்கள் 106 பேருக்கும், சாமந்த நாராயண விண்ணகரத்துப் பெருமாளுக்குமாக 108 பங்குக்கு 94 ¼ வேலியும் அரை மாவும் அடங்கிய 58 கரை நிலம் வாங்கினார். இதில் 9 கரை நீக்கி மீதம் 49 கரைக்குரிய 77 வேலி 6 மா அரைக்காணி நிலத்தையே 108 பங்காக்கிச் சாசனம் செய்தார். நீக்கம் பெற்ற 9 கரை நிலத்தோடு ஜகதேகவீர ஸ்வர்ணமங்கலம் என்ற பகுதியும் அடங்கியிருந்தது. நிலக்கொடையாகத் தொண்டைமானாரால் அளிக்கப்பெற்ற 49 கரை நிலம் அடங்கிய பகுதி நகரம் கருந்திட்டைக்குடியான சுங்கம் தவிர்த்த சோழநல்லூர் என அழைக்கப்பெற்றது.

இந்தச் சுங்கம் தவிர்த்த சோழநல்லூரின் கிழக்கு எல்லை.

1. கருந்திட்டைக்குடியான குலோத்துங்க சோழ நல்லூரின் மேற்கு எல்லை.

2. கருந்திட்டைக்குடியான கங்கைகொண்ட சோழன் திருநந்தவனத்தின் மேற்கு எல்லை.

3. வீரசோழ வடவாற்றின் தென்கரையிலிருந்த தஞ்சாவூர் நந்தவனப்பற்றின் மேற்கு எல்லை ஆகியவை ஆகும்.

தென் எல்லை

4. மும்முடிச்சோழன் திருமதிலுக்குக் கிழக்காகவுள்ள நந்தவனப் பற்றின் வடவெல்லை.

5. இதே மதிலுக்கு மேற்காகவுள்ள தஞ்சாவூர் பலதளிப்பற்று எனும் நிலத்தின் வடவெல்லை என்பனவாம்.

மேற்கு எல்லை

6. கோடிவனமுடையாள் பெருவழியும்

7. வீரசோழ வடவாற்றின் வடகரை இதே ஆற்றின் கிழக்குப்பகுதியும் ஆகும்.

வட எல்லை

8. காடவன்மஹாதேவி எனும் விருதராஜ பயங்கர சதுர்வேதி மங்கலத்தின் தென் எல்லை ஆகும்.

இந்த நான்கெல்லைக்குட்பட்ட நகரம் கருந்திட்டைக்குடியான சுங்கம் தவிர்த்த சோழநல்லூரின் கிழக்கு எல்லையில் மூன்று இடங்கள் கூறப் பெறுகின்றன. மூன்றாவதாகக் கூறப்பெறும் தஞ்சாவூர் நந்தவனப்பற்றின் மேற்கு எல்லை வீரசோழ வடவாற்றுக்குத் தென்கரை என்பதால் மற்ற இரண்டு இடங்களும் வடவாற்றின் வடகரை என்பது தெளிவு. எனவே இங்கு முதலாவதாகச் சுட்டப்படும் கருந்திட்டைக்குடியான குலோத்துங்க சோழ அல்லூர் வடகிழக்குப் பகுதியிலும், அடுத்து நேர் கிழக்கில் கருந்திட்டைக்குடியான கங்கைகொண்ட சோழன் நந்தவனமும், தென்கிழக்காகத் தஞ்சாவூர் நந்தவனப்பற்றும் இருந்திருக்க வேண்டும்.

தெற்கு எல்லையாக இரண்டு பகுதிகள் கூறப்பெறுகின்றன. இவை இரண்டும் மும்முடிச்சோழன் மதிலுக்குக் கிழக்காகவும் மேற்காகவும் உள்ளவையாகும். 'மும்முடிச் சோழன்' என்பது இராசராசனின் (கி.பி. 985-1014) விருதுப்பெயர்களுள் ஒன்று ஆகும். இராசராசனால் எழுப்பப்பெற்ற இந்த மதிலின் ஒரு பகுதி தஞ்சை நகரம் சுந்தரபாண்டியனால் முற்றிலும் அழிக்கப்பட்ட போதும் கூட எஞ்சி நின்றது என்பதை இதனால் அறியமுடிகிறது. இம் மதிலுக்குக் கிழக்காகத் தஞ்சாவூர் நந்தவனப்பற்றும் (4) மேற்காகத் தஞ்சாவூர்ப் பலதளிப்பற்றும் (5) இருந்துள்ளன. எனவே இம் மதில் தெற்கு வடக்காகச் சிதைந்து நின்றிருந்தது என்பதைத் தெளிவாக அறிகிறோம். மதிலுக்கு மேற்கும் கிழக்கும் அமைந்த நிலப்பகுதிகளின் வடவெல்லைகள் தொண்டைமானார் கொடுத்த நிலத்தின் தென் எல்லையாக வடவாற்றின் தென்கரையில் இருந்துள்ளன.

மேற்கு எல்லையாகக் கோடி வனமுடையான் பெருவழியும் (6) வீரசோழ வடவாறும் (7) குறிக்கப் பெறுகின்றன. கோடிவனமுடையாள் பெருவழி என்பது தற்போதைய கோடியம்மன் கோயிலுக்கு மேற்காக வெண்ணாற்றங்கரையிலிருந்து தஞ்சை வடக்கு வாசலுக்கு வரும் பெருவழியாகும். இதுவே தொண்டைமானார் கொடுத்த நிலப்பகுதிக்கு மேற்கு எல்லையாகத் திகழ்ந்துள்ளது. தற்போதைய கரந்தையின் மேற்குப் பகுதி முழுவதும் இப்பகுதியே என்பது தெள்ளிதின் விளங்கும். இந்தப் பெருவழியோடு வீரசோழ வடவாற்றின் வடகரையும் ஆற்றின் கிழக்குப் பகுதியும் கூட மேற்கு எல்லைகளாகக் குறிக்கப்பெற்றுள்ளன. எனவே இந்த நான்கெல்லைக்குட்பட்ட பகுதியில் ஊடறுத்துச் செல்லும் வடவாறு மேற்கிலிருந்து நேர்கிழக்காகச் செல்லாமல் தெற்கு நோக்கி வளைந்து பின்பே கிழக்கு நோக்கிச் சென்றுள்ளது என்பதையும் அறியமுடிகிறது.

வடக்கு எல்லையாகப் பேசப்பெறுவது காடவன் மஹாதேவியான விருதராஜ பயங்கரச் சதுர்வேதிமங்கலத்தின் தென்எல்லையாகும் (8). இது தற்போதைய

வெண்ணாற்றின் தென்கரையில் உள்ள ஊரேயாகும். இன்றைய மணிக்குன்றம், நீலமேகப்பெருமாள் கோயில், மேலைச்சிங்கப்பெருமாள் கோயில் ஆகியவையும், தஞ்சபுரீஸ்வரர் கோயிலும் உள்ளடங்கிய பகுதி இதுவேயாகும். இவ்வூருக்கு முற்காலத்தில் இரண்டு பெயர்கள் இருந்துள்ளன.

1. காடவன் மஹாதேவி

2. விருதராஜ பயங்கரச் சதுர்வேதிமங்கலம்

என்ற இவ்விரு பெயர்களும் முதலாம் குலோத்துங்கனின் மனைவியையும், குலோத்துங்கனையும் குறிப்பதாகும்.[8] எனவே இவ்வூர் முதலாம் குலோத்துங்கனால் அமைக்கப்பெற்ற சதுர்வேதிமங்கலம் என்பது உறுதி. இந்த நான்கு எல்லைகளையும் வைத்து நோக்கும்போது தஞ்சைநகரின் ஒரு பகுதியும் கரந்தையின் மேற்குப்பகுதியும் சுங்கம் தவிர்த்த சதுர்வேதிமங்கலம், ஜகதேகவீர ஸ்வர்ண மங்கலம் என்ற பகுதிகளை முழுமையாகத் தன்னுள் கொண்டு திகழ்ந்தது என்பது அறியமுடிகிறது.

ஜததேகவீர ஸ்வர்ணமங்கலம்

இக் கல்வெட்டில் 9ஆம் வரியில், "ஆக இன் னான்கெல்லைக்குள் ளகப்பட்ட அவ .... கம(ல்) லகுளமான ஜததேகவீர சுவர்ணமங்கலம் விளை நிலமும் புன்செய்யும் ....நீக்கு"[9] என்று கூறப்பெற்றுள்ளதால் தற்போதைய கரந்தையின் ஒரு பகுதி ஜததேகவீர ஸ்வர்ணமங்கலம் என அழைக்கப்பெற்றதை அறிகிறோம். ஜததேகவீரன் என்னும் பட்டத்தையுடைய மன்னர் ஒருவரின் பெயரால் அழைக்கப்பெற்ற இது 'மங்கலம்' எனப்படுவதால் அந்தணர் வாழ்ந்த பகுதியாக இருந்திருக்க வேண்டும்.

'ஜகதேகவீரன்' யார்? என்ற ஆய்வு இங்கே சுவையானதாகும். ஏனெனில் இவ்வூர் அமைந்துள்ள சோழநாட்டு மன்னர்களில் எவரும் 'ஜததேகவீரன்' என்ற பட்டம் புனைந்ததாகத் தெரியவில்லை. பாண்டிய மரபில் 'புவனேகவீரன்' என்ற பட்டம் உண்டு. 'சமஸ்த புவனேக வீரன்' என்ற பட்டம் இரண்டாம் மாறவர்மன் விக்கிரம பாண்டியனுக்கு (கி.பி.1250 - 1270) உரியதாகும்.

திருச்சிராப்பள்ளி மாவட்டத்திலுள்ள மூன்று கல்வெட்டுகள் 'ஜததேக வீர சதுர்வேதி மங்கலம்' பற்றிக் கூறுகின்றன. முதற் கல்வெட்டு மாறவர்மன் சுந்தர பாண்டியனின் 9ஆம் ஆண்டில் வெட்டுவிக்குப் பெற்றதாகும்.[10] இராஜகம்பீர வளநாட்டு உறையூர்க் கூற்றத்தில் ஜகதேகவீர சதுர்வேதிமங்கலம் இருந்ததாகக் கூறுகிறது. இது கி.பி.1225ஆம் ஆண்டுக்குரிய குறிப்பாகும். மாறவர்மன் திரிபுவன சக்கரவர்த்திகள் இரண்டாம் குலசேகரனின் கல்வெட்டில்[11] திருமுற்றப்பற்றில் ஜகதேகவீர சதுர்வேதி மங்கலம் கூறப்பெற்றுள்ளது. இது கி.பி.1317 ஆண்டுச் சாசனமாகும். மூன்றாம் கல்வெட்டில் ஊரின் பெயர் இடம்பெற்றிருந்த போதிலும், அதன் இருப்பிடத்தை அறிய இயலாதபடி அது சிதைந்துள்ளது.[12]

இந்த நான்கு கல்வெட்டுக்களையும் ஒப்பிட்டு நோக்குவோமாயின் முதலாம் மாறவர்மன் சுந்தரபாண்டியனின் 9ஆம் ஆண்டான கி.பி.1225இல் வெட்டுவிக்கப்பெற்ற குறிப்பே இப்பெயர் பற்றிப் பேசும் முதற் கல்வெட்டாகும். செங்கை மாவட்டம் ஆத்தூர் முக்தீஸ்வரர் கோயிலில் காணப்பெறும் கோப்பெருஞ்சிங்கனின் 5 ஆம் ஆண்டுக் கல்வெட்டு (கி.பி.1248 ஆம் ஆண்டு), இம்மன்னனின் வடமொழி மெய்க்கீர்த்தி கூறுகிறது. அதில் "ஶ்ரீகட்கமல்லே ஜகதேகவீரே போக்தும் கரக்ராஹிணி பூதாத்ரீம்"[13] என்று கூறப்பட்டுள்ளது. கோப்பெருஞ்சிங்கனின் பல பட்டங்களில் 'ஜகதேகவீரன்' என்பதும் ஒன்று என்பது தெளிவாகின்றது. 'ஜகதேகமல்லன்' என்ற பட்டம் சூடுவதைச் சாளுக்கியர்களும் தம் மரபாகக் கொண்டிருந்தனர். கோப்பெருஞ்சிங்கனுக்கு முன்பே கி.பி.1225இல் சுந்தரபாண்டியன் கல்வெட்டில் இப்பெயர் காணப்படுவதால் சுந்தரபாண்டியனுக்கும் இப்பெயர் உண்டோ எனக் கருதவேண்டியுள்ளது.

முதலாம் குலோத்துங்கனின் விருதுப்பெயரான சுங்கம் தவிர்த்த சோழன் என்ற பெயரில் கருந்திட்டைக்குடி அழைக்கப்பெற்றது போலவே, அக்காலத்தில் இருங்கோளப்பாடிப் பகுதியில் (விருத்தாசலம் சிதம்பரம் வட்டங்கள்) இருந்த திருமுட்டம் (ஶ்ரீ முஷ்ணம்) சிவாலயத்திற்கு, அதனருகிலிருந்த ஊர் ஒன்றினைச் சுங்கம் தவிர்த்த சோழநல்லூர் எனப் பெயரிட்டு வழங்கியதை முதலாம் குலோத்துங்கனின் கல்வெட்டுக்கள் கூறுகின்றன.[14] இந்தச் சுங்கந்தவிர்த்த சோழநல்லூர் நிலக்கொடையினைக் குலோத்துங்க சோழ ஸ்வர்ணாதிராஜன் என்பவர் அளித்தார் என்பதையும் அறிகிறோம்.

முதலாம் குலோத்துங்கன் காலத்தில் வாழ்ந்த இந்த ஸ்வர்ணாதி ராஜன் திருமுட்டம் கோயிலுக்கு நிலம் அளித்து, தன் மன்னன் பெயரை ஊருக்குச் சுட்டியதைப் போன்றே, கருந்திட்டைக்குடியையும் 'சுங்கம் தவிர்த்த சோழநல்லூர்' எனப் பெயரிட்டு அதன் ஒரு பகுதிக்குத் தன் மன்னனின் விருதுப்பெயரோடு தன் பெயரையும் இணைத்து அந்தணர் குடியிருப்பாக்கி 'ஜகதேகவீர ஸ்வர்ணமங்கலம்' எனப் பெயரிட்டிருக்கக்கூடும். கரந்தையின் பகுதிகளுக்கு அப்போது வழங்கப்பெற்ற

1. சுங்கம் தவிர்த்த சோழநல்லூர்
2. குலோத்துங்க சோழ அல்லூர்
3. விருதராஜபயங்கர சதுர்வேதிமங்கலம்
4. காடவன் மஹாதேவி

போன்ற பெயர்கள் அனைத்தும் முதற்குலோத்துங்கனுக்கே உரியவைகளாக இருப்பதால் 'ஜகதேகவீர ஸ்வர்ணமங்கலம்' என்ற பெயரும் அவனோடு தொடர்புடையதாகவே இருத்தல் வேண்டும்.

வரலாற்றுக்கு மிகத் துணையான இக்கல்வெட்டால் பல வரலாற்றுண்மைகளைக் கணிக்க முடிந்தது. இது முதலாம் மாறவர்மன் ஸ்ரீ வல்லபனாகிய பாண்டியனின் கல்வெட்டு என்பதையும், சாமந்த நாராயண விண்ணகரம், சதுர்வேதிமங்கலம் ஆகியவற்றின் இருப்பிடம் எது என்பதையும், சாசனம் பேசுகின்ற நான்கெல்லைகளையும், அங்குக் குறிக்கப்படும் இடங்களையும், அவற்றின் வரலாற்றுப் பின்புலங்களையும் அறியமுடிகிறது. இதில் மிகவும் குறிப்பிடத்தக்க ஒன்று மும்முடிச் சோழன் திருமதில் ஆகும்.

மும்முடிச்சோழன் திருமதில்

தஞ்சை நகரம் பற்றிச் சோழர்காலக் கல்வெட்டுக்கள் குறிப்பிட்ட போதிலும் இந்நகரப் பகுதிகள் பற்றி முழுமையாக அறியப் போதிய தடயங்கள் இதுகாறும் கிடைத்தில. என்றாலும் பாண்டியனின் இக்கல்வெட்டால் மும்முடிச்சோழன் திருமதிலின் இருப்பிடம் பற்றி அறியமுடிகிறது. மேலே விரித்துரைக்கப்பெற்ற எல்லைக்குறிப்புகளின் அடிப்படையில் நோக்கும்போது, தற்போதைய தஞ்சை கரந்தைச்சாலையில், சோழன் பணிமனைக்கருகில், பூதலூர் சாலை பிரியும் சுண்ணாம்புக் காளவாய்ப் பகுதியும், அதற்குக் கிழக்கிலுள்ள நந்தவனம் எனும் பகுதியுமே இந்தத் திருமதில் இருந்த பகுதியாக இருந்திருக்கும் எனலாம்.

1993இல் மேலே குறிப்பிடப்பட்டுள்ள சாலைச் சந்திப்பில் சாலை மத்தியில் துளை ஏற்பட்டு மண் சரிந்தது. அப்போது உள்ளே பார்த்தபோது பெரும் சுவர்த் தடங்களும், சுருங்கைவழி போன்ற அமைப்பும் இருப்பது தெரியவந்தது. அப்பகுதி மக்கள், தொல்லியல்துறை முறையாக ஆய்வு மேற்கொண்டால் தங்கள் கடைகளுக்கும் வசிப்பிடங்களுக்கும் ஏதாவது இடையூறு வருமோ என அஞ்சி அத்துளையை மூடிவிட்டனர். இவ்விடத்தை அகழாய்வு செய்தால் மும்முடிச் சோழன் திருமதிலைக் கண்டுபிடிக்க முடியும் என்பதில் ஐயமில்லை.

காடவன் மகாதேவியான விருதராஜ பயங்கர சதுர்வேதிமங்கலம்

இக்கல்வெட்டில்[15] குறிப்பிடப்பெற்றுள்ள 94 ¼ வேலி ½ மா நிலத்தின் வடவெல்லையில் திகழ்ந்த ஊராகக் காடவன் மஹாதேவியான விருதராஜ பயங்கர சதுர்வேதிமங்கலம் கூறப்பெற்றுள்ளது. இது தற்போது 'வெண்ணாற்றங்கரை' என வழங்கப்பெறுவதும் தஞ்சபுரீஸ்வரர் கோயில், மேலசிங்கப் பெருமாள் கோயில், மணிக்குன்றப் பெருமாள் கோயில், நீலமேகப் பெருமாள் கோயில், வேளூர் வரதராசப் பெருமாள் கோயில் இவற்றையொட்டிய தெருக்கள் ஆகியன அடங்கியதுமாகிய ஊர்ப்பகுதியே ஆகும்.

காடவன் மஹாதேவி என்பது முதலாம் குலோத்துங்க சோழனின் (கி.பி.1070-1125) தேவியின் பெயராகும். இத்தேவி பல்லவ குலத்துதித்தவள் என்பது 'காடவன்' என்ற பெயராலேயே விளங்கும். அடுத்து 'விருதராஜ பயங்கரன்' என்பது முதலாம் குலோத்துங்கனின் விருதுப்பெயர்களுள் ஒன்றாகும்.[16] முதலாம் குலோத்துங்கனின் விருதுப்பெயர் அவனின் தேவியின்

பெயர் ஆகிய இரண்டையும் பெற்று இப்பகுதி திகழ்ந்துள்ளது என்பது குறிப்பிடத் தக்கதாகும். விருதராஜ பயங்கரன் என்ற பெயரில் வளநாடு ஒன்றும் இருந்தது.[17] திருச்சி மாவட்டம் திருச்செந்துறை என்னும் ஊர் ஈசானமங்கலமென்றும், கேரளாந்தக அல்லது இராசமகேந்திர வளநாட்டு 'விருதராச பயங்கரச் சதுர்வேதி மங்கலம்' என்றும் அழைக்கப்பெற்றது.[18] இவற்றால் முதற் குலோத்துங்கன் காலத்தில் சோழ நாட்டின் பல பகுதிகள் விருதராச பயங்கரன் என்று பெயரிடப்பெற்றன என அறிகிறோம்.

'வெண்ணாற்றங்கரை' என்னும் பகுதிக்கு முதலாம் குலோத்துங்கன் காலத்தில்தான் இப்பெயர் ஏற்பட்டுள்ளது. அதற்கு முன்பு எவ்வாறு வழங்கியதென அறியமுடியவில்லை. இப்பகுதி தஞ்சாவூரின் புறம்படியைச் சார்ந்ததா அல்லவா என்பதையும் அறியமுடியவில்லை. எவ்வாறாயினும் பாண்டியர் ஆட்சியிலும் சோழர்காலப் பெயர்மாற்றம் பெறாமல் வழக்கத்தில் இருந்தது என்பதை இக்கல்வெட்டு உணர்த்துகிறது.

கருந்திட்டைக்குடியான சுங்கம் தவிர்த்த சோழ நல்லூர்

முதற் குலோத்துங்கன் கி.பி. (1070 - 1125) ஆற்றிய பணிகளுள் குறிப்பிடத்தக்கது சோனாட்டில் சுங்கவரியை நீக்கியமையாகும். இதனால் 'சுங்கம் தவிர்த்த சோழன்' என்றும், 'சுங்கந் தவிர்த்திருள் நீக்கி உலாகண்ட ஸ்ரீ குலோத்துங்க சோழ தேவர்' என்றும் குறிக்கப்பட்டான்.[19]

"புவிராச ராசர் மனுமுதலோர் நாளில்
தவிராத சுங்கம் தவிர்த்தோன்"[20]

என்று குலோத்துங்க சோழன் உலாவில் கவிச்சக்கரவர்த்தி ஒட்டக்கூத்தர் பாடுவார்.

இப்பெயரின் அடிப்படையில் இவன் ஆட்சிக்காலத்தில் சில ஊர்கள் சுங்கம் தவிர்த்த சோழநல்லூர்[21] எனவும், ஓர் ஆறு சுங்கம் தவிர்த்த சோழப் பேராறு[22] எனவும் பெயர்கள் எய்தின. இவை பாண்டியர் காலத்திலும் நீடித்ததைக் கண்டோம். இன்றைய கரந்தையின் பெரும்பகுதிக்குச் சுங்கம் தவிர்த்த சோழநல்லூர் என்ற பெயர்தான் இருந்துள்ளது. தஞ்சை நகரின் புறம்படியான கருந்திட்டைக்குடி முதற் குலோத்துங்க சோழன் காலத்தில் ஏற்றம் பெற்றுத் திகழ்ந்த ஓர் ஊர் என்பது புலனாகிறது.

கருந்திட்டைக்குடியான குலோத்துங்க சோழ அல்லூர்

சுங்கம் தவிர்த்த சோழநல்லூர் என்னும் கருந்திட்டைக்குடியின் கிழக்கு எல்லையாகத்திகழ்ந்த அல்லூர் குலோத்துங்க சோழனின் பெயரைத் தாங்கி நின்றது. தஞ்சைக் கல்வெட்டின்[23] அடிப்படையில் நோக்கும்போது இவ்வூர் கருந்திட்டைக்குடியின் கிழக்கு மற்றும் வடகிழக்குப் பகுதியைச்சார்ந்தது என்பது நன்கு விளங்கும்.

கருந்திட்டைக்குடியான கங்கை கொண்ட சோழன் திருநந்தவனம்

இது தஞ்சையின் புறநகரான சுங்கம் தவிர்த்த சோழநல்லூர் எனும் கருந்திட்டைக் குடிக்கே கிழக்கே வடவாற்றின் வடகரையில் இருந்தது என்பதனை அறியமுடிகிறது. கங்கை கொண்ட சோழன் என்பது முதலாம் இராசேந்திரனின் விருதுப் பெயராகும். வடவாற்றின் வடகரையில் இவன் பெயரில் நந்தவனம் ஒன்றும் இதற்கு நேர் எதிரே தென்கரையில் தஞ்சாவூர் நந்தவனப்பற்றும் இருந்துள்ளன.[24] இன்றும் கூட இந்த இடங்கள் 'நந்தவனம்' என்ற பெயரிலேயே அழைக்கப்பெறுகின்றன என்பது குறிப்பிடத்தக்கதாகும்.

குறிப்புகள்

1. SII Vol. II No.1
2. ARE 110 of 1930 - 31
3. என் சேதுராமன், பாண்டியர் வரலாறு
4. ARE 514, of 1918
5. எஸ்.ஆர். பாலசுப்பிரமணியம், கோப்பெருஞ்சிங்கன்.
6. என். சேதுராமன், பாண்டியர் வரலாறு, ப.206.
7. ARE 137 of 1902, SII Vol. VII No.761
8. தி.வை. சதாசிவப் பண்டாரத்தார், பிற்காலச்சோழர் வரலாறு ப.314.
9. பெரியகோயில் அதிஷ்டானக் கல்வெட்டு
10. ARE 323 of 1955-56.
11. ARE 36 of 1936-37, SII Vol. XXIV No.244
12. ARE 329 of 1953-54
13. ARE 286 of 1921, SII Vol. XII No.120
14. ARE 231 233 of 1916
15. SII. Vol.II No.22
16. "விருதராச பயங்கரன் முன்னோர் நாள்
 வென்ற சக்கரக் கோட்டத் திடைக்கெழும்
 குருதியுங் குடருங் கலந்தட்டவெங்
 கூழ்தெறித்தொரு கண்குருடானவும்" கலிங்கத்துப்பரணி 614.

17. SII Vol VII No.135
18. SII Vol VIII No.606 - ARE No.143 of 1936-37
19. ARE 408 of 1912
20. ஒட்டக்கூத்தர், குலோத்துங்க சோழனுலா
21. ARE 231, 233 of 1916
22. ARE 363 of 1907
23. SII II Vol.22
24. தற்போது தஞ்சாவூர் நந்தவனப்பற்று பாலோபா நந்தவனம் என அழைக்கப் பெறுகின்றது.

2009ஆம் ஆண்டில் சாமந்தான் குளத்தின்
அழிவுநிலைத் தோற்றம்

சோழர்காலத் தஞ்சாவூர்–புதிய முடிவு

சோழர்காலத் தஞ்சை பற்றி இதுகாறும் கண்ட செய்திகளைத் தொகுத்து நோக்கும்போது மாமன்னன் இராசராசனின் அரண்மனை இருந்த இடம் தற்போதைய சீனிவாசபுரத்தை ஒட்டிய இராசராசன் நகர் எனும் பகுதியில் இருந்திருக்கலாம் என்பதற்கான சாத்தியக்கூறுகளைக் கண்டோம். ஆனால் நிச்சயமான தடயங்கள் கிடைக்கவில்லை. சீனிவாசபுரம், செக்கடிமேடு, சிங்கப்பெருமாள் குளம் போன்ற பகுதிகள் தான் மக்கள் வாழ்ந்தபகுதி என ஆய்வாளர்கள் முன்பே கருத்துத் தெரிவித்திருந்தனர். இதற்கும் தக்க சான்றுகள் கிடைக்கப்பெறவில்லை.

அண்மையில் இந்நூலாசிரியர் பி.முருகானந்தம், ம.சரபோசி என்னும் நண்பர்களின் உதவியுடன் அழிவுற்ற தஞ்சை பற்றி ஆய்வு மேற்கொண்டபோது பயனுள்ள பல சான்றுகளும், தடயங்களும் கிடைத்தன. தஞ்சைப் பெரியகோயில் விமானக் கலசம் இருக்கும் பகுதியிலிருந்து (சுமார் 210 அடி உயரத்திலிருந்து) நகரத்தையும், சுற்றுப்பகுதிகளையும் காணும்போது, பெரிய கோயிலுக்கு மேற்கு, வடமேற்குப் பகுதுகளே பெருநகரம் அமைவதற்கு வாய்ப்பான நில அமைப்புடையதாய் இருப்பதை அறியமுடிந்தது. கோயிலுக்குத் தெற்காக உள்ள நிலப்பகுதி சிவப்பு வண்ணப் பாறைப் பூமியாகும். (செம்புறாங்கற்பூமி). இங்குப் பழைமையான கட்டடங்கள் ஏதாவது இருந்து அழிந்திருப்பின் அவற்றின் அடித்தளங்களைக் கொஞ்சமாவது காணமுடியும். ஆனால் தெற்குப்பகுதி முழுவதும் மக்கள் வாழ்ந்த பகுதியாக இல்லாமல், காட்டுப் பகுதியாகவே இருந்ததற்கான சான்றுகளே உள்ளன. பெரிய ஊர் இருந்ததற்கான எந்த ஒரு தடயமும் இதுவரை இங்குக் கிடைக்கவில்லை.

பெரிய கோயிலுக்குக் கிழக்கு, வடகிழக்குப் பகுதிகளில் உக்கிர மாகாளி கோயில், நிசும்பசூதனி கோயில் ஆகியவை இருப்பினும், கோயிற் கட்டுமானம் சோழர்கால அமைப்பாக இல்லாமல், பிற்காலப் படைப்புக்களாகவே உள்ளன. பாண்டியர்காலப் புதிய ஊரான சாமந்தநாராயண சதுர்வேதிமங்கலம் இங்குதான் அமைந்திருந்தது என்பதை அறியமுடிந்தது. இராஜராஜேச்சரத்துக்கு வடக்காகப் பழைய தஞ்சை நகரம் இருந்ததற்கான வாய்ப்புகள் உண்டு. இதே திசையில் உள்ள வடவாற்றின் வடகரையான கருந்திட்டைக்குடி தஞ்சையின் புறம்படி என்பதைக் கல்வெட்டுக்களால் அறிந்தோம்.

இவற்றின் அடிப்படையில் பெரிய கோயிலுக்கு மேற்கு, வடமேற்குத் திசைகளில் உள்ள 'மேலவெளி'க் கிராமம் முழுவதையும் ஆராய்வது என

முடிவெடுத்து, சிங்கப்பெருமாள் குளத்திற்குத் தெற்கு மற்றும் மேற்குப் பகுதிகளையும், சாயிபாபா குடியிருப்பு, கயிலாசகுளம், ரெட்டி ஏரி, அதியமான் மேடு, களிமேடு வரை உள்ள பகுதிகள் முழுமையாக ஆராயப்பெற்றன. இப்பகுதியில் பல இடங்களில் புதிய வீடுகள் கட்ட மனைகள் தோண்டப் படுவதும், புதிய குடியிருப்புகளை உருவாக்க நிலம் சமன்செய்யப் பெறுவதுமான பணிகள் நடைபெறுகின்றன. சாலை அமைக்கத் தோண்டப்படும் வாய்க்கால்களிலும், வீடுகட்டத் தோண்டப்பெறும் குழிகளிலும் மூன்றடி ஆழத்திற்குக் கீழே சோழர்கால வீட்டுத் தட்டோடுகள் மிகுந்த அளவில் சிதறிப் புதையுண்டு இருப்பதைக் காணமுடிந்தது. அத்துடன் சோழர்காலப் பானை ஓடுகளும் நிரம்பக் கிடைத்தன. இத்தட்டோடுகள் கங்கைகொண்ட சோழபுரத்து மாளிகை மேட்டுப்பகுதியில் கிடைத்துள்ளவற்றையே முழுவதும் ஒத்துக் காணப்பெறுகின்றன. கிழக்கு மேற்காக 2 கி.மீ நீளமும், தெற்கு வடக்காக $1\frac{1}{2}$ கி.மீ அகலமும் உள்ள நிலப்பரப்பில் மேலவெளிக் கிராமம் முழுவதும் வீடுகளுக்குரிய இத்தட்டோடுகள் நிறையக் காணப்பெறுகின்றன. சிலவிடங்களில் மூன்றடி ஆழத்திற்குக் கீழ்ச் செங்கற்களும், கட்டுமானப்பகுதிகளும் இருப்பதையும் காணமுடிந்தது.

அழிந்துபட்ட சிவாலயமும், எதிரே உள்ள கயிலாசகுளம் ஆகியவை அழிந்துவிட்ட பரந்த பழந்தஞ்சை நகரத்தின் மையப் பகுதியில் இருந்தவை என்பதை நன்கறிய முடிந்தது. இச்சிவாலயம் பல்லவர்கள், முத்தரையர்கள் காலத்துப் ‘பிரம்மகுட்டம்’ அல்லது திருநாவுக்கரசர் கூறும் ‘தஞ்சைத் தளிக்குளத்து மகாதேவர் கோயில்’ ஆகிய இரண்டில் ஒன்றாக இருக்கலாம்.

கயிலாசகுளத்திற்கு நேர் மேற்கில் 1 கி.மீ. தொலைவில் அளவிற் பெரிய அரங்க உடையான் ஏரி அமைந்திருப்பது கங்கைகொண்ட சோழபுரத்துச் சோழகங்கம் ஏரியினை நினைவூட்டுகிறது. இந்த ஏரியின் கிழக்குக் கரையில் வட்ட வடிவில் மிகப்பெரிய தூம்பு ஒன்று செங்கற் கட்டுமானத்தோடு இருந்துள்ளது.

சோழர்கால விநாயகர்

மேலவெளி

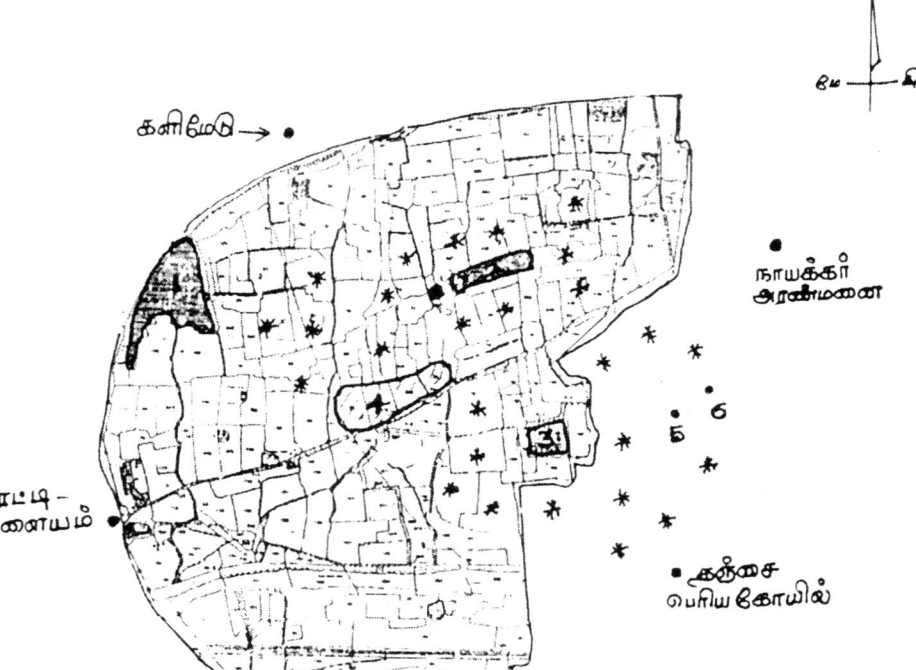

⊙ அழிந்த சிவாலயம் இருந்த இடம்.

✱ சோழர் கால ஓடுகள் கிடைக்குமிடம்

1. ரங்க உடையான் ஏரி
2. கயிலாச குளம்
3. சிங்க பெருமான் குளம்
4. ரெட்டி ஏரி
5. இராஜ ராஜன் கல்வெட்டு கிடைத்த இடம்
6. செக்கடி மேடு.

அண்மைக்காலத்தில் ஏரியை மராமத்துச் செய்யும்போது புல்டோசர் கருவியால் இந்தத் தூம்பு இடிக்கப்பெற்றுக் கரையில் தள்ளப்பட்டுக் கிடக்கின்றது. இந்த ஏரி புதுக்கோட்டை மாவட்டப் பகுதியிலிருந்து வந்த மழைநீரால் நிரம்பி, தஞ்சை நகருக்குத் தண்ணீர் தந்துள்ளது. கயிலாசகுளமும், ரெட்டி ஏரியும், அரங்க உடையான் ஏரியால் பாசனம் பெற்றுத் திகழ்ந்திருக்கின்றன. இந்த ஏரியே இராசராசன் காலத்துத் தஞ்சாவூரின் மேற்கு எல்லையாகத் திகழ்ந்த பேரேரி என்பதில் சற்றும் ஐயமே இல்லை. இது பண்டைய நாளில் ரெட்டி பாளையத்திலிருந்து களிமேடு வரை நீண்டு திகழ்ந்திருக்கிறது. காலப்போக்கில் சுருங்கிவிட்டது. இவ்வேரிக்குத் தெற்கில் மிகச்சிறந்த செங்கற் கட்டுமான அமைப்புடன் சக்கரகுளம் உள்ளது. இது நாயக்கர் காலத்துக் கட்டுமானமாக இருக்கலாம். நாயக்கர் காலம் வரை (கி.பி. 1617ஆம் நூற்றாண்டுகள்) இப்பகுதி சிறந்து விளங்கியது என்பதற்கு இக்குளம் நல்லதொரு சான்றாகும்.

ஒரு நகர அமைப்பு வாஸ்து சாத்திரப்படிச் சிவாலயத்தை மையமாகக் கொண்டு திகழும் என்ற கொள்கையின் அடிப்படையில் தஞ்சைப் பெரியகோயிலையும் அதனை ஒட்டிய சிவகங்கைக் குளத்தையும் ஒட்டியே (தஞ்சைத் தளிக்குள மகாதேவர் கோயில் இருந்த இடமாகக் கருதி) பழைய தஞ்சையைத்தேட முற்பட்டதால்தான் இதுகாறும் எந்தத் தடயமும் கிடைக்காமல் இருந்தன. மாமன்னன் இராசராசன் பல நூற்றாண்டுகளாகச் சிறந்து திகழ்ந்த ஒரு நகரத்தில் புதிதாக ஒரு கோயிலைக் கட்டும்போது அது சரியாக மையப்பகுதியில்தான் இருந்திருக்க வேண்டுமென எப்படிக் கொள்ளமுடியும்? தான் கட்ட நினைத்துள்ள கட்டடத்திற்கு ஏற்ற பரப்பும், நில அமைப்பும் உள்ள இடத்திலன்றோ கட்டுவான்? வாஸ்து சாத்திரம் கூறுவது புதியதாக ஓர் ஊரை நிர்மாணிப்பதற்குரிய விதி. இராசராசன் முன்பே இருந்த ஒரு பேரூரில் கட்டினான்.

இக்கோயில் கட்டுமான அமைப்பால் தனிச்சிறப்புடையது. மிக உயர்ந்த விமானத்துடன் அமைக்கப் பெறும்போது அவ்வளவு கனத்தையும் தாங்குவதற்கு அழுத்தமான பாறைப்பூமி தேவைப்பட்டது. அதற்கெனத் தேர்ந்தெடுக்கப்பட்டதே பழைய நகரத்திற்குத் தென்கிழக்கில் அமைந்திருந்த தற்போதைய பெரியகோயில் உள்ள இடமாகும்.

கயிலாசக் குளக்கரையில் அமைந்திருந்த சிவாலயத்தையே பழைய நகரின் மையப்பகுதியில் இருந்த ஆலயமாகக் கொண்டால், சீனிவாசபுரத்து இராசராசன் நகர், மேலவெளிக் கிராமத்தின் ஒருபகுதி ஆகியவை இராசரானது கல்வெட்டுக் காட்டும் 'தஞ்சாவூர் உள்ளாலையாக' வும் மேலவெளிக் கிராமத்தின் பெரும்பகுதி (களிமேடு, ரெட்டிபாளையம், அரங்கஉடையான் ஏரி உள்ள பகுதிகள்), தற்போதைய தஞ்சை நகரம், கரந்தை, மருத்துவகல்லூரி உள்ள பழைய காட்டுப்பகுதி ஆகியவை புறம்படி என்ற புறநகராகவும் இருந்திருக்கக்கூடும். சிவதாசன் சோலையான படைவீடு என்ற இடம் மருத்துவக்கல்லூரிக்கு அருகமைந்த மானோசிப்பட்டிப் பகுதியாக இருந்திருக்கலாம்.

மேலவெளிக்கிராமத்தில் பூமிக்குக் கீழே புதைந்துள்ள சோழர்காலத் தட்டோடுகள், செங்கற்கட்டுமானப் பகுதிகள், பானை ஓடுகள் ஆகியவற்றை ஆராய்ந்த இரா.நாகசாமி அவர்கள் மேலவெளிக் கிராமம் முழுவதையும் சோழர்காலத் தஞ்சாவூரின் நகரப்பகுதியாகக் கருதுவதற்குச் சாத்தியக்கூறுகள் நிறைய இருப்பதாகவும், இங்குக் கிடைக்கும் தொல்லியல் தடயங்கள் அனைத்தும் கங்கைகொண்ட சோழபுரத்து மாளிகை மேட்டு அகழ்வாய்வில் கிடைத்தவற்றை ஒத்தே இருப்பதாகவும், இது மிகச்சிறந்த ஒரு கருதுகோள் எனவும் கருத்துத் தெரிவித்துள்ளார்.

மேலவெளியில் கிடைத்த சோழர்கால ஓடுகள்

அண்மையில் சக்கரசாமம் என்னும் ஊரில் தஞ்சை அச்சுதப்ப நாயக்கரின் ஆழிக்கல் கல்வெட்டு ஒன்று கிடைத்தது.[1] அதில் சிங்கப்பெருமாள் கோயில் திருப்பணிக்காக அளிக்கப்பெற்று புதலூர் (சக்கரசாமம்) என்னும் கிராமத்தில் நான்கெல்லைகளாகச் சீராளூர், வெண்ணிலவோடை கூறப்பெற்று, கிழக்கு எல்லையாகக் 'கயிலாசநல்லூர்' குறிக்கப்பெற்றுள்ளது. சக்கரசாமத்திற்கு மேற்கே சீராளூர், வடக்கில் வெண்ணிலவோடை என்னும் ஊர்கள் இன்றும் அதே பெயரில் உள்ளன. ஆனால் கிழக்கில் இருப்பது மேலவெளிக் கிராமமான களிமேடுதான். 16ஆம் நூற்றாண்டில் மேலவெளிக் களிமேடு கயிலாசநல்லூர் என்ற ஒரு கிராமமாக இருந்துள்ளது என்பது இக்கல்வெட்டால் உறுதியாகின்றது. மேலும் மேலவெளியிலுள்ள 'கயிலாசக்குளம்' எனும் பெயர் இன்றும் மக்கள் வழக்கில் மறவாமல் இருப்பது இப்பெயரின் பெருவழக்கை வலியுறுத்துகின்றது.

புன்னைநல்லூர் மாரியம்மன் கோயில் திருக்குளத்திற்குத் தென்புறம் கயிலாசநாதர் கோயில் எனக் கோயில் ஒன்றுள்ளது. இது முன்னாளில் களிமேட்டில் இருந்ததாகவும், பின்னர் இதனை அகற்றி வெண்ணாற்றங்கரை இராசாசத்திரத்திற்கு

எதிரில் அமைத்ததாகவும் இறுதியாக அங்கிருந்து புண்ணைநல்லூருக்கு மாற்றியதாகவும் சொல்கின்றனர்.[2] இது மேலும் ஆராயப்படவேண்டிய ஒன்றாகும். களிமேடு என்ற சொல்லே (அழிந்துபட்ட) தளிமேடு என்பதன் திரிபாகவும் இருக்கலாம்.

மேலவெளிக் களிமேட்டின் பழம்பெயரான (நாயக்கர் காலம்) கயிலாசநல்லூர் என்ற பெயர், கயிலாசகுளம், அதன் கரையிலுள்ள திடலில் காணப்பெறும் பழங்கோயில்களின் சுவடுகள் ஆகிய இவையாவும் பல்லவமுத்தரைய சோழர்காலத் தஞ்சையின் தொடர்புடைய சான்றுகளே என்பதில் ஐயமில்லை.

இக் களஆய்வில் கிடைத்த அனைத்துச் சான்றுகளையும் தொகுத்து நோக்கும் போது, தற்போதைய கீழவாசல் குயவர் தெருவில் தொடங்கி மேலவெளி அரங்க உடையான் ஏரி வரை கிழக்கு மேற்காகவும், பெரிய கோயிலுக்குத் தெற்கில் உள்ள நீலகிரி வட்டம் தெற்குத் தோப்பிலிருந்து வடக்கே வெண்ணாற்றங்கரை வரைத் தென்வடலாகவும் தஞ்சை நகரம் விரிந்து பரந்து திகழ்ந்து என்பதை அறிகிறோம்.

குறிப்புகள்

1. தஞ்சை அச்சுதப்பநாயக்கர் வைத்த இந்த ஆழிக்கல் தற்போது தஞ்சாவூர் மராட்டியர் அருங்கர்ட்சியகத்தில் உள்ளது.

2. ஜே.எம்.சோமசுந்தரம் பிள்ளை தஞ்சைத் திருக்கோயில்கள் ப.62 கே.எம்.வேங்கட்ராமையா, தஞ்சை மராட்டிய மன்னர் கால அரசியலும் சமுதாய வாழ்க்கையும், ப.191.

பாண்டியர் ஆட்சியில் தஞ்சாவூர்

மாறவர்மன் சுந்தரபாண்டியன் கி.பி.1218இல் தஞ்சை நகரை எரியூட்டி முற்றிலுமாக அழித்தான் என அறிவோம். பிறகு இவன் தன்னிடம் தோல்வியுற்ற மூன்றாம் இராசராச சோழனுக்குப் பொன்னமராவதியில் மீண்டும் சோழநாட்டை வழங்கிச் 'சோனாடு தந்தருளிய 'சுந்தரபாண்டியன்' என்ற சிறப்புப் பெயரும் பெற்றான். பின்னர் மீண்டும் சுந்தரபாண்டியனால் நாடிழந்து, கோப்பெருஞ்சிங்கனால் சிறைப்பட்டு வருந்தி, போசள மன்னன் வீரநரசிம்மனின் உதவியால் சிறையிலிருந்து மீண்டு, சோழ அரசாட்சியைப் பெற்று வாழ்ந்தான். இவனுடைய மகனான மூன்றாம் இராசேந்திர சோழன் பாண்டியருடன் மோதி வெற்றி பெற்றாலும் பின்னர் முதல் சடையவர்மன் சுந்தரபாண்டியனால் கி.பி.1257இல் தோல்வி அடைந்து கப்பம் செலுத்தும் நிலைக்கு ஆளானான். கி.பி.1279இல் இவனது மரணத்தோடு சோழர் ஆட்சி முடிந்தது. இதன் பின்னர்ச் சோழநாடு பாண்டியர்களின் நேரடி நிர்வாகத்திற்குட்பட்டது.

பாண்டியகுலபதி வளநாட்டுத் தஞ்சாவூர்

இராசராசனின் ஆட்சிக்காலத்தில் முதலில் நித்தவிநோத வளநாட்டுப் பகுதியாக இருந்த தஞ்சாவூர் பின்னர் பாண்டிய குலாசனி வளநாட்டில் இடம் பெற்றது. பாண்டியர்களுக்குப் பேரிடியாகத் திகழ்ந்த வளநாடு என்ற பொருளில் அமைந்த இப்பெயரைப் பாண்டியர்கள் தஞ்சையைக் கைப்பற்றியவுடன் பாண்டிய குலபதி வளநாடு என மாற்றினார். இப்பெயர் மாற்றத்தைத் தஞ்சைப் பெரியகோயிலின் கல்வெட்டொன்று தெளிவாகக் காட்டி நிற்கின்றது.[1]

தஞ்சை நகரை அழித்த மாறவர்மன் முதலாம் சுந்தரபாண்டியன் நந்திபுரத்து ஆயிரத்தளி அரண்மனையிலும் பழையாறை (முடிகொண்ட சோழபுரம்) அரண்மனையிலும் பல மாதங்கள் தங்கியிருந்து பல ஆணைகள் பிறப்பித்தார் என்பதைப் பாண்டியர் வரலாறு எழுதிய அறிஞர்கள் தெளிவாகக் காட்டியுள்ளனர். எனவே மேற்குறித்த இரண்டு அரண்மனைகளும், பாண்டியனால் அழிக்கப்படவில்லை என்பதும், தஞ்சை அரண்மனை மட்டுமே பேரழிவுக்குட்பட்டு மண்ணோடு மண்ணானது என்பதும் தெளிவாகிறது. அழிந்த தஞ்சையில் பின்னால் வந்த பாண்டிய மன்னன் ஸ்ரீவல்லபனின் உயர்நிலை அலுவலர் ஒருவர் புதிய ஊர் ஒன்றினையும், கோயிலையும் எடுப்பித்துத் தஞ்சை நகரம் மீண்டும் பொலிவு பெற வழிவகுத்தார் என்பது இந்நூலின் முன்பே காட்டப்பெற்றுள்ளது.

குறிப்பு

1. SII Vol.II No.22 இல் கல்வெட்டைப் பற்றி இந்நூலின் பதினான்காம் பகுதியில் விரிவாகக் கூறப்பட்டுள்ளது.

ஆழிக்கல்

தஞ்சைத் திருக்கோயில்கள்

(பல்லவ சோழ பாண்டியர் காலம் வரை)

தஞ்சை நகரத்தின் தலையாய சிறப்புக்குரிய இராஜராஜேச்சரம் என்னும் பெரும் சிவாலயத்தைத் தவிர வேறு பல திருக்கோயில் பற்றி கல்வெட்டுகளிலும் இலக்கியங்களிலும் பேசப்பெறுகின்றன. இவற்றில் சில முற்றிலுமாகச் சுவடழிந்து மறைந்துவிட்டன. பலகோயில்கள் காலவெள்ளத்தில் சிதைந்தாலும் பல மாற்றங்கள் பெற்றுக் காலம் கடந்து நிற்கின்றன. இவ்வரிசையில் விசயாலயன் எடுத்த நிசும்பசூதனிகோயில், சுந்தரசோழ விண்ணகரம் எனும் திருமால் ஆலயம் ஆகிய இரு கோயில்கள் பற்றி முன்னரே விரிவாகக் கூறப்பெற்றது. எனவே அவற்றைத் தவிரப் பிற கோயில்களைக் காண்போம். இப்பிரிவில் பல்லவர், சோழர், பிற்காலப் பாண்டியர்களால், படைக்கப்பெற்ற ஆலயங்கள் பற்றி இனி விரிவாகக் காண்போம்.

தஞ்சைத் தளிக்குளத்து மகாதேவர் திருக்கோயில்

தஞ்சை நகரத்தைப் பொறுத்தவரை மிகப் பழமையான காலந்தொட்டுப் பேசப்பெறும் சிவாலயம் தஞ்சைத் தளிக்குளத்து மகாதேவர் திருக்கோயிலாகும். திருநாவுக்கரசு சுவாமிகள் திருவீழிமிழலைப் பதிகத்தில் 'தஞ்சை தளிக்குளத்தார்' என்று இக்கோயில் இறைவனைக் குறிப்பிடுகின்றார் திருஞானசம்பந்தர் திருக்ஷேத்திரக்கோவையில் "குளம் மூன்றும் களம் அஞ்சும், பாடி நான்கும்" என்று கூறி தனிக்குளம் பற்றிக் குறிப்பிடுகின்றார். இத்திருக்கோயில் பற்றி அறிஞர்களிடையே பல்வேறு கருத்துக்கள் உண்டு. 'பிற்காலச் சோழர் வரலாறு' எழுதிய தி.வை.சதாசிவப் பண்டாரத்தார். "அத்தகைய தஞ்சைத் தளிக்குளத்தைத்தான் இராசராச சோழன் பெரிய கற்றளியாக எடுப்பித்து அதற்கு 'இராசராசேச்சரம்' என்று பெயரும் வழங்கிச் சிறப்பித்தனன் என்பது ஈண்டு உணரற்பாலதாகும். எனவே அத்திருக்கோயிலின் தொன்மையும் பெருமையும் அறிந்துதான் இராசராசன் அதற்கு மிகச்சிறந்த முறையில் திருப்பணி புரிந்து யாவரும் வியக்கும் நிலையில் அதனை அமைத்துள்ளான் என்பது நன்கு துணியப்படும். ஆகவே தஞ்சை மாநகரில் வெற்றிடமாகக் கிடந்த நிலப்பரப்பில் அஃது இராசராசனால் புதிதாக அமைக்கப்பெற்றதொன்றன்று என்பது தெள்ளிது" என்று கூறுகிறார்.[1]

தளிக்குளம் பற்றி ஆய்வு செய்த அறிஞர்கள் பலர் தலைநகரில் இருந்த தளிக்குளத்தை வேறு இடத்தில் தேடுவதைக் காட்டிலும் தளிக்குளம் பெரிய கோயிலாக மாறிற்று எனலாம் எனக் கூறுகின்றனர். சிவகங்கைப் பூங்காவிலுள்ள

குளமே தளிக்குளம் எனக் கே.வி.சௌந்தரராஜன் கூறியுள்ளார்.[2] தமிழ்நாடு அரசின் தொல்லியல் துறையைச் சார்ந்த பத்மாவதி தஞ்சைப் பெரியகோயில் அருங்காட்சியகத்தில் சேகரிக்கப்பெற்றுள்ள துண்டுக் கல்வெட்டுகளை மேற்கோள்காட்டி "முதலாம் இராஜராஜன் பெரியகோயில் கட்டிய பிறகும் தளிக்குளமுடைய மகாதேவர் கோயில் மிகவும் சிறப்பான நிலையில் இருந்திருக்கிறது; தொடர்ந்து சோழர் காலத்திற்குப் பின்னும் வழிபாட்டில் இருந்திருத்தல் வேண்டும்" என்று கூறியுள்ளார்.[3]

இதுவரை தளிக்குளத்து மகாதேவர் கோயில் பற்றி வெளிவந்த ஆய்வுக் கட்டுரைகள் அனைத்துமே தெளிவான கருத்துக்களை வரையறுத்துக் கூறாமல் மேலோட்டமாகவே கூறிச்செல்கின்றன. எனவே அப்பர் சுவாமிகளின் தேவாரப் பாடலில் காணும் ஒரு குறிப்பைத் தவிர வேறு தெளிவான சான்றுகள் ஏதேனும் உண்டா என்பதை ஆராய முற்படுவோம்.

தஞ்சைப் பெரிய கோயிலில் உள்ள தொல்லியல் துறையினரின் அருங்காட்சிக் கூடத்தில் காணப்பெறும் நான்கு கல்வெட்டுத் துண்டுகள் தளிக்குளத்து மகாதேவர் கோயிலில் இருந்தவையே என்பதை உறுதிசெய்ய முடிகிறது. இக் கல்வெட்டுக்களைப் படிக்கவும், அதிலுள்ள செய்திகளை நுட்பமாக ஆராயவும் முனைந்தபோது வரலாற்றுத்துறைப் பேராசிரியர் அரியலூர் இல.தியாகராஜன் பெரிதும் துணைநின்றார். இவ்வாறு அவரது துணைகொண்டு ஆராயப்பெற்ற அக் கல்வெட்டு வாசகங்களை இனிக் காண்போம்.

முதற்கல்வெட்டு

1 க்கு யாண்டு 4 ஆவது தஞ்சாவூர் (த)ளிக்குளமுடைய மஹாதேவர்க்கு உடையார் ஸ்ரீ ....

2 தேவர் ஸளுக்கி குலகாலத் தெரிந்த வேளத்துப் பெ(ண்டாட்டி)ச்சஞ் பொந்னம்பலம் ஸந்தி விளக்கு மூன்று

3 கு வைத்த விளக்கொன்று மூன்று ஸந்திக்கும் ஆக னெய்

இது நீண்டதொரு கல்வெட்டின் சிறுபகுதியேயாகும். மன்னன் ஒருவரின் நான்காவது ஆட்சியாண்டில் தஞ்சாவூர் தளிக்குளமுடைய மகாதேவர் கோயிலில், ஸளுக்கிகுலகாலத் தெரிந்தவேளம் எனும் இடத்தில் இருக்கும் பெண்ணான பொன்னம்பலம் என்பாள் மூன்று சந்திப்பொழுதிலும் திருவிளக்கு எரிவதற்காக ஒருவிளக்கு வைத்து அதற்குரிய நெய்யிற்காக அளித்த அறக்கொடை பற்றியே இக் கல்வெட்டு குறிப்பிடுகிறது. இங்குக் குறிக்கப்பெறும் மன்னன் யார் என்பதை முதலில் அறிய வேண்டும். கல்வெட்டில் எழுத்தமைதி இராசராசன் இராசேந்திரன் காலத்துக்குரியதாக உள்ளது. 'ஸளுக்கிகுலகாலன்' என்ற விருதுப்பெயர் மாமன்னன் இராசராசன் சூடியதாகும். கி.பி.1010ஆம் ஆண்டுச் சாசனம் ஒன்று[4] தென்னார்க்காடு மாவட்டத்திலுள்ள நீமலி எனும் ஊரினைச் 'சளுக்கி குலகாலச்

சதுர்வேதிமங்கலம்' என்று குறிப்பிடுகிறது. இது மாமன்னன் இராசராசன் சூடிய பெயராகும். சாளுக்கிய மன்னன் சத்தியாசிரியனைக் கி.பி.992க்குப் பிறகு இவன் வென்றனன். இது அவனது 7ஆம் ஆட்சியாண்டுக்குப் பிறகு நடந்ததாகும்.

இக்கல்வெட்டிலோ 'சளுக்கிகுலகாலன்' என்று கூறி 4ஆம் ஆட்சியாண்டு கூறப்பெற்றிருப்பதால் இது மாமன்னன் இராசராசனின் புதல்வனான முதலாம் இராசேந்திர சோழனின் கி.பி.1016ஆம் ஆண்டுச் சாசனம் என்பது தெரியவருகிறது. 'ஸளுக்கிகுலகாலத் தெரிந்த வேளம்' என்பது உறுதியாகக் கங்கைகொண்ட சோழபுரத்து வேளமாக இருக்கமுடியாது. ஏனெனில் இராசேந்திர சோழனின் நான்காம் ஆட்சியாண்டில் கங்கைகொண்ட சோழபுரமே உருவாகவில்லை. அதனால் இவ்வேளம் தஞ்சாவூரிலிருந்த ஒன்றே என்பது தெளிவு.

இக்கல்வெட்டுச் சான்றால் இராசராச சோழனின் மறைவிற்குப் பின்பும் (கி.பி.1014க்குப் பின்பும்) தஞ்சைத் தளிக்குளத்து மகாதேவர்கோயில் வழிபாட்டில் இருந்தது என்பது உறுதியாகிறது. தளிக்குளத்து மகாதேவர் கோயிலைத்தான் இராசராசன் பெரிய கோயிலாக மாற்றி அமைத்தான் என்ற கருத்து தவறு என்பது இப்போது உறுதியாகிவிட்டது.

இரண்டாம் கல்வெட்டு

1. ....க்கு யாண்டு 4ஆவது மஞ்சுணத்தாள் வேளத்துப் பெண்டாட்டி மறைக்காட்டடிகள் வைத்த நொ....

2. ரு க கொன்றுக்குமாக காசு 24 கொண்டு நிசதம் உழக்குநெய் யட்டக்கடவன் திருத்துருத்தி திரு......

3. கரம்பியன் ஸ்ரீகண்டன் ஐயரான் இவனுக்கு இறைப்பவன் கரம்பியன் என்ன அருளன்

4. ர்க்கு யாண்டு நான்காவது உபையதேசிப்பெரு நிரவியன் வைத்த நொந்தா விளக்கொன்றினு.......

5. காசு பன்னிரண்டு கொண்டு நெய்யட்டுகின்ற சோழ மஹண்டை வாங்கிய பன்னிரண்டு காசும் கொ ....

6. கு நெய்யட்டக் கடவாடு திருத்துருத்தி திருக்கோயிலுடையான் கரம்பியன் ஸ்ரீ கண்டன் கண்டனையாரன்.

இக் கல்வெட்டு எழுத்தமைதி, கல் தூணின் அளவு போன்ற எல்லா அம்சங்களிலும் முதற் கல்வெட்டை முழுவதும் ஒத்தே காணப்பெறுவதாலும், மன்னனின் நான்காவது ஆண்டுச் சாசனமாக இருப்பதாலும் இதனையும் இராசேந்திரசோழனது சாசனமாகவே கொள்ளவேண்டும்.

மஞ்சுனத்தாள்வேளம் என்ற வேளத்திலிருந்த மறைக்காட்டடிகள் என்ற பெண் நுந்தாவிளக்கொன்றுக்கு முதலாக வைத்த 24 காசும், உபையதேசி பெருநிரவியன் என்ற வணிகன் நுந்தாவிளக்கொன்றுக்காக வைத்த 12 காசும், நெய்யளக்கின்ற சோழமஹண்டை பெற்ற 12 காசும், திருத்திருத்தி திருக்கோயிலுடையான் கரம்பியன் ஸ்ரீ கண்டன் கண்டன் ஐயரான் என்பவன் பெற்றுக்கொண்டு (தஞ்சைத் தளிக்குளத்து மகாதேவர் கோயிலுக்கு) நெய் அளப்பதாக எழுதித் தந்த ஒப்பந்தமே இக்கல்வெட்டாகும்.

மூன்றாம் கல்வெட்டு

1. யாண்டு 4 ஆவது
2. வெண்ணிக் கூற்றத்து பிரஹம
3. தேயம் ஸ்ரீ பூதிச் சது
4. பேதி மங்கலத்
5. து ஸபையோம்
6. விற்ற நிலவிலை
7. யாவணம் தஞ்
8. சாவூர் கூற்றத்
9. து தஞ்சாவூர் மேற்படிசக்ஷ
10. சிகாமணிப் பல்
11. லவரையந் சி
12. தளிக்குளத்து மகா
13. தேவர்க்கு விற்றுகு
14. டுத்த நிலமாவது
15. எங்களூர் மீயூர்ப்பளி
16. ஏரியில் அழகரை
17. க்கு மேற்கு
18. நாற் பாற்கெல்லை
19. பெளி வேலிச்செய்க்கு
20. வடக்கு மேல்பார்க்
21. லை விசயாலய
22. மங்கலத்து எல்லை
23. க்கு கிழக்கும் வடபார்க்
24. கெல்லை பழைய
25. ஏரிப் புறங்கரை
26. குலைக் கணிவாய்க்
27. காலுக்கு தெற்
28. க்கு இவ்விசைந்த
29. ....
30. குத்த காசு
31. 44 நாற்பத்து
32. நாலும் ....
33. .... ளகு
34. இக்காசு 10
35. ஆக காசு இ
36. ருபத்தாறும்
37. மறையும்
38. இரண்டு
39. ஷந்தியிலும்
40. விளக்கு ....
41. குடுத்த
42. லம்
43. இந் நில
44. ....
45. ....
46. ....

இக்கல்வெட்டின் எழுத்தமைதி, இராசராசன், இராசேந்திரசோழன் காலத்திய தாகவே உள்ளது. முதலிரு கல்வெட்டுக்களையே ஒத்து நான்காம் ஆண்டுச் சாசனமாகவும் உள்ளது. ஸ்ரீபூதிச் சதுர்வேதி மங்கலம், க்ஷத்திரியகாமணி (க்ஷ சிகாமணிப் பல்லவரையன்) எனும் பெயர்கள் இராசராசன் காலத்தில் வழக்கில் இருந்த பெயர்கள் என்பதாலும் இதனையும் இராசேந்திர சோழனின் நான்காம்

ஆண்டுச் சாசனமாகவே கொள்ளவேண்டியுள்ளது. க்ஷத்திரிய சிகாமணி என்னும் பெயர் இராசராசனின் நான்காம் ஆட்சியாண்டுக்குப் பின்பே சூடப்பெற்றது என்பதாலும் இங்குக் குறிப்பிடப்பெறும் நான்காம் ஆண்டு இராசேந்திரனுக்கே உரியதாகும் என்பது உறுதி.

இக் கல்வெட்டு 'தளிக்குளத்து மகாதேவர்' என்று குறிப்பிடுகிறது. தஞ்சாவூரைச் சேர்ந்த க்ஷசிகாமணிப் பல்லவரையன் என்பவன். (கோவில்) வெண்ணிக்கூற்றத்து ஸ்ரீபூதிச் சதுர்வேதி மங்கலத்துச் சபையோரிடமிருந்து நிலம் வாங்கி, தளிக்குளத்து மகாதேவர் கோயிலில் சந்தி விளக்கு எரிப்பதற்காக அளித்துள்ளான் என்பதை விவரிக்கின்றது.

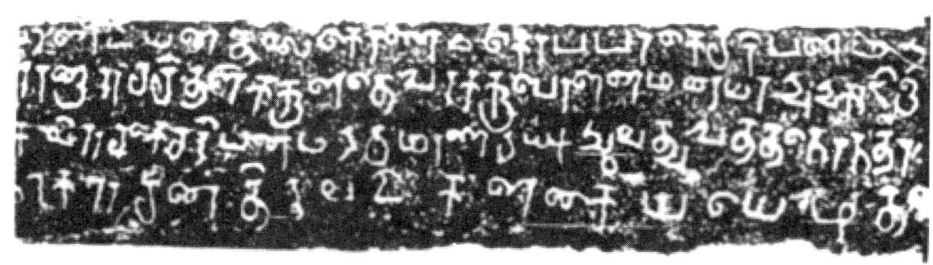

நான்காம் கல்வெட்டு

1. பாண்டியன் தலைகொண்ட கோப்பரகேசரி பன்மற்கு
2. ஞானார் சீதளிக்குள தேவர்க்கு பொன்னமரையர்
3. கோவிராஜகேசரி பன்மர்க்கு யாண்டு யக அங்காடி இரு ஆவது வைத்த நொந்தாவி
4. நாகராசன் திருவடிகள் கையெழுத்தெ ....

இங்குக் குறிப்பிடப்பெறும் பாண்டியன் தலைகொண்ட கோப்பரகேசரி என்பவர் மாமன்னன் இராசராசனின் உடன்பிறந்த ஆதித்த கரிகாலனாவார். மூன்றாம் வரியில் குறிக்கப்பெறும் கோவிராஜகேசரிபன்மர் என்பது மாமன்னன் இராசராசனின் தந்தையான இரண்டாம் பராந்தகன் எனும் சுந்தரசோழராவார். இவரது 11ஆம் ஆட்சியாண்டான கி.பி. 968இல் இச்சாசனம் எழுதப்பெற்றுள்ளது. ஆதித்த கரிகாலனுக்கு இது இரண்டாம் ஆட்சியாண்டாகும். தஞ்சாவூரிலிருந்த பொன்னமரையர் அங்காடி என்ற வணிக மையத்தில் இருந்த ஒருவர் தளிக்குளத்து மகாதேவர்க்கு நுந்தாவிளக்கு வைப்பதற்காக அளித்த முதல் பற்றி இச்சாசனம் பேசுகின்றது. இச்சாசனத்தின் மறுபகுதி கிடைக்காததால் இவ்வறக்கட்டனை பற்றி முழுமையாக அறிய முடியவில்லை. நாகராஜன் என்பவர் கையொப்பம் இட்டுள்ளார்.

மேலே கண்ட நான்கு சாசனங்கள் மட்டுமே தஞ்சைத் தளிக்குளத்து மகாதேவர் கோயில் பற்றிப் பேசும் கல்வெட்டுச் சான்றுகளாகும். சுந்தர சோழர் காலத்துச் சாசனம் 'தளிக்குளதேவர்' என்றும், இராசேந்திரசோழன் காலத்துச் சாசனங்கள் 'தளிக்குளமுடைய மகாதேவர்' 'தளிக்குளத்து மகாதேவர்' என்றும் கூறுகின்றன. அப்பர் சுவாமிகளோ 'தளிக்குளத்தார்' என்று கூறுகிறார்.

அப்பர் பெருமானின் காலமான கி.பி 7ஆம் நூற்றாண்டிலிருந்து, இராசேந்திர சோழனின் நான்காம் ஆட்சியாண்டான கி.பி. 1016 வரை இக்கோயில் வழிபாட்டிற் சிறந்திருந்தது என்பதற்கானச் சான்றுகளே மேற்கூறப்பெற்றவை. இதனால் இத்தளி பெரிய கோயிலினின்றும் வேறுபட்ட ஒரு சிவாலயம் என்பதும் உறுதியாகிறது. இந்தத் திருக்கோயில் சோழர்களின் இறுதிக் காலமான 13ஆம் நூற்றாண்டு வரை அழியாமல் இருந்திருக்கலாம் எனக் கருதலாம். இச்சிவாலயம் செங்கற்றளியாக இருந்திருக்கலாம் எனத் தோன்றுகிறது. மேலே குறிப்பிடப்பட்டுள்ள கல்வெட்டுத் துண்டுப் பலகைகளைக் காணும்போது இக் கருத்தே வலிமை பெறுகின்றது.

தஞ்சையைச் சேர்ந்த பள்ளிஅகரம் (வெண்ணாற்றின் வடகரை) எனுமிடத்தில் ஒரு சிவாலயம் உள்ளது. அதற்குத் தளிகேஸ்வரர் கோயில் எனப்பெயர். கோயிலுக்கு முன்புள்ள குளம் 'தளிகேசர் குளம்' என்றழைக்கப்பெறுகின்றது. தற்போதுள்ள கோயிலுக்கு இரண்டாம் சரபோஜி மன்னரின் மைத்துனர் சர்கேல்

பல்லவர் கால விநாயகரும் சண்டீசரும்
தற்போது மேலவீதி கொங்கணேஸ்வரர் கோயிலில் உள்ளன

இராமோஜி சர்ஜேராவ் காட்கே என்பவர் திருப்பணி செய்துள்ளார். கட்டட அமைப்பு முழுவதும் மராட்டியர் கைவண்ணத்தில் அமைந்துள்ளது. ஆனால் இக்கோயிலின் நந்தி மட்டும் பல்லவர் அல்லது முற்காலச் சோழர்காலச் சிற்ப அமைதியில் உள்ளது என்பது குறிப்பிடத்தக்கதாகும். மேலும் இக்கோயிலுள்ள செப்புத் திருமேனிகளும் சோழர் காலத்தனவாகவே (கி.பி.910ஆம் நூற்றாண்டு) உள்ளன. இவ்வாறு இத்திருக்கோயிலுள்ள மூலவரான சிவலிங்கம், நந்தி மற்றச் செப்புத் திருமேனிகள் ஆகிய அனைத்தும் பழமைத் தொடர்பைக் காட்டி நிற்கின்றன. எவ்வாறு வம்புலாஞ்சோலை மாமணிக் கோயிலும், யாளி விண்ணகரமும் பிற்காலத்தில் இடம்பெயர்ந்து வெண்ணாற்றின் தென்கரைக்குச் சென்றதோ, அவ்வாறே இத்தஞ்சைத் தளிக்குளத்து மகாதேவர் கோயிலும் நகரின் ஏதோ ஒரு பகுதியில் இருந்து பின்பு வெண்ணாற்றின் வடகரைக்குச் சென்றிருக்கலாம்.

அண்மைக்கால ஆய்வில் கண்டுபிடிக்கப்பெற்ற மேலவெளி கயிலாச குளத்தின் கரையில் இருந்து அழிந்துபோன கோயில் பல்லவர் காலத்திலேயே தஞ்சையில் இருந்த தளிக்குளத்து மகாதேவர் கோயிலோ, அல்லது பிரம்ம குட்டம் எனும் சிவாலயமோ இருந்த இடமாகவும் இருந்திருக்கலாம். நகரம் அழிவுற்றதால் வழிபாடுகள் நின்றுவிட்ட இத்தளிக்குளத்து மகாதேவர் கோயில் பின்னாளில் இடம்பெயர்ந்திருக்கலாம்.

சிவகங்கைக் குளம்தான் தளிக்குளம் எனக் கூறுவதற்குப் போதுமான தெளிவான சான்றுகள் இல்லை. இது எப்போது தோண்டப்பெற்ற குளம் என்பதற்கு எந்தச் சான்றும் கிடையாது. நாயக்கர் மற்றும் மராட்டியர் கால ஆவணங்களில் இக்குளம் பற்றிப் பேசப்பெறுகின்றதேயன்றி, அதற்கு முந்தைய காலத்தியக் குறிப்புகள் கிடைக்கவில்லை. குளத்தின் நடுமேடையில் உள்ள சிவலிங்கம் பின்னாளில் வைக்கப்பெற்றதாகும். அத்திருமேனியைத் தளிக்குளத்து மகாதேவர் என்று கூறுவது ஏற்புடையதாகாது.

தஞ்சாவூர் புறம்படி பிரம்மகுட்டம் (பல்லவர்காலக் கற்றளி)

சோழ மண்டலத்துப் பாண்டிய குலாசனி வளநாட்டுத் தஞ்சாவூர்க் கூற்றத்துத் தஞ்சாவூரில் மாமன்னன் இராசராசன் எடுப்பித்த இராஜராஜேச்சரம் எனும் சிவாலயத்தில் 400 தளிச்சேரிப் பெண்டுகளை ஆடற்பணி புரிவதற்காக நியமித்தான். இவர்கள் சோழ மண்டலத்திலிருந்த பல ஊர்களிலிருந்தும், பல திருக்கோயில்களிலிருந்தும் இங்கு நியமனம் பெற்றனர். இவ்வாறு பிற ஊர்களிலிருந்து வந்தவர்களோடு, தஞ்சை நகரிலிருந்த பிரம்மகுட்டம், மாமணிக்கோயில் ஜயபீதமதளி, ஏரியூர்நாட்டுத்தளி ஆகிய நான்கு கோயில்களிலிருந்தும் ஆடல்மங்கையர் வந்து சேர்ந்தனர். பிரம்மகுட்டத்துப் பெண்கள் பற்றிப் பேசும் கல்வெட்டு வரிகள் பின்வருமாறு குறிப்பிடுகின்றன.

தெற்குத் தளிச்சேரித் தென்சிறகு எண்பத்தெட்டாம் வீடு தஞ்சாவூர்ப் பிரம்ம குட்டத்து நக்கன் திருமாகாளத்துக்குப் பங்கு ஒன்றும்.

எண்பத்தொன்பதாம் வீடு இத்தளி நக்கன் பிச்சிக்குப் பங்கு ஒன்று.

வடக்கில் தளிச்சேரி வடசிறகு

எழுபதாம் வீடு தஞ்சாவூர் பிரம்ம குட்டத்து நக்கன் தூதுவிக்குப் பங்கு ஒன்றும்.

தொண்ணூறாம் வீடு தஞ்சாவூர் பிரம்மகுட்டத்து நக்கன் நல்லூர்க்குப் பங்கு ஒன்றும்.

தொண்ணூற்றாறாம் வீடு தஞ்சாவூர் பிரம்மகுட்டத்து நக்கன் பெற்றமைக்கு பங்கு ஒன்றும்.[5]

நாக்கன் திருமாகாளம், நக்கன்பிச்சி, நக்கன்தூதுவி, நக்கன் நல்லூர், நக்கன் பெற்றமை என்ற ஐந்து பெண்களும் இராஜராஜேச்சரத்துக்கு வருவதற்கு முன்பு தஞ்சாவூர்ப் பிரம்மகுட்டத்தில் ஆடற்பணி புரிந்தனர் என்பது நன்கு விளங்குகின்றது.

இத்திருக்கோயிலுக்கு ஆடல்மகளிர் பிறகோயில்களிலிருந்து நியமனம் பெற்றதுபோல், வாத்தியங்கள் வாசிப்பாரும் நியமனம் பெற்றனர். இவ்வாறு வந்தவர்களுள் ஒருவன் பிரம்மகுட்டத்து உவச்சனாவான். இதுபற்றிக் குறிப்பிடும் கல்வெட்டு.

> "தஞ்சாவூர் பிரஹ்மகுட்டத்து உவைச்சன் ஐயாறன்
> கண்டராச்சனுக்குப் பங்கு முக்காலும்"

என்று கூறுகிறது.[6] தஞ்சைப் பெரிய கோயிலில் மாமன்னன் இராசராசன் வைத்த திருவிளக்குகள் பற்றிக் கூறும் கல்வெட்டு தஞ்சாவூர் புறம்படி பிரம்மகுட்டம் என்று கூறுகிறது.[7] எனவே இக்கோயில் தஞ்சை நகரின் புறநகரான புறம்படியில் இருந்துள்ளது என்பதை அறிகிறோம். இவை அனைத்தும் தஞ்சை இராஜராஜேச்சரத்துக் கல்வெட்டுக்கள் கூறும் செய்திகளாகும்.

தஞ்சைப் பெருங்கோயிலான இராஜராஜேச்சரம் மாமன்னன் இராசராசனால் கட்டப்பெற்றுச் சிறப்புற்றுத் திகழும் நாளில் பிரம்மகுட்டம் எனும் இக்கோயிலும் சிறப்புடன் திகழ்ந்திருந்துள்ளது. அங்கு நடம் புரியும் பெண்களும், மத்தளம் இசைக்கும் உவச்சர்களும் பணிபுரிந்தனர் என்பதையும் அறிகிறோம். இவ்வளவு சிறப்பாகத் திகழ்ந்த கோயில் தஞ்சை நகரில் இன்று இருக்குமோ, இருப்பின் எங்குள்ளது என்பதைத் தேடமுற்பட்டோம். எங்கும் இக்கோயில் பற்றிய செய்திகளோ தடயங்களோ கிடைக்கவில்லை.

சில ஆண்டுகளுக்கு முன்பு இரா.நாகசாமி அவர்களுடன் இந்நூலாசிரியர் தஞ்சைப் பெரியகோயிலின் மகாமண்டபத்தின் உள்ள உட்பகுதிகளை ஆராய்ந்தபோது பல துண்டுக் கல்வெட்டுக்களைக் கண்டு வரலாற்றுலகுக்கு

அறிமுகம் செய்யமுடிந்தது. பன்னிரண்டுக்கும் மேற்பட்ட துண்டுக் கல்வெட்டுக்கள் உள்ள கற்பலகைகள் இங்கு இடம்பெற்றிருந்தன. இவை அனைத்தும் மகாமண்டபத்தை இரண்டாகப் பிரிக்கும் குறுக்குச் சுவரின் இருபக்கங்களிலும் கட்டுமானத்தினூடே இருந்தன.

இக் குறுக்குசுவரும் மகாமண்டபத்தின் முற்பகுதியும் விசயநகரப் பேரரசின் காலத்தில், திருப்பணி செய்து மாற்றங்கள் செய்யப்பெற்றவை என்பதை இங்குள்ள கல்வெட்டொன்றாலும், கட்டடக்கலைப் பணியாலும் அறிய முடிகிறது. இக்கல்வெட்டு,

1. பிரமிச்சி நா
2. யக்கர் மண்
3. டபம் அதி
4. க்கம் ஆக
5. கட்டிவித்த
6. பச்சையா
7. நாயக்
8. கர் சதா
9. சேவை

என்றுள்ளதால், இராசராசனால் எழுப்பப்பெற்ற இம் மண்டபம் பின்னாளில் இடிபாடுற்றதால் பச்சையா நாயக்கர் என்பவர் பிரமிச்சி நாயக்கர் மண்டபம் என்ற பெயரில் புதுப்பித்துள்ளார் என்பது நன்கு விளங்குகின்றது. இக்கல்வெட்டு அச்சுத தேவராயர் காலத்தியதாகும். இது பற்றி இராஜராஜேஸ்வரம் எனும் பகுதியில் விரிவாகக் காண்போம்.

இந்த மண்டபத் திருப்பணிக்குக் குறுக்குச்சுவர் எடுக்கக் கருங்கற்கள் தேவைப்பட்டன. தஞ்சை நகரில் இடிபாடுற்றிருந்த பழங்கோயில் ஒன்றின் கற்களே அவர்களுக்கு எளிதில் கிடைத்தன போலும். அவற்றைக் கொண்டு வந்தே தம் திருப்பணியை நிறைவு செய்துள்ளனர். அவ்வாறு கொண்டுவரப்பெற்ற சில கற்கள், கல்வெட்டுகளையும் சுமந்து வந்தன. அவையே நமக்கு அந்த இடிபாடுற்ற பழங்கோயிலின் வரலாற்றைக் காட்டி நிற்கின்றன. இந்தக் கல்வெட்டுக்கள் உள்ள கற்களோடு, அங்கிருந்த சிங்கத்தூண் ஒன்றும் இங்குக் கொண்டுவரப்பெற்று, குறுக்குச் சுவர் அருகில் உள்ள படிக்கட்டு வாயிலைத் தாங்க நிறுத்தப் பெற்றுள்ளன. இத்தூண் பல்லவர்களின் கலை அமைதி கொண்ட சிங்கத்தூண் என்பது குறிப்பிடத்தக்கதாகும்.

மேலே குறிப்பிட்டுள்ள மகாமண்டபத்துக் குறுக்குச்சுவரில் காணப்பெறும் துண்டுக் கல்வெட்டுக்களைத் தொகுத்து நோக்கும்போது 'பிரம்மகுட்டம்' என்னும் கோயிலைப் பற்றிய தகவல்களைக் காணமுடிகின்றது. ஒரு துண்டுக்கல்லில் 'ஸ்ரீதந்தி' என்ற சொல் கிரந்த எழுத்துக்களில் பொறிக்கப்பெற்று, மற்ற எழுத்துக்கள் சிதைந்து காணப்பெறுகின்றன. இரண்டாம் நந்திவர்மன் என்ற பல்லவப் பேரரசனின்[8] மகனும், தெள்ளாறெறிந்த நந்திவர்மன் எனும் மூன்றாம் நந்திவர்மனின்[9] தந்தையுமே இங்கு குறிக்கப்பெறும் ஸ்ரீதந்திவர்மன் ஆவான். சிம்மத்தூணும், இந்தக் கல்வெட்டுள்ள கற்பலகையும் தாம் ஸ்ரீதந்திவர்மபல்லவன் காலத்துக்குரியவை என்பதைத் தெளிவாகக் காட்டுகின்றன.

தந்திவர்மனின் இக் கல்வெட்டைத் தவிர வேறு 12 கல்வெட்டுப் பலகைகள் இச்சுவரில் உள்ளன. இவற்றில் 9 தெளிவாக உள்ளன. மற்றவை தலைகீழாகவும், சிதைந்தும் காணப்பெறுகின்றன. தெளிவான கல்வெட்டுக்களை இனிக் காண்போம்.

கல்வெட்டு – 1

1. *(ம) திரை கொண்ட கோப்*
2. *ஆவது பிரம குட்டத்து*
3. *ய ....*
4. *ரை ....*
5. *ரத ....*

இது எழுத்தமைதியால் முற்காலச் சோழர் கல்வெட்டு என்பதைக் காட்டி நிற்கின்றது. மதிரை கொண்ட கோப்பரகேசரி என்ற முதலாம் பராந்தகனின் பெயரும், பிரம்மகுட்டம் கோயிலும் என்பதைத் தவிர மற்ற எழுத்துக்கள் சிதைந்துவிட்டன.

கல்வெட்டு – 2

1. *ரி பண்மர்க்கு யாண்டு*
2. *....... நுந்தா விளக்கு*
3. *.....................*
4. *.....................*
5. *.....................*

இது முதற்கல்வெட்டின் தொடர்ச்சி என்பதை நன்கறியலாம். மதுரை கொண்ட கோப்பரகேசரிவர்மரின் ஓர் குறிப்பிட்ட ஆண்டில் பிரம்மகுட்ட மகாதேவர்க்கு நுந்தாவிளக்கு வைத்த செய்தி இதனால் அறியமுடிகிறது.

கல்வெட்டு – 3

1. பிரம்ம குட்டத்து தேவர்க்கு வேண்டி சய
2. பொன் பதின் கழஞ்சு சந்திராதித்தவரை
3. .... வெள்ளி
4. .... இவ்வெள்ளி

இத் துண்டுக் கல்வெட்டும் எழுந்தமைதியால் பராந்தக சோழரின் கல்வெட்டாகவே உள்ளது. பிரம்மகுட்டத்து இறைவனுக்காக 10 கழஞ்சுப் பொன்னும், வெள்ளியும் அளிக்கப்பெற்றதைக் குறிப்பிடுகின்றது.

கல்வெட்டு – 4

1. ப் பரகேசரி பண்மர்க்கு ய
2. நொந்தா விளக்கு ....
3. ன பண் வைத்து சந்திரா

இதுவும் பராந்தக சோழரின் கல்வெட்டே. இக்கோயிலுக்கு நுந்தா விளக்குக்காக வைத்த அறக்கொடை பற்றிக் குறிப்பிடுவதாகும்.

கல்வெட்டு – 5

1. .... கொண்டு
2. ந்தவல் எரிப்போம்
3. ளதரி யமவ ....
4. பன்மாகேஸ்வர ரட்சை

இது மேலே கண்ட கல்வெட்டுக்களின் எழுத்துக்களையே முழுவதும் ஒத்துக் காணப்படும். கல்வெட்டுப் பலகையாகும். மாகேஸ்வர ரட்சை என்று கூறுவதால் பிரம்ம குட்டம் சிவாலயம் என்பது நன்கு விளங்கும்.

கல்வெட்டு – 6

1. ம் ஈழமும் கொண்ட
2. து ஒன்றாவது
3. த்தி மாதேவர்க் குளம்
4. கற்றளி அமிதன்மா
5. உழக்கு எண்ணை

என்றுள்ள இக் கல்வெட்டும் முதற் பராந்தகன் காலத்தியதேயாகும். மதுரையும் ஈழமும் கொண்ட கோப்பரகேசரி எனும் சொற்களின் ஒருபகுதியைக் கொண்டு திகழும் இக்கல்வெட்டு பிரம்மகுட்டம் என்பது கற்றளி என்பதையும் இதனுடன் 'மாதேவர்க்குளம்' என்ற குளம் இருந்ததையும் மறைமுகமாகச் சுட்டி நிற்கின்றது.

இவை அனைத்தையும் தொகுத்து நோக்கும்போது முதற் பராந்தக சோழன் காலத்தில் (கி.பி. 907-953) இக்கோயில் கற்றளியாகச் சிறப்புடன் திகழ்ந்தது என்பதை அறிகிறோம். நுந்தாவிளக்குகளும், 40 கழஞ்சுப் பொன் அணிகலன்களும், வெள்ளிக் கலன்களும், அளிக்கப்பெற்றமையையும், அதற்குச் சாசனங்கள் பொறிக்கப்பெற்றதையும் காண்கிறோம். குளக்கரை ஒன்றில் கற்றளியாக இக்கோயில் திகழ்ந்தது என்பதும் குறிப்பிடத்தக்க செய்தியாகும்.

இரண்டாம் பராந்தகன் எனும் சுந்தரசோழரின் மகளும், மாமன்னன் இராசராசனின் சகோதரியுமான ஆழ்வார் பராந்தகன் குந்தவைப் பிராட்டியார் சுந்தரசோழர் காலத்திலேயே பிரம்மகுட்டம் எனும் இக்கோயிலுக்குப் பல நிவந்தங்கள் அளித்துள்ளதை இதே குறுக்குச்சுவரில் உள்ள கல்வெட்டுக்கள் கூறி நிற்கின்றன.

கல்வெட்டு – 1

1. ....
2. வோலையும் இதுவே ஆவதாகவும் இத்
3. வ பொருள் மாவருதி பொருள் சில
4. கடவார் அல்லாதாராகவும் இப்பரிசு இ
5. வரையும் விற்று விலை ஆவணஞ்
6. தும் நம்மை உடைய சக்ரவர்த்தி ஸ்ரீபரா
7. திருமகளார் ஸ்ரீகுந்தவை பிராட்டியார்
8. ஸரிச் சதுர்வேதி மங்கலத்து ம ...
9. யாம் பணியாள் இவ்வூர் மத்யஸ்தன்
10. கநந சருய ஸ்ரீ நொ ....
11. மையால்

கல்வெட்டு – 2

1. வேந்த வேளான் அடைவு குடுத்து விச்
2. ட்டபடி விற்று காசு தண்டுகவென்று

3. ங்கு உடையார் பனி மகன் சாத்தம்பியா

4. சாத்தம்பியார் தண்ட மகாசபையோம்

5. லவிலை ஆவணம் நம்மை உடைய

6. பராந்தக தேவர் திருமகளார் ஸ்ரீகுந்த

7. டியாயி நித்த விநோத வளநாட்டு

8. த்து தஞ்சாவூர் பிரம்மகுட்டத்து தே

9. ந்தாவிளக்கு வைப்பதாக காசு ஸ்ரீ

10. திருமகளார் ஸ்ரீகுந்தவை பிராட்டியார்

கல்வெட்டு – 3

1. ....

2. டுத்தமையறிவேன் இப்பிராட்டியார்க்கு அதிகாரம் செய்கின்ற நாகமங்கிழா

3. ன் எழுத்து இப்படி காடுத்தமை அறிவேன் இப்பிராட்டியார் கரணத்தா

4. னென் இவை என்னெழுத்து இப்படிக்கு கொடுத்தமை அறிவேன் ஆழ்வார்

5. னென்னெழுத்து இப்படி குடுத்தமை யறிவேன் ஆழ்வார் கரணத்தான் மா

6. எழுத்து

இவையனைத்தும் குந்தவைப் பிராட்டியார் பிரம்மகுட்டத்துத் தேவருக்கு வைத்த அறக்கட்டளைகளை விவரிக்கின்றன. இத்துண்டுக் கல்வெட்டுக்களால் சுந்தர சோழரின் காலமான கி.பி. 957-970இல் தஞ்சாவூரில் பிரம்மகுட்டம் எனும் கோயில் சிறந்து விளங்கிற்று என்பதைத் தெள்ளத் தெளிவாக அறியமுடிகிறது.

தந்திவர்மபல்லவன் காலத்திலிருந்து (கி.பி. 796-847) மாமன்னன் இராசராசன் காலம் வரை சிறந்த கற்றளியாகத் திகழ்ந்த பிரம்மகுட்டம் எனும் சிவாலயம் பின்னாளில் தான் இருந்த இடத்தில் சுவடுகூட இல்லாமல் அழிந்துள்ளது. இக்கற்றளியும் குளக்கரையில் அமைந்திருந்தது என்னும் ஊகத்தால் அண்மைக்காலத் தஞ்சைநகர ஆய்வில் கண்டுபிடிக்கப்பெற்ற கயிலாசகுளமும், கரையிலிருந்த கோயிலும் பிரம்ம குட்டமாகவோ அல்லது தளிக்குளத்து மகாதேவர் கோயிலாகவோ இருந்திருக்கலாம் எனக் கருத இடமுள்ளது.

'பிரம்மகுட்டன்' என்ற பெயர் மக்கள் வழக்கில் இருந்ததற்கான சான்றுகளைத் தஞ்சை இராஜராஜேச்சரம், திருவலஞ்சுழிச் சிவாலயம் போன்ற இடங்களிலுள்ள கல்வெட்டுச் சாசனங்களால் அறியமுடிகிறது. தஞ்சைப் பெரிய கோயிலில் இராசராசன் நியமித்த இசைவாணர்கள் வரிசையில் நியமனம் பெற்ற ஒருவரின் பெயர் 'பிரம்மகுட்டன் கணவதியான இருமுடி சோழ வாத்திய மாராயன்' என்பதாகும்.

தஞ்சைப் பெரிய கோயில் மகாமண்டபத்தில் காணப்பெறும் பிரம்ம குட்டத்துக் கோயிலின் சிம்மத்தூண் போன்ற இரண்டு சிம்மத்தூண்கள் உடைந்த நிலையில் தஞ்சைக் கலைக்கூடத்தில் உள்ளன. இவையும் அழிந்த பிரம்மகுட்டத்துத் தூண்களே என நிச்சயமாக நம்பலாம். எழில் மிகுந்த சிற்பத்தூண்களோடு, கல்வெட்டுக்கள் பலவற்றைச் சுமந்து நின்ற பல்லவர் காலத்துக் கற்றளியான பிரம்மகுட்டம் இருந்த இடம் தெரியாமல் அழிந்தது வரலாற்றின் அவலங்களுள் ஒன்றாகும்.

கரந்தை வாகீஸ்வரர் திருக்கோயில்

தஞ்சையில் பல்லவர் மற்றும் முற்காலச் சோழர் காலத்தில் மிகச் சிறப்பாகத் திகழ்ந்து பின்பு சுவடுகூட இல்லாமல் அழிந்துபோன திருக்கோயில்கள் வரிசையில் குறிப்பிடத்தக்க மற்றொரு திருக்கோயில் வாகீஸ்வரர் கோயிலாகும். இது கருந்திட்டைக் குடியின் மேற்குப் பகுதியில் இருந்துள்ளது. மேற்கிருந்து கிழக்கு நோக்கிப் பாய்ந்துவரும் வீரசோழ வடவாறாம் காவிரி அணங்கு கரந்தை நகருள் புகும்போது வம்புலாஞ்சோலை என்ற வைணவப் பதியைத் தழுவி விட்டு, தென்திசை திரும்பி, சிறிது தூரம் ஓடிய பின்பே ஒய்யாரமாகக் கீழ்த்திசையில் திரும்பிப் பாய்கிறாள். இந் நகருள் வடக்கே இருந்து தெற்கு நோக்கி வடவாறு பாயும் இடத்தில், ஆற்றின் கீழ்க்கரையில் பல்லவர் காலத்தைச் சேர்ந்த இக்கோயில் இருந்துள்ளது. கரந்தையில் தமிழ்ச்சங்கத்திற்குப் பின்புறம், சேர்வைக்காரன் தெருவில் உள்ள இவ்விடம் தற்காலத்தில் வடவாற்றுப் படித்துறைக் கரை என அழைக்கப்பெறுகின்றது. அங்குள்ள அழிந்துபோன ஆலயக் கற்கள் சிலவும், கணபதியின் திருவுருவமும் கோயில் இருந்த இடத்தைக் காட்டி நிற்கின்றன.

காளாமுகம், பாசுபதம், மாவிரதம், காபாலிகம் போன்ற நெறிகள் பல்லவர் காலத்தும் பின்பும் தமிழகத்தில் திகழ்ந்த சிவ வழிபாட்டு உட்சமயங்களாகும். காபாலிகம், காளாமுகம் போன்ற நெறிகள் கடுமையான பழக்க வழக்கங்களை அடிப்படையாகக் கொண்டு திகழ்ந்தன. பாசுபதம் இவற்றில் சற்று மாறுபட்ட நெறியுடையது. சிவபெருமானைப் பரம்பொருளாகக் கொண்டு பசுபதி (உயிர்களுக்கெல்லாம் தலைவன்) என்ற பெயரில் அவனை வழிபட்டனர். இந்நெறியில் லகுளீசர் என்ற ஆசிரியரின் சித்தாந்தங்களைப் பின்பற்றுவதே நகுலீச அல்லது லகுளீச பாசுபதம் ஆகும்.

இவர்கள் மகேச்சுரர் எனவும் அழைக்கப்பட்டனர். பசுபதியையும் இலிங்கங்களையும் வழிபட்டனர். சிவனையும் கணங்களையும் இணைத்து

வழிபட்டனர். உயர்ந்த பாசுபத விரதம் ஞானம் என்பதாகும். சிவன் யோகாசிரியனாக வந்து குரு, ததீசி, அகத்தியர், உபமன்பு முதலியவர்களுக்கு உபதேசம் செய்வதாகப் போற்றுவர். வாகீசனாக, ஞானம் உரைக்கும் ஆசானாகச் சிவபெருமானை வணங்குவதே இவர்கள் போற்றிய வழிபாட்டு நெறியாகும்.

திருநாவுக்கரசர் காலத்தில் (கி.பி. 7ஆம் நூற்றாண்டில்) சிவபெருமானைப் போற்றும் பல்வேறு பிரிவினர் சோழ நாட்டில் வாழ்ந்தனர் என்பதைத் தம் திருவாரூர்ப் பதிகத்தில் குறிப்பிடுகின்றார். உருத்திர பல்கணத்தார், மாவிரதிகள், அந்தணர், சைவர், பாசுபதர், காபாலிகர் போன்ற உட்பிரிவுகளின் செல்வாக்கு சோழ நாட்டில் கமழ்ந்ததை

"அருமணித்தடம் பூண்முலை அரம்பையரொ
டருளிப் பாடியர்
உரிமையிற் றொழுவார்
உருத்திர பல்கணத்தார்
விரிசடைவிரதிகள் அந்தணர் சைவர்பாசுபதர்
கபாலிகள்
தெருவினிற் பொலியுந்
திருவாரூ ரம்மானே"[11]

எனக் குறிப்பிட்டுக் காட்டுகிறார்.

ஞானத்தின் வடிவாக, வாக்குக்கு ஈசானாகத் திகழும் பரமேட்டியை வாகீஸ்வரர் என்றும், மகேஸ்வரியை வாகீஸ்வரி என்றும் அழைத்து, அவர்களுக்கெனத் தனித்தனி வடிவங்கள் சமைத்து வழிபட்டனர். இந் நெறியைப் போற்றிய லகுளீச சித்தாந்திகளின் மையமாகத் திகழ்ந்தது தஞ்சைப் பகுதியேயாகும். தஞ்சையிலிருந்து 10 கிலோமீட்டர்த் தொலைவில் உள்ள நந்திபுரத்து ஆயிரத்தளியும் (கண்டியூர்-வீரசிங்கம்பேட்டை) திருக்காட்டுப்பள்ளிக்கு அருகிலுள்ள (காவிரியின் தென்கரையில்) நியமத்து ஆயிரத்தளியும் இச்சயம் செழித்த பகுதிகளாகும். பல்லவர் காலத்தைச் சேர்ந்தனவாக இருபதிற்கும் மேற்பட்ட வாகீஸ்வரன், வாகீஸ்வரி திருமேனிகள் தஞ்சையை உள்ளிட்ட இப்பகுதியில் இதுவரை கிடைத்துள்ளன. இங்குக் கிடைத்த திருமேனிகள் ஆல்பிரட்நாக்ஸ், கலைக்கூடம் பப்பலோ--அமெரிக்கா, மியூசியம் ஆஃப் பைன் ஆர்ட்ஸ்--பாஸ்டன், அமெரிக்கா, பம்பாய், கல்கத்தா போன்ற இடங்களில் உள்ளன. வீரசிங்கம் பேட்டை நாலுசாமி மேட்டில் கிடைத்த இரண்டு திருவுருவங்கள் தற்போது தஞ்சை மாவட்ட ஆட்சியர் அலுவலகம் முன்பு உள்ளன. கண்டியூர், வீரசிங்கம்பேட்டை, திருவையாறு, திருநெய்த்தானம், செந்தலை, நியமம் போன்ற ஊர்களில் இன்றும் பல வாகீஸ்வரவாகீஸ்வரி திருமேனிகள் உள்ளன.

தாமரை ஆசனத்தின் மேல் இடதுகாலை மடக்கி வலது காலைத் தொங்கவிட்ட சுகாசன நிலையில் நான்கு திருக்கரங்கள், நான்கு முகங்களோடு வாகீஸ்வரர் காட்சியளிக்கிறார். தாமரை ஆசனத்தில் நான்கு கைகள், ஒரு முகத்துடன் வாகீஸ்வரி சிற்பமாக வடிக்கப்பட்டுள்ளார்.

கருந்திட்டைக்குடி வாகீசர்

நான்கு முகத்துடனும், கையில் தாமரைமலர், அக்கமாலை, சுவடி ஆகியவற்றுடன் திகழும் இவ்வாகீஸ்வரக் கோலத்தைப் பார்ப்பவர்கள் பிரமன் திருமேனியோ என மயங்குவர். ஆனால் உற்று நோக்கினால் வேறுபாடுகள் தெரியும். தலையில் சடாமகுடம் தாங்கி, பிறைச்சந்திரன் சூடிய வாகீஸ்வரரின் நான்கு முகங்களிலும் ஒருகாதில் மகரக்குழையும், மறுகாதில் பத்ரகுண்டலமும் இருக்கும். நான்கு முகங்களிலும் நெற்றிக் கண் பளிச்சிடும். வலது மேற்கரம் சூலம் ஏந்தி நிற்கும். சில படிமங்களில் சூலம் ஏந்தும் பாவனை காணப்படும். இடது மேற்கரத்தில் அக்கமாலை பளிச்சிடும். வலது கீழ்க்கரம் தாமரை ஏந்திய வண்ணம் ஞானம் உரைக்கும் சின் முத்திரை காட்டும். இடது கீழ்க்கரம் தொடைமேல் சுவடி ஏந்தும் கோலத்தில் திகழும். எழில்மிகு கழுத்தணிகளும், மூன்று மணிச் சரங்களுடைய பட்டையான புரிநூலும் (யக்ஞோபவிதம்) மார்பை அலங்கரிக்கும் உதரபந்தம், புஜங்களில் கேயூரம், கைகளில் காப்புகள் காலில் கழல்கள் ஆகியவைகளால் அலங்கரிக்கப்பெற்றுக் காட்சி நல்கும்.

தஞ்சாவூர்

திருஞானசம்பந்தப் பெருமானார் சிவபுரத்தில் பதிகம் பாடும்போது வாகீச சிவனாரைத் தாமரை மலரில் அமர்ந்த சிவபெருமான் எனக் குறிப்பிட்டுப் பாடுகிறார்.

புவம்வளிகல்புனல் புவிகலையுரைமறை
திரிகுணம் அமர்நெறி
திவமலிதருசுரர் முதலியர்திகழ்தரும்
உயிரவையவைதம
பவமலிதொழிலது நினைவொடுபதுமநன்
மலரதுமருவிய
சிவனதுசிவபுரம் நினைபவர்செழுநில
னினில் நிலைபெறுவரே"12

திருநாவுக்கரசர் எனும் வாகீசபெருமானார் "நினைந்து உருகும் அடியாரை" எனத் தொடங்கும் திருநல்லூர்ப் பதிகத்தில் 'கடிக்கமலம் மலர் வைத்தார்' எனக் கூறிச் சிவபெருமான் கமலமலர் ஏந்தியவர் என்பதைச் சுட்டிக் காட்டுகின்றார்.13 மேலும் தம் செந்தமிழ்ப் பாக்களில் தாமரை அமர்ந்தானாகிய இப்பரமனின் புகழைப் பாடுகின்றார்.

"நங்கையைப் பாகம் வைத்தார்
ஞானத்தை நவில வைத்தார்
அங்கையில் அனலும் வைத்தார்
ஆனையின் உரிவை வைத்தார்
தங்கையின் யாழும் வைத்தார்
தாமரை மலரும் வைத்தார்
கங்கையைச் சடையுள் வைத்தார்
கழிப்பாலைச் சேர்ப்பனாரே"14

எனச் சிவபெருமான் கொண்ட உமையொருபாகன், தெட்சிணாமூர்த்தி, ஆடல்வல்லான், கஜசம்ஹாரமூர்த்தி, வீணாதரர், வாகீஸ்வரர், கங்காதரர் என்ற பல்வேறு வடிவுகளைக் காட்டித் திருக்கழிப்பாலை ஈசனைப் பாடுகின்றார்.

"குண்டரொடு பிரித்தெனையாட் கொண்டார் போலும்
குடமூக்கி லிடமாக்கிக் கொண்டார் போலும்
புண்டரிகப் புதுமலரா தனத்தார் போலும்
புள்ளரசைக் கொன்றுயிர்பின் கொடுத்தார் போலும்
வெண்டலையிற் பலிகொண்ட விகிர்தர் போலும்
வியன்வீழி மிழலைநக ருடையார் போலும்"15

எனத் திருவீழிமிழலைப் பதிகத்திலும்

தஞ்சாவூர் 106

"தளம்கிளரும் தாமரைஆ தனத்தான் கண்டாய்
தசரதன்தன் மகன்அசைவு தவிர்த்தான் கண்டாய்"[16]

என்ற பதிகத்திலும் அப்பர் சுவாமிகள் வாகீச சிவனாரைக் குறிப்பிடுகின்றார்.

"பாழ்ச்செய் விளாவிப் பயனிலியாய்க் கிடப்பேற்குக்
கீழ்ச்செய் தவத்தாற் கிழியீடு நேர்பட்டுத்
தாட்செய்ய தாமரைச் சைவனுக்கென் புன்தலையால்
ஆட்செய் குலாத்தில்லை ஆண்டானைக் கொண்டன்றே"[17]

என்று மணிவாசகர் வாகீசசிவமூர்த்தினைத் தாமரைச் சைவனாகக் காட்டுகின்றார்.

'பிரபஞ்ச சார சார சங்கிரஹம் எனும் நூல் ஒரு சிறந்த மந்திர சாத்திரம் ஆகும். இதில் ஹோமம் செய்யும் முறைகளைப் பற்றி விரிவாகக் கூறப்படுகின்றது. இதில் பரமேஸ்வரனையும், பரமேஸ்வரியையும் வாகீஸ்வரராகவும் வாகீஸ்வரியாகவும், ஆவாகித்து, வாகீஸ்வரன் வாகீஸ்வரி திருவருளால் அத்தேவியின் கர்ப்பத்திலிருந்து அக்னி பிறந்ததாகப் பாவித்து, அந்த அக்னிபுத்திரனுக்குப் பாவனையாக நாமகரணம் செய்து, பின்பே வேள்விக் குண்டத்தில் தீ மூட்டப்பட வேண்டும் என்றும், அத்தீயின் நாக்குகள் ஏழாகப் பெருகும்போது பூரணாகுதி செய்யப் படவேண்டும் என்றும் கூறுகின்றது.

அஜிதாகமம் எனும் சைவ ஆகமநூல் வாகீஸ்வரன் வாகீஸ்வரி ஆகியோரை ஆவாஹணம் செய்யும் முறையையும், தியான சுலோகங்களையும் கூறுகின்றது.

63. தத்தைவ ஸம்ஸ்க்ருதே குண்டே வாகீஸிமக்னி மாதரம் |
வாகீஸ்வரம் சபிதர மாவாஹ்ய ஸ்தாப்ய சார்ச்சயேத் |

64. ஹ்ருண் மந்த்ரேணைவ கந்தாத்தைய; தயோ ரூபமிதம் ஸ்ருணு |
வாகீஸீஸா பவேத்கௌரீ வாகீஸ: ஸ்யான் மஹேஸ்வர: ||

65. த்ரிநேத்ரம் சதுர்புஜம் தேவம் பத்மராக ஸமத்யுதிம் |
வராதாபயதம் சைவ சூலபா தரம் கரை: ||

66. வாகீஸிம் புண்டரீகாபாம் சதுர் ஹஸ்தாம் கனஸ்ததீம் |
வ்யாக்யாந புஸ்தகாப்யாம்து கமண்டல் வக்ஷதாரிணீம் ||

ஏவம் த்யாயேத் தௌ தேவௌ: |

காரணாகமும் வாகீஸ்வரன் வாகீஸ்வரி பற்றிக் கூறுகின்றது.

காரணாகமம் முதற்பகுதி 10, 374-375

த்ரிநேத்ரம் பஞ்சவக்த்ரம் ச சதுர்ஹஸ்தம் ததைவ ச |
ஜடாமகுட ஸம்யுக்தம் ஸர்ப்ப பூஷேந்து பூஷிதம் ||

லே கபால சம்யுக்தம் அபயம் வரதம் ததா |
வாகீஸம் புஜேயத் ||

யாமாபாம் கல வஸ்த்ராங்கிம் |
ஜடாமகுட மண்டிதாம் ||
யௌவனாம் ச ருதுஸ்நாதாம் |
ஸர்வாபரண பூஷிதாம் ||

அபயவரதோம்பதாம் வாகீஸீம் சைவ பூஜயேத் ||

இவ்வாறு சைவ சமயக் குரவர்களாலும், ஆகமங்களாலும் போற்றித் துதிக்கப் பெறும் வாகீச சிவமூர்த்தம் தமிழகத்தில் தஞ்சைப் பகுதியைத் தவிர வேறு எங்கும் காணப்படவில்லை என்பது சிறப்பாகக் குறிப்பிடத்தக்கதாகும்.

பல்லவப் பேரரசர்களும், சோழ மன்னர்களும் வாகீச சிவமூர்த்தத்தினைப் பூஜித்த லகுளிச பாசுபதக் குருமார்களைத் தங்கள் அரசியல் குருவாகவும் கொண்டு திகழ்ந்தனர். இத்தாக்கத்தால்தான் இரண்டாம் நந்திவர்மபல்லவன் தஞ்சைக் கருகிலுள்ள நந்திபுரத்திலும், அவனது குறுநிலமன்னன் முத்தரையன் நியமத்திலும் எடுத்த கோயில்களில் (ஆயிரத்தளிகளில்) வாகீஸ்வர மூர்த்தங்கள் சிறப்பிடம் பெற்றன. இராசராசனின் இராஜகுருவான ஈசானசிவ பண்டிதரும், இராசேந்திர சோழனின் குருவான சர்வசிவ பண்டிதரும் லகுளீசபாசுபதர் பிரிவைச் சார்ந்தவர்களே. சோழமன்னன் இராஜாதித்தனின் தளபதியான ஸ்ரீவல்லபன் பின்னாளில் சதுராननன் (நான்கு முகமுடைய வாகீஸ்வரன்) எனும் பெயரில் லகுளீச பாசுபத பண்டிதராகத் திகழ்ந்தமையைத் திருவொற்றியூர்க் கல்வெட்டுக்கள் கூறுகின்றன.[18]

இரண்டாம் நந்திவர்மன் காலத்தும், பின்பு சோழர் காலத்தும் லகுளிச பாசுபதம் உயர்வு பெற்றுத் திகழ்ந்த தஞ்சையில், வடவாற்றங்கரையில் (புறம்படி கருந்திடைக்குடியில்) வாகீச மூர்த்தத்தோடு கூடிய திருக்கோயில் பல்லவர் காலத்திலேயே இருந்துள்ளது. இங்கு கிடைத்து தற்போது தஞ்சைத் தமிழ்ப் பல்கலைக்கழகத்தின் கல்வெட்டுத் துறையினரிடம் உள்ள கல்வெட்டுப் பலகை ஒன்றில் ''காடவன்'' என்ற குறிப்பு காணப்பெறுகின்றது. கி.பி. எட்டாம் நூற்றாண்டு எழுத்தமைதியில் காணப்பெறும் இக்கல்வெட்டுப்பாடலில் சுட்டப்பெறும் காடவன் பல்லவமன்னன் ஒருவனாக இருத்தல் கூடும் என்பது தெளிவு. இக்கல்வெட்டு கரந்தை வாகீசர் திருக்கோயிலில் இருந்தது என்பதில் ஐயமில்லை. சோழர் காலத்திலும் திகழ்ந்திருந்த இக்கோயில் பின்னாளில் இடிபாடுற்று அழிந்தது. இந்த நூற்றாண்டின் முற்பகுதியில் அழிவுகளுக்கிடையே வாகீச சிவனாரின் திருமேனி மட்டும் இருந்துள்ளது. ஆனந்த விகடன் இதழுக்குச் சிற்பங்களை ஓவியமாக எழுதித் தந்த 'சில்பி' என்ற ஓவிய மேதை இத் திருமேனியின் ஓவியத்தை வடவாற்றங்கரையில் இருந்தபோது வரைந்திருக்கிறார். பின்பு கலைக்கூடம் உருவாக்கப்பட்டபோது அப்போதைய மாவட்ட ஆட்சியர்

பழனியப்பன், பாஸ்கரத் தொண்டைமான் போன்றவர்கள் கரந்தையிலிருந்த இத்திருமேனியை எடுத்துவந்து, கலைக்கூடத்தின் நுழைவுப் பகுதியில், முதல் திருமேனியாகக் காட்சிக்கு வைத்தனர். அவர்கள் இத்திருமேனியைப் பிரமன் என்றே கருதியதால் பிரமன் என்றே குறித்து வைத்துள்ளனர்.

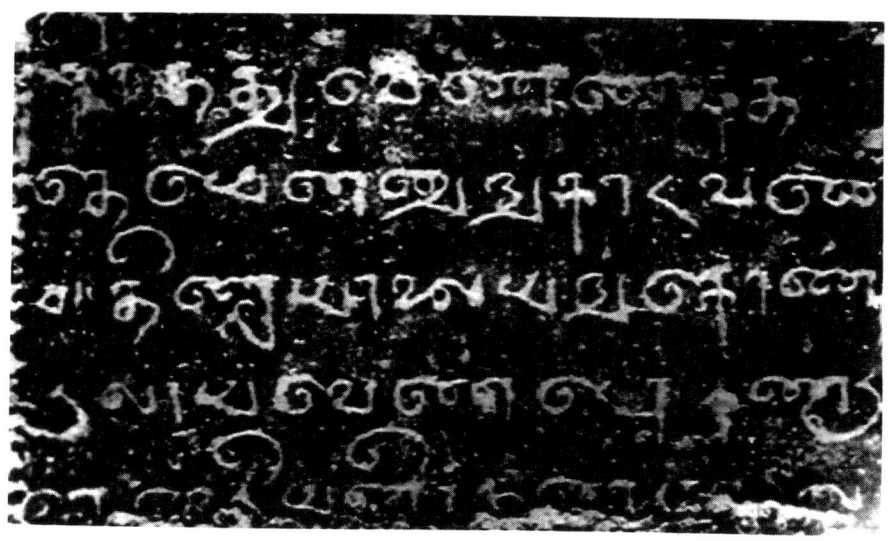

காடவன் என்ற குறிப்பு காணப்பெறும் கல்வெட்டு

தஞ்சை மாமணிக் கோயிலான பழைய தளி

ஆழ்வார்கள் போற்றிய திருப்பதிகளைத் 'திவ்யஷேத்ரம்' என்றழைப்பர். வைணவர்கள் மரபுவழி போற்றிய திவ்யஷேத்ரங்கள் வரிசையில் மூன்று திருக்கோயில்களைத் தஞ்சை நகரில் போற்றுகின்றனர். அவற்றுள் ஒன்றே தஞ்சை மாமணிக்கோயிலாகும்.

எம்பிரான் எந்தை என்னுடைச் சுற்றம்
 எனக்கரசு என்னுடை வாணாள்
அம்பினால் அரக்கர் வெருக்கொள நெருக்கி
 அவருயிர் செகுத்தஎம் அண்ணல்
வம்புலாஞ் சோலை மாமதிள் தஞ்சை
 மாமணிக் கோயிலே வணங்கி
நம்பிகாள் உய்ய நான் கண்டு கொண்டேன்
 நாராய ணாவென்னும் நாமம்''[19]

உடம்புருவில் மூன்றொன்றாய் மூர்த்தி வேறாய்
 உலகுய்ய நின்றானை அன்று பேய்ச்சி

விடம்பருகு வித்தகனைக் கன்று மேய்த்து
விளையாட வல்லானை வரைமீகானில்
தடம்பருகு கருமுகிலைத் தஞ்சைக்கோயில்
தவநெறிக்குஓர் பெருநெறியை வையங்காக்கும்
கடும்பரிமேல் கற்கியைநான் கண்டு கொண்டேன்
கடிபொழில்சூழ் கடல்மல்லைத் தலசயனத்தே[20]

தஞ்சைக் கோயிலென்றும், தஞ்சை மாமணிக் கோயிலென்றும் திருமங்கையாழ்வார் குறிப்பிடும் இத் திருக்கோயில் பற்றிய சில குறிப்புகள் தஞ்சை இராஜராஜேச்சரத்துக் கல்வெட்டுக்களில் காணப்பெறுகின்றன. தஞ்சாவூர் தெற்குத் தளிச்சேரித் தென்சிறகில் ஐம்பத்தொன்றாம் வீடு 'தஞ்சாவூர்த் தஞ்சை மாமணிக்கோயில் நக்கன் வீரசோழிக்கு....'ம் இத்தளிச்சேரி வடசிறகில் இருபத்தைந்தாம் வீடு 'தஞ்சாவூர்த் தஞ்சை மாமணிக்கோயில் நக்கன் மாதேவிக்கும்'; வடக்கில் தளிச்சேரி தென்சிறகு அறுபத்து மூன்றாம் வீடு 'தஞ்சாவூர்த் தஞ்சை மாமணிக்கோயில் நக்கன் வழுவாநிலைக்கும்'; இதே சிறகு தொன்னூற்று மூன்றாம் வீடு இவ்வூர் 'தஞ்சை மாமணிக்கோயில் நக்கன் திருவழகுக்கும்' அளிக்கப்பெற்றதாகக் கூறப்பெற்றுள்ளது.

நக்கன் வீரசோழி, நக்கன் மாதேவி, நக்கன் வழுவாநிலை, நக்கன் திருவழகு ஆகிய நால்வரும் தஞ்சை மாமணிக்கோயிலில் ஆடற்பணி புரிந்தவர்கள். இவர்களை மாமன்னன் இராசராசன் தஞ்சை இராஜராஜேச்சரத்திற்கு மாற்றம் செய்வித்து நியமித்தான் என்பதை இக்கல்வெட்டுக்கள் வாயிலாக அறிகிறோம்.

தஞ்சைப் பெரிய கோயிலின் தெற்குப் பிரகாரத்திலுள்ள மத்தியத் தொல்லியல் துறையினரின் அருங்காட்சியகத்தை ஒட்டிய புல்தரையில் இரண்டுத் துண்டுக் கல்வெட்டுக்கள் உள்ளன. ஒரே சீரான எழுத்தமைதியையுடைய இத் துண்டுகளில்,

முதற்கல்வெட்டு

1. தஞ்செய்து உடையார் பணிமகன் சாத்தம்பியாரை ஏவ யி
2. தேவர் திருமகளார் ஸ்ரீ பராந்தகன் குந்தவை பிராட்டி
   யார்க்கு ஒரு சந்தி.......
3. க்கு வைப்பதாக ஸ்ரீ பராந்தகத் தேவர்திருமகளார் ஸ்ரீ
   குந்தவை பிராட்டியார்
4. நர தொங்க வதிக்கு மேற்கு.........

இரண்டாம் கல்வெட்டு

1. னவன் மூவேந்த வேளான் அடைவுகுத்ததுவித்து வரிசை
   விட்ட்பபடி காசு தண்டு வென்று

2. வியார்தண்ட மகாசபையோம் விற்ற நிலவிலையாவணம் நம்மையுடைய சக்கரவெற்தி ஸ்ரீ (பராந்தக)

3. ளநாட்டு தஞ்சாவூர் தஞ்சைமாமணிக் கோயிலான பழைய தளிதேவர்க்கு திருநொந்தா........

4. ஹா சபையோம் விற்றுக்குடுத்த நிலமாவது இவ்விராஜ கேசரி சதுர்வேதி மங்கலத்

என்று எழுதப்பட்டுள்ளது.

(இரண்டாம் கல்வெட்டை முதலில் வைத்து இரண்டு கல்வெட்டுக்களையும் வரிக்கு வரி இணைத்துப் படித்தால் இரண்டும் ஒரே சாசனத்தின் பகுதிகள் என்பதை அறியலாம்.)

மாமன்னன் இராசராசனின் தமக்கையும் ஸ்ரீ பராந்தகதேவர் எனும் சுந்தரசோழரின் மகளுமான ஸ்ரீ குந்தவைப் பிராட்டியார் 'தஞ்சை மாமணிக் கோயிலான பழைய தளிதேவர்க்கு' நுந்தாவிளக்குக்காக நிலக்கொடை கொடுத்ததை மன்னனின் பணிமகள் சாத்தம்பியும், ஆதித்தன் தென்னவன் மூவேந்த வேளானும் செயல்படுத்தியதை இக்கல்வெட்டுக் கூறுகின்றது. இதற்கென இராசகேசரி சதுர்வேதிமங்கலத்தில் (தற்போதைய இராசகிரி) நிலம் வாங்கியதும் கூறப்பெற்றுள்ளது. குந்தவைப் பிராட்டியின் இக்கல்வெட்டு 10ஆம் நூற்றாண்டின் இறுதிப்பகுதியைச் சார்ந்ததாகும். அக்கல்வெட்டிலேயே 'தஞ்சாவூர்ப் பழையதளி' என்ற குறிப்பு இருப்பதால் அக்கோயில் மிகப் பழமையுடையதாக இருந்திருக்க வேண்டும். திருமங்கையாழ்வார் இக்கோயிலைப் பாடுவதால் இது பல்லவர் காலத்துக்கோயில் என்பது உறுதி. அதனால் இங்குச்சோழர் கல்வெட்டில் குறிக்கப்படும் பழையதளி என்பது பல்லவர் காலத்துக் கற்றளியேயாகும்.

முதலாழ்வார்களில் ஒருவரான பூதத்தாழ்வார் தம் பாசுரங்களில் ஒன்றாக,

"தமருள்ளம் தஞ்சை தலையரங்கம் தண்கால்
தமருள்ளுந் தண்பொருப்பு வேலைதமருள்ளும்
மாமல்லை கோவல் மதிட்குடந்தை யென்பரே
ஏவல்ல எந்தைக் கிடம்"

என்று பாடியுள்ளார். இச்சான்றும் தஞ்சையைத் தொன்மையான வைணவப் பதி என்று காட்டுகிறது.

இக்கோயில் சோழர் காலத்திற்குப் பின்பு இடம்பெயர்ந்து, வெண்ணாற்றங் கரையில் அமைந்துள்ளது. இது தஞ்சை செவ்வப்ப நாயக்கர் மற்றும் அச்சுதப்ப நாயக்கர் ஆகியோர் காலத்தில் நிகழ்ந்தது. இதுபற்றி விரிவாகச் சிங்கப்பெருமாள் கோயில் (தஞ்சையாளி) என்ற தலைப்பில் காண்போம்.

தற்போதுள்ள மணிக்குன்றப்பெருமாள் (மாமணிக்கோயில்) கோயிலில் சில துண்டுக்கல்வெட்டுக்கள் காணப்படுகின்றன. அவற்றில் ஒரு கல்வெட்டில் 'தஞ்சாவூர் மஹாமணி' என்ற பிற்கால (விசயநகர)க் குறிப்புக் காணப் பெறுகின்றது.

கி.பி. 1455இல் விசயநகரப் பேரரசின் சோழமண்டலத்து ஆட்சியாளராகத் திகழ்ந்த திருமலை தேவ மகாராயர் சில கிராமங்களுக்குரிய குறிப்பிட்ட சில வரிகளை நீக்கம் செய்தது பற்றிய கல்வெட்டொன்று தஞ்சைப் பெரிய கோயிலிலுள்ளது[22] அவ்வாறு குறிப்பிடப்பெறும் கிராமங்களுள் ஒன்றாகத் 'தஞ்சை மாமணி தண்டங்குறை' என்ற ஊர் குறிக்கப்பெற்றுள்ளது. இது தஞ்சை ஒட்டிய (தஞ்சை குடந்தை நெடுவழியிலுள்ள) இன்றைய தண்டாங்கோரைக் கிராமமேயாகும். இவ்வூர் பண்டு தஞ்சை மாமணிக் கோயிலுக்குரியதாகத் திகழ்ந்திருக்க வேண்டும். இவ்வாறு திருமங்கையாழ்வார் காலத்திலிருந்து தொடர்ந்து வரலாற்றில் சிறப்பிடம் பெற்றுத் திகழ்ந்திருந்த தஞ்சை மாமணிக் கோயில் வெண்ணாற்றங்கரைக்கு இடம் பெயர்வதற்கு முன்பு, குறிப்பாக இராசராச சோழன் காலத்தில் எங்கிருந்தது என்பதை ஆராயவேண்டியுள்ளது.

திருமங்கையாழ்வார் 'வம்புலாஞ்சோலை மாமதிள் தஞ்சை மாமணிக்கோயில்' என்று குறிப்பிடுகிறார். மாமதிள் சூழ்ந்த தஞ்சை நகரின் வம்புலாஞ் சோலையில் தஞ்சை மாமணிக் கோயில் இருந்தது என்பது இதனால் தெளிவாகின்றது. 'வம்புலாஞ்சோலை' என்ற இடம் இன்றும் தஞ்சை மக்களின் பேச்சுவழக்கிலும், அரசினர் வருவாய் மற்றும் நில அளவுத்துறைப் பதிவேடுகளிலும் மாறாமல் அப்படியே உள்ளது. வடவாற்றின் தென்கரையில் தற்போது ராஜாகோரி என அழைக்கப்படும் இடமே வம்புலாஞ் சோலையாகும். இங்குள்ள பெரிய குளம் பெருமாள் கோயில் குளம் என்றே பண்டுதொட்டு அழைக்கப்பெறுகின்றது. வெண்ணாற்றங்கரை மணிக்குன்றப் பெருமாள் கோயிலோடு இக்குளத்திற்கு தீர்த்தவாரி வகையில் இன்றும் தொடர்புண்டு. இவ்வாறு பழைய தொடர்புகளோடு திகழும் வம்புலாஞ்சோலையும் மாமணிக் கோயிலும் இராசராசன் காலத்தில் தஞ்சாவூர்ப் புறம்படியில் உள்ளாலை அரணான மும்முடிச்சோழன் மதிலை ஒட்டியே திகழ்ந்திருக்கவேண்டும் என ஊகம் கொள்ள முடிகிறது.

பின்னாளில் இவ் வைணவக் கோயிலின் தெய்வத் திருமேனிகள் வெண்ணாற்றின் தென்கரைக்கு இடம்பெயர்ந்தாலும், பண்டைய கற்றளி இருந்த இடத்தின் தடங்கள் ஏதும் இதுவரை கிடைக்காததால் அழிந்த கற்றளிகள் வரிசையிலேயே இக்கோயிலும் இடம்பெறுகின்றது.

தஞ்சை யாளிநகர்

இராசராச சோழனின் இராஜராஜேச்சரத்துக் கல்வெட்டுக்களில் இத்திருக்கோயில் குறிப்பிடப்பெறவில்லையாயினும், அவர் காலத்துக்கு முன்பே

திருமங்கை ஆழ்வாரால் போற்றப்பட்டுள்ளது. இதனைத் தஞ்சையாளிநகர் (விண்ணகரம்) என்றும் ஸ்ரீ மேலசிங்கப்பெருமாள் கோயில் என்றும் கூறுவர்.

திருமங்கை மன்னன்

"என்செய் கேனடி யேனுரை யீர்இதற்
கென்று மென்மனத் தேயிருக் கும்புகழ்
தஞ்சை யாளியைப் பொன்பெய ரோன்நெஞ்சம்
அன்றிடந்தவ னைத்தழ லேபுரை
மின்செய் வாளரக் கன்நகர் பாழ்படச்
சூழ்க டல்சிறை வைத்திமை யோர்தொழும்
பொன்செய் மால்வரை யைமணிக் குன்றினை
அன்றி யென்மனம் போற்றியென் னாதே"[23]

என்று தஞ்சை ஆளியைப் போற்றுகின்றார்.

இத்திருக்கோயில் முன்னாளில் தஞ்சை மேலவெளித் தோட்டம் எனும் இடத்திலுள்ள சிங்கப்பெருமாள் குளக்கரையில் இருந்து பின்பே வெண்ணாற்றங்கரைக்கு மாற்றம் பெற்றதாகக் கூறுகின்றனர். சிங்கப்பெருமாள் குளமும் சூழலும் அங்கு முன்பு கோயில் இருந்ததை மெய்ப்பிக்கின்றன. தஞ்சை நகரின் கீழவாசலில் ஒரு சிங்கப்பெருமாள் கோயில் 'கீழச்சிங்கப்பெருமாள்' என்று அழைக்கப்பெறுவதால், விண்ணாற்றங்கரைச் சிங்கப்பெருமாளைப்' பழைய இடம் கருதி மேலசிங்கப்பெருமாள் என்றே அழைத்து வருகின்றனர். மேலசிங்கப் பெருமாள் இருந்த சிங்கப்பெருமாள் குளக்கரை சோழர் அரண்மனை இருந்த இடமாகக் கருதப்படும் இடத்திற்கு மேற்காக உள்ளது. எனவே இந்த விண்ணகரம் (விஷ்ணு கோயில்) தஞ்சையின் உள்ளாலையிலோ அல்லது அதனை ஒட்டிய பகுதியிலோ மேற்குத் திசையில் இருந்தது என்பது உறுதி. இக்கோயில்தான் 'சுந்தரசோழ விண்ணகரம்' என்று கருதலாம்.

வரலாற்றுச் சிறப்பு மிக்க இந்தத் தஞ்சையாளி விண்ணகரம் கி.பி.16ஆம் நூற்றாண்டில் வெண்ணாற்றங்கரைப் பகுதிக்கு இடம்பெயர்ந்துள்ளமை அண்மையில் கிடைத்த வரலாற்றுச் சான்றுகளால் உறுதியாகிறது.

தஞ்சாவூர் நகரத்திற்கு மேற்காகப் பூதலூர் சாலையில் சிலகல் தொலைவில் சக்கரசாமம் எனும் ஓர் ஊர் உள்ளது. அங்குள்ள குட்டை ஒன்றில் தஞ்சை நாயக்கர் காலத்து ஆழிக்கல் ஒன்று நடப்பெற்றிருந்தது. அந்தக் கல்லில் காணப்பெறும் கல்வெட்டில் கி.பி.1566ஆம் ஆண்டு மார்ச் திங்கள் 16ஆம் நாளில் செவ்வப்ப நாயக்கர் மகன் அச்சுதப்ப நாயக்கர் சிங்கப்பெருமாள் கோயில் திருப்பணிக்காகப் புதலூர் எனும் கிராமத்தினை அளித்த செய்தி கூறப்பெற்றுள்ளது. எனவே கி.பி.1566இல் சிங்கப்பெருமாள் கோயில் திருப்பணி நிகழ்ந்துள்ளது. அக் காலகட்டத்தில்தான் மூன்று வைணவத் திருக்கோயில்களான மணிக்குன்றம் நீலமேகப் பெருமாள் கோயில், சிங்கப்பெருமாள் கோயில் ஆகியவை வெண்ணாற்றங்கரைக்கு இடமாற்றம் அடைந்திருக்க வேண்டும்.

சக்ரசாமம் கல்வெட்டு

சுபமஸ்த்து க்ஷய வருஷ பங்குனி மாதம் 19 உ செவ்வப்ப நாயக்கர் குமாரன் அச்சுதப்ப நாயக்கர் தமக்குப் புண்ணியமாக சிங்கபெருமாளுக்கு திருப்பணிக்கு சேற்ற புதவூர் சீராளூர் பொதகலேரி எல்லைக்கு கிழக்கு வெண்ணில ஓடைக்கு தெற்கு எல்லையும் கீழ்பாற்கெல்லைகுவெலை நத்தம் கயிலாசாநல்லூர்.

(இக் கல்வெட்டில் குறிப்பிடப்படும் புதவூர் என்பது சக்கரசாமம் எனும் ஊரையும், கயிலாசர் நல்லூர் என்பது களிமேட்டையும் குறிப்பதாகும். சீராளூர், வெண்ணில ஓடை என்ற பெயர்கள் இன்றும் அப்படியே உள்ளன.)

தஞ்சாவூர்ப் புறம்படி ரௌத்ர மஹாகாளம்

தஞ்சாவூரின் புறநகர்ப் பகுதியான புறம்படியில் ரௌத்ரமஹாகாளம் என்ற கோயில் மடவிளாகங்களோடு இருந்துள்ளது என்பதனைத் தஞ்சை இராஜ ராஜேச்சரத்துக் கல்வெட்டுக்கள் கூறுகின்றன.[24] அம்பர்மாகாளம், இரும்பை மாகாளம் என்பன தேவாரப்பாடல் பெற்ற திருத்தலங்களாகும். இக்கோயில்களில் பைரவருக்கும், காளாபிடாரிக்கும் முக்கியத்துவம் உண்டு. நியமத்தில் சுவரன்மாறன் எனும் பெரும்பிடுகு முத்தரையன் எடுத்த சிவாலயம் ஒன்றில் இருந்த காளாபிடாரி கோயிலை நியமத்து மஹாகாளத்துக் காளாபிடாரி என்று கல்வெட்டுக்கள் குறிப்பிடுவதை முன்னரே கண்டோம். அதே போன்று தஞ்சையில் திகழ்ந்த ரௌத்ர மஹாகாளம் எனும் திருக்கோயிலில் காளாபிடாரிக்கு முக்கியத்துவம் இருந்திருக்கவேண்டும். இத்தேவி சோழப் பேரரசர்களால் சிறப்பாக வழிபடப் பெற்றவள் என்பதை அறியலாம். இத் திருக்கோயில் எது என்பதை பற்றி இதுவரை யாரும் ஆராயவில்லை.

விசயாலயன் எடுத்த நிசும்பசூதனி கோயில் இதுவல்ல என்பது உறுதி. இராசராசனின் மைந்தன் இராசேந்திர சோழனின் திருவாலங்காட்டுச் செப்பேடு நிசும்பசூதனி பற்றித் தெளிவாகப் பேசுவதால் இரண்டும் வெவ்வேறு கோயில்களே.

தஞ்சை நகரில் வடபத்ரகாளி என வழங்கப்பெறும் நிசும்பசூதனி சிற்பத்தைத் தவிரச் சோழர் காலக் கலை அமைதியோடு திகழும் ஒரே ஒரு காளிதேவியின் சிற்பம் கீழவாசல் குயவர் தெரு கருவேலங்காட்டுக் கோயிலான உக்கிர மாகாளி சிற்பமே ஆகும். ரௌத்ர மகாகாளி என்பதும் உக்கிரமகாகாளி என்பதும் ஒரே பொருளைத் தருவன. அனல் பறக்கும் விழிகளோடு ஆவேசமாகக் காணப்படும் தேவியின் கோலமே உக்கிரம் அல்லது ரௌத்ரம் ஆகும்.

தஞ்சைப் புறம்படி பற்றி விவரிக்கும் கல்வெட்டொன்றில்[25] புறம்படி சூரசிகாமணிப் பெருந்தெருவில் குயவர்கள், வண்ணத்தார்கள் எனும் ஈரங்கொள்ளிகள் (துணி வெளுப்பவர்கள்) வாழ்ந்தனர் என்பது குறிக்கப்

பெற்றுள்ளது. இந்தச் சூரசிகாமணிப் பெருந்தெருவும், புறம்படி ரௌத்ர மஹாகாளமும் அருகருகே இருந்திருக்கலாம். குயவர்கள், வண்ணத்தார்கள், ஈரங்கொல்லிகள் போன்ற காணியுடை மக்களின் குடியிருப்புப் பகுதிகள், ஆட்சியாளர்களிடையே மாற்றங்கள் ஏற்பட்டால்கூட மாறுவதில்லை. அவ்வகையில் நோக்கும்போது பண்டு (இராசராசசோழன் காலத்தில்) குயவர்கள் வாழ்ந்த பகுதியான சூரசிகாமணிப் பெருந்தெருவே தற்போதைய கீழவாசல் குயவர்தெருப் பகுதியாக இருக்கலாம் என்று கொள்ள முடிகிறது. இங்குள்ள கருவேலங்காட்டுக் கோயில் முன்பு சிவாலயமாக இருந்திருக்கக்கூடிய வாய்ப்புகள் உள்ளன. தற்போதைய உக்கிரமகாளி கோயிலே ரௌத்ரமஹாகாளத்துக் கோயில் எனவும், அதனைச் சுற்றியுள்ள பகுதியே மடவிளாகப் பகுதியாகவும் கொள்ளலாம்.

தஞ்சாவூர் ஜயபீமதளி

தஞ்சாவூர் வடக்குச் தளிச்சேரியின் தென்சிறகில் இருந்த எழுபத்திரண்டாம் வீடு தஞ்சாவூர் ஜயபீமதளி நக்கன் காமாமோகிக்கும், தொண்ணூற்றிரண்டாம் வீடு இதே திருக்கோயிலைச் சேர்ந்த நக்கன் காமாமோகிக்கும், இராஜராஜேச்சரத்து ஆடற்பணிக்காக இராசராசன் காலத்தில் அளிக்கப் பெற்றிருந்ததைக் கல்லெழுத்துக்கள் கூறுகின்றன. இந்த கோயில் எந்தத் தெய்வத்திற்காக எடுக்கப் பெற்றது என்பதை அறியமுடியவில்லை. மேலும் இத்தளி தஞ்சை நகரில் எவ்விடத்தில் இருந்தது என்பதற்கான சான்றுகளும் இதுகாறும் கிடைக்கவில்லை. வெண்ணாற்றின் தென்கரையில் உள்ள தஞ்சபுரீஸ்வரர் கோயில் சோழற்காலக் கற்றளியே. இது ஜயபீமதளியாக இருந்திருக்கலாமோ என்று தோன்றுகிறது. இக்கோயில் பற்றிப் பிற்காலக் கோயில்கள் வரிசையில் காண்போம்.

தஞ்சாவூர் ஏரியூர் நாட்டுத்தளி

தஞ்சாவூர்ப் புறநகரில் ஏரியூர் நாட்டுத்தளி என்ற திருக்கோயில் ஒன்று இருந்தது என்பதைத் தஞ்சைப் பெரியகோயில் கல்வெட்டுக்கள் எடுத்துரைக்கின்றன. தெற்குத்தளிச்சேரி தென்சிறகு முப்பத்து மூன்றாம் வீடு தஞ்சாவூர் ஏரியூர் நாட்டுத்தளி நக்கன்சங்கிக்கும், இதே தளிசேரியில் வடசிறகில் முப்பத்தேழாம் வீடு இதே தளியைச் சார்ந்த நக்கன் மாதேவ அடிகளுக்கும், வடக்குத் தளிச்சேரி வடசிறகில் அறுபத்திரண்டாம் வீடு தஞ்சாவூர் ஏரியூர் நாட்டுத்தளி நக்கன் மன்றமுடையாளுக்கும் அளிக்கப்பட்டதாக அக்கல்வெட்டுக்கள் கூறுகின்றன. ஏரியூர் நாடு என்பது பாண்டிகுலாசனி வளநாட்டில் இருந்த ஒரு நாடாகும். தஞ்சாவூரை ஒட்டிய வல்லமும், அதனைச் சுற்றியுள்ள பகுதிகளும் இதனுள் அடங்கும். தஞ்சாவூர் கூற்றமும் ஏரியூர் நாடும் அடுத்தடுத்துத் திகழ்ந்தவையாகும். எனவே வல்லத்திற்கும், தஞ்சைக்கும் இடையே தஞ்சையின் புறநகர்ப் பகுதிக்குள்ளேயே இத் திருக்கோயில் திகழ்ந்திருக்க வேண்டும். ஆகவேதான் இதனை ஏரியூர் நாட்டுத்தளி என அழைத்தனர்போலும். ஏரிப்பாசனத்தால் மட்டுமே வளமை பெற்ற வல்லம் பகுதியினர்க்கு (ஏரியூர் நாட்டினர்க்கு)

உரிமையுடைய கோயிலாக இது இருந்திருத்தல் வேண்டும். இக்கோயில் பற்றிய எந்தத் தடயமும் இதுகாறும் கிடைக்கவில்லை.

தஞ்சாவூர்ப் புறம்படி வீரசோழப் பெருந்தெருவில் இருந்த திருதான சோமபிரான் கோயில்

தஞ்சை நகரின் புறம்படியான புறநகரில் வீரசோழப் பெருந்தெரு என்ற பெரியதெரு இருந்தமையைத் தஞ்சாவூர்ப் பெரிய கோயில் கல்வெட்டுக்களும், கருந்திட்டைக்குடி மகாதேவர் கோயில் கல்வெட்டும் கூறுகின்றன. கருந்திட்டைக்குடிக் கல்வெட்டில் குறிக்கப்படும் ஆத்திரையன் சீதரன்தாழி என்பவன் தஞ்சாவூர் வீரசோழப் பெருந்தெருவில் உள்ள திருதான சோமபிரான் கோயில் காணியுடையவன் என்ற குறிப்பு காணப்படுகின்றது.[26]

இக்கோயில் எங்கிருந்தது என்பதைப் பற்றி அறியப் போதுமான சான்றுகள் இதுவரை கிடைக்கவில்லை. சோமபிரான் என்பது வடமொழியில் சோமேஸ்வரர் என்று அழைக்கப்பெறுவதாகும். இதனை ஒரு சிவாலயம் என்று கருதலாம். சுவடழிந்த திருக்கோயில்கள் வரிசையில் இதுவும் ஒன்று.

கருந்திட்டைக்குடி மகாதேவர் திருக்கோயில்

தஞ்சாவூர் நகரின் புறம்படியான கருந்திட்டைக்குடியில் அமைந்துள்ள இச்சிவாலயம் அப்பர் காலத்துக் கோயில்களுள் ஒன்றாகும். வைப்புதலங்கள் வரிசையில் இக்கோயிலைக் குறிப்பர்.

> நற்கொடிமேல் விடையுயர்த்த நம்பன் செம்பங்
> குடிநல்லக் குடிநளிநாட் டியத்தான்குடி
> கற்குடிதென் களக்குடிசெங் காட்டாங்குடி
> கருந்திட்டைக் குடிகடையக் குடிகாணுங்கால்
> விற்குடிவேள் விக்குடிநல் வேட் டக்குடி
> வேதிகுடி மாணிகுடி விடைவாய்க்குடி
> புற்குடிமா குடிதேவன் குடிநீலக்குடி
> புதுக்குடியும் போற்ற இடர் போகு மன்றே[27]

வீரசோழ வடவாற்றின் வடகரையில் அமைந்துள்ள இக்கற்றளியைப் பராந்தகன் காலத்திய கற்றளியாகவும், பின்னர் மதுராந்தக உத்தமசோழன் காலத்தில் புதுப்பிக்கப்பெற்றதாகவும் அறிஞர்கள் கூறுகின்றனர். 'தஞ்சாவூர்க் கூற்றத்துத் தஞ்சாவூர்ப் புறம்படி கருந்திட்டைக்குடி மகாதேவர்' என்றே இக்கோயில் இறைவனைக் கல்வெட்டுக்கள் குறிக்கின்றன. பிற்காலத் தலபுராணங்கள் (வடமொழி, தமிழ்) இக்கோயிலை வசிஷ்டேஸ்வரர் கோயில் என்று கூறுகின்றன.

திருநாவுக்கரசு சுவாமிகளால் பாடப்பெற்ற திருக்கோயிலாயினும் முற்காலச் சோழர்கள் காலத்தில்தான் இது கற்றளியாக எடுக்கப்பெற்றுள்ளது. மதுராந்தக

உத்தமசோழன் காலத்தில் மீண்டும் திருப்பணி செய்து புதிய திருமேனிகள் சிலவற்றைக் கருவறைச் சுவரில் பதித்திருக்க வேண்டும் எனச் சிற்ப இயல் வல்லுநர்கள் கருதுகின்றனர்.

இக்கோயிலில் கோப்பரகேசரிவர்மனான மதுராந்தக உத்தம சோழன், இராசராசன், இராசேந்திரன் குந்தவைப் பிராட்டியார் ஆகியவர்களின் கல்வெட்டுச் சாசனங்கள் உள்ளன.

திருக்கோயில் அமைப்பு

பூவார் பொய்கை கீழ்த்திசையில் குளிர்வூட்ட, அழகிய திருமதில்களுடன் இவ்வாலயம் கிழக்கு நோக்கி அமைந்துள்ளது. இரண்டு திருச்சுற்றுக்கள், சிறிய கோபுரங்கள், அழகிய விமானங்களுடன் விளங்கும் இத் திருக்கோயிலில் மூலவர் கிழக்கு நோக்கியும், உமையம்மை தெற்கு நோக்கியும் எழுநதருளியுள்ளனர்.

வெளிச்சுற்றின் நான்கு திசைகளிலும் சிறிய வாயில்கள் உள்ளன. திருச்சுற்றின் நான்கு மூலைகளிலும் ஆனைமுகப் பெருமான் அமர்ந்துள்ளார். மேற்கு வாயிலில் தண்டபாணி கோயில் கொண்டுள்ளார். வடகிழக்கு மூலையில் உள்ள விநாயகர் சோழர்களின் எழிற்படைப்பாகும்.

இரண்டாம் திருச்சுற்றில் தெற்கிலும் கிழக்கிலும் மட்டுமே வாயில்கள் உள்ளன. தென்புறவாயில் அம்மன் சன்னதிக்கு எதிராக உள்ளது. இங்குள்ள கொடிமரம் மரவேலைப்பாட்டின் நுட்பத்தால் சிறந்த ஒன்று.

திருவுண்ணாழி (கர்ப்பக்கிரஹம்) 18 அடிச் சதுரமானது. இதன் தேவகோஷ்டங்கள் முன்பக்கம் பிதுங்கி, இரு குட்டையான அரைத்தூண்களையும் இரண்டு உயரமான அரைத்தூண்களையும் பெற்று விளங்குகின்றன. கொடுங்கையின் கீழே பூதகணவரியும் மேலே யாளிவரிமானமும் காணப்படுகின்றன.

ஒருதளக் கற்றளியாகிய இதன் மேல் உருண்டையான கிரீவமும் சிகரமும் உள்ளன. அந்தராளம் கருவறையைப் பதினாறு அடி நீளமுள்ள அர்த்த மண்டபத்தோடு இணைக்கிறது. இந்த மண்டபம் உருண்டையான கும்பங்களை உடைய நான்கு தூண்களால் தாங்கப்படுகிறது.

திருச்சுற்றில் செங்கற்களாலான வளைவு ஒட்டு மண்டபங்கள் தொடர்ந்து திருச்சுற்றாலையாகத் திகழ்கின்றன. இக்கட்டுமானம் மிகப் பிற்காலத்ததாகும்.

இச்சிவாலயத்தின் சுவர்களில் திருஞானசம்பந்தர், ஆடல்வல்லான், திருநாவுக்கரசர், பிட்சாடனர், விநாயகர், தென்முகக் கடவுள், அகத்தியர், மாதொருபாகர், இலிங்கோத்பவர், கங்காளமூர்த்தி, பிரமன், வீணாதரர், காலகாலர், விஷ்ணுதுர்க்கை, முருகப்பெருமான் ஆகிய சிற்பங்கள் எழிலுடன் விளங்குகின்றன.

மதுராந்தக உத்தமசோழன் காலத்தில் செம்பியன் மாதேவியால் பழைய கற்றளி புதுப்பிக்கப்பட்டபோது மேற்குறித்த சிலைகளில் ஆளுடைய பிள்ளையார் திருநாவுக்கரசர் முதலிய சில சிற்பங்கள் இடம்பெற்றிருக்கலாம். இவற்றுள் விநாயகர், விஷ்ணுதுர்க்கையாம் கொற்றவை ஆகிய இரண்டும் சோழர்களின் கலைப்பாணிக்கு எடுத்துக்காட்டாக விளங்குகின்றன. ஆலமர் செல்வனாம் தென்முகக் கடவுளின் சிற்பம் பிற்காலத்தது.

இங்குள்ள மாதொருபாகனின் சிற்பத்தில் உமையம்மை வலப்பாதியைக் கொண்டு காட்சி தருகிறாள் என்பது குறிப்பிடத்தக்க ஓர் அம்சமாகும். சோழர் காலப் பாணியில் அமைக்கப்பெற்ற குறுமுனியின் வடிவத்தைத் தலபுராணத்தையொட்டி வசிட்டராகக் கருதியதோடு, பிற்காலத்தே அருகில் அருந்ததியையும் அமர்ந்த கோலத்தில் அருகே இருத்திவிட்டனர். இன்றும் அருந்ததி வசிட்டராகவே இவை போற்றப்பெறுகின்றன.

திருச்சுற்றினையொட்டியுள்ள செங்கற் சுற்று மண்டபத்தில் விநாயகர், சப்தமாதர், வள்ளி தெய்வானையுடன் முருகப்பெருமான், சப்தலிங்கங்கள், கஜலட்சுமி ஆகியன ஆங்காங்கே இடம்பெற்றுள்ளன.

கருவறையின் நுழைவு வாயிலையொட்டி, நந்தி, மாகாளன் என்னும் இரு துவாரபாலகர் உள்ளனர். இச் சிற்பங்கள் *10*ஆம் நூற்றாண்டின் சிறந்த படைப்பாகும். மதுராந்தக உத்தமசோழனின் பத்தாம் ஆட்சியாண்டாகிய *980*இல் அருணிலி மலைப்பிராட்டி என்னும் ஒருத்தி இந்தத் துவாரபாலகர்களை அமைத்ததாகக் கல்வெட்டொன்று கூறுகிறது.[28]

இக்கோயிலில் இடம்பெற்றுள்ள கல்வெட்டுக்கள்

கல்வெட்டு எண். 1[29]

கல்வெட்டு உள்ள இடம் *: கருவறையின் தென்புறச்சுவர்*

ஸ்வஸ்தி கோப்பரகேசரி பன்மற்க்கு யாண்டு பத்தாவது தஞ்சாவூர் கூற்றத்து தஞ்சாவூர் புறம்படி கருந்திட்டைக்குடி மகாதேவர்க்கு மதுராந்தகன் கண்டராதித்தன் வைத்த ஆடு தொண்ணூற்றாறும் கொண்டு நெய்யட்டக் கடவ மன்றாடி

(இக்கல்வெட்டு முழுமையாக இல்லை)

விளக்கம்

மன்னன் : இக்கல்வெட்டில் குறிப்பிடப்படும் கோப்பரகேசரி மதுராந்தக உத்தமசோழன் என்பது ஆய்வாளர்களின் கருத்து.

காலம் : *10ஆம் ஆட்சியாண்டு. கி.பி.980*

செய்தி : மதுராந்தக உத்தமசோழரின் மகனான மதுராந்தகன் கண்டராதித்தன், இத்திருக்கோயிலில் திருவிளக்கெரிப்பதற்காக 96 ஆடுகளை முதலீடு செய்த செய்தி குறிக்கப்பட்டுள்ளது. இவர் முதலாம் இராசராசனின் ஆட்சியில் திருக்கோயில் நிர்வாகங்களைக் கவனித்து வந்தார் என்பதை வேறு கல்வெட்டுக்களால் அறிகிறோம்.

கல்வெட்டு எண்.2[30]

கல்வெட்டு உள்ள இடம் : கருவறையின் தென்புறச்சுவர்.

ஸ்வஸ்ஸ்ரீ இப்படையில் இருபத்து இரண்டு கல்லுகிழவந். ஆனைகாவன் தாயா(ர்)ருக்கும் த(ந)க்கும் இருபத்தொன்று காசு பற்றின.

(இக் கல்வெட்டும் முழுமையாக இல்லை)

விளக்கம்

கிழவன் ஆனைக்காவன் என்பவன் தன் தாயார் மற்றும் தன் பெயரில் கோயில் திருப்பணிக்காக இரு கற்களைக் கொடுத்தான். அவற்றின் மதிப்பு இருபத்தோரு காசுபோலும்.

கல்வெட்டு எண்.3[31]

கல்வெட்டு உள்ள இடம் : கருவறையின் தென்புறச்சுவர்.

கல்வெட்டு

*ஸ்வஸ்திஸ்ரீ கோப்பரகேசரி வந்மரான ராஜேந்திர சோழ தேவர்க்கு யாண்டு ந ஆவது நித்தவினோதவளநாட்டு ஆவூர்கூற்றத்து பிரமதேயம் பேராலத்தூர் சபையோம் தஞ்சாவூர்க் கூற்றத்துத் தஞ்சாவூர்க் கருந்திட்டைகுடி மகாதேவர்க்கு மூலபிரத்தியரான ஆதி சண்டேஸ்வரதேவர்க்கு ந...ஓட்டிக் கைத்திட்டு இட்டு குடுத்த பரிசாவது இத்தேவர்பக்கல் நாங்கள் கொண்ட காசு எழுபத்தஞ்சு இக்காசு எழுபத்தஞ்சுங் கொண்டு இத் தேவர்க்கு சந்திராதித்தவற் இறையலி செய்து குடுத்த நிலம் இவ்வூர் பாலாஸ்ரீயன் பரமேஸ்வரன் ராகவன் பக்கல் விலைகொண்ட நிலம் முள்ளங்கால் என்ற பேர் கூவப்படும் நிலத்துக்குக் கீழ்பார்க்கெல்லை வெள்ளனூர் நிலத்துக்கு மேற்கும் தென்பார்க்கெல்லை இச்செய்க்கே புகுதப் பார்த்தெ வாக்காலுக்கும் வெள்ளானூர் நிலத்துக்கும் வடக்கும் மேல்பாக்கெல்லை வெள்ளனூர் நிலத்துக்கு கிழக்கும் வடபாக்கெல்லை கிடங்கல் நின்றும் கிழக்கு நோக்கிப் போன வாய்க்காலுக்கும் வெள்ளனூர் நிலத்துக்குத் தெற்கும் ஆக இவ்வி சத்த பெருநான்**

விளக்கம்

மன்னன் : முதலாம் இராசேந்திர சோழன்

காலம் : மூன்றாவது ஆட்சியாண்டான கி.பி. 1015

செய்தி : இம் மன்னின் மூன்றாம் ஆட்சியாண்டில் சோழ மண்டலத்து, நித்த விநோத வளநாட்டு, ஆவூர்க்கூற்றத்துப் பிரமதேய ஊரான பேராலத்தூர் ஊர்ச்சபையினர் கருந்திட்டைக்குடியில் உள்ள ஒரு நிலத்தை இத் திருக்கோயிலிலிருந்து எழுபத்தைந்து காசுகள் பெற்றுக்கொண்டு இறையிலி நிலமாக விற்றனர். இந்நிலம் முன்பு இதே திருக்கோயிலுக்காகப் பாலாஸ்ரயன் பரமேஸ்வரன் ராகவன் என்பவன் விற்ற முள்ளங்கால் என்ற பெயருடைய நிலத்திற்கும் (கல்வெட்டு எண் 4 காண்க) இந்நிலத்திற்குப் பாயும் வாய்க்காலுக்கும், வெள்ளனூர் நிலங்களுக்கும், கிடங்கிலிருந்து கிழக்கு நோக்கிப் பாயும் வாய்க்காலுக்கும் இடைப்பட்ட நிலமாக நான்கெல்லைகள் குறிக்கப்பட்டுள்ளன.

இச் சாசனம் கருந்திட்டைக்குடி மகாதேவருக்காக, இத்திருக்கோயில் சண்டேஸ்வரதேவர் பெயரில் எழுதப்பட்டதாகும்.

கல்வெட்டு எண். 4[32]

கல்வெட்டு உள்ள இடம் : கருவறையின் தென்புறச்சுவர்

கல்வெட்டு

ஸ்வஸ்தி கோப்பரகேசரி பன்மரான ராஜேந்திர சோழ தேவர்க்கு யாண்டு......ர் பாலா......த்த நிலை விலையாவணமாவது தஞ்சாவூர்க் கூற்றத்துத் தஞ்சாவூர் கருந்திட்டைகுடி மகாதேவர்க்கு மூலபிரத்தியரான சண்டேஸ்வர தேவர்க்கு நான் விற்றுக்குடுத்த நிலமாவது இவ்வூர் என் நிலம் முள்ளங்காலென்று பேர் கூவப்படும் நிலம் பொத்தகப்படி நூற்றிருபத்தெட்டுக் குழி கொண்டது ஒருமாவாக வந்த நிலம் ......துமா முக்காணி அரைக்காணி முந்திரிகை நிலமும்....வெள்ளனூர் நிலத்துக்கு மேற்கும் தென்பார்க்கெல்லை இச்செய்(க்கே)ய் புகுதப் பாய்ந்த வாய்க்காலுக்கும் வென்னா ....லை காட்டக்கவரல்லாதாராக இப்பரிசு விலைக் கூறவிற்று பொருளறக் கொண்டு இக்காசு இருபதுக்கும் விற்கு விலையாவணஞ் செய்து குடுத்தேன். சண்டேஸ்வரதேவர்க்கு பாலாசிரயன் பரமேஸ்வரன் ராகவனேன் இவர் பணிக்க இந்நில விலையாவணம் எழுதினேன். இவ்வூர் மத்யஸ்தன் நானூற்றவன் கிருஷ்ணனான கற்பகப்பரியனேன். இவை என் எழுத்து இப்படி அறிவேன் வாதுலன் கண்ணன் ஒலோகநாதனேன் இப்படி அறிவேன் பாரதாயன் குஞ்சரமல்லன் நின்றானேன் இப்படி அறிவேன் பாரதாயன் நின்றானக்கன்னேன் இப்படி அறிவேன் வைகாஸனன் பாரத்துவாஜி வாசுதேவன் அப்பியேன் இப்படி அறிவேன் பாரதாயன் காடன் சாத்தனேன் இப்படி அறிவேன் பாரதாயன் பரமேஸ்வரன் திருவரங்கனேன் இப்படி அறிவேன் பாரதாயன் பாண்டன் பாண்டனேன் இப்படி அறிவேன் வைகாசனன் கைசிகன் சிதரன் அருமொழியேன்.

---

* தொடர்ச்சி பிற்காலக் கட்டுமானத்தினுள் உள்ளது.

விளக்கம்

மன்னன் : முதலாம் இராசேந்திர சோழன்

காலம் : (கல்வெட்டு சிதைந்துள்ளது)

செய்தி : இவ் வேந்தனின் ஆட்சியின்போது பாலாசிரயன் பரமேஸ்வரன் ராகவன் என்பான் முள்ளங்கால் என்ற பெயரில் அழைக்கப்படும் நிலத்தை இருபது காசுக்குக் கருந்திட்டைக்குடி மகாதேவருக்கு விற்றுக்கொடுத்தார்.

கருந்திட்டைக்குடி மகாதேவருக்காகச் சண்டேஸ்வரர் பெயரில் ஆவணம் எழுதப்பட்டுள்ளது. இது இவ்வூர் மத்தியஸ்தன் நானூற்றுவன் கிருஷ்ணனான கற்பகப்பிரியனால் எழுதப்பட்டுப் பலரால் சாட்சிக் கையொப்பமிடப் பெற்றுள்ளது.

கல்வெட்டு எண்.5[33]

கல்வெட்டு உள்ள இடம் : கருவறையின் தென்புறம் மற்றும் மேற்குப்புறச் சுவர்கள்.

ஸ்வஸ்தி திருமகள் போல பெருநிலச் செல்வியும் தனக்கே உரிமை பூண்டமை மனக்கொளக் காந்தலூர்சாலை கலமறுத்தருளி வேங்கை நாடும் கங்கபாடியும் நுளம்பபாடியும் தடிகைபாடியும் குடமலைநாடுங் கொல்லமுங் கலிங்கமும் எண்டிசை திகழ ஈழமண்டலமும் திண்டிறல் வென்றி தண்டாற் கொண்டு தன்னெழில் வளர் ஊழியுள்ளெல்லா வாண்டுந் தொழுதக விளங்கும் யாண்டே செழியரை தேசுகொள் கோவிராஜராஜ ராஜகேசரிபன்மர்க்கு யாண்டு 70வது நித்தவினோத வளநாட்டு நல்லூர்நாட்டு பிரமதேயம் ராஜகேசரி சதுர்வேதிமங்கலத்து மகாசபையோம் விற்ற நிலவிலையாவணம் நம்முடைய சக்ரவர்த்தி பிராமண ஊர்களில் பிராமணர்க்கு கீழ்ப்பட்ட ஜாதிகளில் காணிகளில் பணிசெய் மக்கள் பணிசெய் காணி யொழிய நின்றார் காணி விற்க வென்றருளிச் செய்ய புக்க கேள்விப்படி அதிகாரிகள் வானவன் மூவேந்தவேளார் அடைவுகுத்துவித்து வரிசை விட்டபடி விற்றுக்காசு தண்டுக வென்றருளிச் செய்து உடையார் பணிமகன் சாத்தம்பியாரை ஏவ இச்சாத்தம்பியார் தண்ட மகாசபையோம் விற்ற நிலைவிலையாவணம் நம்முடைய சக்ரவர்த்தி பராந்தக தேவர் திருமகளார் குந்தவை பிராட்டியார் இந் நித்தவினோதவளதஞ்சாவூர்கூற்றத்து தஞ்சாவூர் புறம்படி வடவாற்றின் வடகரை கருந்திட்டைக்குடித் தேவர்க்கு திருநொந்தாவிளக்கு வைய்பதற்காக இ பராந்தகதேவர் திருமகளார் குந்தவைப் பிராட்டியார்க்கு மகாசபையோம் விற்றுக் குடுத்த நிலமாவது இவ்விராஜகேசரிச் சதுர்வேதி மங்கலத்து நரதொங்கவதிக்கு மேற்கு ஏழாங்கண்ணாற்று இராஜகேசரி வாய்க்காலுக்கு தெற்கு ஆம் சதிரத்து வடக்குடைய நிலம் மூன்றுமாவும் நரதொங்கவதிக்கு மேற்கு ச ஆங் கண்ணாற்று இராஜகேசரி வாய்க்காலுக்கு தெற்கு உ ஆஞ்சதிரத்து தெற்கடைந்த வாய்க்காலிலே தெற்கடைந்த ஒருமா வரையும் ஆக

நான்மா வரை செய்யும் விற்று விலையாவணம் செய்து குடுத்தோம் பாரந்தக தேவர் திருமகளார் குந்தவைப் பிராட்டியார்க்கு ராஜகேசரி சதுர்வேதி மங்கலத்து மகாசபையோம் இந்நிலன் நன்மா வரை செய்யும் விற்று விலையாவணம் செய்து குடுத்துக்கொண்ட விலைப்பொருட்காசு ஈழக்காசு வாசிபடாமைச் செல்லுங்காசு எம்மில்லிசைந்த விலைப் பொருட்காசு 81½ மா இவ் வெண்பத்தொன்றரையெய் மூன்றுமா வரைக்காணிக்கு.... கீழ்பட்ட ஜாதிகளிலார் காணி விலை காசுக்கே..... செலவாக ....டுப்பித்து இந்நிலத்துக்கு இதுவேய் விலையாவணமும் இதுவேய் பொரு மாவறுதிப் பொருட் செலவோலையும் இதுவேய் ஆவதாகவும் இதுவல்லது வேறு பொருட் மாவறுதிப் பொருட் செலவோலை காட்டக் கடவாரல்லாதாராக இப்பரிசு ஒட்டி விலைக்கற விற்றுப் பொருள்ளறக் கொண்டு விற்கு விலையாவணம் செய்து குடுத்தோம் நம்முடைய சக்ரவர்த்தி பராந்தகதேவர் திருமகளார் குந்தவைப் பிராட்டியார்க்கு ராஜகேசரி சதுர்வேதி மங்கலத்து சபையோம் பணியால் இவ்வூர் மத்யஸ்தன் திருவேங்கடவன் ஆயர் கொழுந்தினேன் இவையென் எழுத்து இப்படி அறிவேன் இவ்வூர் வைகானஸன் காஸ்யபன் வாசுதேவன் ஆராவமுதினேன் இப்படி பணியால் மத்யஸ்தன் வேங்கடவன் அரங்கனேன் இவை என் எழுத்து இப்படி பணியால் இவ்வூர் மத்யஸ்தன் வில்லிற் கிடந்தானான மங்கலாச்சனேன் இவை என் எழுத்து. இப்படி அறிவேன் வைகாநஸ சூத்திரத்து கௌதமன் கோவிந்தன் சிங்கப்பிரானேன் நெழுத்து இப்படி பணியால் மத்யஸ்தன் அரங்கம்பூதியான மங்கலோத்தமனேன் எழுத்து இப்படி பணியால் இவ்வூர் வேட்கோவன் புறம்பியன்னெச்சில் மண்டையேன் னெழுத்து இப்படி பணியால் மத்யஸ்தன் அரங்கம் உலகனான சாதுப்பிரியனேன் இவை என் னெழுத்து இப்படி பணியால் இவ்வூர் வேட்கோவன் பொய்யிலி தேவன் னெழுத்து இப்படி பணியால் இவ்வூர் வேட்கோவன் நக்கன் முத்தரையன் னெழுத்து. இப்பதின்னெழாவதே இவ்வோலை மேற்பட்ட நிலம் நான் மாவரையும் இத்தஞ்சாவூர் புறம்படி வடவாற்றின் வடகரை இக் கருந்திட்டைகுடி தேவர்க்கு சந்திராதித்தவற் நொந்தாவிளக்கு நன்கெரிப்பதற்கு இத்தேவர்க்கே யுரித்தாக குடுத்தேன் பராந்தகன் குந்தவையென் இப்பிடி பாடருளிச் செய்ய எழுதினேன் இவர்க்கு அதிகாரஞ் செய்கின்ற சிறு பேறுடையான் கொ.....ரன் தென்னவன் ஏரியூர் நாட்டு வேளானென் இவை எந்நெழுத்து இப்பரிசு .... அறிவேன் இப் பிராட்டியார்க்கு அதிகாரஞ் செய்கின்ற நாகமங்கிழான் அங்காடி சூற்றியேன் இவை எந் நெழுத்து இப்படி குடுத்தமை அறிவேன் இப்பிராட்டியார் கணக்கு பூவணூருடையான் வரகுணன் சிங்க......படி சூடத்....வேன் ஆழ்....ன் என்பா........ இவை எந்நெழுத்து இப்படி குடுத்தமை அறிவேன் ஆழ்வார் கரணத்தான் மருதங்குடையான் மாயிலாட்டி ஆச்சேனன்.

விளக்கம்

மன்னன் : முதலாம் இராசராச சோழன்

காலம் : *17ஆவது ஆட்சியாண்டான கி.பி.1002*

செய்தி : நித்தவிநோத வளநாட்டு, நல்லூர்நாட்டுப் பிரமதேயமான ராஜகேசரி சதுர்வேதிமங்கலத்து (தற்போது இவ்வூர் பாபநாசம் வட்டத்தில் இராசகிரி என்ற பெயரில் அழைக்கப்படுகிறது) ஊர்ச்சபையார் மாமன்னரின் ஆணைப்படி, அவருடைய சகோதரி குந்தவைப்பிராட்டி பெயரில் கருந்திட்டைக்குடி மகாதேவர் கோயிலுக்காக விற்றுக்கொடுத்த நிலவிலை யாவணம்.

நல்லூர்நாட்டுப் பிரமதேய கிராமங்களில் பிராமணர்களுக்குக் கீழ்ப்பட்ட சாதியினர் குறிப்பிட சில பணிகளுக்காக முன்பு காணியாகப்பெற்று அனுபவிக்கும் நிலங்களில் தற்போது குறிப்பிட்ட அப்பணிகளைத் தவறாமல் செய்துகொண்டு அவ்வுரிமையால் அனுபவிக்கப்பெறும் நிலங்களைத் தவிர, பணியாளர்கள் இல்லாமல் ஊர்ச்சபையினரிடமுள்ள நிலங்களை விற்குமாறு, இராசராசன் ஆணையிட, இதனை அதிகாரிகள் வானவன் மூவேந்த வேளாரும், சாத்தம்பியாரும் நிறைவேற்ற, இராஜகேசரி ஊர் மகாசபையினர் விற்றனர்.

இவ்வாறு விற்கப்பட்ட நிலத்தைக் குந்தவைப் பிராட்டியார் விலை கொடுத்து வாங்கி, தஞ்சாவூர்ப் புறம்படி வடவாற்றில் வடகரை, கருந்திட்டைக்குடி இறைவனுக்கு நுந்தாவிளக்கு எரிப்பதற்காக அளித்தார்.

இராஜகேசரி சதுர்வேதிமங்கலத்துச் சபையினருக்காக இந்த ஆவணத்தில் அவ்வூர் மத்தியஸ்தன் திருவேங்கடவன் ஆயர்கொழுந்தினனும் மற்றும் பலரும் கையெழுத்திட்டுள்ளனர்.

இவ்வாறு வாங்கப்பட்ட நிலத்தின் வருவாயைக் கொண்டு இராசராச சோழனின் 17ஆம் ஆட்சியாண்டான கி.பி.1002 இலிருந்தே நுந்தாவிளக்கு எரிப்பதற்காகக் கொடுத்தேன் என்பதை ஆவணமாக எழுதியது குந்தவை நாச்சியாரின் அதிகாரிகளான தென்னவன் எரியூர்நாட்டு வேளான், நாகமங்கிழான், பூவனூருடையான் வரகுணன், மருதங்குடையான் மயிலாட்டி ஆச்சன் ஆகியவர்கள் ஆவர்.

கல்வெட்டு எண்.6[34]

கல்வெட்டு உள்ள இடம்: கருவறையின் மேற்குப்புறச்சுவர்

கல்வெட்டு

திருபுவனச்சக்கரவர்த்திகள் ராஜராஜதேவர்க்கு யாண்டு 24வது கும்ப...ஒருநாள் பாண்டிகுலாசனி வளநாட்டுத் தஞ்சாவூர் கூற்று.....

(இக் கல்வெட்டு சிதைந்துள்ளது)

விளக்கம்

மன்னன் : இரண்டாம் இராசராசன்

காலம் : இருபத்து நான்காவது ஆட்சியாண்டு

செய்தி : செய்தியை அறிய இயலவில்லை.

கல்வெட்டு எண். 7[35]

கல்வெட்டு உள்ள இடம் : கருவறையின் மேற்குப்புறச்சுவர்

கல்வெட்டு

ஸ்வஸ்திஸ்ரீ திருமகள் போலப் பெருநிலச் செல்வியுந் தனக்கே உரிமை பூண்டமை மனக்கொளக் காந்தளூர்சாலை கலமறுத்தருளி வேங்கை நாடுங் கங்கபாடியு நுளம்பாடியு தடிகைபாடியுங் குடமலை நாடுங் கொல்லமுங் கலிங்கமும் எண்டிசை புகழ்தர ஈழமண்டலமும் இரட்டபாடி ஏழரை இலக்கமும் திண்டிரல் வென்றித் தண்டால் கொண்ட தன்னெழில் வளருழியுள் எல்லா யாண்டும் தொழுதக விளங்கும் யாண்டே செழியரைத் தேசுகொள் ஸ்ரீ கோவி ராஜராஜ கேசரி பருமரான ஸ்ரீ ராஜராஜ தேவர்க்கு யாண்டு 24 ஆவது ஸ்ரீ ராஜராஜ தேவர் சிறுதனத்து சிங்களாந்தக தெரிஞ்ச குதிரைச் சேவகரில் அரங்கன்காரியான சோழ விச்சாதிர முத்தரையனோடு இளையபடை இருமுடி சோழவீரரில் காரி குளிர் வாகை ஸ்ரீ ராஜராஜதேவர் காண வில்லேக்கத் தோளம் எய்து காரி குளிர் வாகை பட்டமையில் இவனுக்குறவுமுறை கடவரான காரிநக்கத்தின் மகன் கண்டன்காரியும் காரிகொற்றத்தின் மகன் கண்டன்பொறகாரியும் இவன் கொழுந்தன் குட்டி பொன்னாடையும் உள்ளிட்டாரோடும் திருந்தி இந்த ஸ்ரீ கோயில் மகாதேவர்க்கு வைத்த நொந்தாவிளக்கு சந்திராதித்தவர் எரிக்கக் கடவாரித் தளியில் ஸ்ரீ கோயிலுடையார்கள்.

விளக்கம்

மன்னன் முதலாம் இராசராசன்

காலம் : 24ஆம் ஆட்சியாண்டாகிய 1009

செய்தி : மன்னனின் முன்னிலையில் அரங்கன் காரியான சோழ விச்சாதர முத்தரையன் என்னும் குதிரைவீரன் ஒருவனும் காரி குளிர்வாகை என்னும் மற்றொருவனும் விற்போர் புரிந்தனர். இவ்விருவரும் முறையே இராசராச தேவர் சிறுதனத்து சிங்களாந்தகத் தெரிஞ்ச குதிரைச் சேவகர் படை என்னும் பிரிவையும், இளையப்படை இருமுடி சோழ வீரர் படை என்னும் பிரிவையும் சேர்ந்தவராவர். இப்போர் விற்போட்டியாகும். இப்போட்டியில் காரிகுளிர்வகை தோளில் தொளையுண்டு இறந்துபட்டான்.

இறந்த காரிக் குளிப்பாகைக்குக் கண்டன்காரி, கண்டன்பொற்காரி, குட்டி பொன்னாடை ஆகியோர் உறவினர்கள். இறந்தவனின் நினைவாக இவர்கள் கோயிலில் நுந்தாவிளக்கு எரிய ஆவன செய்கின்றனர்.

கல்வெட்டு எண் 8[36]

கல்வெட்டு உள்ள இடம் : கருவறையின் வடபுறச்சுவர்

கல்வெட்டு

ஸ்வஸ்திஸ்ரீ கோப்பரகேசரிபந்மர்க்கு யாண்டு 2ஆவது புறம்படி கருந்திட்டைக்குடி மாதேவர்கோயில் உடைய கௌசியந் கணபதி சூற்றியலும் பக்குடி சுதந்தியும் இவ்விருவோம் இத் தஞ்சாவூர் வீரசோழப் பெருந்தெருவில் திருதானசோமபிரான் கோயில் காணி உடைய ஆத்திரையந் சிதரன்தாழியான இராமீஸ்வரமுடையானுக்கு இக்கருந்திட்டைக்குடி மாதேவர் கோயிலில் விற்றுக் குடுத்த நாள் திங்கள் முப்பது வட்டத்து இருபதும் இவூர் பிடாரிகோயில் நாள் இருபதும் நந்திமாகாளி கோயில் நாள் இருபதும் இவநநுபவிக்க நாங்கள் மூவரோடநப்படி.

விளக்கம்

மன்னன் : இந்த கோப்பரகேசரிபன்மன் மதுராந்தக உத்தம சோழனாக இருக்கலாம் எனக் கல்வெட்டின் எழுத்தமைதியால் ஊகிக்க முடிகிறது.

காலம் : இரண்டாவது ஆட்சியாண்டு கி.பி. 972

செய்தி : தஞ்சை நகரின் புறம்படியான கருந்திட்டைக்குடி மகாதேவர் கோயிலில் காணி பெற்றுப் பணிபுரியும் (பூசை செய்யும்) கௌசியன் கணபதி சூற்றி,....... பக்குடி சுதந்திர ஆகிய இருவரும் தஞ்சாவூர் வீரசோழப் பெருந்தெருவில் உள்ள திருதான சோமபிரான் கோயிற் காணி உரிமையுடைய ஆத்திரையன் சீதரன்தாழியான இராமீஸ்வரமுடையானுக்குத் தங்கள் காணி உரிமைகளை (பூசை உரிமைகளை) விற்றனர்.

இதன்படி ஒரு மாதத்திற்குரிய முப்பது நாட்கள் உரிமையில் கருந்திட்டைக்குடி மகாதேவர் கோயில் உரிமையில் இருபது நாட்களும் இவ்வூர்ப் பிடாரிகோயில் உரிமையில் இருபது நாட்களும், நந்தி மாகாளி கோயில் உரிமையில் இருபது நாட்களும், ஆத்திரையன் சீதரன்தாழியான இராமீஸ்வரமுடையான் அனுபவிக்க கௌசிகன் கணபதி சூற்றியும், சுதந்தியும் உடன்பட்டு எழுதிக் கொடுத்துள்ளனர்.

கல்வெட்டு எண்.9[37]

கல்வெட்டு உள்ள இடம் : கருவறையின் வடபுறச்சுவர்

கல்வெட்டு

ஸ்வஸ்திஸ்ரீ திருமன்னி வளர இருநில மடந்தையும் போற்செயப் பாவையும் சீர்த்தணிச்செல்வியும் தன் பெருந்தேவியராக்கி இன்புற நெடுந்தியல் ஊழியுள்

இடைதுறை நாடும் துடர்வனவேலிப் படர்வன வாசியும் கள்ளிசூழ் மதிள் கொள்ளிப்பாக்கையும் நண்ணற்க்கருமுரண் மண்ணைக் கடக்கமும் மாபெருந் தண்டால் கொண்ட கோப்பரகேசிரபந்மரான ஸ்ரீ ராஜேந்திர சோழ தேவர்க்கு யாண்டு 5ஆவது தஞ்சாவூர்ப் புறம்படிக் கருவிட்டகுடி மகாதேவர்க்கு யாண்டு நான்காவது வரை பல வகையாலும் இட்டார் இட்ட பொன்னால் பட்டங்களும் பொற்பூக்களும் கண்மணிகளும் நெரிஞ்சிப் பூக்களும் பிடலிகைவாரியால் கூடின பொன்னும் ஆகப் பலவகையாலும் கூடி பொன் ஒன்பது மாறி குடிஞைக் கல்லால் நிறை பொன் இருபதின் கழஞ்செ அரைக்காலினால் இராஜேந்திர சோழன் பட்டம் ஒன்று.

விளக்கம்

மன்னன் : *முதலாம் இராசேந்திர சோழன்*

காலம் : *ஐந்தாவது ஆட்சி ஆண்டான கி.பி.1017*

செய்தி : *இம்மன்னனின் நான்காம் ஆட்சியாண்டு வரை (கி.பி.1016) கருவிட்டக்குடி மகாதேவர்க்கு பலவகையாலும் பலர் அளித்த பொற்பட்டங்கள், பூக்கள், கண்மணிகள், நெருஞ்சிப்பூக்கள் முதலிய அணிகலன்கள் அனைத்தையும் ஒன்பது மாறிக் குடிஞைக்கல்லால் நிறை எடுத்தபோது எடை இருபதின் கழஞ்சே அரைக்கால் ஆகும். இவற்றைக் கொண்டு இம் மன்னனின் ஐந்தாம் ஆட்சியாண்டில் இத் திருக்கோயில் மகாதேவற்கு இராசேந்திர சோழன் பட்டம் என்ற அணிகலன் செய்யப்பட்டது.*

கல்வெட்டு எண். 10[38]

கல்வெட்டு உள்ள இடம் : *கருவறையின் கீழ்ப்புறச்சுவர்*

கல்வெட்டு

ஸ்வஸ்திஸ்ரீ கோப்பரகேசரி பந்மர்க்கு யாண்டு 10ஆவது இத் துவார பாலகர் இருவரையுஞ் செய்வித்து எழுந்தருளிவிச்சாள் செம்பொர்க் கோட்டத்து பட்டினனாட்டுப் பழம்பட்டிநத்து இருக்கும் வெள்ளாட்டி அருணிலிமலைப்பிராட்டி.

விளக்கம்

மன்னன் : *இம்மன்னன் மதுராந்தக உத்தமசோழனாக இருத்தல் கூடும் என்பதைக் கல்வெட்டின் எழுத்தமைதியால் ஊகிக்க முடிகிறது.*

காலம் : *பத்தாவது ஆட்சியாண்டு கி.பி. 980*

செய்தி : இத் திருக்கோயிலின் இரண்டு துவாரபாலகர்களின் சிலைகளையும் செம்பொற்கோட்டத்துப் பட்டினனாட்டைச் சேர்ந்த பழம்பட்டினம் எனும் ஊரினளாகிய அருணிமலைப்பிராட்டி என்பவள் செய்தளித்தாள்.

கோடிவனமுடையாள் திருக்கோயில் (நந்தி மாகாளி கோயில்)

தஞ்சைப் பெரிய கோயிலில் காணப்பெறும் பாண்டியர்காலக் கல்வெட்டொன்றில் 'கோடிவனமுடையாள்' என்ற குறிப்புக் காணப்பெறுகின்றது. தொண்டைமானார் என்பவர் தஞ்சை நகரில் தோற்றுவித்த அகரம் சாமந்த நாராயண சதுர்வேதிமங்கலப் பட்டர்களுக்கும் இவரே எடுப்பித்த சாமந்த நாராயண விண்ணகரத்திற்கும் கருந்திட்டைக்குடிப் பகுதியில் 77 வேலிக்கு மேற்பட்ட 108 பங்கு நிலக்கொடை அளித்தார். அந்நிலத்தின் நான்கெல்லை கூறுமிடத்து, மேற்கெல்லையாகக் 'கோடிவனமுடையாள் பெருவழி' குறிக்கப் பெற்றுள்ளது.

இந்தப் பெருவழி கோடிவனமுடையாள் கோயிலை ஒட்டி அமைந்த பெருவழி என்பதைக் கல்வெட்டுக் குறிப்பால் அறியமுடிகிறது. 'வனமுடையாள்' என்ற சிறப்புப் பெயரோடு கொற்றவையாம் காளிதேவிக்குக் கோயில்கள் எடுப்பது பழைய மரபாகும். தில்லையில் உள்ள தில்லைக்காளி கோயில் கல்வெட்டுக்களில் 'தில்லை வனமுடைய பரமேஸ்வரியாள் ஆலயம்' என்றே குறிக்கப்பெற்றுள்ளது. தில்லை என்பது ஒருவகைச் செடியாகும். தில்லைவனத்தில் அமைந்தக் கோயில் போன்றே 'கோடிவனம்' என்ற பகுதியில் அமைந்த தேவியின் கோயிலே கோடிவனமுடையாள் திருக்கோயிலாகும். தற்போது கரந்தைப் பகுதியில் பெருவழியை ஒட்டி அமைந்துள்ள காளிகோயில் 'கோடி அம்மன்' என்ற பெயரால் அழைக்கப்பெறுகின்றது. கருந்திட்டைக்குடி தஞ்சை நகரின் புறநகர் என்பதை விவரித்துள்ளோம். தஞ்சையின் வடக்கில் உள்ள இக்கோயில் 'வடவாயிற் செல்வி' எனச் சிறப்பித்துப் பேசப்பெறும் காளிகோயிலாகவே இருப்பதாலும், கோடி அம்மன் என்ற இன்றைய பெயர் ஒப்புமையாலும், இதுவே கோடிவனமுடையாள் திருக்கோயில் என உறுதியாகக் கொள்ளலாம்.

தஞ்சாவூர்க் கருந்திட்டைக்குடியில் உள்ள மாதேவர் (வசிட்டேசுவரர்) திருக்கோயிலில் உள்ள பராந்தக சோழன் இரண்டாம் ஆண்டுக் கல்வெட்டின்படி (முன் எட்டாம் எண்ணாகக் காட்டப்பெற்றது) கருந்திட்டைக்குடியில் இருந்த 'பிடாரி கோயில்', 'நந்திமாகாளி கோயில்' ஆகிய இருகோயில்களிலும் மாதத்திற்கு இருபதுநாள் பூசை செய்யும் உரிமை ஆத்திரையன சீதரனுக்குக் கிடைத்தது.

இக் கருந்திட்டைக்குடி 'நந்திமாகாளி' கோயிலே கோடிவனமுடையாள் கோயில் எனக் கொள்ளச் சில சிற்பச் சான்றுகள் துணை நிற்கின்றன. பராந்தக சோழன் காலத்தியதாகக் கருதப்பெறும் காளிதேவியின் திருவுருவங்கள் இரண்டு இங்கு உள்ளன. மேலும் இக்கோயிலில் காளிதேவிக்கு முன்பு சிம்மம் இல்லாமல் நந்தி இருப்பது குறிப்பிடத்தக்கதாகும்.

திருக்கோயில் அமைப்பு

கருவறை வடக்கு நோக்கி அமைந்துள்ளது. திருச்சுற்று மதில் ஒன்றும், அர்த்த மண்டபம், மகாமண்டபம் ஆகியவையும் பெற்றுத் திகழும் பழமையான இத்திருக்கோயிலுக்கு அண்மையில் புதிய முகமண்டபம் எடுத்துள்ளனர். ஒரு தளத்துடன் கூடிய சாலாகர விமானத்துடன் கருவறை அமைந்துள்ளது. இது முற்றிலும் செங்கற் திருப்பணியாகும். கருவறையில் சுண்ணச் சுதைவடிவமாகத் தேவி காட்சி நல்குகிறாள். சோழர் காலக் காளி சிற்பங்கள் இரண்டும் கருவறை வாயிலுக்கு வெளியே உள்ளன.

சாமந்த நாராயண விண்ணகரம்

சாமந்த நாராயண விண்ணகரம் எனும் திருமால் ஆலயம் சோழர்கள் மறைவிற்கு பின்பு பாண்டியர் காலத்தில் தஞ்சை நகரில் தோற்றுவிக்கப் பெற்றதாகும். முதலாம் மாறவர்மன் ஸ்ரீ வல்லபனின் *(1308-1344)* கல்வெட்டு திருவாரூர், தஞ்சாவூர், திருவெண்காடு ஆகிய கோயில்களில் கிடைக்கின்றன. இவனுடைய சாமந்த நாயகனாகத் திகழ்ந்தவர் நாராயணன் எனும் தொண்டைமானாவார். திருவெண்காட்டுக் கல்வெட்டு இத்தொண்டைமானாரைப் பற்றிக் குறிப்பிடுகின்றது.

இவர் தன் பெயரால் எடுத்த சாமந்த நாராயண சதுர்வேதி மங்கலம் பற்றி முன்னரே விவரித்துள்ளோம். இக் கோயில்பற்றிக் குறிப்பிடும் கல்வெட்டு தஞ்சைப் பெரியகோயிலில் உள்ளது[39] தற்போதைய தஞ்சாவூர் கொண்டிராச பாளையத்திலுள்ள (கிழக்கு அலங்கம்) கீழநரசிங்கப் பெருமாள் திருக்கோயிலே சாமந்தநாராயண விண்ணகரம் ஆகும். இந்த ஆலயம் தெற்கு நோக்கித் திகழ்கிறது. இக்கோயிலுக்கு அருகில் சாமந்தான்குளம் என வழங்கப்படுகின்ற சாமந்த நாராயணன் திருக்குளம் இருக்கிறது. பழமைச் சிறப்பு வாய்ந்த இந்தத் திருக்குளம் தற்போது முற்றிலும் அழியும் நிலையில் உள்ளது.

கருவறையில் யோகநரசிம்மரின் திருவுருவம் உள்ளது. இது பாண்டியர் கலைப்பாணியாகவே உள்ளது. இக்கோயிலில் பழைய கல்வெட்டுக்கள் எதுவும் இல்லை. தஞ்சை நாயக்கர்கள் மராட்டிய மன்னன் சரபோஜி ஆகியோர் காலத்தில் திருப்பணிகள் நடந்தமையால் இக்கோயில் பிற்காலக் கலைப்பாணியிலேயே திகழ்கின்றது.

விசயராகவ நாயக்கர் காலத்தில் பெத்ததாசரி என்ற வைணவப் பெரியார் ஒருவர் வாழ்ந்ததாகவும், அவர் இத் திருக்கோயிலில் பல அற்புதங்கள் நிகழ்த்தியதாகவும் கூறுவர்.

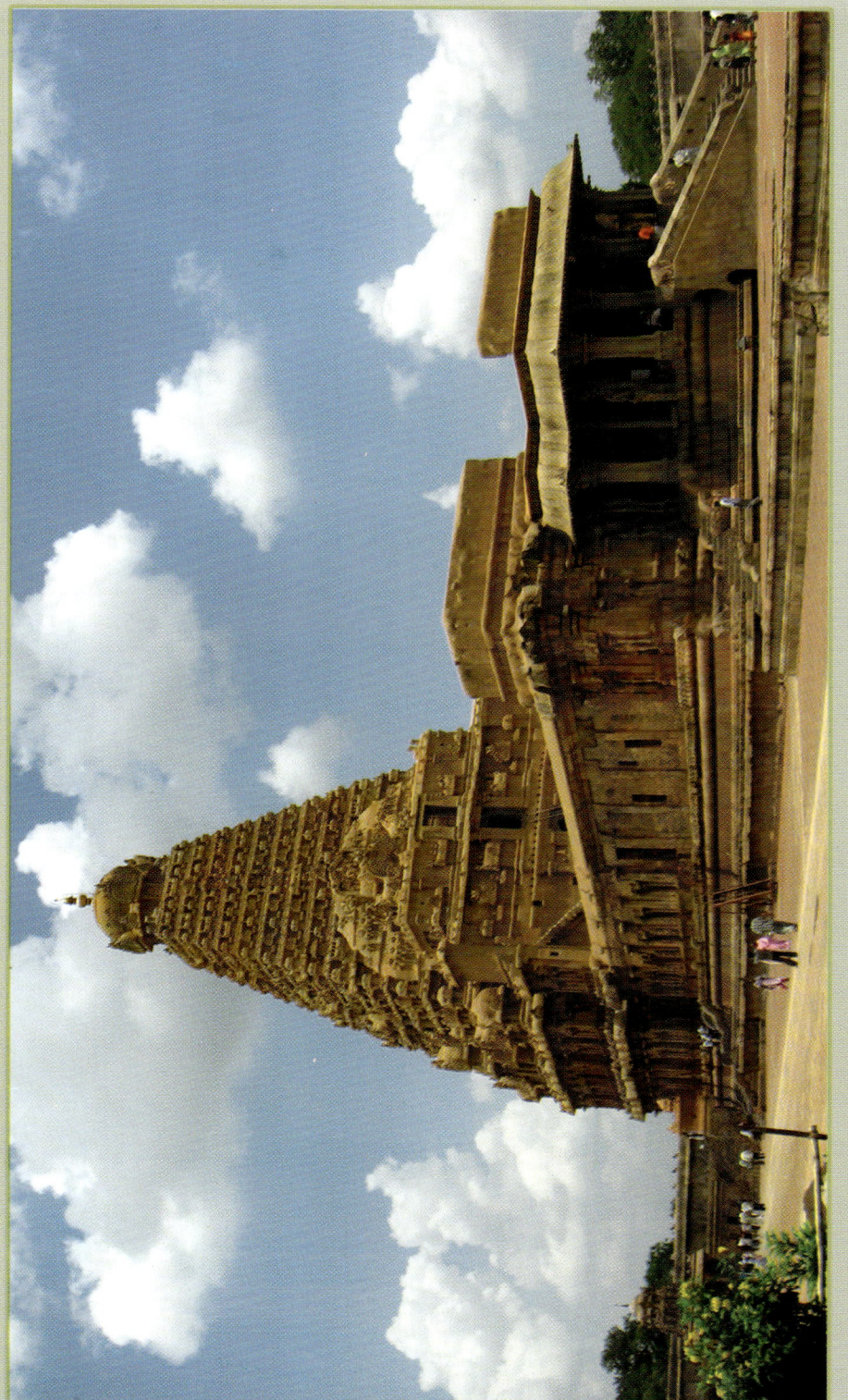

தஞ்சைப் பெரியகோவில்

இராஜராஜன் திருவாயில்

நாயக்கர் கால இடபம்

கேரளாந்தகன் திருவாயில்

இராஜராஜன் திருவாயில்

இராஜராஜேச்சரம்
(வானூர்தியிலிருந்து எடுக்கப்பெற்ற படம்)

முதற்கோபுரத்திலிருந்து திருக்கோயிலின் தோற்றம்

தஞ்சைப் பெரியகோவில் திருமதிலுடன்

இராஜராஜேச்சரத்தின் எழிலார்ந்த தோற்றம்

திருச்சுற்று மாளிகையின் வடபகுதி

பிரகாரத்திலிருந்து திருக்கோபுரங்களின் காட்சி

சோமதேவர் ஆலயமும் திருச்சுற்று மாளிகையும்

இராஜராஜேச்சரமுடையார்
(பிரகதீசுவர சுவாமி)

புவனம் மூன்றுடைநாச்சியார்
(பெரியநாயகி)

சைதாபா பாயி சாகேப்

பிரதானி கிருஷ்ணாஜி

ஏகோஜி

சகஜி

கல்லணைக் கால்வாய்க் கரையில் இராஜராஜேச்சரம்

திருமதிலோடு இராஜராஜேச்சரம்

சோழர்கால ஓவியத்தில் திரிபுராந்தர்

தஞ்சைப் பெரியகோவில் ஆடல்வல்லார்

சோழர் கால ஓவியத்தில் காவல் அலுவலர்

சோழர் கால ஓவியத்தில் நாட்டிய நங்கை

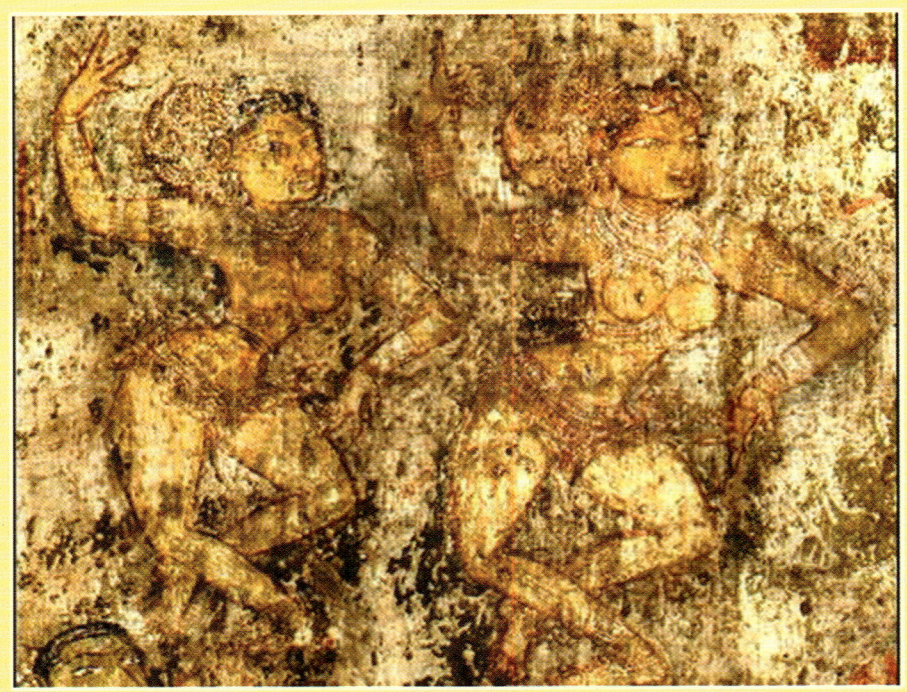

சோழர்கால ஓவியத்தில் ஆடல் அணங்குகள்

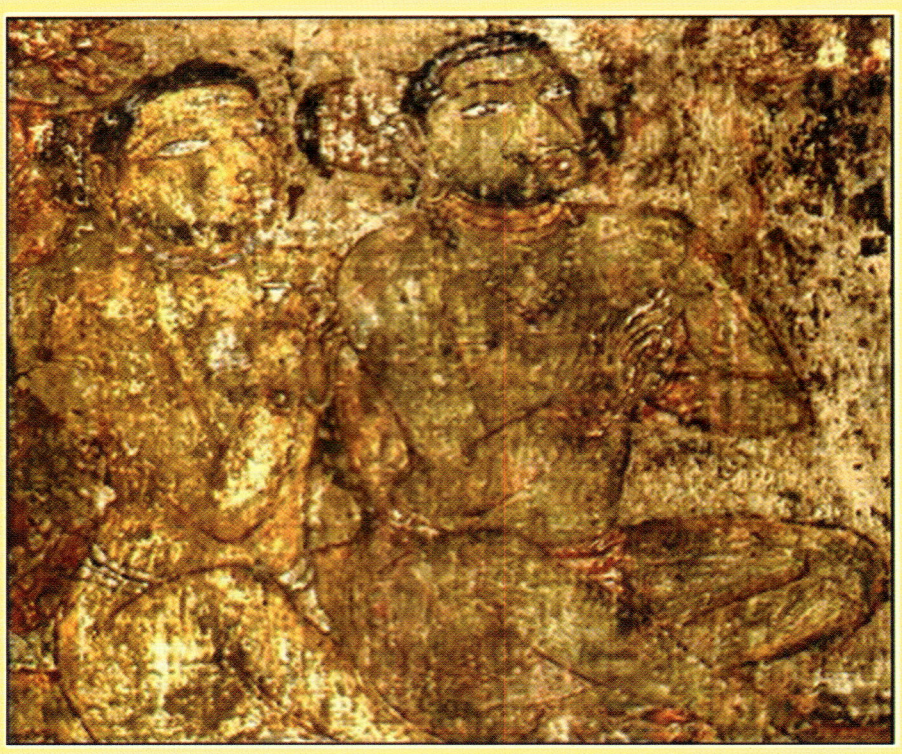

சோழர்கால ஓவியத்தில் சுந்தரரும் சேரமான் பெருமானும்

சோழர்கால ப்ரஸ்கோ ஓவியம்

மராட்டியர்கால ஓவியத்தில் சரபோஜி மன்னர்

சோழர்கால ஓவியம்

மராட்டியர் கால ஓவியம்

குறிப்புகள்

1. தி.வை.சதாசிவப் பண்டாரத்தார், பிற்காலச்சோழர் வரலாறு.
2. கே.வி.செளந்தரராஜன் தஞ்சைத்தளிக்குளத்தார் கட்டுரை
3. பத்மாவதி தஞ்சைத் தளிக்குளத்தார் கோயில் கட்டுரை.
4. ARE 156 of 1942 - 43
5. SII, Vol.II, No 66
6. SII, Vol. II, Part III No 66 : 446
7. தஞ்சைப் பெருவுடையார் கோயில் கல்வெட்டுக்கள், ப.196
8. இரண்டாம் நந்திவர்ம பல்லவனின் தலைநகரான ‘நந்திபுரம்’ தஞ்சை நகரிலிருந்து 10 கிலோமீட்டர் தொலைவிற்குள் உள்ள கண்டியூர் வீரசிங்கம் பேட்டையில்தான் இருந்தது.
9. மூன்றாம் நந்திவர்ம பல்லவனின் கல்வெட்டுக்கள் தஞ்சைக்கருகிலுள்ள திருவையாறு, செந்தலை போன்ற ஊர்களில் உள்ளன.
10. SII, Vol. II No 66
11. திருநாவுக்கரசர் தேவாரம் 4.20.3.
12. திருஞானசம்பந்தர் தேவாரம் 1.21.1.
13. திருநாவுக்கரசர் தேவாரம் 6.14.1.
14. மேலது 4.30.1.
15. மேலது 6.53.8.
16. மேலது 6.73.9.
17. மாணிக்கவாசகர் திருவாசகம் குலாப்பத்து 9.
18. Epigraphia Indica Vol.27, pp.297-300.
19. திருமங்கையாழ்வார் பெரிய திருமொழி 1.1.6.
20. மேலது 2.5.3.
21. பூதத்தாழ்வார், இரண்டாந் திருவந்தாதி 70.
22. SII Vol. II, No.23

23. திருமங்கையாழ்வார், பெரியதிருமொழி 7.3.9.

24. "தஞ்சாவூர் புறம்படி ரௌத்ர மஹாகாளத்து மடவிளாகத்து இருக்கும் இடையன் சுப்பிரன் சூற்றிற்கு உடையார் ஸ்ரீ ராஜராஜ தேவர் குடுத்த கால்மாட்டில் அடுத்த ஆடு ஐம்பத்திரண்டும்........"

மடவிளாகம் என்பது திருக்கோயிலைச் சுற்றி அமைந்துள்ள வாழ்விடமாகும். இங்குக் கோயிற் பணியாளர்கள் யோகிகள் உறைவர். மடவிளாகம் அமைந்த இந்தக் கோயில் பெரிய கோயிலாக இருந்திருக்க வேண்டும். SII Vol. II No 66.

25. சூரசிகாமணிப் பெருந்தெருவில் குசவர்க்குப் பங்கு ஆறும் வண்ணத்தார்கள் இருவர்க்கு பேராற்பங்கு ஒன்றாக இத்தெருவில் ஈரங்கொள்ளிகளுக்குப் பங்கு இரண்டும் ......

26. ARE 49 of 1897, SII Vol. V No 1412.

27. திருநாவுக்கரசர் தேவாரம் 6.71.3.

28. தென்னிந்தியக் கோயிற் சாசனங்கள் தொகுதி 5, எண் 1414.

29. SII Vol. V. No 1405, ARE 42 of 1897.

30. SII Vol. V. No 1406, ARE 43 of 1406.

31. SII Vol. V. No 1407, ARE 44 of 1897.

32. SII Vol. V. No 1408, ARE 45 of 1897.

33. SII Vol. V. No 1409, ARE 46 of 1897.

34. SII Vol. V. No 1410, ARE 47 of 1897.

35. SII Vol. V. No 1411, ARE 48 of 1897.

36. SII Vol. V. No 1412, ARE 49 of 1897.

37. SII Vol. V. No 1413, ARE 50 of 1897.

38. SII Vol. V. No 1414, ARE 51 of 1897.

39. SII Vol. V. No 22.

கிருஷ்ணாபுரம் செப்பேடு

விசயநகரப் பேரரசின் காலத்தில் தஞ்சை

கி.பி. 1279இல் மூன்றாம் இராசேந்திர சோழனின் ஆட்சியோடு சோழராட்சி மறைந்தது. பிறகு சோழநாடு பாண்டியர்களாலும், திருச்சி மாவட்டக் கண்ணனூரைத் (இன்றைய சமயபுரப்பகுதி) தலைநகராகக் கொண்ட போசளர்களாலும் ஆளப்பெற்றது. போசள மன்னர்களான வீரநரசிம்மன், சோமேஸ்வரன், இராமநாதன், வீரவல்லாளன் ஆகியவர்கள் காலத்தில் தஞ்சை எந்த சிறப்பும் பெற்றதாகச் சொல்வதற்கில்லை. இவர்களுடைய கல்வெட்டு எதுவும் தஞ்சை நகரத்தில் இதுவரை கிடைக்கவில்லை.

போசளர் ஆட்சிக்குப் பிறகு தமிழகமும், சிறப்பாகச் சோழநாடும் விசயநகரப் பேரரசின் ஆதிக்கத்திற்குப்பட்டது. விசயநகரப் பேரரசைத் தோற்றுவித்த ஹரிஹரர் புக்கர் சகோதரர்களில் புக்கரின் புதல்வரான வீரகம்பண்ணர் (இரண்டாவது கம்பண்ணர்) தென் தமிழகம் வரை படையெடுத்து, தமிழகத்தைத் தன் ஆதிக்கத்தின் கீழ்க் கொணர்ந்தார். இதன்பிறகு தமிழகம் விசயநகரப் பேரரசர்களான சங்கம, சாளுவ, துளுவகுல மன்னர்களால் ஆளப்பெற்றது.

இரண்டாம் தேவராயர்

மூன்றாம் புக்கரின் மகனான இரண்டாம் தேவராயர் காலத்துக் கல்வெட்டொன்று தஞ்சைப் பெரிய கோயிலில் உள்ளது. இதுவே தஞ்சையில் காணப்பெறும் விசயநகரப் பேரரசின் முதற் சாசனமாகும். சகாப்தம் 1368 க்ஷய ஆண்டான 1446-47இல் தேவராயனின் படைத்தளபதியான ஸ்ரீ வல்லவதேவர் என்பவர் தன் திக்விஜயம் வெற்றி பெறுவதற்காகத் தஞ்சை ஈசனுக்குப் பலவகையான தங்க ஆபரணங்களையும், க்ஷேத்பாலருக்கு வெள்ளிப்பட்டம் ஒன்றையும் அளித்துள்ளார்.[1] விசயநகரப் பேரரசு தமிழகத்தில் நிலைத்துக் காலூன்றுவதற்கு இத்தகைய திக்விஜயங்கள் காரணமாக அமைந்தன. மேலும் 1311இல் நிகழ்ந்த மாலிக்காபூரின் படையெடுப்பாலும், மதுரை சுல்தான்கள் ஆட்சியாலும் பெரிதும் தடைப்பட்டிருந்த திருக்கோயில் வழிபாடுகள் மீண்டும் பொலிவு கொள்ள இத்தகைய அறக்கொடைகள் வழிவகுத்தன. தஞ்சைப் பெரிய கோயிலும் 15ஆம் நூற்றாண்டில் பொலிவடைந்தது என்பதற்கு இந்த ஆவணம் ஒரு சான்றாகும்.

சாளுவத்திருமலைதேவ மஹாராஜர்

*15*ஆம் நூற்றாண்டில் சாளுவத் திருமலைத்தேவ மஹாராஜர் சோழ மண்டலத்தில், விசயநகரப் பேரரசின் மகாமண்டலேசுவரராக இருந்தார். இவரது கல்வெட்டுக்கள் தஞ்சாவூர், நாகை மாவட்டங்களில் காணப்பெறுகின்றன. சகாப்தம் 1377 யுவவருடம் சித்திரை மாதம் குறிக்கப்பெற்ற கல்வெட்டு ஒன்று தஞ்சாவூர்ப் பெரியகோயிலில் உள்ளது.[2] இது கி.பி.1455க்குரியதாகும். இச்சாசனம் சில கிராமங்களில் வசூலிக்கப்பெறும் வரியைத் தவிர்த்து அவற்றை இறையிலிக் கிராமங்களாக ஆக்கியதைத் தெரிவிக்கிறது.

தஞ்சாவூர் வ...ண்டயம், தஞ்சை மாமணிக் கண்டங்குறை, நாகளாபுரம், பழமாறன் ஏரி, அன்பதின்மேல் அகரம், வேலங்குடி, அம்மை அ.....ரம், தென்அளூர், கருப்பூர், மருவூர் இராசேந்திர சோழ நல்லூரான திருமலைராசபுரம், சமுத்திற....புரம் ஆகியனவே இவ்வாறு வரி நீக்கம் பெற்ற ஊர்களாகும். தஞ்சையைச் சுற்றி அமைந்துள்ள இந்த ஊர்கள் பெரிய கோயிலுக்கு அளிக்கப்பெற்ற அகரக்கிரமாங்களாக இருத்தல்கூடும் என அறிஞர்கள் கருதுகின்றனர். இவற்றின் இந்நாளைய பெயர்கள் வருமாறு:

	தற்போதைய பெயர்
தஞ்சாவூர் வ.....ண்டலம் தஞ்சைமாமணிக் கண்டங்கறை நாகளாபுரம்	தண்டங்கோரை
பழமாறன் ஏரி	பழமானேரி
அன்பதின் அகரம்	**ஐம்பதின் மேல்நகரம்**
வேலங்குடி	வேலங்குடி
அம்மை அ....ரம்	**அம்மையகரம்**
தென் அளூர்	அள்ளூர்
கருப்பூர்	கருப்பூர்
மருவூர் இராஜேந்திர சோழநல்லூர்	**இராஜேந்திரன் ஆர்க்காடு(?)**
சங்கந்தவிர்த்த சோழ நல்லூரான திருமலைராசபுரம்	**திருமலைராஜபுரம்**
சமுத்திரபுரம் (சமுத்திர ராசபுரம்)	**திருமலைசமுத்திரம்**

சாளுவத் திருமலைதேவ மகாராயரின் மறைவிற்குப் பின்பு சோழநாடு கோனேரி ராயன் என்பரின் ஆளுகைக்கு உட்பட்டது.[3] இரண்டாம் விருபாட்சன் காலம் வரை (1465-85) மகாமண்டலேசுவரனாகத் திகழ்ந்த கோனேரிராயன் திருச்சிராப்பள்ளியைத் தலைமையிடமாகக் கொண்டு ஆட்சி புரியலானார். பின்பு சங்கம குலம் மறைந்து சாளுவகுல மன்னர்கள் விசயநகர ஆட்சியைக் கைப்பற்றவே கோனேரிராயன் சுதந்திரமாக ஆளத் தொடங்கினான். இது 1496 வரை தொடர்ந்தது. திருவரங்கத்திலிருந்த கந்தாடை இராமானுஜதாசர் என்பவருக்கும் கோனேரிராயனுக்கும் மோதல்கள் ஏற்படவே, விசயநகர மன்னனின் தளபதியான நரசநாயக்கர் பெரும்படையுடன் வந்து, கோனேரிராயருடன் சண்டையிட்டுச் சோழமண்டல ஆட்சியைக் கைப்பற்றினார்.

நரசநாயக்கரின் இந்த வெற்றியைக் கல்வெட்டுக்கள், திருவரங்கத்துக் கோயிலொழுகு, ராஜநாததிண்டிம கவி இயற்றிய அச்சுதராயாப்யுதம் எனும் வடமொழிக் காப்பியம் ஆகியன சிறப்பாகக் குறிப்பிடுகின்றன. நரசநாயக்கரின் சோழநாட்டு வெற்றியை அவரது வழியில் பின் தோன்றிய கிருஷ்ணதேவராயர், அச்சுததேவராயர், சதாசிவராயர் ஆகியவர்கள் தங்கள் குலப்பெருமையாகக் கல்வெட்டுக்களிலும் செப்பேடுகளிலும் குறிப்பிடலாயினர்.

சகம் 1489இல் (ஆங்கில ஆண்டு 1567) எழுதப்பெற்ற சதாசிவராயரின் கிருஷ்ணாபுரம் செப்பேடு நரசநாயக்கரின் சோழநாட்டு வெற்றியைத் தஞ்சை ராஜ்ய வெற்றி என்றே புகழ்ந்து கூறுகிறது. திருநெல்வேலி மாவட்டம் கிருஷ்ணாபுரம் திருவேங்கடநாத சுவாமிக்குச் சதாசிவராயர் சில கிராமங்களைக் கொடையாக அளித்ததைக் கூறும் செப்பேட்டின் 9ஆம் சுலோகத்தில் இவ்வாறு கூறப்பட்டுள்ளது. இப்படையெடுப்பின்போது தஞ்சை தலைநகரமாக இல்லாவிட்டாலும் பழம்பெருமை உடையதால் தஞ்சை ராஜ்யம் என்றே பேசப்பெறுகின்றது.

தஞ்சாவூரை ஒட்டி அமைந்துள்ள வயலூர்க் கிராமம் தற்போது 'நரசநாயக்கபுரம்' என்றே அரசுப் பதிவேட்டிலும் வழக்கிலும் அழைக்கப்பெறுகிறது.

15ஆம் நூற்றாண்டைப் பொறுத்தவரை இரண்டாம் தேவராயர் மற்றும் சாளுவத் திருமலை தேவ மகாராயரின் தஞ்சைப் பெரிய கோயிற் கல்வெட்டுக்களைத் தவிர வேறு சாசனச் சான்றுகள் எதுவும் இதுவரை கிடைக்கவில்லை. 16ஆம் நூற்றாண்டில் அச்சுத தேவராயர் காலத்தில்தான் தஞ்சை மீண்டும் சோழ மண்டலத்தின் தலைமை இடமாகப் பரிணமிக்கத் தொடங்கிற்று. 1219இல் சுந்தரபாண்டியன் தஞ்சை நகரைச் செந்தழல் இட்டுக் கொளுத்தியதிலிருந்து அச்சுததேவராயர் காலம் வரை முழுமையாக மூன்று நூற்றாண்டுகளைத் தஞ்சையின் ஒளி இழந்த காலம் என்றே கூறலாம்.

கி.பி.1532இல் பொறிக்கப்பெற்ற அச்சுததேவராயரின் வாசல் அதிகாரியான மல்லப்பநாயக்கரின் மகன் சின்னப்ப நாயக்கர் பற்றிக் குறிப்பிடும்

கல்வெட்டொன்று தஞ்சாவூர்த் தொப்புள் பிள்ளையார் எனப்படும் தொப்பாரங் கட்டி பிள்ளையார் கோயில் முன்பாக உள்ள இராஜகோபுரத்தின் அதிட்டானத்தில் காணப்பெறுகின்றது.[4] தஞ்சை நகரிலுள்ள நாயக்கர் கல்வெட்டுக்களுள் தொன்மையானது இதுவே. இக்கல்வெட்டில் வாசல் மல்லப்ப நாயக்கரின் புத்திரன் சின்னப்ப நாயக்கர் அவர்களுக்குத் தர்மமாகக் கோணப்ப நாயக்கர் மகன் தாத்தப்ப நாயக்கர் தஞ்சாவூர்ப் பிள்ளையார் அளகேஸ்வரப் பிள்ளையாரான[5] தொப்பாரங்கட்டிப் பிள்ளையார் கோயில் திருப்பணிகளுக்காகத் திருப்பணிப் புறமாகத் தேவதான நிலம் அளித்தமை விவரிக்கப்பட்டுள்ளது. இத் தேவதான நிலம் எங்குள்ளது என்பதை, "சோழமண்டலம் திருச்சிராப்பள்ளி உசாவடி தஞ்சாவூர் சீர்மை காவேரியாற்றுக்குத் தென்கரை நித்த விநோத வளநாட்டு மிலட்டூர் பற்று சங்கமராயன் பேட்டையில் 6 வேலி நிலம் நஞ்சையும் ஒருவேலி புன்சையும்...." என்ற கல்வெட்டு வரிகளால் அறியமுடிகிறது. இன்று இவ்வூர் மெலட்டூரை அடுத்து சங்கராம்பேட்டை என்று அழைக்கப்பெறுகின்றது.

1532இல் 'தஞ்சாவூர்ச் சீர்மை' என்று அழைக்கப்பெற்ற தஞ்சைப் பூமி திருச்சிராப்பள்ளி உசாவடியில் அடங்கி இருந்தது என்பதனை இதன் மூலம் அறிகிறோம். சாவடி அல்லது உசாவடி எனும் பெயரில் ஒரு மண்டலம் சில பகுதிகளாகப் பகுக்கப்பெற்றதை விசயநகரக் கல்வெட்டுக்களால் அறியமுடிகிறது. திருச்சிராப்பள்ளி உசாவடி, தஞ்சாவூர் என்று கூறப்பெற்ற 1532இன் பகுப்பு முறை பின்னர்த் தஞ்சாவூர் உசாவடி என்றே பேசப்பெறுகின்றது. திருவரங்கத்திலுள்ள அச்சுததேவராயர் காலத்துச் சாசனமொன்றில் (1534) "தஞ்சாவூர் உசாவடி கரம்பைநாட்டு பிரம்பில் பற்று தென்பிரம்பல்......"[6] என்றும்; இதே திருக்கோயிலிலுள்ள 1546ஆம் ஆண்டுச் சாசனத்தில் "தென்கரை இராஜ கம்பீர வளநாட்டு தஞ்சாவூர் உசாவடி உறையூர் கூற்றத்து கீழ்பலாற்று தேவதானத்திற்கு மேற்கு திருச்சிராப்பள்ளி மண்கோட்டைக்கு வடக்கு......"[7] என்றும் கூறப் பெற்றிருப்பதால் தஞ்சாவூர் உசாவடியாக மாற்றம் பெற்றதை அறிகிறோம்.

கி.பி.1562ஆம் ஆண்டுக்குரிய குறிப்புகள் உள்ள திருவரங்கத்துச் சாசனமொன்று "சோழ மண்டலம் தஞ்சாவூர் உசாவடிக்கு செல்லும் ஆய்பாடி சீர்மை ஓகைமாகாணியில் ஆடிப்புலியூர் கிராமம்"[8] என்றும், இதே கோயிலில் உள்ள மற்றொரு சாசனம் 1597இல் "சோழமண்டலச் சீர்மை தஞ்சாவூர் உசாவடி பரிவக்கரை அக்ரஹாரத்தில்"......[9] என்றும் கூறுவதால் கி.பி.1534ஆம் ஆண்டு முதல் தொடர்ந்து தஞ்சாவூர், உசாவடி என்ற நாட்டுப் பகுப்பின் தலைமை இடமாக இருந்ததை அறிகிறோம். இதே கல்வெட்டுக்கள் உள்ள திருவரங்கத்துக் கோயிலில் காணப்பெறும் சாளுவத் திருமலைதேவ மஹாராயரின் 1464ஆம் ஆண்டுச் சாசனத்தில் தஞ்சாவூர் சீர்மை, திருவாரூர் உசாவடி, திருச்சிராப்பள்ளி உசாவடி என்றே குறிக்கப்பெற்றுள்ளன.[10] எனவே விசயநகரப் பேரரசின் ஆட்சிக்காலமான 15ஆம் நூற்றாண்டில் தஞ்சாவூர்ச் சீர்மை என்று அழைக்கப்பெற்றதைப் பின்னர் 1534 முதல் தஞ்சாவூர் உசாவடியாக மாற்றம் செய்தனர் என அறிகிறோம். இந்த 1534 35 ஆண்டுகளில்தான் தஞ்சை நாயக்கர்களின் ஆட்சி தஞ்சாவூரைத் தலைமை இடமாகக் கொண்டு மலர்ந்தது.

தஞ்சையில் அச்சுததேவராயரின் முதற்பணி

தஞ்சை வடக்கு வீதியிலுள்ள இராசகோபாலசாமி கோயில் கருவறையின் அதிட்டானத்தில் இரண்டு கல்வெட்டுக்கள் உள்ளன. இவை அச்சுததேவராயர் காலத்துச் சாசனங்களாகும். முதற் கல்வெட்டில் சாலிவாகன சகம் 1461 குறிக்கப் பெற்றுள்ளது.[11] இது 1538ஆம் ஆண்டாகும்.

இதில் விளம்பி சம்வத்சரம் சிம்மநாயற்றுப் பூர்வபட்சம் ஏகாதசி பிரஹஸ்பதிவாரம் பெற்ற உத்திரட்டாதி நாளில் "பாண்டிய குலாசனி வளநாட்டுத் தஞ்சாவூர் கூற்றத்து திருமலையமமன் பேட்டையில் திருமலையம்மன் தர்மமாக பெருமாள் மதனகோபால பெருமாளை திருபிரதிஷ்டை பண்ணுகையில் பெருமாள் மதனகோபால பெருமாளுக்கு இராயர் அச்சுததேவராயர் அதிஷ்டானமாகக் கட்டளையிட்ட திருவுளம்பாற்றினபடி....." என்று கூறப்பெற்றுள்ளது. இக் கல்வெட்டுக்கு அடுத்துக் காணப்பெறும் மற்றொரு கிரந்தக் கல்வெட்டு அச்சுததேவராயரின் புகழினைக் கவிதை வடிவில் விரித்துக் கூறுகின்றது.[12] இப்பாடல் அச்சுததேவராயரின் தேவியான திருமலாம்பா யாத்தாக இருக்கலாம் எனக் கொள்ளப் பல சான்றுகள் உள்ளன.

விசயநகரப் பேரரசின் ஆணையாகத் தஞ்சையில் காணப்பெறும் கல்வெட்டு இது ஒன்றே.

தற்போது இராசகோபாலசுவாமி கோயில் என வழங்கப்பெறும் திருக்கோயில் மதனகோபாலப் பெருமாள் கோயில் என்ற பெயரில் அச்சுததேவராயன் தேவியும், தஞ்சையின் முதல் நாயக்க மன்னர் செவ்வப்பநாயக்கரின் மனைவி மூர்த்தி அம்மாளின் சகோதரியுமான, திருமலாம்பாதேவியாரால் 1538இல் எடுக்கப்பெற்றது என அறிகிறோம். தஞ்சை நாயக்க அரசு தோன்றிய 1534-35 ஆண்டுகளிலேயே இப் பணி தொடங்கப்பெற்றிருக்க வேண்டும். மூன்றாண்டுகள் பணி நிகழ்ந்து 1538இல் வழிபாடு தொடங்கப்பெற்றுள்ளது. எனவே தஞ்சை நாயக்க அரசின் தொடக்கத்தின் சின்னமாக, விசயநகரப் பேரரசர் தம்பதியினரின் கொடையாகத் தஞ்சைக்குக் கிடைத்ததே இத்திருக்கோயிலாகும்.

இக் கல்வெட்டுச் சான்றால் கி.பி.1538இலும் தஞ்சாவூர் "பாண்டிய குலாசனி வளநாட்டுத் தஞ்சாவூர்க் கூற்றத்துத் தஞ்சாபுரி" என்றே அழைக்கப்பெற்றது என்பதை அறிகிறோம். முதலாம் இராசராசன் தன் பட்டப்பெயரில் பிரித்த வளநாட்டின் பெயரைப் பின்னாளில் பாண்டியர் ஆட்சியின்போது 'பாண்டியகுலபதி வளநாடு' என்று மாற்றம் செய்தும்கூட, அவர்கட்குப் பின்வந்த அச்சுததேவராயரும், தஞ்சை நாயக்க மன்னன் செல்வப்ப நாயக்கரும் பாண்டிய குலாசனி வளநாடு என்றே அழைத்ததை இக் கல்வெட்டு நமக்கு எடுத்துக் காட்டுகின்றது. தஞ்சாவூர்ச் சீர்மை, தஞ்சாவூர் உசாவடி என்ற பெயர்களால் தஞ்சைப் பகுதியை இவர்கள் பிரித்த போதும் கூடத் 'தஞ்சாவூர்க் கூற்றம்' என்ற பழம்பெயரை இவர்கள் மறக்கவில்லை என்பதையும் இச் சாசனம் எடுத்துக் காட்டுகின்றது.

திருமலையம்மன் பேட்டை

தற்போது இராசகோபாலசாமி கோயில் இருக்கும் வடக்குவீதிப் பகுதி 1538இல் திருமலையம்மன் பேட்டை என்று அழைக்கப்பெற்றுள்ளது. அச்சுததேவராயரின் மனைவியின் பெயரால் தஞ்சை நகரத்தின் ஒரு பகுதி அழைக்கப்பெற்றது என்பது தஞ்சைக்குரிய சிறப்புக்களுள் ஒன்றாகும். ஒரு குறிப்பிட்ட இடத்தைப் 'பேட்டை' என்ற பெயரில் அழைக்கும் வழக்கம் அப்போது இருந்தது. வணிக மையங்களாகத் திகழ்ந்த இடங்களை எல்லாம் பேட்டை என அழைத்தனர். வண்டிப்பேட்டை, சந்தைப்பேட்டை என்பன போன்று பல பேட்டைகள் உண்டு.

தஞ்சாவூரினைத் தஞ்சாபுரி என்றும் அளகாபுரி என்றும் வடமொழியில் சிறப்புப் பெயர்களால் குறித்தனர். இதனை அக்காலத்தில் மலர்ந்த சமஸ்கிருத, தெலுங்கு இலக்கியங்கள் வாயிலாக அறியமுடிகிறது.

நாயக்கர்கள் ஆட்சியில் தஞ்சை

1535இல் தஞ்சையில் நாயக்கர் ஆட்சி மலர்ந்தது. வடஆர்க்காடு மாவட்டம் நெடுங்குன்றத்தினைச் சார்ந்த செல்வப்ப நாயக்கரை அச்சுததேவராயர் சோழநாட்டின் ஆட்சியாளராக (மகாநாயன்காரர்) நியமித்தார். தன் மனைவி திருமலாம்பாதேவியாரின் தங்கை மூர்த்திமாம்பா எனும் மூர்த்தி அம்மாவின் கணவர் செல்வப்ப நாயக்கர் என்பதால் பேரரசருக்கும் நாயக்கருக்கும் நெருங்கிய உறவு உண்டு. தஞ்சை அரசு செல்வப்பருக்கு ஸ்ரீதனமாகக் கிடைத்தது எனச் சில வரலாற்று ஆராய்ச்சியாளர்கள் கூறுவர்.[14]

1535இலிருந்து 1564 வரை செல்வப்ப நாயக்கர் தனியாகவும், பின்பு அவரது மகன் அச்சுதப்ப நாயக்கருடன் இணைந்து 1590 வரையும் ஆட்சி புரிந்தார். அதன்பிறகு அச்சுதப்ப நாயக்கர் தனி ஆட்சி தொடர்ந்தது. 1600இல் அவரது மகன் இரகுநாத நாயக்கர் ஆட்சிப் பொறுப்பை ஏற்றார். 1632இல் இவரது மறைவுக்குப் பிறகு விசயராகவ நாயக்கர் தஞ்சை மன்னரானார். 1674 வரை இவரது ஆட்சி நீடித்தது. விசயராகவ நாயக்கருக்கு உதவி புரிய வந்த பீஜப்பூர்ப் படையின் தளபதிகளான காதர்யெக்கலசு, அப்துல்ஹலீம், பெங்களூர் ஜாகீர்தார் ஏகோஜி ஆகிய மூவரும் செய்த சதியால் 1675 பிப்ரவரி 3ஆம் நாள் விசயராகவ நாயக்கர் கொல்லப்பட்டார். தஞ்சை நாயக்க அரசு அன்றோடு மறைந்தது.[15] புதிய மராட்டிய அரசு தோன்றியது. நாயக்கர்களின் ஆட்சிக் காலமான 16-17ஆம் நூற்றாண்டுகளில் தஞ்சை பெற்ற சிறப்புகள் பற்றி இனிக் காண்போம்.

முதலாம் இராசராசசோழன் காலத்தில் தஞ்சை நகருக்கு எத்தகைய ஏற்றம் கிடைத்ததோ அந்த அளவு மீண்டும் நாயக்கர்கள் காலத்தில்தான் இந்த நகரம் சிறப்புப்பெறலாயிற்று.

தற்போதுள்ள தஞ்சை அரண்மனை, கோட்டை, அகழி ஆகியவை இவர்கள் ஆட்சிக்காலத்தில்தான் புதிதாக எடுக்கப்பெற்றன. 1535இல் தஞ்சையில் நாயக்க அரசு உருவானவுடன், தஞ்சை சிறிய கோட்டை எனும் சிவகங்கைக் கோட்டைஷயயே முதன்முதலாக எடுத்தனர். பெரிய கோயில், சிவகங்கைக் குளம் ஆகியவற்றை உள்ளடக்கிக் கோட்டை மதிள் எடுத்து அதற்கு வெளியே சுற்றிலுமாக அகழி தோண்டி, பாதுகாப்பு மிக்க ஒரு சிறிய வளாகத்தை ஏற்படுத்தினர். இதற்கு வடமேற்கு மூலையில் மட்டும் ஒரே ஒரு வாசல் இருந்தது. சில முக்கியக் கட்டடங்களையும் இதனுள் எழுப்பித் தங்கள் ஆட்சியை முதன் முதலாகத் தொடங்கினர். இதற்குச் சின்னக் கோட்டை என்று பெயர். 1560இல் இது கட்டி முடிக்கப்பெற்றது எனக் கூறும் கல்வெட்டொன்று கோட்டை வாசலில் இருந்ததாக ஒரு குறிப்புக் காணப்பெறுகின்றது.[16] அக்கல்வெட்டு தற்போது கிடைக்கவில்லை. செவ்வப்ப நாயக்கரின் ஆட்சி இந்தக் கோட்டையில்தான் நிகழ்ந்துள்ளது. பின்னர் அவரது இறுதிக்காலத்தில் அச்சுதப்ப நாயக்கர் தற்போதுள்ள பெரியகோட்டை, அரண்மனை, அகழி ஆகியவற்றை எடுப்பித்துத் தஞ்சை நகரத்தை விரிவுபடுத்தினார். பின்னர் இரகுநாத நாயக்கரும், விசயராகவ நாயக்கரும் இவ்வரண்மனைக்கு மேலும் மெருகூட்டினர்.

செவ்வப்ப நாயக்கர் தஞ்சைக்குச் செய்த நிலைத்த பணிகளுள் பல இன்றும் அவர் புகழ் பாடி நிற்கின்றன. தஞ்சை மக்களின் பேச்சு வழக்கில் மாறாத ஒரு பெயர் சேப்பனவாரி என்பதாகும். இது செவ்வப்பன் ஏரி என்பதன் திரிபாகும். புதிதாக நிர்மாணிக்கப்பெற்ற தஞ்சையின் சிறிய கோட்டை, பெரிய கோட்டை இரண்டிற்கும் குடிநீர் வசதி செய்வதற்காகச் செவ்வப்பன் ஏரி என்ற பெரிய நீர்நிலையை இவர் அமைத்தார்.

சோழர்கால அரண்மனை தற்போதைய சீனிவாசபுரத்தின் வடக்காகவும் மேற்காகவும் இருந்திருக்கப் போதிய சான்றுகள் கிடைத்திருப்பதை வைத்து நோக்கும் போது தஞ்சைப் பெரிய கோயிலுக்குப் பின்புறமாகவும், தற்போதைய சீனிவாசபுரத்திற்குத் தெற்காகவும் திகழும் இந்த ஏரி பண்டு சோழர்காலத் தஞ்சையின் உள்ளாலையில் இருந்த ஓர் நீர் நிலையாக இருந்திருக்கும் எனக் கருதலாம்.

பின்னாளில் செவ்வப்ப நாயக்கர் இதனை மிகவும் விரிவுபடுத்தித் தன் பெயரால் அழைத்தார். இந்த ஏரிக்குள் நிரம்பும் மழைநீர் அகழியில் கலக்காமல், சிறப்பு அமைப்பு ஒன்றின் மூலம் சிவகங்கைக் குளத்திற்கு வருமாறு செய்த பணி குறிப்பிடத்தக்கதாகும்.

தஞ்சைக்குக் கோட்டை அமைத்து, நீர்நிலைகள் செய்த செவ்வப்ப நாயக்கரின் கோயில் பணியாக அமைந்தது பெரியகோயில் திருப்பணியாகும். இவரது காலத்தில் தஞ்சைப் பெரிய கோயில் புதுப்பிக்கப்பெற்றதோடு, புதிதாக முருகப்பெருமான் ஆலயமும், சில மண்டபங்களும் எடுக்கப்பெற்றன. விசயநகரத்திலுள்ள இராமசாமி கோயிற்பணியைப் போன்றே அதிரவீசி ஆசாரி

என்ற தமிழகத்துச் சிற்பியின் பணியாக நேர்த்தி மிக்க இம் முருகன் கோயில் எடுப்பிக்கப்பெற்றது.

இந்த முருகப் பெருமான் ஆலயத்துக்கு முன்பாக ஒரு மண்டபம் எடுத்தனர். இது செவ்வப்ப நாயக்கரின் உடன்பிறந்தவரான மல்லப்ப நாயக்கர் பெயரால் எடுக்கப்பெற்றதாகும். இம் மண்டபத்திலுள்ள ஒரு மாடத்தில் மல்லப்ப நாயக்கரின் உருவச்சிலை உள்ளது. இதே போன்று தற்போது நடராசப் பெருமான் எழுந்தருளியிருக்கும் மண்டபம் செவ்வப்ப நாயக்கரின் மனைவி மூர்த்தி மாம்பா எனும் மூர்த்தி அம்மன் பெயரால் எடுக்கப்பெற்றதாகும். இவ்விரண்டு மண்டபங்களும் புலியூரார் தர்மமாக எடுக்கப்பெற்றதாக அம்மன் கோயிலில் வெட்டுவிக்கப்பெற்ற கல்வெட்டொன்று கூறுகிறது.[17]

மன்சூர் தர்க்காவுக்குச் செவ்வப்பரின் கொடை

தஞ்சை இரயில் நிலையத்திற்கு அருகாகவுள்ள ஷம்ஸ் மன்சூர் ஷாபீர் அவுலியா என்பாரது தர்க்காவில் முக்கிய நினைவுச் சின்னமாக அவுலியாவின் சமாதி அருகில் செவ்வப்ப நாயக்கரின் கல்வெட்டுத் தூண் ஒன்று உள்ளது.

சாதாரண வருடம் மார்கழித் திங்கள் பதினான்காம் நாளாகச் சாசன நாள் குறிக்கப்பெற்றுள்ளது. இது 1550 ஆம் ஆண்டு டிசம்பர் 12ஆம் தேதி வெள்ளிக் கிழமையைக் குறிப்பதாகும். தஞ்சை நகரில் திகழும் ஷம்ஸ்பீர் பள்ளி எனும் முகமதியர்களின் இந்த வழிபாட்டுத் தலத்தை நிருவகிக்கும் பக்கிரிகளிடம் நாஞ்சிக்கோட்டை மன்னையார்களுக்குச் சொந்தமான நிலங்களிலிருந்து ஏழுவேலி நிலத்தினைக் கொடையாகக் கொடுக்குமாறு செவ்வப்ப நாயக்கர் உத்தரவிட்டார். அதன்படி

1. சிலம்பார் மண்ணையார்
2. வேல் மண்ணையார்
3. கோபால் மண்ணையார்
4. தம்பா மண்ணையார்
5. .... மண்ணையார்

என்ற ஐந்து நாஞ்சிக்கோட்டை மண்ணையார்கள் ஏழுவேலி நிலத்தை ஷம்ஸ்பீர் பள்ளிக்கு அளித்தனர். இந்த ஏழுவேலி நிலத்திற்கும் 'நான்கெல்லையும் குறிக்கப்பெற்றுள்ளன.

இக்கல்வெட்டு செவ்வப்ப நாயக்கரின் சமயப் பொறையை அறிந்துகொள்ள உதவுகிறது.

தஞ்சை நகரில் 'அழகிய குளம்' என்ற பெயரில் உள்ள குளத்தைப் பற்றிய

குறிப்பு இக் கல்வெட்டில்தான் முதன் முதலில் வருகிறது. இக்குளத்திற்கு ஒரு வாரி மூலம் மழைநீர் வந்து சேர்ந்தது என்பதை இக் கல்வெட்டிலேயே குறிக்கப்படும் அழகிய குளத்து வாரி என்ற பெயரால் அறியமுடிகிறது.

இந்த அழகிய குளம் என்ற பெயர் பின்னாளில் அழகி குளம் என மருவி வழங்கலாயிற்று. அழகி என்ற கிழவி இக்குளத்தை வெட்டினாள் என்றும், இவள் பற்றிய வேறுபல புனைந்துரைகளையும் கூறித் தஞ்சைப் பெரிய கோயில் வரலாற்றோடு பலர் பலவிதமாக இணைத்து விட்டனர். இவை அனைத்தும் கற்பனைக் கதைகளேயாகும்.

செவ்வப்ப நாயக்கரின் திருவுருவம்

தஞ்சைப் பெரிய கோயில் இம் மன்னரது திருப்பணியைப் பெற்ற போது, கோபுரங்களுக்குச் சுண்ணாம்புச் சுதைத் திருப்பணிகள் புரிந்துள்ளனர். நாயக்கர்கள் செய்த பல சுதை உருவங்கள் இன்றும் சிதையாமல் அப்படியே உள்ளன. இராசராசன் திருவாயில் என அழைக்கப்படும் இரண்டாம் இராச கோபுரத்தின் மேல்நிலையில் இரண்டிடங்களில் செவ்வப்ப நாயக்கர் இருகரம் கூப்பி வணங்கும் நிலையில் சுதைச்சிற்பங்கள் உள்ளன.

பெரிய கோயிலின் இரண்டாம் திருவாயிலின் தென்புற ஜகதியில் ஒரு கல்வெட்டுள்ளது.[18] அதில் செவ்வப்ப நாயக்கரும், அச்சுதப்ப நாயக்கரும் 1578இல் தஞ்சாவூர்த் தட்டார்களுக்குக் கொடுத்த சிறப்புச் சலுகைகள் குறிக்கப்பெற்றுள்ளன. இவ்விரு நாயக்க மன்னர்களும் தஞ்சைப் பெருங்கோயிலின் சிறப்புகளில் மிகுந்த நாட்டம் செலுத்தியுள்ளனர். செவ்வப்ப நாயக்கர் சைவநெறியின் பால் மிகுந்த பற்றுடையவர். திருவண்ணாமலைக் கோபுரத் திருப்பணிகளில் இவ்விரு மன்னர்களின் பங்கு இமயமென உயர்ந்த ஒன்று என்பதைத் திருவண்ணாமலைக் கல்வெட்டுக்கள் வாயிலாக அறியலாம். மிகச்சிறந்த பேரறிஞராகத் திகழ்ந்தவரும் சைவத்தின் பால் மிகுந்த நாட்டமுடையவருமான கோவிந்த தீட்சிதர் இம் மன்னர்களின் அமைச்சராகத் திகழ்ந்தார். இதனால்தான் தஞ்சை நாயக்கராட்சியின் முற்பகுதியில் தஞ்சைப் பெரிய கோயில், திருப்பணிகள் பல பெற்றுச் சிறந்து திகழ்ந்தது.

தஞ்சைப் பெரிய கோயிலில் தற்போது காணப்பெறும் பெரிய இடபம் (நந்தி) சோழர் காலத்தது அல்ல என்றும், விசயநகரப் பேரரசின் ஆட்சியின் போது நிறுவப் பெற்றதுதான் என்றும் பல அறிஞர்கள் கருதுகின்றனர். இந் நந்தியின் சிற்ப அமைதி சோழர் சிற்ப நெறியோடு ஒத்துவரவில்லை. மேலும் சோழர் காலத்திய பெரிய நந்தி ஒன்று திருச்சுற்று மாளிகையின் தென்புறத்தில் இடம் பெற்றுத் திகழ்கிறது. இதுவே பெரிய கோயிலின் திருவாயிற் பகுதியிலிருந்த நந்தி எனத் தொல்லியல் மற்றும் சிற்பத்துறை அறிஞர்கள் கருதுகின்றனர். இந் நந்திகள் பற்றித் 'தஞ்சைப் பெரிய கோயில்' என்ற தலைப்பில் விரிவாகக் காண்போம். அச்சுதப்ப நாயக்கர் தஞ்சைக்குக் கொடுத்த கொடையாக இந்நந்தியைக் கொள்ளலாம்.[20]

செவ்வப்ப நாயக்கர் மற்றும் அச்சுதப்ப நாயக்கர் ஆகிய இருவரின் பணிகளுள் குறிப்பிடத்தக்கவை வெண்ணாற்றங்கரைக் கோயில்களை எடுத்ததாகும். மணிகுன்றப் பெருமாள் கோயில், நீலமேகப் பெருமாள் கோயில், சிங்கப் பெருமாள் கோயில் என்பவை வைணவ மரபுப்படித் திருமங்கையாழ்வாரின் மங்களாசாசனத் தலங்களாகும். தஞ்சை மாமணி என்று சோழர் காலத்தில் குறிப்பிடப்பெற்ற கோயில் வம்புலாஞ்சோலையில் இருந்தது என்பதை முன்னரே கண்டோம். பின்னாளில் தஞ்சை நகரம் அழிந்து கோயில்கள் பேணுவாரின்றிக் கிடந்தன. தஞ்சைச்சீனுவாசபுரத்திற்கு மேற்காகச் சிங்கப்பெருமாள் குளக்கரையில் இருந்த தஞ்சை ஆளிவிண்ணகரம் இவ்வாறு வழிபாடின்றிக் கிடந்ததால் செவ்வப்பரும், அச்சுதப்பரும் வெண்ணாற்றங்கரையில் புதிதாக நிர்மாணம் செய்தனர். அண்மையில் கிடைத்த சக்கரசாமத்து ஆழிக் கல்வெட்டொன்றில், இம்மன்னர்கள் சிங்கப்பெருமாள் கோயில் திருப்பணிக்காகச் சக்கரசாமம் கிராமத்தினையே அறக்கொடையாகக் கொடுத்தது கூறப்பெற்றுள்ளது. வைணவர்களால் போற்றப்பெறும் இம் மூன்று கோயில்களும் தஞ்சை நாயக்கர்களால் காப்பாற்றப் பெற்றவை என்பது குறிப்பிடத்தக்க செய்தியாகும்.

அச்சுதப்ப நாயக்கரின் மகனான இரகுநாத நாயக்கர் தஞ்சைக்கு அளித்த கொடைகள் மிகப்பலவாகும். பெருவீரனாகவும், இசைவல்லுநராகவும் திகழ்ந்த இவரது காலத்தில்தான் தஞ்சை வீணை மரபு பிறந்தது. இரகுநாத மேளம் என்ற புதிய அமைப்பை வீணையில் உருவாக்கித் தஞ்சைக்குப் புகழ் சேர்த்தார். தஞ்சை அரண்மனை இவரது காலத்தில் எழிலால் உச்சநிலை எய்தியது. பல புலவர்களையும் இசைவாணர்களையும் ஆதரித்துப் பல்வேறு துறைகளுக்கும் ஆக்கம் அளித்தார். இவர் காலத்தில் தஞ்சையில் மலர்ந்த இலக்கியப் படைப்புகள் அனைத்தும் தஞ்சை அரண்மனை நூலகத்தின் ஏட்டுச் சுவடிகளாக இன்றும் உள்ளன. இரகுநாத நாயக்கரின் செப்பு உருவச்சிலை ஒன்று தஞ்சைக் கலைக் கூடத்தில் உள்ளது.

இரகுநாத நாயக்கரின் மகனான விசயராகவ நாயக்கர் தஞ்சையில் இயல், இசை, நாட்டியம் ஆகிய முத்துறைகளையும் வளர்த்தார். பல புலவர்களையும், இசைவாணர்களையும் போற்றினார். இருபத்து மூன்றுக்கும் மேலான நாடக நூல்களை இயற்றினார். இவரது படைப்புகளும், இவரால் ஆதரிக்கப்பெற்ற புலவர்களின் படைப்புகளும் தஞ்சை அரண்மனை நூலகத்தில் ஏட்டுச்சுவடிகளாக இன்றும் உள்ளன. பெரிய கோயிலில் உள்ள பெரிய நந்திக்காக எடுக்கப்பெற்ற மண்டபம் இவரால் எடுக்கப்பெற்றதாகும். இம் மண்டபத்துத் தூண்களில் இவரது உருவச்சிலையும் உள்ளன. நந்தி மண்டபத்திலிருந்து இராஜராஜேச்சரத்து மகா மண்டபம் வரை நீண்டதொரு மண்டபம் கட்ட இவர் எடுத்துக்கொண்ட முயற்சி நிறைவேறாமல் நின்றுவிட்டது.

இவரது ஆதரவால் உருவான ஓவியப் படைப்புகள் பெரிய கோயிலின் கருவறை உண்ணாழிச் சுவர்களிலும், திருச்சுற்று மாளிகைச் சுவர்களிலும் உள்ளன. பல ஓவியங்கள் சோழர்கால ஓவியங்களின் மேல் தீட்டப்பெற்றவையாகும்.

இவற்றுள் ஓரிடத்தில் தஞ்சை நாயக்க மன்னர்கள் நால்வர் பெயரும் கூறி, விசய ராகவ நாயக்கரின் ஓவியரான பெத்தால இராமய்யா தீட்டிய ஓவியம் என்று தெலுங்கு எழுத்துக்களில் குறிக்கப்பெற்றுள்ளது. இவ்வோவியங்கள் நாயக்கர்கள் கால ஓவியப் படைப்பிற்குச் சிறந்த எடுத்துக் காட்டுகளாகும்.

பின்னாளில் இராசகோபாலசுவாமி என மாற்றம் பெற்ற மதன கோபாலசாமி ஆலயத்திற்கு விசயராகவ நாயக்கர், இராஜகோபுரம் எடுத்தார். இதன் நிலைக்காலில் தனது உருவத்தையும், தன் தந்தையின் உருவத்தையும் சிற்பமாகச் செதுக்கச் செய்தார். தஞ்சை நாயக்கர்களின் கற்சிற்ப வேலைப்பாடுகளுக்கும், கோபுரக் கட்டுமானக் கலையின் திறனுக்கும் இது சிறந்த சான்றாக நிற்கின்றது.

வரலாற்றுச் சிறப்பும், கலைச்சிறப்பும் மிகுந்த இக்கோபுர வாயில் அருகே விசயராகவ நாயக்கர் பீஜப்பூர் முகமதியத் தளபதிகளான காதர்யெக்கலசு, அப்துல் ஹலீம், பெங்களூர் ஜாகீர்தாரும், சக்ரபதி சிவாஜியின் உடன்பிறப்புமான ஏகோஜி ஆகியோருடன் சண்டையிட்டு 1575 பிப்ரவரி 3 ஆம் நாள் வீரமரணம் அடைந்தார். அவருடன் அவரது மகனும் மற்றும் முக்கிய அதிகாரிகளும் மரணமடைந்தனர். இப் பெருமகனார் உயிர் நீத்த புனித இடமே இராசகோபாலசாமி கோயில் தெருவும், வடக்கு வீதியும் சந்திக்கும் இடமாகும். தஞ்சை நாயக்கர்களின் வாழ்வும், அவர்களது கொடையும் தஞ்சை நகரத்து வரலாற்று முத்திரைகளாக என்றென்றும் திகழும்.

தஞ்சை நாயக்கர் காலக் கோயில்கள்

1. தொப்பரங்கட்டிய பிள்ளையார் திருக்கோயில்

விசயநகர ஆட்சியின்கீழ் முதலில் எடுக்கப்பெற்ற திருக்கோயில் தற்போது தெற்குவீதிக்கு அருகில் தொப்புள் பிள்ளையார் கோயில் என அழைக்கப்பெறும் தொப்பாரங்கட்டிய பிள்ளையார் கோயில் ஆகும். இதனைத் 'தஞ்சாவூர்ப் பிள்ளையார் அளகேஸ்வரம்' என்றும் அழைத்தனர். அச்சுததேவராயருக்கு வாசல் அதிகாரியாகத் திகழ்ந்தவர் மல்லப்ப நாயக்கர். இவரது மகன் சின்னப்ப நாயக்கர். தாத்தப்ப நாயக்கர் சின்னப்ப நாயக்கர் தர்மமாக இத் திருக்கோயிலைத் திருப்பணி செய்யத் திருப்பணிப்புறமாக நிலம் அளித்தார் என்ற கல்வெட்டுச் செய்தியால் இக் கோயில் 1532இல் திருப்பணி பெற்றது என்பதறிகிறோம்.[21]

கல்வெட்டுக் குறிப்பை நோக்கும்போது இப் பிள்ளையார் கோயில் இதற்கு முன்பே இருந்து பின்பு திருப்பணி பெற்றது என்பதை அறியலாம். இங்கு விநாயகர் கருவறை மேற்கு நோக்கி, உயர்ந்த மேடை மீதுள்ளது. இக்கோயிலுக்குத் தெற்காகப் பரந்த வெளியும், தெற்கு நோக்கிய முற்றுப்பெறாத இராசகோபுரம் ஒன்றும் உள்ளன. இராசகோபுரத்தில் முதல்தளம் வரை கருங்கற்பணியாக, நாயக்கர் காலச் சிற்ப எழிலோடு திகழ்கின்றது. முதல் தளத்தின் மேல் இரண்டு அடுக்குகள்

செங்கற்பணியாக அமைந்துள்ளன. அதற்கு மேலாகத் தளங்கள் கட்டப்பெறாமல் உள்ளன. கண்டம், குமுதம் போன்ற அதிட்டானவர்கங்கள் அனைத்தும் பெற்றுக் கம்பீரமாக நிற்கின்றது. நுழைவு வாயிலின் இருபுறமும் எழில் மிகுந்த துவார பாலகர் சிற்பங்கள் உள்ளன. கும்பபஞ்சரம், கோட்ட பஞ்சரங்களோடு, கால்கள் பெற்றுக் கபோதகத்தைத் தாங்கி நிற்கின்றன. கபோதகக் கூடுகளில் நடனமாதர், இசைக் கலைஞர்கள், சிவ வடிவங்கள் போன்ற பல வகையான சிற்பங்கள் உள்ளன. கொடுங்கையின் மேல் ஒரு குரங்கின் சிற்பமும் காணப்பெறுகின்றது.

இக் கோபுரம் தற்போது தனியார் ஒருவரின் வீடாக மாற்றம் பெற்றுக் காணப்பெறுகின்றது. இது தவிரக் கிணறொன்றும், வேலைப்பாடமைந்த கல்தூண்கள் சிலவும் பின்புற வெளியில் காணப்பெறுகின்றன. இந்த விநாயகர் ஆலயத்தை விரிவுபடுத்த எடுத்த திருப்பணி முயற்சிகள் யாது காரணத்தாலோ நிறைவேறாமல் போய்விட்டன. இதற்குப் பின்னர் 140 ஆண்டுகள் இதே வாசல் மல்லப்பநாயக்கர் குடும்பத்தினரின் ஆட்சி இருந்தபோதிலும் இக் கோயிற்பணி ஏனோ முடிவு பெறாமலேயே நின்றுவிட்டது.

2. மதனகோபாலப் பெருமாள் எனும் இராசகோபாலசுவாமி திருக்கோயில்

தஞ்சாவூர் வடக்கு வீதியிலிருந்து எல்லையம்மன் கோயில் தெருவுக்குச் செல்லும் தெரு இராசகோபாலசுவாமி கோயில் தெரு என்ற பெயரால் அழைக்கப் பெறுகின்றது. இவ்வீதி வடக்கு வீதியோடு இணையும் இடத்தில் கிழக்கு நோக்கிய இராசகோபுரத்தோடு உள்ள கோயிலே இராசகோபாலசுவாமி கோயிலாகும். தற்போது கோயிலின் கருவறையில் இராசகோபாலன் திருமேனி இல்லை. சக்கரத்தாழ்வார் திருமேனியே உள்ளது. இது பின்னாளில் பிரதிட்டை செய்யப்பெற்றதாகும்.

இத் திருக்கோயில், கருவறை அழகிய கற்றளியாகவும், நந்தவனங்களும், பிற்காலத்தில் எடுக்கப்பெற்ற மண்டபங்களும் சூழ்ந்ததாகவும் ஒரே கோபுர வாயிலோடு திகழ்கின்றது. கருவறையின் அதிட்டானத்தில் இரண்டு நீண்ட கல்வெட்டுகள் உள்ளன. ஒன்று தமிழில் கிரந்தம் கலந்தும், பிறிதொன்று தனிக்கிரந்தத்திலும் காணப்பெறுகின்றன. முதற்கல்வெட்டில் சாலிவாகன சகம் 1461 குறிக்கப்பெற்றுள்ளன. இதன் பஞ்சாங்கக் குறிப்புகளால் இது 1538ஆம் ஆண்டு ஆகஸ்ட் (தமிழ் ஆவணி) மாதம் என அறியலாம். இக் கல்வெட்டுச் செய்திகள் முன்னால் விரிவாகக் கொடுக்கப்பட்டுள்ளன. திருமலையம்மன் பேட்டை என்னும் பெயர்க்குறிப்பால் 1538ஆம் ஆண்டில் இந்தக் கோயில் உள்ள இடம் வணிக மையமாகத் திகழ்ந்தது என அறியலாம்.

செவ்வப்ப நாயக்கர் காலத்திலும், பின்வந்த அச்சுதப்ப நாயக்கர், இரகுநாத நாயக்கர், விசயராகவ நாயக்கர் ஆகியோர் காலத்திலும் இத்திருக்கோயில் மிகவும் போற்றப்பெற்றது. இரகுநாதர் மற்றும் விசயராகவர் காலத்தில் இக் கோயிலின் உயர்ந்த இராஜகோபுரம் எழுப்பப்பெற்றது. இந்த இராஜகோபுரம் முதல்நிலை

வரை கருங்கற்பணியாகவும், அதற்கு மேல் செங்கற்பணியாகவும் எடுக்கப் பெற்றுள்ளது. கோபுர நிலைக் காற்களில் இரகுநாதர் மற்றும் விசயராகவ நாயக்கரின் உருவச்சிலைகள் உள்ளன. சிறந்த சிற்ப வேலைப்பாடுகளோடு இக் கோபுரம் திகழ்கின்றது. மேல் தளங்களில் செங்கற்களின் மேல் சுதை வேலைப்பாடுகள் இல்லை.

விசயராகவ நாயக்கரை, பீஜப்பூர் முகமதியத் தளபதிகள் இருவரும், அவரது வீரர்களும் மராட்டிய ஏகோஜியும் சேர்ந்து கடுமையாகத் தாக்கிய இடம் இத் திருக்கோயில் வாயில் அருகிலேயே ஆகும். இங்குதான் அம் மன்னன் உயிர்நீத்தார். 1675 பிப்ரவரி 3ஆம் நாளில் நடந்த இப்போரின் போது பிஜப்பூரின் முகமதியப் படையினரால் இத்திருக்கோயில் சூறையாடப்பட்டிருக்கலாம். இந்த நிகழ்ச்சிக்குப் பிறகு மராட்டியர் ஆட்சிக் காலம் முழுவதும் இராசகோபாலசுவாமி அல்லது மதனகோபாலசுவாமி பற்றி எந்தக் குறிப்பும் கிடையாது. மராட்டிய ஆட்சி முடிவு பெற்றதும் கடைசி மன்னரான சிவாஜியின் மனைவி காமாட்சிபாய் சாகேப் கி.பி.1881ல் இந்தக் கருவறையில் சக்கரத்தாழ்வாரை நூதனமாகப் பிரதிஷ்டை செய்தார். இதனை வெண்ணாற்றங்கரையிலுள்ள தஞ்சபுரீஸ்வரர் கோயில் முகமண்டபத்துத் தூணில் உள்ள கல்வெட்டு,

> "சகம் 1803 விஷு வருஷம் கார்திகை கிருஷ்ணபட்ச பஞ்சமி
> வெள்ளிக்கிழமை தஞ்சாவூர் கோட்டைக்குள் ஸ்ரீஇராஜகோபால ஸ்வாமி
> கோயிலில் நூதனமாக வெள்ளைக் கல்லால் அர்த்த மண்டபம்,
> மகாமண்டபமும் கட்டி ஸ்ரீஸத்பிரபாவ சிவேந்திர ஸ்வாமி
> ஸ்ரீஷோடசபுஜ சக்கரபாணி ஸ்வாமியை ஸ்தாபித்து கும்பாபிஷேகம்
> செய்யப்பட்டது............."[22]

என்று குறிப்பிடுகின்றது.

இக் கோயிலைக் கட்டுவித்த அச்சுததேவராயர், திருமலாம்பா உருவச்சிலைகள் உள்ளே இடம்பெற்றிருந்தது. தற்போது கோபுர வாயிலை ஒட்டி அமைந்துள்ள சியாமளாதேவி கோயிலினுள் உள்ளன.

இராசகோபாலசுவாமி கோயில் வாளகத்துள் இரண்டு தனித்தனி மண்டபங்கள் உள்ளன. மேற்றிசையில் உள்ள மண்டபம் சிவேந்திரர் கோயில் எனக் குறிக்கப் பெறுகின்றது. இதனுள் மராட்டியர்தம் வழிபாட்டுத் தெய்வமான சிவேந்திரர் உருவங்கள் தேவியருடன் உள்ளன. ஒவ்வொரு சிற்பத்திற்குப் பின்புறமும் மிகப்பெரிய அறுகோணம் ஒவ்வொன்று உள்ளது. குறிப்பிடத்தக்கதாகும். இம் மண்டபத்தினுள் ஒரு முதியவரின் உருவமும் கற்சிலையாக ஆளுயரத்தில் உள்ளது. இது மராட்டிய மன்னர்களின் குருநாதரின் உருவச்சிலை எனக் கூறப்பெறுகின்றது. கோபுர வாயிலுக்கு உட்புறமாக வடதிசையில் உள்ள மண்டபத்தில் காளி கோயிலும், அணி அணியாகக் கல் உருவச்சிலைகளும் உள்ளன. இங்கு சரபோஜி மற்றும் சிவாஜி மன்னர் காலத்தில் நரபலியிட்டதாக மோடி ஆவணக் குறிப்புகள்

உள்ளன. இம் மண்டபம் களையிழந்து பொலிவின்றிச் சூன்யமாகவே காணப்பெறுகின்றது.

வெண்ணாற்றங்கரை விண்ணகரங்கள்

காவிரியின் கிளை நதியான வெண்ணாற்றின் தென்கரையாகத் திகழும், முதற் குலோத்துங்க சோழன் காலத்துக் காடவன் மஹாதேவியான விருதராஜ பயங்கரச் சதுர்வதி மங்கலம் எனும் தஞ்சை நகரத்தின் ஒருபகுதியில், ஒன்றன்பின் ஒன்றாக மூன்று திருமால் திருக்கோயில்கள் கிழக்கு நோக்கி அமைந்துள்ளன. இத் தென்கரையிலேயே மேற்கு நோக்கிய வண்ணம் தஞ்சபுரீஸ்வரர் எனும் சிவாலயமும், இவ்வாற்றின் வடகரையில் தளிகேஸ்வரர் எனும் சிவாலயமும் உள்ளன. இந்த ஐந்து கோயில்களும் தஞ்சை நாயக்கர்களாலும், மராட்டியர்களாலும் அமைக்கப் பெற்றவையாயினும் இவற்றில் பல்லவசோழர் காலச் சிற்பங்களும் கல்வெட்டுக்களும் இடம்பெற்று பழைய வரலாற்றை நமக்கு நினைவூட்டுகின்றன. மேலே கூறப்பெற்ற மூன்று திருமால் திருக்கோயில்களும் தஞ்சை நரயக்கர்கள் காலத்தில் தான் வெண்ணாற்றங்கரைக்கு இடம் பெயர்ந்தன. ஸ்ரீ வைணவர்கள் இம் மூன்று கோயிலையும் மங்களாசாசனத் திருப்பதிகளாகக் கொள்வர். இவற்றை நாயக்கர் காலக் கோயில்களாக இங்கு வகைப்படுத்துவோம்.

3. மேலச்சிங்கப்பெருமாள் கோயில்

வரிசையாக உள்ள மூன்று கோயில்களில் கிழக்கே முதலாவதாக அமைந்துள்ளது மேலச்சிங்கப்பெருமாள் கோயிலாகும். கருவறையில் சிங்கப்பெருமாள் திருமேனி மிகப்பெரிய அளவில் (சுமார் 6 அடி உயரம்) அமர்ந்த கோலத்தில், தாயார் இருவருடன் அமைந்துள்ளது. இத் திருமேனிகளுக்கு முன்பாக நின்றகோலத்தில் ஆழியும் சங்கும் ஏந்திய திருமால், ஸ்ரீதேவி, பூதேவி உடனுறையச் செப்புத் திருமேனிகளாக இரண்டு பேரங்களில் காட்சி அளிக்கின்றார். இவற்றில் ஒருவகைத் திருமேனிகள் சோழர்காலப் படைப்பாகத் திகழ்கின்றது. மூலவராகத் திகழும் சிங்கப்பெருமாளும், தாயார் இருவரும் விசயநகரக் காலத்துக் கலை அமைதியோடு காணப்படுகின்றனர். தஞ்சாவூர் மாவட்டத்தில் காணப்பெறும் தஞ்சை நாயக்கர்களின் சிற்பப் படைப்புகளை ஒத்தே இத் திருமேனிகள் உள்ளன.

சிங்கப்பெருமாளான நரசிம்மமூர்த்தியின் கருவறைக்குத் தென்புறம் தாயார் சன்னதி உள்ளது. இத் திருக்கோயிலும் கற்றளியாகவே அமைந்துள்ளது. கிழக்குப் பகுதியில் அதிட்டான வர்க்கத்தில் சுமார் ஓர் அடி உயரமுடைய தஞ்சை நாயக்க மன்னர் ஒருவரின் உருவச்சிற்பம் உள்ளது. இது அச்சுதப்ப நாயக்கரின் பிற உருவச்சிலைகளை ஒத்துக்காணப்பெறுகின்றது. இந்தத் சிற்றாலயம் இரண்டு வகையான கருங்கற்களால் எடுக்கப்பெற்றுள்ளது. ஒன்று கருப்புக்கல், மற்றது வெள்ளைக்கல். இங்குக் காணப்படும் கருப்புக் கற்களாலான குமுதம், பட்டிகை, கால், கபோதம், கோஷ்டம், கோஷ்ட தோரணம், கும்ப பஞ்சரம், கோஷ்ட பஞ்சரம்

போன்ற அங்கங்கள் தஞ்சைப்பெரிய கோயிலிலுள்ள முருகன் கோயிலின் கட்டுமானக் கலைத்திறனையே முற்றிலும் ஒத்துள்ளன. எந்தக் கரங்கள் தஞ்சைப் பெரியகோயில் முருகப்பெருமான் ஆலயத்தை உருவாக்கினவோ அக்கரங்களேதான் இந்தத் தாயார் கோயிலின் சில அங்கங்களையும் உருவாக்கின என்பது உறுதி. ஆனால் இந்தக் கட்டுமான அங்கங்கள் முழுமையாக இல்லாமல் வெள்ளைக்கல் கொண்டு நிரப்பப்பெற்றுள்ளது. உதாரணமாகக் குமுதப்படையின் ஒருகல் (கருப்புக்கல்) மிக அழகான வேலைப்பாடுகளுடன் உள்ளது. ஆனால் அதேவரியில் அடுத்துக்காணப்படும் வெள்ளைக்கல்லில் முன்னது போன்று செய்ய முற்பட்டிருந்தும் நேர்த்தியாகச் செய்யப்பெறவில்லை. இதனால் கருப்புக் கல்லால் முழுமையாக எடுக்கப்பெற்ற ஒரு கருவறை பின்னாளில் சிதைவு பெற்று, மீண்டும் திருப்பணி செய்யப்பெற்றுள்ளது என்பது தெளிவாகின்றது.

இந்தச் சிங்கப்பெருமாள் கோயிலுக்கு எதிரில் உள்ள தஞ்சபுரீஸ்வரர் கோயிலின் அம்மன் கோயிலும் இரண்டுவகைக் கற்களால் கட்டப்பெற்றுள்ளது. சிங்கப்பெருமாள் கோயிலில் கருப்புக்கல்லில் இல்லாமல் உள்ள அங்கங்கள் எல்லாம் தஞ்சபுரீஸ்வரர் கோயிலில் காணப்பெறுகின்றது. இதனால் ஓரிடத்தில் முழுமையாக (பெரியகோயில் முருகன் கோயிலைக் கடடிய கல் தச்சனால் எடுக்கப்பெற்ற) இந்தக் கோயிலைப் பின்பு மராட்டியர் காலத்தில் திருப்பணிகள் நடந்தபோது இரண்டாகப் பிரித்து, இரண்டு கோயில்களிலும் இடம்பெறச் செய்திருக்க வேண்டும் என்று ஊகிக்கலாம்.

பெரிய கோயில் முருகப்பெருமான் ஆலயம் செவ்வப்ப நாயக்கர் அச்சுதப்ப நாயக்கர் காலத்தில்தான் எடுக்கப்பெற்றது என்பதனைத் 'தஞ்சாவூர் இராஜராஜேச்சரம்' என்ற தலைப்பின்கீழ் விவரித்துள்ளோம். அம் மன்னர்கள் காலத்திலேயேதான் சிங்கப்பெருமாள் கோயில் திருப்பணி செய்யப்பெற்றது என்பதனையும் சக்கரசாமம் ஆழிக் கல்வெட்டால் உறுதி செய்துள்ளோம். மேலும் இந்தத் தாயார் கோயிலில் அச்சுதப்ப நாயக்கரின் சிற்றுருவச்சிலை இருப்பதையும் கண்டோம். இவை அனைத்தையும் தொகுத்து நோக்கும்போது தஞ்சாவூர் மேலவெளியில் சிங்கப்பெருமாள் குளக்கரையில் இருந்த தஞ்சை யாளி விண்ணகரம் செவ்வப்பர் அச்சுதப்பர் நாளில் (1635-1690) வெண்ணாற்றங்கரைக்கு இடம்பெயர்ந்தது என்பதனையும், அப்போது அங்கு கட்டப்பெற்றதுதான் தாயார் கருவறை என்பதையும் உறுதியாகக் கூறமுடிகிறது.

பின்பு சகஜி மகாராஜா அல்லது காமாட்சிபாய் சாகேப் காலத்தில் தளிகேஸ்வரர் கோயிலுக்கும், சிங்கப்பெருமாள் கோயிலுக்கும் திருப்பணிகள் செய்யப் பெற்றபோது இந்தத் தாயார் கருவறையில் கட்டுமான அங்கங்கள் இருகூறாகப் பிரிக்கப்பெற்று இரண்டு கோயில்களிலும் இடம்பெற்றிருத்தல் கூடும் என முடிவு கொள்ள வேண்டியுள்ளது.

சிங்கப்பெருமாள் கருவறையின் தென்புறம் சுவரில் உச்சிஷ்ட கணபதிச் சிற்பம் ஒன்றும் இடம்பெற்றுள்ளது. இது சோழர்காலச் சிற்பமாகும். இதே

கருவறையின் வடபுறச்சுவரில் கட்டுமானத்தின் இடையே சோழர் கல்வெட்டின் ஒருபகுதி ஒரு கற்பலகையில் காணப்பெறுகின்றது. இது 11ஆம் நூற்றாண்டின் எழுத்தமைதியுடன் திகழ்கிறது. கல்வெட்டு வருமாறு:

1. ....ண்ணிடை..........

2. ....ணொடு பொன்முடி நொந்திடவாறு

3. ....தசி றாமபுலவெய நாறுமாலவெ

4. ....ன ....

திருச்சுற்றின் வடகிழக்குப் பகுதியில் ஒரு கிணறு உள்ளது. அதிலிருந்து நீர் இறைக்க நாட்டப்பெற்றுள்ள இரண்டு கருங்கற்றூண்களில் ஒன்று பல்லவர் காலத்துச் சிம்மத் தூணாகும். இரண்டாவது தூண் சோழர் காலப் பாயும் யாளிச் சிற்பத்தூணாகும். இங்குள்ள பல்லவர் காலச் சிம்மத்தூண் பெரிய கோயிலிலுள்ள பிரம்மகுட்டத்துச் சிம்மத்தூண் போன்றே உள்ளது. பெரிய கோயிலிலுள்ள ஒரு சிம்மத்தூண், தஞ்சைக் கலைக்கூடத்திலுள்ள இரு சிம்மத்தூண்கள் தஞ்சபுரிஸ்வரர் கோயில் வாயிலிலுள்ள சிம்மத்தூணின் ஒருபகுதி, இங்குக் குறிப்பிடப்பெறும் கிணற்றுத்தூண் ஆகியவை அனைத்தும் பண்டைய பிரம்ம குட்டம் எனும் பல்லவர் காலக் கற்றளியில் இருந்தவை ஆகலாம்.

மேலே கூறிய யாளித்தூணும், அண்மையில் பழைய தஞ்சைநகரத்துக் கயிலாசக் குளக்கரையில் கண்டுபிடிக்கப்பெற்ற உடைந்த யாளித்தூணும் எல்லா அம்சங்களிலும் ஒத்துக் காணப்பெறுகின்றன. இதனால் இங்குக் காணப்பெறும் யாளித்தூண் கயிலாசக் குளக்கரையில் சுடவழிந்துபோன கோயிலிலிருந்து பின்னாளில் இங்கு வந்து சேர்ந்துள்ளது எனக் கூறலாம். கயிலாசக் குளமும், மேலச் சிங்கப்பெருமாள் குளமும் மேலவெளியில் அருகருகே இருப்பவையாகும்.

இக்கோயிலின் முன்மண்டபத்தில் மராட்டி மொழிக் கல்வெட்டொன்று உள்ளது. அதன் தமிழாக்கம் பின்வருமாறு.

> ஸ்ரீ மேலசிங்கப்பெருமாள் ஸ்வஸ்தி ஸ்ரீ சாலிவாகன சகாப்தம் ஆயிரத்து எழுநூற்று ஐம்பத்து மூன்று கலியுகாதி 4932 நடப்பு கர ஆண்டு நிஜ வைகாசி வளர்பிறை திருதியை சனிக்கிழமை மிருகசீரிஷ நட்சத்திரம் வைகாசித் திங்கள் 2ஆம் நாளாகிய இந்தச் சுபதினத்தில் ராஜ ஸ்ரீ சரபோஜி மாகாராஜனால் தொடர்ந்து எப்போதும் நடக்கவேண்டிய தர்மமாகச் சுவாமி சன்னதியில் இந்த நர்த்தன மண்டபம் கட்டி வழங்கப்பெற்றது.[23]

மராட்டிய மன்னர் சரபோஜியால் இக்கோயில் ஒருமுறை திருப்பணி செய்யப்பெற்றது என்பதனை இக்கல்வெட்டு உணர்த்துகிறது.

4. மணிக்குன்றப் பெருமாள் கோயில்

சிங்கப்பெருமாள் கோயிலுக்கு மேற்காக நெடுஞ்சாலையை ஒட்டி அமைந்துள்ளது. மணிக்குன்றப் பெருமாள் கோயில். இராஜராஜேச்சுரமும் பிற சோழர் கோயில்களும் என்ற நூலினை எழுதிய ஜே.எம்.சோமசுந்தரம் பிள்ளை, தஞ்சை மணிபர்வதப் பெருமாள் கோயில் எனும் தலைப்பின் கீழ், ''முன்காலத்தில் களிமேடு கிராமத்தின் கீழ்ப்புறமாக அமைந்திருந்த இத் திருக்கோயில் பிற்காலத்தில் விண்ணாற்றங்கரையில் இப்போதிருக்கும் தலத்தில் புதிதாகக் கட்டப்பட்டிருப்பதாகத் தெரிகிறது'' என்று குறிப்பிட்டுள்ளார். களிமேட்டிலிருந்து இக்கோயில் இடம்பெயர்ந்ததற்கான சான்றுகள் எதுவும் இந்நூலில் குறிப்பிடப் பெறவில்லை. எனினும் இக்கோயில் இடம்பெயர்ந்து இங்கு எழுந்த கோயில் என்பது உறுதி.

> ''பொன் செய்மால் வரையை
> மணிக்குன்றினை யன்றியென் மனம் போற்றி யென்னாதே''

என்ற திருமங்கை மன்னனின் போற்றுதலுக்குரியது இக்கோயில் என்பது ஸ்ரீவைணவர்களின் நம்பிக்கையாகும்.

இக் கோயிலுக்குள் நுழைந்தவுடன் மராட்டியர் காலக் கல்வெட்டு ஒன்று[25] காணப்பெறுகின்றது. இக் கல்வெட்டில் 1892ஆம் ஆண்டு சிவாஜி மன்னரின் மனைவி காமாட்சியம்பாபாயி அவர்கள் இம் மணிக்குன்றப் பெருமாள் கோயிலுக்குப் புதியதாகக் கட்டைக் கோபுரத்தையும், அதற்குக் கதவுகளையும், மதிற்சுவர், திருச்சுற்றுத் தளவரிசை, பலிபீடம், கருடாழ்வார் சந்நிதி ஆகியவற்றை அமைத்தார் என்று கூறப்பட்டுள்ளது. இவ்வாலயத்தில் ஆழ்வார்களையும் எழுந்தருளச் செய்துள்ளார். இத்துடன் இக்கோயிலுக்கு வடக்கே திருவையாற்றுச் சாலையின் வடபுறம் கிழக்கு நோக்கி அமைந்துள்ள கல்யாண வெங்கடேசப் பெருமாள் கோயிலின் வடக்கு மதிலையும் திருச்சுற்றுத் தளவரிசையையும் திருப்பணி செய்தார் என்ற செய்தியும் கூறப்பட்டுள்ளது.

கற்றளியாகத் திகழும் மணிக்குன்றப் பெருமாள் கோயில் கருவறையினுள் அமர்ந்த கோலத்தில் ஆழியும் சங்கும் ஏந்திய திருமாலும், ஸ்ரீ தேவி பூதேவி இருவரும் மிகப்பெரிய திருவுருவங்களாக இடம்பெற்றுள்ளனர். இத்திருமேனிகள் கருங்கல்லில் விசயநகரக் கலை அமைதியுடன் செய்யப் பெற்றவையாகும். கருவறையை ஒட்டியே தாயார் திருக்கோயிலும் இணைந்து காணப்பெறுகின்றது. தாயார் பெயர் ஸ்ரீ அம்புஜவல்லித் தாயார் என்பதாகும்.

கருவறையின் வடபுற அதிட்டானத்தில் ஒரு துண்டுக்கல்வெட்டும், மகா மண்டபத்து வடபுற வாயிலில் மேற்கு நோக்கிய வண்ணம் ஒரு துண்டுக் கல்வெட்டும் உள்ளன. இதன் முதல் வரியும் நான்காம் வரியும் சிதைக்கப்பெற்று இன்றைய கட்டுமானத்தின் பட்டிகை வர்க்கமாக மாற்றப்பட்டுள்ளது. இவை

இரண்டும் ஒரே கல்வெட்டின் பகுதியாகும். எழுத்தமைதி கி.பி.14-15ஆம் நூற்றாண்டுக்குரியதாகும். விசயநகரப் பேரரசர் ஒருவரின் கல்வெட்டு என்பதை அதிலுள்ள குறிப்புகளால் அறிய முடிகிறது.

முதற் கல்வெட்டு

(மூ)வராய கண்டன் ட்சியபச்சி உ.......

2. ....தஞ்சாவூர் கூற்றத்து தஞ்சை மஹாமணி

3. ....கள் பக்கல் னாங்கள் படி ....

4. .... விட்டு ....

இரண்டாம் கல்வெட்டு

1. ....

2. மஹாஜனங்கள் பக்கல் தங்கள் பட்டயத்தில்

3. க்கு உட்பட்ட ஓடைக் கண்டம் இத்தருனநி

4. ....

"மூவராயகண்டன் தட்சிணைபச்சிம உத்திர சமுத்திராதிபதி என்பது பொதுவாக எல்லா விசயநகரப் பேரரசர்களுக்கு உரியதாய் இருப்பினும் எழுத்தமைதி கொண்டுதான் இது விசயநகர காலத்தின் முற்பகுதியில் எழுதப்பெற்ற கல்வெட்டு என்பதை அறியமுடிகிறது. இங்கு நாம் காணும் கல்வெட்டில் குறிக்கப்படும் தஞ்சாவூர்க் கூற்றத்துத் தஞ்சாவூர் மஹாமணி என்பது சங்கமகுல மன்னர்கள் காலத்துக் கல்வெட்டாக இருத்தல் கூடும் என நம்ப முடிகிறது. மேலும் இது தஞ்சை மாமணிக் கோயிலைத்தான் குறிப்பிடுகிறது என்பதில் ஐயமே இல்லை. இக்காலகட்டத்தில் இக்கற்றளி தற்போது உள்ள இடத்தில் இருந்திருக்க முடியாது.

இவ்விரு கல்வெட்டுப் பகுதிகளையும் இதன் இன்றைய இருப்பிடங்களையும் கூர்ந்து நோக்கும்போது பின்வரும் முடிவுக்கு வரவேண்டியுள்ளது. அதாவது மஹாமணிக்கோயில் எனப்பெற்ற இந்தத் தஞ்சை மாமணிக்கோயில் முற்காலத்தில் வேறோர் இடத்தில் இருந்திருக்க வேண்டும். பின்னாளில் இந்த ஆலயம் பிரிக்கப்பெற்று வேறிடத்திற்கு மாற்றப்பெற்றிருக்க வேண்டும். அவ்வாறு வேறு இடத்தில் புதுக்கோயிலாக மாற்றம் பெற்றபோது இக்கல்வெட்டு செதுக்கப்பெற்றிருந்த பகுதி பல பகுதிகளாகச் சிதறுண்டு போய் இன்று இரு துண்டுகளே காணக்கிடைக்கின்றன. அதிலும் ஒரு துண்டு புதிய கட்டுமானத்திற்கேற்பச் சிதைக்கப்பட்டும் தன் வடிவிழந்து நிற்கிறது.

மூவராயகண்டன், தட்சிணபச்சிம சமுத்திராபதி என்பனவெல்லாம் விசயநகர மன்னர்கள் அனைவராலும் பயன்படத்தப் பெற்றிருப்பினும் இக் கல்வெட்டின் எழுத்தமைதி கொண்டு இதனை அந்த ஆட்சியின் முற்பகுதியைச் சேர்ந்தது எனக் கொள்கிறோம். இது சங்கமகுல மன்னர்களின் கல்வெட்டாகவும் இருத்தல் கூடும்.

அக்காலத்தில் இந்தத் தஞ்சை மாமணிக்கோயில் இப்போதுள்ள இடத்தில் இருப்பதற்குரிய சாத்தியக் கூறுகள் இல்லாததாலும் பிளவுண்ட கல்வெட்டின் அமைப்பாலும் இது இடம்பெயர்ந்தே இங்கு வந்திருக்க வேண்டும் என்பது உறுதி. தஞ்சை வம்புலாஞ்சோலையில் முதலில் கட்டப்பெற்றிருந்த இந்த மாமணிக்கோயில் என்னும் விண்ணகரம் பதினாறாம் நூற்றாண்டு வாக்கில் நாயக்க மன்னர்கள் காலத்தில் வெண்ணாற்றங்கரைக்கு மாற்றப்பெற்றிருக்க வேண்டும்.

தஞ்சை மாமணிக்கோயிலுக்குரிய கல்வெட்டுக்களின் சிதைந்த பகுதிகள் பெரியகோயில் அருங்காட்சியகத்திற்கு வெளியிலுள்ள இரண்டு கற்பலகைகளில் உள்ளன. இவை சோழர் காலத்திற்குரியவை. இவற்றாலும் இக்கோயில் முற்றிலுமாக ஒரு முறை பிரிக்கப்பெற்றிருக்கிறது என்பதை உணரலாம்.

5. நீலமேகப் பெருமாள்கோயில்

வெண்ணாற்றங்கரையில் மூன்றாவதாகக் காணப்பெறும் விண்ணகரம் நீலமேகப் பெருமாள் கோயிலாகும். அமர்ந்த கோலத்தில் ஸ்ரீதேவி, பூதேவி என்னும் உபய நாச்சியார்களுடன் நீலமேகப் பெருமாள் என்னும் திருநாமம் தாங்கி அர்ச்சாவதாரமாகக் காட்சி அளிக்கும் கருங்கல் திருமேனிகளே கருவறையை அலங்கரிக்கின்றன. பெருமாளுக்கு அருகே பராசர மகரிஷியின் திருவுருவமும் உள்ளது. தாயாருக்குத் தனிச் சன்னதி உண்டு. தாயாரின் திருநாமம் செங்கமலவல்லி என்பதாகும். இத்திருக்கோயில்தான் திருமங்கையாழ்வார் மங்களாசாசனம் செய்த தஞ்சை மாமணிக்கோயில் என்று சிலர் போற்றுகின்றனர். மூலவராகத் திகழும் நீலமேகப்பெருமாள் திருமேனி விசயநகரச் சிற்பக்கலை அமைதியுடையதாகவே திகழ்கின்றது. ஆனால் இக்கோயிலிலுள்ள பெரும்பாலான செப்புத் திருமேனிகள் சோழர் காலத்தியவையாகும். கருவறைக் கட்டுமானம் நாயக்கர் காலத்தியது என்பதால் இக்கோயிலை அவர்கள் காலக்கோயிலாகவே வகைப்படுத்துவோம்.

நீலமேகப்பெருமாள் கோயில் கருவறை, அர்த்த மண்டபம், மகாமண்டபம் ஆகியவை கருங்கற் பணியாகவே உள்ளன. மூன்று தளங்களுடனும் எண்பட்டைச் சிகரத்துடனும் சௌந்தர்ய விமானம் என்ற பெயரில் விமானம் திகழ்கின்றது. கோஷ்டங்களில் தெய்வத் திருமேனிகள் இல்லை. மகாமண்டபத்துடன் இணைந்துள்ள முகமண்டபம் செங்கற் தளவளைவு ஓட்டுக் கூறையுடன் உள்ளது. இதன் முகப்பில் பெரிய திருவடியின் திருவுருவம் உள்ள மண்டபம் உள்ளது. முகமண்டபம் 1870 ஆம் ஆண்டு கட்டப்பெற்றதாகும். இதைக் கூறும் கல்வெட்டுப் பொறிப்பு இங்கே காணப்பெறுகின்றது. திருச்சுற்றின் வடமேற்கு மூலையிலுள்ள தேசிகள் சன்னதி 1886இல் மராட்டிய அரச குடும்பத்தாரால் நிறுவப்பெற்றதாகும்.

மகாமண்டபத்தில் வராகமூர்த்தி, லக்ஷ்மிநரசிம்மர், ஆண்டாள், சேனை முதலியார் ஆகியோரின் கருங்கற் திருமேனிகள் உள்ளன. இவற்றுள் லக்ஷ்மி நரசிம்மர் சிற்பம் மட்டும் சோழர் காலத் திருமேனியாகும். சுமார் 3 அடி உயரமுடையது இத்திருமேனி. சுகாசனத்தில் நரசிம்மமூர்த்தி அமர்ந்திருக்க அவரது தொடை மேல் தேவி இருப்பதாக இச்சிற்பம் படைக்கப்பெற்றுள்ளது. இராசராசன் காலத்தியது இது என்பதைச் சிற்ப அமைதியால் அறியலாம். இது சோழர் காலத்துச் சிங்கப்பெருமாள் கோயிலில் இருந்ததா அல்லது மாமணிக்கோயிலில் இருந்ததா என்பதை அறியமுடியவில்லை. முக மண்டபத்துத் தூண்கள் இரண்டில் முறையே அனுமன் பர்வதம் ஏந்தும் கோலமும், அவன் தன் வால் சுருளின்மீது அமர்ந்துள்ள கோலமும் செதுக்கப்பெற்றுள்ளன. தேசிகன் சன்னதியில் உள்ள இராமானுஜர், கூரத்தாழ்வார் மற்றும் ஆழ்வார் பதின்மர் சிலைகளும் பிற்காலத்தவை. இக்கோயிலில் நர்த்தன கிருஷ்ணன், திருமங்கையாழ்வார், லக்ஷ்மிஹயக்ரீவர், நம்மாழ்வார், இராமானுஜர், வேதாந்த தேசிகர், சக்கரத்தாழ்வார், விஷ்வக்சேனர் ஆகிய செப்புத் திருமேனிகள் (பஞ்சபேர மூர்த்திகளைத் தவிர) இடம் பெற்றுள்ளன.

பஞ்சபேர மூர்த்திகள்

இத் திருக்கோயிலில் நித்திய நைமித்திக பூசைகள் வைகானச ஆகம விதிப்படி நடைபெறுகின்றன. பெருமாளுடைய சான்னித்யம் ஐந்து வகைத் திருமேனிகளாகப் பிரிக்கப்பட்டு வழிபாடு நடைபெறுகிறது. மூலபேரம் எனும் மூலவர் கருவறையில் அருள்பாலிக்கிறார். கௌதுக பேரம் எனும் திருமேனி திருமஞ்சனத்திற்காகவும், உற்சவபேரம் திருவிழாக்களுக்காகவும், யாகபேரம் வேள்வி வழிபாட்டிற்காகவும், தீர்த்தபேரம் வம்புலாம்சோலை சென்று தீர்த்தவாரி கொடுப்பதற்காகவும் அமைக்கப்பட்டுள்ளதால் இத்திருக்கோயில் பஞ்சபேர சன்னதி என அழைக்கப்படுகிறது.

வம்புலாஞ்சோலை என்ற இடத்திற்குத் தீர்த்தவாரிக்காக நீலமேகப் பெருமாள் செல்லும் மரபு, பண்டு இக்கோயில் அங்கு மாமணிக்கோயில் என்ற பெயரில் திகழ்ந்ததால்தான் என்று கூறப்பெறுகின்றது. வம்புலாஞ்சோலையில் உள்ள திருக்குளம் மிகப் பெரிய குளம் ஆகும்.

நாயக்கர் காலக் கற்றளியாகத் திகழும் இக் கோயிலின் கருவறை மற்றும் மகாமண்டபத்தின் சுவர்களில் சோழர் காலக் கல்வெட்டுத் துண்டுகள் நான்கு காணப்பெறுகின்றன. மூன்று கல்வெட்டுக்களில் ஒரு சில எழுத்துக்கள் மட்டுமே உள்ளதால் செய்திகள் எதுவும் புலப்படவில்லை. ஆனால் கருவறையின் வடபுறச்சுவரில் காணப்படும் கல்வெட்டு வரலாற்றுக் குறிப்புடையதாக அமைந்துள்ளது. ஒரு கற்பலகையில் இருந்த இக் கல்வெட்டு கட்டுமானத்திற்குத் தேவைப்படும் கால் அமைப்பிற்காகச் சிதைக்கப்பெற்றுள்ளது. கால்பகுதியில் மட்டுமே கல்லெழுத்துக்கள் காணப்படுகின்றன. அக் கல்வெட்டை இனிக் காண்போம்.

கல்வெட்டு

ங்கெ

தேய

ம்ஹகு

ரியந்

கநகு

நேந்

சோ

11ஆம் நூற்றாண்டின் சோழர் கால எழுத்தமைதியில் உள்ள இக்கல்வெட்டில் மூன்றாம் வரி பிரம்ஹகுட்டம் என்ற சொல்லின் 'ம்ஹகு' என்ற மூன்று எழுத்துக்கள் மட்டுமே காணப்படுகின்றன. பெரிய கோயிலின் பிரம்ம குட்டம் பற்றிக் குறிப்பிடும் கல்வெட்டுக்களில் எவ்வாறு கிரந்த எழுத்துக்களில் எழுதப் பெற்றுள்ளதோ அவ்வாறே இங்கும் கிரந்த எழுத்துக்கள் உள்ளன. மேலும் மற்ற வரிகளைக் காணும் போது அவ்வெழுத்துக்கள் 'குலோத்துங்க சோழ' 'பிரமதேயம்' 'கேசரிபநமர்' 'எழுதிநேந்' 'சோழ' என்ற சொற்களின் பகுதிகள் என்பதையும் எளிதில் ஊகிக்கலாம்.

இக்கல்வெட்டு உள்ள கற்பலகையும் மற்றக் கற்களும் தந்திவர்ம பல்லவன் காலத்திலிருந்து தஞ்சையில் இருந்து வந்த 'பிரம்ஹகுட்டம்' என்ற சிவாலயத்தின் கற்களே என்பதை அறியலாம். பெரிய கோயிலில் பிரம்ம குட்டத்துக் கற்கள் பிற்காலத்திருப்பணிகளின் போது எவ்வாறு இடம்பெற்றனவோ அவ்வாறே நீலமேகப்பெருமாள் ஆலயக் கட்டுமானத்திலும் அவை இடம் பெற்றிருக்கின்றன என்பது தெளிவாகிறது.

மூன்று விண்ணகரங்களிலும் காணப்பெறும் வரலாற்றுச் சான்றுகளைத் தொகுத்து நோக்கும்போது சிங்கப்பெருமாள் கோயில் கிணற்றில் உள்ள சிங்கத்தூணும் நீலமேகப்பெருமாள் கோயில் கருவறைக் கல்வெட்டும் பல்லவர் காலத்துக் கற்றளியான பிரம்ம குட்டத்து எச்சங்கள் என்பதை அறிகிறோம். அவ்வாறே மணிக்குன்றப் பெருமாள் கோயிலில் காணப்படும் தஞ்சாவூர்க் கூற்றத்துத் தஞ்சாவூர் மகாமணி என்ற கல்வெட்டுப் பகுதி விசயநகரப் பேரரசின் தொடக்ககாலச் சாசனம் என்பதும், தஞ்சாவூர் முருகப்பெருமான் கோயிலை எடுப்பிக்க அதிரவீசி ஆசாரி என்ற கல் தச்சனின் கைவண்ணத்தால் மலர்ந்த கற்றளி ஒன்று இங்கு இருந்து பின்பு மாற்றவும் பெற்றது என்பதும் தெளிவாகின்றன. இவை தஞ்சை நகரின் பழைய வரலாற்றைக் காட்டும் நினைவுச் சின்னங்களாக நிற்கின்றன.

6. வெள்ளைப்பிள்ளையார் கோயில்

கணபதிப் பெருமானை வெள்ளை விநாயகராக ஆவாகித்து வழிபடுவது ஒரு மரபாகும். இதனைச் சுவேதவிநாயகர் எனக் குறிப்பர். 'சுவேத விநாயகர் கல்பம்' என்றொரு நூலும் உண்டு. திருவலஞ்சுழியில் சுவேத விநாயகர் ஆலயம் சோழர் காலத்திலேயே எடுக்கப்பெற்றுள்ளது. தஞ்சாவூர்க் கோட்டையின் கிழக்கு வாசலுக்கு எதிரில், அகழியின் வெளிப்புறம் இரண்டு கோயில்கள் உள்ளன. வடபுறம் உள்ள கோயில் வெள்ளை விநாயகர் ஆலயமாகும். இது நாயக்கர் காலத்திய கோயிலாக இருத்தல் கூடும். கடைசி நாயக்க மன்னர் விசயராகவர் காலத்தில் இந்த விநாயகப் பெருமானைப் போற்றும் வகையில் 'வெள்ளைப் பிள்ளையார் குறவஞ்சி' என்ற சிறுநூல் ஒன்று எழுந்துள்ளது. இந் நூலின் இறுதிப்பாடலில் 'விஜயராகவ நாயக்கர் வாழி' தளவாய் வேங்கடேந்திரன் வாழி என்ற வரிகள் உள்ளன.

7. வீரபத்திர சுவாமி கோயில்

நாயக்கர் காலத் திருக்கோயில்களுள் வீரபத்திரசுவாமி ஆலயம் குறிப்பிடத்தக்க ஒன்றாகும். தஞ்சைக் கோட்டையின் கிழக்கு வாயிலுக்கு எதிரில், அகழிக்கு வெளியே, அதனையொட்டி அமைந்துள்ள இரண்டு கோயில்களில் தென்பக்கம் உள்ளது இவ்வாலயம்.

முதல் நாயக்க மன்னராகிய செவ்வப்ப நாயக்கர் காலத்தில் கன்னட அந்தணராகிய கோவிந்த தீட்சிதர் என்பார் தஞ்சைக்கு வந்தார். இவர் முதல் மூன்று நாயக்க வேந்தர்கட்கும் அமைச்சராகவும் ஆசிரியராகவும் ஒட்டக்கூத்தரைப் போல மிகப் புகழ் பெற்று விளங்கினார். இவரே வீரபத்திரர் கோயில் எழக் காரணமாக இருந்திருக்கலாம்.

இத் தீட்சிதர் கும்பகோணம் பெரிய மடம் என்னும் வீரசைவத் திருமடத்தில் அனந்த கல்யாண மண்டபம் கட்டுவித்ததோடு அங்கு வீரபத்திரர் கோயில் ஒன்றையும் எடுப்பித்தார்.

தஞ்சாவூர் வீரபத்திரசுவாமி கோயிலின் கர்ப்பக்கிருஹத்தில் சுவாமி வாளையும், கேடயத்தையும் ஏந்தியுள்ளார். இத் திருமேனி கர்நாடகப் பாணியில் அமைந்த ஒன்றாகும். கும்பகோணம் பெரிய மடத்துத் திருமேனியும் இதனை ஒத்தே காணப்படுகிறது.

தஞ்சைக் கோயிலில் முகமண்டபத்தினையொட்டி கற்பலகை ஒன்றில் சிவலிங்கம், நந்தியம்பெருமான், அடியார் ஒருவர் ஆகிய உருவங்கள் செதுக்கப் பெற்ற கன்னடக் கல்வெட்டு ஒன்றும் உள்ளது. கல்வெட்டில் எழுத்துக்கள் மிகச் சிதைந்த நிலையில் உள்ளன.

இக்கோயிலை இப்போது தனியார் ஒருவர் தன் தொழிற்கூடமாகப் பயன்படுத்தி வருகிறார்.

குறிப்புகள்

1. SII Vol. II No 71
2. SII Vol. II No 23
3. குடவாயில் பாலசுப்ரமணியன், சோழ மண்டலத்து வரலாற்று நாயகர்களின் சிற்பங்களும் ஓவியங்களும், ப.213-214.
4. AR No 37 of 1897; SII Vol. No 1402
5. அளகேஸ்வரம் என்ற சிவாலயத்திலுள்ள விநாயகர் என்பதே இதன் பொருள். முற்றுப்பெறாத ராஜகோபுர அமைப்புடன் உள்ள இந்த இடமே அளகேஸ்வரமாகும்.
6. SII Vol. XXIV No 416. ARE 260 of 1930
7. SII Vol. XXIV No 460. ARE 13 of 1936-37
8. SII Vol. XXIV No 482. ARE 60 of 1936-37
9. SII Vol. XXIV No 516. ARE 99 of 1938-39
10. SII Vol. XXIV No 339. ARE 59 of 1892
11. SII Vol. V No 1403. ARE 40 of 1807
12. SII Vol. V No 1404. ARE 40 of 1807
13. குடவாயில் பாலசுப்ரமணியன், தஞ்சை நாயக்கர் வரலாறு
14. விருத்தகிரீசன் தஞ்சாவூர் நாயக்கர் வரலாறு, ப.24
15. விசயராகவ நாயக்கருக்குப் பின்பு செங்கமலதாஸ் என்ற பேரர் இருந்ததாகவும் மதுரை நாயக்கரான அளகிரி நாயக்கர் தஞ்சையை ஆண்டார் என்பதாகவும் கூறப்பெறுவது புனைந்துரைகளே. இதற்கு வரலாற்றுச் சான்றுகள் எதுவும் கிடையாது.
16. Maps and Plans of India

மராட்டியர் ஆட்சியில் தஞ்சாவூர்

தஞ்சையின் கடைசி நாயக்க மன்னர் விசயராகவ நாயக்கருக்கும், மதுரை நாயக்க மன்னர் விசயரங்க சொக்கநாத நாயக்கருக்கும் இடையே ஏற்பட்ட மோதலின்போது தஞ்சைக்குப் பீஜப்பூர்ப் பேரரசின் உதவிப்படையாக வந்த தளபதிகளுள் ஒருவரே பெங்களூர் ஜாகீர்தாரான ஏகோஜியாவார். இவரை வ்யங்காஜி என்றும் கூறுவர். சத்ரபதி சிவாஜி இவரது சகோதரர் ஆவார்.

பீஜப்பூரிலிருந்து தன்னுடன் வந்த முகமதியத் தளபதிகளான காதர் யெக்கலாசு, அப்துல்ஹலிம் என்பவர்களின் தூண்டுதலால் விசயராகவ நாயக்கரை எதிர்பாராத நேரத்தில் தாக்கிக் கொன்றுவிட்டுத் தஞ்சை அரசைக் கைப்பற்றினர். இது நிகழ்ந்தது 3.2.1675ஆம் ஆண்டாகும்.[1] இவருக்குத் தீபாபாய், அண்ணுபாய் என்ற இரண்டு மனைவியர் இருந்தனர். கி.பி.1675 மார்ச்சு 17ஆம் நாளில் ஏகோஜி தஞ்சை மன்னராக முடி சூடினார்.

தன் குடும்பச் சொத்துக்களில் முறையான பங்கைக் கொடுக்காததால் சிவாஜி ஏகோஜிபால் வெறுப்புற்றார். கி.பி.1676இல் தென்னாட்டின்மீது படையெடுத்துச் செஞ்சியைக் கைப்பற்றிய சிவாஜி வேலூர், வாலிகண்டபுரம் ஆகிய பகுதிகளையும் தனதாக்கிக்கொண்டு, கொள்ளிடத்தின் வடபால் உள்ள திருமழபாடியில் முகாமிட்டு, தஞ்சையிலிருந்த ஏகோஜியை அழைத்துப் பேச்சு வார்த்தைகள் நடத்தினார். ஏகோஜி சிவாஜிக்குக் கட்டுப்படாமல் தஞ்சைக்குத் திரும்பினார். பின்னர் சிவாஜி ஏகோஜிக்கு நான்குமுறை கடிதம் எழுதினார்.[2] அவற்றுள் ஒரு கடிதத்தில் "போரில் குதித்துத் துரியோதனனைப் போல் அறிவு கெட்டுக் குடிமக்களைக் கொல்கிறீர்கள். நடந்தது நடந்துவிட்டது இனியும் பிடிவாதம் பிடிக்க வேண்டாம். பதின்மூன்று ஆண்டுகள் நீங்கள் எல்லாவற்றையும் நுகர்ந்தீர்கள். ஆரணி, பெங்களூர், கோலார், ஹஸ்கோட், கார்கோன் மற்றும் தஞ்சாவூர் போன்ற அப்பகுதிகள் உங்கள் கையில் இருக்கின்றன. அவற்றை மக்கள் கையில் விட்டுவிடுவது நல்லது. .... என்னைக் காண வாய்ப்பு ஏற்படுத்திக் கொள்ளுங்கள். தாங்கள் என்னைக் கண்டு பேச வாய்ப்பு உண்டாக்கிக் கொண்டால் தங்கட்குத் துங்கபத்திரைப் பக்கத்தில் பான்ஹால் என்ற பகுதியில் மூன்று இலட்சம் ஹொன்ன மதிப்புள்ள நாட்டைக் கொடுப்பேன்........."[3] என்று எழுதியுள்ளார்.

எதற்கும் ஒத்துவராத ஏகோஜியின்பால் வெறுப்புற்ற சத்ரபதி சிவாஜி, ரகுநாத் நாராயண் என்பவர் தலைமையில் மராட்டியப் படையைத் தஞ்சையைத் தாக்குவதற்கு அனுப்பினார். அய்யம்பேட்டையில் நடந்த சண்டையில் தஞ்சைப்

படை தோல்வியைத் தழுவியது. பின்னர் ஏகோஜியின் மனைவியான தீபாபாய் (தீபாம்பாள்) ரகுநாத் நாராயணரோடு பேச்சு வார்த்தை நடத்தி ஒரு உடன்படிக்கை ஏற்பாடாயிற்று. அதன்படித் தஞ்சைப் பகுதி மட்டும் ஏகோஜிக்கு உரியது என்றும், அதற்காக 3 லட்சம் 'பர்தோக்கள்' சிவாஜிக்குக் கொடுக்கவேண்டும் என்றும் முடிவு செய்யப்பெற்றது.

நம்பிய நாயக்க மன்னருக்குத் துரோகம் செய்து, ஆட்சியைக் கைப்பற்றிய ஏகோஜியின் தஞ்சை அரசு சத்திரபதி சிவாஜியின் நடவடிக்கைகளால் அவரது கட்டுப்பாட்டிற்குள் வந்தது. பின்னர் சிவாஜியே விட்டுக் கொடுத்த போதும், ஏகோஜி மன அமைதியின்றி இறுதிக் காலத்தைத் தஞ்சையில் கழித்தார். கி.பி.1680இல் சத்திரபதி சிவாஜி இறந்தார். இதன் பின்னர் ஏகோஜி கி.பி.1683இல் மரணமடைந்தார்.

ஏகோஜியின் முதல் மகனான சாஹஜி கி.பி.1684இல் தஞ்சை அரசராக முடிசூடினார். தஞ்சை மராட்டிய மன்னர்களிலேயே மிகவும் புகழ்பெற்றவர் இவர். சிறந்த கல்விமானாகவும், சிறந்த ஆட்சியாளராகவும் விளங்கியவர். பல மொழிகளில் கவிதை இயற்றும் ஆற்றலும் பெற்றிருந்தார். பல புலவர்களை ஆதரித்துத் தஞ்சையை இலக்கியச் சோலையாக மாற்றியவர். இசையில் தானே சிறந்த விற்பன்னராகவும் திகழ்ந்தார். தஞ்சையில் இசை, நாட்டியம், நாடகம் ஆகிய கலைகள் பொற்காலம் கண்டன. சகம் 1633 நந்தன வருடம் (கி.பி.1712) இல் தஞ்சையை அடுத்த வல்லத்தில் இயற்கை எய்தினார்.

இவருக்குப் பின்னர் இவரது தம்பி முதலாம் சரபோஜி தஞ்சைமராட்டிய மன்னராக முடிசூடி கி.பி.1728 வரை ஆட்சி புரிந்தார். முதல் சரபோஜி மன்னர் மறைவிற்குப் பின்பு அவரது இளவல் துக்கோஜி எனும் முதலாம் துளஜா 1729இல் பட்டம் ஏற்றார். முதலாம் சரபோஜியும், துளஜா மன்னரும் தமது மூத்த சகோதரரான சாஹஜி மன்னர் போன்றே பன்மொழிப்புலமையிலும், கலைகளிலும் சிறந்தவர்களாகத் திகழ்ந்து தஞ்சை மண்ணுக்குப் பெருமை சேர்த்தனர். துளஜாவின் ஆட்சி கி.பி.1736இல் முடிவுற்றது.

18ஆம் நூற்றாண்டின் தொடக்கத்தில், ஆர்க்காட்டு நவாப்புக்கு அடங்கி இருக்கவேண்டிய நிலை தஞ்சை மராட்டியருக்கு ஏற்பட்டது. தஞ்சை அரசர் நவாப்புக்குக் கப்பம் செலுத்தினார். கி.பி.1732இல் சந்தாசாயேபு தஞ்சையின்மீது படையெடுத்தார். துக்கோஜி பெரும் பொருள் கொடுத்துச் சமாதானம் செய்து கொண்டார். துக்கோஜிக்கு ஆறு மனைவியர் இருந்தனர். இவர்களுள் மராட்டியர் வழக்கபபடிக் கத்தி வைத்து திருமணம் செய்துகொண்ட அன்னபூர்ணா என்பவரும் ஒருவராவர். அண்ணபூர்ணாவின் மகனே பிரதாபசிம்மர் ஆவர். துக்கோஜியின் முதல் மகனான பாவாசாகிப் எனும் இரண்டாம் ஏகோஜி கி.பி.1736-37இல் ஓராண்டே ஆட்சி புரிந்தார். இவருக்குப் பின்பு இவரது முதல் மனைவியான சுஜான்பாயி தஞ்சை சிம்மாசனம் ஏறினார். சுஜான்பாயியின் ஆட்சியும் ஓராண்டே நீடித்தது.

கி.பி.1739இல் பிரதாபசிம்மன் முடி சூடினார். 1763 வரை இவரது ஆட்சி நீடித்தது. தஞ்சை மராட்டியர் வரலாற்றில் பிரதாபசிம்மரின் ஆட்சியில்தான் பல போர்க்களங்களைச் சந்திக்கும் நிலை ஏற்பட்டது. பிரதாபசிம்மனின் முன்னவர்களின் ஆட்சி போர் நிகழ்ச்சிகளின்றி அமைதியாகவும், பின்னவர்களின் ஆட்சி ஆங்கிலேயர்களுக்குப் பணிந்த அரசாகவும் திகழ்ந்தது. இவரது காலத்தில் தஞ்சை அரசுக்கு நவாப், நிசாம், ஆங்கிலேயக் கம்பெனியார், பிரெஞ்சுக்காரர்கள் முதலானவர்களின் பலமுனைத் தாக்குதல்கள் மற்றும் தலையீடுகளைச் சமாளிக்க வேண்டிய மிகக் கடுமையான நிலை உருவாயிற்று.

பிரதாபசிம்மரின் தானைத் தலைவரான மானோஜி என்பவரின் பெருவீரத்தாலும், நுண்ணறிவின் திறனாலும் பல வெற்றிகளை அடைய முடிந்தது[4] மானோஜியைப் போன்றே டபீர் பண்டிதரின் உறுதுணையும் தஞ்சை அரசுக்குப் பெருங்காப்பாக அமைந்தது. தஞ்சையைச் சுற்றிலும் மொகலாயர் ஆதிக்கம் தலைவிரித்த சூழலில், பிரதாபசிம்மர் தஞ்சையை அவர்களிடம் சிக்கவிடாமல் காக்க வேண்டியதாயிற்று. திருச்சியில் பிரெஞ்சுக்காரர்களுடன் சந்தாசாகிப், தஞ்சையில் காட்டுராஜாவான சாகுஜி, புரட்சி செய்யும் கில்லேதார் சையத், கிழக்கிந்தியக் கம்பெனியின் உறவுடன் கருநாடக நவாப் மற்றும் நிசாம் போன்ற பலரின் எதிர்ப்புகளைச் சந்தித்து, சமாளித்து, ஆட்சி நடத்திய பெருவீரர் பிரதாபசிம்மராவார்.

முகமதியர்களின் தாக்குதல் அதிகமானபோது, தஞ்சை மராட்டியர்களின் உறவினரான சாகு மகாராஜா மராட்டிய மாநிலம் சதாராவிலிருந்து ராகோஜி போன்ஸ்லே என்பவரின் தலைமையில் பத்தாயிரம் போர் வீரர்களை அனுப்பிப் பிரதாபசிம்மனுக்கு உதவினார். பின்னர்ப் பிரதாபசிம்மன் கி.பி.1740இல் நடத்திய போரில் தோஸ்த் அலிகான், சந்தாசாகிப் எனும் இருவரும் தோல்வியடைந்து கைதிகளாகச் சதாராவுக்குக் கொண்டு செல்லப்பட்டனர்.[5]

காட்டுராஜா பிரெஞ்சுக்காரர்களின் துணைகொண்டு ஆட்சியைப் பிடிக்கச் செய்த முயற்சிகள் தோல்வியுறவே, கிழக்கிந்தியக் கம்பெனியார் பிரதாப சிம்மனின் ஆளுகையின்கீழ் இருந்த தேவிகோட்டையைக் கைப்பற்ற முயன்றனர். இக் கோட்டையைக் காத்த மானோஜியின் திறமையாலும், வலிமையாலும் கிழக்கிந்தியக் கம்பெனியார் எடுத்த முதல் முயற்சி தோல்வியடைந்தது. இரண்டாம் முயற்சியில் லாரன்சு, கிளைவ் முதலான தளபதிகள் தலைமை தாங்கத் தேவிகோட்டை கம்பெனியாரிடம் வீழ்ச்சியடைந்தது. இதனால் பிரதாபசிம்மன் கம்பெனியாரிடம் சமாதானமாகச் செல்ல வேண்டியதாயிற்று. இந்நிகழ்ச்சி தான் கிழக்கிந்தியக் கம்பெனியார் தென்னாட்டில் வணிகத்தை விடுத்து அரசு கட்டில் ஏறக் கால்கோள் விழாவாக அமைந்தது.

தாக்குதல்கள் காரணமாகப் பிரெஞ்சுக்காரர்களுக்குக் காரைக்காலையும், டச்சுக்காரர்களுக்கு நாகப்பட்டினத்தையும் பிரதாபசிம்மன் தானம் அளிக்கும் சூழ்நிலைகள் உருவாயின. முகமதியர்களின் ஆதிக்கத்தைத் தவிர்க்க முற்பட்ட

பிரதாபசிம்மன் தன் ஆட்சி அமைதியாக நடைபெற வேண்டி மேலை நாட்டவர்களின் ஆதிக்கத்திற்கு இடம்கொடுக்க வேண்டியதாயிற்று. இது இந்திய வரலாற்றில் மிகவும் குறிப்பிடத்தக்க நிகழ்ச்சியாகும். 1763 டிசம்பர்த் திங்கள் 12ஆம் நாளில் பிரதாபசிம்மன் இறந்தார்.

பிரதாபசிம்மனுக்கும் யமுனாம்பாள் அம்மையாருக்கும் மகவாய்ப் பிறந்த இரண்டாம் துளஜா 1763இல் பட்டம் ஏற்றார். இவர் காலத்தில் ஆற்காடு நவாப்பும், கிழக்கிந்தியக் கம்பெனியாரும் சேர்ந்துகொண்டு கடும் தொல்லைகள் கொடுத்தனர். இதன் விளைவாக ஆற்காடு நவாப்புக்கு ஒரு பெரும் தொகை கொடுப்பது என முடிவாயிற்று. கம்பெனியாரும் இதற்கு ஆதரவு காட்டினர். ஆனால் துளஜாவால் அத்தொகையைக் கொடுக்க முடியவில்லை.

நவாப் முகமது அலி, கம்பெனியாரின் உதவியுடன் 1773ல் தஞ்சையைத் தாக்கி துளஜாவை அரண்மனையிலேயே சிறைவைத்தான். மூன்றாண்டுகள் சிறைவாசம் தொடர்ந்தது. தஞ்சை அரசும் நவாப்பின் ஆளுகையின் கீழ் இருந்தது. 1776இல் ஆங்கிலக் கம்பெனியின் மேல் நிர்வாகம் (Court of Directors of England) சென்னையில் கவர்னராக இருந்த லார்டு பிகாட் என்பவரைத் தஞ்சைக்கு அனுப்பித் துளஜாவை மீண்டும் அரியணையில் அமர்த்தியது.

நவாப்பின் ஆட்சி நீங்கித் துளஜா மீண்டும் அரசு எய்தியபோதிலும் பிறிதொரு தொல்லை வந்தது. 1781இல் ஹைதர் அலி தஞ்சையைத் தாக்கி, ஏறத்தாழ ஆறுமாதங்கள் தன் ஆட்சிக்கு உட்படுத்தினான். இதனால் இப்பகுதி மிகவும் பாதிக்கப்பெற்றது. 1782இல் திப்புசுல்தான் ஆங்கிலேயப் படையைத் தோல்வியுறச்செய்து மாயூரம், சீர்காழிப் பகுதிகளைச் சூறையாடினான். துளஜா ஆங்கிலேயருடன் செய்துகொண்ட ஒப்பந்தங்களால் ஆங்கிலேயப் படைகள் தஞ்சையில் நிறுத்தப்பட்டன. மராட்டிய மன்னர் சேனைகள் இல்லாத வெறும் அரசராக ஆனார். 1787இல் துளஜா இவ்வுலக வாழ்வை நீத்தார்.

இதன்பிறகு பிரதாப சிம்மரின் மற்றொரு மகனான அமர்சிங், துளஜாவின் சுவீகார மகன் என ஒரு பிரிவினரால் கூறப்பெற்ற சரபோஜிக்கு எதிராகச் செயல்பட்டு அரசுக்கட்டிலில் அமர்ந்தார். இவர் அரசரானதை அரசு குடும்பத்தைச் சேர்ந்த சிலர் எதிர்த்தனர். தனது ஆட்சி உரிமையை நிலைநிறுத்த அந்நாளைய கவர்னர் ஜெனரலுக்கு அமரசிம்மர் கடிதம் எழுதினார். லார்ட் காரன்வாலிஸ் சென்னை கவர்னருக்கு எழுதினார். அப்போது கவர்னராக இருந்த சர் அர்சிபால்ட் காம்பெல் 1787இல் தஞ்சைக்கு வந்து 12 பண்டிதர்களின் கருத்தைக் கேட்டார். அவர்கள் சரபோஜியின் சுவீகாரம் செல்லாது என எழுதிக்கொடுத்தனர். அமரசிம்மரின் ஆட்சி தொடர்ந்தது.

தரங்கம்பாடியிலிருந்த ஜெர்மானியப் பாதிரியார் ஸ்வார்ட்ஸ் என்பவர் தஞ்சை அரசியலில் தலையிட்டு அமரசிம்மனுக்கு எதிராகச் செயல்படத் தொடங்கினார். ஸ்வார்ட்ஸ் எடுத்த முயற்சிகளினால் சரபோஜியின் உரிமை பற்றி மீண்டும்

விசாரணை நிகழ்ந்தது. அமரசிம்மனின் ஆங்கிலேய எதிர்ப்பு உணர்வு பாதகமாய் செயல்பட்டது. சரபோஜிக்குச் சாதகமாய் பண்டிதர்கள் எழுதித்தர, சரபோஜியின் சுவீகாரத்தினை ஏற்றுக்கொண்டு, அமரசிம்மனின் ஆட்சி உரிமையை 1798இல் ஆங்கிலேயர் ரத்துச் செய்தனர்.

இரண்டாம் சரபோஜி 1798இல் அரசரானதும் கம்பெனியாருடன் ஓர் ஒப்பந்தம் செய்துகொண்டார். அதன்படித் தஞ்சை நகரம் மட்டும் இவர் ஆட்சிக்கு உட்பட்டதாயிற்று. எஞ்சிய சோழ மண்டலம் முழுவதும் ஆங்கிலேயர்களின் வசம் ஆயின. சரபோஜி ஒரு லக்ஷம் வராகனும், மொத்த நிகர வசூலில் 5 இல் ஒரு பங்கும் பெறலாயினார். 1832 மார்ச்சு 7ஆம் நாள் வரை பெயரளவில் மட்டும் தஞ்சை அரசர் என்று வாழ்ந்து மடிந்தார். இவர் காலத்தில் தஞ்சை அரண்மனையில் புதிய கட்டடங்கள் எழுந்தன. சரஸ்வதி மஹால் நூலகம் விரிவு பெற்றது.

இரண்டாம் சரபோஜிக்கு இரண்டாம் சிவாஜி என்ற ஒரே மகன் இருந்தார். இவர் 1832 வரை தஞ்சை அரசராக இருந்தார். இவருக்கு மகப்பேறு இல்லாததால் இவரோடு பெயரளவில் இருந்த தஞ்சை மராட்டியர் ஆட்சி முடிவுக்கு வந்தது.

தஞ்சை மராட்டியர் காலக் கோயில்கள்

1. கீழவீதி விட்டோபா கோயில்

தஞ்சாவூர்க் கீழராஜவீதியின் கீழ்சிறகில் மேற்கு நோக்கி அமைந்த இச் சிறுகோயில், மராட்டிய மாநிலம் பண்டரிபுரம் விட்டோபா ஆலயத்தின் வழிபாட்டு நெறியில் அமைந்ததாகும். இடுப்பில் கை வைத்துக்கொண்டு செங்கல் மேல் நிற்கும் கண்ணன் (விட்டோபா) அருகே இரண்டு தேவியர்களுடன் இங்குக் காட்சியளிக்கிறார். இத்தகைய அழகான வண்ண ஓவியம் ஒன்று மராட்டியர் தர்பார் மண்டபச் சுவரில் காணப்பெறுகின்றது. மராட்டிய மாநிலத்தில் வடிக்கப்பெற்ற விடோபா செப்புத் திருமேனி இராசகோபாலசாமி கோயிலில் உள்ளது.

1819ஆம் ஆண்டு மார்ச்சு முதல் நாள் மகாசிவராத்திரியன்று இக்கோயில் சரபோஜி மன்னரால் கட்டுவிக்கப்பெற்றது என்பதனை இக்கோயிலில் உள்ள தமிழ்க் கல்வெட்டு கூறுகிறது. இதன் மராட்டி மற்றும் தெலுங்கு மொழிக் கல்வெட்டுப் படிகளும் அங்கேயே உள்ளன.[6]

2. கீழநரசிங்கப்பெருமாள் கோயில்

கீழராஜவீதியிலிருந்து கோட்டையின் கிழக்கு வாயிலுக்கு செல்லும் சாலையில் உள்ள கொண்டிராஜபாளையத்தில் தெற்கு நோக்கி அமைந்துள்ள யோகநரசிம்மர் கோயில் இலட்சுமி நரசிம்மர் கோயில் என்றும், கீழநரசிங்கப் பெருமாள் கோயில் என்றும் அழைக்கப் பெறுகின்றது. இது பாண்டியர் காலச் சாமந்த நாராயண விண்ணகரமாகும். மிகப்பழமையான இந்தக் கோயிலை 1820ஆம்

ஆண்டு திருப்பணி செய்து சரபோஜி புதுப்பித்தார். இதற்கு 3050 சக்கரம் செலவாயிற்று என்று சரஸ்வதி மகால் மோடி ஆவணம் கூறுகிறது. சரபோஜி மன்னரின் திருப்பணி பற்றிய கல்வெட்டு ஒன்றும் இத்திருக்கோயிலில் உள்ளது.[7]

3. கொண்டிராஜபாளையம் கோதண்டராமர் கோயில்

கீழவீதி கொண்டிராஜபாளையத்திலுள்ள இச் சிறுகோயில் மராட்டியர் காலத்தியதாகும். குரோதன வருடம் சித்திரை மாதம் 20 ஆம் நாள் (30.4.1865) மங்களவிலாசம் கோயிந்தாபாயி அம்மா திருப்பூந்துருத்திக் கிராமத்தில் ஒருவேலி அரை வீசம் குழி நிலம் விலைக்கு வாங்கிக் கோதண்ட ராமருக்காக அளித்தார் என்ற கல்வெட்டுப் பொறிப்பு இக்கோயிலில் உள்ளது.[8]

4. மணிகர்ணிகேசுவரர் கோயில்

கீழராஜவீதியில் உள்ள இக் கோயில் இரண்டாம் சரபோஜி மன்னர் காசி யாத்திரை சென்று மணிகர்ணிகைத்துறையில் நீராடியதன் நினைவாக எடுத்ததாகும். 23.9.1820இல் 3000 பேர் கொண்ட பெருங்குழுவுடன் புறப்பட்டு 24.4.1822 அன்று யாத்திரை முடித்துத் திரும்பிய மன்னர் இதனைக் கட்டினார். 1827இல் இக்கோயில் கட்டி முடிக்கப்பெற்றுக் கடவுண்மங்கலம் செய்யப் பெற்றது. இங்கு மராட்டியர் கல்வெட்டுக்கள் மூன்று பதிவுசெய்யப்பட்டுள்ளன.[9]

5. கீழராஜவீதி வரதராஜப் பெருமாள் கோயில்

அரண்மனையின் தென்கீழ்ப்பகுதியில் உள்ள இக்கோயில் சரபோஜி மன்னரால் திருப்பணி செய்யப்பெற்றது. இங்குள்ள கல்வெட்டுக்களில் 1804 ஆம் ஆண்டு சரபோஜி மன்னரும், 1890ஆம் ஆண்டு சிவாஜி மன்னரின் மனைவி காமாட்சிபாயியும் செய்த திருப்பணிகள் குறிக்கப்பெற்றுள்ளன.[10]

6. கலியுகவரதப் பெருமாள் திருக்கோயில்

தெற்கு வீதியில் தென்சிறகில் கருவறை கிழக்கு நோக்கியும், இராச கோபுரவாயில் வடதிசையிலும் அமைந்துள்ள இத் திருக்கோயில் மராட்டியர்களால் புதிதாக எடுக்கப்பெற்றதாகும். மராட்டியர் சிற்பச் சிறப்புகளுக்குச் சிறந்த எடுத்துக்காட்டாக இத்திருக்கோயில் திகழ்கிறது.

இத் திருக்கோயிலின் இராஜகோபுரம் மூன்று அடுக்குகளுடன் சுதைச் சிற்பங்கள் பெற்று எழிலுடன் விளங்குகிறது. இதற்கு அமைந்த ஒரே திருவாயிலும் இதுவே. கோபுரச்சுதைச் சிற்பங்களில் கண்ணனின் வரலாற்றுக் காட்சிகள், நரசிம்ம அவதாரக் காட்சிகள் முதலியன இடம்பெற்றுள்ளன.

கோபுரத்தையும், மகாமண்டபத்தையும் நீண்டதோர் கல்மண்டபம் இணைக்கின்றது. இம் மண்டபத்தூண்கள் இரண்டின் அடிப்பகுதியில் சங்கு ஊதும் பூதச்சிற்பங்கள் உள்ளன. இம் மண்டபத்தை ஒட்டி, திருச்சுற்றின் வடகிழக்கில்

நவக்கிரகங்கள் பிரதிட்டை செய்யப்பட்டுள்ளன. இவை வழக்கமான முறையில் அமையாமல் கோள்கள் இடம் மாறிமாறி உள்ளன. முகமண்டபத்தை ஒட்டிக் கிழக்கே ஒரு மண்டபம் உள்ளது. இதன் நடுவே பலிபீடமும், கொடி மரமும் உள்ளன. இம்மண்டபத்தின் கூரைப்பகுதி பாதிமட்டுமே உள்ளது. கொடி மரத்திற்காக பின்னாளில் இம்மண்டபத்தின் பாதிக்கூரை பிரிக்கப்பட்டிருக்க வேண்டும். எழில் மிக்க இம் மண்டபம் மராட்டியர் சிற்பக் கருவூலமாகத் திகழ்கிறது.

கல்லில் இராமகாதை: இம்மண்டபத்தின் விதானம், சுவர், உத்திரம் போன்ற பகுதிகளில் இராமகாதை முழுவதும் சிற்பமாக்கப்பட்டுள்ளது. ஆறு தூண்கள் தாங்கி நிற்கும் இம்மண்டபத்தின் இருதூண்களில் நின்ற கோலத்திருமாலும் (கலியுகவரதன்) அவரை வணங்கி நிற்கும் மராட்டியத் தளபதி ஒருவரின் உருவச்சிலையும் இடம்பெற்றுள்ளன. மற்ற நான்கு தூண்களையும் யாளிகள் தாங்கியுள்ளன. இம்மனித உருவச்சிலை சுல்தான்ஜி அப்பா என்பவருடையதாகும். கலைக்கோட்டு முனிவர் (ரிஷ்யசிருங்கர்) மகளிர் அமைத்த பல்லக்கில் பவனி வருதல் தொடங்கி இராமர் மணிமுடி சூடுதல் வரையிலான இராமாயண வரலாறு முழுவதும் இங்கே சிற்பமாக்கப்பட்டுள்ளது.

பிற்காலத் திருப்பணிகளின் போது சிற்பத் தொகுப்பில் காட்சி மாற்றங்கள் ஏற்பட்டுள்ளன. இங்குள்ள பலிபீடம் சிறந்ததொரு கலைப் படைப்பாகும்.

தெற்குத் திருச்சுற்றில், கருவறையின் தென்புறச் சுவரில் பல சிற்பங்கள் உள்ளன. பீடம் முதல் கொடுங்கை வரையில் கருங்கற்பணியாக அமைந்துள்ளது. தென்திசையில் விநாயகர், மகிஷாசுரமர்த்தனி, இரணிய நரசிம்மயுத்தம், பள்ளிகொண்ட பெருமாள், வராகமூர்த்தி, வாமனன், தேவியர் இருவருடன் இராசகோபாலன் ஆகிய சிற்பங்கள் எழில் செய்கின்றன.

கருவறையின் மேற்குப் பகுதியில் ரிஷிபத்தினி சூலம் சுமந்த பிட்சாடணர், கொடிப்பெண், கூர்மஅவதாரம், மச்சஅவதாரம், வீணை ஏந்திய நாரதர், ஆடவல்லான், சிவகாமி மற்றும் அமர்ந்த கோலத் திருமால் ஆகிய சிற்பங்கள் அணிசெய்கின்றன.

உண்ணாழிகையின் வடபுறம் வள்ளி, தெய்வயானையுடன் முருகப் பெருமான், மயில் ஏறும் பெருமான் திருமால், பட்டாபிஷேக இராமன், எட்டுக் கரங்களுடன் மகிஷனை அழிக்கும் தேவி, அனுமன், கஜசம்ஹாரமூர்த்தி ஆகிய சிற்பங்கள் இடம்பெற்றுள்ளன. சிவாலயங்களுக்கே உரிய கணபதி, கொற்றவை பிட்சாடனர், நடராசப் பெருமான், முருகன், கஜசம்ஹாரமூர்த்தி போன்ற திருவுருவங்கள் இவ் வைணவத் திருக்கோயில் கருவறைச்சுவரில் இடம் பெற்றுள்ளமை நோக்குதற்குரிய ஒன்றாகும். விமானம் நான்கு தளங்களும், வட்டச்சிகரமும் சுண்ணச்சுதைச்சிற்பங்களும் கொண்டு திகழ்கின்றது.

தெற்கு, மேற்குத் திருச்சுற்றுகளில் நீண்ட மண்டபங்கள் உள்ளன. வடக்குத் திருச்சுற்றில் நீண்ட வௌவால் நந்தி மண்டபம் ஒன்றும் கொலுபீடமேடை

ஒன்றும் உள்ளன. வௌவால் நந்திமண்டபம் செங்கற் பணியாகும். இதன் தூண்களில் திருமால், நரசிம்மர், வேணுகோபாலன், இலக்குமி, கலைமகள் மற்றும் கஜசம்ஹாரமூர்த்தியின் சுண்ணச்சுதைச் சிற்பங்கள இடம்பெற்றுள்ளன. இம் மண்டபத்துடன் இணைந்துள்ள கருங்கற்றூண் ஒன்றில் சிற்றுருவச் சிற்பமாக ஒருவரது உருவச்சிலை இடம்பெற்றுள்ளது. இது முன்சொன்ன சுல்தான்ஜி அப்பாவின் உருவச் சிலையையே முழுவதும் ஒத்துக் காணப்படுகின்றது.

கருவறையில் ஸ்ரீதேவி பூதேவி சமேதராக நின்ற கோலத்தில் கலியுக வரதப்பெருமானின் கற்சிலைகளும், செப்புத் திருமேனிகளும் இடம்பெற்றுள்ளன. முகமண்டபத்தில் கணபதி, பெரிய திருவடி, ஐந்தலை அரவு, நின்ற கோலத் திருமால், விஜயவீர அனுமன் மற்றும் துவாரபாலகர்களின் சிற்பங்களும் உள்ளன.

தஞ்சை மராட்டியர் காலச் சிற்பக்கலையின் சிறப்பு அறிய விரும்புவோர்க்கு கலியுகவரதப்பெருமாள் திருக்கோயில் சிறந்ததொரு கலைக்கருவூலமாக விளங்குகின்றது என்பதில் ஐயமே இல்லை.

7. தெற்குவீதி விசுவநாதர் கோயில்

பிரதாபசிங் (1739-1763) காலத்தில் கட்டப்பெற்றதென்பர். இக்கோயிலிலுள்ள கல்வெட்டொன்று 1895இல் மங்கள விலாசத்தைச்சேர்ந்த பெரிய தர்முபாய் என்பவர் ஆண்டுதோறும் இக் கோயிலில் சிவராத்திரி விழாக் கொண்டாட ரூ.300 மூலதனம் வைத்ததைப் பற்றிக் கூறுகின்றது.[11] சிவராத்திரியில் நாலுகாலப் பூஜை செய்து ரிஷபவாகனத்தில் ஈசன் உலா வரவேண்டும் என்பதே இவ் அறக்கொடையின் வேண்டுகோளாகும்.

8. தெற்குவீதிக் காளிகோயில்

இக் காளிகோயில் விசுவகர்ம சமூகத்தினர்குரியதாகும். 1795ஆம் ஆண்டு தஞ்சாவூர் மராட்டிய மன்னர் பிரதாபசிம்மர் காலத்தில் இராஜ் சரபோஜி அவுல்தார் குமாரர் வாலோசியப்பாவின் வேண்டுகோளுக்கிணங்க, பாஞ்சாளத்தார் எனும் அஞ்சுசாதியார் இக்காளிகோயில் முழுவதையும் கருங்கல் திருப்பணியாகக் கட்டி வைத்தனர் என்று இங்குள்ள கல்வெட்டு கூறுகின்றது.[12] இதைத் தொன்மையான கோயில் என்று கூறப்போதிய சான்றுகள் கிடைத்தில.

9. சங்கரநாராயணர் கோயில்

மேலவீதியிலுள்ள சங்கரநாராயணர் கோயில் 1805ஆம் ஆண்டு சரபோஜி மன்னரால் கட்டப்பெற்றதாகும்.[13] சிவாஜி மன்னரைக் கத்திக் கல்யாணம் செய்து கொண்ட இலட்சுமிபாயி அம்மாள் 1894ஆம் ஆண்டு பாலாம்பிகை சமேத சங்கர நாராயணசுவாமிக்கு 1700 ரூபாய்ச் செலவில் 160 சேர் நிறையுள்ள வெள்ளிக்காளை வாகனத்தைத் திருவாசியுடன் செய்தளித்ததையும், ரிஷபவாகன சேவைக்கு 800

ரூபாயும், அம்மன் சன்னதியில் தீபமிட 100 ரூபாயும் மூலதனமாக வைத்ததையும் ஒரு கல்வெட்டு கூறுகிறது.[14] 1842ஆம் ஆண்டில் நடராசர் மண்டபத்தைப் பெரிய கோயில் தாசி காவேரி மகள் பாலாம்பிகை என்பவர் கட்டியதாகவும் ஒரு கல்வெட்டுள்ளது.[15]

இக்கோயிலில் உள்ள துளசிமாடம் அருகே வடமேற்கு மூலையில் கோயிலின் அடிப்பகுதியில் உள்ள கல்லில் மதுரை கொண்ட கோப்பரகேசரியின் முதலாம் பராந்தகனின் கல்வெட்டுத் துண்டு ஒன்று உள்ளது. இக் கல்வெட்டுத் துண்டு வேறு ஏதோ ஓர் இடத்திலிருந்து இங்கு வந்திருக்க வேண்டும் என்பது திண்ணம்.

10. கொங்கணேசுவரர் திருக்கோயில்

தஞ்சாவூர் மேலவீதியின் நடுவன் அமைந்துள்ள ஒரு சிவாலயம் கொங்கணேசுவரர் திருக்கோயிலாகும். தற்போது கற்றளியாக, சிறிய இராசகோபுரத்தோடு திருச்சுற்றுகள் பெற்றுத் திகழ்கின்றது. இக்கோயில் பலமுறை புதுப்பிக்கப் பெற்றதால் பிற்காலக் கலை அமைதியே கட்டுமானத்தில் காணமுடிகின்றது. சோழர்காலக் கல்வெட்டுக்களில் ஓரிரு சொற்கள் மட்டுமே திருச்சுற்றுச் சுவர்களில் அரிதாகக் காணக்கிடைக்கின்றன.

இக் கோயிலின் முகமண்டபத்தின் சுவரில் பல்லவர்கால சிற்பங்கள் சில பொருத்தப்பெற்றுள்ளன. இவற்றுள் மிக அழகான விநாயகர், சண்டீசர் திருவுருவங்கள் உள்ளன. இதனால் பல்லவர் காலத்தைச் சேர்ந்த ‘தனிக்குளத்தார் திருக்கோயில்’ அல்லது ‘பிரம்மகுட்டம்’ ஆகியவற்றுள் ஒன்று இங்கு இருந்திருக்குமோ என்ற ஐயம் ஏற்படுகிறது. அல்லது வேறு எங்கேனும் இருந்து அழிந்த கோயில்களிலிருந்த சிற்பங்கள் பின்னாளில் இக் கோயிலில் பெற்றிருக்கவும் கூடும். இவற்றை உறுதியாகக் கூறப் போதிய சான்றுகள் இதுவரை கிடைக்கவில்லை.

கி.பி. 1684-1711 வரை அண்ட சஹஜி கொங்கணேசுவரர் பேரில் தெலுங்கிலும் மராட்டியிலும் பதங்கள் பாடியுள்ளார். இவை தஞ்சை அரண்மனை நூலகத்தில் இன்றும் ஏட்டுச்சுவடிகளில் உள்ளன. இதைத் தவிர இக்கோயில் பற்றிய பழங் குறிப்புகள் எதுவுமே இருப்பதாகத் தெரியவில்லை.

கி.பி. 1779 இல் கொங்கனேசுவரர்க்கு ஆண்டு மொயின் 280 சக்கரம் அளிக்கப் பெற்றதாக ஒரு மோடி ஆவணமம் உள்ளது.[16] இதே ஆண்டில் எழுதப்பெற்ற மற்றொரு மோடி ஆவணத்தில் கொங்கனேசுவரர் தேர்த்திருவிழாவுக்கும் திருநாளுக்குமான மொயின் சக்கரம் 280இல் தள்ளுபடி செய்தது போகச் சக்கரம் 210 கொடுக்கப் பெற்றதாக கூறுகிறது.[17]

இத்திருக்கோயிலில் இரண்டு செப்பேடுகள் உள்ளன. இவை இரண்டாம் ஏகோஜி மன்னர் காலத்தில் எழுதப்பெற்றவையாகும். முதல் செப்பேடு ஆறுகரை சனங்களும், கொட்டியக்காரரும் சேர்ந்து கொங்கணேசுவரர்க்கும்,

ஞானாம்பிகைக்கும் அன்ன பூரணிக்கும் அர்த்தசாமக் கட்டளைக்காக எழுதிக் கொடுத்த தருமசாசனம் ஆகும்.[18] இதன் காலம் 27.11.1735 ஆகும். இக் கோயில் அர்த்தசாமக் கட்டளைக்கு ஏகோஜி மகாராஜா பேட்டைக்கு வருகிற நெல் அரிசிப் பொதி ஒன்றுக்கு மூன்றேகால் சேர் படியாலே வீச மாகாணி அளிப்பதாகவும், மற்ற பல பட்டடைப் பேட்டையில் உள்ள பிறகடைகள் சோமவாரக்கட்டளைக்குக் கடைக்கு ஒருகாசு வீதம் அளிப்பதாகவும் எழுதித் தந்த சாசனமே இரண்டாவது செப்பேடாகும்.[19] இச் செப்பேட்டின் காலம் 27.11.1735 ஆகும். இவ்விரு செப்பேடுகளிலும் கொங்கணேஸ்வரச் சிவலிங்கம், நின்ற கோலத்தில் ஞானாம்பிகை, அமர்ந்த கோலத்தில் அன்னபூரணி ஆகிய வரைகோட்டு ஓவியங்கள் இடம்பெற்றுள்ளன. மேலும் இரண்டாம் செப்பேட்டுச் செய்தியால் தஞ்சாவூரில் 'ஏகோஜி மகாராஜா பேட்டை' என்ற வணிக மையம் ஒன்று இருந்தது என்பதை அறிகிறோம்.

இக் கோயிலை ஒட்டியுள்ள திருத்தேரேற்றுக்கூடம் (தேர்மேடை) மராட்டியர் காலச் சுதைச் சிற்பங்கள் அடங்கிய அழகிய கலைக்கூடமாகத் திகழ்கின்றது. சாமரம் வீசும் பெண் கொடிக்கருக்கு வேலைப்பாடுகள் போன்றவை குறிப்பிடத்தக்க கலைநயம் வாய்ந்தவையாகும்.

11. மேலக்கோட்டைவாசல் குமாரசாமி கோயில்

மேல அலங்கத்தில் கோட்டைவாயிற் பகுதியை ஒட்டி உயர்ந்த மேடைமீது அமைக்கப்பெற்ற கோயிலே குமாரசாமி கோயிலாகும். 1757ஆம் ஆண்டு மராட்டி மன்னர் பிரதாபசிங்கர்காலத்திய செப்பேடு ஒன்று இக் கோயிலில் உள்ளது. தஞ்சை, வல்லம் வணிகர்கள் கொடை அளித்துள்ளனர். இச் செப்பேட்டில்தான் 'மேலக்கோட்டை வாசல் குமாரசுவாமி' என்ற குறிப்பு உள்ளது. 1872இல் சிவாஜி மன்னரின் காமக்கிழத்தியருள் ஒருவரான மங்கள விலாசம் காமுபாயிஅம்மா இக் கோயிலுக்குத் திருப்பணிகள் செய்து குடநன்னீராட்டு விழாவும் நடத்தியுள்ளதை இக் கோயில் கல்வெட்டொன்று கூறுகிறது.[20] சிவலிங்கம் ஒன்றையும் இவரே பிரதிட்டை செய்துள்ளார்.

12. மேலவீதி விசுவநாதர் கோயில்

இரண்டாம் சரபோஜி மன்னர் திருப்பணி செய்த கோயில்களும் இதுவும் ஒன்றாகும். 1805ஆம் ஆண்டு குறிக்கப்பெற்ற கல்வெட்டால் சரபோஜி மன்னர் இக் கோயிலின் அனைத்துப் பகுதிகளையும் கட்டுவித்தார் என்பதை அறியமுடிகிறது.[21]

13. விஜயராமர் கோயில்

மேலவீதி மேல்சிறகில் உள்ள இக் கோயிலை டபீர் விஜயராமசாமி கோயில் என்று கூறுவர். டபீர் பண்டிதர் என்பவர் பிரதாபசிம்மர் காலத்தில் அமைச்சராக இருந்தவர். இவர் பெயரால் இக் கோயில் அழைக்கப்பெறுவதால் பிரதாபசிம்மர் காலத்துக் கோயில் எனலாம். இக் கோயிலிலுள்ள மராட்டியக் கல்வெட்டு

இரண்டாம் சரபோஜி மன்னர் 1805ஆம் ஆண்டு செய்த திருப்பணிகளை விவரிக்கின்றது.[22] தற்போது இக் கோயிலில் காணப்பெறும் அனைத்துப் பகுதிகளும் சரபோஜி மன்னர் செய்த திருப்பணிகளாகும்.

14. பங்காரு காமாட்சியம்மன் கோயில்

மேலராஜவீதியின் மேல்சிறகில் உள்ள இக்கோயில் காமாட்சி அம்மனுக்காகப் பிரதாபசிம்மர் ஆட்சிக்காலத்தில் எடுக்கப் பெற்றதாகும். பங்காரு என்னும் தெலுங்குச் சொல் பொன் அல்லது தங்கம் எனப் பொருள்படும். காஞ்சி காமாட்சியம்மன் ஆலயத்தில் வழிபாட்டிலிருந்த உற்சவத் திருமேணியான காமாட்சி விக்ரகத்தை எதிரிகளிடமிருந்து பாதுகாக்கச் சில அந்தணர்கள் மறைத்துக் கொண்டுவந்ததாகவும், வரும் வழியில் பல இன்னல்களை அனுபவித்தும், உடையார்பாளையம் ஜமீன்தாரிடம் அடைக்கலம் பெற்றும் கடைசியாகத் தஞ்சைக்குக் கொண்டுவந்து மராட்டிய மன்னர்களின் அரவணைப்போடு காப்பாற்றியதாகவும் கூறுவர். பல்லாண்டுகள் தஞ்சையிலேயே இத்திருமேனி இருந்துவிட்டதால் காஞ்சி காமகோடி மடத்துச் சங்கராச்சாரியாரின் அருளாணைப்படி மராட்டிய அரச குடும்பத்தால் இங்கேயே கோயில் கட்டிப் பிரதிட்டை செய்யப்பெற்றதாகவும் மரபுச் செய்தியாகக் கூறி வருகின்றனர்.

முதலில் பிரதாபசிம்மராலும், பின்னர் துளஜா மன்னராலும் விரிவு பெற்ற இக்கோயிலுக்கு 1805ஆம் ஆண்டில் சரபோஜி மன்னரும், 1874இல் காமாட்சிபாயி சாகிப்பும் திருப்பணிகள் செய்து அறக்கொடைகள் நல்கியுள்ளனர். இவற்றை இக்கோயிலிலுள்ள மராட்டி மொழிக் கல்வெட்டுகள் விளக்குகின்றன.[23] 1842இல் பச்சையப்ப முதலியார் மாலைக்காலப் பூஜைக்காக அளித்த அறக்கொடை பற்றிய ஒரு தமிழ்க் கல்வெட்டு உள்ளது.[24] 1895இல் புகைப்படக்காரர் ஒருவரின் மனைவியான மீனாட்சி அம்மாள் என்பவரால் மகாமண்டப வடக்கு வாயில் கட்டப்பெற்றது. அதன் நிலைக்காலில் அவ்வம்மையாரின் உருவச்சிலையும், கல்வெட்டும் இருப்பதோடு, புகைப்படக்கருவியின் கல்வெட்டு (காமரா) வரைபடம் ஒன்றும் உள்ளது.[25]

இக் கோயில் காஞ்சி காமகோடி பீடத்தால் நிருவகிக்கப் பெறுகின்றது.

15. மேலவீதி கிருஷ்ணன் கோயில்

இது மேலவீதியின் மேல்சிறகில் காமாட்சியம்மன் ஆலயத்தை ஒட்டி வடபுறம் அமைந்துள்ள திருக்கோயிலாகும். இக் கோயில் 1805இல் இரண்டாம் சரபோஜி மன்னரால் திருப்பணிகள் செய்யப்பெற்றது என்பதனை இங்குள்ள மராட்டிய கல்வெட்டால் அறியமுடிகிறது.

16. தஞ்சாவூர் பசார் இராமசாமி கோயில்

இது தஞ்சை அரண்மனையின் மேற்கு மதிலை ஒட்டி அமைந்துள்ள இராமர் கோயிலாகும். இக் கோயிலுக்கு எதிரே ஒரு குளம் இருந்து பின்னாளில் தூர்த்து

மூடப்பட்டுவிட்டது. இக் கோயிலின் முன்புறம் இரு கல் தூண்கள் உள்ளன. ஒன்றில் கருடனும், மற்றொன்றில் அனுமனும் உள்ளனர். இத் தூண்களை **1854**ஆம் ஆண்டில் சிவாஜியின் காமக்கிழத்தியருள் ஒருவரான தர்மாபாயி அம்மாள் உபயமாக அளித்தார். இத்தூணில் உள்ள கல்வெட்டு இதைக் கூறுகின்றது.[27]

17. எல்லையம்மன் கோயில்

தற்போது எல்லையம்மன் கோயில் தெரு என அழைக்கப்பெறும் தெருவில் இரேணுகா தேவிக்காக எடுக்கப்பெற்ற கோயிலே எல்லையம்மன் கோயிலாகும். இங்குள்ள எல்லையம்மனை இரேணுகாதேவி என அழைப்பர். சமதக்னி முனிவரின் மனைவியும், பரசுராமரின் தாயுமான இரேணுகாதேவி, பரசுராமரால் கொல்லப்பட்டு, பிறகு உயிர்பெற்றுத் தெய்வமாயினள் என்பது புராண வரலாறு, இரேணுகாதேவி கோயில்களில் தலைமட்டுமே தெய்வ உருவமாகக் கருவறையில் இருக்கும். இக் கோயிலிலும் அவ்வாறே உள்ளது. இரேணுகாதேவி கர்நாடகம், ஆந்திரம், மராட்டியம் போன்ற மாநிலங்களில் பெரிதும் வழிபடப்பெறும் தெய்வமாவாள். தஞ்சையில் மராட்டியர், தெலுங்கர் பண்பாட்டால் இவ் வழிபாட்டுக்கும் இடம் கிடைக்கலாயிற்று.

இக் கோயிலின் பலிபீடத்தில் உள்ள கற்பலகையில் குந்தளாதேவி மற்றும் போத்துராஜாவின் சிற்பங்கள் உள்ளன. முன்னாளில் மராட்டியருடைய திருமணச் சடங்குகளை இச் சிற்பங்களுக்கு வழிபாடு நடத்திய பின்னரே தொடங்கப்பெறுதல் மரபாக இருந்துள்ளது.[28]

*1803*ஆம் ஆண்டு இரண்டாம் சரபோஜி இத் திருக்கோயிலில் பல திருப்பணிகளைச் செய்துள்ளார். கருவறை, மண்டபங்கள், முகப்புக் கோபுரம், மடைப்பள்ளி, தளவரிசை, சுற்றுச்சுவர், வாயிற்படிக்கட்டுகள் ஆகியவை அனைத்தும் அவருடைய கொடையால் அமைந்தனவையாகும். இவைபற்றிய மராட்டியக் கல்வெட்டொன்று இக்கோயிலின் நுழைவாயிலை ஒட்டியுள்ளது.[29]

18. இரத்தினபூரீஸ்வரர் கோயில்

இது வடக்கு ராஜவீதியில் தூயபேதுரு உயர்நிலைப்பள்ளிக்கு அருகில் உள்ள சிறிய கோயிலாகும். *1826*இல் இச் சிவாலயம் இரண்டாம் சரபோஜி மன்னரால் கட்டப்பெற்றது என்பதனை மோடி ஆவணமொன்று கூறுகின்றது.[30] இதற்குச் N Ý¹ s 356Ý÷@»î 2½ பணம் ஆகும்.

19. தஞ்சபுரீஸ்வரர் கோயில்

தஞ்சை குடந்தைப் பெருவழியில் வெண்ணாற்றின் தென்கரையில் பெரு வழிக்குக் கிழக்காக மேற்கு நோக்கி இக் கோயில் அமைந்துள்ளது. இங்குக் கோயில் கொண்டுள்ள இறைவனைத் தஞ்சபுரிஸ்வரர் என்றும் இறைவியை

ஆனந்தவல்லி என்றும் அழைக்கின்றனர். மேலவாயிலில் நான்குநிலை இராஜகோபுரம் ஒன்றும், தென்புற மதிலில் ஒரு சிறியவாயிலும் அலங்கரிக்கின்றன. இராஜகோபுரத்துடன் இணைந்துள்ள நீண்ட முன்மண்டபம் கருங்கற்பணியாக அமைந்துள்ளது. இம் மண்டபத்தூண்களிலுள்ள தமிழ், சமஸ்கிருதக் கல்வெட்டுக்கள் காமாட்சிபாய் எனும் மராத்திய அரசியின் ஆணையினால் நாகராஜ ராமாஜி பண்டிதர் என்பவர் கி.பி.1883இல் இம் மண்டபத்தைக் கட்டியதாகக் கூறுகின்றன.[31]

இம் மண்டபத்தின் வடபுறம், திருச்சுற்றில் உள்ள மராத்தியர்காலக் கல்மண்டபம் தற்போது பழுதடைந்துள்ளது. திருச்சுற்றின் வடபுறம் கருவறையும், அர்த்தமண்டபத்துடன் இணைந்துள்ள தேவியின் கருவறையும், சண்டீசர் திருக்கோயிலும் காணப்படுகின்றன. இவை கற்றளிகளாக அமைந்துள்ளன. அம்மன் கோயில் தேவகோஷ்டங்களில் தெய்வத் திருவுருவங்கள் இடம்பெறவில்லை. இதன் கட்டுமானம் பற்றிய செய்திகளைச் சிங்கப்பெருமாள் கோயில் என்ற தலைப்பின் கீழ் முன்னரே விளக்கியுள்ளோம். மூலவரின் கருவறையின் வெளிப்புறம் (வடக்குத் திருச்சுற்றின்) தேவகோஷ்டங்களில் துர்கை, பிரமன் ஆகிய தெய்வத் திருவுருவங்கள் இடம்பெற்றுள்ளன. சண்டீசர் கோயில் முகமண்டபத்தில் உமையொரு பாகன் திருவுருவமும் நின்றகோலப் பிரமன் திருவுருவமும் கற்சிற்பங்களாக உள்ளன.

திருச்சுற்றின் தென்புறம் அமைந்துள்ள கோஷ்டங்களில் முறையே ஆலமர்செல்வர், நடராசர் திருவுருவங்களும் இவற்றின் இடையே சனகாதி முனிவர்கள், முருகன், வள்ளி, தெய்வயானை ஆகியனவும் சிற்றுருவச் சிற்பங்களாக உள்ளன. இவை சோழர்காலத்திய திருமேனிகளாகும்.

தென்புறத் திருச்சுற்றில் அம்மன் கோயிலில் முகமண்டபம் அமைந்துள்ளது. இது முழுவதும் செங்கற்பணியாகும். இம்மண்டபத்தில் ஓர் அழகிய நந்தி, சுமார் ஏழு அடி உயரமுள்ள துவாரபாலகியர் இருவர் கற்சிற்பங்கள் உள்ளன. இம்மண்டபத்தூண் ஒன்றில் பதிக்கப்பட்டுள்ள கருங்கற் பலகை ஒன்றில் மராத்திக் கல்வெட்டு ஒன்று உள்ளது. அதன்வழி 1831இல் இரண்டாம் சரபோஜியால் இம் மண்டபம் பழுது பார்க்கப்பட்டதுடன் சிலபகுதிகளும் புதியனவாகக் கட்டப்பெற்றன என அறிகிறோம்.

இராஜகோபுரத்துடன் இணைந்துள்ள முன்மண்டபத்தில் செப்புத்தகடுகள் போர்த்தப்பட்ட கொடிமரம், பலிபீடம், நந்தி ஆகியவை உள்ளன. கொடிமரத்தில் எழுத்துப் பொறிப்புகள் உள்ளன.

இம்மண்டபத்தை ஒட்டிய மகாமண்டபம் செங்கற்பணியாக உள்ளது. இநபுகுச் சுவர்களில் மராத்தியர் கால வண்ண ஓவியங்கள் இடம்பெற்றுள்ளன. சோழர்காலப் படைப்பான சூரியதேவனின் கற்சிலை ஒன்றும், மராத்தியர் காலப் பைரவர் சனிபகவான் மற்றும் நவக்கிரகங்களும் இம்மண்டபத்திலேயே உள்ளன.

அர்த்தமண்டப வாயிலைச் சுமார் ஒன்பதடி உயரமுடைய இரண்டு துவார பாலகர் சிலைகள் எழில் செய்கின்றன. இவை சுதைச் சிற்பங்களாகும். இவ்வாயிலை அடுத்து அமைந்துள்ள அர்த்தமண்டபத்துடன் தஞ்சபுரீசர் கருவறை ஆனந்தவல்லி அம்மன் கருவறை இரண்டும் இணைந்துள்ளன. இது கருங்கற்பணியாகும். அம்மன் திருக்கோயிலை ஒட்டிய அறையில் ஆடல்வல்ல பெருமானின் செப்புத் திருமேனி இடம்பெற்றுள்ளது. மூல இலிங்கமும், ஆனந்தவல்லி அம்மனும் சோழர்காலப் படைப்புக்களாக எழிற்கோலம் கொண்டு திகழ்கின்றன.

சிற்ப சிறப்புகள்

சோழப் பெருமன்னர்கள் காலம் முதல் பின்வந்த பல வமிச மன்னர்களின் காலக் கலைப்பாணியில் அமைந்த பல அரிய சிற்பங்கள் இத் திருக்கோயிலில் இடம்பெற்றுள்ளன. தஞ்சபுரீசர் மற்றும் அம்மன் திருக்கோயில்களின் கருவறைகள் பிற்கால மன்னர்களின் பணியாக அமைந்தபோதும், கருவறையின் கோஷ்ட தெய்வங்களாகவும், மூலத்தான இறையுருவங்களாகவும் திகழும் சிற்பங்கள் சோழர்காலப் படைப்புகளே. ஆடல்வல்லான் கொற்றவை, பிரமன், உமையொருபாகன் ஆகிய சிற்பங்கள் செம்பியன் மாதேவியாரின் கலைப்பணி என்பதைச் சொல்லாமல் சொல்லி நிற்கின்றன.

ஆனந்தவல்லி அம்மையின் வாயிற் காப்போர்களாகத் திகழும் துவாரபாலகிகள் இரண்டும் சுமார் 6½ அடி உயரமுடையவையாகும். இவை ஒன்றிற்கொன்று சற்றே மாறுபாடுகளுடன் காட்டப்பட்டுள்ளன. மராட்டியர்களின் சிற்பப் பாணியில் அமைந்துள்ள இச்சிற்பங்கள் செறிவுடைய படைப்புக்களாகும்.

மகாமண்டபத்தின் இரண்டு பக்கச் சுவர்களிலும் கலைமகள், இலக்குமி, அனுமன், சுகமுனி, சங்கரநாராயணன், விருஷபாரூடர் ஆகிய ஓவியங்கள் இடம்பெற்றுள்ளன. இவை சரபோஜி மன்னர் காலத்துப் படைப்புக்களாகும்.

இத்திருக்கோயில் இடம்பெற்றுள்ள செப்புத் திருமேனிகளுள் ஆடல்வல்லானாகிய நடராசர் திருமேனி மட்டும் சோழர்களின் படைப்பாகும். சிவகாமி, சோமாஸ்கந்தர், நின்றகோல தேவி, சண்டேசர், சூலதேவர், தேவியருடன் உள்ள வில்லேந்திய வேலவன், விநாயகர், சந்திரசேகர் அம்மன், பிரதோஷமூர்த்தி அம்மன், அமரந்தகோல அம்மன், சொக்கர்தேவி, மணிவாசகர், ஞானசம்பந்தர் முதலியன பிற்காலப் படைப்புகளாகும்.

அம்மன் சன்னதியில் ஆனந்தவல்லியை நோக்கியவண்ணம் கலைநயம் மிகுந்த ஒரு பாவை விளக்கு உள்ளது. இது சுமார் 4 அடி உயரமுடையதாகும். ஒரு மராத்திய அரசியைப் போன்று திகழும் இப்பாவை விளக்கு கடைசி சிவாஜி மன்னரின் தேவியான காமாட்சிபாய் சாகேப் என்பவருடைய பிரதிமமாகக்கூட இருக்கலாம். இப்பாவை விளக்கு மராத்தியர்களின் வார்ப்புக்கலைத் திறமைக்குச் சிறந்த எடுத்துக்காட்டாகும்.

இக்கோயிலிலுள்ள கொடிமரத்திற்கு காமாட்சிபாய் சாகேப் காலத்தில் தாமிரத்தகடு போர்த்தப்பெற்றது என்பதை அத்தகட்டிலுள்ள சாசனம் தெரிவிக்கிறது.[32]

மராத்திய மன்னன் சஹஜியின் அவைக்களப் புலவராயத் திகழ்ந்த திருவிசநல்லூர் ஐயாவாள் என்னும் ஸ்ரீதர வெங்கடேசர் மன்னனைப் போற்றிச் 'சாஹேந்திர விலாசம்' எனும் சமஸ்கிருத காவியத்தைப் படைத்தார்.

இக் காவியத்தின் நான்காம் அங்கத்தில் (23-40 சுலோகங்கள்) இத் திருக்கோயில் பற்றிய குறிப்புகள் காணப்படுகின்றன. இந்த சிவாலயத்திற்குச் சஹஜி மன்னன் வந்து வணங்குவதை இப் பகுதி விவரிக்கிறது. சஹஜி மன்னன் இயற்றிய கிருதிகளும், குருநாதபூபதி பேரில் அட்டவணை என்ற நூலிலும் ஆனந்தவல்லி பற்றிய சில பாடல்கள் இடம்பெற்றுள்ளன.

இராஜராஜேஸ்வரத்திலுள்ள முதலாம் இராசராசன் காலத்துக் கல்வெட்டுக்களில் தஞ்சாவூரில் ஜயபீமதளி, மாமணிக்கோயில் பிரமகுட்டம், ஏரியூர் நாட்டுத்தளி என்ற நான்கு திருக்கோயில்கள் இருந்ததற்கான குறிப்புகள் காணப்படுகின்றன. தற்போது தஞ்சபுரீசுவரர் திருக்கோயில் என வழங்கப்படும் இவ்வாலயம் இராசராசசோழன் காலத்திற்கும் முற்பட்ட சிற்பங்களைத் தன்னகத்தே கொண்டு திகழ்வதால் மேற்குறித்த மூன்று திருக்கோயில்களுள் ஒன்றாகத்தான் இது இருக்கவேண்டும் என்பது திண்ணம். அவற்றுள் பிரம்மகுட்டம் என்பது தந்திவர்ம பல்லவன் காலத்திய கோயிலாகும். பல்லவர் காலத்தியது எனக் கருதக்கூடிய இலிங்கதிருமேனி ஒன்று இக்கோயில் திருச்சுற்றின் வடமேற்குப் பகுதியில் உள்ளது. அவ்வாறே பல்லவர்காலச் சிம்மத்தூணின் அடிப்பகுதி ஒன்று கோபுர வாயிலில் புதைந்த நிலையில் காணப்படுகிறது. இக் கோயிலுக்கு எதிரே உள்ள சிங்கப்பெருமாள் கோயில் கிணற்றுத் தூணும் பல்லவர் காலச் சிம்மத்தூண் என்பதை முன்னரே கண்டோம். இவையனைத்தையும் தொகுத்து நோக்கும் போது பழைய தளியான பிரம்மகுட்டத்துச் சிவலிங்கம் இடம்பெயர்ந்து தஞ்சபுரீஸ்வரர் கோயிலுக்கு வந்து சேர்ந்ததா எனக் கருதமுடிகிறது. பழைய தஞ்சாவூரின் மாமணிக்கோயில் வெண்ணாற்றங்கரைக்கு மாற்றம் பெற்ற செயல் இக்கருதுகோளுக்கு வலிமை சேர்க்கிறது.

20. தளிகேசுவரர் திருக்கோயில்

தஞ்சாவூர் வெண்ணாற்றின் தென்கரையில் முதலாம் குலோத்துங்கன் காலத்தில் காடவன்மஹாதேவியான விருதராஜபயங்கரசதுர்வேதி மங்கலம் எனும் ஊர் இருந்தது போன்று, அதன் எதிர்த்திசையில் வடகரையில் பள்ளிஅகரம் என ஓர் ஊர் இருந்தது. அது தற்போது பள்ளி அக்கிரஹாரம் என்றழைக்கப்பெறுகின்றது. இரண்டாம் சரபோஜியின் மைத்துனரும் சர்கேல் என்ற உயர் அலுவலருமான அமிர்தராவ் ராமோஜி ஸர்ஜேராவ் காட்கே என்பவர் தமது மனைவி இலட்சுபாய் இராஜாமணிஅம்மையார் (இரண்டாம் சரபோஜியின் தங்கை) பெயரால்

'லட்சுமிராஜபுரம்' என்று இவ்வூருக்குப் பெயர் மாற்றம் செய்து இங்குத் தளிகேஸ்வரர் கோயில் என்னும் சிவாலயத்தை எடுப்பித்தார்.[33]

இத்திருக்கோயில் முன்பே இங்கிருந்ததா அல்லது இவரால் புதிதாகக் கட்டுவிக்கப்பெற்றதா என்பதை அறியப் போதிய சான்றுகள் கிடைக்கவில்லை. ஆனால் தற்போதுள்ள கோயிலும், கோயிலுக்கு அருகே உள்ள ஆற்றுத்துறையாகிய சந்தியாமண்டபமும் மராட்டியர்காலக் கட்டுமான ஆற்றல், நுட்பமான கலைத்திறன் ஆகியவைகளுக்குச் சிறந்த எடுத்துக்காட்டாக விளங்குகின்றது. கோயிலின் மூலவரும், நந்தியும் மிகப்பழைமையான சிற்பங்கள். இவை மராட்டியர் காலப் படைப்புகள் அல்ல. சிற்ப அமைதி பல்லவர் அல்லது முற்காலச் சோழர் கலைப்பாணியில் அமைந்துள்ளது. அதே போன்று இத்திருக்கோயிலிலுள்ள செப்புத் திருமேனிகளில் பல சோழர் காலத்தியனவாகும். இக்கோயிலை சர்ஜேராவ் கட்டியதற்கான செலவுக் குறிப்புகள் சரசுவதி மகாலில் மோடி ஆவணங்களாக உள்ளன. இவரது தந்தை முன்னின்று இவற்றைச் செயல்படுத்தினார் என்பதும் அறியப்படுகிறது.

பித்தளைத் தகட்டுச் சிற்பம்

இக்கோயிலின் முன் மண்டபத்தில் இராமோஜி சர்ஜேராவ், அவரது மனைவி லெட்சுமிபாய் அம்மையார் ஆகிய இருவரது கற்படிமங்களும் உள்ளன. அது போன்று தென்புறம் மற்றும் கீழ்ப்புற நிலைப்படிகளில் உள்ள பித்தளைத் தகட்டில் இவ்விருவரது உருவங்களும் புடைப்புச் சிற்பங்களாக அமைக்கப் பெற்றிருப்பதோடு, இவர்களது கொடை பற்றிய தமிழ் மற்றும் மராட்டிய மொழிப் பொறிப்புகளும் உள்ளன.[34]

இக்கோயிலில் உள்ள கற்சிற்பங்கள் மிகப் பழைமையானவைகளாகக் காணப்படுவதால் இவை மிகப் பழைமையான வேறொரு திருக்கோயிலில் இருந்தவையாக இருக்கலாம் எனத் தோன்றுகிறது. பல

கோயில்கள் வெண்ணாற்றின் தென்கரைக்கு இடம்பெயர்ந்ததைப் போலவே பண்டைய தளிக்குளத்து மகாதேவர் கோயிலின் தெய்வத் திருமேனிகளும் இங்கு இடம் பெயர்ந்திருக்குமோ என்ற ஐயம் எழுகின்றது. மாமணிக்கோயில், சிங்கப்பெருமாள் கோயில் போன்ற பெயர்கள் மாறாமல் பிற்காலத்திலும் மக்கள் வழக்கில் இடம்பெற்றுள்ளது போன்றே, 'தளிக்குளத்து மகாதேவர்' என்பதும் தளிகேஸ்வரராக மாறியிருக்கலாம் எனக் கருதலாம்.

சந்தியா மண்டபத்துறை மிக அழகிய படித்துறையாகும். தஞ்சபுரீஸ்வரர் கோயிலுக்கு எதிரில் திகழும் படித்துறைக்கும் இத்துறைக்கும் படகுப் போக்குவரத்து இருந்துள்ளது. இத்துறையின் படிக்கட்டுகள், மண்டபங்கள், அதன் தளத்தில் காணப்படும் சுதை வேலைப்பாடுகள் ஆகியவை கண்ணுக்கு விருந்தாக அமைந்துள்ள கலைப்படைப்புகளாகும்.

சிவாஜி மன்னர் கட்டிய காவிரிப் பாலம்

தஞ்சையிலிருந்து திருவையாறு, கும்பகோணம் ஆகிய ஊர்களுக்குச் செல்லும் சாலையில் வெண்ணாற்றின் குறுக்கே கட்டப்பெற்றுள்ள பாலம் கடைசி மன்னராகத் திகழ்ந்த சிவாஜியால் கட்டப்பெற்றதாகும். இது கி.பி.1836 இல் கட்டி முடிக்கப்பெற்றது.[35] இப்·பாலம் கட்டுவதற்காக 300 மூங்கில்களும், 100 பனை மரங்களும் கொண்டுவரப்பெற்றதை மோடி ஆவணமொன்று கூறுகிறது. இப்பணி ஆங்கிலேயப் பொறியாளர்களால் நிறைவுபெற்றது. இப் பணி நிகழும்போது ஆங்கிலேயப் பொறியாளர் ஒருவர் இறந்த செய்தியை மகர்நோன்புச் சாவடியிலுள்ள தூயபேதுரு ஆலயக் கல்லறைக் கல்வெட்டு ஒன்றால் அறியலாம்.

லெப்டினட் கர்னல் மக்ளீன் என்ற ஆங்கிலேய ரெசிடெண்ட் காலத்தில்தான் இப்பணி நிகழ்ந்தது. இப் பாலத்தில் சிவாஜிமன்னரால் கட்டப்பெற்றதைக் கூறும் கல்வெட்டு உள்ளது.[37]

குறிப்புகள்

1. திருமுடி சேதுராமன் செட்டியார், மராட்டிய வம்சாவளி கையெழுத்துப் பிரதி, தமிழ் மொழிபெயர்ப்பு.
2. James Grant Duff, Maratta History, p.127.
3. தஞ்சை மராட்டிய மன்னர் கால அரசியலும் சமுதாய வாழ்க்கையும் கே.எம்.வேங்கடராமையா பக்.42.
4. தஞ்சையின் ஒருபகுதி (மருத்துவக் கல்லூரியின் அருகில்) இன்றும் மானோஜிப்பட்டி என்ற பெயரால் அழைக்கப்படுவதுடன் நகரத்தின் ஒரு தெருவும் மானோஜியப்பா தெரு என வழங்கப்படுகிறது.
5. K.R.Subramanian, The Maratta Rajas of Tanjure.
6. செ.இராசு தஞ்சை மராட்டியர் கல்வெட்டுகள் பக்.2
7. மேலது ப.4

8. மேலது ப.6
9. மேலது ப.13
10. மேலது ப.17
11. மேலது ப.29
12. மேலது ப.33
13. மேலது ப.36
14. மேலது எண்.17
15. மேலது ப.35
16. த.ப.மோ.த. 64-10
17. ச.ம.மோ.த. 13-18
18. ARE 1933-34, No.6 செ.இராசு, தஞ்சை மராட்டியர் செப்பேடுகள் 50, ப.80
19. மேலது, ப.87
20. செ.இராசு, தஞ்சை மராட்டியர் கல்வெட்டுக்கள், ப.55
21. மேலது, ப.
22. ARE 351 of 1925-26
23. செ.இராசு, தஞ்சை மராட்டியர் கல்வெட்டுக்கள்
24. மேலது, ப.60
25. மேலது, ப.61
26. மேலது, ப.63
27. மேலது, ப.22
28. மேலது, ப.25
29. மேலது, ப.26
30. த.ப.க.மோ. 4.481
31. நூலாசிரியர் நேரில்படித்த கல்வெட்டு
32. செ.இராசு தஞ்சை மராட்டியர் செப்பேடுகள் 50
33. குடவாயில் பாலசுப்பிரமணியன், சோழ மண்டலத்து வரலாற்று நாயகர்களின் சிற்பங்களும் ஓவியங்களும், ப.361
34. மேலது, ப.362
35. செ.இராசு தஞ்சை மராட்டியர் கல்வெட்டுக்கள், ப.106
36. த.ப.மோ.ஆ 1-226
37. Indian Monumental Inscription, Vol III, Madras, P.324

படுக்கையில் சுவார்ட்ஸ் பாதிரியார் இருக்க சரபோஜி மன்னர் காணுதல்

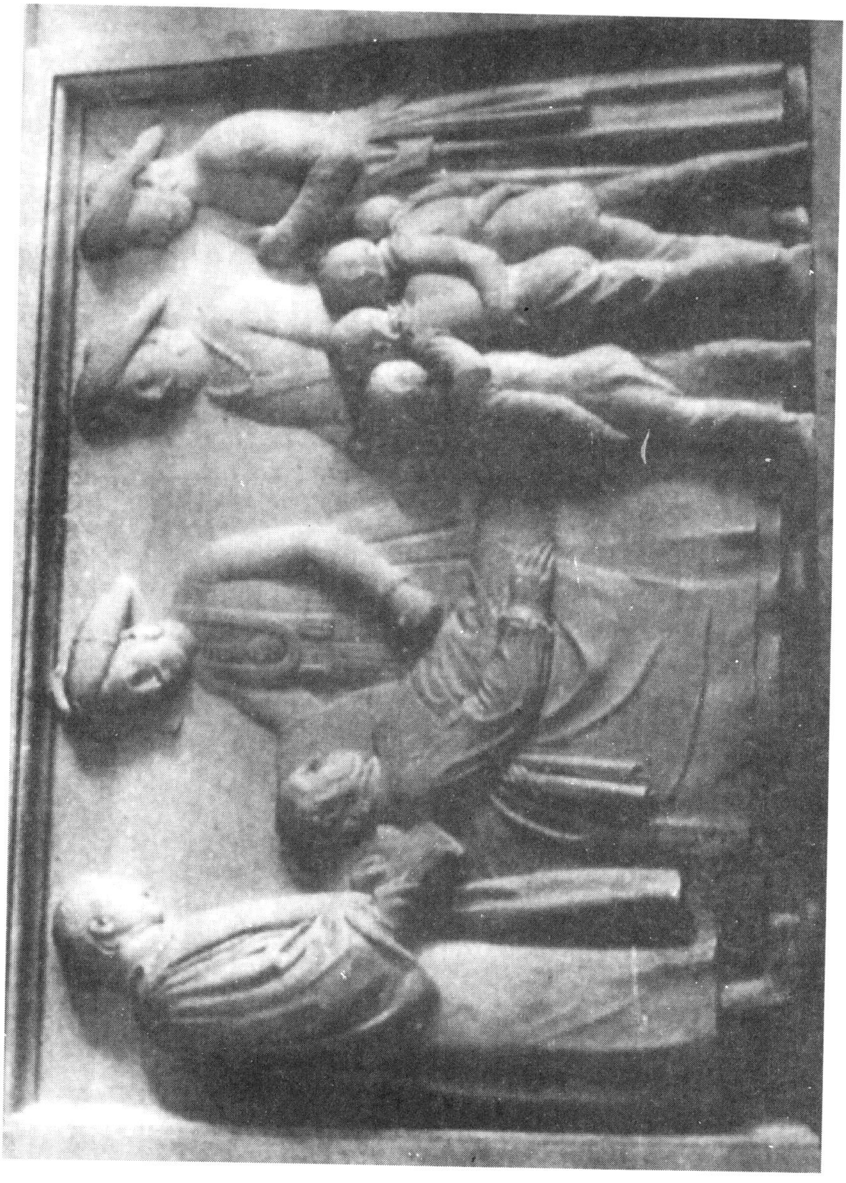

ஆங்கிலேயர் ஆதிக்கத்தில் தஞ்சை

இந்தியாவில் வணிகம் செய்வதற்காக வந்த ஆங்கிலேயரும், பிரெஞ்சுக்காரரும், அதனை விடுத்து நாடு பிடிப்பதிலேயே முழுவதுமாக ஈடுபடலாயினர். தஞ்சை மராட்டிய அரசின் நடவடிக்கைகளில் ஆங்கிலேயரும், பிரெஞ்சுக்காரரும் முதன்முதலாகத் தலையிட்டது 1739 முதல் 1763 வரை ஆட்சி செய்த பிரதாபசிம்மனின் காலத்திலாகும். ஆற்காடு நவாப்பாகப் பிரகடனம் செய்துகொண்டு சந்தாசாகிப்புடன் பிரெஞ்சுப் படையினர் 12.12.1749இல் கொள்ளிடத்தைக் கடந்து வந்து தஞ்சையை முற்றுகையிட்டனர். கப்பம் செலுத்துமாறும், படைஎடுப்புச் செலவு தருமாறும் பிரதாபசிம்மரிடம் கேட்டனர். இப்படையை எதிர்க்கமுடியாது என அறிந்த பிரதாபசிம்மர் கப்பம் செலுத்துவதாக உறுதி கூறிவிட்டு ஆங்கிலக் கம்பெனியாரின் உதவியை நாடினார். பிரதாப சிம்மரின் சூழ்ச்சியை அறிந்த சந்தாசாகேப் தஞ்சைக் கோட்டையைத் தாக்குமாறு பிரெஞ்சுப் படையை வேண்டினார். தஞ்சையின் கோட்டை வாயில் பிரெஞ்சுப் படை வசமானது. அஞ்சிய பிரதாபசிம்மர் சந்தாசாகிப்பிற்கு 7 இலட்ச ரூபாய் கொடுப்பதாக ஒப்புக்கொண்டதோடு பிரெஞ்சுக்காரர்களுக்குக் காரைக்கால் உள்ளிட்ட 81 கிராமங்களைக் கொடுத்தார்.

பின்பு 1758 ஆகஸ்ட் 2 ஆம் நாள் பிரெஞ்சுத் தளபதி லாலி தலைமையில் பிரெஞ்சுப் படை தஞ்சைக் கோட்டையை முற்றுகையிட்டது. தஞ்சைச் சிறிய கோட்டையின் தென்கிழக்கு மூலையைப் (பெரியகோயில் முதற்கோபுரத்திற்குத் தெற்காக உள்ள புதுஆற்றின் படித்துறை அருகில்) பீரங்கிகள் கொண்டு தாக்கத் தொடங்கினர். நேர் தெற்கிலிருந்தும், தென்மேற்குப் பகுதியிலிருந்தும் பீரங்கிகள் கொண்டு கோட்டையைத் தாக்கினர். இத் தாக்குதல் ஆகஸ்டு 7 ஆம் தேதி மாலை வரை தொடர்ந்தது. 6 அடி அகலத்திற்குக் கோட்டைச் சுவர் தகர்ந்தது. அதே நேரத்தில் பிரதாபசிம்மனின் தளபதி மனோஜியின் தலைமையால் பிரெஞ்சுப் படைக்குப் பல இன்னல்கள் ஏற்பட்டன. உணவுப் பொருள்களும், மற்ற தேவையான பொருள்களும் கிடைக்காமல் இருக்கும்படி செய்த சாகசத்தால் பிரெஞ்சுப்படை செயலிழந்தது. 8ஆம் தேதி காலையில் பிரெஞ்சுத் தளபதிக்குக் காரைக்காலிலிருந்து ஒரு தகவல் வந்தது. ஆங்கிலேயக் கப்பல்கள் காரைக்காலில் நங்கூரமிட்டிருப்பதாகச் செய்தி அறிந்தார். உடனே தளபதி லாலி தஞ்சைத் தாக்குதலை விட்டுவிட்டுக் காரைக்கால் நோக்கித் திரும்பினார்.

பிரதாபசிம்மனின் மகன் இரண்டாம் துளஜா 1763 முதல் 1787 வரை ஆட்சிபுரிந்து வந்தார். இவரது காலத்தில் தஞ்சையைக் கைப்பற்ற வேண்டும் என்ற

எண்ணத்தோடு ஆர்க்காட்டு நவாப் கிழக்கிந்தியக் கம்பெனிப் படையினரைத் தன்வயப்படுத்திக்கொண்டு தஞ்சையைத் தாக்க முற்பட்டார். 1771 செப்டம்பர் மாதம் நவாப்பின் சேனையும், கம்பெனிப்படையும் ஒன்று சேர்ந்து திருச்சியிலிருந்து தஞ்சையை நோக்கிப் படையெடுத்தனர். நவாப்பின் மூத்தமகன் உம்தத்உல் உமாராவும், ஜெனரல் ஸ்மித்தும் படைகளுக்குத் தலைமை தாங்கினர். எதிரிகளின் தாக்குதல்களைச் சமாளிக்க முடியாத துளஜா, நவாப்போடு உடன் படிக்கை செய்துகொண்டார். இதன்படி வருடம் ஒன்றுக்கு பேஸஜி (கப்பம்) ரூ.4 இலட்சம் தோபா, அன்பளிப்பு ரூ.30,000 ஆக ரூ.4,30,000 கொடுக்க ஒப்புக் கொண்டார். இத்தொகைக்காக மிஸ்தர் ஜாஜியிடமிருந்து 2½ சதவிகித வட்டிக்குக் கடன் பெற மன்னார்குடிப் பகுதியை அடகு வைத்துப் பணம் கொடுத்தார்.

பின்னும் முகம்மது அலிகானுக்குத் தஞ்சையை எப்படியும் கைப்பற்ற வேண்டுமென்ற எண்ணம் இருந்ததால் கம்பெனியாரைச் சரி செய்து கொண்டு மீண்டும் படையெடுத்தான். கடுமையான போருக்குப் பிறகு எதிர்பாராவண்ணம் ஜெனரல் ஸ்மித் தஞ்சைக் கோட்டையைக் கைப்பற்றினார். மன்னர் அவரது குடும்பம், சேனாபதி மனோஜி ஆகியோர் கைது செய்யப்பட்டனர். தஞ்சை அரண்மனையிலிருந்து பல இலட்சம் பொன் அணிகலன்களும் அவர்களால் கவரப்பெற்றன. நவாபு தஞ்சைக் கோட்டைக்கு உரியவரானார். 17.9.1773 முதல் மூன்றாண்டுக் காலம் தஞ்சைக் கோட்டை நவாபின் ஆட்சியின் கீழ் இருந்தது.

கம்பெனியாரின் போக்கைப் பற்றி அறிந்த இங்கிலாந்து அரசு துளஜாவை மீண்டும் அரியணையில் அமர்த்த உத்தரவிட்டது. 11.4.1766இல் லார்டு பிகாட் (Lord Pigot) தஞ்சைக் கோட்டையைக் கைப்பற்றித் துளஜாவை மீண்டும் அரசராக்கினார். பிறகு துளஜா கம்பெனியாரோடு மற்றொரு ஒப்பந்தம் செய்துகொள்ள வேண்டியதாயிற்று. அவ்வொப்பந்தப்படி தஞ்சைக் கோட்டையில் ஓர் ஆங்கிலப்படை இருக்கலாயிற்று. அதன் செலவுக்காக நான்கு இலட்சம் வராகன் கொடுத்து வந்தார்.[1] 31.1.1787இல் துளஜா இறந்ததும் அமரசிம்மன் அரசரானார். 10.4.1787இல் சர் ஆர்ச்சிபால்ட் காம்பெல் அமரசிம்மரை ஓர் ஒப்பந்தம் செய்து கொள்ளச் செய்தார். அதன்படி, கம்பெனித் துருப்புகளின் செலவுக்காக 4 இலட்சம் வராகன் 6 தவணைகளில் கொடுப்பதாக ஒப்புக்கொண்டு செலுத்தினார்.

1787இல் ஏற்பட்ட உடன்படிக்கையைக் கம்பெனியார் மாற்றி அமைக்க நினைத்தனர். எனவே 1792இல் புதிய உடன்படிக்கையைத் தயார் செய்தனர். அதில் 7ஆவது ஷரத்து அரசர் கொடுக்கவேண்டிய தொகையைக் கொடுக்காவிடில் மன்னார்குடி திருவாடி (திருவையாறு), மாயவரம், பட்டுக்கோட்டை ஆகிய சுபாக்களில் வசூலைக் கம்பெனியாரே ஏற்றுக்கொள்ளலாம் என்பதாகும். இதன்படி அந்தச் சுபாக்களைத் தம் வசம் ஒப்புவிக்க வேண்டும் என்று ரெஸிடென்டு மக்லோட் அமரசிம்மரைக் கேட்டதுடன், புது உடன்படிக்கையின் மாதிரிப் படிவமும் கொணர்ந்தனர். அமர்சிம்மர் கையெழுத்திட மறுத்தார். மக்லோட் கம்பெனித் துருப்புகளைக் கொணர்ந்து நிறுத்தி, அச்சுறுத்திக் கையொப்பம் பெற்றார். ஆனால் அரசர் சம்மதத்துடனும், மகிழ்வுடனும்

கையொப்பமிட்டதாக மேலிடத்திற்கு எழுதினார்.[2] மோடி ஆவணம் ஒன்று இந் நிகழ்ச்சியை விவரிக்கின்றது.

"மக்லோட் ஆனவர் ஒரு உடன்படிக்கை கும்பினியின் தொகைக்காகப் பாபநாசம், மன்னார்குடி, மாயவரம்...... விட்டு விடுகிறது. மூன்று வருஷத்துக்கு ஒருமுறை கணக்கு தீர்ப்பது. கும்பகோணம் சுபா பட்டுக்கோட்டை வரிகள் வகையறாக்களை விபக்ஷி ஆனவர் வைத்துக்கொண்டு காலம் கழிக்கிறது. அதிலிருந்து வருடத்திற்கு 60,000 வராகன் கடன் செலுத்துகிறது. இந்தப்படி சம்மதித்தால் கையொப்பம் போட்டுக் கொடுங்கள். இல்லாவிட்டால் சிவராயரிடத்தில் ஒப்புவித்து விடுங்கள் என்று எழுதி அனுப்பினார். உடனே சாயங்காலம் 4, 5 தடவை சொல்லி அனுப்பி இராத்திரி 9 மணிக்கு மிஸ்தர் மாக்லோட் கோட்டையின் வாசலை மூடி, ரிஜிமெண்ட் மிஸ்தர் ராமன் வீட்டுச் சமீபம் கொண்டு வந்து வைத்துப் பட்டாளம் முழுமையும் திட்டிவாசலுக்கு அருகில் கொண்டுவந்து வைத்து சமாதானமாக கையொப்பம் இட்டுக் கொடுத்தால் நலம். இல்லாவிட்டால் கும்பினியார் விரோதம் உண்டாகும்[3] என்று சொன்னார். பிறகு விபக்ஷி ஜப்தி செய்யப்பட்ட 3 சுபைகளின் கடுதாசியில் கையெழுத்து இட்டுக் கொடுத்தார்."[4]

இவ்வாறு தஞ்சைக் கோட்டைக்குள் கம்பெனிப்படையைச் சூழச்செய்து அச்சுறுத்தி, அமரசிம்மரிடமிருந்து நாட்டைப் பகுதி பகுதியாகப் பறித்தனர். அமரசிம்மர் நாட்டை ஆங்கிலேயருக்குத் தானம் செய்ய விரும்பவில்லை. கம்பெனியாரை எதிர்க்கத் தொடங்கினார். இரகசியமாகத் திருப்பனந்தாள் காசிமடத் தபோநிதி மூலம் மராட்டிய மாநிலத்துக்குச் செய்தி அனுப்பி, ஆங்கிலேய ஆதிக்கத்தை எதிர்க்கப் படை திரட்ட முற்பட்டார்.

அமரசிம்மரின் எதிர்ப்புணர்வைக் கம்பெனியார் புரிந்து கொண்டனர். சரபோஜியைச் சுவீகாரம் எடுத்தது செல்லாதென நாடகம் நடத்திய கம்பெனியார் இரண்டு உடன்படிக்கைகளாலும் தஞ்சைத் தரணி முழுவதையும் கைப்பற்ற முடியவில்லையே என ஆதங்கம் கொண்டு, புதிய நாடகத்தை நடத்த முற்பட்டனர். ஸ்வார்ஷ் என்னும் ஜெர்மன் பாதிரியார் (Frederick Schwartz) இந் நாடகத்திற்கு மேலும் பொலிவூட்டினார்.

1796 மார்ச்சு மாதம் லாட் ஹோபர்ட் சரபோஜியின் உரிமை பற்றி முன்னர்க் கருத்துக்கூறிய பண்டிதர்களையே மீண்டும் அழைத்து விசாரிக்குமாறு மக்லோடுக்கு ஆணை பிறப்பித்தார். மக்லோடு தம் சாதுர்யத்தால் தாம் நினைத்தபடியே பண்டிதர்களைப் பேசவைத்தார். அமரசிம்மருக்கு எதிராகச் சாட்சியங்கள் பதிவு செய்யப்பெற்று, இலண்டனுக்குச் சென்னை கவுன்சில் எழுதியது. 1798 அக்டோபர் மாதம் அமரசிம்மரை நீக்கிவிட்டுச் சரபோஜியை அரசராக்குமாறு இலண்டனிலிருந்து ஆணை வந்தது. அதன்படி அமரசிம்மர் பதவியிலிருந்து அகற்றப்பட்டு திருவிடைமருதூருக்குச் சென்றார். சரபோஜி 29.6.1798இல் தஞ்சை அரசராக ஆக்கப்பட்டார்.

25.10.1799இல் இரண்டாம் சரபோஜி கம்பெனியாரோடு ஓர் உடன்படிக்கை செய்து கொண்டார். இதில் 15 ஷரத்துக்கள் இருந்தன. இவ் ஒப்பந்தப்படி தஞ்சைத் தரணியில் வரி வசூல் செய்யும் உரிமை முற்றிலுமாகக் கம்பெனியாருக்கே உரியதாயிற்று. இதன் 7ஆவது ஷரத்தில் ஒரு இலட்சம் வராகனும், அமரசிம்மருக்குக் கொடுக்கும் தொகையும் போக எஞ்சியுள்ள நிகர வருமானத்தில் 5இல் ஒரு பங்கு கொடுக்கப்படும் என்பதாகும். இவ்வாறு சரபோஜியை அரசர் என்று பெயரளவில் அமர்த்திவிட்டுத் தஞ்சை தரணியை ஆங்கிலேயர் முழுவதுமாகக் கைப்பற்றினர். அவர்களது பிரதிநிதிகளான ரெஸிடெண்டுகள் தஞ்சையைக் கம்பெனியின் பிரதிநிதிகளாக ஆளத் தொடங்கினர்.

ஜேம்ஸ் ஸ்டுவர்ட், மக்லோட், ஜி.ஹெச்.ராம். பென்ஜமின், டூரின் வில்லியம் பிளாக்பர்ன், ஜான் பஃப், ஜே.பிளாக்பர்ன், கிண்டர்ஸ்லி, மங்கமாரி, பாரட்துரை, ஜே.பிஷப், பார்பஸ், பிலிப்ஸ் ஆகியோர் தஞ்சையில் ரெஸிடெண்டுகளாக இருந்துள்ளனர்.

27.7.1859இல் சென்னை உச்சநீதிமன்றத் தீர்ப்புக்குப் பிறகு தஞ்சையில் அரசாங்க 'ஏஜண்டாக' கலெக்டர் நியமிக்கப் பெற்றிருந்தார் என அறியமுடிகிறது. கேடல் என்பார் இப் பதவி வகித்ததாக 27.9.1860இல் மோடி ஆவணமொன்றில் குறிக்கப்பெறுகிறார்.[5] ரெஸிடெண்ட் என்னும் பதவி ஒழிக்கப்பெற்று ஆங்கில அரசின் நேர் பிரதிநிதிகளாகக் கலெக்டர்கள் தஞ்சையை ஆளத் தொடங்கினர்.

ஸ்வார்ஷ் தேவாலயம்

சிறிய கோட்டை எனப்படும் சிவகங்கைக் கோட்டையில், சிவகங்கைக் குளக்கரையில் ஸ்வார்ஷ் பாதிரியாரால் கட்டப்பெற்றதே ஸ்வார்ஷ் தேவாலயமாகும். இதற்கு 1779 மார்ச் மாதம் 10ஆம் நாள் மேஜர் ஸ்டீவன்ஸ் என்பவரால் 9 அடி ஆழத்தில் அடிக்கல் நாட்டப்பெற்றதாகக் குறிப்பொன்று உள்ளது.[6] இந்த ஆலயம் 90 அடி நீளமும், 50 அடி அகலமும் உடையதாகும். 1780ஆம் ஆண்டு ஏப்பிரல் மாதம் முதன் முதலாக ஸ்வார்ஷ் பாதிரியாரால் இங்கு இறைபணி தொடங்கப்பெற்றது.

இத் தேவாலயத்தின் உட்புறம் சுவரில் மிக அழகான சலவைக்கற் சிற்பம் ஒன்றும், கல்வெட்டும் உள்ளன. உடல்நலமின்றிப் படுத்த படுக்கையாக உள்ள ஸ்வார்ஷ் பாதிரியாரைச் சரபோஜி மன்னர் சந்திக்கும் காட்சி புடைப்புச் சிற்பமாக ஒரு புகைப்படம் போல் செதுக்கப் பெற்றுள்ளது. இக் காட்சியில் கேரிக் பாதிரியாரும், சரபோஜியின் அலுவலர்களும், பள்ளி மாணவர்கள் சிலரும் உள்ளனர். இலண்டனில் வாழ்ந்த ஜான் பிளாக்ஸ்மென் எனும் இத்தாலி நாட்டுச் சிற்பி ஒருவர் சரபோஜி கேட்டுக் கொண்டபடி 1807ஆம் ஆண்டு இதனை வடித்திருக்கிறார். பின்னர் இச்சிற்பம் 1811ஆம் ஆணடில் இத் தேவாலயத்தில் வைக்கப்பெற்றது. இதனைத் தஞ்சை வேதநாயக சாஸ்திரி "என் குமாரத்தி ஞானதீபம் பிறந்த பிரசோற்பத்தி 1811 சீர்மையிலிருந்து வந்த சங். தகப்பனார்

சுவார்ச்சையருடைய சுரூபமும், சரபோஜி மகாராஜாவினுடைய சுரூபமுந் தீற்றப்பட்ட வெள்ளைக் கற்சிலை சின்னக்கோட்டையிலிருக்கும் பெரிய தேவாலயத்தில் ஸ்தாபிக்கப்பட்டது'' என்று எழுதியிருப்பதால் அறிய முடிகிறது.[7] இந்தத் தேவாலயம் அக்காலத்தில் பெரிய தேவாலயம் என்று அழைக்கப்பெற்றது என்பதும் இக்குறிப்பால் விளங்கும்.

ஸ்வார்ஷ் பாதிரியார்

1726ஆம் ஆண்டு பிரேஷ்யா நாட்டில் சோனாபர்க் என்ற ஊரில் பிறந்த பிரடரிக் ஸ்வார்ஷ் 1749இல் டேனிஷ் மதப்பிரசாரகர் குழுவில் இணைந்து கிழக்கிந்தியக் கம்பெனிக் கப்பலில் பயணித்து, 1750ஆம் ஆண்டு ஜூலை 17ம் நாளில் தமிழகத்தில் கடலூரில் வந்து இறங்கினார். தமிழ் நாட்டில் பலவிடங்களில் தங்கித் தமிழைக் கற்றுத் தேர்ந்தார். 1766 முதல் 1776 வரை திருச்சியைத் தலைமை இடமாகக் கொண்டு கிருத்துவம் பரப்பி வந்தார். இரண்டாம் துளஜா மன்னரிடம் (1763-1787) நட்பு பூண்டு தஞ்சையில் தன் செல்வாக்கைச் செலுத்தினார். 1784இல் தஞ்சையில் ஆங்கிலப் பள்ளியை நிறுவினார். அதுவே தற்போதைய தூயபேதுரு மேல்நிலைப் பள்ளியாகும். கல்விப்பணியோடு மதத்தைப் பரப்பும் பணியில் தீவிரமாக ஈடுபட்ட ஸ்வார்ஷ் பாதிரியார் தஞ்சை அரசியலிலும் தீவிரமாக ஈடபடலானார். இரண்டாம் துளஜா மன்னரின் இறப்புக்குப் பின்பு பட்டத்திற்கு வந்த அமரசிம்மருக்கு எதிராகச் செயல்படத் தொடங்கினார். இளைஞராக இருந்த சரபோஜியைத் தன் மேற்பார்வையில் வளர்த்தார். கிழக்கிந்தியக் கம்பெனியாரோடு நெருக்கமான உறவுகொண்டு, சரபோஜியை அரசராக்க எல்லா முயற்சிகளும் செய்தார். சரபோஜியின் உரிமைகள் பற்றி விசாரணை ஒன்றை மேற்கொள்ளச் செய்தார். சரபோஜி அரசுக் கட்டிலில் அமருவதற்கு முன்பாக 1798ஆம் ஆண்டு பிப்ரவரி பதின்மூன்றாம் நாள் மரணமடைந்தார். தஞ்சை மகர்நோன்புச் சாவடியிலுள்ள தூயபேதுரு ஆலயத்தின் உள்ளே ஸ்வார்ஷ் பாதிரியாரின் உடல் அடக்கம் செய்யப்பெற்றது. அவரது கல்லறையில் அவரது நினைவுக்குறிப்பும் சரபோஜி மன்னரது ஆங்கில இரங்கற்பாவும் கல்வெட்டுக்களாகக் காணப்பெறுகின்றன. தஞ்சை பெரிய கோயில் திருச்சுற்றின் வடமேற்குப் பகுதியில் சரபோஜி மன்னர் காலத்தில் அவரது அலுவலர்களில் ஒருவரான பாபுராவ் என்பவரால் 1803ஆம் ஆண்டு டிசம்பர் 13ஆம் நாளில் எழுதப்பட்ட போசல வம்ச சரித்திரம் எனும் மராட்டியக் கல்வெட்டு ஒன்று உள்ளது. மிக நீண்ட இக்கல்வெட்டில் சரபோஜியின் வரலாறு கூறுமிடத்தில் ஸ்வார்ஷ் பாதிரியார் இவருக்குச் செய்த உதவிகள் அனைத்தும் குறிக்கப் பெற்றுள்ளன.

தோட்ட ஆலயம் என்னும் பேதுரு ஆலயம்

தஞ்சை மகர் நோம்புச்சாவடியில் புனித பீட்டர்ஸ் சர்ச் என்று தற்போது அழைக்கப்பெறும் கிருத்துவ ஆலயம் கிறிஸ்டியன் பிரெரிக் ஸ்வார்ஷ் பாதரியார் அவர்களாலேயே கட்டப்பெற்றதாகும். இவரே எடுத்த சிறிய கோட்டை ஸ்வார்ஷ்

தேவாலயம் தஞ்சையிலிருந்த இராணுவத்தினர் (ஆங்கிலேயர்) வழிபாட்டிற்கெனத் தோற்றுவிக்கப்பெற்றதாகும். பொதுமக்களுக்கென ஓர் ஆலயம் தேவை எனக் கருதிய அவர் கோட்டைக்கு வெளியே ஒரு பூந்தோட்டம் இருந்த பகுதியை சரபோஜி மன்னரிடமிருந்து பெற்றார். அதனருகில் ஐரோப்பியர் வசித்துவந்த இல்லங்களும் தோட்டங்களும் இருந்தன. மன்றோ, மக்பர்சன் போன்ற இராணுவ அலுவலர்கள் உதவியுடம் அங்கிருந்த இல்லங்களையும் தோட்டங்களையும் விலை கொடுத்து வாங்கினார். 1780ஆம் ஆண்டு அங்கு சிறு ஜெப வீடு ஒன்றை கட்டினார். பின்பு 1784இல் அதனை விரிவுசெய்து தோட்ட ஆலயமாக மாற்றினார்.

1798இல் ஸ்வார்ஷ் பாதரியாரின் மறைவுக்குப் பின்பு ஹாப்ரோ என்ற மிஷனரி தஞ்சை திருச்சபைக்குப் பொறுப்பேற்ற பிறகு அத்தேவாலயத்தை விரிவுபடுத்தும் முயற்சியில் ஈடுபட்டார். பின்பு 1845இல் ஸ்பென்ஸர் என்னும் பேராயரால் இவ்வாலயம் முழுமைபெற்று "தூய பேதுரு ஆலயம்" என்ற பெயரால் அர்பணிப்பு செய்யப்பெற்றது.

இவ்வாலயத்தின் அரங்கத்தின் நடுப்பகுதியிலேயே ஸ்வார்ஷ் பாதரியாரின் கல்லறையும் மற்ற பாதரியார்களின் கல்லறைகளும், இரங்கற்பா கல்வெட்டுப் பலகைகளும் இடம்பெற்றுள்ளன. இத்தேவாலயத்து பலகணிகளின் (சன்னல்களின்) கதவுகள் இங்கிலாந்து நாட்டிலிருந்து கொண்டுவரப் பெற்ற வண்ணக் கண்ணாடிகளால் அமைக்கப்பெற்றவையாகும். இங்கு காணும் அத்தகைய கண்ணாடிக் கதவுகள் மூன்றில் முறையே தூயபேதுரு, சுவார்ட்ஸ் பாதிரியார், பிளேக் பாதரியார் ஆகியவர்களின் உருவங்கள் இடம்பெற்று பொலிவுடன் விளங்குகின்றன.

குறிப்புகள்

1. K. Rajayyan, A History of British Diplomacy in Tanjore, p.76.
2. Ibid., pp.101-102.
3. த.ப.க.மோ.ஆ. 7-596-599.
4. த.ப.க.மோடி ஆவணங்கள் 7-596-599.
5. த.ப.க.மோ.ஆ. 6-327.
6. Hugh Pierson, Memoirs of Schwartz, p. 341.
7. செ.இராசு, தஞ்சை மராட்டியர் கல்வெட்டுக்கள் பக். 83-84.

தூய பேதுரு ஆலயம்

அருள்திரு. தந்தை
சுவாட்ஸ்

அருள்திரு. தந்தை
பிளேக்

தூய பேதுரு

தஞ்சை இராஜராஜேச்சரம்

கோயில் என்பது சைவர்களுக்குத் தில்லைப் பொன்னம்பலத்தையும், வைணவர்களுக்குத் திருவரங்கத்தையும் குறிப்பிப்பது போலப் பொது மக்களுக்குப் 'பெரிய கோயில்' என்றால் அது தஞ்சை இராஜராஜேச்சரமே ஆகும்.

பெரிய கோயில் : பிரஹத் ஈஸ்வரம் எனும் வடமொழிப் பெயரால் 'பிரஹதீஸ்வரம்' என்றும், பெரிய இலிங்கத்திருமேனி இடம்பெற்றுள்ளது என்பதால் 'பிரஹதீஸ்வரர் ஆலயம்' எனவும் அழைக்கப்படலாயிற்று. தென்னாட்டுக் கோயில்களுக்குள் மிக உயர்ந்த விமானத்தை உடையதால்தான் 'பெரியகோயில்' என்ற சிறப்புப் பெயர் பெற்று விளங்குகிறது.

தக்கினமேரு : இக்கோயிலின் ஸ்ரீ விமானம் தக்ஷிணமேரு எனப் பெயர் பெற்றுத்திகழ்கிறது.

சென்ற நூற்றாண்டில் இத் திருக்கோயிலின் வரலாறு மக்களால் தெளிவாக அறியப்பட்டிருக்கவில்லை. சைவர்களால் திருவிசைப்பா படிக்கப்பட்டு வந்த போதும் அதிலுள்ள இராஜராஜேச்சுரம் என்னும் தொடர் வரலாற்றுணர்வோடு புரிந்துகொள்ளப்படவில்லை. இச் சிவாலயத்தைப் பற்றிப் பலவகையான கற்பனைக் கதைகள் ஏட்டிலும் நாட்டிலும் வழங்கி வந்தன.

கிருமி கண்ட சோழன் என்னும் கரிகாலனால் இக் கோயில் கட்டப்பெற்றது என்றும் அவனுக்கிருந்த குட்டநோய் இங்குள்ள சிவகங்கையில் நீராடியதால் நீங்கியது என்றும் பிரதீஸ்வர மகாத்மியம் என்னும் வடமொழிப் புராணமும், தஞ்சைபுரி மகாத்மியம் என்னும் மராட்டிய மொழி நூலும் கூறுகின்றன.[1] ஜி.யு.போப் காடுவெட்டிச் சோழன் என்பான் கட்டினான் என எழுதுகிறார்.[2] இக்கோயில் பற்றிய உண்மையான வரலாறே தெரியாமல் இருந்தது.

1886ஆம் ஆண்டில் சென்னை அரசாங்கம் ஹுல்ஷ் என்ற ஜெர்மன் அறிஞரைக் கல்வெட்டாய்வாளராக நியமித்தது. இவர் பெரியகோயில் கல்வெட்டுக்களைப் படி எடுத்துப் படித்து இதனைக் கட்டியவன் மாமன்னன் இராசராசனே என முதன் முதலாக கூறினார். என்றாலும் 1892இல் வெங்கையாவால் பதிப்பிக்கப்பெற்ற தென் இந்தியக் கல்வெட்டுக்கள் என்னும் நூலின் இரண்டாம் தொகுதியில் முதல் கல்வெட்டில் இடம்பெற்றுள்ள,

> "பாண்டிய குலாசனி வளநாட்டுத் தஞ்சாவூர்க் கூற்றத்துத்
> தஞ்சாவூர் நாம் எடுப்பிச்ச திருக்கற்றளி ஸ்ரீராஜராஜீஸ்வரம்"

என்னும் தொடர்தான் இதனைச் சற்றும் ஐயத்திற்கு இடமின்றி உறுதி செய்தது.

இன்றும்கூட இப்பெருங்கோயிலின் அற்புதமான கட்டடக்கலை அமைதி, விமானத்தின் சிறப்பு, கல்வெட்டுக்களால் அறியப்பெறுகின்ற கலை, அரசியல், பொருளாதார மாண்புகள், இறையன்பு ஆகியவற்றைவிட நிழ் சாயாத கோபுரம் வளர்கின்ற நந்தி, சாரப்பள்ளத்திலிருந்து ஏற்றப்பெற்ற 80 டன் நிறையுள்ள ஒரே பிரமரந்திரக்கல் என்பன போன்ற உண்மையற்ற புனைந்துரைகளே பாமரர்களை மிகவும் கவர்கின்றன என்றால் மிகையாகாது.

தஞ்சைப் பெரியகோயில் என்றால் நம் நினைவிற்கு வரவேண்டியவர்கள்.

1. மாமன்னன் இராசராசசோழன்
2. வீரசோழன் குஞ்சரமல்லனான ராசராசப் பெருந்தச்சன் எனும் தலைமைக் கட்டடக் கலைஞன்
3. மதுராந்தகனான நித்தவினோதப் பெருந்தச்சன் (இரண்டாம்நிலை கட்டடக் கலைஞன்)
4. இலத்தி சடையனான கண்டராதித்தப் பெருந்தச்சன் (இரண்டாம்நிலை)
5. மாமன்னனின் தமக்கை குந்தவை பிராட்டியார்
6. சேனாபதி கிருஷ்ணன் இராமன் எனும் மும்முடிச் சோழப் பிரமமாராயன்
7. ஸ்ரீ காரியம் பொய்கைநாடு கிழவன் ஆதித்தன் சூரியனான தென்னவன் மூவேந்த வேளான் (கோயிலின் நிர்வாக அதிகாரி)
8. ஈசான சிவபண்டிதர் எனும் ராஜகுரு
9. இராஜேந்திர சோழன்
10. இவனது ராஜகுரு சர்வசிவ பண்டிதர்
11. சைவ ஆச்சாரியார் பவனபிடாரன் (தலைமைக் குருக்கள்)

என்பவர்களேயாவர்.

மாமன்னன் இராசராசன் நினைத்ததை இவர்கள் சாதித்தார்கள். பெருங்கோயில் எழுந்தது. கவினுறு இக்கோயிலில் ஆன்மீகம் வளர, கலைகள் செழிக்க, சோழநாட்டுப் பொருளாதாரம் சிறக்க இவர்களெல்லாம் முன்னின்று செயல்பட்டனர். இவர்கள்மட்டுமா? எத்தனையோ படைவீரர்கள், ஊர்ச்சபைகள், தனிமனிதர்கள் என்று கணக்கற்றவர்கள் இக்கோயிலின் பின்னணியில் இருந்தனர். அனைவர் பெயரினையும் அம்மாமன்னன் ஒருவரைக்கூட விட்டு விடாமல் இக்கோயிலிலேயே கல்லில் பொறித்துள்ளான். இது சமயமும் கலைகளையும் காட்டும் கோயில் மட்டுமன்று., தமிழக வரலாறு கூறும் பெட்டகமும் ஆகும்.

சுந்தரசோழருக்கும் வானவன் மாதேவிக்கும் இரண்டாவது மகனாகப் பிறந்த அருண்மொழி எனும் இராசராசனை,

"செந்திரு மடந்தைமன் சீராஜராஜன்
இந்திர சமானன் இராஜசர்வஞ்ஞன்"

என்று திருக்கோவலூர்க் கல்வெட்டுப் பாடல் கூறுகின்றது. பெரும்பான்மையான கல்வெட்டுக்கள் இராசராசனை அருமொழி என்றே குறிப்பிட்டாலும், தஞ்சைப் பெரிய கோயிலின் இரண்டாம் கோபுர வாயிலில் உள்ள கல்வெட்டுப் பாடல் ஒன்று அருண்மொழி என்று குறிப்பிடுகின்றது. 'சுனங்கா முலையுடை உமை பங்கர்க்குத் தொண்டு செய்வான்.....' எனத் தொடரும் இப்பாடலும் இதனுடன் இணைந்த சமஸ்கிருதக் கவிதையும் இவனது பெருவெற்றியையும், தீரத்தையும் சிறப்பித்துப் பேசினாலும் அத்தனையும் இவனுக்கு உமையொருபாகனுக்குத் தொண்டு செய்ததால்தான் கிடைத்தது என்று கூறுகின்றது. இதனைக் காணும்போது, சுந்தரமூர்த்தி சுவாமிகள் திருத்தொண்டத் தொகையில்,

"ஆரூரன் ஆரூரில் அம்மானுக்கு ஆளே"

எனப் பாடும் மரபையே இராசராசன் போற்றினான் என்பது தெள்ளிதின் விளங்கும். அதனால்தான் சுந்தரருடைய வரலாற்றை விளக்கும் பல்வேறு படைப்புக்களைத் தஞ்சைக் கோயிலில் இடம்பெறச் செய்தான் போலும். முதலாம் இராசராசனின் சிறப்புப் பெயர்கள் வருமாறு:

அபயகுலசேகரன்	இரவிகுல மாணிக்கன்
அரிதுர்க்கலங்கன்	இரவிவம்ச சிகாமணி
அருள்மொழி	இராஜ கண்டியன்
அழகிய சோழன்	இராஜ சர்வக்ஞன்
இரணமுகபீமன்	இராஜராஜன்
இராஜாச்ரயன்	இராஜகேசரிவர்மன்
சோழேந்திர சிம்மன்	திருமுறை கண்ட சோழன்
இராஜ மார்த்தாண்டன்	தெலிங்ககுல காலன்
இராஜேந்திரசிம்மன்	நிகரிலி சோழன்
இராஜ விநோதன்	நித்ய விநோதன்
உத்தமசோழன்	பண்டித சோழன்
உத்துங்க துங்கன்	பாண்டிய குலாசனி
உய்யக்கொண்டான்	பெரிய பெருமாள்
உலகளந்தான்	மும்முடிச் சோழன்
கேரளாந்தகன்	மூர்த்தவிக்கரமாபரணன்

சண்டபராக்ரமன்	ஜனநாதன்
சத்ரு புஜங்கன்	ஜெயங்கொண்ட சோழன்
சிங்களாந்தகன்	க்ஷத்திரிய சிகாமணி
சிவபாத சேகரன்	கீர்த்தி பராக்கிரமன்
சோழகுல சுந்தரன்	சோழநாராயணன்
சோழ மார்த்தாண்டன்	தைல குலகாலன்

இதில் காணப்பெறும் 'சிவபாதசேகரன்' 'திருமுறைகண்ட சோழன்' 'இராஜவிநோதன்', 'பண்டித சோழன்', 'பெரிய பெருமாள்', 'ஜனநாதன்' என்ற பட்டங்களின் ஒட்டுமொத்தமான ஓர் உருவமே தஞ்சைப் பெரிய கோயிலாகும்.

தமிழகம் முழுவதுமுள்ள எத்தனையோ கோயில்களுக்கு எண்ணிலா அறப்பணிகளைச் செய்த இப்பெருவேந்தன் ஒரு கோயிலை மட்டும் மிகவும் சிறப்பித்துப் பேசுகிறான். அது சோழர் கற்றளி அல்ல. 'அத்யந்தகாமன்' என்றழைக்கப்பட்ட பல்லவப் பேரரசன் இராசசிம்மன் கட்டுவித்த காஞ்சிபுரத்துக் கயிலாசநாதர் கோயிலே அதுவாகும். அருண்மொழிக்கு இக்கோயில் 'கச்சிப்பேட்டுப் பெரியதளி' ஆகவே காட்சியளித்தது. தான் அனுபவித்து அனுபவித்துச் சுகம் கண்ட காஞ்சி கயிலாசநாதர் ஆலயத்தின் விரிவு பெற்ற பேருருவமே 'தஞ்சை ராஜராஜீச்சரம்' ஆகும்.

மகுடாகமம் எனும் ஆகம நெறியிலும் மகாசாயிகாபதம் என்ற பதவிந்யாச அடிப்படையிலும் எழுப்பப்பெற்றதே இராஜராஜீச்சரமாகும். இராசராசன் தனது தலைநகரில் புதிதாக எழுப்பிய இக்கற்றளிக்குக் கொல்லிமலையிலிருந்தும், நர்மதையாற்றங்கரையிலிருந்தும் கற்களைக் கொணர்ந்தான் எனக் கூறுவர். இதற்கான சாத்தியக்கூறுகள் இல்லை. தஞ்சைக்குக் தென்மேற்கே புதுக்கோட்டை மாவட்டத்திலுள்ள குன்னாண்டார் கோயில் பகுதியில் இருந்த குன்றுகளின் கருங்கற்களையே இங்குப் பயன்படுத்தி இருக்கவேண்டும். இதற்கு மூன்று காரணங்கள் உண்டு.

தஞ்சாவூருக்குத் தெற்கு, தென்மேற்குத் திசைகள் தவிர மற்றத் திசைகள் அனைத்தும் ஆறுகளாலும் வாய்க்கால்களாலும் சூழப்பட்டுள்ளன. எனவே அத் திசைகளின் வழியே கனமான பெரிய கற்பாறைகளைக் கொணர்தல் கடினமானதாகும். தஞ்சையைவிடச் சற்று உயரமான தென்மேற்குத் திசைப்பகுதியே போக்குவரத்துக்கு ஏற்ற நில அமைப்புடையது. மேலும் தஞ்சைக்கு மிக அருகாமையில் கற்பாறைகள் கிடைக்கும் இடமும் இப் பகுதியாகும்.

தஞ்சைப் பெரியகோயில் கட்டுமானத்திற்குப் பயன்படுத்தப்பெற்ற கருங்கற் பாறைகள், எவ்வகையைச் சேர்ந்தனவோ அதே வகைப் பாறைகள் உள்ள நிலப்பகுதி புதுக்கோட்டை மாவட்டத்துக் குண்ணாண்டார் கோயில் பகுதியேயாகும்.

சோழர் காலத்தில் கோயில்களுக்குக் கற்கள் எங்கிருந்து கொணரப் பெற்றன என்பதற்கு ஒரு சான்று கிடைத்துள்ளது. தஞ்சைக்கு அருகே உள்ள உடையார் கோயில் (அம்மாபேட்டைச் சாலையில் உள்ளது) சிவாலயத்திற்கு மூன்றாம் குலோத்துங்க சோழன் காலத்தில் (18ஆம் ஆட்சியாண்டு கி.பி.1196) கல் எங்கிருந்து கொணரப்பெற்றது என்பதனை, "நொடியூர் பட்டணத்து கிள்ளியூர் மலையிலிருந்தும் சிலைகொண்டு வந்து....." என்ற கல்வெட்டுக் குறிப்பால் அறியலாம்.[3] நொடியூர் எனும் ஊர்ப் புதுக்கோட்டை மாவட்டத்தில் குன்னாண்டார் கோயில் பகுதியில் உள்ளதாகும். அனைத்தையும் தொகுத்து நோக்கும்போது தஞ்சைப் பெரியகோயிலுக்கும் நொடியூர்ப் பட்டணத்துக் கிள்ளியூர் மலைப் பகுதியிலிருந்தே கற்கள் வந்திருக்கலாம் எனக் கொள்ள முடிகிறது.

கற்களே இல்லாத ஓரிடத்திற்கு, பல்லாயிரக்கணக்கான டன்கள் எடையுடைய கற்களை, ஏறத்தாழ 75 கிலோமீட்டர் தொலைவிலிருந்து கொணர்ந்து கட்டியுள்ளனர். இக் கோயிலைப் பொறுத்தவரை 4' x 3' பக்க அளவுகளும் சுமார் 40' உயரமும் உடைய நான்கு நிலைக்கால்களும், 18' உயரமுடைய பிரமாண்டமான துவாரபாலகர் உருவங்கள் 10ம் ஆயிரக்கணக்கான டன் எடையுடைய கற்பாறைகளையும் கொணர்ந்தது மகத்தான சாதனையாகும். இதனைப் போன்றே 18' நீளம் 8' அகலம் 12' உயரமுடைய இடப உருவத்தை இங்குக் கொணர்ந்ததும் விசயநகரப் பேரரசுக் காலத்தில் நாயக்கர்கள் செய்த மகத்தான சாதனையாகும். இராசராசன் எடுத்த இராஜராஜீச்சரம் பீடம் முதல் சிகரம் வரை முழுவதுமாகக் கருங்கற்களே கொண்டு கட்டப்பெற்றுள்ளது.

தற்போது கோயிலைச் சுற்றிக் காணப்பெறும் அகழி, கோட்டை மதில்கள் கொத்தளங்கள் ஆகியவை நாயக்க மன்னர்களின் காலத்தில் கட்டப்பெற்றவையாகும்.

கேரளாந்தகன் திருவாயில்

இராஜராஜீச்சரத்தின் பிரதான நுழைவாயிலாகத் திகழும் திருக்கோபுரம் கேரளாந்தகன் திருவாயிலாகும்.[4] ஐந்து நிலைகளுடன் கம்பீரமாகத் திகழும் இந்தத் திருக்கோபுரத்திற்குத் தனிச்சிறப்புகள் பல உண்டு. இராசராசன் காலம் வரை கோயல்களில் உயரமான கோபுரங்கள் எடுக்கும் மரபு இல்லை. பல்லவ, பாண்டிய, முற்காலச் சோழர்கள் உயரங் குறைந்த கோபுரங்களையே எடுத்தனர். தமிழகத்தில் எழுந்த உயரமான முதற்கோபுரம் தஞ்சைக் கேரளாந்தகன் திருக்கோபுரமேயாகும். இதன் பின்னர்தான் பிற்காலச் சோழர்களும், விசயநகர மன்னர்களும், நாயக்கர்களும் இக்கலையை வளர்த்து ஸ்ரீவில்லிபுத்தூர், திருவண்ணாமலை கோயில்களில் காணப்படுவன போன்ற மிக உயர்ந்த கோபுரங்களைத் தந்தனர்.

மாமன்னன் இராசராசன் தான்முடி சூடிய நான்காம் ஆண்டின் தொடக்கத்திலேயே 'காந்தளூர்ச்சாலை கலமருத்தருளிய கோஇராஜகேசரிவர்மன்' என்று தன்னைக் கூறிக்கொள்வதோடு, தன் மெய்க்கீர்த்தியிலும் இச்செயலையே

முதலில் குறிப்பிட்டுள்ளான்.[5] இவன் கி.பி.988ஆம் ஆண்டில் கேரள நாட்டிலுள்ள காந்தளூர்ச்சாலையை (திருவனந்தபுரம் அருகிலுள்ளது) வென்றுள்ளான். சேரநாட்டு மன்னன் பாஸ்கர ரவிவர்மன் சோழநாட்டுத் தூதன் ஒருவனை உதகை எனுமிடத்தில் அவமதித்துச் சிறையிட்டதால் வெகுண்ட இராசராசன் சேரநாட்டை அடைந்து, கடற்கரைப் பட்டினமான காந்தளூர்ச் சாலையில் கடும் பேரிட்டுச் சேரனை வென்று, மலைநாட்டைத் தன் அடிமைப்படுத்தினான். இராசராசன் சேரநாட்டிற்குப் பாண்டிய நாட்டைக் கடந்தே செல்லவேண்டியதாயிற்று. அப்போது பாண்டியன் அமரபுயங்கன் இவனுடன் போரிட்டதால் அவனையும் தோல்வியுறச் செய்தான். மாமன்னன் இராசராசன் தானே தலைமை ஏற்றுச் சென்று வென்ற பெரும் நிகழ்ச்சி இதுவாகும். ஒரே பகலில் 18 காடுகளைக் கடந்துசென்று வெற்றித் திருமகளைத் தழுவின செயல்

"தூதற்காப், பண்டு பகலொன்றில் ஈரொன் பதுசுரமுங்
கொண்டு மலைநாடு கொண்டோனும்"[6]

"சூழவும் ஏறிப் பகலொன்றில் எச்சுரமும் போயுதகை
நூறித்தன் தூதனை நோக்கினான்"[7]

என்று ஒட்டக்கூத்தரால் சிறப்பாகப் பேசப்பெறுகின்றது.

கேரள மன்னனை வென்று இவ்வாறு சிறப்புப் பெற்றமையால் இராசராசன் 'கேரளாந்தகன்' எனச் சிறப்புப் பட்டம் சூடிக்கொண்டான். கேரளன் என்பது சேரனையும், அந்தகன் என்பது இயமனையும் குறிப்பதால் சேரனுக்கு இயமன் போன்று விளங்குகிறான் எனும் பொருளில் இப்பெயரினைச் சூடிக் கொண்டான். சோழ நாட்டின் வளநாடு ஒன்றுக்குக் கேரளாந்தக வளநாடு என்றும், ஓர் ஊருக்குக் 'கேரளாந்தகச் சதுர்வேதி மங்கலம்' என்றும், ஒரு படைக்குக் 'கேரளாந்தகத் தெரிந்த பரிவாரத்தார்' என்றும் பெயரிட்டான். தான் சிறப்பாகச் சூடிய கேரளாந்தகன் என்ற பெயரினையே தஞ்சைப் பெரிய கோயிலின் முதற் கோபுரத்திற்கும் இட்டான். இப் பெருவெற்றிதான் அவனுடைய அரசு விரிவடைவதற்கான கல்கோள் விழாவாக அமைந்தது. எனவே புகழோடு விரிந்த பேரரசின் மாமன்னனாக அவன் எடுத்த இப் பெருங்கோபுரத்தை முதல் வெற்றியின் நினைவாக இராஜராஜேச்சரமுடைய பரமசாமிக்குத் தன் முதற் காணிக்கையாகச் சமர்ப்பித்துள்ளான்.

மிக அகலமான அதிட்டானத்தின் மேல் எடுக்கப்பெற்றுள்ள இக்கோபுரம் கருங்கற் பணியோடு சுதை வேலைப்பாடுகளும் சேர்ந்ததாக உள்ளது. இக்கோபுரத்தின் நெடிய வாயிலில் இரண்டு நிலைக்கால்கள் உள்ளன. ஒரே கல்லால் ஆன (4' x 3' x 40') இவை இக் கோயிலிலுள்ள அபூர்வப் படைப்புகளுள் ஒன்றாகும். சாலைகள், கூடுகள் அணி செய்ய மகாநாசிக் கூட்டோடு கலசங்கள் பெற்றுத் திகழும் இக் கோபுரத்தில், சிவபெருமான், உமை, பிரமன் திருமால், கணபதி, ஊர்த்துவதாண்டவர், காளிதேவி, தட்சிணாமூர்த்தி ஆகிய உருவங்கள் சுதைப் பதுமைகளாக உள்ளன. இங்குச் சோழர்காலப் படைப்புகள் பல இன்றும்

முழுமையாக அப்படியே உள்ளன. பிற்காலத் திருப்பணிகளால் நாயக்க, மராட்டியர் காலக் கலை அமைதியோடு சில சுதைச் சிற்பங்களும் உள்ளன.

இக் கோபுரத்தின் வடபகுதி முழுவதையும் மகாசதாசிவமூர்த்தியின் சிற்பங்களே எல்லா நிலைகளிலும் அணிசெய்கின்றன. கீர்த்தி முகத்தில் மார்பளவு உள்ள பிரம்மாண்டமான திருவுருவமும், மற்ற எல்லாத் தளங்களிலும் பத்மாசனத்தில் (அமர்ந்த கோலத்தில்) 10 திருக்கரங்களும், நான்கு திருமுகங்களும் உடைய திருவுருவங்களாக உள்ளன. இவற்றுள் முதற் தளத்தின் வடமேற்குப் பகுதியில் காணப்படும் சதாசிவமூர்த்தி மிகச் சிறப்புடையதாகும்.

இங்குச் சிவபிரானின் ஐந்து முகங்களில் ஒன்று சுவரில் மறைந்துள்ள போதும், ஈசானமுகம் முன்தலைக்கு மேலாக அமைந்துள்ளது. பத்துக்கரங்களில் அபயவரதம் காட்டும் கரங்களைத்தவிர மற்றவற்றில் சிவபெருமானுக்குரிய கருவிகள் உள்ளன. கால்கள் இரண்டும் மடிக்கப்பட்டுப் பத்மாசன நிலையில் உள்ளன. இராசராசனின் குருநாதர் லகுளீச பாசுபத மார்க்கத்தைச் சேர்ந்தவராவார். பாசுபதர்கள் போற்றும் திருவுருவம் இச் சதாசிவ மூர்த்தமேயாகும். எனவேதான் இராசராசன் இக்கோபுரத்தில் இம் மூர்த்தத்திற்கு இத்தனைச் சிறப்புகள் கொடுத்துள்ளான். இதுமட்டுமன்றி, வேறு எங்கும் காணமுடியாத பஞ்சதேகமூர்த்தி என்ற செப்புத் திருமேனியை இக் கோயிலுக்காக வடித்தது பற்றிக் கல்வெட்டுக்கள் வாயிலாக அறியும்போது இந்நெறியில் அவனுக்கிருந்த ஈடுபாடு புலனாகிறது.

இத்திருக்கோபுரத்தின் முதல்நிலை தளத்தில் தென்புறம் தட்சிணாமூர்த்திக்கென ஒரு சிற்றாலயமும் வடபுறம் வேள்வியின் தலைவராகிய பிரமனுக்கு ஒரு சிற்றாலயமும் உள்ளன. இத்தகைய அமைப்பினை வேறு எந்த ஆலயத்திலும் காணமுடியாது. காமனை தன் நெற்றிக் கண்ணிலிருந்து எழுந்த தீயால் அழித்த தட்சிணாமூர்த்திக்கும், தாடி மீசையுடன் திருக்கரங்களில் வேள்விக்கரண்டி, அக்கமாலை, நீர்க்கொம்பு, தர்பைக்கட்டுடன் வேள்வி வேட்பவராக பிரமனுக்கும் இங்கு திருமேனிகள் உள்ளன. இத்திருக்கோபுரமே ஞானத்தீயின் வடிவமெனக் காட்டவே இச்சிற்றாலயங்கள் இங்கு அமைந்துள்ளன. இவ்வமைப்பு பற்றி பிற்பகுதியில் விரிவாகக் காண்போம்.

பலிபீடமும் ரிஷபக்கொட்டிலும்

கேரளாந்தகன் திருவாயிலைக் கடந்து உள்ளே சென்றால் அடுத்ததாகக் காட்சியளிப்பது 'இராசராசன் திருவாயிலாகும்'. இவ்விரு கோபுரங்களுக்கும் இடையே தற்போது நடைபாதை மட்டுமே உள்ளது. ஆனால் இப்பகுதியில் இராசராசன் காலத்தில் முதலாவதாகப் பலிபீடமும், அடுத்து ரிஷபக் கொட்டிலும் இருந்திருக்க வேண்டும்.[8] இந்தக் கோயிலின் அமைப்பிலேயே பின்வந்த சோழ மன்னர்கள் எடுத்த தாராசுரம் இராஜராஜேஸ்வரம் (ஐராவதீஸ்வர் திருக்கோயில்) திருபுவனம் திரிபுனவீரேச்சரம் (கம்பகரேஸ்வரர் திருக்கோயில்) தஞ்சைக் கோயில்

எடுக்க முன்மாதிரியாகத் திகழ்ந்த காஞ்சி கயிலாசநாதர் கோயில் ஆகியவற்றை ஒப்பிட்டு நோக்கும்போது மேலே குறிப்பிட்ட இரு கோபுரங்களுக்கும் இடையேதான் இடபமும் பலிபீடமும் இருந்திருக்க வேண்டும் எனக் கொள்ள வேண்டியுள்ளது.

தற்போதுள்ள பெரிய இடபம் (காளை உருவம்) சோழர் காலத்தது அல்ல. விசயநகரப் பேரரசின் காலத்தில் எடுக்கப்பெற்றது. காளை உருவம் இருக்கும் மண்டபத்தில் நாயக்க மன்னர்களின் உருவங்களே உள்ளன. இவை யாவும் பிற்காலச் சேர்க்கையாகும்.

அப்படியாயின் இவ்விரு கோபுரங்களுக்கும் இடையே இருந்த சோழர்கால இடபம் எங்கே என்ற கேள்வி எழும். அது தற்போது கோயிலினுள் தெற்குத் திருச்சுற்று மாளிகையில் வராகி அம்மன் கோயிலருகே வடக்கு நோக்கியவண்ணம் உள்ளது. பிற்காலத்தில் புதிய இடபமும் நந்தி மண்டபமாகிய ரிஷபக் கொட்டிலும் உருவானதால் பழைய இடபம் இங்கு இடம்பெறலாயிற்று.

இராசராசன் திருவாயில்

''ஸ்ரீராஜராஜன் திருவாசலுக்கு வடக்கு ஈசானமூர்த்தி ஆலயத்தளவுஞ் செல்ல கல்லில் வெட்டின.....'' எனத் தொடரும் கல்வெட்டொன்று[9] இரண்டாம் கோபுரத்தை 'ஸ்ரீராஜராஜன் திருவாசல்' என்று குறிப்பிடுகின்றது. கேரளாந்தகன் திருவாசலைவிடச் சற்று உயரம் குறைந்து மூன்று தளங்களுடன் இக் கோபுரம் கருங்கற் கட்டுமானமாய் அமைந்துள்ளது. வாசலுக்கு வெளியே இருபுறமும் 18' உயரமுடைய இரண்டு பிரம்மாண்டமான துவாரபாலகர் சிற்பங்கள் உள்ளன. கோபுரத்தின் உட்புறம் வாசலுக்குத் தென்பகுதியில் நாகராஜர் கோயிலும், வடபுறம் இந்திரன் ஆலயமும் கோபுரக் கட்டுமானத்தோடு பிதுக்கம் பெற்று அமைந்துள்ளன. கோபுரத்தின் கால்பகுதியில் (சுவர்) எட்டுத் திக்குகளிலும் அமைந்துள்ள கோஷ்டங்களில் இருகரத்தோடு நிற்கும் தெய்வ வடிவங்கள் உள்ளன. இவை அஷ்டவசுக்களாகும். மேல்தளங்கள், சாலை, கூடு போன்ற அணிகளோடு, சுதைச் சிற்பங்களால் அலங்கரிக்கப்பெற்று மகாநாசிக்கூடு, கீர்த்திமுகம் ஆகியவற்றோடும், 8 கலசங்களுடனும் காணப்பெறுகின்றன.

கோபுரத்தின் வெளிப்புறம் அதிஷ்டானத்தின் உபபீடப் பகுதியில் பல்வேறு சிற்பத் தொகுதிகள் உள்ளன. சில தொகுதிகள் சிதைவுற்றும் சில செதுக்கப் பெறாமலும் உள்ளன. கோபுரத்தின் வலப்புறம் இலிங்கோத்பவர், மணி, தூபக்கால், முக்காலிமீது சங்கு ஆகியவை உள்ள முதற் சிற்பத் தொகுதி தொடங்குகின்றது. சிவபெருமான் உமையோடு அமர்ந்த திருக்கோலம் போன்ற சிதைவுற்ற அபூர்வ சிற்பக்காட்சி ஒன்றுள்ளது.

சிவபெருமான் சுகாசனக் கோலத்தில் அமர்ந்திருக்க, அவருக்கு இருபுறமும் துவாரபாலகர் இருவர் கதைகளுடன் நிற்க, வாணன் குடமுழா இசைக்கும் காட்சி

சிதைவுகளுக்கிடையேயும் தெளிவாகத் தெரிகின்றது. இத் திருக்கோயிலில் திரிபுர தகனக் கதையும், சண்டீசருக்கு அருளும் கதையும் மற்ற சிவபுராணக் கதைகளைவிட அதிகச் சிறப்புடன் பல்வேறு நிலைகளில் பலவிடங்களில் காட்டப்பெற்றுள்ளன.

இவ்வகையில் மேலே குறிப்பிட்டுள்ள சிற்பக்காட்சி திரிபுரதானத்திற்குப் பின் அவ் வசுரர்களுக்குச் சிவபெருமான் அருளிய காட்சிகளாகும். திரிபுரங்கள் எரிந்த பின்பு, நெறியுணர்ந்த அசுரர்கள் மூவருள் இருவரைத் தன்கோயில் வாயிற் காப்போராகவும் ஒருவனைத் தன் ஆடலுக்குக் குடமுழா இசைப்பவனாகவும் இருக்க அருளிய சிவபெருமானின் கருணையைக் காட்டுவதாக அமைந்துள்ளது. சுந்தரமூர்த்தி சுவாமிகள் தம் தேவாரத்தில்,

> "மூவெயில் செற்ற ஞான்றுய்ந்த மூவரில்
> இருவர் நின்றிருக் கோயிலின் வாய்தல்
> காவலாளரென் றேவிய பின்னை
> ஒருவன் நீகரி காடரங் காக
> மானை நோக்கியோர் மாநட மகிழ
> மணிமு ழாமுழக் கவருள் செய்த
> தேவ தேவநின் திருவடி அடைந்தேன்
> செழும்பொ ழில்திருப் புன்கூர் உளானே"[10]

என்று பாடுவதை இந்தச் சிற்பங்கள் சிதைந்த நிலையிலும், நமக்குக் காட்டுகின்றன. இந்தக் கோபுரத்தில்தான் உலகிலேயே மிகப் பெரிய துவாரபாலகர் சிற்பங்கள் மிகுந்த எழிலோடு இடம்பெற்றிருக்கின்றன என்பது குறிப்பிடத்தக்கதாகும்.

இதனை அடுத்துச் சண்டீசர் கதைத் தொகுப்புள்ளது. விசாரசர்மன் (சண்டீசர்) தன் தந்தையின் காலை மழுவால் வெட்டும் காட்சியும், பசுக்கூட்டமும் காணப்பெறுகின்றன. இதனை அடுத்துத் திருமால் நீர் வார்க்கத் தேவியின் கரம் பற்றும் சிவபெருமானின் திருமணக் காட்சியும், தேவர்களும், பூதகணங்களும் மகிழ்ச்சி ஆரவாரம் செய்யும் காட்சியும், ஸ்ரீ பலிபீடமும், சங்கு, முக்காலி, தீபக்கால் போன்ற சிற்பங்களும் உள்ளன.

இத் தொகுப்பை அடுத்து மார்க்கண்டேயன் சிவலிங்கத்தைத் தழுவுதல் இயமன் பாசக்கயிறு வீசுதல், இயமசம்ஹாரம், இலிங்கத் திருமேனியை மார்க்கண்டேயன் மண்டியிட்டுத் தொழும் காட்சி ஆகியவை உள்ளன.

கோபுர வாயிலுக்கு இடப்புறமாக வள்ளி தேவசேனா சகிதராக முருகப் பெருமான் மயிலோடு காணப்பெறுகின்றார். வள்ளி திருமணத் தொடராகக் கிழவேதியர் (முருகப் பெருமான்) வருதலும், யானையக் கண்ட வள்ளி கிழவரைத் தழுவுதலும், யானை மீது முருகனும் வள்ளியும் அமர்ந்திருத்தலும் ஆகிய காட்சிகள் உள்ளன.

இக்காட்சித் தொகுப்புக்கு அடுத்ததாகக் கிராதார்ச்சுனக் காட்சித் தொகுப்பு உள்ளது. அர்ச்சுனன் தவம், வேடுவனாகச் சிவபெருமானும் குழந்தை முருகனை இடுப்பில் கொண்ட வேட்டுவப் பெண்ணாக உமையும், வேட்டை நாய்கள் பன்றி ஆகியவை சூழவரும் காட்சி, அர்ச்சுனனுக்கும், சிவபெருமானுக்கும் நடக்கும் விற்போர், சிவபெருமானும் உமையவளும் அமர்ந்திருக்க, அர்ச்சுனன் பாசுபதம் பெறுதல் ஆகியவை அற்புதமாகக் காட்டப்பெற்றுள்ளன. காஞ்சிபுரம் கயிலாசநாதர் கோயிலிலுள்ள கிரார்தார்ச்சுனச் சிற்பத்தின் தாக்கம் இங்கு வெளிப்பட்டுள்ளதைக் கண்கூடாகக் காணலாம்.

அடுத்த காட்சி பிரமன் அமர்ந்திருக்கச் சூரிய சந்திரர்களும் விண்ணவர்களும், பூதகணங்களும் ஈசனைப் போற்றுவதாக அமைந்துள்ளது. இதனுடன் இணைந்து சிவபெருமான் தேவியோடு அமர்ந்திருக்க கங்கை யமுனை என்னும் இரு பெண்கள் சாமரம் வீச, எதிரில் காமன் நிற்கும் காட்சி உள்ளது. கரும்பு வில்லால் காமன் சிவபெருமான் மீது எய்வதும், பின்னர்ப் பொடிபட எரிந்து வீழ்வதும், இரதியின் பிரார்த்தனைக்காகக் காமனுக்கு இறைவன் அருளுதலும் சிற்றுருவச் சிற்பக் காட்சிகளாக உள்ளன.

இதே கோபுரத்தின் வடதிசையில் அதிட்டானப் பகுதியில் கண்ணப்பர் கதையின் சிற்பத்தொகுப்பு மிகுந்த எழிலாடு காணப்பெறுகின்றது. சூரியனும் சந்திரனும் விண்ணில் நிற்க, இரண்டு மரங்களுக்கு இடையே அழகான கற்கோயில் ஒன்றுள்ளது. கோயிலுக்கு முன்னே பலிபீடம் உள்ளது. அதற்கு முன்பாக வில் அம்பு ஏந்திய கண்ணப்பர் நிற்கிறார். காலடியில் நான்கு வேட்டை நாய்கள் குரைத்த வண்ணம் ஓடுகின்றன. மரத்தில் பல்லி, குரங்கு ஆகிய மிக நுண்ணிய உயிரினங்கள் சிற்ப வேலைப்பாடுகளாகக் காணப்பெறுகின்றன. கோயிலின் மண்டபத்தின் மேல் இடபம், கருவறையில் சிவலிங்கம், வாயிற்படியில் சிவாச்சாரியார் ஆகிய உருவங்கள் உள்ளன.

அடுத்த நிலையில் கண்ணப்பர் வில்லுடன் நிற்கிறார். இதனுடன் இணைந்த மற்றொரு காட்சியாகக் கண்ணப்பர் கையில் வில் அம்புடன் உடும்பு ஒன்றினை ஏந்திய வண்ணம், மரத்தடியில் உள்ள சிவலிங்கத்தின் மேல் உள்ள மலர்களை வில்லால் கீழே தள்ளுகிறார். இதற்கு அடுத்த காட்சியாக மரத்தடியில் சிவகோசரியார் மறைந்து நிற்க, கண்ணப்பர் தன் வில்லைத் தரையில் போட்டுவிட்டு, ஓர் அம்பால் தன் கையை உயர்த்திக் கண்ணைக் குத்தி எடுத்தலையும், மற்றொரு கரத்தால் எடுத்த கண்ணை இலிங்கத்திற்கு அப்ப முனையும்போது இலிங்கத்திலிருந்து வெளிப்பட்ட ஒரு கை தடுப்பதையும் எழில் மிகுந்த படைப்புக்களாகக் காணமுடிகிறது. கீழே நான்கு நாய்கள் ஓடி வருகின்றன.

மேல்நிலையில் சுதைப் பதுமைகளாக எல்லாத் தெய்வங்களும் காணப் பெறுகின்றன. இவற்றுக்கு இடையில் குறிப்பிடத்தக்க இரண்டு சுதைச்சிற்பங்கள் உள்ளன. தஞ்சை நாயக்க மன்னராகிய செவ்வப்பர் யானைமீது அமர்ந்துள்ள முருகப்பெருமானை வணங்கி நிற்பது ஒன்று; மற்றொன்று இவரே மகாநாசிக்

கேரளாந்தகன், இராஜராஜன் வாயில்கள்

ஸ்ரீ விமானம்

கேரளாந்தகன் வாயில்

இராஜராஜன் வாயில்

யானைச் சிற்பம்

ஆடல் வல்லானை இராஜராஜன் வணங்கும் காட்சி

இராஜராஜீஸ்வரமுடைய பரமசாமி (பிரகதீஸ்வரர்)

இடபம் (நாயக்கர் கலை)

பெரியநாயகி (புவனம் மூன்றுடை நாச்சியார்)

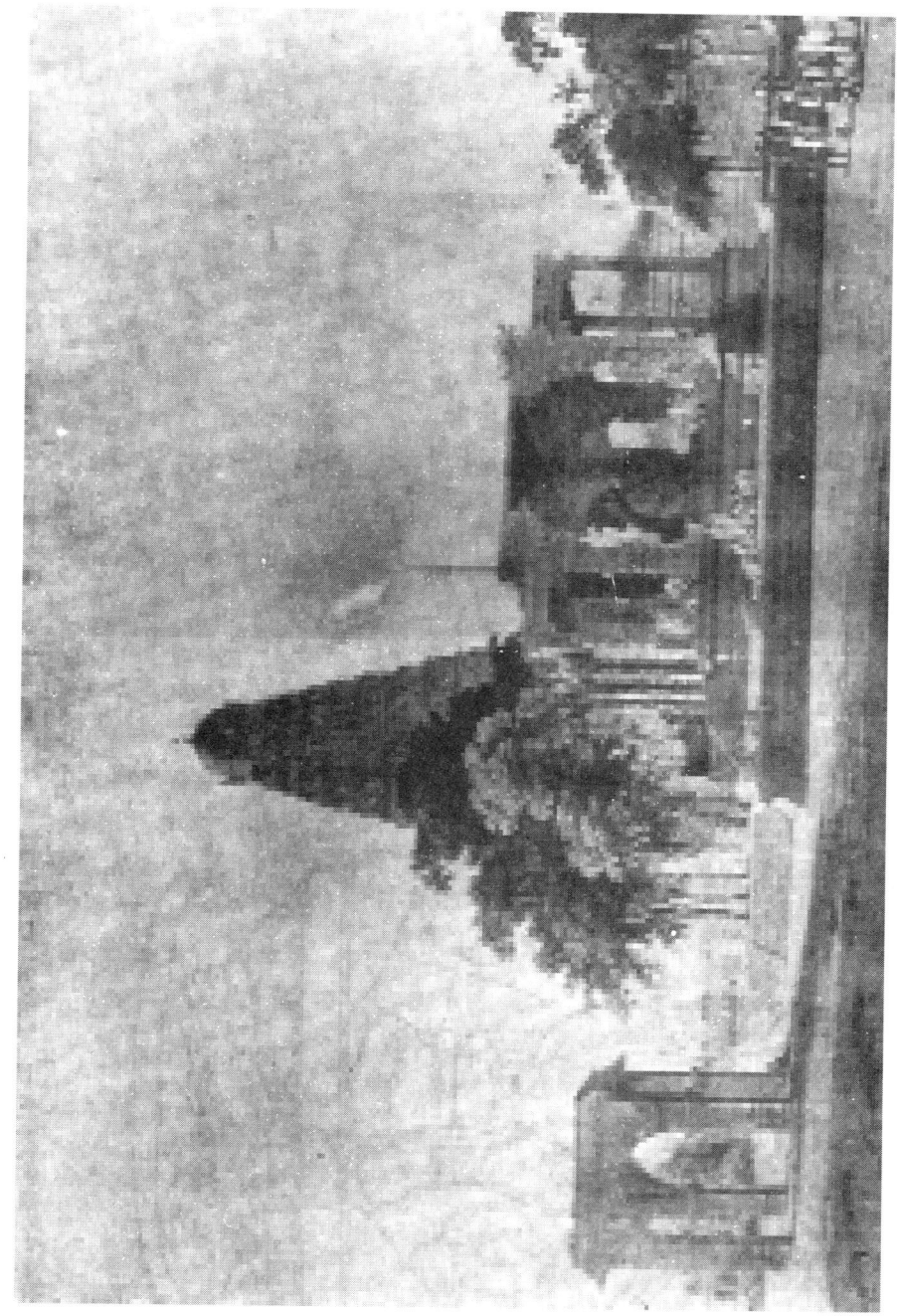

1790இல் டேனியல் என்ற ஆங்கிலேயர் வரைந்த ஓவியம்

ஸ்ரீ விமானம்

அக்னி

கூட்டின் மேலுள்ள கீர்த்திமுகப் பகுதியில் சிவபெருமானையும் தேவியையும் வணங்கி நிற்கும் காட்சி. இதே கோபுரத்தின் அதிட்டானத்தில் செவ்வப்ப நாயக்கர் மற்றும் அவரது மகன் அச்சுதப்பரின் ஆணை ஒன்று கல்வெட்டாக உள்ளது. இவர்கள் காலத்தில் இக் கோபுரம் ஒருமுறை திருப்பணி செய்யப் பெற்றிருக்க வேண்டும்.

இங்குக் கோபுரவாசலுக்கு இடப்புறம் கற்சிற்பமாகக் காணப்பெறும் முருகப் பெருமானுக்கும், இதற்கு மேல் சுதைச் சிற்பமாக உள்ள முருகப்பெருமானுக்கும் ஒரு சிறப்பு உண்டு. **15**ஆம் நூற்றாண்டில் அருணகிரியார் இக்கோபுரத்தின் முருகப் பெருமானைக் குறித்தே திருப்புகழ் பாடியுள்ளார். அதனால்தான் 'தஞ்சை மாநகர் ராஜகோபுரத் தமர்ந்த பெருமாளே' என்று குறிப்பிட்டுள்ளார்.[11]

இக்கோபுரத்தின் பேரெழிலுக்கு மேலும் அழகூட்டும் துவாரபாலகர் சிற்பங்கள் இரண்டிற்கு இணையாக வேறு எந்தத் துவாரபாலகர் சிற்பங்களையும் கூற முடியாது. பிதுக்கம் பெற்ற விழிகளும், கோரைப்பற்களும், வலக் கீழ்க் கரம் காட்டும் தர்ஜனி முத்திரையும் வலிமை மிகுந்த உடற்கட்டும் அவர்களது பலத்தையும், பேராற்றலையும், கோபத்தையும் வெளிப்படுத்தினாலும் முகத்தில் ஒருவிதப் பொலிவையும், உதட்டில் மெல்லிய புன்முறுவலையும் காண்கிறோம். இந்தச் சோழச் சிற்பியின் படைப்பு ஓராயிரம் மோனோலிசா ஓவியங்களைவிட மேலானது.

நுட்பமான வேலைப்பாடுகளையுடைய கிரீடமகுடம், காதுகளில் குழைகள், அவற்றின் உள்ளே ஆந்தைகள், கழுத்தணி, கேயூரம், உதரபந்தம், புரிநூல், இடுப்பாடை, கையில் காப்புகள், காலில் மணி கோர்த்த அணிகள் ஆகியவை அழகுக்கு அழகூட்ட, மேற்கரங்கள் விஸ்மயம் காட்ட, கீழ்க்கரங்களில் ஒன்று கதையின்மேல் அழுந்த, மற்றொன்று தர்ஜனி முத்திரை காட்ட இவ்வற்புதச் சிற்பம் காட்சியளிக்கிறது. கோபுரத்தின் இடப்புறமுள்ள துவாரபாலகரின் வலது கால் கதைமேல் அழுந்தியுள்ளது. அவரது காலடிக்குக் கீழ் ஓர் உடும்பு கீழ் நோக்கிச் செல்கிறது. அருகே பொந்திலிருந்து வெளிப்படும் மலைப்பாம்பொன்று தன் வாயில் யானை ஒன்றினை எலியைக் கவ்வுவதுபோன்று கவ்வியுள்ளது. யானையின் தலையும் முன்னிரு கால்களும் மட்டுமே வெளியில் உள்ளன. இந்தச் சிற்பத்திற்கு மிக ஆழ்ந்த பொருளுண்டு. சிற்பியின் கற்பனை வளத்தின் இமயமாகத் திகழும் இப் படைப்புப்பற்றிக் கோயிலின் உள்ளே உள்ள மற்றொரு துவாரபாலகர் சிற்பத்தினைக் காணும்போது விவரிப்போம்.

கோபுரத்தின் உட்பகுதியிலும் உபபீடபகுதியிலும் பல சிற்பத் தொகுதிகள் உண்டு. தென்புறம் திரிபுர அசுரர்களின் கதைத் தொகுப்பின் மொத்தக் காட்சிகளும் உள்ளன. ஆனால் பல சிற்பங்கள் சிதைக்கப் பெற்றுள்ளன. போதிமரத்தடியில் புத்தராகத்திருமால் அமர்ந்துள்ள நிலை, மாலவனாகிய இடபத்தின்மேல் சிவபெருமான் அமர்ந்தவாறு போருக்குச் செல்லும்போது கணபதி, முருகப்பெருமான் தேவி ஆகியோர் முறையே பெருச்சாளி, மயில், சிம்ம

வாகனங்களில் விரைவாகச் செல்லுதல், தலையில் சிவலிங்கம் சுமந்த அசுரர்கள் ஆகிய ஒரு சில உருவங்களே தெளிவாகச் சிதைவுகளுக்கு இடையே காணப்பெறுகின்றன. இக்காட்சித் தொடருக்குக் கீழாக சுந்தரர் யானை மீது அமர்ந்தும், சேரமான் குதிரை மீது அமர்ந்தும் கயிலை செல்லும் காட்சி உள்ளது. இக்காட்சி மிகவும் சிதைந்த நிலையில் காணப்பெறுகின்றது.

தென்புறம் சிவபிரான் இடபத்தின் மேல் ஒய்யாரமாக அமர்ந்திருக்கப் பூதகணங்கள் குடைபிடித்த வண்ணம் சங்கம் ஊதி, தாளமிட்டுக் குதூகலிக்கின்றன. எதிரில் நான்கு பெண்கள் நிற்கின்றனர். மிக அழகியதொரு படைப்பு இது. வடபுறம் இந்திரன் ஆலயத்தை ஒட்டி மிகப்பெரிய அளவில் உமையொருபாகன், கஜசம்ஹாரமூர்த்தி, ஆறுகரங்களோடு கங்காளமூர்த்தி ஆகிய சிற்பங்கள் சிதைந்த நிலையில் உள்ளன. இச்சிற்பங்களுக்கு மேலாகக் காணப்படும் கூடு எனும் கட்டடப்பகுதியில் சிறிய வட்ட அமைப்பினுள் பெண்களின் எழிலுறு முகங்கள் காணப்பெறுகின்றன.

அணுக்கன் திருவாயிலும் மற்ற வாயில்களும்

இதுகாறும் கோயிலின் கிழக்கு வாயில்களாகத் திகழும் இருபெருங் கோபுரங்களைக் கண்டோம். இனிக் கோயிலின் மொத்த அமைப்பும் எவ்வாறுள்ளது என்பதை நோக்குவோம். இக் கோயிலின் பதஅமைப்பு இரண்டாங் கோபுரமான இராசராசன் திருவாயிலும் அதனுடன் இணைந்து திகழும் புறமதிலும் அடங்கிய பகுதிக்குள்ளே அடங்குவதாகும். புறமதிளில் இராசராசன் திருவாயிலைத் தவிரத் தென்திசையில் இரண்டு வாயில்களும் மேற்குத் திசையில் ஒன்றும் வடதிசையில் ஒன்றும் ஆக நான்கு திருவாயில்கள் உள்ளன. இவற்றுள் மிகச் சிறப்புடைய திருவாயில் வடபுறம் உள்ள ‘அணுக்கன் திருவாயில்’ ஆகும். இப்பெயரும் இராசராசனுடைய கல்வெட்டிலேயே குறிக்கப் பெற்றுள்ளது.[12]

அணுக்கன்வாயிலில் கோபுர அமைப்பு கிடையாது. மரத்தால் செய்யப்பெற்ற நிலைக்கால்கள் போன்று நுண்ணிய வேலைப்பாடுகளோடும், சங்கநிதி, பதுமநிதி, விளக்கு, பூரணகும்பம், சாமரம் ஏந்திய பெண்கள் முதலிய மங்கலச் சிற்பங்களோடும் இவ்வாயில் திகழ்கிறது. வாயிலுக்கு மேலாகச் சாரத் துவாரங்களும், தண்டியங்கள் எனும் வெளியில் பிதுக்கம் பெற்றுத் திகழும் சிம்ம வேலைப்பாடமைந்த கற்களும் உள்ளன. இவற்றினுடன் இணைத்ததாக மரத்தால் செய்யப்பெற்ற அழகிய கூரை அமைப்பு மேலே அக்காலத்தில் இருந்திருக்க வேண்டும். இது சேரநாட்டுக் கோயில்களின் பாணியில் இருந்திருக்கலாம். மரக்கூரையின் மேல் செம்பு அல்லது பொன் ஓடுகள் வேயப்பெற்றிருக்கலாம். காலம் இவற்றைச் சிதைத்து விட்டது. இருப்பினும் இவ் வாயிலின் கொள்ளை அழகை வார்த்தைகளால் வடிப்பது கடினம்.

இராசராசன் தன் அரண்மனையிலிருந்து நாளும் இராஜராஜேச்சரமுடைய பரமசாமியை வழிபட வரும் வழியாக இதுதான் திகழ்ந்திருக்க வேண்டும்.

அதனால்தான் இதனைப் பெருமங்கலப் பெருவாயிலாகப் படைத்துள்ளனர். இன்றும் திருவனந்தப்புரத்திலுள்ள அனந்தபத்மநாபசாமியை வழிபட வரும் கேரள மன்னர் பெரிய கோபுர வாயில் வழியாக வராமல், மன்னர்க்குரிய சிறப்பு வாயில் வழியாக வரும் மரபு தொடர்ந்து வருகின்றது. அணுக்கன் திருவாயிலே நாளும் மாமன்னன் நுழைந்த திருவாயில் என்று கூறுவதற்கு வலுவூட்டும் சான்றாக நிற்பது. இதற்கடுத்த உள்வாயிலில் காணப்படும் அட்டமங்கலச் சிற்பங்களே. கருவறையை அடைய நுழையும் வடபுறத்து அர்த்தமண்டபத்துத் திருவாயிலின் நிலைக்காலில் மட்டுமே அட்டமங்கலச் சிற்பங்கள் பொறிக்கப்பெற்றுள்ளன. எனவே கோயிலினுள் திகழும் கருவறை வாயில்களுள் வடக்கு வாயிலே பெருமங்கலத் திருவாயில் எனும் பொலிவோடு காணப்பெறுகின்றது.

மேற்கு, தெற்கு வாயில்கள் மிகச் சிறப்பான சிற்ப வேலைப்பாடு அல்லது கோபுர அமைப்பு எதுவும் இல்லாமல் சாதாரண வாயில்களாகவே உள்ளன. இவை கேரளநாட்டு கோபுர அமைப்பில் திகழ்ந்தவையாகும்.

திருக்கோயிலமைப்பு

கேரளாந்தகன் திருவாயில், ரிஷபக்கொட்டில், திரு மதிலில் காணப்பெறும் இராசராசன் திருவாயில், அணுக்கன் திருவாயில், மற்ற மூன்று வாயில்கள் என கோயிலின் புற அமைப்பு திகழ்வதைக் கண்டோம். இனி இராசராசன் திருமதிலின் உள்ளே இத் திருக்கோயிலைக் கட்டும் போது அது எவ்வாறு இருந்தது என்பதையும் எந்தத் தத்துவ அடிப்படையில் கட்டப்பெற்றது என்பதையும் காண்போம்.

திருமதிலோடு இணைந்த திருச்சுற்று மாளிகை நாற்புறமும் சூழ்ந்து நிற்க, நடுவே கம்பீரமாய் உயர்ந்து நிற்கும் இராஜராஜேஸ்வரம் எனும் பெருங்கோயில் திகழ, வடபுறம் ஸ்ரீ விமானத்திற்கருகே சண்டீசர் திருக்கோயில் எழில் செய்ய அமைந்ததே தஞ்சைக் கோயிலின் பண்டைய அமைப்பாகும். இவை தவிர வேறு கோயில்கள் எதுவும் பிரகாரத்தில் எழுப்பப்பெறவில்லை.

இராசராசன் தன் சேனாதிபதி கிருஷ்ணன் இராமன் எனும் மும்முடிச் சோழப் பிரமமாராயனுக்கு ஆணையிட்டுத் திருச்சுற்று மாளிகையைக் கட்டுவித்தான் என்பதை இம் மாளிகையின் மூன்றிடங்களில் காணப்பெறும் கல்வெட்டுக்கள் கூறுகின்றன. மூன்றும் ஒரே சாசனத்தின் படிகளாகும்.[13]

இத்திருச்சுற்று மாளிகை இரண்டு தளங்களோடு எடுப்பிக்கப்பெற்று இருக்க வேண்டும். ஆனால் தற்போது ஒரு தளக் கூரையோடு காணப்பெறுகின்றது. இரண்டு தளங்களோடு எடுப்பிக்கப்பெற்று, பின்னாளில் மேல்தளம் அழிந்ததா அல்லது பணிமுடிக்கப் பெறாமலேயே நின்றதா என்று அறுதியிட்டுக் கூறப் போதிய சான்றுகள் இல்லை. இருப்பினும் கட்டுமானக் கூறுகளை ஆராயும்போது இரண்டு தளங்களோடு எடுப்பிக்கப்பெற்று, பின்னாளில் அழிந்திருக்கக வேண்டும் என்றே தோன்றுகிறது. மதிலில் முதல் தளத்திற்கு மேலாக இரண்டாம் தளத்தின் கூரைப்பகுதிக்குரிய தடமும், சில இடங்களில் சுவர்களும் அப்படியே நிற்பதும்;

மூலவரை பூசனை செய்யும் காட்சி

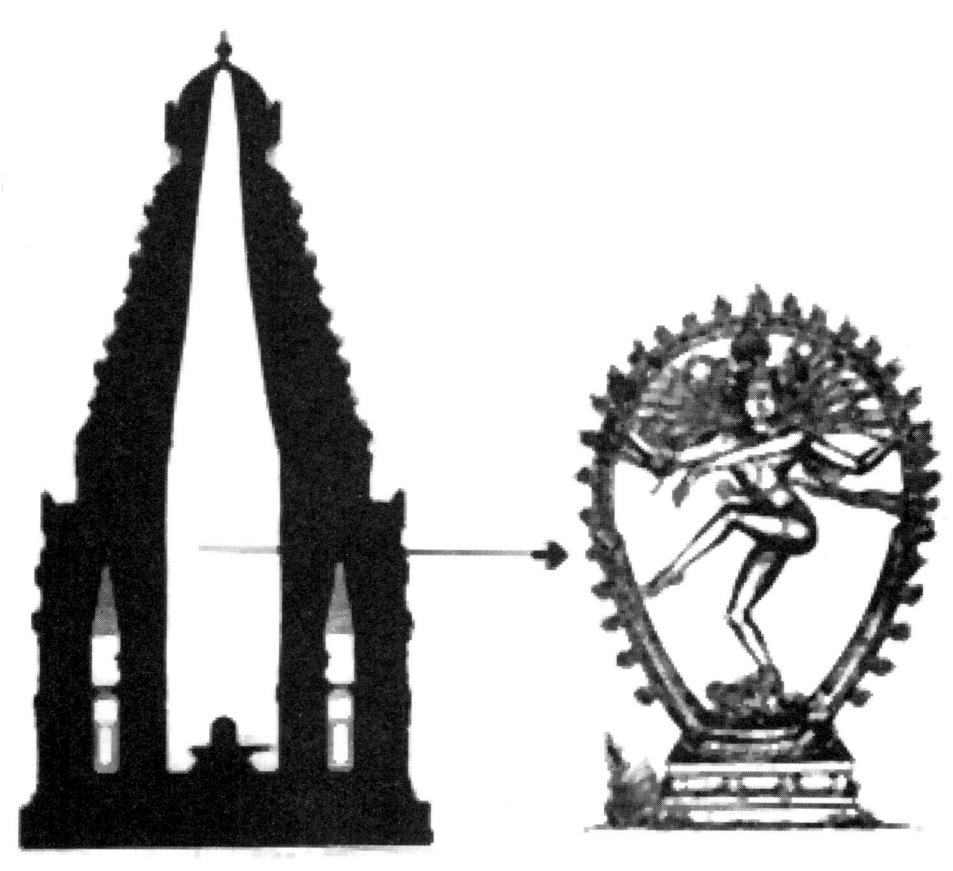

விமானத்தின் உட்கூடு
ஆடவல்லானின் சூக்கும வடிவம் என்பதைக் காட்டும் வரைபடம்

ஸ்ரீ விமானமே சிவலிங்கமாகத் தோன்றும் காட்சி

பஞ்சதேக மூர்த்தி

தத் புருஷ மூர்த்தி

அகோர மூர்த்தி

சத்யோஜாத மூர்த்தி

வாமதேவ மூர்த்தி

ஈசான மூர்த்தி

தஞ்சாவூர்

ஸ்ரீ விமானத்தின் உட்கூடு (கீழிருந்து பார்க்கும் தோற்றம்)

கொடுங்கை அமைப்பு

ஸ்ரீ விமானத்தின் நிழல் விழும் காட்சி

மதிற்சுவரின் வெளிப்புறம் இரண்டாம் தளக்கூரையின் மழைநீர் வெளியேற அமைக்கப்பெற்ற குழல் போன்ற தூம்புகளும் அப்படியே இருப்பதும் இக் கருத்திற்கு வலுவூட்டுகின்றன.

இத் திருச்சுற்று மாளிகையிலும், அதனோடு இணைந்த இராசராசன் திருவாயிலிலும் 36 பரிவார ஆலயங்கள் காணப்பெறுகின்றன. இவ்வாலயங்கள் 36இல் ஏழு ஆலயங்கள் மட்டும் விமான (சிகரம், ஸ்தூபி) அமைப்புடன் திகழ்கின்றன. இவை அட்டதிக் பாலகர்களில் எழுவர்க்குரியனவாகும். தென்கிழக்கில் அக்னி, தெற்கில் இயமன், தென்மேற்கே நிருதி, மேற்கே வருணன், வடமேற்கில் வாயு, வடக்கில் சோமன், வடகிழக்கே ஈசானன், கிழக்கே இந்திரன் (இவ்வாலயம் மட்டும் இராஜராஜன் திருவாயில் என்னும் இரண்டாம் கோபுரத்தோடு இணைந்து சிற்றாலயமாகவுள்ளது) என அட்டதிக் பாலகர் ஆலயங்கள் உள்ளன. அவற்றில் இருந்த அக்நி வருணன் ஈசானன் ஆகிய மூன்று திருமேனிகள் மட்டும் சிதைந்த நிலையில் உள்ளன. மற்றத் திருமேனிகள் இடம்பெயர்ந்தும், அழிந்தும் மறைந்துவிட்டன.

அடுத்து அஷ்ட பரிவார ஆலயங்களுக்கும் 8 கோயில்கள் இருந்துள்ளன. இவற்றுள் மேற்கில் உள்ள விநாயகர் ஆலயம், வடதிசையில் உள்ள சண்டிகேஸ்வரர் ஆலயம் தவிர மற்ற ஆலயங்கள் அனைத்திலும் திருமேனிகள் அழிந்துவிட்டன. பிள்ளையாரின் திருமேனியும் சிதைக்கப்பெற்றே உள்ளது.

சோழர்காலக் கோயில்களில் பரிவார தேவதைகளாகச் சூரியன் சப்தமாதர், கணபதி, முருகன், ஜேஷ்டாதேவி, சந்திரன், சண்டிகேஸ்வரர், பைரவர் என்ற எட்டுத் தெய்வத் திருமேனிகளே இடம்பெற்றிருக்கும். கீழ்த்திசையில் சூரியன் இருக்க, தென்திசையில் சப்தமாதர் ஆகிய பிராம்மி, வைஷ்ணவி, கௌமாரி, வாராகி இந்திராணி, மாகேஸ்வரி, சாமுண்டி என்னும் எழுவரும் மகேசன், கணபதியோடு கோயில் கொண்டிருக்க வேண்டும். இவ்வாறு இருந்த பரிவார தேவதைகள் எண்மரின் திருமேனிகளில் வாராகியும் பைரவரும் சிதைந்த நிலையில் இன்றும் வழிபடப்பெறுகின்றன.

பரிவாராலயத்து உமாபரமேஸ்வரி

முன் கூறப்பெற்றவைகளைத் தவிர அம்மனுக்கென்று தனித்த திருக்காமக் கோட்டம் ஒன்றும் இருந்துள்ளது. வடக்குத் திருச்சுற்று மாளிகையில் உள்ள ஓர் ஆலயத்தின் முன்பு காணப்பெறும் கல்வெட்டொன்று, "திருச்சுற்று மாளிகையில் ஆலயத்து பரமேஸ்வரி" என்று கூறுவதால் இதனை அறிகிறோம். பல்லவர், சோழ கோயில்களை ஆராய்ந்தால் இந்தத் தஞ்சை உமாபரமேஸ்வரி ஆலயம் கட்டப்படும்வரை வேறு சிவாலயங்கள் எதிலுமே தனித்த அம்மன் கோயில் பரிவார ஆலயமாக அமைக்கப்பெறாததை அறியலாம். இராசராசனுக்குப் பின்பு வந்த மன்னர்கள் சிவாலயங்களில் தனித்த அம்மன் கோயிலாகத் திருக்காமக் கோட்டம் எடுக்கும் மரபைப் பின்பற்றினர். எனவே தமிழகக் கோயிற்கலை

வரலாற்றில், தஞ்சைப் பெரிய கோயிலின் திருச்சுற்று மாளிகையில் இராசராசனால் எடுக்கப்பெற்ற பரிவார ஆலயமான உமா பரமேஸ்வரி ஆலயமே தனியாக அம்மன் கோயிலை உருவாக்கும் மரபின் முதற் கோயில் எனக் கூறலாம்.

கிழக்குக் கோபுரத்து நாகராஜர் தவிர கிழக்கு திருச்சுற்றில் அட்டநாக தேவதைகளின் கற்சிற்பத் திருமேனிகளோடு இம்மன்னன் காலத்தில் வார்க்கப்பெற்ற செப்புத் திருமேனிகள் அனைத்தும் இத்திருச்சுற்று மாளிகையிலேயே இடம்பெற்றுத் திகழ்ந்தன. அட்டதிக் பாலகர்களின் விமானங்களில் அந்தந்தத் தேவதைகளின் வாகனங்கள் சுதையால் அணி செய்யப் பெற்றுக் காணப்பெறுகின்றன. அக்னிக்கு ஆடும், இயமனுக்கு எருமையும், நிருதிக்கு நரனும், வருணனுக்கு மகரமும், வாயுவிற்கு மானும், ஈசானனுக்கு ரிஷபமும் உள்ளன. ஆனால் குபேரனுக்குரிய ஆலயத்தில் சிங்கம் இருப்பது புதுமையாக உள்ளது. அட்டதிக்குப் பாலகர் ஆலயங்களுக்கு இராசராசனின் ராஜகுரு ஈசான சிவபண்டிதர் ஸ்தூபத்தறி (கலசம்) வைக்கச் செப்புக் குடங்கள் கொடுத்துள்ளார். இதுபற்றிக் கூறும் இவ்வாலயத்துக் கல்வெட்டு அந்தந்த ஆலயத்து தெய்வத்தின் பெயரை "யமராஜா", "அக்நிராஜா", "வருணராஜா" என்று கூறுகிற இடத்தில் வடதிசை ஆலயத்துத் தெய்வத்தின்பெயர் சிதைந்துள்ளதால் பெயரறிய வாய்ப்பில்லாமல் போய்விட்டது. பாண்டிச்சேரி, பிரெஞ்சு இந்தியக் கழகத்தைச் சார்ந்த மேடம் லெர்னோ, இது சோமனுக்கு எடுக்கப்பெற்றதாகத்தான் இருத்தல் கூடும் என்றும், இலங்கையில் சோமனாகிய சந்திரனுக்குச் சிம்ம வாகனம் உடைய மரபு சிற்பங்களில் உள்ளதாகக் கூறுகிறார்.

சிதம்பரம் நடராசப் பெருமான் திருக்கோயிலின் மேற்கு கோபுரத்திலுள்ள சந்திரனின் உருவத்திற்கு கீழாக நிற்கும் சிம்மம் எனும் ஒருவகை மரபு உள்ளதை இச்சிற்பத்தால் அறிகிறோம். எனவே தஞ்சை திருக்கோயிலின் வடதிசை தெய்வமாக சோமனே போற்றப்பெற்றார் என்பது உறுதி பெறுகின்றது.

ஸ்ரீ விமானம்

"பாண்டிய குலாசனி வளநாட்டுத் தஞ்சாவூர்க் கூற்றத்துத் தஞ்சாவூர் நாம் எடுப்பிச்ச திருக்கற்றளி ஸ்ரீ ராஜராஜீஸ்வரமுடையார்க்கு ......" என்றும்; "ஸ்ரீ ராஜராஜதேவர் ஸ்ரீ ராஜராஜீஸ்வரமுடையார் ஸ்ரீ விமானத்து செம்பின் ஸ்தூபத்தறியில் வைக்கக் குடுத்த செப்புக்குடம் ஒன்று ......" என்றும் கூறும் கல்வெட்டு வரிகளால் இராசராசன் தன் பெயரால் எடுத்த இக் கற்றளி பற்றியும், அதன் ஸ்ரீ விமானத்துக் கலசத்திற்காகக் குடம் அளித்தது பற்றியும் அறிகிறோம். இராஜராஜேச்சரத்து ஸ்ரீ விமானம் பழந்தமிழகக் கட்டடக்கலை ஆற்றலின் இமயமாகத் திகழ்வதாகும். இந்த ஸ்ரீ விமானம் 30.18மீ சதுர அளவுடைய உயர்ந்த அதிஷ்டானத்தின் மேல் கருவறை நடுவே திகழ, அதனைச் சுற்றி நான்கு புறமும் வாயில்களுடனும் சாந்தாரம் எனும் சுற்று அறையுடனும் திகழ்கின்றது. இராஜராஜேச்சரமுடையார் எனும் மிகப்பெரிய இலிங்கத் திருவுருவம் நடுவே திகழ, ஒரே வாயிலும் 11அடி கனமுடைய சுற்றுச் சுவர்களுடனும் கருவறை உள்ளது. கருவறைக்கு வெளிப்புறம் அமைந்துள்ள சாந்தாரம் என்னும் அறை 6 அடி

அகமுடையதாய் விளங்குகின்றது. இதற்குப் புறச்சுவர்களாய்த் திகழும் நான்கு பக்கச் சுவர்களின் அகலம் 13 அடி கனமுடையதாகும். இவ்வாறு உட்சுவர்களும், புறச்சுவர்களும், விளங்க விமானம் மேலெழுகின்றது. சிவலிங்கத் திருமேனிக்கு மேல் விதானம் போன்ற மரத்தாலான கூரைத்தளம் ஒன்று காணப்படினும் இது பிற்காலத்திய சேர்க்கையாகும். சாந்தாரத்தின் முதல் தளம் உள், வெளிச்சுவர்களை இணைத்து, அதற்குமேல் மற்றொரு சுற்றறையை ஏற்படுத்தி நிற்கின்றது. கீழ்ப்புறச் சுற்றறையில் தென்திசை வாயிலுக்கு எதிரே ருத்ரமூர்த்தியின் மிகப்பெரிய திருவுருவமும், மேற்கு வாயிலுக்கு எதிரே நிருத்தமூர்த்தியின் திருவுருவமும், வடபுற வாயிலுக்கு எதிரே மனோன்மனியின் திருவுருவமும் கற்சிற்பங்களாக அமைந்துள்ளன. இதே அறையின் இருபுறச் சுவர்களிலும் இப்போது சோழர்கால ஓவியங்களோடு நாயக்கர் கால ஓவியங்களும் காணப்பெறுகின்றன.

இரண்டாம்நிலை (மாடியில்) உள்ள சுற்றறையில் சிவபெருமானே நாட்டியம் ஆடுவதாக உள்ள கரணச்சிற்பங்கள் உள்ளன. இச்சுற்றறையின் மேல் நிலையில் இருபக்கச் சுவர்களும் ஒவ்வொரு அடுக்கிலும் ஒவ்வொரு கல்லாக நீண்டு இறுதியாக உட்புறச்சுவர்களும் வெளிப்புறச்சுவர்களும் ஒன்றாக இணைந்து 30அடி கனமுடைய தளத்தினை உருவாக்கியுள்ளன. இத் தளத்திலிருந்து சதுர வடிவில் பிரமிட் அமைப்பில் குவிந்த வண்ணம் 13 அடுக்குகளில் விமானம் மேல் நோக்கி உயர்ந்து சென்று, கடைசியாக 8.7மீ பக்க அளவுடைய ஒரு சதுரத் தளத்தை உருவாக்குகின்றது. இத் தளத்தின் மேல் நான்கு மூலைகளிலும் 1.34மீ உயரமும் 1.40மீ நீளமும் கொண்டு பக்கத்துக்கு இரண்டிரண்டாக எட்டு நந்திகள் உள்ளன. மையத்தில் 20மீ சுற்றளவுள்ள கிரீவம், அதன் மேல் பிரம்மாண்டமான சிகரம் ஆகியவற்றோடு சுமார் 12அடி உயரமுடைய கலசத்தையும் பெற்றுக் கம்பீரமாகத் திகழ்கிறது. இந்த ஸ்ரீ விமானம் தரையிலிருந்து கலசம் வரை 60.40மீ உயரமுடையதாகும்.

சிகரத்தின் நான்கு திக்குகளிலும் எழில் கொஞ்சும் கீர்த்திமுகங்கள் உள்ளன. மையத்தில் யாளித்தலையும், அதற்குக்கீழ் வாள் கேடயம் ஏந்திய பூதகணங்களின் ஓர் அணியும், அதற்குக் கீழே அணிவகுத்து நிற்கும் யானைகளும், அனைத்திற்கும் கீழாக யாளிமுக வரிசையும் கொண்டு இந்தக் கீர்த்திமுகங்கள் அமைந்துள்ளன. கிரீவத்தின் நான்கு திசைகளிலும் கீர்த்திமுக அமைப்புக்கு கீழாகப் பத்மாசனத்தில் சிவபெருமான அமர்ந்துள்ள சிற்பங்கள் உள்ளன. தெற்கு, மேற்குத் திசைகளில் அபயம் வரதம் காட்டித் திரிசூலமும், மழுவும் ஏந்திய கரங்களோடு திருவுருவங்கள் உள்ளன. வடக்குத்திசையில் உள்ள சிற்பத்தில் மழு, திரிசூலம் ஏந்திய நிலையில் அபயம் காட்டி, மாதுளம் கனி ஏந்தியவாறு அமர்ந்துள்ளார். கிழக்கில் உள்ள சிற்பத்தில் மான் மழு ஏந்தியவராக, அபயவரத கரங்களோடு அமர்ந்து, அருள்பாலிக்கும் நிலையைக் காணமுடிகிறது.

கிரீவத்தோடு சிகரம் அமைந்துள்ள 8.7மீ சதுரத் தளம் ஒரே கல்லால் ஆனது அல்ல. இது பிரமரந்திரக் கல்லும் அல்ல. இது 80 டன் எடையுடையது என்பதும்,

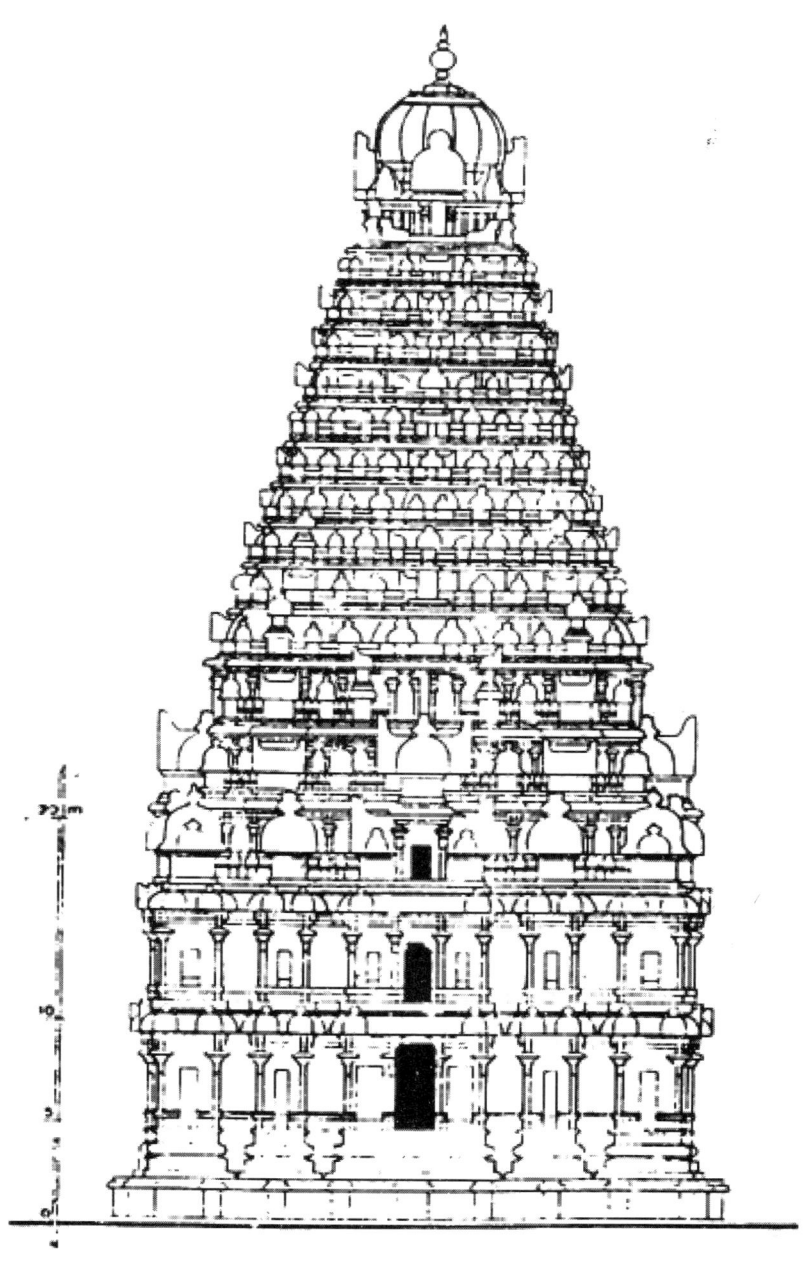

விமானம் வரைப்படம்

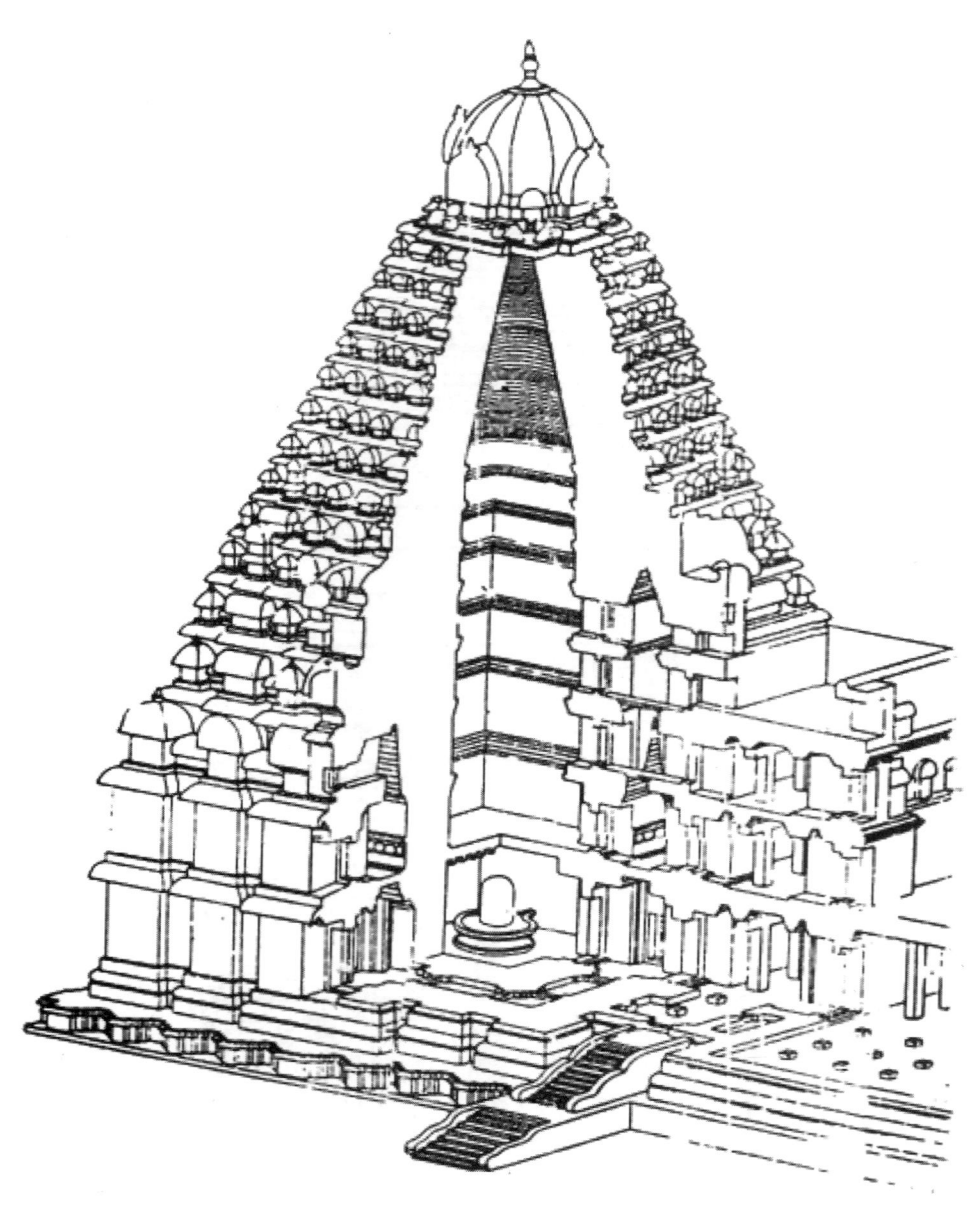

ஸ்ரீ விமானம் ஒரு பகுதி மட்டும் வெட்டுத் தோற்றம்

ஸ்ரீ விமானத்தின் சுவர்கள் அமைப்பு

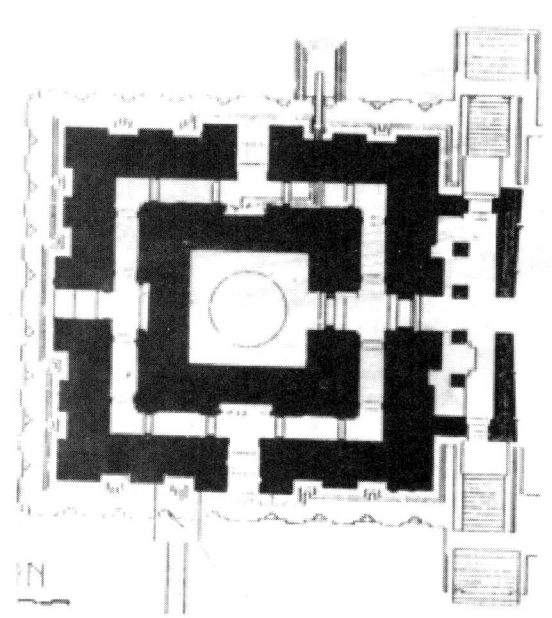

கருவறை வரைபடம்

இராஜராஜன் காலத்து மகா மண்டப அமைப்பு

தற்போதைய மகா மண்டபத்து அமைப்பு

அழகி என்ற கிழவி கொடுத்தது என்ற கதையும் கற்பனைகளே.[14] ஸ்தூபிவரை மேலே சென்று, எல்லாப் பகுதிகளையும் ஆராய்ந்து அளந்தபோது இக்கட்டுமானம் முழுவதும் பல துண்டுக் கற்களால் ஆனது என்பது உறுதியாகத் தெரிந்தது.[15] ஒரே கல்லால் அமையாவிட்டாலும் இச் சிகரமானது வியப்பூட்டும் வகையில் அமைந்துள்ள நேர்த்தியான படைப்பும், உலகக் கட்டடக்கலை அறிஞர்கள் அனைவரும் வியக்கும் ஒப்பரிய படைப்பும் ஆகும் என்பது திண்ணம்.

கிரீவப் பகுதியில் வடமேற்கு மூலையில் 1.53மீ உயரத்தில் நிற்கும் பூதகணம் ஒன்று மிகச்சிறப்பாக வடிக்கப்பெற்றுக் காணப்பெறுகின்றது. இப் பூதம் சிகரத்தைத் தாங்கி நிற்பது போன்று இருப்பினும், சிரத்திலிருந்து ஒரு துளை இடப்பெற்று அது பூதத்தின் உடல் வரை அமைந்துள்ளது. இத் துவாரத்தில் முன்னாளில் மரக்கழியைச் சொருகி ரிஷபக்கொடியை பறக்க விட்டுள்ளனர். வடநாட்டுக் கோயில்களில் கலசத்திற்கு அருகே கொடி பறப்பது போன்று இங்கும் செய்துள்ளனர்.

விமானத்தின் 13 ஆவரணங்களிலும் உள்ள சாலைகள், கூடுகள் ஆகியவையும், மையப்பகுதியிலுள்ள தெய்வத் திருவுருவங்களும் அழகாகச் சுண்ணச் சுதையால் அலங்கரிக்கப்பெற்றுக் காணப்பெறுகின்றன. கீழ்த்திசையில் சிவபெருமானும் உமையும் தேவர்களுடன் திகழும் கயிலைக் காட்சி காட்டப்பெற்றுள்ளது. பின்னணியில் கயிலைமலை போன்ற காட்சியும் சித்தரிக்கப்பெற்றுள்ளது. விமானத்தின் உட்கூடு இலிங்கத்தின் உச்சியிலிருந்து கலசத்தின் பீடம்வரை தொடர்கிறது. இவ்வமைப்பே தஞ்சைக் கோயிலின் தனிச்சிறப்பாகும். குஞ்சரமல்லனாகிய இராஜராஜப் பெருந்தச்சன் என்பவனின் மகத்தான பெருஞ்சாதனையான இக் கட்டுமானம் வெறும் கட்டடக்கலையை மட்டும் காட்டுவதன்று. இசைவ மெய்ப்பொருளாகிய சிவதத்துவத்தின் வெளிப்பாடே இக்கட்டட அமைப்பாகும். இதுபற்றிப் பின்னர் விரிவாகக் காண்போம்.

கருவறை, அர்த்தமண்டபம், மகாமண்டபம், முகமண்டபம் ஆகியவை இணைந்து மாபெரும் கோயிலாகத் திகழ்கிறது. மகாமண்டபத்தின் நுழைவு வாயிலாக முகமண்டபம் அமைந்துள்ளது. இதற்குத் தென்புறமும் வடபுறமும் இரண்டு படிக்கட்டுகள் உள்ளன. நேர்கிழக்காக அமைந்துள்ள படிக்கட்டுகள் பிற்காலத்தியவையாகும். அதுபோன்றே முகமண்டபத்தின் தூண்கள், கூரை, மகாமண்டபத்தின் நடுவே அமைந்துள்ள குறுக்குச் சுவர், முற்பகுதியில் உள்ள தூண்கள் ஆகியவை 15ஆம் நூற்றாண்டுப் பணிகளாகும். இங்கு பல்லவர்கால சிம்மத்தூண் ஒன்றும் இடம் பெற்றுள்ளது. நீண்டு மேலே இரண்டுதள அமைப்போடு திகழ்ந்த மகாமண்டபம் பெரிதும் அழிவுபட்டதால் பின்னாளில் ஒரு தளமுடைய மகாமண்டபமாக மாற்றியுள்ளனர். இதன் உள்ளே (குறுக்குச் சுவருக்கு அடுத்தார்ப்போல் உள்ள பகுதியில்) உள்ள தூண்கள் சதுரவடிவில் பிரம்மாண்டமாய்த் திகழ்கின்றன. இவை சோழர் காலத்திய தூண்களாகும்.

முகமண்டபத்தில் இரண்டு படிக்கட்டு அமைப்புகள் உள்ளது போன்றே அர்த்தமண்டபத்திலும் தென்புறமும், வடபுறமும் படிக்கட்டுகள் உள்ளன.

தென்புறப் படிக்கட்டின் வெளிவிளிம்பின் கீழ்திசையில் திரிபுரதகனச் சிற்பங்களுக்கு மிகச் சிறப்பிடம் அளிக்கப்பெற்றுள்ளது. போதிமரத்தடியில் புத்தராகத் திருமால், திரிபுர அசுரர்களுக்குப் பிடகம் உரைக்கும் திருமால், திரிபுரங்களின் தாக்குதல்கள், பசுக்களும், தேவர்களும், அஞ்சுதல், சிவபெருமான் தேரேறி வருதல், திரிபுரங்களை அழித்து, அசுரர்களுக்கு அருளுதல் ஆகிய காட்சிகள் உள்ளன.

இதே தென்புற படிக்கட்டுக்களின் வெளி விளிம்பின் மேற்கு திசையில் மலர் அம்பு எய்த காமனை நெற்றிக்கண்ணால் எரிக்கும் சிவபெருமான் (உமாதேவியுடன் இருப்பது சிறப்பு அம்சம்) பகீரதனின் வேண்டுகோளுக்காக கங்கையை சடையில் ஏந்தும் கங்காதரர் ஆகிய சிற்பக்காட்சிகள் உள்ளன.

இதேபோன்று வடபுறம் உள்ள படிக்கட்டுகளின் பக்கவாட்டில் மேல்புறம் தக்கனதுயாகக் காட்சியும் தக்கன் தலையைக் கொய்த வீரபத்திரர் அதனை வேள்வித் தீயில் இடுதலும், தலையிழந்த முண்டபமாகத் தக்கன் நிற்றலும், சிவனருளால் ஆட்டுத்தலையைப் பெற்று தக்கன் பிழைத்தலும் போன்று சிற்பத் தொகுப்புகள் உள்ளன.

வடபுற வாயிலின் கீழ்ப்புறத்தில் சண்டேசர் கதைக் காட்சிச் சிற்பங்கள் உள்ளன. பசுக்கூட்டங்கள் இருக்க இலிங்க உருவைப் பூஜை செய்யும் விசாரசர்மன், குரா மரத்தில் மறைந்திருந்து பார்க்கும் தந்தை, பாற்குடத்தை இடறிய தந்தையின் கால்களை மழுவால் வெட்டும் விசாரசர்மன், சிவபெருமானும் உமையும் அமர்ந்து கொண்டு, தேவர்கள் வாழ்த்தத் தான் சூடியுள்ள கொன்றை மாலையை விசாரசர்மனுக்குச் சூட்டிச் சண்டீசபதம் அருளுதல் ஆகிய காட்சிகள் மிக அற்புதமாக வடிக்கப் பெற்றுள்ளன. இக்காட்சித் தொகுப்பின் அருகே பார்த்தனுக்கு பசுபதம் அருளும் கிராதார் ஜீனிய கதைக்காட்சி இடம் பெற்றுள்ளது. வேடனாக வந்த சிவனும், அர்சுணனும் போரிடும் காட்சி இங்கு காணப்பெறுகின்றது.

துவாரபாலகர்கள்

முகமண்டபத்தில் மிகக் கம்பீரமாக இரண்டு துவாரபாலகர் சிற்பங்கள் உள்ளன. இதில் தென்புறம் உள்ள துவாரபாலகரின் காலடியில் மலைப்பாம்பு ஒன்று யானையை விழுங்கும் காட்சி காட்டப்பெற்றுள்ளது. இதைப் போன்றதொரு சிற்பக் காட்சியை இராசராசன் திருவாயிலின் துவாரபாலகர்பாலும் முன்னரே குறிப்பிட்டோம். இது மிகுந்த பொருளை உடைய சிற்பமாகும். கோயில் அமைப்பே ஒரு மாபெரும் தத்துவம் என்பதை விளக்கும்போது இச் சிற்பம் பற்றியும் காண்போம்.

இவை போன்றே 18 அடி உயரமுடைய துவாரபாலகர் சிற்பங்களாகக் கருவறை வாயிலில் (அர்த்த மண்டபத்துள்) இரண்டும், தென்திசை வாயிலில் இரண்டும் வடதிசை வாயிலில் இரண்டுமாக 6 துவாரபாலகர் சிற்பங்கள் உள்ளன. இருபுற

வாயில்களிலும் உள்ள துவாரபாலகர் சிற்பங்கள் பின்னாளில் உடைக்கப் பெற்றுக் கைகால்கள் பின்னமடைந்துள்ளதால் அவற்றைப் பிற்காலத் திருப்பணிகளின் போது சுதை கொண்டு சீர் செய்துள்ளனர். சாந்தார அறையின் மூன்று வாயில்கள், அர்த்தமண்டபத்தின் தெற்கு, வடக்கு வாயில்கள் ஆகிய ஐந்து வாயில்களையும் காத்து நிற்பவர்கள் சிவபெருமானின் தசாயுத புருடர்களே என்பது குறிப்பிடத்தக்கதாகும். வாள், கதை, சக்தி, திரிசூலம், மழு போன்ற ஆயுதங்களை ஏந்தியுள்ள ஆயுதபுருடர்களே தற்போது சிதைவு பெறாமல் உள்ளனர்.

கோஷ்ட தெய்வங்கள்

மகாமண்டபத்தில் தொடங்கி அர்த்தமண்டபம், கருவறையைச் சுற்றி மீண்டும் மகாமண்டபம் வரை 24 கோஷ்டங்களில் தெய்வத் திருவுருவங்கள் உள்ளன. கணபதி, ஸ்ரீ தேவி, பூதேவியுடன் திருமால், கஜலெட்சுமி, சூரியன், விஷ்ணு அநுகிரக மூர்த்தி, பிட்சாடனர், அகோரமூர்த்தி, காலகாலமூர்த்தி, ஆடவல்லான், ஹரிஹரர், இலிங்கோத்பவர், சத்யோஜாதர், சந்திரசேகரர் (பிரபையுடன்) உமையொருபங்கன், கங்காதரர், வாமதேவமூர்த்தி, ஆலிங்கனமூர்த்தி, ஈசானமூர்த்தி, சந்திரன், சரஸ்வதி, மகிஷாசுரமர்த்தினி, பைரவர் திரிபுராந்தகர் ஆகிய திருவுருவங்கள் உள்ளன. இதே மகாமண்டபத்தின் முற்பகுதியில் உள்ள மாடங்களில் வாளும், கேடயமும் ஏந்திய வீரர்களின் உருவங்கள் உள்ளன. முதல் தளத்தில் கும்ப பஞ்சரங்களும் அணி செய்கின்றன. கபோதகத்திற்குக் கீழ் உள்ள பகுதியில் கிருஷ்ண லீலையின் பல காட்சிகள் இடம்பெற்றுள்ளன. குடக் கூத்தாடும் கண்ணனின் சிற்பம் மிக அழகியதாகும். கொடுங்கையை அழகு செய்யும் கூடுகளிலும் பல வகையான சிற்பக் காட்சிகள் உள்ளன. குறிப்பாக சிவபெருமான் நடுவே நிற்க இருபுறமும் உமையும், கங்கையும் இருதேவியராக நிற்கும் அரிய காட்சியும், உமையவள் முன்பு அந்திநடம் ஆடும் சிவனின் தோற்றமும் குறிப்பிடத்தக்கவையாகும்.

மாலவனுக்குச் சக்கரம் ஈந்தபிரான்

தென்புறக் கோஷ்டத்திலுள்ள இச்சிற்பமும், இதனுடன் இணைந்த சுவர்ச் சிற்பங்களும் வேறு எங்கும் காணமுடியாத அரிய சிற்பங்களாகும். பெரிய இலிங்க உருவத்தில் உள்ளே (குடைவாக உள்ள பகுதிக்குள்) மான் மழு ஏந்திய சிவபெருமானின் முழு உருவம் உள்ளது. பொதுவாக இதனை ஒத்த இலிங்கோத்பவர் சிற்பங்களில் இலிங்க உருவத்திலுள்ள சிவபெருமானின் பாதங்களும், தலை உச்சியும் காட்டப்பெறாமல் இருக்கும். ஆனால் இச்சிற்பம் இலிங்கோத்பவ மூர்த்தியில் இருந்து வேறுபட்டதாகும்.

சிவபெருமானின் திருவடிகளுக்கு அருகில் சங்கும், சக்கரமும் ஏந்திய திருமால் கால்களை மண்டியிட்ட வண்ணம் இருகரங்கள் கூப்பிச் சிவபெருமானை வணங்கும் கோலச் சிற்பமும் உள்ளது. கோஷ்டத்திற்கு வெளியே இரு, அடியார்கள் கைகூப்பி வணங்கும் கோலச் சிற்பங்கள் உள்ளன. இவற்றோடு

குள்ள பூதமொன்று சக்கரம் ஒன்றினை இருகரங்களிலும் ஏந்தி நிற்கிறது. மாலவனுக்குச் சிவபெருமான் சக்கரம் கொடுத்த காட்சியே இங்கு சிற்பத் தொகுதியாக விளங்குகின்றது எனலாம். இங்கு காணப்பெறும் இரண்டு வணங்கும் கோல அடியார்களை இராஜராஜன் மற்றும் அவள் மகன் இராஜேந்திரன் எனக் கொள்ளலாம்.

இரண்டாம் தளத்தில் உள்ள அனைத்துக் கோஷ்டங்களிலும் வில்லேந்திய தெய்வ உருவக் கோலங்களையே காணமுடிகின்றது. முப்பத்திரண்டுக்கும் மேற்பட்ட சிற்பங்கள் இவ்வாறு கோஷ்டங்களில் இருப்பதை வேறு எங்கும் காணமுடியாது. வில்லேந்திய நிலையில் திகழும் இச்சிற்பங்களைத் திரிபுராந்தகர் என சிலர் தவறாகக் கருதுவர். இவை சிவபெருமான் உறையும் மகாமேரு பர்வதத்தை பல ஆவரணங்களில் காத்து நிற்கும் மூர்த்தீஸ்வரர், வித்யேஸ்வரர் இராஜராஜேஸ்வரர் உருத்திரர்கள் எனக் கூறப்பெறும் தெய்வக் குழுவினரின் திருவுருவங்களாகும்.

அர்த்தமண்டபத் திருவாயில்கள்

அர்த்தமண்டபத்தின் தென்புற வாயிலின் நிலைக்காலுக்கு மேலாக 'ஸ்வஸ்திஸ்ரீ விக்கிரமசோழன் திருவாயில்' என்ற கல்வெட்டு காணப்பெறுகின்றது. இது மாமன்னனின் மகனான இராசேந்திர சோழனைக் குறிப்பதாகும். இவ்வாயிலுக்கு நேர் எதிரே வடபுறம் உள்ள திருவாயிலுக்கு பெயரெதுவும் குறிப்பிடப் பெறாவிட்டாலும் இது முக்கியத்துவம் வாய்ந்த திருவாயிலாகும். இவ்வாயிலுக்கு நேர் எதிராகத் திருச்சுற்று மாளிகையில் உள்ள வாயிலே அணுக்கன் திருவாயில் என்பதை முன்னால் விரிவாக விவரித்தோம். அர்த்தமண்டபத்து இவ்வாயிலின் மேற்புறம்

1. குத்து விளக்கு
2. துவஜ ஸ்தம்பம்
3. மகரம்
4. இனை சாமரம்
5. சிம்மம்
6. யானை
7. ரிஷபம்
8. மத்தளம்

ஆகிய சிற்பங்கள் அட்டமங்கலமாகப் பொறிக்கப்பெற்றுள்ளன. இதேபோன்று சாந்தார அறையின் தெற்கு வாயிலின் உத்திரத்தில் இதே எட்டு மங்கலச் சின்னங்களும் மத்தளத்தில் தொடங்கி குத்து விளக்கில் முடியுமாறு அமைந்துள்ளன.

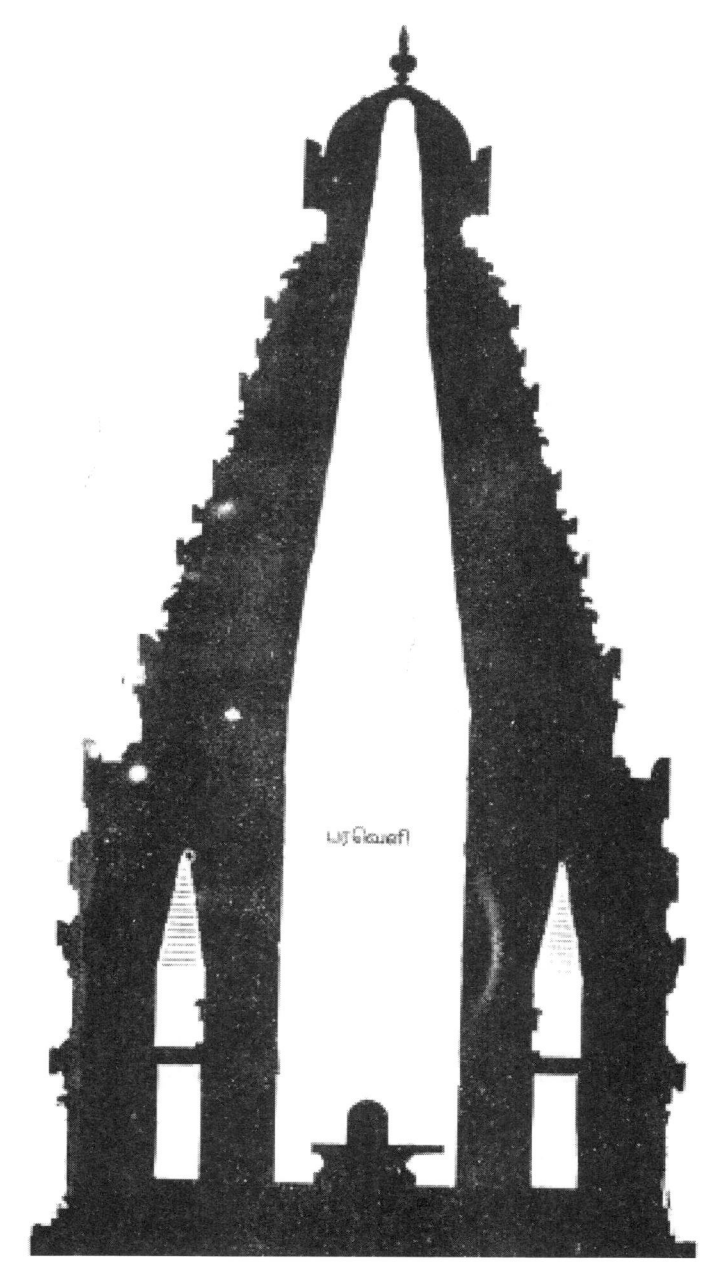

தஞ்சை கோயில் விமானம் (குறுக்கு வெட்டுத் தோற்றம்)

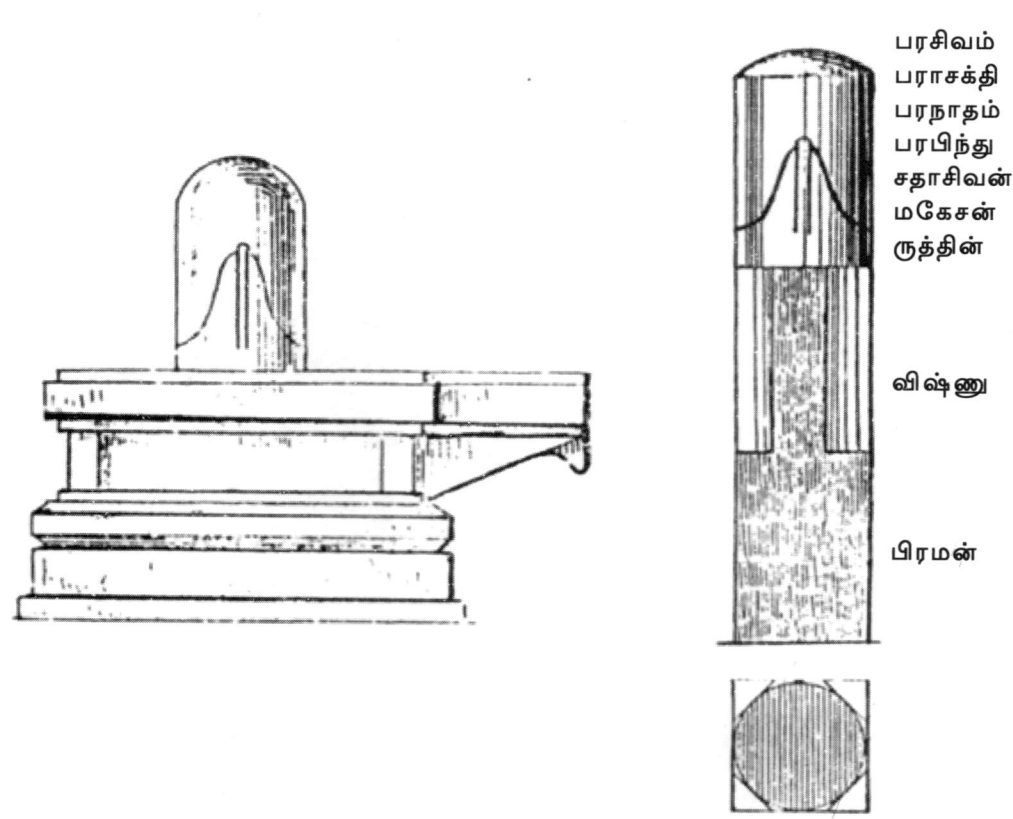

சிவலிங்கத் திருமேனியும் நவதத்துவமும்

ஆடல் வல்லான்

மகாமேருவிடங்கர்
(கல்வெட்டில் கூறியுள்ளபடி வரையப்பட்ட ஓவியம்)

தட்சிணமேரு

தட்சிணமேருவை இராஜராஜன்
பொன்வேய்ந்தது பற்றி குறிப்பிடும் கல்வெட்டு

தட்சிண மேருவும் தஞ்சைக் கோயிலின் தத்துவமும்

தஞ்சைப் பெருங்கோயிலின் உயர்ந்த தத்துவத்தை அறிந்தால்தான் அக் கோயிலைப்பற்றி நாம் புரிந்துகொண்டவர்களாவோம். கட்டுமான அமைப்பிலிருந்து, பூசைகள் வரை அனைத்தும் ஒரே தத்துவ அடிப்படையில்தான் அமைந்துள்ளன.

> 'ஸ்ரீ ராஜராஜீஸ்வரம் உடையார்க்கும், தக்ஷிணமேரு
> விடங்கர்க்கும் தூபத்தோடு காட்டும் தீபத்துக்கும்
> கற்பூரத் திரியிட்டு எரியவைத்த பொலிசை காசும்"[16]

என்ற கல்வெட்டு வரிகள், மாமன்னன் இராசராசன் காலத்தில் ஸ்ரீ கார்யமாக இருந்த பொய்கை நாடு கிழவன் ஆதித்தன் சூரியனான தென்னவன் மூவேந்தவேளான் வைத்த அறச்செயல் பற்றி விளக்கும் பகுதியாகும். இங்குக் குறிப்பிடப் பெறும் ஸ்ரீ ராஜராஜேஸ்வரம் உடையார் என்பது கருவறையிலுள்ள மூலவரான சிவலிங்கத் திருமேனியையும், தக்ஷிணமேருவிடங்கன் என்பது ஆடவல்லானாகிய நடராசப் பெருமானையும் குறிப்பவையாகும். இதனை, "ஆடவல்லார் தக்ஷிணமேரு விடங்கர் நம்பிராட்டியார் உமாபரமேஸ்வரியார்"[17] என்ற கல்வெட்டு வரியால் அறிய முடிகின்றது. இங்கு நடராசப் பெருமானுக்கு ஆடவல்லான் என்னும் இப்பெயர் எதனால் வந்தது என ஆராய்வது இன்றியமையாத ஒன்றாகும். திருமாளிகைத் தேவர் 'விடங்கொள் கண்டத்தெம் விடங்கனே யுன்னைத் தொண்டனேன் விரும்புமா விரும்பே'[18] என்று விடங்கர் எனும் சொல்லால் நடராசப் பெருமானைக் குறித்துள்ளார். மேலும் தில்லைப் பேரம்பலத்திற்கு மேரு எனும் பெயர் வழங்கிற்று என்பதனைச் சேக்கிழார் சுவாமிகள்,

> "பெருமதில் சிறந்த செம்பொன்மா ளிகைமின்
> பிறங்குபே ரம்பல மேரு
> வருமுறை வலங்கொண் டிறைஞ்சிய பின்னர்
> வணங்கிய மகிழ்வொடும் புகுந்தார்"[19]

எனக் கூறுவதிலிருந்து நடராசப் பெருமான் உறையும் அம்பலத்திற்கு மேரு என்ற சொல் வழக்கில் இருந்துள்ளது என்பதை அறியலாம்.

ஒட்டக்கூத்தர் தக்கயாகப் பரணியில்

> "நீடிய வெண்டிசை நிழல் வாய்ப்ப
> நேரிய தெக்கிண மேருவென்னப்
> பீடிகை தில்லை வனத் தமைத்த
> பெரிய பெருமாளை வாழ்த்தினவே"

என்ற வரிகளால் இரண்டாம் குலோத்துங்க சோழன் தில்லையம்பதியில் தட்சிண மேருவென்ன விமானம் அமைத்தான் என்பது அறிகிறோம். பீடிகை என்பது விமானம் என்பதைக் குறிக்கும்.

தஞ்சையிலே இராஜராஜேஸ்வரமுடைய பரமசாமி அமர்ந்திருக்கும் விமானமே தக்ஷிணமேரு என்பதாகும். இங்கு விமானம் என்பது பேரம்பலமே. பேரம்பலம் என்பது ஒரு கட்டடப்பகுதி மட்டுமன்று. ஆடவல்ல பரமன் ஆடுகின்ற பரவெளியே அம்பலமாகும். அந்தப் பரவெளியே தஞ்சையில் இராஜராஜேச்சரம் எனும் உயர்ந்து நிற்கும் கட்டுமான விமானத்தின் உட்கூடாகத் திகழும் வெளியாகும். அது ஆடவல்லானின் உருவமற்ற வடிவாகும். (அருவுரு)

சிவலிங்கப்பெருமானை நவந்தருபேதம் எனும் தத்துவ அடிப்படையில் அர்ச்சிப்பர். இலிங்க உருவின் நடுவே திகழும் பாணம் மூன்று பெரும் பகுதிகளாகப் பகுத்துப் பேசப்பெறும். சதுரமான தூண்பகுதி பிரமபாகமாகவும், அதற்கு மேலுள்ள எட்டுப் பண்டையுள்ள தூண்பகுதி விஷ்ணுபாகமாகவும் கூறப்பெறும். இவை இரண்டும் முறையே அதோபத்மம் (கீழ்நோக்கிய தாமரை இதழ்கள் அடங்கியபீடம்) ஊர்த்துவ பத்மம் (மேல் நோக்கிய தாமரை இதழ்கள் அடங்கிய பீடம்) என்ற பீடப்பகுதிகளுள் பொதிந்து காணப்பெறும். இவைகளுக்கு மேலாக வட்டத்தூண் வடிவில் உச்சிப்பகுதி குழைவுடன் திகழும் பகுதியே சிவபாகமாகும். இதனை எழுபகுதிகளாகப் பிரித்து அர்ச்சிப்பர். உருத்திரன், மகேசன், சதாசிவன், பரபிந்து, பரநாதம், பராசக்தி, பரசிவன் எனப் போற்றுவர். பிரம்மாய நம: எனத் தொடங்கி ஒவ்வொரு பகுதிகளையும் மலரால் அர்ச்சித்து நிறைவாகப் பரசிவாயநம: எனப் போற்றும்போது அதுவரை சிவமாக விளங்கிய இலிங்கத் திருமேனி மறைந்து அதற்கு மேலாக விளங்கும் பரவெளியே சிவமாகக் காட்சிதரும். அந்நிலைக்கு வந்த பிறகு முழு வழிபாடும் பரவெளிக்கே உரியதாகும். பிரபஞ்சம் முழுவதின் ஒட்டுமொத்தமான உருவமே சிவமாகும்.

சிவமாக விளங்குகின்ற அந்தப் பிரபஞ்சத்தை பரவெளியை பூஜிப்பதற்காக ஒரு நிலைப்படுத்திக் காட்டப்பெற்றுள்ளதே தஞ்சை இராஜராஜேச்சரத்து விமானத்துள் காணப்பெறும் பரவெளியாகும். இங்கு எல்லையில்லாப் பரவெளி ஒரு எல்லைக்குட்பட்டு ஸ்ரீ விமானமாக தட்சிணமேருவாகக் காட்சி நல்குகிறது.

தில்லைப் பொன்னம்பலத்திலே ஆடுகின்ற சபாபதி பரவெளியான சிவத்தின் உருவமே. அதனால்தான் தில்லைப் பெருங்கோயிலில் நடராஜப் பெருமானைத் தரிசித்தவுடன் சிதம்பர இரகசியம் என ஓரிடத்தைத் தீட்சிதர்கள் காட்டுவர். சுவரில் பொன்னாலான வில்வ இலைகள் தொங்கிக் கொண்டிருக்கும். அடுக்குத் தீப ஒளியிலும் கர்ப்பூரதீப ஒளியிலும் திரைச்சீலையை விலக்கிக் காட்டும்போது பிரபஞ்சத்தில் ஒளிரும் கோடானுகோடி விண்மீன்கள், கிரகங்களின் பேரொளியை நாம் அங்கு ஒளிரும் தங்க வில்வ இலைகளில் கண்டு பிரபஞ்சமாகத் திகழும் ஆடவல்லானின் பேராற்றலை உணரமுடிகின்றது. அவனது சொரூபநிலையை உணர்தலே சிதம்பர ரகஸ்யமாகும்.

இங்குத் தஞ்சையிலோ விண்ணை முட்டும் நெடிதுயர்ந்த விமானத்திலேயே பரவெளியான அந்தப் பேராற்றலைத் தரிசிக்கவே இக் கோயிலை இவ்வாறு வடிவமைத்துள்ளனர்.

தட்சிணமேரு விடங்கரான ஆடவல்லார்

தஞ்சைக் கோயிலிலுள்ள கல்வெட்டொன்று 'ஸ்ரீராஜராஜதேவர் எழுந்தருள்வித்த தக்ஷிணமேருவிடங்கள்'[21] என்றும் மற்றொரு கல்வெட்டு 'தக்ஷிண மேருவிடங்கரான ஆடவல்லார்'[22] என்றும் கூறுவதால் இத் திருமேனி மாமன்னனால் எடுக்கப்பெற்றது என்பதை அறிகிறோம். பிரபஞ்சத்தின் பேரியக்கமான ஆற்றலே நடராச வடிவமாகும். இம் மாபெரும் தத்துவத்தை நம் சிற்பிகள் எவ்வாறு காட்டியுள்ளனர் என்பதைக் காண்போம். பிரபஞ்சம் அல்லது பரவெளி அல்லது 'பரசிவம்' என்பதனை ஒரு குறியீடாகக் காட்டுவதே பெருவட்டமாகத் திகழும் பிரபையாகும். பரவெளியில் கோடானுகோடிச் சூரிய சந்திரர்கள், விண்மீன்கள் ஆகியன எரியும் பொருள்களாக மிதப்பதைக் காட்டுவதே பிரபையில் காணப்பெறும் தீச்சுடர்களாகும்.

கமலபீடம் என்பதும் அதனுடன் காணும் மகரமும் நிலவுலகாகிக இவ்வுலகை காட்டுவதாகும். நீர்நிலையில் செழித்து வளரும் தாமரையும், நீர்நிலத்தில் வாழும் மகரமும் நிலவுலகின் செழுமையைச் சுட்டி நிற்பனவாகும்.

சிவபெருமானின் உயர்நிலையைக் காட்டும்போது முதலில் ஆனந்தம் பரமானந்தம் என்றும், பின்னர் என்றும் சுட்டுவர். பரமானந்த நிலையின் வெளிப்பாடு ஆடலே ஆகும். ஆதலால் அப் பரமனின் திருவுருவை ஆடல் புரிபவனாகக் காட்டினர். அந்த ஆடலோ பிரபஞ்சத்தின் பேரியக்கமான சுழற்சியாகும். சுழன்று ஆடுத் அத் திருவுருவம் பிரபாவளியின் மத்தியில் காட்டப்பெற்றது. அவனது சுழற்சியின் வேகத்தால் இடுப்பிலிருந்து ஆடையும், தொங்கிய சடைகளும் விரிந்து, பரந்து பிரபாவளியோடு இணைந்து காணலாயின. அப் பரமன்தான் உயிர்களின் உயிர்ப்புக்குத் தேவையான இரண்டு ஜீவசக்திகளைத் தருகிறான். அவையே ஒலி, ஒளி ஆகிய ஆதாரசக்திகளாகும். ஓசையும், நெருப்பும் இல்லையேல் ஓரணுவும் ஜீவித்திருக்க முடியாது. பஞ்சமகாசப்தங்களை அவனது மேற்கரத்திலுள்ள உடுக்கையும் (டமருகம்), நெருப்பை அவன் ஏந்தியுள்ள தீ அகலும் புலப்படுத்துகின்றன. கொக்கிறகுகள் ஊமத்தமலர், பிறைச்சந்திரன் ஆகியவற்றைத் தலையில் சூடி, விண்ணிலிருந்து இறங்கும் கங்கையைத் தன் விரிசடையில் தாங்கி, உமையொரு பாகன் என்பதைக் காட்ட ஓர் காதில் பத்ரகுண்டலமும் (பனை ஓலைச்சுருள்), மறுகாதில் மகரக்குழையும் தரித்து, உலகுக்கு அருள்பாலிக்க அபயம் காட்டி, மாலவனும் நான்முகனும் காணவொண்ணாத மலரடி ஒன்றினை அடியார்களுக்காக உயர்த்திக் காட்டி (குஞ்சிதத்திருவடி) புவி உலகில் என்றுமே அழியாமல் நிற்கும் தீமைகளின் உருவமாகத் திகழும் முயலகன் எனும் பூதத்தைத் தன் மறுகாலால் அழுத்தி, அதன் மேல் நின்று சுழன்று ஆடுகின்றான். இதுவே ஆடவல்லான் திருவுருவத் தத்துவமாகும்.

தஞ்சை விமானத்தின் உட்கூடாகத் திகழும் பகுதியில் இந்த மாபெரும் தத்துவம் அடங்கியுள்ளது. எனவே இக்கோயிலைப் பொறுத்தவரை

மகாலிங்கமாகத் திகழும் பரமசாமியின் திருவுருவம்; விமானத்தின் உட்கூடாகத் திகழும் வெளி, அதன் திருவுருவமாகத் திகழும் தெட்சிண மேருவிடங்கர், இத்தனையும் ஒன்றி நிற்கும் ஸ்ரீவிமானமாகிய 'தெட்சிணமேரு' ஆகியவை 'பரசிவம்' எனும் உயர்ந்த நிலையில் காணும் சிவபெருமானின் திருவடிவமாகக் காட்சி நல்குகின்றன.

கரணச் சிற்பங்கள்

இந்த ஸ்ரீவிமானம் தட்சிணமேருதான் என்பதில் ஐயமே இல்லை. இவ்விமானத்தின் இரண்டாம் தளத்தில் சிவபெருமானின் கரணச் சிற்பங்கள் உள்ளதை முன்னரே குறிப்பிட்டோம். நடுவே இலிங்கமூர்த்தத்திற்கு மேலே உள்ள பரவெளி திகழ சுற்று அறையான சாந்தாரப்பகுதியில் 'தலபுஷ்பபுடம்' எனும் மலர் அஞ்சலியில் தொடங்கி 81 சிற்பங்கள் முற்றுப்பெற்றுள்ளன. மீதமுள்ள 27 சிற்பங்கள் வடிக்கத் தேவையான கற்கள் சுவரில் பதிக்கப்பெற்றுள்ளன. நடராசப் பெருமானின் சூக்கும வடிவாக (பிரபஞ்சமாக) விமானத்தின் இப் பகுதி திகழ்வதால் தான் இங்குக் கரணச் சிற்பங்கள் அவனுடைய ஆனந்த நடனத்தைக் குறிப்பதற்காக வடிக்கப்பட்டுள்ளன. இந்நிலையில் விமானத்தின் உட்பகுதி வாயில் திறப்புப் பெற்றுத் திகழ்கின்றது. வாயிலின் வெளிப்புறம் துவாரபாலகர் சிற்பங்கள் இரண்டு இடம்பெற்றுள்ளன. இங்குச் சூக்குமவடிவில் ஈசன் திகழ்ந்தாலும் வாயிற் காவலர்கள் காத்து நிற்பதால் உள்ளே இறைவன் இருக்கிறான் என உணரமுடிகிறது. முதலாம் இராசராசன் காலத்தில் இத்தளத்தில் தக்ஷிணமேரு விடங்கரான ஆடவல்லார் திருமேனி இருந்திருக்கலாமோ எனத் தோற்றுகின்றது. மேலும் 400 ஆடல்மகளிரும் இத்தளத்தில் இருந்தவாறே ஆடவல்லமூர்த்திக்கு மலரஞ்சலி செலுத்தி வந்திருப்பாரோ எனவும் எண்ணத் தோன்றுகிறது. இக்கோயிற் கல்வெட்டுக்களில் ஆடவல்லானின் பல செப்புத் திருமேனிகள் குறிப்பிடப்பெற்றிருப்பதால் தட்சிணமேரு விடங்கரின் திருமேனி இவ்விரண்டாம் தளத்திலேயே இருந்திருக்கக் கூடும். இத்தளத்திற்குக் கீழேயுள்ள முதல் தளத்துச் சோழர்கால ஓவியங்களில் இராசராசப் பெருமான் தில்லை நடராசரையும், தஞ்சையிலுள்ள இலிங்கமூர்த்தியையும் ஆடல் பாடல்களோடு வழிபாடு செய்யும் காட்சிகள் உள்ளன. இதில் தஞ்சைக் கோயிற் காட்சியில் இராசராசன் சிவலிங்கப் பெருமான் முன் அமர்ந்திருக்க ஆடல் மகளிர் எதிரேநடம் புரிவதாகக் காட்சி உள்ளது. இலிங்கப்பெருமானுக்கு அருகாகத் தனித்த பகுதி ஒன்றில் நடராசரின் திருவுருவம் காட்டப்பெற்றுள்ளது. இதுவும் இவ்வுன்னதத் தத்துவத்தைக் காட்டும் காட்சியேயாகும்.

யானையை விழுங்கும் பாம்பு

ஸ்ரீ விமானக் கட்டுமான அமைப்பும் அது உணர்த்திடும் உன்னதத் தத்துவமும் அறிந்தோம். இனி இராசராசன் திருவாயில், முகமண்டபத்து வாயில் மற்றும் விமானத்தின் மேல்தளத்தின் உள்வாயில் ஆகிய இடங்களில் உள்ள துவாரபாலகர் சிற்பங்கள் காட்டும் சிற்பத் தத்துவம் காண்போம். மூன்றிடங்களிலும் துவார

துவார பாலகர்

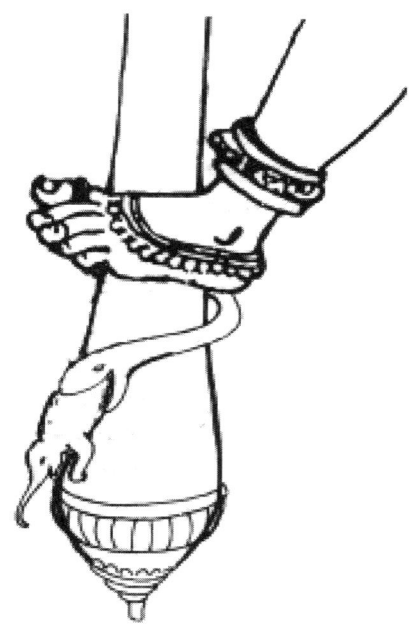

காலடியில் உள்ள பாம்பு
யானையை விழுங்குதல்

தஞ்சாவூர்

பாலகரின் காலடியில் கிடக்கும் பாம்பொன்று யானையை விழுங்குவதாக வடிக்கப் பெற்றுள்ளன.[23] துவாரபாலகர்கள் தம் கைகளில் தர்ஜனி முத்திரையும், அபயமும், விஸ்மயமும் காட்டி நிற்கின்றனர். காவலர் தர்ஜனிமுத்திரையால் எச்சரிக்கை செய்துவிட்டு, விஸ்மய முத்திரை எனும் மேலுயர்த்திய கையால் உள்ளே இருக்கும் ஈசனார் மிகப்பெரியவர் என்பதைக் காட்டுகின்றார். காலடியில் ஒரு பாம்பு யானையை விழுங்குகின்றது. ஒரு யானையை முழுமையாக விழுங்குவதற்கு அந்தப் பாம்பு எத்தனை பெரியதாகவும் வலிமை மிக்கதாகவும் இருக்கவேண்டும்? இத்தனை பெரிய ஒரு பாம்பைச் சாதாரணமாகக் காலில் நசுக்கிக்கொண்டு விளங்கும் துவாரபாலகர் எவ்வளவு வலியவராக இருப்பார் எனச் சிந்திக்க வேண்டும். இவ்வளவு பேராற்றல் படைத்த அந்தத் துவாரபாலகரே வானை நோக்கிக் கையை உயர்த்திப் பெருவியப்பை உணர்த்தும் விஸ்மயம் காட்டுகிறார் எனில் உள்ளே இருக்கும் ஈசன் எவ்வளவு பெருஞ்சிறப்பு வாய்ந்த பரம்பொருள் என்பதை உணரவேண்டும். ஸ்ரீவிமானத்தின் உள்ளே, பரசிவனாகத் திகழும் பரம்பொருளின் பேராற்றலைச் சிற்ப வாயிலாக உணர்த்தவே இத்துவார பாலகர்களின் வடிவ அமைப்பு இவ்வாறு வடிவமைக்கப்பெற்றுள்ளது. குஞ்சரமல்லன் எனும் தஞ்சைக் கோயிலின் பெருந்தச்சனுக்கும், இராஜராஜனுக்கும் தேவாரப்பதிகங்கள்பால் எவ்வளவு ஆழ்ந்த ஈடுபாடு இருந்தது என்பதின் வெளிப்பாடே, யானையை பாம்பு விழுங்குவதாகச் சித்திரிக்கப் பெற்றுள்ள இச்சிற்பப் படைப்பாகும். திருஞானசம்பந்தப் பெருமானார் திருக்கயிலாயப் பதிகத்தில், "புரிகொள்சடையார் அடியார்க்கு எளியார் கிளிசேர் மொழிமங்கை, தெரிய உருவில் வைத்து உகந்த தேவர் பெருமானார், பரியகளிற்றை அரவு விழுங்கி மழுங்க இருள்கூர்ந்த கரியமிடற்றர் செய்ய மேனிக் கயிலை மலையாரே" என்று பாடி யானையைப் பாம்பு விழுங்கும் காட்சியைக் காட்டுகின்றார்.

திருச்சுற்று மாளிகையும், அதிலிருந்த பரிவார ஆலயங்களும், உள்ளிருந்த தெய்வத் திருவுருவங்களும், பலவகையான அழிவுகளுக்கு உட்பட்டு மறைந்தது போன்றே ஸ்ரீ விமானத்தோடு இணைந்து திகழும் மகாமண்டபமும் பேரழிவுக்கு உட்பட்டுப் பலவாறாக அழிந்து சிதைந்துள்ளது. பெருமண்டபம் இடிந்தது சீரழிந்து கிடந்தமையால்தான் பிரமிச்ச நாயக்கர் போன்றவர்கள் பின்னாளில் இடிந்துபோய்ப் பாழாய்க் கிடந்த பிற கோயில்களின் கற்களை வெளியிலிருந்து கொணர்ந்து இம்மண்டபத்தைப் புதுப்பித்துள்ளனர். இவ்வாறு புதுப்பிக்கப்பெற்ற மகாமண்டபத்துக் குறுக்குச்சுவரில் தந்திவர்ம பல்லவன், பராந்தகன், சுந்தரசோழன், குந்தவை போன்றவர்களின் கல்வெட்டுத் துண்டுகள் காணப்பெறுகின்றன. மேலும் பல்லவர் காலச் சிம்மத்தூண் ஒன்றும் இங்குப் பின்னாளில் இடம்பெற்றுள்ளது.

இவை அனைத்தையும் தொகுத்து நோக்கும் போது இத்திருக்கோயில் மிகக் கடுமையான தாக்குதலுக்கும், கொள்ளையடிப்புகளுக்கும் இலக்காகி எல்லாவற்றையும் இழந்து நிற்பது நன்கு புலனாகும். இதற்குப் பல காரணங்கள்

உண்டு. கி.பி.1218ஆம் ஆண்டில் மாறவர்மன் சுந்தரபாண்டியன் தஞ்சை நகரை அழித்தபோது இது நிகழ்ந்திருக்கச் சற்றும் வாய்ப்பில்லை. ஏனெனில் சோழர்களாயினும், பாண்டியர்களாயினும் போரிட்டு நகரங்களை அழிக்கும் போது, அந்தத் தலைநகர்களின் கருவூலங்களிலிருந்து கைப்பற்றும் அத்தனைப் பொருள்களையும் அங்கே உள்ள ஆலயங்களுக்கே தான் கொடுத்துள்ளனர். குலோத்துங்க சோழன் மதுரையை அழித்தபோது ஆலைவாய்ப் பெருமானுக்கே அத்தனையும் கொடுத்தான். அதுபோன்றே சோழநாட்டைக் கைப்பற்றிய சுந்தரபாண்டியன் தில்லை அம்பலவாணன் திருவடிகளிலேயே அத்தனைச் செல்வங்களையும் கொட்டினான்.

பாண்டியரால் இந்த அழிவு நேரிடவில்லை எனில் தஞ்சைக் கோயில் எப்போது தாக்குதலுக்கு உட்பட்டிருக்கும்? இவ்வழிவு கி.பி.1311இல் நிகழ்ந்த மாலிக்காபூரின் படை எடுப்பால்தான் ஏற்பட்டிருக்கும் என்பதற்குப் பல சாத்தியக் கூறுகள் உள்ளன. தஞ்சையிலிருந்து 10 கிலோமீட்டர் தொலைவில் உள்ள கண்டியூரில் 15 நாட்கள் தங்கி, இலட்சக்கணக்கான முகமதியப் படையினர் நந்திபுர நகரத்தை அழித்துக் கொள்ளையிட்டதோடு சுற்றுப்புற நகரங்களையும் ஊர்களையும் பேரழிவிற்குள்ளாக்கியதை அமீர்குஸ்ருவின் பர்சியமொழிக் குறிப்புகள்[24] மிகத் தெளிவாகக் காட்டுகின்றன. அப்போதுதான் இக்கோயிலின் பெரும்பகுதி அழிந்திருக்க வேண்டும்.

இராஜராஜேச்சரத்தின் மகாமண்டபம் இடிபாடுற்றுக் கிடந்ததை 15ஆம் நூற்றாண்டில் பிரமிச்சி நாயக்கர் என்பவர் திருப்பணி செய்தார் என்பதை இக்கோயிலில் உள்ள கல்வெட்டொன்று கூறி நிற்கின்றது. அப்போது மகாமண்டபத்தின் நடுவே ஒரு குறுக்குச் சுவர் எழுப்பப்பெற்று, முதற்பகுதி முழுவதும் நாயக்கர்காலத் தூண்களால் மீண்டும் எடுக்கப்பெற்று, ஒருதளத்தோடு திருப்பணி நிறைவு செய்யப்பெற்றுள்ளது. இந்தக் குறுக்குச்சுவர் பல்லவ தந்திவர்மன் காலத்துத் ‘தஞ்சாவூர்ப் பிரம்மகுட்டம்’ எனும் கோயிலிலிருந்து எடுத்துவரப் பெற்ற கற்களால் கட்டப்பெற்றது என்பதை முன்னரே கண்டோம். இதனால் 15ஆம் நூற்றாண்டுக்கு முன்னரே இப்பெருங்கோயில் பேரழிவைத் தாங்கியுள்ளது என்பதை அறிகிறோம்.

இயற்கையின் சீற்றத்தாலும், பராமரிப்பின்மையாலும் இக்கோயில் அழிந்திருந்தால் அட்டதிக்குத் தெய்வங்களும், அட்டப்பரிவார தெய்வங்களும் இவ்வாறு முற்றிலுமாக அழிந்து போயிருக்க வாய்ப்பே இல்லை. சூரையாடலுக்கு உட்பட்டதால்தான் இப்பேரழிவு ஏற்பட்டிருக்க வேண்டும்.

ஸ்ரீ விமானமே சிவலிங்கம்

தஞ்சைக் கோயிலின் நெடிதுயர்ந்த ஸ்ரீவிமானத்தின் புறத்தோற்றம் தூலலிங்கமாக, சதாசிவலிங்கமாக வடிக்கப்பெற்றதாகும். சிவலிங்க பாணங்களில் சிவனாரின் ஐந்து முகங்களைச் சிற்பமாகக் காட்டும் மரபு இந்தியநாடு முழுவதும்

இருந்துள்ளது. பஞ்சமுக லிங்க அமைப்பில் நான்கு திக்குகளிலும் முறையே தத்புருஷம், அகோரம், சத்யோஜாதம், வாமதேவம் என்னும் நான்கு முகங்களை மட்டும் உருவ அமைதியில் காட்டி ஈசான முகத்தை லிங்கத்தின் உச்சிப்பகுதியாக (ஊர்த்துவ முகமாக) கருதிப் போற்றுவர். இத்தகைய லிங்கங்கள் திருவதிகை, காளத்தி, திருவண்ணாமலை போன்ற இடங்களில் இன்றும் உள்ளன. சிவனாரின் ஐந்து முகங்களை லிங்கங்களில் காட்டி அவரைச் சதாசிவமூர்த்தி என்றும் போற்றுவர். மத்தியப்பிரதேசம், இராஜஸ்தான் போன்ற வடபுல மாநிலங்களில் நான்கு முகங்களோடு காணப்பெறும் சிவனார் உருவங்களில் உள்ள அகோரமூர்த்தி முகத்தினைப் பைரவராகப் போற்றும் மரபு நெடுங்காலந்தொட்டு தொடர்ந்துள்ளது. எலிபெண்டா குடைவரையில் திரிமூர்த்தி எனக் குறிக்கப்பெறும் சுவரில் காணப்பெறும் மூன்று முகவடிவம் சிவனாரின் திருமுகங்களான தத்புருஷம், அகோரம், வாமதேவம் என்பவையேயாகும். வடபுலத்துச்சிற்பங்களில் வாமதேவ முகத்தினைப் பெண்முகமாகவே காட்டுவர். ஏனெனில் சிவபெருமானின் வாமபாகத்தில் உறைபவள் உமாதேவி என்பதால் அவ்வாறு காட்டுவர்.

தஞ்சைப் பெரிய கோயிலின் ஸ்ரீவிமானமே சதாசிவ லிங்கம் என்று குறிப்பிட்டோம். இதனைக் காட்ட மாமன்னன் இராஜராஜன் சிவபெருமானின் ஐந்து உருவங்களையும் தனித்தனியே வடித்து அவரவர்க்கென குறிப்பிடப்பெறும் திக்குகளில் அமைந்த கோஷ்டங்களில் (மாடங்களில்) பிரதிட்டை செய்து நாளும் வழிபாடு செய்துள்ளான். இத்தகையதொரு அமைப்பு உலகத்தில் வேறு எந்த சிவாலயத்திலும் கிடையாது. சதாசிவ வடிவத்தின் ஐந்து மூர்த்திகளுமே ஸ்ரீவிமானத்தில் வெளி ஆவர்ணத்தில் எழுந்தருளி நின்று அருள்வதால் அந்த ஸ்ரீவிமானமே சதாசிவலிங்கமாக மகாலிங்க வடிவில் காட்சி நல்குகின்றது. பல மைல் தூரத்திலிருந்து வானளாவி நிற்கும் அந்த விமானத்தைக் காணும்போதே அது சதாசிவலிங்க வடிவம் என உணரலாம்.

பஞ்சதேக மூர்த்திகள்

அர்த்தமண்டபத்தினுள் திகழும் ஸ்ரீவிமானத்துக் கீழ்த்திசைக் கோஷ்டத்தில் மேலிரு கரங்களில் மான் மழு ஏந்தியவராக நின்ற கோலத்தில் தத்புருஷமூர்த்தி காணப்பெறுகின்றார். அவர் வலக்கரமோ கடக முத்திசையுடன் உருத்திராக்க மணிமாலையைப் பிடித்துத் திகழ்கிறது. இடக்கரத்தில் மாதுளம்பழம் ஏந்தப் பெற்றுள்ளது. ஸ்ரீவிமானத்தின் தென்புற இரண்டாம் கோஷ்டத்தில் அகோர மூர்த்தியின் திருவுருவம் இடம்பெற்றுள்ளது. எட்டுக்கரங்களுடன் திகழும் இம்மூர்த்தி முன்னிரு கரங்களில் திரிசூலமும் கபாலமும் ஏந்தியுள்ளார். முகத்தில் எடுப்பான மீசை காணப்பெறுகின்றது. அவர் உடல் முழுதும் பாம்புகளே அணிகலன்களாக விளங்குகின்றன. விமானத்தின் மேற்கு திசை கோஷ்டத்தில் சத்யோஜாதமூர்த்தி நின்ற கோலத்தில் அருளுகின்றார். பின்னிரு கரங்கள் மான் மழு ஏந்த முன்னிருகரங்கள் அபய வரதநிலை காட்டுகின்றன. இதே விமானத்தின்

வடபுற கோஷ்டமொன்றில் வாமதேவமூர்த்தி காணப்பெறுகின்றார். மேலிரு கரங்களில் மானும் மழுவும் விளங்க, கீழ் இரு கரங்களில் வாளும் கேடயமும் உள்ளன. வாமபாகம் தேவிக்குரியது என்பதால் இவ்வட திசையில் உள்ள மற்ற கோஷ்டங்களில் முறையே கங்கையை சடையில் ஏந்தும் கங்காதரர், உமையொருபாகர், கௌரிபிரசாதமூர்த்தி என தேவியுடன் இணைந்து திகழும் மூர்த்திகளின் திருவுருவங்களே இடம்பெற்றுள்ளமை குறிப்பிடத்தக்கதாகும். ஸ்ரீவிமானத்தின் வடகிழக்குப் பகுதியில் உள்ள கோஷ்டத்தில் ஈசானமூர்த்தியின் திருவுருவம் இடம்பெற்றுள்ளது. இங்கு இம்மூர்த்தி இரண்டு கரங்களுடன் மட்டும் திகழ்கின்றார். வலக்கரத்தில் நீண்ட திரிசூலம் உள்ளது. இடக்கரமோ தொடைமீது இறுத்தும் பாவனையில் உள்ளது.

இத்திருக்கோயிலில் காணப்பெறும் இராஜராஜசோழனின் கல்வெட்டுச் சாசனமொன்றில் அப்பேரரசன் இக்கோயிலுக்கென அளித்த பஞ்சதேகமூர்த்தி என்ற செப்புத் திருமேனி பற்றிப் பின்வருமாறு குறிப்பிடப்பட்டுள்ளது.

"ஸ்வஸ்திஸ்ரீ உடையார் ஸ்ரீராஜராஜதேவர் ஸ்ரீராஜராஜீஸ்வரம் உடையார் கோயிலில் யாண்டு இருபத்தொன்பதாவது வரை எழுந்தருளுவித்த செப்புத் திருமேனி. உடையார் கோயிலில் முழத்தால் அளந்து கல்லில் வெட்டின. பஞ்சதேகமூர்த்திகளில் பாதாதி கேசாந்தம் இருபத்திரு விரலே நான்கு தோரை உசரத்து பத்து ஸ்ரீஹஸ்தம் உடையாராகக் கனமாக எழுந்தருளுவித்த திருமேனி ஒருவர். இவரோடுகூட நாலு முகத்திலும் பாதாதிகேசாந்தம் பதினால் விரல் உசரத்து நந்நாலு ஸ்ரீஹஸ்தங்கள் உடையர்களாக கனமாக எழுந்தருளுவித்த திருமேனி நாலு இவர் எழுந்தருளி நின்ற மூவிரலேய் நான்கு தோரை சமசதுரத்து பத்மபீடம் ஒன்று."

என்பதே அக்கல்வெட்டாகும். தென்புறத் திருச்சுற்றின் தூண் ஒன்றில் தற்போது இக்கல்வெட்டு காணப்பெற்றாலும், அவன் அளித்த அந்த பஞ்சதேகமூர்த்தி என்ற அத்திருமேனியினை நாம் இழந்துவிட்டோம். இக்கல்வெட்டில் அடிப்படையில் கோட்டோவியமாக அத்திருமேனியின் உருவத்தை இங்கு தந்துள்ளோம்.

திருஞானசம்பந்தர் திருவாஞ்சியப் பதிகத்தில் சிவபெருமானை "உடல் அஞ்சினர்" எனக் குறிப்பதும், திருநாவுக்கரசர் திருவதிகைப் பதிகத்தில் அஞ்சினால் பொலிந்த சென்னி எனக் குறிப்பதும் இத்திருவடிவத்தினையே ஆகும். திருமூலர் திருமந்திரம் ஏழாம் தந்திரத்தில் சதாசிவலிங்கத்தின் சிறப்புகள் பற்றிக் கூறியுள்ளார். சதாசிவமான ஐந்துடல் மூர்த்தி பற்றியும், அவருக்குரிய தசாயுதங்கள் பற்றியும்,

"அஞ்சு முகமுள ஐம் மூன்று கண்ணுள
அஞ்சினொ டஞ்சு கரதலந் தானுள
அஞ்சுடன் அஞ்சாயுதமுள நம்பியென்
நெஞ்சு புகுந்து நிறைந்து நின்றானே"

என்று கூறியுள்ளார். சதாசிவலிங்கமாக, தூலலிங்கமாக, மகாலிங்கமாகத் திகழும் தஞ்சைப் பெரிய கோயிலின் ஸ்ரீவிமானத்தைக் காத்து நிற்கும் துவாரபாலகர்கள் பதின்மரும் தசாயுத புருடர்களே. அம்மூர்த்திகளில் சக்தி, சூலம், மழு, வாள், துவஜம் என்னும் ஐந்து ஆயுதமூர்த்திகளின் வடிவங்களே தற்போது சிதைவு பெறாமல் உள்ளன. மற்ற ஆயுதங்களான கதை, சக்கரம், அங்குசம், பாசம், வஜ்ரம் ஆகியவைகளுக்குரிய மூர்த்திகளின் கரங்கள் பின்னாளில் சிதைக்கப்பெற்று, மீண்டும் அவற்றைச் சுதையால் திருத்தியவர்கள் அவரவர்க்குரிய ஆயுதங்களை இடம்பெறச் செய்யாமல் செய்துவிட்டனர். ஆனால் இக்கோயிலில் உள்ள மற்றொரு கல்வெட்டு பஞ்சாயுதமூர்த்தியின் செப்புத்திருமேனி பற்றி விவரிக்கின்றது. அண்மையில் திருப்புகலூர் சிவாலயத்துப் பிரகாரத்தில் புதைந்திருந்து வெளிப்பட்ட செப்புத்திருமேனிகள் வரிசையில் தசாயுதமூர்த்திகளின் உருவங்கள் கிடைத்துள்ளன. அவை இராஜராஜன் காலத்தியவையாகும்.

தஞ்சைப் பெரிய கோயிலை இனி நாம் தூரத்திலிருந்து தரிசிக்கும்போது அதனைக் கட்டடம் எனக் கருதாது, சதாசிவலிங்கமாக, மகாலிங்கமாகக் கண்டு வணங்கிப் போற்றுவோம்.

வான் கயிலாயம்

சைவ சமயம் குறித்த நூல்களும், அருளாளர்களும் வான் கயிலாயம், பூகயிலாயம் என இரண்டு இடங்களைக் குறிப்பர். வான் கயிலாயம் என்பது பிரபஞ்சப் பெருவெளியில் மனிதனுடைய ஊனக் கண்களால் காணமுடியாத இடத்தில் திகழும் பொன்னாலாகிய மலை என்பதாகும். அம்மலையை மகாமேரு எனக் குறிப்பிடுவர். அங்கு ஈசன் உமாதேவியோடும், திருக்குமாரர்களோடும், பிறதெய்வங்களோடும், வானவர்களோடும், பூத பிசாச கணங்களோடும், முனி சிரேஷ்டர்களோடும் திகழ்ந்து அண்ட சராசரங்கள் அனைத்தையும் காத்து அருளுகின்றார் என்பதே சைவ சமயக் கோட்பாடாகும்.

வான் கயிலாயத்தை மனிதர்கள் அடைந்து வழிபட இயலாது என்பதால் இமய மலைத்தொடரில் அமைந்துள்ள கயிலாச மலையை வான்கயிலாசமாக பாவித்து வழிபட்டு வருகிறோம். வான்கயிலை பொன் மலை என்றால் பூகயிலை வெள்ளிமலை எனப் போற்றப்பெறுகின்றது.

தமிழகத்தில் உள்ள சிவாலயங்களை 28 சைவ ஆகமங்கள் அடிப்படையிலோ அல்லது அதன் உபாகமங்கள் எனப்படும் நூற்றுக்கும் மேற்பட்ட நூல்கள் அடிப்படையிலோ அமைப்பது மரபாகும். 28 மூல ஆகமங்களில் குறிப்பிடத்தக்க சிறப்பு வாய்ந்தது மகுடாகமமாகும். திருமூலர் தம் திருமந்திரத்தில் மகுடாகமத்தின் சிறப்புகளை எடுத்துக் கூறியுள்ளார். மகுடாகமத்தின் அடிப்படையில் தோற்றுவிக்கப்பெற்றதே தஞ்சைப் பெரிய கோயிலாகும். இராஜராஜன் இக்கோயிலினை மகாமேரு (வான் கயிலாயம்) என்றும்

தட்சிணமேரு (தென் திசை மலை) என்றும் கல்வெட்டுக்களில் கூறி இருப்பது குறிப்பிடத்தக்கதாகும்.

உலகில் உள்ள சிவாலயங்களுக்கெல்லாம் மகுடமாக விளங்கும் தஞ்சைப் பெரியகோயில் வான் கயிலாய பர்வதமாகவே விளங்குகின்றது. வான் கயிலாசத்தைப் பற்றி விவரிக்கும் தொன்மையான நூல்கள் தங்கத்தாலான அம்மலைக்கு பலசிகரங்களும், பல ஆவரணங்களும் (சுற்று அமைப்புகளும்) உண்டு என்றும், நடுவில் உள்ள மகாமேரு சிகரம் நான்கு புறங்களிலும் இமவான், மால்யவான், ச்வேதன், கந்தமாதனம் என்று நான்கு சிகரங்களைக்கொண்டு விளங்குவதாகவும் குறிப்பிடுகின்றன. மகாமேரு பருவதத்தைச் சுற்றி ஐந்தடுக்கு குற்றுக்களான பஞ்ச ஆவர்ணங்கள் உள்ளதாகவும், அவற்றில் பல்வேறு தெய்வங்கள் நின்று அவற்றைக் காப்பதாகவும் கூறுகின்றன.

இவ்வமைப்பில்தான் தஞ்சைப் பெரிய கோயில் திகழ்கின்றது. 216 அடி உயரமுடைய் ஸ்ரீவிமானம் மகாமேரு பர்வதமாகவும் வடிக்கப் பெற்றுள்ளது. அதன் கீழ்திசை சிகரத்தில் சிவபெருமான் உமாதேவி, திருக்குமாரர்கள், பிறதெய்வங்கள் ஆகியோரின் சிற்பங்கள் இடம்பெற்றுள்ளன. உயர்ந்த இம்மலையின் நான்கு திசைகளிலும் பீடத்திலிருந்து முன்னோக்கி பிதுக்கம் பெற்ற கட்டட அமைப்பு காணப்பெறுகின்றன. இவை முறையே இமவான், மால்யவான், ச்வேதன், கந்தமாதனம் என்னும் நான்கு சிகரங்களாகும். இங்கு நான்கு புறங்களிலும் கருவறைக்குள் செல்லும் வாயில்கள் அமைந்துள்ளன. இவ்வாயில்கள் சர்வதோபத்ரம் என அழைக்கப்பெறும். வானத்து கயிலை மலையாக விளங்கும் ஸ்ரீவிமானத்தை சுற்றி திருச்சுற்று மாளிகையும், அதனுடன் இணைந்து எட்டு திசைக்குரிய தெய்வங்களில் கோயில்களும் காணப்பெறுகின்றன. இந்திரன், அக்னி, இயமன், நிருதி, வருணன், வாயு, சோமன், ஈசானன் என்னும் இந்த எட்டு திசைத் தெய்வங்களின் கோயில்களும் திருச்சுற்று மாளிகையும் வெளி ஆவரணமாக விளங்குகின்றது. இதனை லோகபாலர் ஆவரணம் என்பர். இதனை அடுத்து பிரகாரத்தில் நந்தி, மகாகாளன், விருஷபம், தேவி, பிருங்கி, கணபதி, அறுமுகன், சண்டிகேஸ்வரர் ஆகிய எண்மர் இடம்பெற்றுள்ளனர். இச்சுற்று கணாவரணம் என அழைக்கப்பெறும். ஸ்ரீவிமானத்தில் மூன்று ஆவணங்கள் அமைந்துள்ளன. முதல் ஆவரணத்தில் சிவபெருமானின் ஐந்து வடிவங்களான தத்புருஷம், அகோரம், சத்யோ ஜாதம், வாமதேவம், ஈசானம் என்றும் ஐந்து வடிவங்களும் இடம்பெற்றுள்ளன. இரண்டாம் ஆவரணத்தை வித்யேச்வரர், மூர்த்தீச்வரர், இராஜராஜேஸ்வரர் ருத்திரர் என்றும் முப்பத்தாறுக்கும் மேற்பட்ட வில் அம்பு ஏந்திய தெய்வ வடிவங்கள் மேல் நிலையில் காத்து நிற்கின்றன. அடுத்து உள்ள ஆவணமாக விளங்குவது தசாயுதபுருஷர்கள் காத்து நிற்கும் சுற்றாகும். ஸ்ரீவிமானம் மற்றும் அர்த்த மண்டபப்பகுதிகளில் ஐந்து வாயில்கள் உள்ளன. இவற்றை பத்து தெய்வங்கள் காத்து நிற்கின்றனர். இவை முறையே சிவபெருமானின் பத்து ஆயுதங்களான வஜ்ரம், சக்தி, தண்டம், கொடி, சூலம், அங்குசம், கதை, பாசம், கத்தி, சக்ரம்

என்பவைகளின் தெய்வங்களான தசாயுத புருஷர்கள் ஆவர். இவை அனைத்தும் வான்கயிலாயத்தின் அமைப்பு முறையாகும். அவ்வமைப்பு முறை மாறாமல் எடுக்கப்பெற்ற ஒரே கோயில் தஞ்சைப் பெரிய கோயில்தான். இக்கோயிலின் பிரகாரத்தை ஒருமுறை வலம் வந்தால் இமயமலையில் உள்ள பூ கயிலாயத்தையும், விண்ணகத்திலுள்ள வான் கயிலாயத்தையும் ஒருமுறை வலம் வந்த மேறு நமக்குக்கிட்டும்.

பஞ்சபூத தலங்களும் கட்டுமான அமைப்பும்

நிலம், நீர், நெருப்பு, காற்று, ஆகாயம் என்னும் ஐந்து பூதங்களும் ஈசனின் வடிவங்களே என்பது ஆன்றோர் கூற்றாகும். அதனால்தான் மண் வடிவே ஈசன் என்பதைக் காட்டும். திருவாரூர் புற்றிடங் கொண்டார் கோயிலும், கச்சி ஏகம்பமும் பிருத்வி தலங்களாகப் போற்றப்பெறுகின்றன. திருவானைக்காவில் லிங்கம் நீர் வடிவாகவும், திருவண்ணாமலையில் சோதி வடிவாகவும், திருக்காளத்தியில் காற்று வடிவாகவும், தில்லையில் ஆகாச வடிவாகவும், போற்றப்பெறுகின்றன. ஐம்பூதங்களையும் கட்டட அமைப்பிலேயே கொண்டுவந்து காட்டி நிறைவாக ஆடவல்லானை தட்சிணமேருவிடங்கராகக் காட்டி அமைக்கப்பெற்றிருப்பதே தஞ்சைக் கோயில் அமைப்பாகும்.

இத் திருக்கோயிலின் முதல் வாயிலாக விளங்குவது ஐந்தடுக்குகள் கொண்ட கேரளாந்தகன் திருவாயில் எனப்பெறும் இராஜகோபுரமாகும். இக்கோபுரத்தின் கட்டமைப்பு தீ என்பதின் வெளிப்பாடாகும். ஒரு வேதிகையிலிருந்து (வேள்விக் குஸ்டம்) எழும் தீப்பிழம்பின் வடிவே கோபுரமாகும். இங்கு கோபுரத்தில் முதல் தளத்தின் பக்கவாட்டில் தென்புறம் தட்சிணாமூர்த்திக்கு ஒரு சிற்றாலயமும், வடபுறம் வேள்விச் செல்வரான பிரம்மனுக்கு ஒரு சிற்றாலயமும் உள்ள மைய முன்பே கண்டோம். இவ்வகை அமைப்பை தமிழகத்தில் வேறு எந்த சிவாலயத்திலும் காணமுடியாது. மேலும் மூலவரான பிரகதீஸ்வரர் இலிங்கம் இடம்பெற்றுள்ள ஸ்ரீவிமானத்தின் தென்புறம் தட்சிணாமூர்த்தியின் உருவமும், வடபுறம் பிரம்மாவின் உருவமும் இடம்பெறவில்லை என்பதும் குறிப்பிடத்தக்க ஒரு செய்தியாகும். தற்போது கர்ப்பகிருஹத்தின் தென்புறம் அமைத்துள்ள தட்சிணாமூர்த்தி ஆலயம் சுமார் 150 ஆண்டுகளுக்கு முன்பு கட்டப்பெற்றதாகும். ஆலமர்ச் செல்வராக சிவபெருமான் அமர்ந்திருந்த யோகநிலையில் காமன் அவர்மீது மலர் அம்பு எய்தபோது பரமன் நெற்றிக் கண்ணைத் திறந்து தீயால் அவனை எரித்தார். அவர் கண்ணிலிருந்து எழுந்த தீ காமத்தை மட்டுமே சுடும். அது ஞானாக்னி. அதனால்தான் தீயின் வடிவமாகத் திகழும் முதற்கோபுரத்தில் அவருக்கென கோயில் அமைந்துள்ளது. மேலும் இங்குள்ள பிரமன் தாயுடன் கையில் வேள்விக் கரண்டியான ஸ்ருவம் ஏந்திக் காணப்பெறுகின்றார். இராஜராஜன் உதகை என்னும் கேரள அரசனின் நகரத்தை தீயால் அழித்து வெற்றிவாகை சூடி கேரளாந்தகன் என்ற பட்டம் சூடிக்கொண்டான். அதனால்தான் தீயின் வடிவமாகத் திகழும் முதற் கோபுரத்திற்கு கேரளாந்தகன் திருவாயில் என்றே பெயர் சூட்டினான்.

அடுத்து மூன்று நிலைகளுடன் காணப்பெறும் இரண்டாம் கோபுரம் இராஜராஜன் திருவாயில் என்ற பெயரால் கல்வெட்டுக்களில் குறிக்கப் பெற்றுள்ளது. இக்கோபுரம் நீரின் வடிவமாக விளங்குவதாகும். இக்கோபுரத்தின் பக்கச் சுவர்களை 'கும்பபஞ்சரம்' என்ற நீர்க்குடங்களின் அமைப்பு அணி செய்கின்றன. கோஷ்ட மாடங்களில் கங்கையின் புதல்வர்களான அஷ்ட வசுக்கள் அருள் பாலித்து நிற்கின்றனர். உபபீடத்தில் சிவபெருமான் அமர்ந்திருக்க கங்கை, யமுனை என்ற இரு நதி தெய்வங்களும் சாமரம் வீசி பரமனை போற்றுகின்றனர். இக்கோபுர வாயிலின் பக்கவா டடில் காங்கேயனின் (முருகப்பெருமாளின்) வரலாறு தொடர் சிற்பங்களாக வடிக்கப்பெற்று காட்சி அளிக்கின்றன. வள்ளித் திருமணம், தேவ யானையும், வள்ளியும் உடனிருக்க காட்சிதரும் காங்கேயன் ஆகியோர் சிற்பங்களும் அங்கு காணப்பெறுகின்றன. கங்கையின் புதல்வனாக முருகப் பெருமானைப் போற்றும் மரபில் இங்கு சிற்பங்கள் காணப்பெறுகின்றன. அருண்மொழிவர்மனுக்கு மகுடாபிஷேகம் நிகழ்ந்தபோது சூட்டப்பெற்ற அபிடேக நாமமே இராஜராஜன் என்பதாகும். தான் புனித நீர் அபிடேகம் பெற்றபோது சூடிக்கொண்ட பட்டப்பெயரினையே நீரின் வடிவமாகத் திகழும் இக்கோபுரத்திற்கு பெயராகச் சூட்டியுள்ளான் என்பது சிந்திக்கத்தக்கதாகும். மேலும் மூலவருக்கு செய்யப்பெறும் திருமஞ்சணநீரில் (அபிஷேக நீரில்) சேர்க்க வேண்டிய பெருஞ்செண்பகமொட்டு, இலாமிச்சம் வேர், ஏல அரிசி ஆகியவை பற்றியும், அதற்கென அப்பேரரசன் வைத்த நிவந்தம் பற்றியும் கூறும் கல்வெட்டுச் சாசனத்தினை இக்கோபுரவாயிலிலேயே பொறித்திருப்பது பொருத்தமாகவும் உள்ளது.

பிரஹதீஸ்வரர் எனும் பெரிய இலிங்கம் இடம்பெற்றுள்ள கருவறையைச் சுற்றி 6அடி அகலத்தில் சாந்தாரம் என்னும் சுற்று அறை உள்ளது. இவ்வறைக்கு தெற்கு, மேற்கு, வடக்கு ஆகிய மூன்று திசைகளிலும் மிகப்பெரிய வாயில்கள் உள்ளன. இங்கு படிக்கட்டுக்கள் கிடையாது. காற்று இவ்வறைக்குள் புகுவதற்கெனவே அமைக்கப்பெற்ற வாயில்கள் அவை. இச்சுற்று அறைக்குள் சுமார் 10அடி உயரமுடைய பிரமாண்டமான அமர்ந்தகோல ருத்திரமூர்த்தி, அந்தி நடமாடும் சத்யோஜாதமூர்த்தி, மனோன்மணி ஆகிய தெய்வ உருவங்களும் இராஜராஜன் காலத்திய ஓவியங்களும் இடம்பெற்றுள்ளன. கடுங்கோடையிலும் இச்சுற்று அறையில் குளிர்ந்த காற்று வீசிக்கொண்டே இருக்கும். இவ்வறையின் கட்டுமான அமைப்பு ஐம்பூதங்களுள் ஒன்றான காற்று வடிவில் இறைவனை ஆராதிக்கும் வகையில் அமைந்துள்ளது. அதனால்தான் இங்கு மூன்று தெய்வ உருவங்களை பிரதிட்டை செய்துள்ளனர்.

கருவறையினுள் 13 அடி உயரத்தில் திகழும் பிரகதீஸ்வரர் என்றும் சிவலிங்கத்திற்கு 55 அடி சுற்றளவு உடைய வட்ட பீடமும் 6அடி நீள கோமுகமான நீர்த்தூம்பும் அணி செய்கின்றன. இலிங்கபாணத்திற்குக் கீழாக ஆதிபூமியில் கற்பப் பாத்திரம் அமைக்கப்பெற்று அதிலிருந்து தோன்றிய வடிவமாக இந்த பெரிய இலிங்கம் அமைக்கப்பெற்றிருப்பதால் இத்திருவுருவம் நிலம் என்னும்

பூதத்திலிருந்து தோன்றிய வடிவமாகப் போற்றப்பெறுகின்றது. மேலும், ஸ்ரீவிமானமே தூலலிங்கம் என்பதையும் கண்டோம். அவ்விமானமும் நிலத்திலிருந்து மேலெழுவதால் அதுவும் நிலம் என்ற பஞ்சபூதத்தைக் காட்டுவதாகும்.

கருவறையில் உள்ள இலிங்க வடிவத்திற்கு மேலாக, ஸ்ரீவிமானத்தின் உச்சியில் திகழும் கலசத்தின் பீடம் வரை இக்கட்டடத்தின் உட்புறம் முழுக் கூடாக அமைந்துள்ளது. மேலே தளங்கள் என்பது கிடையாது. தற்போது காணப்பெறும் இலிங்கத்திற்கு மேலாகவுள்ள தளம் சுமார் 250 ஆண்டுகளுக்கு முன்பு தோற்றுவிக்கப்பெற்றதாகும். பழங்காலத்தில் பெருவுடையார் இலிங்கத்தை பூஜிக்கும்போது கீழிலிருந்து தொடங்கி பிரம்மா, விஷ்ணு, ருத்திரன், மகேசன், சதாசிவன், பரபிந்து, பரநாதம், பரசக்தி என்னும் எட்டு தத்துவங்களாக பாணத்தின் உச்சிவரை போற்றி வழிபட்டு ஒன்பதாவது தத்துவமாக இலிங்கத்திற்கு மேலாகவுள்ள வெற்றிடத்தை (விமானத்தின் உட்கூட்டுப் பகுதியை) பரசிவம் என்று போற்றி வழிபடுவர் என்பதையும் முன்னர் கண்டோம். சோழர்காலத்தில் மகாமண்டபத்திற்கு மேலாக முன்பு திகழ்ந்த மேற்தளத்தில் நின்றவாறு 400 ஆடல் மகளிரும், 50க்கும் மேற்பட்ட இசைவாணர்களும் கருவறைக்கு மேலாகவுள்ள வெற்றிடத்தை ஆகாச தத்துவமாகவும், ஆடவல்லானின் திருவுருவமாகவும் கருதி மலரஞ்சலி செலுத்தினர் போலும்.

இவ்வாறு பஞ்சபூத தத்துவங்களையும் உள்ளடக்கிய கட்டுமானத்துடன் விளங்கும் ஒரே கோயில் தஞ்சைப் பெரியகோயிலேயாகும்.

தமிழகத்துச் சிவாலயங்கள் அனைத்திலும் சோமாஸ்கந்தர் என்ற செப்புத் திருமேனி திகழும். ஆனால் இத்திருக்கோயிலில் சோமாஸ்கந்தர் திருமேனிக்குப் பதிலாக மகாமேருவிடங்கர் என்ற திருமேனி இருந்ததாக இராஜராஜனின் கல்வெட்டு கூறுவதோடு அதன் அமைப்பையும் விவரிக்கின்றது. அத்திருமேனி வான்கயிலாயம் என்ற மலை மீது சிவபெருமான் உமாதேவியோடும், கணபதி, சுப்ரமண்யரோடும் திகழ்வதாக குறிப்பிடுகின்றது. இத்திருமேனி பிற்காலத்தில் மறைந்துவிட்டாலும் இக்கோயிலின் அமைப்பின் தத்துவம் என்ன என்பதை உணர்த்தும் வகையிலும் அமைந்ததாகும்.

தஞ்சைப் பெரிய கோயில் புறத் தோற்றத்தில் தூலலிங்கமாகவும், வான் கயிலாயமாகவும், கட்டுமான அமைப்பில் பஞ்ச பூத தத்துவங்களை உள்ளடக்கியதாகவும் உள்ளதால் இத்தலத்தை ஒருமுறை வலம் வந்து வணங்கினால் திருவாரூர், திருவானைக்கா, திருவண்ணாமலை, திருக்காளத்தி, தில்லைப் பெருங்கோயில் ஆகிய தலங்களுக்கு சென்று வழிபட்ட பேறு கிட்டுவதோடு, சிவனார் உறையும் விண்ணகரத்து மகாமேருவாம் வானத்து கயிலாச பர்வதத்தையும் கண்டு தரிசித்த பெரும் பேறு பெறுவோம்.

விண்ணிழி விமானம்

கருவறை சென்று மூலவரை வழிபட்டு அர்த்தமண்டபத்து தென்வாயிற் படிகட்டுக்கள் வழியே தென்புற திருச்சுற்றுக்கு நாம் இறங்கி வரும்போது வலப்புறம் நோக்குவோமாயின் ஸ்ரீ விமானத்தின் கிழக்கு நோக்கிய தேவகோஷ்டத்தில் விஷ்ணு அநுக்கிரகமூர்த்தியின் திருவடிவினைத் தரிசிக்கலாம். பெரிய லிங்கவடிவத்தினுள் காணப்பெறும் சிவபெருமான் மான் மழு ஏந்தியவாறு அபயம் காட்டி அருளும் காட்சியினை அங்கு காணலாம். அருகே மண்டியிட்ட நிலையில் சங்கும் சக்கரமும் ஏந்திய திருமால் இருகரம் கூப்பி சிவனாரை வணங்குகின்றார். இக்கோஷ்டத்தின் ஒருபுறம் குள்ள பூதமொன்று சுடராழியாம் சிவனார் படைத்த சக்கரத்தை திருமாலிடம் அளிக்க தன் இரு கரங்களால் தாங்கி எடுத்து வருகின்றது. மற்றொரு பூதமும், வானில் மிதக்கும் சூரியனும் சந்திரனும் கையுயர்த்தி போற்ற ஒருவர் கீழ் ஒருவராக மண்டியிட்ட வண்ணம் மாமன்னன் சிவபாத சேகரன் என்னும் இராஜராஜனும், சிவசரணசேகரன் என்னும் இராஜேந்திர சோழனும் வணங்கும் கோலக்காட்சி இடம் பெற்றுள்ளது. இக்கோஷ்டத்தின் மேல்புறம் மகர தோரணத்தில் ஆடவல்ல பெருமான், வாணனின் குடமுழவ இயக்கத்தோடு ஆடும் காட்சியும், அப்பரமனை இராஜராஜசோழன் வணங்கும் காட்சியும் இடம் பெற்றுள்ளன.

இச்சிற்பக்காட்சியினை மாமன்னன் இராஜராஜசோழன் இந்த ஸ்ரீவிமானத்தில் எதற்காக இடம்பெறச் செய்துள்ளான் என்பதறிய வேண்டுமாயின் திருவீழிமிழலை என்னும் தலத்தின் புராண வரலாறு அறிதல் இன்றியமையாத ஒன்றாகும்.

அரன்படைத்த ஆழி

அப்பரடிகள் சிவனாரின் அட்ட வீரங்களின் பெருமையை அவர்தம் பதிகங்களில் போற்றுவார். அதில் ஒன்றே சலந்தரனை அறவாழியால் தடிந்ததாகும். இவ்வரலாற்றை திருஞானசம்பந்தர்.

> ''தரையொடு திவிதலம் நலிதருதிறல் உறு சலதரனது
> வரையன தலை விசையொடு வருதிகரியை அரிபெற அருளினன்
> உரைமலிதரு கரநதி மதி பொதி சடையவன் உறைபதி - மிகு
> திரை மலி கடல் மணல் அணிதரு பெருதிடர் வளர் திருமிழலையே''

என்பார். சுந்தரரோ,

> ''செரு மேவு சலந்தரனைப் பிளந்த சுடர் ஆழி
> செங்கண் மலர் பங்கயமாச் சிறந்தானுக்கு அருளி''

என்பார்.

சலந்தரன் சிவபெருமானுடன் போரிட வந்தபோது, தன்கால் விரலால் தரையில் வரைந்த ஒரு சக்கரம் சுடராழியாக மேலெழுந்து சலந்தரனின் உடலைக்

கிழித்தது என்பதே அப்புராண வரலாறாகும். சிவனாரின் பத்து ஆயுதங்களில் (தசாயுதம்) ஆழியும் ஒன்றாகும். அவ்வாழிக்குரிய தேவர் சக்கராயுதபுருடர் என அழைக்கப்பெற்றார்.

மாலவன் கொணர்ந்த விமானம்

அரன் படைத்த சக்கரம் தனக்கு வேண்டும் எனக்கருதிய திருமால் அதனைச் சிவனாரிடமிருந்து பெறவேண்டி சிவபூஜை செய்ய முனைந்தார். விஸ்வகர்மாவினைக் கொண்டு விமானம் செய்வித்து அதனைப் பூமிக்கு எடுத்து வந்து வீழிமிழலை என்னும் ஊரில் வைத்து, அவ்விமானத்திற்குள் இராஜராஜன் என்ற திருநாமமுடைய இலிங்கத் திருமேனியைத் தாபித்து, நாளும் ஆயிரம் தாமரை மலர் கொண்டு அர்ச்சித்து வந்தார். ஒருநாள் பூசனையின்போது ஆயிரம் மலர்களில் ஒரு மலர் குறையவே உடன் தன் கண்மலரை எடுத்து தாமரையாகவே பாவித்து அர்ச்சித்தார். அப்போது மகிழ்ந்த பிரானார் அவர் பூசித்த லிங்கத் திருமேனியிலிருந்து தன் உருகாட்டி, பூதகணம் ஒன்றின் மூலமாக தான் முன்னர் சலந்தரனை வதம் செய்யப்படைத்த சக்கரத்தை எடுத்துவரச் செய்து மாலுக்கு அளித்தார். அன்று பெற்ற ஆழியே மாலவன் திருக்கரங்களில் சங்கொடு என்றென்றும் அலங்கரிக்கின்றது. திருமால் பெற்ற அச்சுடராழித் தேவனை ஸ்ரீசுதர்சனர் என்றும் சக்கரத்தாழ்வார் என்றும் வைணவம் போற்றும்.

கண்ணப்பர் போன்று கண்மலர் எடுத்து அரனார்க்குத் தந்து மால் சக்கரம் பெற்ற வரலாற்றையும் அதற்காக விண்ணிலிருந்து இழித்த (கொணர்ந்த) விண்ணிழி விமானத்தின் சிறப்பையும் அவ்விமானம் திகழும் வீழிமிழலையின் உயர்வையும் மூவர் தேவாரப் பாடல்கள் பரக்கப் பேசுகின்றன.

> "தருப்பம் மிகு சலந்தரன் தன் உடல் தடிந்த
> சக்கரத்தை வேண்டி, ஈண்டு
> விருப்பொடு மால் வழிபாடு செய்ய இழி
> விமானம் சேர் மிழலை ஆமே"

எனத் திருஞான சம்பந்தரும்,

> நீற்றினை நிறையப்பூசி நித்தல் ஆயிரம் பூக்கொண்டு
> எற்றுழி, ஒருநாள் ஒன்றுகுறையக் கண் நிறைய இட்ட
> ஆற்றலுக்கு ஆழிநல்கி அவன் கொணர்ந்து இழிச்சும் கோயில்
> வீற்றிருந்து அளிப்பர் - வீழிமிழலையுள் விகிர்தனாரே"

எனத் திருநாவுக்கரசரும்,

> "அருமலரோன் சிரம் ஒன்று அறுத்தீர்
> செறுத்தீர் அழல் சூலத்தில் அந்தகனை
> திருமகள் கோன் நெடுமால் பலநாள்
> சிறப்பு ஆகிய பூசனை செய்பொழுதில்

ஒருமலர் ஆயிரத்தில் குறை வா
நிறைவாக ஒரு கண் மலர் சூட்டலுமே
பொரு விறல் ஆழிபுரிந்து அளித்தீர்
பொழில் ஆர் திருப்பத்தூர் புனிதனீரே''

எனச் சுந்தரரும் போற்றும் பாங்கு சிறப்புடையதாகும்.

திருவீழிமிழலைத் திருக்கற்றளி

திருவாரூர் மாவட்டத்தில், கும்பகோணம் நாச்சியார்கோயில் பூந்தோட்டம் நெடுஞ்சாலையில் திருவீழிமிழலை என்னும் ஊர் அமைந்துள்து. அரசலாற்றின் வடகரையில் அமைந்துள்ள இவ்வூரின் நடுவண் விண்ணிழி விமானம் பேரழகுடன் திகழ சிவாலயம் காட்சி நல்குகின்றது. தற்போது கற்றளியாக விளங்கும் இந்த ஸ்ரீ விமானம் மிகத்தொன்மையான பல்லவர் கலைப் பாணியோடு தனித்தன்மை பெற்றதாக விளங்குகின்றது. பிற்காலத் திருப்பணிகளுக்கு உட்பட்டும், சிகரங்கள் செப்புத் தகடுகளால் மிளிர காட்சி நல்குகின்றது. திருவாவடுதுறை ஆதினத்தின் அருளாட்சியின் கீழ் திகழும் கோயில்களுள் இதுவும் ஒன்றாகும்.

வீழிமிழலை விண்ணிழி விமானம் குறித்த வரலாற்றுச் செய்திகள் இத்திருக்கோயிலில் உள்ள சோழர்கால கல்வெட்டுக்களில் பதிவு பெற்றுள்ளன. கங்கை கொண்ட இராஜேந்திர சோழனின் தலைமகனான முதலாம் இராஜாதிராஜ சோழனின் அணுக்கியாராகத் திகழ்ந்தவர் பல்லவன் பட்டாலி நங்கை என்பாராவார். அறவுள்ளமும் பக்திப் பெருக்கும் கொண்ட அவ்வம்மையாரின் வேண்டுகோளுக்காக மாமன்னனும், அவ்வம்மையின் உறவினர்களும், அலுவலர்களும், அவ்வூர் வணிகர்களும், திருக்கோயில் பணியாளர்களும் இணைந்து ஏறத்தாழ ஒரு லட்சம் கழஞ்சு எடையுடைய பொன் கொண்டு விண்ணிழி விமானத்தைப் பொற்றகடுகளாலும் பொன் ஓடுகளாலும் போர்த்தி அழகு செய்தனர் என்பதை இவ்வாலயத்து கல்வெட்டுக்கள் விளக்கமுற கூறி நிற்கின்றன. 70,769 செப்பணிகள் கொண்டு அப்பொற்றகடுகளும், பொன் ஓடுகளும் விமானத்தின் மேல் வேயப் பெற்றதாக அதே கல்வெட்டுக்கள் கூறுகின்றன. இப்பணியில் ஈடுபட்டவர்கள் பலர் தங்கள் இயற்பெயருடன் "விண்ணிழி பொற்கோயில்" என்ற பெயரையும் இணைத்துக் கொண்டனர் என்ற செய்தி சுவை பயப்பதாகும். இதனினும் சிறந்த ஒரு பொன் விமானம் தமிழகத்தில் இருந்திருக்க முடியாது எனக்கருத வேண்டியுள்ளது.

திருஞான சம்பந்தரும் திருநாவுக்கரசரும் சோழநாடு வற்கடம் பூண்டிருந்த காலை (பஞ்சம் ஏற்பட்ட காலத்தில்) வீழிமிழலை திருக்கோயிலில் நாளும் பதிகம் பாடி படிக்காசு பெற்ற வரலாற்றுச்சிறப்பு இத்திருக்கோயிலுக்கு உண்டு. ஒருமுறை வீழிமிழலையில் இருந்த திருஞானசம்பந்தர் அவர் பிறந்த சீகாழியாம் புகலி நகர்க்கு எழுந்தருள வேண்டும் எனத் திருமுறையோர்கள் அவரிடம் விண்ணப்பம்

செய்ய, திருத்தோணி அப்பரை (சீர்காழி கோயிலில் உள்ள திருத்தோணி என்னும் விமானத்தில் எழுந்தருளிய இறைவரை) தரிசிக்க விரும்பி புறப்பட எத்தனித்தார். அன்று இரவு அவர்தம் கனவில் தோன்றிய திருத்தோணியப்பர்

"தோணியில் நாம் இங்கிருந்த வண்ணம்
தூமறை வீழிமிழலை தன்னுள் சேணுயர்
விண்ணின்றிழிந்த இந்த சீர்கொள் விமானத்துக்
காட்டுகின்றோம், பேணும் படியால் அறிதி"

என்றார். அதன்படி வீழிமிழலை விமானத்தின் மேல் திருத்தோணியப்பர் காட்சியைக் கண்ட திருஞான சம்பந்தர்,

"விண் இழி கோயில் விரும்பி மேவும்
வித்தகம் என் கொல் இது என்று சொல்லிப்
புண்ணியனைப் புகலி நிலாவு
பூங்கொடியோடு இருந்தானைப் போற்றி..."

என்ற பதிகத்தைப் பாடியருளினார்.

இவ்வரலாற்றை சேக்கிழார் பெருமான் திருஞான சம்பந்தர் புராணத்தில் விளக்கமுற கூறியுள்ளார்.

சேக்கிழார் பெருமான் காலத்திற்கு **125** ஆண்டுகள் முன்பு வாழ்ந்த மாமன்னன் இராஜராஜன் திருவீழிமிழலை விண்ணிழி விமானத்தின் பெருஞ்சிறப்புக்களை மூவர் பாடல்கள் வழி முழுதும் அறிந்திருந்தான். சீகாழி தோணியப்பரை வீழிமிழலை விண்ணிழி விமானத்தில் தரிசித்த திருஞானசம்பந்தர் போன்று தான் எடுத்த தஞ்சைப் பெருங்கோயிலின் தட்சிணமேருவாம் ஸ்ரீ விமானத்தில் வீழிமிழலைப் பெருமானை நாளும் தரிசிக்க விரும்பினான். அதனைச் செயல் வடிவிலும் செய்து காட்டினான்.

அதற்கெனப் படைக்கப்பெற்றதே இங்கு நாம் காணும் விஷ்ணு அநுக்கிரகமூர்த்தி சிற்பத்தொகுதியாகும். தஞ்சைப் பெருங்கோயில் ஸ்ரீவிமானத்தையே திருவீழிமிழலை விண்ணிழி விமானமாகப் போற்றி நாளும் அப்பெருமகன் வழிபட்டான். மேலும் ஒரு கோயிலை எடுப்பிக்கும் கர்த்தா. அக்கோயில் இறைவனை வழிபட்டு திரும்பும் அடியார்களை வணங்கும் கோலத்தில் தன் உருவச்சிலையை கோபுரவாயிலில் வைப்பது பண்டைய மரபாகும். அதனால்தான் பெரும்பாலான கோபுரங்களில் மன்னர்களின் வணங்கும் கோல உருவச் சிலைகளைக் காணமுடிகிறது. அந்நெறி அடிப்படையில் தஞ்சை இராஜராஜேச்சரமுடையாரை வணங்கி அர்த்தமண்டபத் தென்புற வாயில் வழியே வெளிவரும் அடியார்களை எப்போதுமே வணங்கும் கோலத்தில் இராஜராஜன் மற்றும் அவன் மைந்தன் இராஜேந்திரன் ஆகிய இருவருடைய உருவச் சிற்பங்களும் விஷ்ணு அநுக்கிரக மூர்த்தி அருகிலேயே இருப்பது

குறிப்பிடத்தக்கதாகும். அவர்கள் அம்மூர்த்தியையும் வணங்குகின்றனர். அடியார்களையும் வணங்குகின்றனர்.

பாண்டிய மன்னன் எடுத்த அம்மன் கோயில்

தற்போது தஞ்சைப் பெரிய கோயிலின் நந்திமண்டபத்திற்கு வடபுறம் காணப்பெறும் அம்மன் கோயிலின் கருவறையின் மேற்குப்புறச்சுவரில் கல்வெட்டு ஒன்றுள்ளது. அதில்

> "ஸ்வஸ்திஸ்ரீ கொட்டகர்க்குடியான உலகாண்டநாயகி நல்லூர்க்கு
> எழுதின திருமுகப்படி. திருபுவனச்சக்கரவர்த்திகள் கோ
> நேரின்மை கொண்டான் தஞ்சாவூர் உடையார் ஸ்ரீ இராஜ
> ராஜீஸ்வரமுடையார் கோயில் தாணத்தார்க்கு
> இக்கோயிலில் நாம் எழுந்தருளுவித்த உலகமுழுதும் முடைய நாச்சி
> யார்க்கு அமுது உள்ளிட்டு வேண்டும் அவை யிற்றுக்கு அரு
> மொழிதேவ வளநாட்டு மேல்கூறு விடையபுரப்பற்றிலே
> கொட்டகர்க் குடியிலே பதின் ஒருவேலி நிலம் இறையிலி
> யாக இரண்டாவது வைகாசி மாதம் முதல் கொடுத்
> தோம் இந்நிலம் பதின் ஒருவேலியும் சந்திராத்தவற்
> செல்லுவதாகக் கல்லிலும் செம்பிலும் வெட்டிக் கொள்க.
> இந்நிலத்திற்கு காசுகடமை மரவடை புன்பயிர் குளவடை
> அளவுவற்கம், உறைநாழி வெட்டி, மேற்பாடிகாவல்
> அரைக்கால்வாசி உள்ளிட்ட அனைத்து வற்கமும் உட்பட்ட
> தும் இவ்வூர் நத்தத்தில் ஓபாதியும் உட்பட இறையிலி
> யாகக் கல்லிலும் செம்பிலும் வெட்டிக் கொள்ளச்
> சொன்னோம் இப்படிக்கு இவை பழந்திபராயர் எழுத்து
> இன்னிலத்துக்கு நான்கெல்லையும் திருச்சூலக்கல்லும்
> நாட்டிக் கொள்க இவை கொடுமளூர் உடையான்
> எழுத்து இவை கயலூர் உடையான் எழுத்து
> யாண்டு இரண்டாவது நாள் 334"

என்று கூறப்பெற்றுள்ளது.[25]

இக் கல்வெட்டின் எழுத்தமைதி கி.பி.14 ஆம் நூற்றாண்டைச் சார்ந்தது என்று அறிஞர்கள் உறுதி செய்துள்ளனர். இதனடிப்படையில் இக் கல்வெட்டு பாண்டிய மன்னன் ஒருவனது கல்வெட்டு என்று கருதமுடிகிறது. மன்னனது பெயர் குறிக்கப் பெறாமல் அவனது ஆணையாக மட்டும் இச்சாசனம் இருப்பினும், இவனே தற்போதுள்ள இந்த அம்மன் ஆலயத்தை எடுப்பித்தவன் என்பதையும் அறிய முடிகிறது.

தஞ்சைப் பெரிய கோயிலை 'ஸ்ரீ இராஜராஜீஸ்வரம்' என்றே இக்கல்வெட்டு குறிப்பிடுகிறது. அம்மனது திருநாமத்தை 'உலகு முழுதும் உடைய நாச்சியார்'

என்று கூறுகிறது. இவ்வாறு எடுக்கப்பெற்ற இந்தக் கோயிலின் பூசைகளுக்காக அருமொழித்தேவ வளநாட்டில் மேற்கூறாகத் திகழும் விடையபுரத்துக் கொட்டகர்க்குடி எனும் ஊரில் பதினொரு வேலி நிலம் அளித்ததையும் விவரிக்கின்றது.[26] தஞ்சைப் பெருங்கோயிலுக்குப் பாண்டிய மன்னன் ஒருவன் அளித்த கொடையே இந்த அம்மன் ஆலயமாகும்.

இராசராசன் திருச்சுற்று மாளிகையில் 'பரிவாராலயத்து உமா பட்டராகி' எனும் பெயரில் அமைந்த அம்மன் கோயிலுக்கு முன்புறமாக 14ஆம் நூற்றாண்டில் இக் கோயில் எழுந்துள்ளது. இது எழுப்பப்படுவதற்கு முன்பாகவே பெரிய கோயிலின் திருச்சுற்று மாளிகையும் மகாமண்டபமும் சூறையாடலுக்கு உட்பட்டு அழிவுபட்டிருக்கும் எனக் கருதமுடிகிறது.

கருவறை, அர்த்தமண்டபம், மகாமண்டபம் ஆகிய பகுதிகளே கி.பி.14ஆம் நூற்றாண்டுக் கட்டுமானப் பகுதிகளாகத் தோன்றுகின்றன. மகா மண்டபத்துடன் இணைந்து மிகப்பெரிய அளவில் எழில்மிகு தூண்கள், நீண்டு வளைந்த கொடுங்கைகள் ஆகியவற்றுடன் திகழும் முகமண்டபம் பிற்காலப் (விசயநகரகாலப்) பணியாகத் திகழ்கின்றது. கருவறை விமானத்தின் சிகரம் இங்குள்ள சண்டீசர் விமானத்தின் கலைப்பாணியிலேயே அமைக்கப் பெற்றிருப்பது குறிப்பிடத்தக்கதாகும்.

கருவறையில் 7 அடிக்கும் மேற்பட்ட உயரமுள்ள நின்றகோல அம்மன் திருவுருவம் மிகுந்த எழிலோடு படைக்கப்பெற்றுள்ளது. உலகு முழுதும் உடைய நாச்சியார் என்ற திருநாமத்தோடு பாண்டிய மன்னன் ஒருவனால் பிரதிட்டை செய்யப்பெற்ற இத்திருமேனியைப் பிற்காலத்தில் தமிழில் பெரியநாயகி என்றும் வடமொழியில் ப்ருஹந்நாயகி என்றும் அழைக்கலாயினர்.

கருவறையின் மூன்றுபுறங்களிலும் தேவகோஷ்டங்கள் உள்ளன. மேற்கு நோக்கிய தேவகோஷ்டத்தில் தேவியின் நிறை கோலத் திருவுருவம் உள்ளது. மேலிரு கரங்களில் மான் மழு ஏந்தி, கீழிருகரங்களில் அபயம், வரதம் காட்டி நிற்கிறாள் அன்னை பராசக்தி, இது மிக அபூர்வமான கோலமாகும். சிவபெருமானும் அதிகாரநந்தியும் மட்டுமே ஏந்தும் மான் மழுவைத் தேவி தாங்கி நிற்பது அரிய காட்சியாகும். வடக்கு, கிழக்கு கோஷ்டங்களில் இறைவி அக்கமாலையும், தாமரையும் ஏந்திக்கொண்டு, அபயம் காட்டி தொடைமேல் இறுத்திய ஒரு கரத்துடன் காட்சி நல்குகிறாள்.

இக் கருவறையின் கபோதக வரிக்குக் கீழுள்ள பூதகணவரி மிகச் சிறப்பானதோர் படைப்பாகும். இவ்வரியில் காணப்படும் ஒரு பூதத்தின் முக பாவம் மிக அற்புதமான எழிலுடன் விளங்குகிறது. கபோதகத்திலுள்ள கூடுகளில் சிவபெருமானின் பல்வேறு கோலங்கள் எழில்மிகு சிற்பங்களாகப் படைக்கப் பெற்றுள்ளன.

கருவறை, அர்த்தமண்டபம், மகாமண்டபம் ஆகிய அமைப்போடு திகழும் இவ்வாலயத்தின் முகமண்டபம் கட்டுமான அமைப்பால் சற்றுப் பிற்காலக் கலைப்பணியாய்த் திகழ்கிறது. நீண்டு வளைந்த கொடுங்கைகளோடு இம் மண்டபம் திகழ்கிறது. தூண்களில் எழில்மிகு சிற்பப் படைப்புகள் உள்ளன.

இரண்டு பாயும் சிம்மங்களோடு திகழும் தூண்களும், சிற்பம் பொதிந்த பிற வகையான தூண்களும் இம் மண்டபத்தைத் தாங்கி நிற்கின்றன. தூண்களின் அமைப்பும் அதில் காணப்பெறும் சிற்பங்களும் தாடிக்கொம்பு, கிருஷ்ணாபுரம், திருநெல்வேலி ஆலயங்களில் காணப்பெறும் சிற்பத் தன்மையைக் கொண்டு விளங்குகின்றன. பைரவர் கொடிப் பெண்கள், அன்னம், கோபுரங்கள் சங்கு ஊதும் பூதங்கள், வீரபத்திரர், வில்லேந்திய முருகப்பெருமான், பாயும் மானும் முயலும், விநாயகப்பெருமான், நர்த்தனகணபதி, கின்னரப்பெண், பின்னல் பாம்புகள், பெண்ணொருத்தியின் நீண்ட கூந்தலை இழுக்கும் கிளி, சட்டநாதர், ஆடும் பெண்கள் ஆகிய சிற்பங்கள் உள்ளன. பல சிற்பங்களின் தலை அலங்காரம் யக்ஷகானம் போன்ற நடனங்களுக்குரிய தலை அலங்காரம் போன்று காணப்பெறுகின்றன.

பிரமிச்சி நாயக்கர் மண்டபம்

இராஜராஜேஸ்வரத்தின் மூலவர் திருக்கோயிலின் மகாமண்டபத்தின் முகப்பான முகமண்டபத்தின் வலதுபுறம் துவாரபாலகர் சிற்பத்திற்கு அருகில் ஒரு சிறு கல்வெட்டுப் பொறிப்பு உள்ளது. அதில்

> ‘‘பிரமிச்சி நாயக்கர் மண்டபம் அதிக்கம் ஆக
> கட்டிவித்த பச்சையா நாயக்கர் சதாசேவை’’

என்று எழுதப்பெற்றுள்ளது.[27] இதனால் மகாமண்டபம், முகமண்டபம் இரண்டையும் பிரமிச்சி நாயக்கர் மண்டபம் என்ற பெயரால் பச்சையா நாயக்கர் என்பவர் கட்டுவித்தார் என்று அறிகிறோம். இப்பிரமிச்சி நாயக்கர் கி.பி.1541இல் அச்சுததேவராயரின் கீழ் ஊட்டத்தூர் (லால்குடி வட்டம்) பகுதியில் அதிகாரியாகப் பணியாற்றியவர் என ஊட்டத்தூர் கல்வெட்டால் (ARE 524/1912) அறிகிறோம். எனவே இம்மண்டபம் கி.பி.16ஆம் நூற்றாண்டின் இடைப்பகுதியில் கட்டப்பெற்றது என்பதைத் தெளிவாக அறியலாம். இத்திருப்பணி கி.பி.1535இல் தஞ்சை நாயக்க மன்னராகப் பொறுப்பேற்ற செவ்வப்ப நாயக்கர் காலத்தில் நிகழ்ந்தது என்பதையும் இங்கு ஊகித்து அறியலாம். இடிபாடுற்றுக் கிடந்த இந்த மகாமண்டபத்தின் முற்பகுதியும், உள்ளே இருக்கும் குறுக்குச்சுவரும், முதற்பகுதியில் காணப்படும் தூண்களும் விசயநகரக் கலைப்பாணியிலேயே காணப்பெறுவதால் இவையனைத்தும் பச்சையா நாயக்கரின் பணிகளே என்பது நன்கு விளங்கும். இம் முகமண்டபக் கொடுங்கைகளும், அம்மன் கோயில் முகமண்டபக் கொடுங்கைளும் சிற்பங்களும் ஒத்த தன்மை வாய்ந்தவைகளாகத் திகழ்வதால் ஒரே காலகட்டத்தில் இப்பெரும்பணி நிகழ்ந்திருக்க வேண்டும்.

இம்மண்டபத்துத் தூண்களில் இரண்டு குறிப்பிடத்தக்கவையாகும். யானையின் முதுகின் மீது நின்றவண்ணம் யாளி பாய்வதும் தூக்கிய யானையின் துதிக்கையை யாளியின் துதிக்கை பிடிப்பதும் போன்ற சிற்பங்களை அமைத்து இடையே பலகணி அமைப்பும், அதற்குள் ஸ்வஸ்திகம் போன்ற பலவகைச் சிற்பங்களும் உள்ளன. மற்றத் தூண்களில் மாமரத்தின் கீழ்ச் சிவலிங்கம், மரத்தின் கீழ் உள்ள சிவலிங்கத்தைத் தழுவும் தேவி, சிவலிங்கத்திற்குப் பால் பொழியும் பசு, நடராசப் பெருமான், கின்னரபெண், குரங்கு போன்ற விலங்குகள் உள்ள குன்று, அதன்கீழ்ச் சிவலிங்கத்திற்குப் பூசை செய்யும் குருக்கள் ஆடும் பெண்கள் முதலிய பல எழில்மிகு சிற்பங்கள் உள்ளன. இம்மண்டபத்துக் கொடுங்கைகள் சிறப்புடையனவாகும். உட்புறம் மரவேலைப்பாடுகள் போன்று காணப் பெறுகின்றன. ஆவுடையார் கோயில் கொடுங்கைகளை விட இவை கலைநயம் வாய்ந்தவை.

மல்லப்ப நாயக்கர் மண்டபம் – மூர்த்தி அம்மன் மண்டபம்

பிருகன் நாயகி எனத் தற்காலத்தில் வழங்கப்பெறும் உலகம் முழுவதும் உடைய நாச்சியார் கோயிலின் மேற்குப்புற அதிஷ்டானத்தில் பிற்காலத்திய கல்வெட்டு ஒன்றுள்ளது. அதில்

> "தஞ்சாவூர் பெரிய உடையநாயனார் கோயில் மல்லப்ப
> நாயக்கர் மண்டபம் மூர்த்தி அம்மன் மண்டபம் புலியூரார்
> தன்மமாக கல்லுவருகையினாலும், அவர்கள் பண்ணிற உழி
> யத்தினாலும் சன்னதியில் ஒடுக்கும் பிறசாதம் கட்டளை
> பிட்டபடியாலே சந்திராத்திவரையும் நடக்கவும்"

என்று குறிக்கப்பெற்றுக் காணப்பெறுகின்றது.

இக்கல்வெட்டால் ராஜராஜேஸ்வரம் 'பெரியஉடைய நாயனார் கோயில்' என்று நாயக்கர்கள் காலத்தில் அழைக்கப்பெற்றதை அறிகிறோம். இங்கு மல்லப்ப நாயக்கர், மூர்த்தி அம்மன் பெயர்களில் இரண்டு மண்டபங்களைப் புலியூர் எனும் ஊரைச் சார்ந்தவர்கள் தங்கள் கொடையாக, கருங்கற்கொண்டு கட்டுவித்ததோடு, அவர்களே திருக்கோயில் ஊழியமும் புரியலாயினர். இதற்கெனப் பிரசாதக் கட்டளை ஒன்றும் வைக்கப்பெற்றது.

இந்த இரு மண்டபங்களோடு நந்தி மண்டபத்தையும் சேர்த்துத் தஞ்சைப் பெரிய உடைய நாயனார் கோயிலில் காணப்படும் மண்டபங்கள் மூன்றாகும்.

சுப்பிரமணியர் ஆலயத்திற்கு முன்பாகத் தனித்த திருமண்டபம் ஒன்று மிக அழகாகக் காணப்பெறுகின்றது. இதன் தென்புறச் சுவரின் உட்புறமாடம் ஒன்றில் கூப்பிய கரங்களோடு உள்ள மனிதரின் சிலை ஒன்றுள்ளது. இச்சிலை நாயக்கர் காலத்தைச் சேர்ந்ததாகும். இதனை மல்லப்ப நாயக்கரின் உருவமாகவே கொள்ள வேண்டும். தற்போது நடராசப் பெருமான் எழுந்தருளியுள்ள மண்டபத்தூணில்

கலசம்
(மனிதர்களுடன் ஒப்பீடு)

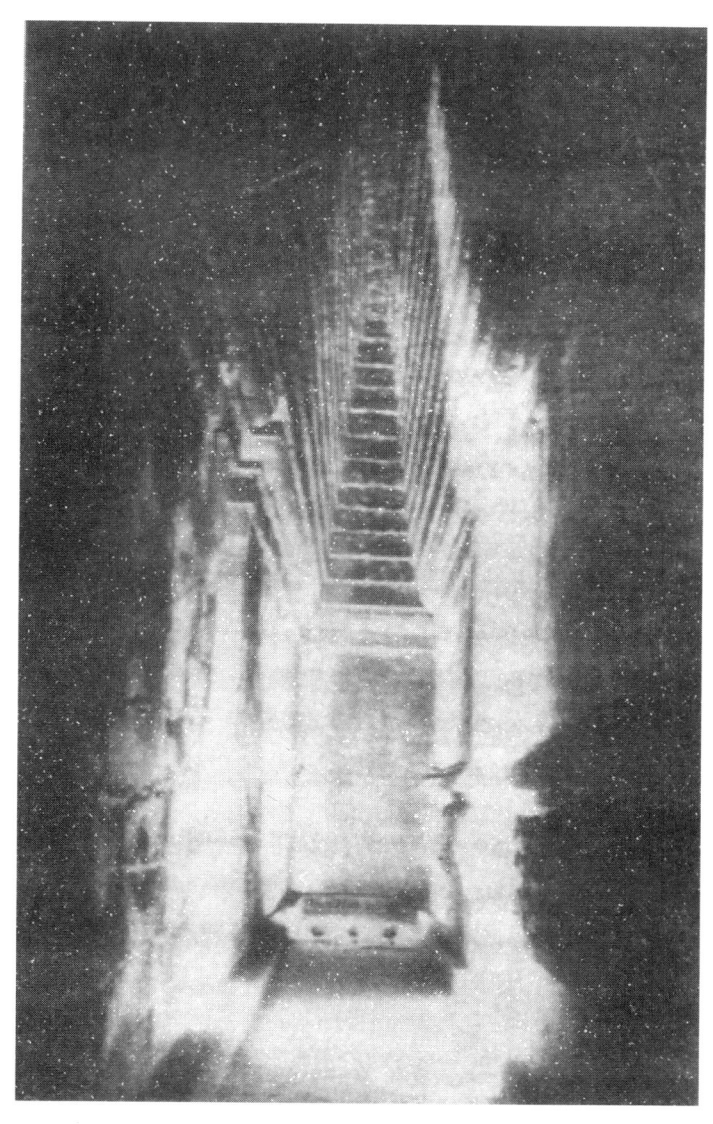

சுற்று அறை
(ஸ்ரீ விமானத்துள்) மேல் நிலை உட்புறப்படம்

பெண் ஒருத்தியின் உருவச்சிலையும் உள்ளது. இதுவும் அந்தக் காலத்தைச் சேர்ந்ததே. இது மூர்த்தி அம்மனின் சிலையேயாகலாம்.

தஞ்சை நாயக்க மரபின் முதல் மன்னரான செவ்வப்ப நாயக்கரின் உடன் பிறந்தவர்களில் மூத்தவர் பெத்தமல்லர் எனும் மல்லப்ப நாயக்கராவார். இவர் கிருஷ்ண தேவராயரிடத்தில் 'வாசல்' எனும் உயர்நிலை அலுவலர் பதவி வகித்ததால் 'வாசல் மல்லப்ப நாயக்கர்' என அழைக்கப்பெற்றார். இவர் பெயரால்தான் மல்லப்ப நாயகர் மண்டபம் எழுப்பப்பெற்றது. இவருக்குத் திம்மப்ப நாயக்கர், ஆதியப்ப நாயக்கர், சின்னப்ப நாயக்கர் என்ற மக்கள் இருந்தனர். இவர்கள் அளித்த கொடைகள் சோழநாட்டுக் கல்வெட்டுக்களில் காணப்பெறுகின்றன. இவர்களுள் சின்னப்ப நாயக்கர் தர்மமாகவே கோனப்ப நாயக்கர் என்பவர் தஞ்சாவூர் அளகேஸ்வரப்பிள்ளையாரான தொப்பாரங்கட்டிப் பிள்ளையார் கோயில் திருப்பணியைச் செய்தார்[29] இக்குடும்பத்தார்க்கு நாயக்க தனமாகச் சோழநாட்டு ஊர்கள் சில திகழ்ந்தன.

மூர்த்தி அம்மன் எனும் மூர்த்திமாம்பா செவ்வப்ப நாயக்கரின் மனைவியாவார். இவர் விசயநகரப் பேரரசர் அச்சுததேவராயரின் மனைவி திருமலாம்பா தேவியாரின் தங்கையாவார். இவ்வம்மையாரது செப்பு உருவச் சிலை ஒன்று திருவிடைமருதூர் திருக்கோயிலில் உள்ளது. அச்சிலையின் பீடத்தில் மூர்த்தி அம்மன் என்ற தமிழ்ப் பொறிப்பு உள்ளது. இரண்டாவது மண்டபம் இவ்வம்மையார் பெயரால் ஏற்பட்டதாகும்.

தொப்புள் பிள்ளையார் கோயில் சாசனத்தின் காலம் 1532 ஆகும். ஏறத்தாழ இதே காலகட்டத்தில்தான் தஞ்சைப் பெரிய கோயிலில் செவ்வப்பநாயக்கரின் அண்ணன் மற்றும் மனைவி பெயர்களில் இம் மண்டபங்கள் கட்டப்பட்டிருக்க வேண்டும்.

சுப்பிரமணியர் திருக்கோயில்

திருச்சுற்றில் வடமேற்கு மூலையின் விசயநகரப் பேரரசுக் காலத்தில் எடுக்கப்பெற்ற சுப்பிரமணியர் ஆலயம் உள்ளது. பெரியகோயிலில் உள்ள சிற்பக்களஞ்சியங்களுள் இது சிறப்பிடம் பெறுவதாகும். கருவறை, அர்த்த மண்டபம், மகாமண்டபம் ஆகியவற்றோடு திகழும் இப்பரிவார ஆலயம் தேர் போன்று படைக்கப்பெற்றதாகும். மகாமண்டபத்திற்கு வடபுறமும் தென்புறமும் இரண்டு வாயில்கள் உள்ளன. இவற்றோடு சக்கரங்களும் குதிரைகளும் செதுக்கப்பெற்று இந்தத் தேர்க்கோயில் ஊர்ந்து செல்வது போன்று திகழ்கின்றது. அர்த்த மண்டப வாயிலை எழில் மிகுந்த கரிய துவாரபாலகர் சிற்பங்கள் இரண்டு அலங்கரிக்கின்றன. கருவறையில் முருகப்பெருமான் ஆறுமுகங்களோடு சுகாசனராக மயில்மீது அமர்ந்த வண்ணம் காட்சி நல்குகிறார். பெருமானார் மயில் திருவாசி ஆகிய அனைத்தும் ஒரே கல்லால் ஆனவையாகும். இருபுறமும் வள்ளியும், தேவசேனையும் நின்றவண்ணம் அருள்பாலிக்கின்றனர்.

அர்த்த மண்டபம் மிகுந்த வேலைப்பாடுகளுடைய எழிற்கூடமாகத் திகழ்கின்றது. இங்குள்ள தூண்களில் காணப்பெறும் சிற்ப அழகு ஏற்றமுடையதாகும். மிக நுட்பமான சிற்ப வேலைப்பாடுகள் காணப்பெறுகின்றன.

கோஷ்டங்களில் முருகப்பெருமானது திருவுருவங்கள் உள்ளன. சிவ கதைகள், தேவி மகாத்மியக் காட்சிகள், இராமாயணச் சிற்றுருவக் காட்சிகள், வள்ளித் திருமணம் முதலிய சிற்பங்கள் இக் கோயிலை அணி செய்கின்றன.

கருவறையிலிருந்து வரும் கோமுகம் எனும் தூம்பு நேர்த்தியான வேலைப் பாடமைந்தது. அதன்கீழ் நீர் விழும் கல்தொட்டியும், அதில் காணப்படும் சிற்பங்களும் அழகுக்கு அழகூட்டுகின்றன.

சுப்பிரமணியர் கோயில் மண்டபத்துக் கூரையாகத் திகழும் கொடுங்கையுடைய தளமும், கீழேயுள்ள வேலைப்பாடுகளும் தஞ்சை நாயக்கர் கலையின் உச்சநிலையைக் காட்டுவதாக அமைந்துள்ளன. கொடுங்கையானது இரண்டு உத்திரங்கள் மேல் நீண்டு வளைவு பெற்றுத் திகழ்வதோடு மரவேலைப்பாடு போன்றே நீண்ட சட்டங்கள், குறுக்குச்சட்டங்கள், இணைப்புக் குமிழ் அணிகள் வேலைப்பாடமைந்த தாங்கு உத்தரங்கள் ஆகிய அனைத்தையும் பெற்றுக் கருங்கற் பணியாகத் திகழ்கின்றன.

இவ்வாலயத்து முதற்தள கபோகத்து கூடுகளில் ஏறத்தாழ 36 முருகப் பெருமானின் திருவடிவங்கள் உள்ளன. இவை வேறு எந்த முருகன் ஆலயத்திலும் இடம்பெறாதவையாகும். பல திருக்கரங்களுடன் முருகப் பெருமான், பல்வேறு வாகனங்களுடன் முருகப் பெருமான் என இங்கு காணப்பெறும் திருவடிவங்கள் புதுமையானவையாகும்.

மகாமண்டபத்திலுள்ள துவாரபாலகருக்கு வலதுபுறத்தில், "ரவுத்திரி வருஷம் பங்குனி மாதம் 16 அதிரவீசி ஆச்சாரி விரரய்ய நாயக்கர் ஸதாசெர்வை" என்று 16ஆம் நூற்றாண்டின் எழுத்தமைதியில் கல்வெட்டொன்று காணப்பெறுகின்றது.[30] இதிலுள்ள நாட்குறிப்பு 1561ஆம் ஆண்டு மார்ச்சு 12ஆம் நாளாக இருக்கலாம்.

இக்கல்வெட்டால் இக் கோயிலை கட்டுவித்த சிற்ப ஆசாரியின் பெயர் அதிரவீசி ஆசாரி என்றும், திருப்பணி மேற்பார்வை செய்தவர் வீரய்ய நாயக்கர் என்பவர் என்றும் ஊகிக்க முடிகிறது.

இம்முருகன் கோயில் இராசராசன் அமைத்த திருச்சுற்று மாளிகையின் பரிவார ஆலயத்து முருகன் கோயில் இருந்த இடத்திற்கு நேர் எதிரே அமைக்கப் பெற்றதாகும். பழைய கோயில் தாக்குதலுக்கு உட்பட்டபோது அழிந்ததால் இக்கோயிலைப் புதியதாகக் கட்டியுள்ளனர்.

இது செவ்வப்ப நாயக்கரால் எடுக்கபபெற்றிருக்கலாம். தஞ்சை நாயக்க மன்னர்களுள் செவ்வப்ப நாயக்கர் மட்டுமே சைவராக வாழ்ந்தவர். இவரது

கோயிற்பணிகள் அனைத்தும் சிவாலயங்களுக்கே அமைந்தன. இராசராசன் திருவாயிலான கோபுரத்தின் முதல் தளத்தில் யானைமீதமர்ந்துள்ள முருகப் பெருமானை இவர் வணங்குபவராகச் சுதை உருவம் உள்ளதை முன்னரே கூறினோம். கல்வெட்டின் எழுத்தமைதி, சிற்பங்களின் தன்மை, கட்டுமான நுட்பங்கள், மற்றக் கூறுகள் அனைத்தையும் தொகுத்து நோக்கும் போது இவ்வாலயம் செவ்வப்ப நாயக்கரால் எழுப்பப்பெற்றிருக்கலாம் என்றே கருதலாம். மேலும் விசயநகரத்திலுள்ள இராமர் கோயிலும் இந்த அமைப்பிலேயே உள்ளதும், அதனைத் தமிழ்ச் சிற்பிகளே படைத்துள்ளனர் என்பதும், அதன் காலத்தையும் நோக்கும் போது இந்த முருகன் கோயிலைச் செவ்வப்ப நாயக்கரின் படைப்பாகவே கருதவேண்டியுள்ளது. இதனுடன் இணைந்து காணப்படும் மல்லப்ப நாயக்கர் மண்டபம், ‘மூர்த்தி அம்மன் மண்டபம்’ ஆகியனவும் இக் கருத்தை உறுதி செய்கின்றன.

பெரிய காளையும் இடப மண்டபமும்

பெரிய கோயில் மகாமண்டபத்திற்கும் இராசராசன் திருவாயிலுக்கும் இடையே அமைந்துள்ள உயரமான மேடையோடு கூடிய மண்டபத்தில் 12 அடி உயரமுடைய மிகப்பெரிய இடபத்தின் ஒரே கல்லாலான உருவம் உள்ளது. இந்த காளையும், மண்டபமும் நாயக்க மன்னர்களின் கொடைகளாகும். இராசராசன் வைத்த இடபம், இராசராசன் திருவாயிலுக்கு வெளியே இருந்திருக்கலாம் என்றும், அது தற்போது வராகி அம்மன் கோயிலுக்கு அருகே இருப்பதாகும் என்றும் முன்பே விளக்கியுள்ளோம்.

இந்த இடப மண்டபம் சுமார் 5 அடி உயரமுடைய மேடைமீது 16 தூண்கள் கொண்டு எடுக்கப்பெற்றுள்ளது. மேற்கூரை ஒரே மட்டமாக இல்லாமல் நடு அங்கணம் உயரமாகவும் மற்ற இரு அங்கணங்களும் தாழ்வாகவும் உள்ளன. ஈசனாரை நோக்கியவண்ணம் படுத்த நிலையிலுள்ள இந்த இடபம் உருவால் பெரியதெனினும் எழிலால் சோழர்களின் படைப்பைவிடச் சற்றுக் குறைவுடையதாகவே திகழ்கின்றது.

இம்மண்டபத்து நடுஅங்கணத்தின் இரண்டு தூண்களில் தஞ்சை நாயக்க மன்னர்கள் இருவரது உருவச்சிலைகள் உள்ளன. தலையில் வளைவு பெற்ற குல்லாய் அணிந்து, நாயக்க மன்னர்களுக்குரிய உடையலங்காரங்களுடன், கைகூப்பித் தொழுகின்றாராக இச்சிலைகள் உள்ளன. இச்சிலைகள் சற்றுத் சிதைவு பெற்றுள்ளன. ஆறு தூண்கள் பாயும் யாளியின் முதுகில் வீரனைப் பெற்ற யாளித்தூண்களாக உள்ளன. மற்ற எட்டும் சதுரத் தூண்களாகப் பல்வேறு சிற்பங்களைத் தாங்கி நிற்கின்றன.

இடப மண்டபத்தைக் கட்டியபோது இதை மகாமண்டபத்துடன் இணைப்பதற்கான முயற்சிகள் மேற்கொள்ளப்பெற்றுள்ளன. ஆனால் அது முடிக்கப் பெறாமல் தொடக்கப்பணிகளோடு நின்றுவிட்டன. இவ்விரண்டு

மண்டபங்களுக்கிடையே தூண்கள் நிறுத்த அடித்தளமிட்டுள்ளனர். துவஜஸ்தம்பம் அருகே ஒரு தூண் மட்டும் நிறுத்தப்பெற்றுள்ளது. அதில் முடிந்த கொண்டை, கூப்பிய கரங்களோடு திகழும் ஒரு நாயக்க மன்னரின் சிலை உள்ளது. இது இரகுநாத நாயக்கர் அல்லது அச்சுதப்ப நாயக்கரது சிலையாக இருத்தல் கூடும். நந்தி மண்டபத்திலுள்ள சிலைகளுள் ஒன்றினை விசயராகவ நாயக்கரது உருவமாகவும், மற்றொன்றை இரகுநாதர் அல்லது இராமபத்ர நாயக்கரது உருவமாகவும் கொள்ளலாம்.

இடபமும், இடபமண்டபமும் யார் காலத்தில் எடுக்கப்பெற்றிருக்கலாம் என்பதனை இங்குக் காணப்பெறும் சில சான்றுகளின் அடிப்படையில் ஊகிக்கலாம். பெரிய கோயிலில் செவ்வப்ப நாயக்கர், அச்சுதப்ப நாயக்கர் ஆகிய இருவரும் இணைந்து வெளியிட்ட கல்வெட்டு ஒன்றுள்ளது. இவர்கள் காலத்தில்தான் இராச கோபுரத் திருப்பணி நிகழ்ந்துள்ளது என்பதனைக் கோபுரத்திலுள்ள செவ்வப்ப நாயக்கரின் உருவச்சிலையாலும் மற்ற சுதையுருவங்களாலும் அறியலாம். அப்போது இந்தப் பெரிய காளை உருவம் இடம் பெற்றிருக்கலாம். இவ்வளவு பெரிய நந்தியை நாயக்கர்களால் வைக்க இயலுமா? என்ற கேள்வி எழலாம். மன்னார்குடி இராசகோபலசுவாமி கோயில் வாசலில் சுமார் 70அடி உயரமுடைய கருட ஸ்தம்பம் எனும் கற்றூணை நாட்டிய அச்சுதப்ப நாயக்கருக்கு இந்த காளை உருவை வைப்பது கடினமன்று. இவர் காலத்தில் ரிஷபத்தைப் பீடமொன்றில் பிரதிட்டை செய்திருக்கவேண்டும். மண்டபம் பிறகு கட்டப்பெற்றிருக்கலாம்.

அடுத்த, பெரிய கோயில் தொடர்பான நாயக்கர் கால ஆவணம் கருவறை ஓவியத்தொகுப்பிலுள்ள வாசகங்களாகும். சோழர்கால ஓவியங்களின் மேல் சுண்ணாம்பு பூசி, சிவகதைகள் வண்ணக் காட்சிகளாகத் தீட்டப்பெற்றுள்ளன. அதில் ஒரு காட்சியின் கீழ் நாயக்க மரபு கூறி விசயராகவ நாயக்கர் காலத்தில் ஓவியங்கள் தீட்டப்பெற்றதாகத் தெலுங்கில் கூறப்பெற்றுள்ளது. இச்சான்றினால் விசயராகவர் காலத்தில் இக்கோயிலினைப் புதுப்பித்து, புதிதாக வண்ணம் தீட்டியுள்ளனர் என்பது நன்கு விளங்கும். மேலும் செவ்வப்ப நாயக்கர், அச்சுதப்ப நாயக்கர், இரகுநாத நாயக்கர், இராமபத்ர நாயக்கர், விசயராகவ நாயக்கர் என்று கூறப்பெற்றிருப்பதால் இரகுநாத நாயக்கரின் இரு புதல்வர்களான இராமபத்திரரும், விசயராகவரும் இணைந்தே இக்கோயிலைப் புதுப்பித்திருக்க வேண்டும். இங்குச் சிலைகளாக உள்ள உருவங்கள் ஒத்த வயதுடையவர்களாகக் காணப்படுவதால் இக் கருத்தே வலுப்பெறுகின்றது.

விநாயகர் கோயில்

திருச்சுற்று மாளிகைப் பத்தியில் தென்மேற்கில் நிருதி ஆலயத்திற்குப் பக்கத்தில் உள்ள ஆலயமே மாமன்னன் இராசராசனால் எடுக்கப்பெற்ற பரிவார ஆலயத்துக் கணபதிப் பிள்ளையார் ஆலயமாகும். இவ்வாலயத்திற்கு முன்புறம்

பிரகாரத்தில் இரண்டாம் சரபோஜி மன்னரால் கட்டப்பெற்றதே தற்போதுள்ள விநாயகர் ஆலயமாகும். இவ்வாலயத்து வாயிற்படிக்கட்டில் உள்ள மராட்டி மொழிக் கல்வெட்டில் சரபோஜி மகாராஜா சாலிவாகன சகாப்தம் 1723இல் துர்மதி ஆண்டு வைகாசி மாதம் 3ஆம் தேதி சுக்லபட்சம் துவிதியை வியாழக்கிழமை ரோகிணி நன்னாளில் புதிதாகக் கட்டி முடித்தார் என்று கூறப்பெற்றுள்ளது.[31] இது 1801ஆம் ஆண்டு நிகழ்ந்ததாகும்.

முற்றிலும் மராட்டியர் காலக் கோயில் கலைப்பாணியில் அமைந்த இதன் கருவறையில் மிகப்பெரிய கணபதிப் பெருமானின் திருவுருவம் உள்ளது. இவ்விநாயகர் கோயிலில் காணப்பெறும் கல்வெட்டுக்கள் அனைத்தும் இரண்டாம் சரபோஜி மன்னர் வெட்டுவித்தவையேயாகும்.

108 சிவலிங்கங்கள்

சரபோஜி மன்னர் கட்டுவித்த விநாயகப் பெருமான் ஆலயத்திற்குப் பின்புறம், திருமாளிகைப்பத்தியில் 108 சிறிய சிவலிங்கங்கள் பிரதிஷ்டை செய்யப் பெற்றுள்ளன. இவற்றைச் சரபோஜி மன்னர் வீரசிங்கம்பேட்டை எனும் ஊரிலிருந்து எடுத்து வந்து, இங்குப் பிரதிஷ்டை செய்து, கி.பி.1801 மார்ச் 18ஆம் நாளில் கும்பாபிஷேகம் செய்தார் என்று ஒரு மோடி ஆவணம் கூறுகிறது.[32] இந்தச் சிவலிங்கங்கள் கி.பி.750இல் இரண்டாம் நந்திவர்மன், கண்டியூருக்குப் பக்கத்திலிருந்த நந்திபுரத்தில் எடுப்பித்த ஆயிரத்தளியில் இருந்தவையாகும். பின்னாளில் அந் நகரம் அழியவே கோயிலும் அழிந்தது. இவ்வாறு அழிவு பெற்ற ஆயிரத்தளியிலிருந்து கொண்டுவரப் பெற்றவையே இவை. இந்த 108 சிவலிங்கங்களுக்கு பூஜை செய்யச் சரபோஜி மன்னர் நிலைத்த அறக்கொடை ஒன்றையும் உருவாக்கினார் என்பதைச் சரசுவதி மகாலிலுள்ள மோடி ஆவணங்கள் கூறுகின்றன. இதுபற்றிப் பின்னால் விரிவாகக் காண்போம்.

மண்டூக தீர்த்தம்

வடக்குப் பிரகாரம் கிழக்குப் பகுதியில் மராத்திய மொழியில் ஒரு கல்வெட்டு உள்ளது. அதில், சாலிவாகன சகாப்தம் 1724க்கு மேல் செல்லா நின்ற கலியுகம் 4903க்குப் பிறகு நடக்கும் உருத்ரோத்காரி ஆண்டு ஆவணி மாதம் திகழி (தமிழ்) ஆடி மாதம் 10ஆம் நாள் சுக்கிலபக்கம் பஞ்சமி சனிக்கிழமை உத்திர நட்சத்திரம் கூடிய நன்னாளில் ராஜஸ்ரீ சரபோஜி மகராஜா வடக்குப் பிரகாரம் கிழக்குப் பக்கத்தில் இருந்த மண்டூக தீர்த்தம்"[33] மிகவும் சிதைந்திருந்ததால் அதனைக் கிணற்று வடிவில் சரபோஜி மன்னரால் மாற்றி அமைக்கப்பட்டது என்று குறிக்கப்பெற்றுள்ளன. இதனால் இங்கு சிறிய குளமோ அல்லது கங்கைகொண்ட சோழபுரத்திலுள்ளது போன்ற சிம்மக்கிணறு ஒன்றோ இருந்து பின்னாளில் சிதைந்தமையால், சரபோஜி மன்னரால் ஒரு கிணறாக மாற்றி அமைக்கப்பெற்றது என அறிகிறோம். இதைத் தவிர தெற்குப் பிரகாரத்தில் இரண்டு கிணறுகளும் மேற்குப் பிரகாரத்தில் ஒன்றும் உள்ளன.

தஞ்சைப் பெரிய கோயில் ஓவியங்கள்

முதலாம் இராசராசன் மிகச்சிறந்த கலாரசிகன் என்பதை அவன் படைத்த இப்பெருங்கோயிலால் அறிகிறோம். அவனது கலைப்பித்து ஓவியக் கலையிலும் இருந்தது என்பதனை ஒரு கல்வெட்டுச் சான்றால் தெளிவாக அறிய முடிகிறது. உக்கல் எனும் ஊரில் காணப்பெறும் அவனது கல்வெட்டில் "ஸ்ரீராஜராஜதேவர் தஞ்சாவூர்ப் பெரியசெண்டு வாயில்ச் சித்திரக்கூடத்து தெற்கில் கல்லூரியில் எழுந்தருளியிருந்தது...." என்று கூறப்பெற்றுள்ளது. இதனால் இம் மன்னனின் அரண்மனை வாயிலை ஒட்டிச் சித்திரக்கூடம் ஒன்று இருந்ததை அறிகிறோம். அரண்மனை ஓவியக் கூடத்தில் சித்திரங்களைக் கண்டு களித்த இம் மன்னவன் பெருங் கோயிலையும் சித்திரக் கோயிலாகவே படைக்கச் செய்தான். அவன் காலத்தில் அடியிலிருந்து முடிவரை இங்கே ஓவியங்களாகவே இருந்திருக்க வேண்டும். ஆனால் இன்றோ இப்பெருங்கோயிலில் ஒரு கூடத்தில் மட்டுமே அக்காலத்து ஓவியங்களில் சில காணப்பெறுகின்றன.

இப்பெருங்கோயிலில் கருவறை இரு சுற்றுச் சுவர்களால் ஆனதையும் அதன் இடையே சாந்தாரம் எனும் சுற்றுக்கூடம் உள்ளதையும் முன்னரே கண்டோம். இரண்டு தளங்களிலும் இக் கூடங்கள் உண்டு. கீழ்த்தளத்தில் உள்ள சுற்றுக் கூடத்தில் கருங்கற்சுவரின் மேல் சுண்ணாம்புக் காரை பூசப்பெற்று அதன் மேல் ஓவியங்களை இராசராசனது ஓவியர்கள் தீட்டியுள்ளனர். பின்னர் இவற்றின் மீதே விசயராகவ நாயக்கர் காலத்தில் மீண்டும் சுண்ணாம்பு பூசப்பெற்று ஓவியங்களைத் தீட்டி உள்ளனர். இதனால் சோழர்கால ஓவியங்கள் முழுவதும் நாயக்கர்கால ஓவியங்களால் மறைக்கப்பெற்றன. இந்த நூற்றாண்டில் நாயக்கர் ஓவியங்களில் காரை பெயர்ந்த இடங்களில் சோழர் ஓவியங்கள் வெளிப்படுவதைக் கோவிந்தசாமி என்பவர் கண்டு உலகுக்கு அறிவித்தார். பின்னர் இந்தியத் தொல்லியல் ஆய்வுத் துறையினர் வேதியியல் நிபுணர்களைக் கொண்டு நாயக்கர் ஓவியங்கள் பலவற்றை அகற்றிப் பழைய ஓவியங்களை வெளிக்கொணர்ந்தனர். இப்பணி தொடர்ந்து நிகழ்கிறது. இச்சுற்றுக்கூடத்தில் மூன்றில் ஒருபங்கு ஓவியங்களே இதுவரை வெளிவந்துள்ளன.

தென்புறவாயில் வழியாக உள்ளே செல்வோமாயின் உருத்திரனின் மிகப்பெரிய சிற்பத்தைக் காணலாம். இதற்கு வலதுபுறத்தில் உள்ள சுவர்ப்பகுதி முழுவதும் தரையிலிருந்து கூரைவரைச் சோழர்கால ஓவியங்கள் உள்ளன. இங்கிருந்து மேற்கிலும் வடக்கிலும் தொடர்ந்து ஓவியங்கள் பல வண்ணங்களில் தீட்டப்பெற்றுள்ளன. இந்த ஓவியங்களின் சிறப்பை இனிக்காண்போம்.

ஆலின் கீழ் அகத்தியர்

வேதியியலாளர்களால் தூய்மை செய்யப்பெற்றவற்றுள் முதலாவதாகத் திகழ்வது அகத்தியர் ஓவியத் தொகுப்பாகும். பெரிய ஆலமரத்தின் கீழ் குறுமுனி அமர்ந்திருக்க, அவர் ஞானமொழி கேட்டு, முனிவர்கள் மெய்மறந்து

திரிபுராந்தகர்

சோழர் கால ஓவியம்
சனகாதி முனிவர்கள்

மராட்டியர்கால ஓவியம்

தேவி மகாத்மிய ஓவியங்கள்

இராஜராஜன் காலத்து நடனமாதர் ஓவியங்கள்

ருத்ரமூர்த்தி

சந்தியா நிருத்தமூர்த்தி

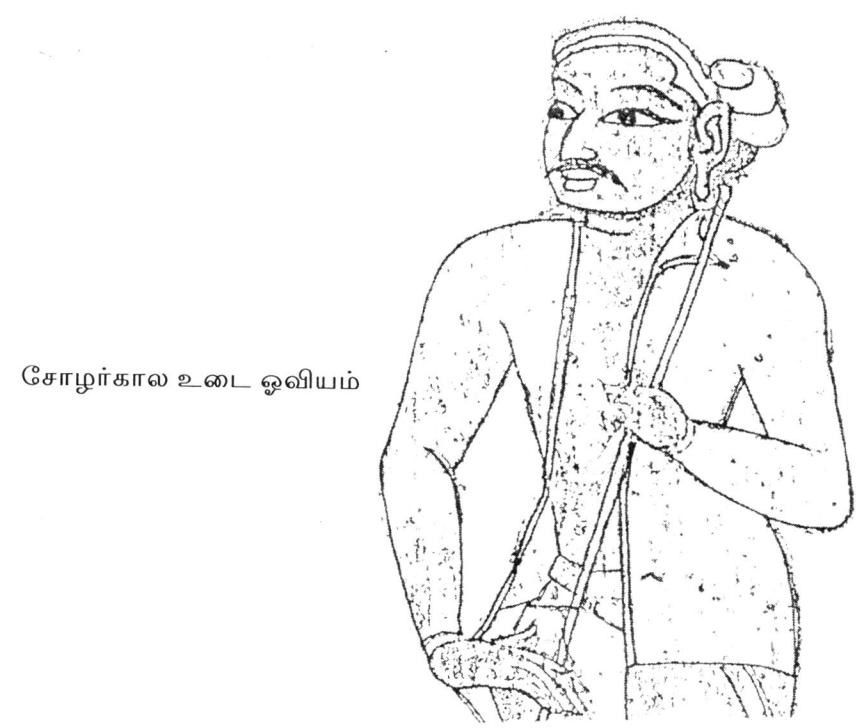

சோழர்கால உடை ஓவியம்

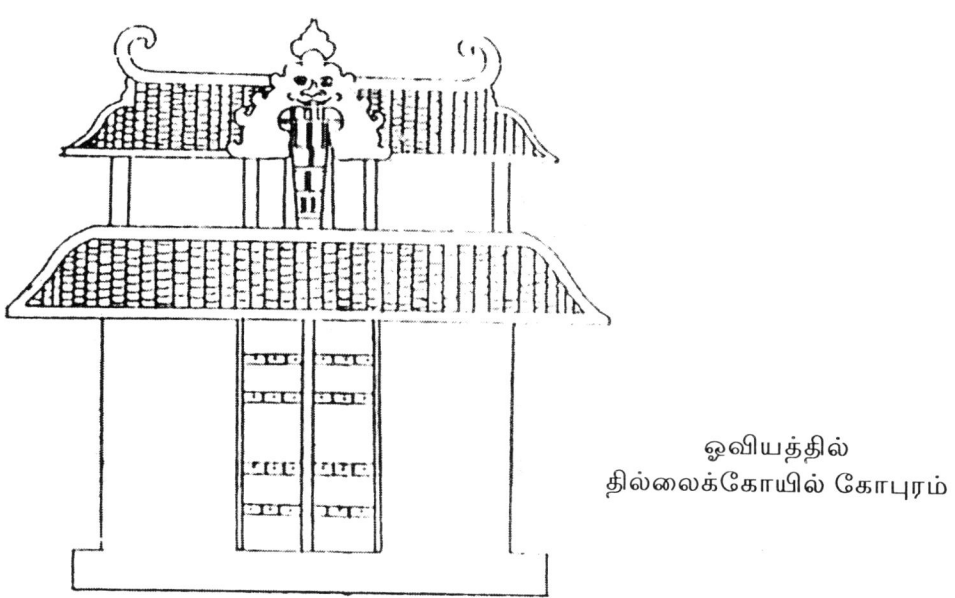

ஓவியத்தில் தில்லைக்கோயில் கோபுரம்

தஞ்சாவூர்

இராஜராஜன் லோகமாதேவி
(கௌதம் சாராபாய் கலைக் கூடத்திலுள்ளவை)

"பெரியகோயில் ராசா ராசேந்திர சோள ராசா"
என்ற பொறிப்புடன் காணப்படும் 20ஆம் நூற்றாண்டுச் செப்புப்படிமம்

அமர்ந்துள்ளனர். மரத்தின் கிளைகளில் குரங்குகளும், பறவைகளும், மற்றப் பிற விலங்கினங்களும் உயிர்த்துடிப்போடு விளங்குகின்றன. ஓர் கிளையில் திருநீற்றுப்பை தொங்குகிறது. அதன் வண்ணப்பொலிவு தற்காலத்திய துணியின் வண்ணங்களையும் மிஞ்சும் வகையில் திகழ்கின்றது. மரத்தினருகே மான், பன்றி, சிங்கம் போன்ற விலங்குகளும் உள்ளன. மேலே ஓர் புறம் பைரவர் அருள்பாலிக்கும் காட்சியும், கீழே தவசிகளுக்கு அருகே ஏடுகளும் எழுத்தாணிகளும் அர்க்கிய பாத்திரங்களும் அழகுக்கு அழகூட்டுபவைகளாகச் சித்தரிக்கப் பெற்றுள்ளன. மேற்புறம் சிவபெருமான் உமாதேவியோடு அமர்ந்துள்ள எழிற்காட்சி இடம் பெற்றுள்ளது.

சுந்தரர் வரலாறு

இரண்டாவதாகத் திகழும் ஒப்பரும் ஓவியத் தொகுப்பு சுந்தரமூர்த்தி நாயனாரின் வரலாற்றுக் காட்சிகளாகும். இவற்றிற்கு இணையாகப் பிறவற்றைக் கூறமுடியுமா என்பது ஐயமே. சுந்தரமூர்த்தி சுவாமிகளின் வரலாற்றில் நிகழ்ந்த மூன்று நிகழ்வுகள் இங்கு வண்ணக்கலவைகளாக மிளிர்கின்றன. திருவெண்ணெய்நல்லூரில் தடுத்தாட்கொண்டது திருவஞ்சைக்களத்திலிருந்து சிவபெருமானின் யானையாகிய ஐராவணத்தில் ஏறிக் கயிலை செல்வது; கயிலைநாதனோடு ஆடலும் பாடலும் கண்டு மகிழ்வது ஆகிய காட்சிகளே இவை.

திருமணவீட்டின் ஒருபுறம் சமையல் ஆகிறது. மணப்பந்தரில் மணமகன் ஆரூரன் மகிழ்வுடன் நிற்கும் போது சிவபெருமான் பழுத்த கிழமாகக் கையில் குடைஏந்தி வந்து மணமகனுடன் வழக்குரைத்து ஓலை காட்சி நிற்பது எழிலோவியமாகப் படைக்கப்பெற்றுள்ளது. அடுத்து வல்லடி வழக்குச் செய்த கிழமும், இளங்காளையான சுந்தரரும் திருவெண்ணெய் நல்லூர்ச்சபையோர் முன் நிற்க, அவர்கள் ஆவணங்களை ஆய்ந்து கொண்டிருக்கும் காட்சி இடம்பெறுகிறது. இந்த ஓவியத்தில் மறையவர் ஒருவர் கையில் ஓலை ஏந்தி வியப்புடன் படித்து நிற்கிறார். அவ்வோலையில் 'இப்படி அறிவன் இவை என் எழுத்து' என்ற சொற்றொடரின் நுண்ணிய எழுத்துக்கள் காணப்பெறுகின்றன. இதனைக் காணும்போது சேக்கிழார்,

> "அருமறை நாவல் ஆதிசைவன் ஆரூரன் செய்கை
> பெருமனி வெண்ணெய் நல்லூர்ப் பித்தனுக் கியானும் என்பால்
> வருமுறை மரபு ளோரும் வழித்தொண்டு செய்தற் கோலை
> இருமையால் எழுதி நேர்ந்தேன் இதற்கிவை எண்ணெ ழுத்து"

எனப்பாடியது[34] இதைப் பார்த்துத்தானோ என்று எண்ணத் தோன்றுகிறது.

இதனை அடுத்துத் திருவருட்டுறையாம் திருக்கோயில் நோக்கி முதியவர் செல்ல, சுந்தரரும் பின்தொடர, சபையோர் வெளியே நின்று வியந்து நோக்கும் காட்சி ஓவியமாகத் திகழ்கின்றது. இதனையடுத்து சுந்தரர் திருக்கோயிலில் தேவாரம் பாடும் அற்புத ஓவியம் வண்ணப் பொலிவோடு காட்சி நல்குகின்றது.

சுந்தரரின் வரலாற்றுக் காட்சிகளுக்கு இடதுபுறம் சுவரில் பிதுக்கம் பெற்ற சிறிய பகுதியில் ஆடுகின்ற ஓவியம் ஒன்று காணப்பெறுகின்றது. அஜந்தா ஓவியங்கட்கு நிகராகப் பேசப்பெறுகின்ற பாங்கு இப் படைப்பிற்கு உண்டு. அழகே உருவான எழில்மங்கை ஒருத்தி தன் உடலை வளைத்து ஆடும் இக் காட்சி சோழர்தம் ஓவியக்கலையின் உன்னத முத்திரை என்றால் அது மிகையாகாது.

தடுத்தாட் கொண்ட புராணக் காட்சித் தொகுப்புக்கு மேலாக உள்ள பகுதி இரண்டு காட்சிகள் கொண்டு திகழ்கின்றது. முதற்காட்சியில் திருமதில், கோபுரம் ஆகியவற்றோடு திருவஞ்சைக்களத்து திருக்கோயில் காணப்பெறுகின்றது. கோயிலின் முன் அமர்ந்த நிலையில் சுந்தரர் "தலைக்கு தலைமாலை" என்ற பதிகத்தைப் பாடிக் கொண்டிருக்கிறார். இப்பதிகமே அவர் மண்மிசை பாடிய நிறைவுப் பதிகமாகும். இக்காட்சிக்கு அடுத்து.... திகழ்வது சுந்தரர் அஞ்சைக் களத்திலிருந்து யானை மேல் செல்வதாகும். பக்கத்திற்கு மூன்று தந்தங்களைப் பெற்ற அயிராவணம் சுந்தரரைத் தாங்கிக் கயிலைச் செல்கின்றது. சுற்றிலும் கடல் அலைகளும் அவற்றினூடே மீன்கள், நண்டுகள், சிப்பிகள், சங்குகள் போன்றவைகளும் காணப்பெறுகின்றன. சுந்தரரின் யானைக்கு முன்பாகச் சேரமான் பெருமாள் அமர்ந்துள்ள குதிரை பாய்ந்து செல்கின்றது. வானத்தில் மேகக் கூட்டங்கள் திகழ, விண்ணவர்களும் கந்தர்வர்களும் ஆடியும், பாடியும் இசைக் கருவிகள் இசைத்தும் மகிழ்ந்து வரவேற்கும் காட்சி உள்ளது. யானை மீதமர்ந்துள்ள சுந்தரர் "தான் எனை முன்படைத்தான்" என்ற பதிகம் பாடியவாறு விண்ணில் செல்லும் காட்சியைக் காணலாம்.

இதற்கு மேலாகக் கயிலைக் காட்சி உள்ளது. சிவபெருமானும் உமையும் அமர்ந்திருக்க அவர்கள் முன்பு சேரமான் பெருமாளும், சுந்தரரும் அமர்ந்து பாடுகின்றனர். வாணன் குடமுழவிசைக்க, ஆடல் மகளிர் இருவர் ஆடுகின்றனர். பூதங்கள் மத்தளம், கைத்தாளம், முதலியவற்றைக் கொட்டுகின்றன. இவ்வாறு கண்ணைக் கவரும் வகையில் கயிலைக் காட்சி சித்தரிக்கப்பெற்றுள்ளது.

தில்லையில் வணங்கும் இராஜராஜனும் தேவியர்களும்

சந்தியாநிருத்த மூர்த்தியின் வண்ணங்கள் தீட்டப்பெற்ற ஆடற்சிற்பம் மேற்கு வாயிலுக்கு எதிரே உள்ளது. இதனை அடுத்துத் தில்லையம்பலத்தில் மாமன்னன் இராசராசன் தன் தேவியருடன் பொன்னம்பலநாதனை வணங்கும் காட்சி உள்ளது. பொன் ஓடுகள் வேயப்பெற்ற பொன்னம்பலம், தில்லைக் கோயிலின் நான்கு கோபுரங்களும், சேரநாட்டுக் கலைப்பாணியில் காணப்பெறுகின்றன. இது பற்றிப் பின்னர் விரிவாகக் காண்போம்.

சிறியதாடி, மீசைகளுடன் வணங்கும் திருக்கோலத்தில் இராசராசனது உருவமும், மிக அழகிய ஆடை அணிகலன்களுடன் தேவியர் மூவர் உருவமும் உள்ளன. நடராசப் பெருமானது திருவடிகளுக்குக் கீழே காரைக்கால் பேயாரது திருவுருவமும், காளியின் உருவமும் உள்ளன. பொன்னம்பலத்தின் விதானத்தில்

அழகிய தோரணங்களும் கொடிகளும் அழகுக்கு அழகூட்டுகின்றன. பல்வகைப்பட்ட பணியாளர்களின் உருவங்களும் தீட்டப்பெற்றுள்ளன. காவலர் சிலரது ஓவியங்களில், இடுப்பில் லங்கோடு எனும் இடுப்பாடையும், மேலே ஒரு பக்கக் கழுத்துப்பட்டை, இருபக்கக் கழுத்துப்பட்டைகளையுடைய (ஒன்சைடு காலர், டூ சைடு காலர்) சட்டையும் அணிந்துள்ளமை காட்டப்பெற்றுள்ளது. இக்காட்சியில் சோழர்கால உடைகள் அணிகலன்கள், பொன்னம்பல அமைப்பு, பெருமன்னனின் உருவ அமைதி அவர்தம் தேவியரின் பேரழகு ஆகியவற்றைக் காணமுடிகிறது.

இதற்கு எதிரிலுள்ள ஓவியப் பகுதியில் முதலாம் இராசராசன் சிவலிங்கத் திருமேனிக்கு முன்பு அமர்ந்தவண்ணம் வணங்கும் காட்சி சித்தரிக்கப் பெற்றுள்ளது. எடுப்பான மீசை, முடியிட்ட கொண்டை, பரந்த மார்பு உடையவனாகப் பாங்குடன் அமர்ந்து இராஜராஜேச்சரமுடையானை வணங்குகின்றான். எதிரில் ஆடல்மகளிர் ஆட, அனைத்துப் பணியாளர்களும் சூழ்ந்து நிற்க, தேவியர் அமர்ந்திருக்க இக் காட்சி உள்ளது. இவ் வோவியம் சற்றுச் சிதிலமடைந்து காணப்பெறுவது மிகுந்த வருத்தமளிக்கின்றது. இராசராசனின் உருவ அமைப்பை அறிய இவ்வோவியம் உதவுகின்றது.

அடுத்ததாக வடமேற்கு மூலையில் சிவபெருமானின் திருமணக் காட்சி உள்ளது. இதன் பெரும்பகுதி சிதைவுற்றிருப்பினும், கையில் பொற்கலசத்தைக் கொண்டு நீர்வார்த்து மணவினை முடிக்கும் திருமாலின் உருவம் நேர்த்தியாக விளங்குகின்றது.

தமிழகக் கோயிற்கலை வரலாற்றின் ஆய்விற்கு இப்பெரிய கோயிலிலுள்ள தில்லைப் பொன்னம்பலக் காட்சி பேருதவி செய்வதாகும். தில்லைக்கோயில் ஆயிரம் ஆண்டுகளுக்கு முன்பு எவ்வாறு திகழ்ந்தது என்பது பற்றியும், இது எந்தக் கலைமரபின் அடிப்படையில் அமைந்தது என்பது பற்றியும் அறிய இவ்வோவியம் பெரிதும் துணை செய்கிறது.

தில்லையில் சேரர் கலை

திருத்தமாந் தில்லைதன்னுள் திகழ்ந்த சிற்றம்பலத்தே நிருத்தம் நான்காணவேண்டி நேர்பட வந்தவாறே என்று நாவுக்கரசரும், 'தில்லைச் சிற்றம்பல மேய நட்டப்பெருமானை நாளும் தொழுவோமே' எனத் திருஞான சம்பந்தரும், 'கடுத்தாடு கரதலத்தில் தமருகரும், எரி அகலும் கரிய பாம்பும் பிடித்தாடிப் புலியூர்ச் சிற்றம்பலத்து எம்பெருமானைப் பெற்றா மன்றே' என்று சுந்தரரும், 'பொன்னம்பலம் கூத்து உகந்தானே' என்று மணிவாசகரும் தெள்ளுதமிழ்ப் பாக்களால் பாடிப் போற்றுகின்றனர். இவற்றைக் கூர்ந்த நோக்கின் அவர்கள் வாழ்ந்த கி.பி.7-8ஆம் நூற்றாண்டுகளில் தில்லைத் திருக்கோயிலில் அம்பலமேடையும், ஆடவல்லான் திருமூர்த்தமும் சிறப்புறத் திகழ்ந்தமையை அறிகிறோம். ஆடும் பரமமூர்த்தியைப் பணியப் போந்த நால்வர் பெருமக்களும்

தில்லைக் கோயிலின் நான்கு கோபுர வாயில்கள் வழியாக வந்ததாகக் கூறுவது தொன்மையான மரபாகும். இக்கோபுர வாயில்களில் நுழையும்போது அவ்வவர்களை அங்கு நினைத்து வணங்குவது சைவப் பெருமக்கள் இன்றும் கைக்கொள்ளும் நெறியாகும். இவை நான்கும் முதலாம் இராசராசன் காலத்தில் எவ்வாறு இருந்தன என்பதை இனிக் காண்போம்.

தற்போது நாம் தில்லையில் காணும் நான்கு கோபுரங்களும் இரண்டாம் குலோத்துங்க சோழன் காலத்திற்குப் பின்பே எடுக்கப்பெற்றவையாகும். இதில் கிழக்குக் கோபுரம் கோப்பெருஞ் சிங்கனாலும் மேற்குக் கோபுரம் இரண்டாம் குலோத்துங்க சோழனாலும் எடுக்கப் பெற்றவையாகும். தெற்குக் கோபுரம் பின்னாளில் சுந்தரபாண்டியனாலும், வடக்குக் கோபுரம் கிருஷ்ணதேவராயராலும் திருப்பணிகள் செய்யப்பெற்றவை. எனவே நாம் தற்போது தில்லையில் தரிசிக்கும் நான்கு கோபுரங்களும் கி.பி.10ஆம் நூற்றாண்டிற்குப் பின்னர் எடுக்கப்பெற்றவையே.

அதற்கு முன்னர் தில்லையில் நுழைவாயில்கள் எவ்வாறு இருந்தன என்பதற்கு நமக்குக் கிடைக்கும் ஒரே காட்சிச் சான்று தஞ்சைப் பெரிய கோயிலில் ஆயிரம் ஆண்டுகளுக்கு முன்பு இராசராசன் தீட்டிய வண்ண ஓவியங்களேயாகும். இங்கு இரண்டு இடங்களில் தில்லைக்கோயில் பற்றிய முழுக் காட்சித் தொகுப்புக்கள் உள்ளன.

முதல் காட்சியில் சுந்தரர் தில்லைப் பொன்னம்பலத்தில் நடராசப் பெருமானை வணங்கும் நிலை சித்தரிக்கப்பெற்றுள்ளது. பொன் ஓடுகள் வேயப் பெற்ற அம்பல மண்டபம், அதில் சுந்தரமூர்த்தி சுவாமிகள் ஆடவல்லான் முன்பு இசை பாடும் காட்சி ஆகியவை உள்ளன.

இதனை அடுத்துள்ளது இராசராசன் தன் தேவியருடன் அம்பலத்தாடும் சபாபதியை வணங்கும் காட்சித் தொகுப்பாகும். இதுதான் ஆயிரம் ஆண்டுகளுக்கு முன்பு தில்லைக்கோயில் எவ்வாறு இருந்தது என்பதை நமக்குக் காட்டும் ஓவியமாகும். இங்குத் திருமதிலுடன் நான்கு திக்குகளிலும் கோபுரங்கள் உள்ளன. திருமதிலின் ஒரு பகுதியில் இரண்டு அடுக்குடைய திருச்சுற்று மாளிகை திகழ்கிறது. தற்போதும் தெற்கு, மேற்குத் திசைகளில் இத்தகைய திருச்சுற்று மாளிகையைக் காணலாம். நடுவே திருச்சிற்றம்பலம் என்னும் பொன்னம்பலம் காணப்படுகிறது. இவ்வண்ண ஓவியத்தில் இவ்வம்பலத்து மேற்கூரை முழுவதும் பொன் தகடுகளால் வேயப்பெற்றுள்ளதையும், பொன் கலசங்கள் அலங்கரிப்பதையும் மஞ்சள் வண்ணத்தில் காணலாம். சபாநாயகர் முன் உள்ள மேடைமீது இராசராசனும் அவனது தேவியரும் வணங்கி நிற்கின்றனர். தஞ்சை ஓவியத்தில் நாம் காணும் பொன்னம்பலம் இன்று நாம் தில்லையில் நேரில் காணும் நிலையிலேயே எந்தவித மாற்றமுமின்றித் திகழ்வது வியப்பளிக்கிறது.

ஆனால் இங்கு நாம் ஓவியத்தில் காணும் கோபுரங்கள் பிற்காலக் கோபுர அமைப்பிலிருந்து முற்றிலும் மாறுபட்டு, தற்போது தமிழகத்தில் எங்கும்

காணமுடியாத வடிவமைப்பில் உள்ளன. இவை சேர நாட்டுக் கலைப்பாணியில் அமைந்த கோபுரங்கள் ஆகும். இவற்றை இருஞ்சாலக்குடா, திருச்சூர் போன்ற கேரளநாட்டுக் கோயில்களின் கோபுர வாயிலோடு ஒப்பிட்டுப் பார்த்தால் இவை சேரர் கலைப்பாணி என்பது புலப்படும். இங்கு நுழைவாயிலுக்கு மேல் இரண்டு அடுக்குகள் உள்ளன. இவற்றின் கூரைகள் மரவேலைப்பாடுகளோடு ஓடுகள் வேயப்பெற்றுள்ளன. உச்சியில் கலசங்கள் இலலை. கீர்த்திமுகம் மட்டுமே உள்ளது.

இவ்வோவியம் தீட்டப்பெற்ற அதே காலத்தில் தஞ்சைப் பெரிய கோயிலில் இராசராசன் எடுத்த இராசராசன் திருவாயில், கேரளாந்தகன் திருவாயில் ஆகிய இரு நுழைவுக் கோபுரங்களையும் தில்லைக் கோபுரங்களோடு ஒப்பிட்டுப் பார்த்தால் இவை தனித்தனிக் கலைப்பாணி உடையவை என்பதைக் காணமுடியும். இராசராசன் காலத்தில் சோழர் பாணிக் கோபுரக்கலை தோன்றிவிட்டது. அதனால் சேரர் பாணியில் அமைந்த தில்லைக் கோபுரங்கள் இக்காலத்திற்கு முன்பிருந்தே இருந்திருக்க வேண்டும். இந்த அமைப்பே பின்னாளில் இரண்டாம் குலோத்துங்கள் கோபுரம் எடுக்கும் வரை நீடித்திருக்க வேண்டும்.

பல்லவர், காலத்திலும், சோழர்களின் தொடக்கக் காலத்திலும் திருக்கோயில்களில் கோபுரங்களுக்கு அவ்வளவாக முக்கியத்துவம் கொடுக்கப்பட வில்லை. முதலாம் இராசராசன் காலத்தில் முக்கியத்துவம் பெறத்தொடங்கிய கோபுரக்கலை குலோத்துங்கனால் ஏற்றம் பெற்றது. பின்னர் விசயநகரப் பேரரசின் ஆட்சியில் நாயக்கர்கள் எடுத்த கோபுரங்கள் மிக உயர்ந்து, சிறப்புகள் பல பெற்றுத் திகழ்கின்றன. இவற்றிற்கு மதுரை, ஸ்ரீவில்லிப்புத்தூர், திருவண்ணாமலைக் கோபுரங்கள் சிறந்த எடுத்துக்காட்டுகளாகும்.

இச்சேரர் பாணிக் கோபுரம் மட்டுமின்றி, அம்பலம் எனும் கூத்து மேடையும் இக்கலையில் ஒரு முக்கிய அங்கமாகும். திருச்சூர், இருஞ்சாலக்குடா போன்ற கேரளக் கோயில்களில் கூத்தம்பலம் எனும் அம்பலமும், கூடியாட்டம் என்ற சாக்கையர் கூத்தும் இப்பொழுதும் வழக்கில் உள்ளன. சோழர்காலக் கல்வெட்டுகளில் சபைபோர் கூடும் அம்பலம் பற்றிய குறிப்புகள் உண்டு. ஆனால் நாடக மேடையை அச்சொல் குறிக்காது. தென் மாவட்டங்களில் இன்றும் வழக்கிலுள்ள அம்பலக்காரர் என்ற சொல் ஊர்த்தலைவரைக் குறிக்குமேயன்றிக் கூத்தாடுபவரை அல்ல.

தில்லைவாழ் அந்தணர்களின் குடுமி கேரளத்து நம்பூதிரிகளை ஒத்தே காணப்படுவதும் இருபகுதிகளும் பொதுவான ஓர் இணைப்பைக் காட்டுகிறது.

தில்லைவாழ் அந்தணர்கள் சேரநாடு சென்று மீண்ட வரலாற்றைச் சேக்கிழார் சுவாமிகள் பெரியபுராணத்தில் விரிவாகக் கூறியுள்ளார். களந்தை என்ற ஊரின் தலைவரான கூற்றுவநாயனார் தம் பெருவீரத்தின் செருக்கால் பல மன்னர்களை வென்று நாடு பல கவர்ந்தார். பெருமன்னனாக மகுடம் சூட விரும்பித்

தில்லைவாழ் அந்தணர்களிடம் முடிசூட்ட வேண்டினார். ஆனால் தில்லை மறையவர்கள் 'சோழ பெருமன்னனுக்கன்றிப் பிறர் யாருக்கும் முடிசூட்ட மாட்டோம்' என்று மறுத்துவிட்டு கூற்றுவரின் தொல்லைக்கு ஆளாகாமல் இருக்க ஒரே ஒரு குடியைத் தவிர அனைவரும் சேர நாட்டுக்குச் சென்றுவிட்டனர்.

இவர்கள் பிறகு சோழநாடு திரும்பினர். இவ்வாறு பழந்தமிழகத்தின் ஒரு பகுதியான சேரநாட்டுக்கும் தில்லைக்கும் தொடர்பு இருந்திருக்கிறது. இதனால் சேரர் கலையின் பல கூறுகள் தில்லையில் நிலைபெறலாயிற்று. தில்லையில் முற்காலத்திலிருந்த சேரர் பாணியை நமக்குத் தெளிவாகக் காட்டுபவை தஞ்சை ஓவியங்களாகும்.

திருவாரூர்த் திருக்கோயிலிலுள்ள கி.பி.1684ஆம் ஆண்டிற்குரிய செப்பேடு ஒன்று சகம் 1606 ரத்தாட்சி வருசம் கார்த்திகை மாதம் 22ஆம் நாள் வெள்ளிக்கிழமை தசமி அஸ்த நட்சத்திரம் கும்ப லக்கினம் உடைய நாளில் மராத்திய மன்னன் சாம்போஜியின் ஆதரவால் குலகுரு முத்தையா தீட்சிதரால் பொன்னம்பலத்திற்கு குடநீராட்டு விழா நிகழ்ந்ததையும் பொன்னம்பலத் திருப்பணியை கேரளச் சிற்பி ஒருவன் செய்ததையும் குறிப்பிடுகிறது. இச்சாசனம் அச் சிற்பியே அளித்ததாகும்.

தில்லைத் திருப்பணிகளில் கேரளச் சிற்பிகள் ஈடுபட்டமை அண்மைக்காலம் வரை தொடர்ந்து வந்துள்ளதை இதனால் அறிகிறோம். சோழர் காலத்திற்கு முன்பே இத்தொடர்பு இருந்துள்ளது என்னும் வரலாற்றுண்மையைத் தஞ்சை ஓவியங்கள் தெற்றெனப் புலப்படுத்துகின்றன.

கருவூரார் இராசராசன் ஓவியங்களா?

ஓவிய ஆர்வலர்களுக்கும், வரலாற்று அறிஞர்களுக்கும் ஒரு முடிவு காண இயலாதவாறு சர்ச்சைக்குரிய ஓவியமாய்த் திகழ்வது இராசராசனும் கருவூர்த் தேவரும் எனக் கூறப்படும் ஓவியமாகும். இக் காட்சித் தொகுப்பில் நால்வர் உருவங்கள் உள்ளன. மூவர் தாடியுடனும் ஒருவர் தாடியின்றியும் உள்ளனர். நால்வரும் சடாமுடியுடன் திகழ்கின்றனர். மூவருடைய தாடியும் மீசையும் வெண்மையாக நரைத்து முதுமையைப் பறைசாற்றுகின்றன. ஒருவரது முகம் மீசை கூட இல்லாமல் இளமையாய் உள்ளது. நீள்செவிகள் எளிமையான கழுத்தணிகள், வலது தோளிலிருந்து இடப்புறம் குறுக்காக இறங்கும் வெண்துகிலான உத்தரியம் ஆகியன காட்டப்பட்டுள்ளன. இது பூணூல் அல்ல, யோகபட்டம் என்னும் மேல் வேஷ்டியே என்பது உறுதி. இவர்களின் கை விரல்கள் யோகநிலை காட்டும் சின்முத்திரை போன்று ஒரு மலரைப் பித்துள்ளன. மற்றொரு கரத்தில் ஜலகெண்டி ஏந்தியுள்ளனர்.

இந்த நால்வரில் இருவரை மட்டும் கருத்திற் கொண்டு இராசராசனாகவும், கருவூர்த்தேவராகவும் கொள்வது அவ்வளவு பொருத்தமாக இல்லை. அனைத்துச் சிற்ப நூல்களும் மன்னர்களின் உருவங்களைக் காட்டும்போது ஜடாமகுடம் காட்டுதல் கூடாது என்பதனைத் தெளிவாகக் கூறுகின்றன. இங்கோ மிகப்பெரிய

ஜடாமகுடம் தெளிவாகக் காட்டப்பெற்றுள்ளது. வேறு எங்கும் ஓவியத்திலோ சிற்பத்திலோ மன்னர்களுக்கு ஜடாமகுடம் காட்டப்பெற்றதாக இதுவரை ஒரு சான்று கூட எங்கும் கிடைக்கவில்லை. இது ஒன்றே இவ்வோவியம் இராசராசன் அல்லன் என்பதற்குப் போதுமான சான்றாகும்.

அடுத்து, தஞ்சைப் பெரிய கோயிலில் இராசராசனோடு தொடர்புடைய ஆயிரக்கணக்கானவர்களின் பெயர்களைக் காண்கிறோம். இவற்றில் கருவூரார் பெயர் ஏன் குறிக்கப்பெறவில்லை என்பது பொருள் பொதிந்த வினாவாகும். அத்துடன் இராசராசனது ராஜகுருவாகத் திகழ்ந்தவர் சர்வசிவ பண்டிதரே என்பதனைத் தஞ்சைக் கோயில் கல்வெட்டுக்கள் தெளிவாகக் கூறுகின்றன. இக்காரணங்களால் ஓவியத்தில் காணப்படும் முதல் இருவரையும் இராசராசனாகவும் கருவூர்த்தேவராகவும் கொள்ளுவது பொருத்தம் ஆகாது.

மூர்த்தித் தியானம் எனும் நூல் சநகாதி முனிவர்கள் பற்றிக் கூறுகின்றது. ஸநகர், ஸநந்தனர், ஸநாதனர், ஸநத்குமாரர் என்ற நால்வருக்கும் தியான சுலோகங்கள் கூறும் போது ஸநகர் பாலரூபத்தை உடையவர் என்றும், மற்ற மூவரும் தாடி மீசைகளுடன் வயோதிகராய்த் திகழ்வர் என்றும் கூறுகிறது. இந்த அடிப்படையில் நோக்கும் போது இங்குக் காணப்பெறும் முதியவர் மூவரும் முறையே ஸநந்தனர், ஸநாதனர், ஸநத்குமாரர் என்பதும் இளமையாக விளங்குபவர் ஸநகர் என்பதும் நன்கு விளங்கும். எனவே முதலில் உள்ள இருவரை இராசராசன், கருவூர்த்தேவர் என்று கூறுவதைவிட, ஸநகாதி நால்வர் எனக் கொள்வதே சமய மரபிற்குப் பொருத்தமாகும்.

திரிபுராந்தகர் ஓவியக்காட்சி

சாந்தார அறையின் வடபுறச்சுவரில் இடம்பெற்றுள்ள மிகப்பெரிய ஓவியக்காட்சி சிவபெருமான் திரிபுர அசுரர்களுடன் போர் புரியும் காட்சியேயாகும். இவ்வோவியத் தொகுப்பின் நுட்பச் சிறப்பை நம் நுகரும் முன்பு சிவபெருமான் திரிபுரங்களை தன் அட்டஹாசம் என்னும் சிரிப்பால் எரித்த புராணக் கதையை அறிவது இன்றியமையாததாகும். பொன், வெள்ளி, செம்பு ஆகிய மூன்று உலோகங்களாலும் கோட்டையோடு புரங்கள் அமைத்து வாழ்ந்தனர் திரிபுராதிகள் மூவர். கடுந்தவம் புரிந்து முப்புரங்களையும் அரசாளும் பேறு பெற்ற திரிபுரத்தவர்க்கு ஆணவம் மிகுநதது. மும்மதில்களோடு திகழ்ந்த அவர்தம் முப்புறங்களும் விண்ணிற் பறவை போலவும், தரையில் தேர்போலும் செல்லவல்லவை. பொல்லா நெறிகளில் மகிழ்வெய்திய முப்புரத்தவரும் வன்மனத்தவர் ஆயினர். காண்பவர்களை வஞ்சிக்கத் தொடங்கினர். பறக்கும் திரிபுரங்களால் இமையவர்களை அழிக்கத் தொடங்கினர். அவர்களின் கொடுமைக்கு ஆளான தேவர்கள் ஓலமிட்ட வண்ணம் சிவபெருமானை வேண்டினர்.

சிவபெருமான் திருமாலை மாய வடிவில் சென்று திரிபுர அசுரர்களை மயக்குவித்து அவர்கள் ஈசனை நினையா நிலைக்கு நீசராகும்படி செய்ய

அருளினார். மாயத்துட்பட்ட மாயனாகிய திருமால் புத்தராகச் சென்று அவர்களை கொள்கை நெறியில் மயக்கம் கொள்ளச் செய்தார். பரமனே பின்னர் போர்க்கோலம் பூண்டு தேவர் குழாம் சூழ தேரேறி திரிபுர அசுரர்களை நோக்கிச் சென்றார். எதிர்நின்ற திரிபுராதிகளை நோக்கி சரம்தொடுத்தார். கோபக்கனல் தகிக்கும் விழிகளோடு புருவங்களை நெறித்தார். அதே கணம் சிரித்தார். நொடிப் போதில் திரிபுரங்கள் எரிந்து பொடியாயின. இத்தனையும் அபயம் வேண்டி அவன் கோயில் வாயிலில் கட்டியிருந்த மணியை தேவர்கள் அடித்தார்களே அந்த மணியோசையின் ரீங்காரம் அடங்குவதற்குள் நிகழ்ந்து முடிந்துவிட்டன. இதனை திருநாவுக்கரசர்,

> "மூவா உருவத்து முக்கண் முதல்வ! மிக்கு ஊர் இடும்பை
> காவாய் எனக் கடைதூங்கு மணியைக் கையால் அமரர்
> நாவாய் அசைத்த ஒலி ஒலிமாறியது இல்லை : அப்பால்
> தீஆய் எரிந்து பொடியாய்க் கழிந்த திரிபுரமே" (IV: 113-3)

திரிபுரங்களோடு அவர்தம் ஆணவமலமும் அவிந்து அடங்கியது. பரமேட்டியை பணிந்து போற்றினர். முக்கண்ணன் மூவர்க்கும் அருள்பாலித்தார். சிவபெருமான் திரிபுராந்தகராய் திரிபுரம் எரித்த புராண வரலாறு சங்கத்தமிழ் நூலான புறநானூற்றில் மதுரை மருதன் இளநாகனாரால் பின்வருமாறு உரைக்கப் பெறுகின்றது.

> "ஓங்குமலைப் பெருவில் பாம்புஞாண் கொளீஇ
> ஒருகணை கொண்டு மூவெயில் உடற்றிப்
> பெருவிரல் அமரர்க்கு வென்றி தந்த
> கறைமிடற்று அண்ணல் காமர் சென்னிப்
> பிறைநுதல் விளங்கும் ஒருகண் போல.." (பாடல் எண்.55)

இப்பாடலில் ஒரு கணை கொண்டு போர் செய்த திறம் உரைக்கப் பெற்றுள்ளது. கி.பி.10ஆம் நூற்றாண்டில் மலர்ந்த கல்லாடம் என்னும் அருந்தமிழ் நூலில்

> "வேதியன் முதலா அமரரும் அரசனும்
> போதூ யிரப்பப் புண்ரா மயக்க
> நாரணன் நடித்த எழுவாய்த் தருக்கத்து
> அறிவுநிலை போகி அருச்சனை விடுத்த
> வெள்ளமுரண் அரக்கர்கள்ள மதின்மூன்றும்
> அடுக்கு நிலை சுமந்த வலித்தடப் பொன்மலை
> கடுமுரண் குடிக்கு நெடுவில் கூட்டி
> ஆயிரந் தீவாய் அரவு நாண் கொளுவி
> மாதவன் அங்கி வளிகுதை யெழுநுனை
> செஞ்சரம் பேருருள் அருக்கன் மதியாகத்
> தேர்வரை வைய மாகத் திருத்திச்

சென்னிமலை ஈன்ற கன்னிவில் பிடிப்ப
ஒருகால் முன்வைத் திருகால் வளைப்ப
வளைந்த வில் வட்டங்கிடந்தது கண்டு
சிறுநகை கொண்ட ஒரு பெருந்தீயின்
ஏழுயர் வானம் பூழிபடக் கருக்கி
யருச்சனை விடாது அங்கொடுப் படுமூவரில்
இருவரை காவன் மருவுதல் ஈந்து
மற்றொரு வற்கு வைத்த நடமறிந்து
குடமுழவிசைப்ப பெருமருள் நல்கி
யொருநாள் அருச்சனைபுரி நா டலர்க்கும்
அரும்பெறல் உளதாம் பெரும்பதம் காட்டி
எரியிடை மாய்ந்த கனல் விழியரக்கர்க்கு
உலவாப் பொன்னுல கடைதர வைத்த
சுந்தரக் கடவுள் .....”

என்று கூறப்பெற்று இப்புராண வரலாறு விரித்துரைக்கப் பெற்றுள்ளது.

இங்கு ஓவியக் காட்சியின் மேற்பகுதியில் நடுவண் பத்மாசன கோலத்தில் புத்தராகத் திருமால் அமர்ந்துள்ளார். திரிபுராதிகள் அவர்தம் இருமருங்கும் நின்றவாறு அவரைப் போற்றுகின்றனர். இதற்குக் கீழாகப் போர்களகாட்சி சித்திரிக்கப்பெற்றுள்ளது. நான்கு சக்கரங்களுடைய பெரிய தேரினை பிரமன் செலுத்த, தம் வலது காலை முன்னே மடித்து ஊன்றியவாறு இடக்காலை பின் நோக்கி வைத்து, ஆறு கரங்களில் வில், திரிசூலம், வாள், கேடயம், பரசு, பாசம் முதலியவற்றை ஏந்தியவாறு ஒருகரத்தால் அம்புராத் தூணியிலிருந்து அம்பை எடுக்க மறுகரம் விஸ்மயம் காட்ட பெருமான் போர்க்கோலம் காட்டி நிற்கிறார். தேரேறிச் செல்லும் சிவபெருமானோடு எலி மீதேறி விரைந்து செல்லும் கணபதிப் பெருமான், மயில் மீதேறி பறந்து செல்லும் முருகப் பெருமான், பாயும் சிம்மத்தின் மீது கோபாவேசமோடு செல்லும் தேவி, கடுகிச் செல்லும் கணங்கள் என அனைவரும் சூழ்ந்து செல்கின்றனர். தேரோடு விரைந்து காளையும் செல்கின்றது. முப்புரத்து அவுணர் தம்படை எதிர்கொண்டு தாக்க முன்வருகின்றது.

பெருமான் தொடுத்த ஒருசரம் அவுணர் பகுதியில் தெரிகின்றது. பாய்ந்த கூட்டம் சாய்ந்து வீழ்கின்றது. பரமனோ தன் ஆற்றல் முழுதும் வெளிப்பட புருவங்களை நெறித்து, கண்களை விரித்து கோபக்கனல் தெரிக்க அவுணர்களை நோக்குகின்றார். அப்போதே அட்டகாசம் என்னும் சிரிப்பு அவர்தம் உதடுகளில் வெளிப்படுகின்றது. திரிபுரங்கள் வெந்து சாம்பலானதால் பயந்த முப்புர அசுரர் தலைகளில் இலிங்கங்களைச் சுமந்தவாறு அண்ணலிடம் அடைக்கலம் வேண்டி முன்வருகின்றனர்.

உயிரோட்டமுடைய இவ்வோவியக் காட்சிக்கு ஈடாக தமிழகத்தில் பிரிதோர் ஓவியப் படைப்பை காட்ட இயலாது. அண்ணலின் காட்சிக்கு முன்பு நின்றவாறு

அவர்தம் முக வட்டத்தின் கீழ்பாதியை நாம் தூர இருந்தே கைகளால் மறையுமாறு காண்போமாகின், அம்முகத்தில் கடுஞ்சினத்தினையும், கனல் தெரிக்கும் விழிகளின் பார்வையினையும் நாம் காணலாம். அதே இடத்தில் நின்றவாறு நாம் கண்ட முகவட்டத்தின் மேல் பாதியை மறைத்தவாறு கீழ்வட்டத்தைப் பார்ப்போமாயின் திரிபுரங்களையே எரித்த அந்த அட்டஹாசம் என்னும் சிரிப்பினைக் காணலாம். ஒரே முகத்தில் கோபத்தின் உச்சத்தையும், சிரிப்பையும் காட்டியுள்ள சோழனின் ஓவியப்படைப்பிற்கு ஈடாக எந்த ஒரு ஓவியப் படைப்பையும் கூறுதல் இயலாது.

திரிபுராந்தகர் ஓவியக் காட்சிக்கு எதிர்ப்புற சுவரில் இருந்த கயிலை மலையைப் பெயர்க்கும் இராவணனின் ஓவியப்படைப்பு காலவெள்ளத்தில் மறைந்துவிட்டது. இருப்பினும் இராவணனின் அலறும் முகம் மட்டும் தெளிவாகக் காட்சியளிக்கின்றது. நாம் இதுவரை கண்ட காட்சிகள் அனைத்தும் சோழர்கால ப்ரஸ்கோ ஓவியங்களாகும்.

விசயராகவ நாயக்கர்காலத்து ஓவியங்கள்

கருவறையைச் சுற்றியுள்ள அறையில் சோழர்கால ஓவியங்களின் மேல் நாயக்கர்கால ஓவியங்கள் இருப்பதைக் கண்ணுற்றோம். இவற்றில் நீக்கப் பெற்றவை தவிரப் பிற ஓவியங்களைக் காண்போம்.

விமானத்தின் முதல் தளத்தின் மேல் உள்ள கோஷ்டங்கள் அனைத்திலும் வில்லேந்திய நிலையில் மூர்தீஸ்வரர்கள், வித்யேச்வரர்கள், உருத்திரர்கள் என பலரின் நிற்கும் சிற்பங்களே இடம் பெற்றுள்ளன. முப்பத்திரண்டிற்கும் மேற்பட்ட இத்தகைய சிற்பங்கள் இடம்பெற்ற கோஷ்டங்கள் தொடர்ச்சியாக உள்ளன. இச் சோழர்காலச் சிற்ப அமைப்பின் தாக்கம் நாயக்கர்கால ஓவியனை மிகவும் பாதித்துள்ளது என்பதனை இங்குள்ள ஓவியங்களால் அறியமுடிகிறது. இவ்விடத்தில் சிவபெருமான், திருமால், தேவி ஆகியோருடைய புராணக் கதைகளுக்கு முக்கிய இடம் கொடுத்து ஓவியங்கள் வரையப்பட்டுள்ளன. இதற்கு மேற்பகுதியில் வில்லேந்திய தெய்வங்களின் ஓவியங்களே தொடர்ந்து பலமுறை காணப்பெறுகின்றன. சோழர் சிற்பத்தில் இம் மூர்த்தம் எவ்வாறு உள்ளதோ அவ்வாறே ஓவியத்திலும் காட்டப்பெற்றுள்ளது குறிப்பிடத் தக்கதாகும். இடையிடையே வாயிற்பகுதிகளில் கஜலட்சுமியின் திருஉருவமும் தீட்டப்பெற்றுள்ளது.

முதல் காட்சித் தொகுப்பில் சிவலிங்கத்திற்குப் பால் சொரியும் பசு, வணங்கி நிற்கும் அடியவர் ஒருவர், விண்ணில் பறக்கும் கந்தருவர் இருவர், வெள்ளை யானை, பாம்பு அமர்ந்து வணங்கும் அடியவர் ஒருவர், கண்ணப்பர் தன் காலால் சிவலிங்கத்தை தீண்டியவண்ணம் வணங்கி நிற்றல், ஆறு மன்னர்கள் பணிந்து நிற்றல் ஆகிய காட்சிகள் உள்ளன. இக்காட்சிக்கு கீழே தெலுங்கு எழுத்துக்களில் 'அப்பல பெத்ரால ராமய்யா வரைந்தது' என்று எழுதப்பெற்றுள்ளது. இதனால்

இந்த ஓவியங்களை வரைந்தவரின் பெயர் 'ராமய்யா' என்பது விளங்கும். இவன் தெலுங்கு நாட்டினன் என்றும் அறிகிறோம்.

அடுத்த தொகுதியில் முறையே அடியவர் ஒருவர், சிவபெருமானின் மூன்று கோலங்கள், மற்றும் ஓர் அடியவர், திரிபுராந்தகர் என ஆறு ஓவியங்கள் உள்ளன. இப்பகுதியிலேயே உள்ள மூன்றாம் தொகுதியில் அடியவர் ஒருவர் சிவபெருமானின் நிறை கோலம், விண்ணில் பறக்கும் கந்தருவர் இருவர், கங்காளமூர்த்தி ஆகிய் உருவங்கள் வண்ணப்பொலிவோடு காட்சி தருகின்றன.

இதற்கு எதிர்ச்சுவரில் கஜலட்சுமி, ரிஷபத்தின் மீது உமையும் சிவபெருமானும் எழுந்தருள அடியார் கூட்டம் வணங்கி நிற்றல் ஆகிய இரண்டு ஓவியங்கள் காணப்படுகின்றன. இங்குச் சிவபெருமான் நான்கு வடிவங்களில் காணப்பெறுகின்றார். இதன் கீழ் "செவ்வப்ப நாயக்கர், அச்சுத நாயக்கர், ரகுநாத நாயக்கர், ராமபத்ர நாயக்கர், விஜயராகவ நாயக்கர் காலத்தில் .....ரால் வரையப்பெற்றது" என்று தெலுங்கில் எழுதப்பெற்றுள்ளது. இதனால் இவ்வோவியத் தொகுப்புக்கள் கி.பி.1632க்கும் 1674க்கும் இடைப்பட்ட விஜயராகவ நாயக்கர் காலத்தில் வரையப்பெற்றவை என உறுதியாக அறிகிறோம்.

இரண்டாம் காட்சித் தொகுப்பு இச்சுற்று அறையின் தென்மேற்கில் உள்ளது. இங்கு மேல்நிலையில் வில்லேந்திய தெய்வ உருவங்கள் ஆறு உள்ளன. மான் மழு ஏந்தி எட்டுக்கரங்களோடு திகழும் சிவபெருமான் கயிலைமலை மேல் உமையோடு வீற்றிருக்கும் இறைவன் ஆகிய இரண்டு ஓவியங்கள் காட்சியளிக்கின்றன. ரிஷபத்தின் மீது ஈசானனும், குதிரை மேல் குபேரனும், மான் மீது வாயுவும், மகரத்தின் மீது வருணனும், நரனின் மீது நிருதியும், எருமை மீது இயமனும், ஆட்டின் மீது அக்னியும், யானை மீது இந்திரனும் வரத் தேவர்கள் சிவபெருமானிடம் முறையிடும் காட்சி சித்தரிக்கப்பட்டுள்ளது.

இதன்கீழ்த் திருப்பாற்கடலைக் கடையும் காட்சி உள்ளது. மேரு மலையை வாசுகி எனும் பாம்பால் சுற்றி, மூன்று அசுரர் தலைப்புறமும் எட்டு தேவர்கள் வாலின்புறமும் இழுத்துக்கடைய, பாம்பு கக்கும் விஷத்தைச் சிவபெருமான் ஏந்துகின்றதாகக் காட்சியுள்ளது.

இதனுடன் இணைந்த அடுத்த பகுதியில் சேடிப்பெண் சாமரம் வீச, சிவபெருமான் உண்டவிடத்தைக் கண்டத்தை விட்டுக் கீழே செல்லாமல் தேவி தன் கையை வைத்துத் தடுத்தலும், அருகே பன்றிமுகத்துடன் கோலேந்திய ஒருவர் நிற்றலும் வண்ணக்காட்சியாக உள்ளன.

நஞ்சினைக் கண்டு அஞ்சிச் சிலர் ஓட, திருமால் பாற்கடலில் படுத்துறங்குகிறார். பாற்கடலிலிருந்து இலக்குமி, ஐராவதம் என்னும் வெள்ளையானை, ரிஷபம், கற்பகதரு, ஜேஷ்டாதேவி, அரம்பையர் இருவர், உச்சை இரவம் என்ற குதிரை, கிளி, பூரணகலசம், கண்ணாடி ஆகியவை வெளிவருகின்ற காட்சி உள்ளது.

சுற்று அறையின் தென்புறத்தின் மேல்நிலையில் கஜலட்சுமி, பைரவர், வில்லேந்திய தெய்வ உருவம் ஆறு, சேடியர் சாமரம் வீச வீற்றிருக்கும் மற்றோர் கஜலட்சுமி ஆகிய உருவங்கள் உள்ளன. இவற்றுடன் அடியவர்கள், வல்லபகணபதி, வள்ளிதேவசேனை சகிதராக முருகப்பெருமான், சிவபெருமான், தேவி ஆகியோரின் உருவங்களும் காணப்பெறுகின்றன. இரண்டாம் பகுதியில் ஒரு முனிவர், மகிஷாசுரமர்த்தனி, மற்றொரு முனிவர்,.சிவபெருமான், உமை, கணபதி ஆறுமுகக் கடவுள் ஆகியோர் திருவுருவங்கள் உள்ளன. கீழ்நிலையிலுள்ள ஓவியங்கள் சிதைவுற்றுப் பொலிவிழந்து விட்டதால் தெளிவாகக் காண முடியவில்லை.

தென்மேற்கிலுள்ள அடுத்த தொகுதியில் சிவபெருமான் உமையோடு அமர்ந்திருக்கச் சேடியர் இருவர் சாமரம் வீசுகின்றனர். திரிபுராந்தகர் உருவங்கள் நான்கு உள்ளன. இதற்குக் கீழே உள்ள தொகுதியில் ஒரு மரத்தடியில் முனிபுங்கவர் ஒருவர் வீற்றிருத்தல், தோட்டத்திலுள்ள செடிக்கு நீர் ஊற்றும் திருமால், நான்கு கரங்களோடு சங்கு சக்கரம் ஏந்தியிருத்தல் அருகாக மரத்தடியில் மற்றொரு முனிவர், காளிக்கும் ஓர் அசுரனுக்கும் நிகழும் போர், யானை, குதிரை வீரர்கள் ஆகிய காட்சிகள் காணப்பெறுகின்றன. இதற்குக் கீழாக மறுபடியும் காளிதேவி போரிடும் காட்சி உள்ளது.

இக் கூடத்தின் மேற்கில் மேற்குச் சுவரில் மேலே வில்லேந்திய தெய்வ உருவங்கள் ஆறும், சாமரம் வீசும் பெண்களுடன் கஜலட்சுமியின் திருவுருவும் உள்ளன. இவற்றோடு தேரில் வரும் அரக்கர்களுக்கும், விஷ்ணுவுக்கும் போர் நிகழ்தல், விஷ்ணு சூலத்தால் தாக்குதல், தேரில் வரும் அசுரர்களுடன் தேவி போரிடுதல் ஆகிய காட்சிகள் உள்ளன. இத்தொகுப்பிற்குக் கீழே வராகமூர்த்தியாகத் திருமால் எட்டுக்கரங்களுடன் சண்டையிடும் காட்சி உள்ளது. இப்போர்க் காட்சிகள் திருமாலும், பராசக்தியும் மதுகைடபர்களை அழிக்கும் காட்சியாக இருக்கலாம். மற்ற ஓவியங்கள் தெளிவின்றி மங்கி உள்ளதால் அவை பற்றிக் கூற இயலவில்லை.

நாயக்கர் ஓவியங்களில் சிவப்பு வண்ணத்திற்கே அதிக இடம் கொடுத்துள்ளனர். லேபாக்ஷி, திருவலஞ்சுழி, பட்டீச்சுரம் போன்ற இடங்களில் உள்ள விசயநகரப் பாணியிலேயே இவை அமைந்துள்ளன. நேர்முகப் பார்வையைவிடப் பக்கவாட்டு ஓவியங்களுக்கே அதிக முக்கியத்துவம் கொடுக்கப் பெற்றுள்ளது. கண்கள் பெரியனவாகவும், பிதுக்கம் பெற்றும் உள்ளன. முகங்கள் நீள்வட்டமாகவும், உடல் மெலிந்த உயரமான அமைப்போடும் காட்டப் பெற்றுள்ளன. ஆடைகளில் பலவிதமான பூ வேலைப்பாடுகள் காணப்பெறுகின்றன. காட்சிகளின் பின்புலம் பலவகைப் பூக்களாலான அலங்காரங்களாகவே இருப்பது இக்கால ஓவியங்களின் தனிச்சிறப்பாகும். இப்படைப்புக்கள் டெம்பரா எனும் ஓவிய வகையைச் சார்ந்தவையாகும்.

சரபோஜி மன்னர் காலத்துத் தேவிமகாத்மிய ஓவியங்கள்

அம்மன் கோயிலின் முகமண்டபத்து விதானம் முழுவதும் வண்ண ஓவியக் காட்சிகள் தீட்டப்பெற்றுக் காணப்பெறுகின்றது. இரண்டாம் சரபோஜி 1801இல் இப்பெருங்கோயிலில் சில ஆலயங்களுக்கு அஷ்டபந்தன கும்பாபிஷேகமும், மூலவருக்குச் சம்ரோக்ஷணமும் செய்வித்தார். அப்போது தேவி கோயிலும் புத்தொளி பெற்றது. அதன் விளைவாகக் கிடைத்தனவே தேவி மகாத்மிய ஓவியங்களும் பிறவும் ஆகும்.

இம் முகமண்டபத்து விதானம் மூன்று அங்கணங்களாகப் பிரிக்கப் பெற்றுள்ளது. இவற்றில் மூன்று கதைகளின் தொடர் ஓவியங்களாகும். நடு அங்கணத்து விளிம்புகளில் தெய்வத் திருமணக் காட்சிகளும் வண்ணப் பொலிவோடு காட்சி நல்குகின்றன.

சும்பன், நிசும்பன் என்ற இரு அரக்கர்களைத் தேவி போரிட்டு அழிக்கும் காட்சி தொடர் ஓவியமாகத் தீட்டப்பெற்றுள்ளது. ஒவ்வொரு வரிசையையும் கருப்புவண்ணக் கோடுகள் பிரிக்கின்றன. பட்டையான இக் கோட்டினுள் வெள்ளை எழுத்துக்களால் காட்சி விளக்கம் எழுதப்பெற்றுள்ளது. இவ் விளக்கங்கள் பாமரர் பேசும் மொழி அமைப்பில் உள்ளன. நுழைவாயிலில் மகிஷனுடன் தேவி போர்தொடுத்தலில் தொடங்கிப் படிப்படியாகக் கதை வளர்ந்து சும்பநிசும்ப வதத்துடன் முடிகின்றது.

மேற்குப் பகுதியில் தக்ஷயக்ஞம் முழுவதும் விளக்கங்களுடன் காணப்பெறுகின்றன. இந்த ஓவியங்களுக்கு விளக்கம் எவ்வாறுள்ளது என்பதற்கு மாதிரியாக ஒன்று வருமாறு.

“தரகன் யாகம் பண்ணுகிறபோது அம்மன் அப்போது சூரனை அனுப்பித்துத் தரகனின் யாகத்தை அழித்து அம்மனை அழைத்து வரும்படி அனுப்பியது. தரகனுடைய யாகம் அழிக்க விக்னேஸ்வரனுக்கு மோதகமும் கொழுக்கட்டையும் கொடுத்தபிறகு விக்னேஸ்வரர் சந்தோசப்பட்டான். சகலமான தேவதை எல்லாரையும் வைத்துக்கொண்டு யாகம் செய்து கொண்டிருக்கிறான்.”

கிழக்குப் பகுதியில் தேவி சிவபெருமானிடம் ஊடல் கொள்வதும், சுந்தரமூர்த்தி சுவாமிகள் இருவரிடமும் தூது சென்று ஊடல் தவிர்ப்பதுமான காட்சிகள் தீட்டப்பெற்றுள்ளன. நடு அங்கணத்தின் இருபக்க விளிம்புகளிலும் தெய்வத் திருமணக் கோலங்கள் வண்ணப் பொலிவோடு தீட்டப்பெற்றுள்ளன. வள்ளித் திருமணம், இராதா கல்யாணம், மீனாட்சி திருமணம், சூரியன் திருமணம், சந்திரன் திருமணம், கணபதி கல்யாணம், பிரும்மாவின் திருமணம், நந்திகேஸ்வரர் திருமணம், திருமால் திருமணம் ஆகிய வேறு எங்கும் காணமுடியாத அரிய காட்சிகள் ஓவியமாக வரையப்பட்டுள்ளன. இங்குக் காணப்பெறும் ஊர்த்துவ தாண்டவர் ஓவியமும் குறிப்பிடத்தக்கதாகும்.

தஞ்சையில் ஓவியக்கலைக்கு மிகவும் ஆக்கம் கொடுத்து, பல்லாயிரக் கணக்கான படைப்புக்களை உருவாக்கியவர் சரபோஜி மன்னர். இவரது ஆக்கத்தால் மலர்ந்தவையே இந்த ஓவியக்கூடமும், அரண்மனை சரஸ்வதி மகாலின் ஓவியங்களுமாகும். இங்குக் காணப்பெறும் ஓவியங்களில் மஞ்சள், சிவப்பு, கருப்பு வண்ணங்களுக்கே அதிக இடம் கொடுத்துள்ளனர். நாயக்கர்கால ஓவியமரபிலிருந்து மாற்றம் பெற்ற ஒரு தனிப்பாணியை இங்குக் காணமுடிகிறது. இங்குப் பயன்படுத்தப்பெற்றுள்ள வண்ணப் பொருள்கள் உள்நாட்டுச் சாயங்களும், வண்ணப்பொடிக் கலவைகளுமே என்பது குறிப்பிடத் தக்கதாகும்.

மல்லப்ப நாயக்கர் மண்டபத்து ஓவியங்கள்

சுப்பிரமணியர் ஆலயத்தில் மல்லப்ப நாயக்கர் பெயரால் கட்டப்பெற்றுள்ள மண்டபத்தின் உட்புறச்சுவரில் தஞ்சையின் கடைசி மராட்டிய மன்னரான சிவாஜி ராஜா காலத்தில் தீட்டப்பெற்ற வண்ண ஓவியங்கள் உள்ளன. இக்கோயிலில் அமைந்துள்ள மற்ற ஓவியக்கூடங்களிலிருந்து இது மாறுபட்டதாகும். அங்கெல்லாம் தெய்வத் திருவுருவங்களும் புராணக் கதைகளும்தான் ஓவியங்களாக மிளிர்கின்றன. ஆனால் இம் மண்டபமோ தஞ்சை மராட்டிய மன்னர்களின் உருவங்கள் அனைத்தும் இடம்பெற்றுள்ள கலைக்கூடமாகத் திகழ்கின்றது.

மல்லுகஜட்டி எனும் குஸ்திவீரர் ஒருவரது உருவத்துடன் ஓவியம் தொடங்குகின்றது. இதன்கீழ் உருண்டைக் கோளமொன்றின் மேல் ஒரு யானை நிற்கும் காட்சி தீட்டப்பெற்றுள்ளது. அடுத்து ஐரோப்பிய உடை அணிந்த சிப்பாய் ஒருவன் கை உயர்ததிச் 'சல்யூட் செய்யும் காட்சி உள்ளது. மூன்றாவதாக வடஇந்தியப் பாணியில் நாட்டியப் பெண்மணியின் மிகப்பெரிய உருவம் உள்ளது. நான்காவது காட்சியாக இரண்டு காளைகள் பூட்டப்பெற்ற மிகப்பெரிய வண்டியில் மராட்டிய ராணியான சுஜான்பாயியின் உருவம் உள்ளது. அருகே 'சுஜான்பாயி' என்று தமிழிலும் ஆங்கிலத்திலும் எழுதப்பெற்றுள்ளது.

அடுத்ததாக, மராட்டிய மன்னர்களுக்கே உரிய தந்த நாற்காலியில் பிரதாபசிங்கு மகாராஜா அமர்ந்துள்ளார். அருகே அவரது பெயரும் 1740 என்ற ஆண்டுக் குறிப்பும் நீலவண்ணத்தில் குறிக்கப்பெற்றுள்ளன. ஆறாவது காட்சியாகத் துளஜா மகாராஜா யானைமீது அமர்ந்துள்ளார். இங்கும் இருமொழிகளிலும் பெயர்க்குறிப்பு காணப் பெறுகின்றது. ஏழாவதாகக் குதிரை மீது சரபோஜி ராஜா அமர்ந்திருக்க, தரையிலிருந்து ஓர் ஆள் மன்னருக்குக் குடை பிடித்துக்கொண்டு ஓடி வருகிற காட்சி எழில்வண்ணப் படைப்பாகத் தீட்டப்பெற்றுள்ளது. அருகே '1798 சேரபோஜி மகாராஜா' என்ற குறிப்பும் காணப்பெறுகின்றது.

அடுத்து, சிவாஜிராஜாவின் பிரதானியான கிருஷ்ணாஜி நிற்கும் காட்சி உள்ளது. தலையில் தொப்பி, நெற்றியில் நாமம், கைகளில் ஜபமாலை ஆகியவற்றோடு தம் மன்னனுக்கு முன்னே காட்சி அளிக்கிறார். ஒன்பதாவது காட்சியாகத் திகழும் ஓவியம் இக்கூடத்து ஓவியங்களைத் தோற்றுவித்த சிவாஜி

மன்னரது ஓவியமாகும். இது முருகன் கோயிலின் நுழைவாயிலுக்கு வலதுபுறம் உள்ளது. இதற்கு அடுத்ததாக வாயிலுக்கு இடதுபுறம் திகழ்வது சிவாஜி மன்னரின் பட்டத்து அரசியான சைதாபாபாயி சாகேப்பு' என்று எழுதப்பெற்றுள்ளது. இவருக்கு அடுத்ததாக மராட்டியப் பெண் ஒருவரது ஓவியம் உள்ளது. பனிரெண்டாவது காட்சியாகக் குதிரை மேல் ஆதி சிவாஜி மகாராஜாவின் உருவம் உள்ளது. பெயரும் எழுதப்பெற்றுள்ளது. இதனை அடுத்து 1676 ஏகோஜி மகாராஜா என்ற குறிப்போடும் 1684 ஷாஜி மகார்ராஜா என்ற குறிப்போடும் அம்மன்னர்களின் ஓவியங்களும் உள்ளன.

பதினைந்தாவது ஆதி சரபோஜி ராஜா யானைமீதுள்ள அம்பாரியில் அமர்ந்திருக்க, பாகன் யானையைச் செலுத்த, மன்னருக்குப் பின்னால் அமர்ந்திருப்பவன் குடை பிடிக்க, பவனி வரும் ஓவியம் ஆகும். அருகே '1713 ஆதிஷற்போஜி மஹாராஜா' என்று எழுதப்பெற்றுள்ளது. இதனை அடுத்து '1731 துக்கோஜி மகாராஜா என்ற குறிப்புடன் அவரது ஓவியமும், 'பாவாசாயபு மஹாராஜா' என்ற குறிப்புடன் பாவாசாஹேப்பின் ஓவியமும் உள்ளன. இதனை அடுத்து முன்னர் குறிப்பிட்ட வடஇந்திய நாட்டியப் பெண்ணிற்கு நேர் எதிராக ஒரு பரதநாட்டியப் பெண்ணின் ஓவியம் இடம்பெற்றுள்ளது. பத்தொன்பதாவது முதலில் குறிப்பிட்டது போன்ற சிப்பாயியின் ஓவியமும் இருபதாவது முதல் ஓவியத்தில் உள்ளதைப் போன்ற மல்லனும், யானையும் ஆகும். முதல் ஓவியமும் இருபதாவது ஓவியமும் நுழைவுப் பகுதியில் எதிர் எதிரே உள்ளன.

இங்குள்ள ஓவியங்கள் அனைத்தும் பிரம்மாண்டமான படைப்புக்களாகும். மேலும் இவை மராட்டியர் காலத்தில் உருவான 'தஞ்சாவூர் ஓவியம்' என்ற புதிய பாணி அடிப்படையில் அமைந்தனவாகும். மன்னர்களின் உடைகளில் தங்க ரேக்குகள் ஒட்டப்பெற்று அலங்கரிக்கப்பெற்றமையே இவற்றின் தனிச்சிறப்பாகும். இக் கூடத்தை ஒருமுறை சுற்றி வந்தாலே தஞ்சை மராட்டிய மன்னர்கள் அனைவரையும் பார்த்தவர்கள் ஆவோம்.

திருச்சுற்று மாளிகையின் ஆலவாய்ப்புராண ஓவியங்கள்

தஞ்சையின் கடைசி மன்னரான சிவாஜி மகாராஜாவின் பேராதரவால் உருவானதே திருவிளையாடற் புராண ஓவியத்தொகுப்பாகும். மேற்குத் திருச்சுற்று மாளிகைப் பத்தியில் வருனராஜா ஆலயத்திற்கு அருகாகத் தொடங்கும் இவ்வோவியங்கள் வடக்குத் திருமாளிகைப் பத்தியில் சோமராஜா ஆலயம் வரை தொடர்ந்து காணப் பெறுகின்றன. அனைத்துக் காட்சிகளுக்கும் தமிழில் காட்சி விளக்கம் எழுதப் பெற்றுள்ளது. கஜலட்சுமி, தும்புரு நாரதருடன் சரஸ்வதி, சாமரம் வீசும் பெண்கள் இருவருடன் மகிஷாசுர மர்த்தனி, பெருச்சாளியின் மீது இரு தேவியருடன் கணபதி, ரிஷபத்தின் மீது சுவாமியும் தேவியும், மயில்மீது தேவியருடன் முருகப் பெருமான், தீபமும், நிவேதனமும் கொண்டு பூஜை செய்யும் இரண்டு அர்ச்சகர்களுடன் தியாகராஜா, இவ்வாறே இருவர் பூஜிக்கத் திகழும் சிவலிங்கம் ஆகிய திருவுருவங்கள் முதலில் அணி செய்யப் பின்பே

புராணக் காட்சிகள் தொடங்குகின்றன. திருவிளையாடற் புராணத்தின் முதற் காட்சியில்,

"மதுரைப் பொற்றாமரையில் மூழ்கி மகாலிங்கத்தைப் பூஜிக்கிற இந்திரன் பிரமகத்தியை நிவர்த்தி செய்துகொண்டது" என்ற காட்சி விளக்கம் எழுதப்பெற்று, அதன் கீழ்க் கோயில் கருவறையில் சிவலிங்கம், அருகே குளம், உடல் முழுவதும் கண்களாகப் பெற்ற இந்திரன் மரத்தடியில் அமர்ந்து தன் மகுடம், செங்கோல் ஆகியவற்றைத் தரையில் வைத்துவிட்டு, மலர்களால் இலிங்கத்தை அர்ச்சித்தல் ஆகியன மிக அழகாகப் பெரிய ஓவியங்களாகத் தீட்டப்பெற்றுள்ளன. இதுவே திருவிளையாடற் புராணத்தின் முதற்கதையாகும். இவ்வாறே ஆலவாயழகன் நிகழ்த்திய அறுபத்து நான்கு திருவிளையாடல்களும் உரிய தலைப்புகளுடன் வண்ண ஓவியங்களாக எழிலுடன் சித்தரிக்கப்பட்டுள்ளன.

இறுதியில் வண்ணம் தீட்டப்பெற்ற ஆண்டு முதலிய குறிப்புகள் ஆங்கிலத்தில் எழுதப்பெற்றுள்ளன. இவ்விடத்தில் சிதைந்துள்ளமையால் தெளிவாகத் தெரிவது இல்லை.

இடப மண்டபத்து ஓவியங்கள்

இடபமண்டபத்து விதானத்தில் பறவைகளும், பூக்களும், தேவதைகளும், தோரணங்களும் பல வண்ணங்களில் தீட்டப்பெற்றுக் காணப்பெறுகின்றன. இவை ஆங்கிலேயர்களால் கொண்டு வரப்பெற்ற மேல்நாட்டு வண்ணங்களால் தீட்டப்பெற்றவையாகும். இங்குள்ள தேவதைகள் இறக்கைகள் கொண்டு பறப்பதாகக் காட்டப்பெற்றுள்ளன. இவை மேனாட்டார் கூறும் 'ஏஞ்சல்' எனப்படும் தேவதைகளை ஒத்துள்ளன. இவ்வோவியங்களில் ஆங்கிலேயரின் ஓவியப்பாணியின் நீர் வண்ணங்களையும் அவர்களுடைய கலையின் தாக்கத்தையும் காணலாம்.

இராசராசன் காலம் முதல் ஆங்கிலேயர் காலம் வரை உள்ள பற்பல பாணியைச் சேர்ந்த ஓவியங்களையும் ஒருங்கே பெற்றுத் திகழும் இந்தத் தஞ்சை பெருங்கோயில் இந்திய ஓவியமரபின் சிறப்பு மிக்க கலைக்கூடமாக ஒப்பற்றுத் திகழ்ந்து வருகிறது.

இராஜராஜேச்சரத்துக் கல்வெட்டுக்கள் கூறும் வரலாற்றுச் செய்திகள்

தஞ்சைப் பெரியகோயிலில் நூற்றுக்கும் மேற்பட்ட கல்வெட்டுக்கள் உள்ளன. இந்தியத் தொல்லியல் துறையினர் சென்ற நூற்றாண்டின் இறுதியில் இக்கல்வெட்டுக்களைப் படி எடுக்கத் தொடங்கினர். அவ்வப்போது அவை கீழ்க்கண்ட பட்டியலில் கண்டுள்ளவாறு ஆண்டறிக்கைகளாக வெளிவந்தன. 1897ஆம் ஆண்டு வரை படி எடுக்கப்பெற்ற கல்வெட்டுக்களைத் தென்னிந்தியக் கல்வெட்டுக்கள் தொகுதி இரண்டில் முதல் பாகத்தில் முதல் இருபத்து மூன்று கல்வெட்டுக்களாகவும், இரண்டாம் பாகத்தில் 24 முதல் 62 வரை உள்ள

கல்வெட்டுக்களாகவும் மூன்றாம் பாகத்தில் 63 முதல் 71 வரை உள்ள கல்வெட்டுக்களாகவும், நான்காம் பாகத்தில் 79 முதல் 97 வரை உள்ள கல்வெட்டுக்களாகவும் ஆக மொத்தம் 89 கல்வெட்டுக்களின் மூலபாடம் அச்சிடப்பெற்று வெளிவந்துள்ளன. முதன் மூன்று பகுதிகளை அறிஞர் ஹில்ஷ் அவர்களும், நான்காம் பகுதியினை ராவ்பகதூர் வி.வெங்கைய்யா அவர்களும் பதிப்பித்துள்ளனர்.

கல்வெட்டுகளும் பதிவு செய்யப்பெற்ற ஆண்டும்

ஆண்டு	கல்வெட்டு அறிக்கை எண் (ARE)	மொத்தக் கல்வெட்டுக்கள்
1888	*65 - 114*	*50*
1890	*52 - 53*	*2*
1891	*35 - 43*	*9*
1893	*55 - 58*	*4*
1897	*20 - 38*	*19*
1911	*274 - 275*	*2*
1924	*414 - 424*	*1*
1933	*- 202*	*1*
1969	B 6-277	*2*
1971	B 572-573	*2*
1972	B 248-252	*5*
	மொத்தம்	**97**

இவை தவிர அண்மையில் பல துண்டுக் கல்வெட்டுக்கள் படி எடுக்கப் பெற்றுள்ளன. இவை அனைத்தையும் தொகுத்து நோக்கும்போது இராசராசன் காலம் முதல் மராட்டியர் காலம் முடிய இக்கோயில் பல்வேறு மன்னர்களால் எவ்வாறு ஆக்கம் பெற்றது, கோயில் நிர்வாகம் எவ்வாறு நிகழ்ந்தது மக்கட் சமுதாயத்திற்கு இக்கோயில் எவ்வாறு துணை நின்றது என்பன போன்ற பல்வேறு செய்திகளை அறிய முடிகிறது.

தென்னிந்தியக் கல்வெட்டுக்கள் தொகுதி இரண்டில் பதிப்பிக்கப்பெற்ற 89 கல்வெட்டுக்களில் இராசராசன் காலத்துக் கல்வெட்டுக்களாக 64உம், இவன் மகன் இராசேந்திரன் காலத்ததாக 18உம் உள்ளன. இவற்றுள் இருபத்தைந்து சாசனங்கள் மாமன்னன் இராசராசன் இக் கோயிலில் செய்த அறப்பணிகளை

விளக்குவனவாகும். இராசராசன் திருவாயிலில் உள்ள 'சுனங்காமுலை உடை உமை பங்கற்கு' எனத் தொடங்கும் செய்யுளோடு இரு தமிழ்ப் பாடல்களும், ஒரு வடமொழிப் பாடலும் அடங்கிய இராசராசனின் சாசனம் ஒன்றும் மகா மண்டபத்தின் உட்புறக் குறுக்குச்சுவரில் உள்ள 'ஸ்ரீ தந்தி' என்ற குறிப்புடைய தந்திவர்ம பல்லவனின் துண்டு கல்வெட்டொன்றும், பிற சோழர்காலத் துண்டுக் கல்வெட்டுள் ஏழும் டாக்டர் இரா.நாகசாமி அவர்களோடு இந்நூலாசிரியரும் இணைந்து கண்டுபிடித்த புதிய கல்வெட்டுக்களாகும்.

இங்குள்ள கல்வெட்டுக்களில் தொடக்கக் கல்வெட்டாகத் திகழ்வது கருவறையின் வடபுற அதிஷ்டானத்துப் பட்டிகையில் உள்ளதாகும். சண்டிகேசர் கோயிலுக்கு எதிராகத் தொடங்கும் இந்நீண்ட கல்வெட்டு மாமன்னன் இராசராசனின் ஆணையை விவரித்த பின்பே செய்தியைத் தொடங்குகின்றது. மாமன்னனைப் புகழும் வடமொழிச் சுலோகம் சாற்றி, மெய்க்கீர்த்தி பாடி, ஸ்ரீ ராஜராஜ தேவரின் 26ஆம் ஆட்சியாண்டில் (கி.பி.1011) இருபதாம் நாளில் தஞ்சாவூர் இரும்டிச் சோழன் எனும் அரண்மனையின் கிழக்குப் பகுதியிலுள்ள திருமஞ்சன சாலையான தனது அபிஷேக மண்டபத்தில் இருக்கும்போது, பாண்டிய குலாசனி வளநாட்டுத் தஞ்சாவூர்க் கூற்றத்துத் தஞ்சாவூரில் தான் கட்டுவித்த கற்கோயிலான ஸ்ரீ ராஜராஜீஸ்வரத்தில் கோயில் கொண்டுள்ள இறைவனுக்கு, தான், தன் உடன்பிறந்த குந்தவை, தனது தேவியர் ஆகிய இவர்கள் அறக்கொடையாகக் கொடுத்தவற்றோடு, மற்றும் யார் யாரெல்லாம் கொடுக்கிறார்களோ அனைத்தையும் ஒன்றாகப் பட்டியலிட்டுக் கல்லில் வெட்டுமாறு ஆணையிட்டதை விவரிக்கின்றது.

இச்சாசனத்தின் முதல் சுலோகம் சமஸ்கிருதத்தில் 'அனுஷ்டுப்' எனும் யாப்பில் யாக்கப்பெற்றுள்ளது.

"ஏதத் விஸ்வ ந்ருபஸ்ரேணி
மௌலி மாலோப லாளிதம் |
சாசனம் ராஜ ராஜஸ்ய
ராஜகேசரி வர்மன: || என்பது ஸ்லோகம்

"தன்னை வணங்கும் முடிமன்னர்களின் கிரீடங்களின் வைரமணிகளால் ஒளி விளக்கம் பெற்ற திருவடிகளை உடைய ஸ்ரீ ராஜராஜன் எனப்படும் ராஜகேசரிவர்மனுடைய சாசனம் இது" என்பது இச்சுலோகத்தின் பொருளாகும். இதனை அடுத்து இம்மன்னனின் "மெய்க்கீர்த்தி" எனும் உண்மையான புகழ்ந்துரைப் பாடல் காணப்பெறுகின்றது. மெய்க்கீர்த்தி என்ற மரபை உருவாக்கியவனே இந்த இராசராசன் தான் என்பது குறிப்பிடத்தக்கதாகும்.

திருமகள் போலப் பெருநிலச் செல்வியும்
தனக்கே யுரிமை பூண்டமை மனக்கொளக்
காந்தளூர்ச் சாலை கலமறுத் தருளி கங்கபாடியும் வேங்கை நாடும்

குடமலை நாடும் கொல்லமும் கலிங்கமும்
முரட்டொழிற் சிங்களர் ஈழமண்டலமும்
இரட்ட பாடி ஏழரை இலக்கமும்
முன்னீர்ப் பழந்தீவு பன்னீரா யிரமும்
திண்டிறல் வென்றித் தண்டாற் கொண்டதன்
எழில்வள ரூழியுள் எல்லா யாண்டும்
செழியரைத் தேசுகொள்
கோராஜ கேஸரி பன்மரான ஸ்ரீ ராஜராஜதேவர்

என்பது இக்கல்வெட்டில் உள்ள மெய்க்கீர்த்தியாகும்.

முதலாம் இராசராசன் பாஸ்கர ரவிவர்மனாகிய சேரனின் கடற்படையைக் காந்தளூர்ச்சாலை என்னுமிடத்தில் வென்றது. கீழைச் சாளுக்கியரின் வேங்கி நாட்டை வென்று அதனைத் தன்பால் அடைக்கலம் புக்க சக்திவர்மனுக்கு வழங்கியது. கங்கபாடி, நுளம்பபாடி, குடமலை நாடு, கொல்லம், கலிங்கம், ஈழம், இரட்டபாடி, முந்நீர்ப் பழந்தீவு ஆகிய பகுதிகளைக் கைப்பற்றியது பாண்டியர்களை வெற்றிகொண்டது ஆகிய வரலாற்றுச் செய்திகள் இம்மெய்க் கீர்த்தியில் இடம்பெற்றுள்ளதைக் காணலாம்.

இவ்வாறு மாமன்னன் இராசராசனின் வெற்றிகள் முழுவதையும் இம்மெய்க்கீர்த்தி விளக்குவதோடு, இவ்வெற்றி பெற்ற நாடுகளுக்கும் தஞ்சைப் பெரிய கோயிலுக்கும் ஒரு பிணைப்பு ஏற்பட்டது என்பதனை இனி நாம் காணப்போகும் கல்வெட்டுக்களால் அறியலாம்.

தஞ்சாவூர் எனும் ஊர் எங்கிருந்தது என்பது மிகத்தெளிவாக இங்குக் காட்டப் பெற்றுள்ளது. "பாண்டிய குலாசனி வளநாட்டுத் தஞ்சாவூர்க் கூற்றத்துத் தஞ்சாவூர் என்று கூறுவதால் பாண்டியகுலாசனி என்ற பெயரில் அமைந்த வளநாடாகிய பெரும்பகுதியில் தஞ்சாவூர்க் கூற்றம் என்னும் சிறுபகுதியில் இவ்வூர் அமைந்திருந்தது என்பதை அறிகிறோம். 'நாம் எடுப்பிச்ச திருக்கற்றளி ஸ்ரீ ராஜராஜீஸ்வரமுடையார்க்கு' என்றதால் இது இராசராசன் புதிதாகக் கட்டிய கற்கோயில் என்பதும், இதன் பெயர் ஸ்ரீ ராஜராஜீஸ்வரம் என்பதும் அறியப்படுகின்றன. அடுத்து இங்குக் கல்வெட்டில் பொறிக்கப்பெறும் செய்தி கூறப்பெற்றுள்ளது. "ஸ்ரீ ராஜராஜீஸ்வரமுடையார்க்கு நாங்குடுத்தனவும், அக்கன் குடுத்தனவும், நம் பெண்டுகள் குடுத்தனவும், மற்றும் குடுத்தார் குடுத்தனவும் ஸ்ரீ விமானத்தில் கல்லிலே வெட்டுக என்று திருவாய் மொழிஞ்சருளக் கல்லில் வெட்டின" என்பது கல்வெட்டு வாசகம். இராசராசன் தன் பெயரோடு, மூத்த சகோதரி ஆகிய குந்தவையார் தன் தேவியர்கள் தன் நாட்டு மக்கள் அனைவரையும் இணைத்துக்கொண்டு, இறைவன் முன்பு ஆளுபவனும், ஆளப்பெறுபவனும் ஒரே நிலைதான் என்ற உயர்ந்த மனநிலையைக் காட்டியுள்ளான்.

இக் கல்வெட்டைப் பொறிக்கும் படி இராசராசன் தம் 26ஆம் ஆட்சியாண்டின் 20ஆம் நாளில் ஆணையிட்டுள்ளான். ஆனால் இக் கல்வெட்டு குறிப்பிடும்

கொடைகள் 23 முதல் 29 வரையான பல்வேறு ஆட்சியாண்டுகளில் அளிக்கப் பெற்றனவாகும். 25ஆம் ஆண்டின் 275ஆம் நாளில் நம் இராசராசனே ஸ்ரீ ராஜராஜீஸ்வரமுடையார் விமானக் கலசத்திற்காக மூவாயிரத்து எண்பத்துமூன்று பலம் உள்ள செப்புக்குடமும், அதன் மேல் பூச இரண்டாயிரத்துத் தொள்ளாயிரத்து இருபத்தாறரைக் கழஞ்சுப் பொன்னும் அளித்த செய்தி இதே கல்வெட்டில் குறிக்கப் பெற்றுள்ளது.

இம்மன்னன் தனது இருபத்தைந்தாம் ஆண்டின் 312ஆம் நாளில் ஸ்ரீ பலி பூஜைக்காக எழுந்தருளும் ஸ்ரீபலிதேவர் திருமேனி ஒன்றைப் பொன்னால் செய்து அளித்தான். இதைத் தவிர ஸ்ரீ பலி இடுவதற்காகத் தாமரை வடிவில் உள்ள தங்கத்தாலான ஸ்ரீபலித்தாலம் ஒன்றும் கொடுத்தான். இருபத்தாறாம் ஆண்டில் 'க்ஷேத்ர பாலதேவர்' எனும் திருமேனியைப் பொன்னால் செய்து அளித்தான். இதன் நிறை 72 ½ கழஞ்சாகும். இதே ஆண்டில் இறைவனுக்குரிய நெற்றிப் பட்டங்கள் தளிகை (நைவேத்ய பாத்திரம்) மண்டை, கெண்டி, ஒட்டுவட்டில், கலசம், பாத்திரம், படிக்கம், தட்டம், குறுமடல் (விபூதி மடல்) மாளவட்டில் ஆகியவற்றைப் பொன்னாற் செய்து தந்தமை கூறப்பெற்றுள்ளது. இதே போன்று 29ஆம் ஆண்டில் களாஞ்சி, கறண்டிகை செப்பு, இலைச்செப்பு, தளிகை, கலசப் பானை, பொன்னிக்கொடி, தாமரைத் தாள்வெட்டில் (தாராபிஷேகம் செய்யும் துளைவட்டில்) திருமுடி, ஈச்சோப்பிக்கை போன்ற மங்கலச் சின்னங்களும் தங்கத்தால் செய்து அளிக்கப்பெற்றமை குறிக்கப்பெற்றுள்ளன.

சேரபாண்டியர்களை வென்று அவர்களது பண்டாரத்திலிருந்து கொணர்ந்த பொன்னால் பல அணிகலன்களும் மற்றப் பொருள்களும் செய்யப் பெற்றன. இவற்றுள் நீண்ட எக்காளங்களும் உண்டு. ஒரு எக்காளத்தில் சிவபாதசேகரன் என்றும், பிறிதொன்றில் இராஜராஜன் என்றும் பெயர் பொறிக்கப் பெற்றிருந்ததாகக் கல்வெட்டு கூறுகிறது.[35] மேலைச் சாளுக்கிய மன்னன் சத்யாச்ரயனை வென்றபின் இராஜராஜீஸ்வரமுடையார்க்குத் திருப்பொற் பூக்கள் இருபதும், பொன்னாலான தாமரைப்பூ ஒன்றும் செய்து தக்ஷிண மேருவிடங்கர் எனும் நடராசப் பெருமானின் திருவடிகளில் வைத்து வணங்கியதாகக் கல்வெட்டு கூறுகிறது. இக் கல்வெட்டில் இராசராசன் தந்துள்ள தங்க நகைகள் மற்றும் பாத்திரங்கள் 40042 ¾ கழஞ்சு 1 குன்றி எடையுடையன. இவை இன்றையக் கணக்கில் 87.593 கிலோ தங்கமாகும்.

முதல் கல்வெட்டில் கூறப்பெறுபவை இராசராசன் இக் கோயிலுக்கு அளித்த பொன்னாலான அணிகலன்களும், சின்னங்களும் பாத்திரங்களும் திருமேனிகளும் மட்டும்தான். இவை தவிர எண்ணிலாப் பிற கொடைகளையும் அளித்துள்ளான் என்பதை மற்றக் கல்வெட்டுக்கள் காட்டுகின்றன. மூன்றாவதாகப் பதிப்பிக்கப் பெற்றுள்ள சாசனத்தில் திருப்பட்டிகை, முத்து வளையால், ஸ்ரீ முடி, திருமாலை ஸ்ரீ சந்தம், திருப்புறக் குடை முதலிய மணிகள் இழைத்துச் செய்யப்பெற்ற முப்பது அணிகளின் பட்டியலும் இவற்றின் முழுவிவரமும் கொடுக்கப்பெற்றுள்ளன. எடுத்துக்காட்டாக ஒன்று:

"உடையார் பண்டாரத்துப் பொன் கோடு செய்த திருப்பட்டிகை ஒன்று. தண்டவாணிக்குக் கால்மாற்றுத் தண்ணிய பொன் பதின்கழஞ்சே முக்காலே மூன்று மஞ்சாடியுங் குன்றியும் அரக்கு நிறை எண் கழஞ்சே ஏழுமஞ்சாடியுங் பிஞ்சு நிறை முக்காலுந் தடவிக் கட்டின பளிங்கு பதினைஞ்சினால் நிறை கழஞ்சும் பொத்தி மூன்றினால் நிறை மூன்று மஞ்சாடியும் குன்றியும் அரக்கு நிறை எண் கழஞ்சே ஏழுமஞ்சாடியுள் பிஞ்சுநிறை முக்காலுந்த தடவிக் கட்டின பளிங்கு பதினைஞ்சினால் நிறைகழஞ்சும் பொத்தி மூன்றினால் நிறை மூன்று மஞ்சாடியும் உடையார் ஸ்ரீ ராஜராஜ தேவர் ஸ்ரீ பாத புஷ்பமாக அட்டித் திருவடி தொழுத இரண்டாந்தரத்தில் முத்தில் கோத்த முத்துவட்டமும் அனுவட்டம் ஒப்புமுத்துங் குறுமுத்தும் நிம்பொளமும் பயிட்டமும் அம்பு முதுங்கறடும் இரட்டையுஞ் சப்பத்தியுஞ் சக்கத்துங்குளிர்ந்த நீருஞ் சிவந்த நீரும் உடைய முத்து ஆயிரத்தைஞ்ஞூற்றொரு பத்திரண்டினால் நிறை நாற்பத்தொரு கழஞ்சே ஏழுமஞ்சாடியும் பண்டாரத்தில் பவழத்தில் கோத்த பவளம் இருபத்து நாலினால் நிறை முக்காலே மூன்று மஞ்சாடியுங் குன்றியும் ஆக நிறை அறுபத்து முக்கழஞ்சே ஒன்பது மஞ்சோடிக்கு விலைகாசு தொண்ணூறு."

இங்குப் பொன்பற்றிக் கூறும்போது - "தண்டவாணிக்குக் கால்மாற்றுத் தண்ணியபொன்" என்று குறிக்கப்பெற்றுள்ளது. தண்டவாணி என்பது பொன்னின் மாற்றை அறியப் பயன்படுத்த பெறும் ஆணியாகும். 24 காரட், 22 ½ காரட் என்று தற்காலத்தில் கூறப்பெறுவது போன்று தமிழகத்தில் வழக்கத்தில் இருந்த 10½ மாற்றில் ¼ மாற்றுக் குறைந்த பொன் என இதற்குப் பொருள் கொள்ளவேண்டும். மேலும் பொன்னைக்கழஞ்சு, மஞ்சாடி, குன்றி, மா என்று மிகத் துல்லியமான அளவுகளால் அளந்ததும், ஆபரணங்களில் வைக்கப்பெறும் அரக்கு, பிஞ்சு போன்ற பொருள்களின் எடையும் தனியாகக் குறிக்கப்பெற்று, பொன்னின் எடை மட்டும் துல்லியமாகக் குறிக்கப் பெற்றுள்ளதும் குறிப்பிடத்தக்கதாகும். அணிகளின் மேல்புறம் பதிக்கப்பெற்ற பவளம், போத்தி, வயிரம், பளிங்கு ஆகியவற்றின் எண்ணிக்கையும் எடையும் தெளிவாகக் குறிக்கப்பெற்றுள்ளன. கடைசியாக அந்த அணிகலனின் விலைமதிப்பும் குறிக்கப் பெற்றுள்ளன.

முத்துக்களைப் பற்றிக் குறிப்பிடும்போது முத்துவட்டம், அனுவட்டம், ஒப்புமுத்து, குறுமுத்து, நிம்பொளம், பயிட்டம், அம்புமுதுங்கறடு, இரட்டை சப்பத்தி, குளிர்ந்தநீர், சிவந்தநீர் எனப் பல்வேறு வகையானவை இருந்தன என்பதையும் இக் கல்வெட்டு தெளிவுபடக் கூறுகிறது. இக் கல்வெட்டில் கூறப்பட்டுள்ள 30 அணிகலன்களிலும் சேர்த்து மொத்தமாக 285 கழஞ்சு 5 மஞ்சாடி 1 குன்றி 2 ½ எடையுடைய பொன்னும், 277 பவளங்களும், 102 போத்திகளும், 173 வயிரங்களும், 19613 முத்துக்களும் இருந்தன. இம் மணிகளின் மொத்த எடை 882 கழஞ்சு 4 மஞ்சாடி 1 குன்றி 9 மா ஆகும். இக் கல்வெட்டால் அணிகலன்கள் எவ்வளவு துல்லியமாக எடையும் விலையும் குறிக்கப்பெற்று ஆலயக்கணக்கில் சேர்த்துக் கொள்ளப் பெற்றன என்பதை அறிகிறோம்.

இதனை ஒத்த மற்றொரு கல்வெட்டு சண்டிகேஸ்வரர் ஆலயத்தில் காணப்பெறுகின்றது (எண் 59). இதுவும் இராசராசன் அளித்த திருவாபரணங்களின்

பட்டியலேயாகும். இராஜராஜீஸ்வரமுடையாரான சிவலிங்கப் பெருமானுக்கு அளிக்கப்பெற்ற வீரப்பட்டம் ஒன்றும், திருப்பட்டிகை ஒன்பதும் இங்குக் குறிக்கப்பெற்றுள்ளன. இவ் வாபரணங்களின் பொன் எடை 1230 ¾ கழஞ்சு 4 மஞ்சாடி 1 குன்றி. இது இன்றைய 2.692 கிலோ நிறை ஆகும். இவற்றில் 435 பவளங்களும், 27 வயிரங்களும், 30 பளிங்குகளும் இடம்பெற்றிருந்தன. இவற்றின் மொத்த எடை 2780 கழஞ்சு, 7 மாவாகும். இது 6.802 கிலோ ஆகும். இவற்றின் விலை 2735 காசுகள் என்று குறிக்கப்பெற்றுள்ளது.

தென்புறச்சுவரில் காணப்பெறும் நான்காம் கல்வெட்டில் (எண் 93) இராசராசன் அளித்த திருவாபரணங்கள் இவையிவை என்பதும், அவற்றில் பதிக்கப்பெற்ற நவரத்தினங்களின் எண்ணிக்கை, பொன், அரக்கு, பிஞ்சு ஆகியவற்றின் எடை, விலை போன்றவற்றின் விவரமும் குறிக்கப்பெற்றுள்ளன. திருவடிநிலை எனும் அணிகலன் மரத்தின்மேல் போர்த்துச் செய்யப்பெற்றது என்பதைக் கூறுகின்றது. இவைகளெல்லாம் இராசராசசோழன், சேரனையும், பாண்டியனையும் வென்று கைப்பற்றிய கருவூலங்களிலிருந்தும், தன் கருவூலத்திலிருந்தும் தன் இருபத்தொன்பதாவது ஆண்டு வரை அளித்ததாகும்.

“கண்டநாண் ஒன்றிற் கட்டின மாணிக்கம் அறுபத்துநாலும் பதினைஞ்சும், மரகதம் பதினாறும், வயிரம் பதினெட்டும் தைய்த்த முத்து ஒப்புமுத்துங் குறு முத்தும் பயிட்டமும் ஆக முத்து நாற்பதும் உட்படநிறை நூற்று எழுபதின் கழஞ்சேய் ஏழுமஞ்சாடிக்கு விலை காசு ஐஞ்ஞூறு என்று தொடங்கித் தொடர்ந்து, புல்லி கைக்கண்ட நான், பாசமாலை, மாணிக்கத்தாலி, பாகுவலயம், பதக்கம், ரத்னவளையல், திருக்கைக்காறை, ரத்னகடகம், பவளகடகம், திருப்பட்டிகை, இ.....ண்டலம், முத்தின் உழூத்து, வயிர உழூத்து, சோனகச் சிடுக்கு, ரத்தின மோதிரம், நவரத்தின மோதிரம், பிருஷ்ட கண்டிகை, ஸ்ரீசந்தம், வலத்திருவடிநிலை, இடத்திருவடிநிலை என்பனவாக 53 ஆபரணங்களின் பட்டியல் காணப்பெறுகின்றது.

இவற்றின் மொத்த எடை 1783 ½ கழஞ்சு 7 மாவாகும். இது 3.901 கிலோவுக்குச் சமமாகும்.

இராசராசசோழன் ராஜராஜீஸ்வரமுடைய பரமஸ்வாமிக்கு வெள்ளியால் செய்வித்த பாத்திரங்கள், கலசப்பானை, பிரபை, வாசுதேவர் திருமேனிகள் ஆகியவை, ஐந்தாம் பட்டியலாகக் (எண் 91) காணப்பெறுகின்றது. ஸ்ரீவிமானத்தின் வடபுறச்சுவரில் இக்கல்வெட்டு உள்ளது. இப் பேரரசனால் கொடுக்கப்பட்ட வெள்ளிப் பாத்திரங்கள், சேரமானையும், பாண்டியனையும் வென்று கொணர்ந்தவையாகும். இவ்வாறு புதிதாகச் செய்த திருப்பரிகலன்கள் சிவபாதசேகரன் என்றும் ஸ்ரீராஜராஜன் என்றும் திருநாமம் இடம்பெற்றுத் தரப்பட்டன. காளம் 9, தளிகை 30, மண்டை 27, குடம் 9, கலசப்பானை 12, மூக்கு வட்டிகை 6, கைவட்டிகை 2, வட்டில் 24, மடல் 1, பிங்களம் 2, படிக்கம் 4, சட்டுவம் 2, நெய்மூட்டை 3, கலசம் 5, நெடுமடல் 2, குறுமடல் 1, தட்டம் 10, இலைத்தட்டு

2, ஸ்ரீவாசுதேவர் வெள்ளித் திருமேனிகள் 3, பிரபைகள் 3 ஆகிய 158 வெள்ளிப் பொருள்கள் குறிக்கப்பெற்றுள்ளன. இவற்றின் மொத்த எடை 43555 கழஞ்சு, 5 மா 1 குன்றியாகும் (95.277 கிலோ). கல்சப்பானை ஒன்றும் பிரபை ஒன்றும் பொன் முலாம் பூசப்பெற்றிருந்ததையும் இக்கல்வெட்டால் அறியலாம்.

இராசராசன் வடித்த செப்புத் திருமேனிகள்

சண்டேச பிரசாததேவர்

இராசராசன் திருவாசலுக்கு வலப்புறம் கிழக்குத் திருச்சுற்றிலுள்ள தூண் ஒன்றில் காண்பெறும் கல்வெட்டு (எண் 29) இம் மன்னன் தன் 29ஆம் ஆட்சியாண்டில் சண்டிகேச்வரர்க்குத் திருமேனி எழுந்தருள்வித்ததை குறிக்கின்றது. சண்டிகேஸ்வரர் வரலாற்றையொட்டி இத்திருமேனி இருதொகுதிகளாகச் செய்யப்பெற்றுள்ளன. முதல் தொகுதியில் சிவலிங்கம், சிவாபாரதம் செய்து தண்டிக்கப்பெற்று கீழே விழுந்து கிடக்கும் சண்டீசரின் தந்தை, சண்டேஸ்வரர் திருமேனி ஆகியவையும், இரண்டாம் தொகுதியில் சண்டேஸ்வரரின் பக்தித் திறம் வியந்து கொன்றை மாலையைச் சூட்டுபவராகச் சிவபெருமானும், அருகே உமையும், பிரசாதம் பெறுகின்றவராகச் சண்டேஸ்வரரும் இருந்ததாகக் கூறுகின்றது.

இத் திருமேனிகளின் ஒவ்வொரு அளவும், அமைப்பு முறையும் மிகத் துல்லியமாகவும் விரிவாகவும் கூறப்பெற்றுள்ளன. சண்டிகேசருக்கு இறைவன் சூட்டும் கொன்றைமாலையைப் பற்றிக் கூறும்போது "இவனுக்கு பிரசாதம் கொடுத்த பதின்அறு விரலே நாலு தோரை நீளத்து அரை விரலகலத்து, இரண்டு தோரை கனத்து புஷ்பமாலை ஒன்று" என்று விளக்கியிருக்கும் பாங்கு வியப்பளிக்கிறது. மேலும் 'பிரசாதம்' என்பது ஒருவர் மனமுவந்து அளிக்கும் பரிசாகும். சண்டேசப் பெரும்பதம் இறைவன் மனமுவந்து அளித்ததாகும். எனவே கல்வெட்டு சுட்டும் சொல்லாட்சிக்கூடப் பொருள் பொதிந்ததாகவே அமைந்துள்ளது.

பஞ்சதேக மூர்த்திகள் : சிவபெருமானைப் பஞ்சதேக மூர்த்தியாகப் படைத்து போற்றியவன் மாமன்னன் இராசராசன் ஒருவனே. மகாசதாசிவ மூர்த்தியை ஓருடலோடு சத்யோஜாதம், வாமதேவம், அகோரம், தத்புருஷம், ஈசானம் என்னும் ஐந்து திருமுகங்களை உடையவராக வடிக்கப்பெறுவது மரபாகும். ஆனால் இவனோ ஐந்து உடல்களுடன் இணைந்த ஒருருவமாகச்செம்பிலே மகா சதாசிவ மூர்த்தியைப் படைத்துப் போற்றினான் என்பதைத் தென்புறத் திருச்சுற்றில் உள்ள தூண் கல்வெட்டொன்று (எண் 30) கூறுகின்றது.

பத்துக் கரங்களோடு நின்ற கோலத்தில் உள்ள சிவபெருமானின் ஒரு பேருருவம் அதன் மார்பிற்கு கீழே நான்கு திசைகளிலும் நான்கு கரங்களுடன் திகழும் தனித்தனித் திருமேனிகளாக நான்கு உருவங்கள் இணைந்து இந்த மகா

மகாசதாசிவ மூர்த்தி

மனோன்மனி

சதாசிவமூர்த்தி விக்கிரகம் அமைந்திருந்ததாக இக் கல்வெட்டு கூறுகிறது. இப் பெயரிலோ அல்லது வேறு பெயருடனோ இதனை ஒத்த திருமேனி வேறு எந்தச் சிவாலயத்திலும் இருந்ததாக இன்றுவரை அறியமுடியவில்லை.

சுப்பிரமண்யதேவர் (கல்வெட்டு எண் 49), **மஹாவிஷ்ணுக்கள்** (கல்வெட்டு எண் 52) ஆகிய செப்புத் திருமேனிகளையும் இராசராசனே அளித்ததாகக் கல்வெட்டுக்கள் கூறுகின்றன.

தக்ஷிணாமூர்த்தி : ஆலமர்செல்வரின் இத் திருமேனித் தொகுதியும் மாமன்னன் அளித்த அரிய படைப்பாகும். சிறியமலை, மலையின் சிகரம், அதற்கு மேல் அமர்ந்த கோலத்தில் தக்ஷிணாமூர்த்தி, அவரோடு ரிஷிகள் நால்வர், பாம்பு, புலி, கர்ணபிராவிருத்தர்கள் இருவர், காலின்கீழ் அடங்கிய முயலகன், நாற்பத்திரண்டு கிளைகளோடு ஆலமரம், அதில் பொக்கணம் எனும் திருநீற்றுப்பை, கைத்தழை ஆகியவற்றோடு இச் செப்புத் திருமேனி திகழ்ந்ததாக வடக்கு திருச்சுற்று மாளிகைத் தூணில் உள்ள கல்வெட்டு (எண் 50) கூறுகின்றது.

தஷிணமேருவிடங்கர் எனும் ஆடவல்லான் திருமேனி

இராசேந்திர சோழனின் பத்தாம் ஆண்டுக் கல்வெட்டில் (எண் 15) ‘உடையார் ராஜராஜதேவர் எழுந்தருளுவித்த தஷிணமேரு விடங்கர்க்கு’ என்ற குறிப்பு காணப்பெறுவதாலும்; இராசராசன் தான் அளித்த அணிகலன்கள் பற்றிக் கூறும்போது (எண் 1) ‘தஷிணமேரு விடங்கர்க்குச் சார்த்தி அருளக்குடுத்தன’ என்பதாலும் “ஆடவல்லார் தஷிணமேருவிடங்கர் நம்பிராட்டியார் உமாபரமேஸ்வரியார்க்குத் தஞ்சைவிடங்கர் நம்பிராட்டியார் உமாபரமேஸ்வரியாருக்கும் ஸ்ரீராஜராஜதேவர் திருத்தமைக்கையார் வல்லவரையர் வந்தியத்தேவர் மகாதேவியார் குடுத்த பொன்னின் திருவாபரணங்களும்.......” என்ற குந்தவையாரின் கல்வெட்டாலும் (எண் 2) தஷிணமேரு விடங்கர் எனும் செப்புத் திருமேனி நடராசப் பெருமானின் திருவடிவம் என்பதையும், இது மாமன்னன் இராசராசனால் எடுக்கப்பெற்றது என்பதையும் அறியமுடிகிறது.

மஹாமேருவிடங்கர் (எண் 10), மஹாமேருவிடங்கர் நம்பிராட்டியார் (எண் 10), தஞ்சை விடங்கர், சந்திரசேகர தேவர் (எண் 54), சந்திரசேகரதேவர் நம்பிராட்டியார் (எண் 54), மஹாவிஷ்ணுக்கள் நம்பிராட்டியார், சண்டேஸ்வரதேவர், நிருத்தம் செய்கின்ற பிள்ளையார் கணபதியார், திருமேனிகள் இரண்டு (எண் 84) நின்றாராகப் பிள்ளையார் கணபதியார் திருமேனிகள் இரண்டு (எண் 84) சுகாசனம் இருந்தாராகப் பிள்ளையார் கணபதியார் திருமேனிகள் இரண்டு (எண் 84) ஆகிய 23 செப்புத் திருமேனிகளோடு, முன்னரே கூறப்பெற்றுள்ள பொன்னாலான ஸ்ரீபலிதேவர் திருமேனி ஒன்றும்; வெள்ளியால் ஆன வாசுதேவர்கள் திருமேனி இரண்டும் ஆக 26 தெய்வத் திருமேனிகளை இம் மாமன்னன் தனது கொடையாக இக்கோயிலில் எழுந்தருள்வித்தான் என்பதை அறியமுடிகின்றது.

மேற்குத் திருச்சுற்று மாளிகையில் உள்ள தூண் ஒன்றில் இருக்கும் கல்வெட்டு (எண் 86) பரிவார ஆலயத்துக் கணபதியார்க்கு இராசராசன் ஸ்ரீபாஹுவலயம் (தோள் அணி) இரண்டினை 50¼ கழஞ்சுப் பொன்னால் செய்து அளித்தான் என்பதைக் கூறுகின்றது.

எண்ணற்ற பொன்னணிகள், பொற்பாத்திரங்கள், பொன் திருமேனிகள், வெள்ளிப் பாத்திரங்கள், வெள்ளித் திருமேனிகள், செப்புத் திருமேனிகள் என்று வழங்கிய இராசராசன் சோழ மண்டலத்திலிருந்தும், பிறமண்டலத்திலிருந்தும் பல ஊர்களை இக் கோயிலுக்கு அளித்தான். ஊர்நத்தம் திருக்கோயில்கள், குளங்கள், நிலத்தை ஊடறுத்துப் போன வாய்க்கால்கள், பறைச்சேரி, கம்மாளச்சேரி, சுடுகாடு உள்ளிட்ட வரியிடப்பெறாத (இறையிலி) நிலங்களும், வரி இவ்வளவு என நிர்ணயிக்கப்பட்ட நிலத்திலிருந்து (இறை கட்டிய காணிக்கடன்) வரியாக ஆண்டுதோறும் அளக்கப்படவேண்டிய நெல்லும், அந்நெல்லை அளக்க அரசுத் துறையில் இருந்த இராசகேசரி எனும் மரக்காலுக்குச் சமமாகப் பெரியகோயிலில் இருந்த ஆடவல்லான் எனும் மரக்காலால் அளக்கப்பெற வேண்டும் என்பதும், அளக்கப்படவேண்டிய நெல் இவ்வளவு, பொற்காசு இவ்வளவு எனப் பகுத்தளிக்கும் வகையும் உரிய நடைமுறைகளும் விவரமாகக் கூறப்படுகின்றன. இராஜராஜீச்சரத்துக்குரிய ஊர்களின் பட்டியலை மூன்று கல்வெட்டுக்கள் (எண் 4,5,92) கூறுகின்றன.

ஓரூரின் மொத்த நிலப்பரப்பு, வரியில்லாத நிலங்களின் பரப்பு, இக்கோயிலுக்குத் தேவதானமாகத் தரப்பெற்ற நிலப்பரப்பு, அதற்கு நிச்சயிக்கப் பட்டதும் கோயிலுக்கு செலுத்தப்படவேண்டியதுமான நெல் மற்றும் பொன் எவ்வளவு என்ற விவரம் ஆகியவற்றை இக் கல்வெட்டுக்கள் கூறுகின்றன.

இப்பட்டியலில் முதலாவதாகக் குறிப்பிடப்பெறும் ஊர் தற்போதைய நாகை மாவட்டம், குடவாயில் வட்டத்திலுள்ள கீழ்ப்பாலையூர் ஆகும். இது பண்டு இங்கனாட்டுப் பாலையூர் என அழைக்கப்பெற்றது. இங்கன் என்பது தற்போது எண்கண் என அழைக்கப்பெறுகின்றது.

"உடையார் ஸ்ரீ ராஜராஜதேவர் தஞ்சாவூர் எடுப்பித்த திருக்கற்றளி ஸ்ரீ ராஜராஜீச்வரம் உடைய பரமஸ்வாமிக்கு வேண்டும் நிவந்தங்களுக்குத் தேவதானமாகச் சோழமண்டலத்து புறமண்டலங்களிலும் உடையார் ஸ்ரீ ராஜராஜ தேவர் குடுத்த ஊர்களில், ஊர்நத்தமும் ஸ்ரீகோயில்களும் குளங்களும் ஊடறுத்துப்போன வாய்க்கால்களும் பறைச்சேரியுங் கம்மாணசேரியுஞ் சுடுகாடும் உள்ளிட்டு இறைஇலி நிலங்களும்; இறைகட்டின நிலத்தாற் காணிக்கடன் ராஜகேஸரியோடொக்கும் ஆடவல்லானென்னும் மரக்காலால் அளக்கக் கடவ நெல்லும், இடக்கடவ பொன்னுங் காசும் பேசிக் கல்லில் வெட்டின; தென்வடுவாயான அருமொழி தேவ வளநாட்டு இங்கனாட்டுப் பாலையூர்; பள்ளியுங் கணிமுற்றூட்டும் உட்பட அளந்தபடி நிலம் நூற்றுமுப்பத்து நான்கேய் எட்டு மாவின்கீழ் முக்காலே மும்மாவரையரைக்காணி முந்திரிகைக்கீழ் நான்கு

மாவிலும்; ஊர்நத்தமுங் குளமுங் கம்மாணசேரியும் பறைசேரியுஞ் சுடுகாடும் இவ்வூர் நிலத்தை ஊடறுத்துப்போன வாய்க்கால்களாலும் இறை இலிநிலம் ஒன்பதேய் காணி அரைக்காணி முந்திரிகைக் கீழரை நீக்கி; இறை கட்டின நிலம் நூற்று இருபத்து ஐஞ்சேய் ஏழு மாவரை முந்திரிகைக்கீழ் எண்மாவரை அரைக்காணி முந்திரிகைக்கீழ் நான்கு மாவினால்; இறைகட்டின காணிக்கடன் ராஜகேஸரியோடொக்கும் ஆடவல்லானென்னும் மரக்காலால் அளக்கக் கடவ நெல்லுப் பன்னீராயிரத்து ஐஞ்ஞூற்று முப்பதின் கலனே இருதூணிக் குறுணி ஒருநாழி"

பாலையூரின் மொத்த நிலப்பரப்பு : $134\ \frac{8}{20}\ \frac{1}{320}$

$\left(\frac{3}{4}\ \frac{2}{20}\ \frac{1}{40}\ \frac{1}{160}\ \frac{1}{320}\right)$

$\left(\frac{3}{320}\right)\ \frac{4}{20}$

வரியில்லாத நிலம் : $9\ \frac{1}{80}\ \frac{1}{160}\ \frac{1}{320}\ \frac{1}{320}\ \frac{1}{2}$

மீதமுள்ள வரியுள்ள நிலம் : $125\ \frac{7}{20}\ \frac{1}{40}\ \frac{1}{320}\ \frac{1}{320}$

$\left(\frac{8}{20}\ \frac{1}{40}\ \frac{1}{160}\ \frac{1}{320}\right)$

$\left(\frac{1}{320}\right)^2\ \frac{4}{20}$

இவ்வாறு துல்லியமான நில அளவை முறையை இக்குறிப்பால் அறிய முடிகிறது. இவ்வூரிலிருந்து 12530 கலம் 2 தூணி 1 குறுணி 1 நாழி நெல் தஞ்சைக் கோயிலுக்கு அளக்கப்பட்டது என்பதையும் அறியமுடிகிறது.

முதற் கல்வெட்டில் அருமொழி தேவ வளநாட்டிலிருந்து பாலையூர், ஆரப்பாழ், கீரன்தேவன்குடி, நாகன்...... தண்ணீர்குன்றமான ராஜராஜநல்லூர், உச்சிப்பாடி, கீழ்வடுகக்குடி, கஞ்சாறநகர், ஊசக்கண்ணங்குடி, வடஇறையான் பள்ளம், திருத்தெங்கூர் என்ற ஊர்களிலும் க்ஷத்திரிய சிகாமணி வளநாட்டிலிருந்து அரக்கன்குடி, பிடாரச்சேரி, மணக்காற்காலபள்ளி, தென்பள்ளி, உய்யகொண்டார் வளநாட்டிலிருந்து நெற்குப்பை, வடகரை இராஜேந்திரசிங்க வளநாட்டிலிருந்து மருத்துவக்குடி ஆகிய ஊர்களிலிலிருந்து 68987 கலம் 2 தூணி 2 குறுணி 6 நாழி நெல்லும் 297 கழஞ்சு 4, மஞ்சாடி 3 மா முக்காணி காசும் இக்கோயிலுக்கு ஆண்டுதோறும் நிரந்தர வருவாயாகக் கிடைத்து வந்தது என்பது குறிக்கப்பெற்றுள்ளது.

இரண்டாம் கல்வெட்டு வடகரை ராஜேந்திரசிங்க வளநாட்டுத் திருந்துதேவன்குடி, கருப்பூர் திருவாலிநாட்டுக் குறுவாணியாக்குடி, மழநாடான ராஜாஸ்ரயவளநாட்டுப் பாச்சில் கூற்றத்து மீய்பலாற்று ஆன்பனூர், கீழ்பலாற்று ஈங்கையூர், கீழ்பலாற்றுப் பணமங்கலம், சாத்தன்பாடி....... கனன்குடி, மாந்தோட்டம், இறையான்சேரி, வெண்கோன்குடி, மாகாணிகுடி, சிறுசெம்புறை; பாச்சில் கூற்றத்துக் கீழ்பலாற்றுத் துறையூர், காரி மங்கலம், நித்த விநோதவள நாட்டு நகரம் வெண்ணி, அருமொழி தேவ வளநாட்டுத் தக்களூர்நாட்டுக் கோடி மங்கலம், நகரம் விடேல்விடுகு பல்லவபுரம் ஆகிய ஊர்களிலிருந்து நெல்லாக 51390 கலம் 2 தூணி 1 பதக்கு 1 குறுணி 7 நாழி 1 உரி அளவும், காசுகளாக 1012 ½ கழஞ்சு 8 மஞ்சாடியும் வருவாய் கிடைக்க இராசராசன் வழி வகுத்ததை விவரிக்கின்றது.

மூன்றாம் கல்வெட்டில் தொண்டை மண்டலமான ஜெயங்கொண்ட சோழ மண்டலத்து ஒய்மாநாட்டுப் பேராயூர், பாண்டி மண்டலத்துப் பெரும்பூர்நாட்டு அண்டக்குடி, கங்கபாடி பதிநாட்டு ஆலூர் நுளம்பபாடி பறிவைப்பாடி நாட்டுக் குசவூர் கூடலூர், மலைநாடான கேரளநாட்டு வெள்ளப்பநாட்டுப் புதுக்கோடு, ஈழமான இலங்கையில் ராஜராஜ வளநாட்டிலிருந்து நான்கு ஊர்கள், ஈழநாட்டுக் கணக்கன் கொட்டியாரமான விக்கிரமசோழ வளநாட்டு மாசார் மற்றும் ஓர் ஊர் ஆகிய பல்வேறு ஊர்களிலிருந்து நெல், பொற்காசுகள், இலுப்பைப்பால் ஆகியவை தஞ்சைப் பெருங்கோயிலுக்கு வருவாயாக வந்தன. இக்கல்வெட்டில் பலவிடங்கள் சிதைந்துள்ளதால் வருவாயை முழுமையாக அறியமுடியவில்லை. இருப்பினும் கிடைத்துள்ள குறிப்புகளிலிருந்து 3414 கலம் 1 தூணி 1 குறுணி 5 நாழி நெல்லும், 312 கழஞ்சு, 2 மஞ்சாடி 3 குன்றி 1 மா முக்காணி பொன்னும், 482¾ காசும், 9 கலம் 1 குறுணி 10 நாழி இலுப்பைப்பாலும் நிரந்தர வருவாயாகக் கிடைத்து வந்தது என அறியலாம்.

இவ்வகையில் ஏறத்தாழ ஆண்டொன்றுக்கு ஒரு இலட்சத்துப் பதினையாயிரம் கலம் நெல்லும், 300 கழஞ்சுப் பொன்னும், 2000 காசுகளும் நிரந்தர வருவாய் இக்கோயிலுக்குக் கிடைத்தது. தஞ்சைப் பகுதி, சோழநாடு மட்டுமல்லாது இம்மன்னனின் ஆட்சியின் கீழிருந்த ஈழம், பாண்டிமண்டலம், சேரநாடு, தொண்டைநாடு, நுளம்பபாடி, கங்கபாடி ஆகிய பலவிடங்களிலும் இக்கோயிலுக்குரிய ஊர்கள் திகழ்ந்ததால் அனைத்துப் பகுதி மக்களுக்கும் இக்கோயிலில் உரிமையும் பங்கேற்பும் கிடைத்தன. இக்கோயில் அனைத்துப் பகுதி மக்களுக்கும் உரியதொரு பொதுக் கோயிலாகத் திகழ்ந்தது.

இராசராசதேவர் நியமித்த தளிச்சேரிப் பெண்டுகள்

இத்திருக்கோயிலின் வெளிப்புச் சுவரின் வடமேற்குப் பகுதியில் காணப்பெறும் மிக நீண்டதொரு கல்வெட்டில் (எண் 66) கோயிலில் நிவந்தக் காரராக நியமிக்கப்பெற்ற 400 ஆடல்மகளிரின் பெயர், ஊர் பணிபுரிந்த கோயில் ஆகிய விவரங்களும், அவர்களுக்குத் தஞ்சை தளிச்சேரியில் எந்த வீதியில் எந்தச்

சிறகில், எந்த எண் உள்ள வீடு அளிக்கப்பெற்றது என்ற செய்தியும், இவர்களுக்குத் துணைநின்ற நாட்டிய ஆசிரியர்கள், பக்கவாத்தியக்காரர்களின் பெயர்களும், அவர்களின் ஊதியம் மற்ற சலுகைகள் விவரமும் விரிவாகக் கூறப்பெற்றுள்ளன. இதற்குரிய ஆணை மாமன்னனாலேயே நேராக மொழியப்பட்டுள்ளது.

இவ்வாறு சோழ மண்டலம் முழுவதிலும் இருந்து இங்கு வந்து பணிபுரிந்த ஆடல் மகளிர்க்கு ஆளுக்கு ஒரு வேலி வீதம் 400 வேலி நிலம் அளிக்கப்பெற்றது. வேலி ஒன்றுக்கு 100 கலம் நெல்லை இவர்கள் பெற்றார்கள். இவ்வாறு நியமிக்கப்பெற்ற பெண்கள் இறந்தாலோ அல்லது வெளியூருக்குச் சென்றுவிட்டாலோ உரிமையுடைய அவர்கள் குடும்பத்தாரே இக்காணி பெற முடியும். இவ்வாறு அடுத்த முறையாக வருபவர்களுக்கு ஆடற்கலையில் தகுதி இல்லாமல் போய்விட்டால், தகுதியுடைய வேறு ஒருவரை அவர்களே நியமிக்க உரிமையுண்டு என்றும் முதலில் நியமிக்கப்பெற்ற பெண்ணுக்குப் பின் உரிமையுடையவர்கள் யாரும் அக் குடும்பத்தில் இல்லை எனில், தகுதியுடைய வேறு ஒருவரை நியமிக்கலாம் என்றும் அரசு ஆணை கூறுகின்றது.

நட்டுவம் செய்ய 12 நாட்டிய ஆசார்யர்களும், கானம் பாடுபவர்கள் 5 பேரும், வங்கியம் எனும் குழல் கருவி இசைப்பவர்கள் மூவரும் பாடவியம் இசைப்பதற்கு 5 பேரும், உடுக்கை வாசிப்பதற்கு இருவரும், வீணை வாசிப்பார் இருவரும், ஆரியம் பாடுவார் மூவரும், தமிழ் பாட நால்வரும், கொட்டி மத்தளம் இசைக்க இருவரும், முத்திரைச் சங்கு ஊத மூன்று பேரும், பக்கவாத்தியம் இசைக்க ஐந்து பேரும், காந்தர்வர்கள் 75 பேரும் தளிச்சேரிப் பெண்களுக்கும், காந்தர்விகளுக்கும் பணி மேற்பார்வையாளர்கள் இருவரும், தலைமைக் கணக்கர் ஒருவரும் கீழ்க்கணக்கர் 7 பேரும், மத்தளம் இசைப்பவர்களாக 66 பேரும், திருப்பள்ளித் தொங்கல் பிடிக்க 10 பேரும், விளக்குப் பணிகளுக்காக ஏழு பேரும், நீர் தெளிப்பதற்கு நால்வரும், சன்னாளியள் இருவரும், திருமடைப்பள்ளிக்குரிய மண் பாத்திரங்கள் அளிக்கக் குயவர்கள் 10 பேரும், துணி வெளுப்பவர்கள் இருவரும், காவிதிமை செய்வான் என்னும் கண்காணிப்பாளர் இருவரும், நாவிதம் செய்ய அறுவரும், கோலிளமை செய்வார் நால்வரும், துணி தைப்பவர்கள் இருவரும், ரத்தனத்தையான் ஒருவரும், கன்னான் ஒருவரும், தச்சாச்சார்யர்கள் ஐவரும், சாக்கைகூத்து ஆடுபவர்கள் நால்வரும், அனைத்துப் பணிகளுக்கும் மேற்பார்வையாளர்கள் ஒருவருமாக மொத்தம் இருநூற்று ஐம்பத்தெட்டு பேர்களுக்கு நிவந்தக்காணி அளிக்கப்பெற்றது. இவர்களது பணிகளுக்கேற்பச் சிலருக்கு 2 காணி உரிமையும் (இரண்டு வேலி நிலம் 200 கலம் நெல்) சிலருக்கு 1½, 1¾ காணிகளும் கிடைத்தன. அனைத்துப் பணியாளர்களின் ஊரும் பெயரும் பதிவு செய்யப்பெற்றிருப்பது குறிப்பிடத்தக்கதாகும்.

பரிசாரகர் பண்டாரி கணக்கர்

இக்கோயில் ஊழியத்திற்காகப் பரிசாரகர், பண்டாரி, கணக்கர் போன்றவர்களை நியமித்ததை மற்றொரு கல்வெட்டு (எண் 69) கூறுகின்றது.

இக் கல்வெட்டு, 4 பண்டாரிகளும், 170 மாணிகளும், 6 கணக்கர்களும், 12 கீழ்கணக்கர்களும் பணியிலமர்த்தப்பட்டதாகக் கூறுகின்றது. இவர்களுள் சிலர் நிலையான பணி புரிபவர்கள் ஆவர். மற்றையோர் பல்வேறு ஊர்களிலிருக்கும் இவர்கள் கோயில் நிர்வாகத்தில் பங்கேற்க வாய்ப்பளிக்கும் வகையில் சுழற்சிப் பணி முறையில் இப் பணிகள் அமைந்தன. கோயில் பண்டாரம், கருவறைப் பணி, கணக்குப்பணி ஆகியவற்றில் ஈடுபடுவோர் கோயிலுக்குரிய பெரும் சொத்துக்களை நிர்வகிப்பவர் என்பதால் அவர்களுக்குச் சொந்த நிலம், பொருள், உறவினர் இருக்க வேண்டும் என்பது இராசராசன் வகுத்த விதியாகும். கருவூலத்தில் பொன், நவமணிகள், நெல் போன்ற விலைமதிப்புள்ள பொருள்கள் இருந்தாலும், அவை கோயிலுக்கும் மக்களுக்கும் உரிய பொதுச் சொத்து என்பதாலும், அதனைக் கையாள்வோர் தூயவர்களாக இருக்க வேண்டும் என்னும் கொள்கையின் அடிப்படையில் அந்தப் பணிக்குரியவர்களை நியமிக்கும் உரிமை ஊர்ச்சபையோரிடம் வழங்கப்பட்டிருந்தது. எடுத்துக்காட்டாக, க்ஷத்திரிய சிகாமணி வளநாட்டு குடவாயில் சபையோர் இடக்கடவ மாணி ஒருவன் என்று இராசராசன் ஆணையிட்டால் அச் சபையோர் தங்கள் ஊரிலிருந்து நேர்மையும் தகுதியும் படைத்த ஒருவனைத் தான் நியமிக்க முடியும். அவனால் தவறு நேருமாயின் அப்பொறுப்பு குடவாயில் சபையோருடையதாக ஆகிவிடும். மேலும் அவனால் கோயில் சொத்துக்களுக்கு ஏதாவது ஊறு நேருமாயின் அதனை ஈடுகட்ட அவன் பொருளும் நிலமும் உடையவனாகவும், நல்ல உறவினர்களை உடையவனாகவும் இருப்பானாகின் எவ்வகையிலாவது இழப்பை ஈடுசெய்து விடலாம் மேலும் மாணிகளுக்குரிய ஊதியத்தை ஸ்ரீராஜ ராஜேஸ்வரமுடையார் உள்ளூர்ப் பண்டாரத்திலிருந்து பெறவும், பண்டாரிகளும் கரணத்தார்களும் நாட்டுப் பண்டாரத்தே பெறவும், இராசராசன் ஆணையிட்டுள்ளான். உள்ளூர்ப் பண்டாரம் என்பது கோயிலிலேயே கோயிற் பணியாளர்களால் நிருவகிக்கப்பெறுவதாகும். நாட்டுப் பண்டாரம் என்பது அரண்மனை நிர்வாகத்தில் உயர் அலுவலர்களால் இயக்கப்படுவதாகும். பண்டாரத்தை நிர்வகிக்கும் பண்டாரிகளும் கணக்கர்களும் கோயில் பண்டாரத்தில் முறைகேடுகள் செய்ய வழியில்லாமலிருக்கவே இத்தகைய வழியை இராசராசன் வகுத்திருந்தான்.

பாண்டி, தொண்டை நாடுகளை உள்ளிட்ட சோழ மண்டலத்தின் மக்களுக்கு ஊர்ச்சபைகள் மூலமாக தஞ்சைக் கோயில் பணியாளர்களை நியமிக்கும் உரிமையும், இதன் சொத்துக்களைப் பாதுகாப்பதில் பொறுப்பும், உரிய பங்கேற்பும் இருந்தன என்பதை இக்கல்வெட்டு தெளிவாகக் காட்டுகின்றது.

இராசராசன் இட்ட மெய்க்காப்பாளர்கள்

தஞ்சைப் பெரிய கோயிலில் இருந்த பண்டாரங்களில் நவரத்தினங்களும் பொன்னும், வெள்ளியும், காசும் நெல்லும் பெருமளவில் குவிக்கப் பெற்றிருந்தன. பல செப்புத் திருமேனிகளும், தங்கம், வெள்ளியால் ஆன விக்கிரகங்களும் இருந்தன. இவை அனைத்தும் சோழ மண்டலத்து மக்களின்

சொத்து ஆகும் என்ற உணர்வை இராசராசன் தன் கல்வெட்டு மூலமாக (எண் 70) ஏற்படுத்தினான்.

"கேரளாந்தகன் வாயில் திருமெய்காப்பாளர், இராசராசன் திருவாயில் மெய்காப்பாளர், அணுக்கன் திருவாயில் மெய்க்காப்பாளர்" என்ற கல்வெட்டு வரிகளால் அனைத்து வாயில்களிலும் காப்பாளர்கள் இருந்தனர் என்பதையும் அறியமுடிகிறது. சோழ மண்டலம் முழுவதிலுமிருந்த 118 ஊர்களிலிருந்தும் மெய்க்காவலர்கள் நியமிக்கப் பெற்றனர் என்பதை இக்கல்வெட்டுப் பட்டியலோடு காட்டுகின்றது.

ஒரு மெய்க்காவலனுக்கு ஆண்டொன்றுக்கு 100 கலம் நெல் ஊதியமாக அளிக்கப்பெற்றது. இவ்வூதியத்தை அவனை நியமித்த ஊர்ச்சபையே கொடுக்க வேண்டும். அவர்கள் பணிக்குரிய இவ்வூதியம் தவிர அவ்வூரிலிருந்து பணிக்கு வரும்போது உரிய படிச்செலவினையும் அந்தந்த ஊரினரே ஏற்கவேண்டும் என்றும் இம்மாமன்னன் வழிவகுத்தான். தஞ்சைப் பெருங்கோயிலின் சொத்துக்கள் எவற்றையும் மன்னனது படையினரோ அல்லது அலுவலரோ பாதுகாக்கவில்லை. நூற்றுப் பதினெட்டுக்கும் மேற்பட்ட சோழமண்டலத்து ஊர் மக்களே பாதுகாத்தனர் என்பது குறிப்பிடத்தக்க செய்தியாகும். மக்களாட்சி நெறிக்கு இதனினும் சிறந்த சான்றொன்று இருக்கமுடியாது.

இராசராசன் நியமித்த திருப்பதியம் விண்ணப்பம் செய்யும் பிடாரர்கள்

தில்லையம்பதியில் மறைந்திருந்த திருமுறைகளை மீட்டவன் என உமாபதி சிவாச்சாரியாரால் புகழப்பெறும் மாமன்னன் இராசராசன் தான் எடுத்த இத்திருக்கோயிலில் தேவாரம் பாடும் பணிக்காக 50 பேரை நியமனம் செய்தான் (எண் 65). "உடையார் ஸ்ரீ ராஜராஜீச்வரம் உடையார்க்குத் திருப்பதியம் விண்ணப்பஞ் செய்ய உடையார் ஸ்ரீ ராஜராஜதேவர் குடுத்த பிடாரர்கள் நாற்பத்தெண்மரும் இவர்களிலே நிலையாய் உடுக்கை வாசிப்பான் ஒருவனும், இவர்களிலே நிலையாய் கொட்டி மத்தளம் வாசிப்பான் ஒருவனும் ஆக ஐம்பதின்மர் என்று கூறுவதால் தேவாரம் பாடுபவர்கள் நாற்பத்தெண்மரும், அப்பாடல்களுக்கு இசைகூட்ட உடுக்கையும், கொட்டி மத்தளமும் இசைக்கும் இருவரும் நியமனம் பெற்றனர் என்பதை அறிகிறோம்.

இந்த ஐம்பது பேரின் இயற்பெயரும், தீட்சை நாமமும் கல்வெட்டில் குறிக்கப்பெற்றுள்ளன. ஞானசிவன், மநோத்மசிவன், பூர்வசிவன், தர்மசிவன், கவசசிவன், ஸத்யசிவன், வாமசிவன், சதாசிவன், நேத்ரசிவன், ஓங்காரசிவன், தத்புருஷசிவன், உருத்திரசிவன், அகோரசிவன், விக்ஞானசிவன், யோகசிவன், ஹிருதயசிவன், சிகாசிவன், என்ற பதினேழு பெயர்களே தீட்சை நாமங்களோடு மீண்டும் மீண்டும் குறிக்கப்பெற்றுள்ளன.

அவர்களுடைய இயற்பெயர்கள் திருவாஞ்சியத்தடிகளான ராஜராஜப் பிச்சன், செம்பொற் சோதியான தக்ஷிண மேருவிடங்கப் பிச்சன், சீருடைக் கழலான்,

திருநாவுக்கரையன், திருஞானசம்பந்தன், ஆரூரன், எடுத்தபாதம், சிவக்கொழுந்து சீராளன், திருமறைக்காடன், திருவெண்காடன், எடுத்தபாத பிச்சன், காபாலிகவாலி, இராமன் கணவதி, பெண்ணோர்பாகன், ஆலாலவிடங்க உடுக்கை விஜ்ஜாதிரன், குணப்புகழ் மருதன் என்பன போன்றச் சைவத்தோடு இயைந்த செந்தமிழ்ப் பெயர்களாகவே காணப்பெறுகின்றன. தமிழ்மறை இசைத்த இந்த ஐம்பதின்மருக்கும் மாமன்னன் திருக்கோயிற் பணியோடு சிறந்த வாழ்வும் தந்தான் என்பது குறிப்பிடத்தக்கதாகும்.

இராசராசனும் மற்றவர்களும் அளித்த திருவிளக்குக் கொடை

இப் பெருமன்னன் ராஜராஜீச்சரத்தில் திருவிளக்கு எரிப்பதற்காகப் பல ஆயிரக்கணக்கான ஆடு, பசு, எருமைகளைத் தந்திருந்தான். ஒரு விளக்குக்கு நாள்தோறும் ஓர் உழக்கு நெய் அளிக்கவேண்டும். இதற்காகக் காசாகவோ நிலமாகவோ வைக்காமல், சமுதாயத்திற்குப் பயன்படும் கால்நடைச் செல்வங்களையே முதலாக வைத்தான். இதுபற்றி நான்கு கல்வெட்டுக்கள் (எண்கள் 63, 64, 94, 95) விரிவாக எடுத்துரைக்கின்றன. இராசராசனோடு அவனது மனைவியரும், உயர்நிலை அலுவலர்களும் அரண்மனைப் பணிப்பெண்களும், மற்றவர்களும் கால்நடைச் செல்வங்களை வழங்கியுள்ளனர். ஆடு, பசு, எருமை ஆகியவற்றின் மதிப்பு அந்நாளில் எவ்வளவு என்பதும் இக்கல்வெட்டுக்களால் அறிய முடிகிறது. காசு ஒன்றுக்கு 2 ஆடும், காசு இரண்டுக்கு 1 பசுவும், காசு மூன்றுக்கு ஒரு எருமையும் விற்கப்பெற்றதை அறிகிறோம்.

பற்பல இடங்களில் வாழ்ந்த இடையர்களும் இந்தக் கால்நடைகளைப் பெற்றுக்கொண்டு நாள்தோறும் உழக்கு நெய் அளக்க ஒப்பந்தம் செய்திருந்தனர். ஒருவன் 96 ஆடுகளையோ, 48 பசுக்களையோ அல்லது 16 எருமைகளையோ பெற்றுக்கொண்டால் அவற்றை அவன் நன்றாகப் பராமரித்து அதிலிருந்து வரும் பயன் முழுவதையும் அடையமுடியும். கோயிலுக்கு அவன் தரவேண்டியது நாள்தோறும் ஓர் உழக்கு நெய் மட்டும்தான். ஆனால் கால்நடைகளை தான் பெற்ற எண்ணிக்கையிலேயே சந்திர சூரியர் உள்ளனவும் அவனும் அவன் வம்சத்தாரும் நன்கு பராமரிக்க வேண்டும். இதனால் கோயிலில் ஒரு விளக்கு எரியும் போது அதன் பின்புலத்தில் சோழநாட்டில் ஒரு கால்நடைப்பண்ணை தொடர்ந்து மக்களுக்குப் பலன் அளித்தது என்பதை அறியலாம். இவ்வாறாக 4000க்கும் மேற்பட்ட ஆடுகளும், 4000க்கு மேற்பட்ட பசுக்களும், நூற்றுக்கு மேலான எருமைகளும் அளிக்கப்பெற்றதைக் காணமுடிகிறது. இக் கொடையை இராசராசனோடு இணைந்து அளித்த தேவியர் பெயர்களும், உயர்நிலை அலுவலர்கள் இருபத்து எழுவர் பெயர்களும், படையினர் பலர் பெயரும் இக்கல்வெட்டால் அறியமுடிகிறது.

தஞ்சை நகரத்தின் உள்ளாலை எனப்பட்ட அகநகர், புறம்படி என வழங்கிய புறநகர், அங்கிருந்த தெருக்கள், பெருந்தெருக்கள், பேரங்காடிகள், அங்காடிகள், வேளங்கள், ஆகியவற்றைப் பற்றி விரிவாக அறியமுடிகிறது. இவ்வாறே

கால்நடைச் செல்வங்களைப் பெற்ற இடையர்களின் ஊர், பெயர், உறவினர் பற்றியும் அறியமுடிகிறது.

நுகர்பொருள் விலைக்கட்டுப்பாட்டிற்கு வித்திட்ட இராசராசனின் சாசனம்

மேலைத் திருச்சுற்றில் உள்ள கணபதி ஆலயவாசலின் இருபுறமும் உள்ள ஒரு சாசனம் (எண் 37) இராசராசன் விநாயகருக்கு நாள்தோறும் வாழைப்பழம் நிவேதனம் செய்ய அறக்கொடை வழங்கிய செய்தியைத் தெரிவிக்கிறது. மேலெழுந்தவாரியாகப் பார்க்கும்போது தினந்தோறும் 150 வாழைக்கனி படைக்க மாமன்னன் 360 காசுகளை முதலாகக் கோயில் பண்டாரத்தில் வைத்தான் என்று மட்டுமே புலப்படும். இதனை ஆழ்ந்து சிந்தித்தால் ஒரு பெரிய பொருளாதாரத் தத்துவமே இதனுள் அடங்கியிருக்கக் காணலாம்.

ஒரு நாள் அமுதுபடிக்கு 150 பழங்கள் தேவை என்றால் ஒரு வருடத்திற்கு (360 நாள்) 54000 பழங்கள் தேவைப்படுகின்றன. அன்றைய வாழைப்பழவிலை ஒரு காசுக்கு 1200 என்பதாகும். இவ்விலையில் ஒருவருடத்திற்கு வேண்டிய தொகை 45 காசுகள் ஆகும். இத் தொகையை ஆண்டு வட்டியாகப் பெறும் மூலதனம் 360 காசுகள் என்பதிலிருந்து வட்டி விகிதம் 12½ என எளிதில் கணக்கிட்டுக் கொள்ளலாம். இந்த மூலதனத்தைத் தான் வணிகர்களுக்குக் கடனாக வழங்கும்படி ஏற்பாடு செய்திருந்தான்.

கோயில் பண்டாரத்தார் தஞ்சை வணிகர்களுக்கு இம் மூலதனத்திலிருந்து 12½ வட்டிக்குக் கடன் வழங்கினர். அவ் வணிகர்கள் தாம் செலுத்த வேண்டிய வட்டியை நாள்தோறும் அதன் மதிப்பிற்குச் சமமான வாழைப்பழங்களாக அளித்தனர். 60 காசுகள் கடனாகப் பெற்றால் ஆண்டு வட்டி 7½ காசு அல்லது 9000 பழங்கள் ஆகிறது. இதனை நாளுக்கு 25 பழமாகக் கொடுக்கவேண்டும். இவ்வாறே 120 காசுகளுக்கு 50 பழம் தினசரி வட்டியாகும்.

தஞ்சாவூர்ப் புறம்படி நித்தவிநோதப் பெருந்தெரு வணிகர்களும் திரிபுவன மாதேவிப் பேரங்காடி வணிகர்களும் தனித்தனியே 60காசுகளும், மும்முடிச்சோழப் பெருந்தெரு வணிகர்களும், வீரசிகாமணிப் பெருந்தெரு வணிகர்களும் தனித்தனியே 120காசுகளையும் இந்த ஏற்பாட்டின்படிக் கோயிலிலிருந்து கடனாகப் பெற்றனர். இதற்கு வட்டியாக விநாயகரின் அமுதுபடிக்கு நாள்தோறும் இவர்களால் முறையே 25+25+50+50 என மொத்தம் 150 வாழைப்பழங்கள் கொடுக்கப்பெற்றன. மூலதனம் கரையாமல் நாள் வழிபாடு தொடர்ந்து நடைபெற இது ஏற்ற முறையாக அமைந்தது.

இதுமட்டுமல்லாமல் இங்கு மற்றொன்றையும் ஆழ்ந்து சிந்திக்கவேண்டும். மன்னனால் ஒரு தொகை கோயில் பண்டாரத்தில் சேர்க்கப்பட்டுவிட்டது. அதனை வட்டிக்கு விட்டு ஒழுங்காகக் கணக்கைப் பராமரித்து வருவது கோயில் நிர்வாகிகளின் பணியாகிறது. கடனைப் பெற்றுத் தம் வாணிகத்துறையில் தாம் பயனடைவதோடு வட்டி என்ற பெயரில் நாள்தோறும் விநாயகர் கோயில்

வழிபாட்டிற்கு வணிகர்கள் வழிசெய்கிறார்கள். இவ்வாறு அரசு, கோயில் நிர்வாகம், பொதுமக்கள் (வணிகர்கள்) என்ற முத்தரப்பினரும் இணைந்து செயல்படும் நிலை உண்டாகிறது. இது ஒருவகையான கூட்டுறவு அமைப்புதானே.

மற்றொன்று இந்த வட்டிவிகிதம் வாழைப்பழவிலை ஆகிய இரண்டும் முத்தரப்பாலும் ஏற்றுக்கொள்ளப்பட்டதுடன் ஏனைய பொதுமக்கள் அனைவரும் அறியும்படிக் கல்வெட்டாகக் காட்சிப்படுத்தப்படுகிறது. இதனால் ஒரு காசுக்கு ஆண்டொன்றிற்கான வட்டி அரைக்கால் காசு என்பது (12½ %) அனைவரும் சந்தேகத்திற்கிடமில்லாமல் அறியும்படி நிர்ணயம் செய்யப்படுகிறது. இவ்வாறே வாழைப்பழத்தின் விலையும் காசுக்கு 1200 என உறுதி செய்யப்படுகிறது. இதனால் கடனுக்குரிய வட்டி விகிதமும் வாழைப்பழத்தின் விலையும் அரசாங்கத்தால் மறைமுகமாகக் கட்டுப்பாடு செய்யப்பட்டு விடுகின்றன.

வாழைப்பழத்தைப் போலவே ஏலஅரிசி, செண்பக மொட்டு, இலாமிச்சம், பருப்பு, மிளகு, சீரகம், சர்க்கரை, நெய், புளி, தயிர், கொள்ளு, உப்பு, வாழைஇலை, வெற்றிலை, பாக்கு, சிதாரி, கர்ப்பூரம், விறகு, பழைய அரிசி ஆகிய பொருள்களின் விலைகளும், ஆடு, பசு, எருமை ஆகிய கால்நடைகளின் விலைகளும் ஒருவாறு வரையறுக்கப்பெற்றிருந்தன என்பதனைத் தஞ்சைப் பெரியகோயிற் கல்வெட்டுகளின் வழி அறிகிறோம்.

ஒரு குறிப்பிட்ட தொகையை வங்கிகளில் போட்டு அதிலிருந்து வரும் வட்டியைக் கொண்டு வருடத்திற்கு ஒருநாள் கோயில்களில் உரிய வழிபாடுகளைச் செய்யும் இன்றைய முறையை அன்றே இராசராசன் கைக்கொண்டிருந்தான் என்பதும், இந்தத் தொகையால் பயன்பெற்றவர்கள் பொது மக்களே என்பதும், அக்காலத்தில் விலைவாசி ஏற்ற இறக்கம் அதிகமாக இல்லாமல் விலைகள் பெரும்பாலும் நிலையாக இருந்தன என்பதும் இக்கல்வெட்டுகளால் நாம் அறியும் பொருளாதாரச் செய்திகள் ஆகும்.

இராசராசனின் தமக்கை குந்தவையாரின் அறக்கொடைகள்

குந்தவையாரை இப் பெருமன்னன் ‘அக்கன்’ என்றும் ‘வல்லவரையர் வந்தியத்தேவர் தேவியார் ஆழ்வார் பராந்தகன் குந்தவையார்’ என்றுமே தன் கல்வெட்டுகளில் குறிப்பிடுகிறான். இப்பெருமாட்டி இத் திருக்கோயிலுக்கு

1. ஆடவல்லார் நம்பிராட்டியார் உமாபரமேஸ்வரி
2. தக்ஷிணமேருவிடங்கர் நம்பிராட்டியார் உமாபரமேஸ்வரி
3. தஞ்சை விடங்கர் நம்பிராட்டியார் உமாபரமேஸ்வரி
4. பொன்மாளிகைத் துஞ்சினதேவர் (தந்தை சுந்தரசோழரின் படிமம்)
5. தம் அம்மையாக எழுந்தருளுவித்த திருமேனி (தாய் வானவன் மாதேவியாரின் பிரதிமம்)

ஆகிய செப்புச்சிலைகளைச் செய்தளித்ததோடு, அவற்றுக்காகப் பொன் அணிகலன்களையும், வழிபாட்டிற்காக நிலங்களையும் அளித்துள்ளதைக் கல்வெட்டு எடுத்துரைக்கின்றது. (எண் 6)

இவர் திருவிழாக் காலங்களில் இறைவனை அலங்கரிக்கும் மேடைக்காக 5000 கழஞ்சுப் பொன் வழங்கினார். மேலும் நவரத்தினங்கள் இழைத்த 46 ஆபரணங்களுக்காக 7284 கழஞ்சுப் பொன்னும், 3413 முத்தும், 4 பவளமும், 4 ராஜவர்த்தமும், 7067 வயிரமும், 1001 மாணிக்கங்களும் அளித்தார். இவற்றின் மொத்த மதிப்பு 17473 காசுகள் ஆகும். (எண்கள் 2, 6, 7, 8)

இராசராசனின் பட்டத்தரசி ஓலோகமஹாதேவியாரின் கொடைகள்

ஓலோக மாதேவியார் எனப்பட்ட இராசராசனின் முதல் மனைவி தஞ்சைக் கோயிலுக்காகப் பிச்சதேவர் (பிக்ஷாடனமூர்த்தி) செப்புத் திருமேனியைச் செய்தளித்தார். (எண் 34). இத் தேவியாரால் எடுக்கப்பெற்ற இத்திருமேனிக்கு வேண்டும் நிவந்தத் தேவைக்காக இராஜராஜதேவர் திருவாய் மொழிந்தருளியபடி முதற்பொருள் பண்டாரத்தில் வைக்கப்பெற்றதை இராசேந்திர சோழன் காலத்திய தஞ்சைக் கோயிற் கல்வெட்டு குறிக்கின்றது.[36]

இத் தேவியார் 332 முத்து, 14 பவளம், 8 பளிங்கு, 8 பொத்தி, 2 தாளிம்பம் கொண்டு செய்யப்பெற்ற ஸப்தசரி ஒன்றையும், 99 முத்து, 6 பவளம், 6 ராஜவர்த்தம், 2 பொத்தி, 4 பளிங்கு, 2 தாளிம்பம் ஆகியவை பதிக்கப்பெற்ற திரிசரம் ஒன்றையும், இவை தவிரப் பொற்பூ, திருக்குதம்பை, தோடு, திரள்மணிவடம், திருக்கைக்காறை, திருப்பட்டிகை, திருவடிக்காறை குறுமடல் என்று மொத்தம் 193½ கழஞ்சு எடையில் பொன் அணிகலன்களையும், 34 கழஞ்சு எடையில் வெள்ளிக் கபாலம் ஒன்றையும் செய்தளித்தார்.

இராசராசனின் தேவி சோழ மஹாதேவியார் கொடுத்தன

இராசராசனின் மற்றொரு மனைவியான சோழ மாதேவியார்

1. ஆடவல்லான்
2. ஆடவல்லார் நம்பிராட்டியார் உமாபரமேஸ்வரியார்
3. ரிஷபவாகனதேவர்
4. ரிஷபவாகனதேவர் நம்பிராட்டியார் உமாபரமேஸ்வரியார்
5. ரிஷபம்
6. கணபதி

என்ற ஆறு செப்புத் திருமேனிகளைச் செய்தளித்தார். இவை தவிர இவற்றிற்காக 289 கழஞ்சு எடையுடைய பொன்னாபரணங்களையும் 319 கழஞ்சு எடையுடைய வெள்ளிக் கலங்களையும் அளித்தார் (எண்கள் 42, 46).

இராசராசனின் தேவி அபிமானவல்லி அளித்த கொடைகள்

இராசராசதேவரின் மற்றொரு தேவியான அபிமானவல்லி இத்திருக்கோயிலுக்கென இலிங்கபுராண தேவர் என்ற மிகச்சிறந்த செப்புத் திருமேனி ஒன்றைச் செய்து வழங்கினார். (எண் 44) இந்தச் சிறபத்தைப் பற்றி முன்னர் விரிவாகக் கூறப்பட்டது. பொதுவாகக் கோஷ்ட தெய்வமாகக் கல் விக்கிரமாகவே இம் மூர்த்தி காணப்படும். செப்புத் திருமேனி காண்டற்கரியது.

அபிமானவல்லி இலிங்கபுராண மூர்த்திக்காக 430 முத்துக்களும், 887 முத்துக்களும் கொண்ட இரண்டு தாழ்வடங்களை அளித்தார் என்பதையும் இந்தச் சாசனத்தைக் கொண்டே அறிகிறோம்.

இராசராசனின் தேவி திரைலோக்ய மஹாதேவி அளித்த அறக்கொடைகள்

மாமன்னனின் மற்றொரு மனைவியாகிய இவர் சிவபெருமானின் கல்யாணசுந்தரர் திருமேனியையும், அதற்குரிய அணிகலன்களையும் கொடுத்தார் (எண் 48). உமையின் கரம்பற்றும் சிவபெருமான், தாரை வார்க்கும் திருமால், வேள்விகுண்டத்தில் அமர்ந்து திருமணத்தை நடத்தி வைக்கும் பிரமன் ஆகிய நான்கு திருவுருவங்களும் இத் தொகுதியில் இருந்தன என்பதோடு, கல்யாண சுந்தரர்க்கும் தேவிக்குமாக 200 கழஞ்சு எடையில் 21 பொன்னாபரணங்களை இத் தேவி அளித்தார் என்பதையும் அறியமுடிகிறது.

இராசராசனின் தேவி பஞ்சவன்மாதேவி அளித்த அறக்கொடைகள்

இராசராசனின் பெருந்தேவியர்களுள் ஒருவரான பஞ்சவன் மாதேவி பழுவேட்டரையரின் மகளாவார். இவர்

1. தஞ்சை அழகர்
2. தஞ்சை அழகர் நம்பிராட்டியார்
3. கணபதி
4. பதஞ்சலி தேவர்

ஆகிய நான்கு செப்புத் திருமேனிகளைச் செய்து வழங்கினார். (எண்கள் 51, 53). இவற்றுள் 'தஞ்சை அழகர்' எனும் திருமேனி சிறப்புடையதாகும். இதன் அமைப்பு பற்றிக் கூறும் இக் கல்வெட்டு, "குஞ்சித்த திருவடியின் கீழ்க் கிடந்த முசலகனோடுங் கூட பாதாதி கெஸாந்தம் இருமுழமே நால்விரல் உசரமும் ஸ்ரீ ஹஸ்தம் நாலும் உடைய கனமாக எழுந்தருளிவித்த தஞ்சையழகர் என்று திருநாமமுடைய திருமேனி" என்று கூறுகின்றது. எனவே இத்திருமேனியின் பீடத்தில் பெயர் பொறிப்பு இருந்தமை குறிப்பிடத்தக்கதாகும்.

கல்வெட்டு குறிப்பிடும் கணபதியார் திருமேனி நின்ற நிலையில் உள்ளதாகும். பதஞ்சலி தேவர் திருமேனியும் சிறப்பு வாய்ந்ததாகும்.

தான் எழுந்தருளச்செய்த தஞ்சையழகருக்கும் தேவியார்க்கும் திருமாலை, ஏகாவலிகள், ஸ்ரீசாந்தம், வடுகவாளி, ஸ்ரீபாகுவலயம், திருக்கை காறைகள், திருப்பட்டிகை, திருவடிக்காரை ஆகிய அணிகலன்கள் முத்துக்கள் பதித்து அளித்தார். மேலும் தங்க நகைகளையும், குற்றுடைவாளையும், பஞ்சவன் மாதேவி என்ற திருநாமமுடைய வெள்ளி வட்டில் தளிகைப் பாத்திரங்களையும் அளித்தார். கணபதி பதஞ்சலியார்க்கும் அணிகலன்கள் கொடுத்தார்.

இராசராசனின் தேவி பிருத்வி மஹாதேவியார் அளித்தவை

இத் தேவியார் 'ஸ்ரீ கண்டமூர்த்தி' என்ற செப்புத் திருமேனி ஒன்றையும் அதற்குரிய பொன்னணிகளையும் அளித்தார் (எண்கள் 80, 82). பாற்கடல் கடைந்தபோது எழுந்தவிடத்தைத் தன் கண்டத்தில் நிறுத்திய மூர்த்தியே ஸ்ரீ கண்ட மூர்த்தியாவார். நான்கு திருக்கரங்களுடன் திகழ்ந்த இத் திருமேனிக்கு 21 கழஞ்சு எடையில் திருக்கம்பி ஒன்றும், திருக்கைக்காறைகளும் அளித்திருந்தார்.

இராசராசனின் தேவி இலாட மாதேவியின் கொடைகள்

இத் தேவியார் அருச்சுனனுக்குப் பாசுபதம் கொடுத்த சிவபிரான் பாசுபதமூர்த்தியின் செப்புத் திருமேனி ஒன்றினைச் செய்தளித்ததோடு, அவர் முன்பு திருவிளக்குகள் எரிய நிவந்தமாகப் பசுக்களையும், எருமைகளையும் கொடுத்தார்.

பொய்கைநாடு கிழவனின் அறக்கொடைகள்

பொய்கைநாடு கிழவன் ஆதித்தன் சூர்யனனான தென்னவன் மூவேந்த வேளான் என்பவர் 'ஸ்ரீ காரியம்' என்ற உயர் அலுவலர் பணியை வகித்தார். இது தஞ்சைப் பெருங்கோயிலின் தலைமை நிர்வாகப்பணியாகும். இவர் 13 செப்புத் திருமேனிகளைச் செய்தளித்தார். அவையாவன

1. நம்பியாரூரர்
2. நங்கை பரவையார்
3. திருநாவுக்கரையர்
4. திருஞானசம்பந்தர்
5. பெரிய பெருமாள் (இராசராசசோழன்)
6. பெரிய பெருமாள் நம்பிராட்டியார் லோகமாதேவியார்
7. பெரிய பெருமாளுக்குத் தேவார தேவராக எழுந்தருள்வித்த தேவர் சந்திரசேகர தேவர்
8. தத்தா நமரே காண் என்ற மிலாடுடையார்

9. க்ஷேத்ரபாலர்

10. ஆடுகின்றாராகப் பைரவமூர்த்தி

11. சிறுத்தொண்ட நம்பி

12. திருவெண்காட்டு நங்கை

13. சீராளதேவர்

இச்செப்புத் திருமேனிகள் பற்றி 38, 40, 43 ஆம் எண்களைப் பெற்ற மூன்று கல்வெட்டுகள் பேசுகின்றன. இவர் இத் திருமேனிகளுக்குரிய அணிகலன்களையும் அளித்தார். மேலும் ஆலயத்துக் கணபதியார்க்கு முத்து பொன் அணிகலன்களையும் செம்பு வெண்கலத்தாலான பாத்திரங்களையும் கொடுத்தார். (எண்கள் 85, 86).

சேனாபதி கிருஷ்ணன் இராமனின் கொடை

இராசராச சோழன் திருவாய்மலர்ந்தருளத் திருச்சுற்று மாளிகையை எடுப்பித்த இவர் அர்த்தநாரீஸ்வரர் திருமேனி ஒன்றினை இக்கோயிலுக்கு அளித்தார். இதனைக் கூறும் கல்வெட்டு (எண் 39), "ஈஸ்வர பாகம் இரண்டு ஸ்ரீ ஹஸ்தமும் உமாபாகம் ஒரு ஸ்ரீ ஹஸ்தமும் உடையராய் உமாபாகம் செம்பின் மேல் பித்தளை கொண்டு பூசிக் கனமாக எழுந்தருள்வித்த அர்த்தநாரீஸ்வரர் திருமேனி ஒன்றும்" என்று கூறுகின்றது. ஆண் பெண் பாகங்களைப் பிரித்துக் காட்டச் செம்பும் பித்தளையும் பயன்படுத்தப்பெற்றது என்பதை நோக்கும்போது வார்ப்புக் கலையின் உன்னத நிலையை அறிகிறோம். இவரே இத்திருமேனிக்கு உரிய ஸ்ரீ முடி, திருமாலை, வீரப்பட்டம், ஸ்ரீ வாகுவலயம் ஆகிய மணிகள் பதிக்கப்பெற்ற பொன் ஆபரணங்களையும் வழங்கியிருந்தார்.

மற்ற அலுவலர்கள் கொடுத்த செப்புத் திருமேனிகளும் அணிகலன்களும்

பெருந்தனம் ஈராயிரவன் பல்லவயனான மும்முடிச் சோழப் போசன் சண்டேசர் செப்புத் திருமேனியையும், அதற்குரிய அணிகலன்களையும் (எண் 55), சிறுதனத்துப் பெருந்தரம் கோவன் அண்ணாமலையான கேரளாந்தக விழுப்பரையன் பிருங்கீசர், சூர்யதேவர் ஆகிய இரு செப்புத் திருமேனிகளையும், அவைகளுக்குரிய இரத்தின அணிகலன்களையும் (எண்கள் 47, 56) அதிகாரிகள் காஞ்சி வாயிலுடையார் உடைய திவாகரன் தில்லையாளியாரான இராஜராஜ மூவேந்த வேளார் ஆகியோர் கிராதார்ச்சுன தேவர் திருமேனியையும் அதற்குரிய பூசனை நிவந்தத்தையும் (எண் 9) அளித்தனர். கிராதார்ச்சுன தேவர் என்பது வேடன் வடிவெடுத்துப் பன்றியை வீழ்த்தி அருச்சுனனுக்குப் பாசுபதம் அளித்த சிவமூர்த்தம் ஆகும்.

பெருந்தனம் கத்தி அரையன் மகன் கண்டையனான இராஜராஜ கத்தியரையன் காளாபிடாரி திருமேனியையும் (எண் 81), பெருந்தரம் கிழாய் வேளானாதித்தனான

பிராந்தகப் பல்லவரையன் உமாஸகிதர், உமாபரமேஸ்வரியார், சுப்பிரமணியதேவர், கணபதியார் ஆகிய நான்கு செப்புத் திருமேனிகளையும் (எண் 32), இடையன் நல்லாதன் என்பான் 'வில்லானைக்குக் குருக்களாக எழுந்தருள்வித்த திருமேனி' என்ற செப்புச் சிலையையும், நித்தவிநோத வளநாட்டுப் பஞ்சவன் மாதேவிச் சதுர்வேதி மங்கலத்து வடுகன், துர்கா பரமேஸ்வரி செப்புத் திருமேனியையும் (எண் 79) செய்தளித்தனர்.

இராசராசனின் குருவும் இராஜராஜேச்சரத்துக் குருக்களும் (சிவாச்சாரியாரும்)

இங்குள்ள கல்வெட்டொன்று இராசராசனின் சமய ஆசிரியர் ஈசான சிவபண்டிதர் என்று கூறுகின்றது (எண் 90). இவர் லகுளீச பாசுபத நெறியைச் சேர்ந்தவர். இந்த ராஜகுரு அஷ்டதிக் பாலகர்களின் ஆலயங்களுக்குப் பொன் போர்த்தப் பெற்ற செப்புக் கலசங்களை நன்கொடையாக வழங்கினார்.

தஞ்சைப் பெரிய கோயிலின் தலைமைச் சிவாசாரியாராகப் பூஜை செய்தவர் பவனபிடாரன் என்பவராவார். இவர் ஒரு ஸ்தூபிக்குடத்திற்காகப் பொன் போர்த்திய செப்புக்குடம் ஒன்றை அளித்துள்ளார்.

இராசராசனின் திருவாய்க்கேள்வி காடன்கணவதி வைத்த அறக்கொடை

மாமன்னனின் ஆணைகளை உடனிருந்து ஓலையில் எழுதும் அலுவலரான சிறுதனத்துப் பணிமகன் முருகநல்லூருடையான் காடன் கணவதி என்பான் ராஜராஜீஸ்வரமுடையாருக்கும் தக்ஷிணமேருவிடங்கர்க்கும் அபிடேகம் செய்யும் தண்ணீரில் பெருஞ்செண்பக மொட்டும், ஏலவரிசியும் இலாமிச்சவேரும் இடுவதற்காகப் பண்டாரத்தில் முதற்பொருளாக 86 காசுகளைச் சேர்த்தான். இதில் 56 காசுகளைத் தஞ்சாவூர்த் திரிபுவனமாதேவிப் பேரங்காடிப் பெருநகரத்தார் பெற்றுக்கொண்டு அதன் வட்டியிலிருந்து, குறிப்பிட்ட விழாக்களுக்குச் சொல்லப்பட்ட மணப்பொருள்களை வழங்குவதாக ஒப்புக்கொண்டனர். இதே போன்று இராசேந்திர சிங்கவளநாட்டு மிறை கூற்றத்துப் பிரமதேயம் இராமனூர் சபையார் 30 காசு கடனாகப் பெற்றுக்கொண்டு அதற்குரிய வட்டிக்காக மேற்குறித்த பொருள்களை உரிய நாள்களில் வழங்குவதற்கு இசைந்தனர். (எண் 24)

இராசராசன் திருவாய்க்கேள்வி ராஜகேசரி கோதண்டராமனான கடிகை மாராயன் வைத்த அறக்கொடை

கோதண்டராமன் எனும் இவ் அலுவலன் பெரிய திருவிழாவின் கொடி இயற்றும் நாளன்றும், ஆடவல்லார் எழுந்தருளும் நாள் உள்ளிட்ட மூன்று நாட்களிலும், ஊராருக்குப் பறைகொட்டி அறிவிக்கும் கடிகையார் என்ற ஊழியர்களின் ஊதியமான 5 காசுகளுக்காக 40 காசுகளை மூலதனமாகப் பண்டாரத்தில் சேர்த்தார். இப் பணி தடையின்றி ஆண்டுதோறும் நடைபெறுவதற்காக இந்த 40 காசுகளை இராசேந்திர சிங்கவளநாட்டுத் தனியூர் ஸ்ரீ

வீரநாராயணச் சதுர்வேதிமங்கலத்துச் சபையோர் கடனாகப் பெற்றுக்கொண்டு 12½ வட்டியாக 1/8 காசு பொலிசை) ஆண்டுதோறும் கடிகையார் ஊதியமாக 5 காசுகளை நிரந்தரமாக அளிப்பதாகச் சம்மதித்தனர். (எண் 25)

தென்னவன் மூவேந்த வேளாண் விழாக்களுக்காக வைத்த அறக்கொடை

இத்திருக்கோயிலின் ஸ்ரீ கார்யம் எனும் நிர்வாக அலுவலரான தென்னவன் மூவேந்த வேளார் சதைய விழா 12 நாள், கார்த்திகை மாதத் திருக்கார்த்திகை விழா ஒரு நாள், மாத சங்கராந்தி விழா 12 நாள், பெரிய திருவிழா 9 நாள் ஆக ஆண்டிற்கு 34 நாட்கள் நடக்கும் சிறப்பு வழிபாடுகளில் தீபாராதனைத் தீபத்திற்குக் கற்பூரத் திரியிட்டு எரிக்கவும், திருவமுதுபடிகளுக்கான போனகப்பழவரிசி, அக்காய் கறியமுது, போனகப்பருப்பு, புளியங்கறியமுதுக்கு மிளகு, புளி, சீரகம், சர்க்கரை, தயிர், வாழைப்பழம், உப்பு, வெற்றிலை, விறகு, சிதாரி போன்ற பொருள்கள் குறிப்பிட்ட அளவில் வாங்கவும் அறக்கொடை வழங்கியிருந்தார். இவர் 78 காசு, 18 காசு என இருவகையாகக் கோயில் பண்டாரத்தில் மூலதனம் வைத்தார். இவற்றிலிருந்து காசு ஒன்றுக்கு முக்குறுணி நெல் வட்டி எனக் கொண்டு எழுபத்தெட்டுக் காசுகளும் காசு ஒன்றுக்கு 1/8 காசு வட்டியாக 16 காசுகளும் வட்டிக்கு விடப்பெற்றன. இம்மூலதனத்தை நித்தவிநோத வளநாட்டு வெள்ளிக் கூற்றத்துப் பிரமதேயம் பெருநங்கை மங்கலத்துச் சபையோர் கடனாகப் பெற்றுக் கொண்டு ஆண்டுதோறும் பத்தொன்பதின் கலனே தூணி பதக்கு நெல்லும், இரண்டு காசுகளும் செலுத்த ஒப்புக் கொண்டனர் (எண் 26).

இச்சபையோரே திருமந்திரவோலை கறாயில் எடுத்த பாதம் என்பவன் முதற்பொருளாக வைத்த 50 காசுகளைக் கடனாகப் பெற்றுக்கொண்டு அரைக்காற் காசு வட்டியாக 6¼ காசும், சோனகன் சாவூர் என்பான் வைத்த முதற்பொருள் 100 காசுகளைப் பெற்றுக்கொண்டு, காசு ஒன்றுக்கு முக்குறுணி நெல் வட்டியாக 25 கலம் நெல் அளப்பதாகவும் ஒப்புக் கொண்டனர். (எண்கள் 27, 28)

ஸ்ரீ கார்யக்கண்காணி மலரிகேசவன் அளித்த அறக்கொடை

கோயில் ஸ்ரீ கார்யக் கண்காணி எனும் பதவி வகித்தவன் பாண்டிய நாட்டுக் கானப்பேர்க் கூற்றத்துப் பாளூரினன் கிழவன் அரவணையான மலரி கேசவன் இவன் பரிவார ஆலயத்துப் பிள்ளையாருக்குப் பித்தளையால் செய்யப்பெற்ற ஈழப்பரிசு ஒன்றினை எண்சதுர வடிவில் செய்துகொடுத்தான். இதன் நிறை 69 பலம் என்றும் விலை மூன்றுகாசு என்றும் குறிக்கப்பெற்றுள்ளது. (எண் 36).

இராசராச தேவரின் யானை ஆட்கள் வைத்த நிவந்தம்

இத் திருக்கோயிலில் இராசராசன் எழுந்தருள்வித்த சந்திரசேகர தேவருக்கும் அவர் பிராட்டியாருக்கும் வேண்டும் திருவமுதுகளுக்காக யானைப் பாகர்கள் 120 காசுகளைப் பண்டாரத்தில் முதலாக வைத்தனர். இதனைக் கிழார் கூற்றத்துப் பிரமதேயம் பெருமாக்களூர் சபையோர் கடனாகப் பெற்றுக்கொண்டு,

ஆண்டுதோறும் வட்டியாக 15 காசு திருக்கோயிலுக்குச் செலுத்துவதாக ஒப்புக் கொண்டனர். இந்நிகழ்ச்சி இராசேந்திர சோழனின் பத்தாம் ஆட்சியாண்டில் நிகழ்ந்தது (எண் 54).

இராசேந்திர சோழனின் ஆட்சியின் போது தென்னவன் மூவேந்த வேளான் அளித்த தங்கம் பூசப்பட்ட செப்புக் குடங்கள்

முதலாம் இராசராசன் மறைந்தபின், இராசேந்திரனின் இரண்டாம் ஆட்சியாண்டில் இக்கோயிலின் ஸ்ரீகார்யமான தென்னவன் மூவேந்த வேளார் சண்டேஸ்வரர் கோயிலில் நான்கு செப்புக் குடங்களை அளித்தார். இவை தங்கமுலாம் பூசப்பெற்றவையாகும். முதற்குடம் 5½ கழஞ்சும் இரண்டு மஞ்சாடியும் எடை உள்ள பொன் சுருக்கின 397 கழஞ்சு எடையுடையதாகும். இரண்டாம் குடம் 6 கழஞ்சே இரண்டுமஞ்சாடி பொன் சுருக்கின 491 கழஞ்சு எடையுடையதாகும். மூன்றாம் குடம் 5 ¾ கழஞ்சு பொன் சுருக்கின 405 கழஞ்சு எடையுடையதாகும். நான்காம் குடம் 5 ¾ கழஞ்சு பொன் சுருக்கின 385 கழஞ்சு எடையுடையதாகும் (எண் 60). இவரே தாம் முன்பு செய்த இராசராசனின் செப்புப் பிரதிமத்திற்கு அம் மன்னன் இறந்து தெய்வத்தன்மை எய்தியது கருதி, திருநீற்றுமடல் ஒன்றும், தாராவிளக்கொன்றும் செய்தளித்தார்.

பரிவார ஆலயத்து உமாபரமேஸ்வரி

பெரிய கோயில் திருச்சுற்று மாளிகையின் 36 பரிவார ஆலயங்களில் ஒன்று உமாபரமேஸ்வரியாருக்காக எடுக்கப்பெற்றதாகும். சோழர் கோயிற் கலைமரபில் பரிவார ஆலயங்களில் ஒன்றாகத் திருக்காமக் கோட்டம் என்னும் அம்மன் ஆலயத்தை எடுக்கும் மரபு இந்த ஆலயத்திலிருந்துதான் தொடங்கிற்று. பிற்காலப் பாண்டியர்காலப் பெரியநாயகி அம்மன் ஆலயமான இன்றுள்ள கோயிலுக்கு நேர் பின்புறம் வடபுறத் திருச்சுற்று மாளிகைப் பத்தியில் உள்ளதே பரிவார ஆலயத்து உமாபரமேஸ்வரி ஆலயமாகும். இதனை அவ்வாலயத்திலேயே திகழும் இரண்டு கல்வெட்டுக்கள் உறுதி செய்கின்றன. அவற்றுள் முதற் கல்வெட்டு:

"ராஜேந்திர சோழ தேவர்க்கு....... உடையார்க்கு ஸ்ரீகாரியம் செய்கின்ற ஆற்றூர் உடையான் நக்கன் தோன்றி ஆலயத்து உமாபரமேஸ்வரியார்க்கு யாண்டு மூன்றாவது வரை கொடுத்த வெண்கலமும் தராவும் ஆடவல்லான் ..... கல்லால் நிறையெடுத்து கல்லில் வெட்டினபடி வெண்கல மண்டை ஒன்று நிறை நாற்பத்து முப்பலம் தரா கலசப்பானை நிறை நூற்று ஐம்பத்தென்பலம்."

இரண்டாம் கல்வெட்டு ஸ்வஸ்திஸ்ரீ உடையார் ஸ்ரீ ராஜராஜேஸ்வரமுடையார்க்கு ஸ்ரீகாரியம் செய்கின்ற ஆற்றூருடையான நக்கன் தோன்றி உடையார் கோயிலில் திருச்சுற்று மாளிகையில் ஆலயத்து உமாபரமேஸ்வரியார்க்கு உடையார் ஸ்ரீ ராஜராஜதேவர்க்கு யாண்டு இருபத்தொன்பதாவது வரை கொடுத்தன. கல்லில் வெட்டியபடி ஆலயத்து உமாபரமேஸ்வரியார்க்கு சாத்தியருள குடுத்த தாலி ஒன்று பொன் ஆடவல்லானால்

இருகழஞ்சரை இவர்க்கே ராஜேந்திர சோழ தேவர் சிறுதனத்து இரட்டகுலகால தெரிந்த உடல்நிலைக் குதிரைச் சேவகரில் உடையார் கோயிலில் கல்லில் எழுத்து வெட்டுவிக்கின்ற அருமொழிதேவ வளநாட்டு வண்டாழை வேலூர் கூற்றத்து சாத்தன்குடி வெள்ளாளன் இரவிபாலூருடையார் ஸ்ரீ ராஜேந்திர சோழ தேவர்க்கு யாண்டு மூன்றாவது வரை குடுத்த பட்டைக்காரை ஒன்று பொன் ஆடவல்லான் என்றும் கல்லால் நிரை முக்காலே மூன்று மஞ்சாடி"

இதுவரை பதிப்பிக்கப் பெறாத இக் கல்வெட்டுக்கள் இரண்டும் கோயிற்கலை மரபை அறியத் துணை செய்வதால் ஆய்வுலகில் சிறப்பிடம் வகிக்கத்தக்கன. இக் கோயில் கல்வெட்டுக்களை வெட்டுவித்த அலுவலர் அருமொழி தேவவளநாட்டு வண்டாழைவேளூர் கூற்றத்து சாத்தன்குடி வெள்ளாளன் இரவிபாலூருடையார் என்பதையும் இச்சாசனம் மூலம் அறிய முடிகிறது.

இராஜராஜேஸ்வர நாடகத்திற்கு நிவந்தம்

திருமதிலின் வடபுறம் 'திருமருவிய செங்கோல்' என்ற மெய்க்கீர்த்தியோடு காணப்பெறும் இரண்டாம் இராசேந்திர சோழனின் கல்வெட்டு ஒன்றுள்ளது. இக்கோயிலில் வைகாசி மாதம் நிகழும் பெரிய திருவிழாவின் போது 'ராஜராஜேஸ்வர நாடகம்' ஆடத் திருவாலந் திருமுதுகுன்றனான விஜயராஜேந்திர ஆச்சாரியனுக்கும் அவன் வம்சத்தார்க்கும் காணியாக ஆண்டொன்றுக்கு 120 கலம் நெல் இக்கோயில் பண்டாரத்திலிருந்து பெற ஆணையிட்டதை இக் கல்வெட்டு விவரிக்கின்றது. (எண் 68) இந்தக் கூத்தன் சாந்திக் கூத்து என்னும் மரபைச் சார்ந்தவன். இவனுக்குச் சோழ பேரரசன் விஜயராஜேந்திர ஆசார்யன் என்ற சிறப்புப் பெயரை அளித்திருந்தான்.

மற்றவர் வழங்கிய கொடைகள்

இராசராசனின் பணிமகன் புரவுவரித் திணைக்களத்து வரிப் பொத்தக நாயகன் காஞ்சன் கொண்டையன் என்பான் வெண்கலத்தால் ஆன தளிகைகளையும் (எண் 88), தஞ்சாவூர்ப் புறம்படி மடிகை வியாபாரி நாராயணன் காமப்பை செட்டி இரத்தின அணிகலன்களையும் (எண் 89), செற்றூர்க் கூற்றத்து மருதத்தூருடையான் மதுராந்தகன் பராந்தகன் நவரத்தினங்கள் பதிக்கப்பெற்ற பொன் அணிகலன்களையும் (எண் 87) அளித்ததைக் கல்வெட்டுகள் பட்டியல்களோடு காட்டுகின்றன.

இவ்வாறு மன்னனும், தேவியரும், உயர் அலுவலர்களும் மக்களும் அளித்தவை அனைத்தும் இன்றைய மதிப்பில் கோடிக்கணக்கான ரூபாய் மதிப்புடையனவாகும். விமானத்தின் உச்சியிலுள்ள கலசத்திலிருந்து சிறிய கரண்டி வரை ஒவ்வொன்றும் முறையாகப் பட்டியலிடப்பட்டு, கணக்கில் கொள்ளப்பெற்று, மக்கள் பார்வைக்குக் காட்டப்பெற்று; அவர்களுக்காகவே பயன்படுத்தப்பெற்றன என்பது சிறப்பாகக் குறிப்பிடத்தக்கதாகும்.

சோழர்காலத்துப் பிற சாசனங்கள்

முதலாம் இராசேந்திரனின் பத்தாம் ஆண்டிற்குப் பிறகு அம் மன்னன் காலத்துச் சாசனங்கள் எதுவும் தஞ்சைப் பெரிய கோயிலில் காணப்பெறவில்லை. கங்கை கொண்ட சோழபுரம் சோழர்களின் தலைநகரமாக உருவானதற்குப் பின்பு தஞ்சை நகரமும், பெருங்கோயிலும் ஏறத்தாழக் கைவிடப்பெற்ற நிலையை எய்திற்று. காரணம் தஞ்சாவூரின் பெரும்பகுதி மன்னனின் பல்வேறு படையினர் குடியிருப்புகளாலும், வேளங்களாலுமே நிரம்பியிருந்தது. தலைநகரம் மாறியதும் இங்கு வாழ்ந்தவர்களில் பெரும்பகுதியினர் கங்கைகொண்ட சோழபுரத்துக்கு இடம்பெயர்ந்தனர். இதனால் தஞ்சாவூர் சோபை இழந்தது. அதனால்தான் பின் வந்த சோழ மன்னர்களின் கல்வெட்டுக்கள் இங்கு மிகுதியாக இடம்பெறாமல் போயிற்று.

முதலாம் குலோத்துங்களின் ஒரே ஒரு கல்வெட்டு வெளிப்புற மதிளின் வடபுறம் உள்ளது. (எண் 58). இம்மன்னனது மெய்க்கீர்த்தியுடன் பதினைந்தாவது ஆட்சியாண்டு எனக் குறிப்பிட்டு வீரராசேந்திர சோழரின் தேவியாரான அருமொழி நங்கையார் எனும் சிம்ஹன்மாதேவியார் பெயரினைக் குறிப்பிடும் இந்தக் கல்வெட்டு முற்றுப் பெறாமல் உள்ளது. இங்குக் குறிப்பிடப்பெறும் வீரராசேந்திர தேவர் கி.பி.1063-1070 வரை ஆட்சி புரிந்தவராவார்.

விக்கிரமசோழன் காலத்துச் சாசனம்

வடபுற மதிலின் வெளிப்புறம் காணப்பெறும் விக்கிர சோழ தேவரின் நான்காம் ஆண்டுச் சாசனத்தில் இக் கோயிலில் காரளக்கும் ராஜராஜப் பல்லவரையனுக்கும் காணி அளித்தது கூறப்பெற்றுள்ளது.

இரண்டாம் இராசாதிராசன் அல்லது மூன்றாம் குலோத்துங்கன் காலத்துச் சாசனம்

கோனேரின்மை கொண்டான் என்ற பெயரோடு மன்னன் ஆணையாகக் குறிக்கப்பெறும் இக் கல்வெட்டில் (எண் 21) தஞ்சை இராஜராஜேச்சரத்துக்குத் தேவதான இறையிலி நிலங்களாக முன்பிருந்த சிலவற்றை மறுபடியும் அவ்வாறே உறுதிசெய்து, வரி கூறு செய்வார்களுக்குக் கணக்கில் இட ஆணை வழங்கப்பட்டுள்ளது (எண் 21) அந்நிலங்களாவன:

பராந்தகச் சதுர்வேதி மங்கலத்தில் 83 வேலி; வீரராஜேந்திர நெற்குப்பை எனும் ஊரில் 5¾ வேலியும் அரைக்காணியும்; குலோத்துங்க சோழன் நெற்குப்பை எனும் ஊரில் பதினொன்றே முக்கால் வேலி; குலோத்துங்க சோழன் பரிசைநிலமான பதினொன்றறை வேலியும் மூன்றுமாவும்; நெரியன் இறையூரில் (மிலட்டூர் அருகில் உள்ள இன்றைய நரியனூர்) ஆறுமா அரைக்காணி; கருந்திட்டைக்குடியில் பிரிந்த கங்கைகொண்ட சோழன் நந்தவன நிலம் 7¼ வேலி;

மூன்றாம் இராசராசன் காலத்துச் சாசனம்

இதுவே தஞ்சைப் பெரிய கோயிலில் காணப்பெறும் சோழர் காலத்துக் கடைசிச் சாசனமாகும். (எண் 96). இம்மன்னனின் மூன்றாம் ஆட்சியாண்டில் மூன்று தலைவர்கள் செய்துகொண்ட ஒப்பந்தமொன்று குறிக்கப்பெற்றுள்ளது. இவர்கள் தங்களுக்குள் இருந்த முன்பகையை ஒழித்து, எதிர்காலத்தில் ஒருவருக்கொருவர் உண்மையான நட்புடன் இருப்பதாகவும், ஸ்ரீ பாதம் பிழையாது இருப்பதாகவும் எழுதிக்கொடுத்துள்ளனர்.

பாண்டியர் காலத்துக் கல்வெட்டுக்கள்

தஞ்சைப் பெரிய கோயிலில் பாண்டியர் கல்வெட்டுக்கள் இரண்டு மட்டுமே காணப்பெறுகின்றன. (எண்கள் 22, 61). முதலாவது கல்வெட்டில் மன்னன் பெயர் கோனேரின்மை கொண்டான் என்று மட்டும் கூறப்பெற்று அவரது சாமந்தன் ஆகிய தொண்டைமானார் தஞ்சாவூரின் எடுத்த சாமந்தநாராயண விண்ணகரம், சதுர்வேதி மங்கலம் ஆகியவற்றிற்காகக் கொடுக்கப்பெற்ற நிலங்கள் பற்றிப் பேசுகின்றது. இதன் காலம் கி.பி.1343 என்றும் இது முதலாம் மாறவர்மன் ஸ்ரீ வல்லபனின் கல்வெட்டு என்றும் முற்பகுதியில் விவரித்துள்ளோம்.

இரண்டாவது கல்வெட்டில் மன்னன் பெயர் குறிக்கப்பெறவில்லை. இன்றுள்ள அம்மன் கோயிலை உலகு முழுதுடைய நாச்சியார் கோயில் என்ற பெயரில் பாண்டிய மன்னன் எடுத்து, அதற்காக நிலங்கள் அளித்ததைக் கூறும் கல்வெட்டு பற்றியும் முன்னரே விவரிக்கப்பெற்றுள்ளது.

விசயநகர மன்னர் காலத்துக் கல்வெட்டுக்கள்

விசயநகர அரசு காலத்துக் கல்வெட்டுக்கள் இரண்டு இக்கோயிலில் உள்ளன. இரண்டாம் தேவராயர் காலத்துக் கி.பி.1446ஆம் ஆண்டுச் சாசனத்தில் ஸ்ரீ வல்லபதேவர் இறைவனுக்கும் க்ஷேத்திரபாலருக்கும் அளித்த பொன்னணிகள் பற்றி விவரிக்கப்பெற்றுள்ளது. (எண் 71).

இரண்டாவது, மகாமண்டலேசுவரன் திருமலைராயனுடையதாகும் (எண் 23). இதில் தஞ்சைப் பகுதியிலிருந்த பிரமதேயக் கிராமங்கள் சிலவற்றை வரி இல்லாத நிலங்களாக மாற்றிய ஆணை விவரிக்கப்பட்டுள்ளது.

தஞ்சை நாயக்கர்காலச் சாசனங்கள்

இன்றைய பெரியநாயகி அம்மன்கோயிலில் காணப்பெறும் ஒரு சாசனம் மூர்த்தி அம்மன் மண்டபம், மல்லப்ப நாயக்கர் மண்டபம் என்னும் இரண்டு மண்டபங்கள் எழுப்பப்பெற்றதைக் குறிப்பிடுகிறது (எண் 62). இவற்றுள் மூர்த்தி அம்மன் மண்டபம் என்பது இந்நாளில் நடராசப் பெருமான் காட்சியளிக்கும் மண்டபமாகும். மல்லப்ப நாயக்கர் மண்டபம் முருகன் கோயிலுக்கு முன்புறம் உள்ளதாகும். இவை பற்றி முன்பே விளக்கமாகக் கூறப்பெற்றுள்ளது.

செவ்வப்ப நாயக்கர் அச்சுதப்ப நாயக்கரின் ஆணை

இராசராசன் திருவாயில் எனும் இரண்டாம் கோபுரத்தின் பட்டிகையில் காணப்பெறும் இந்தக் கல்வெட்டு தந்தையும் மகனுமான இவ்விருவரும் தஞ்சாவூர்த் தட்டார்களுக்கு அளித்த சில உரிமைகள் பற்றி விவரிக்கின்றது. *(எண் 97)*

தஞ்சை மராட்டியர் காலச் சாசனங்கள்

தஞ்சை மராட்டிய மன்னர் முதலாம் சரபோஜி காலத்தில் பெரிய கோயில் திருப்பணி செய்யப்பெற்றுத் திருக்குட நன்னீராட்டுப் பெருவிழா கி.பி.1729இல் நடைபெற்றது. அப்போது விமானத்தின் உச்சியில் ஒருகலசம் புதியதாக வைக்கப்பெற்றது. அதில் 'ராரா சரபோசி மகாராசா உபையம்' என வெட்டப்பெற்றுள்ளது.[38]

இக்கலசத்திலேயே 'தானம் தாண்டவராயபிள்ளை', 'ஸ்வாதி குருக்கள்', 'வீரபத்திர முதலியார் சதா சேருவை', 'சவுமிய வருஷம் சித்திரை மாதம் பஞ்சலோக கலசமதில் கோத்தது சிவபெருமான் கொத்தன்', 'வைத்தது தேவர் நாசி', 'கோயிலார் சுவாமிக்கு தன்மம்' என்பனவும் எழுத்துப் பொறுப்புகளாகக் காணப்படுகின்றன.[39]

மேலும் இதே கலசத்தில் கடைசி சிவாஜி மன்னர் காலத்தில் 7.9.1843 அன்று நிகழ்ந்த கும்பாபிஷேகம் பற்றிய செய்திகள் தமிழ்மொழியில் கிரந்த எழுத்துக்களாக எழுதப்பெற்றுள்ளன. இதன் அருகில் மராத்தி மொழியிலும் இதே செய்தி குறிக்கப்பெற்றுள்ளது. சாசன வாசகம் வருமாறு:

"ஸ்வஸ்தி ஸ்ரீநிருப சாலிவாகந சகம் 1765 கலியப்தம் 4944 யதின் மேலே செல்லா நிண்ற சோபகிருது வருசம் ஆவணி மாசம் 24 தேதி சுக்லபட்சஞ் சதுர்த்தசி குருவாரத்தில் சாலிவாகந சகம் 1651 சவுமிய வருஷத்தில் ஜீரணோத்தாரம் சைதிருக்க க்ஷத்திரிய குல பூஷண போசல குலோத்பவரான சரபோஜி மகாராஜாவினுடைய பேரனுக்குப் பேரனாகிய ஸ்ரீமத் சோள சிம்மாசனாதிபதி ஸ்ரீமது ராஜஸ்ரீ சிவாஜீந்திர மகாராஜா சத்ரபதி சாகேபு அவர்கள் ஸ்ரீசுவாமிக்கு சிகர பிரதிஷ்டை அஷ்ட்ட பந்தனம் முதலான ஜீர்ணோத்தாரம் கும்பாபிஷேகம் சைதார்."[40]

இரண்டாம் சரபோஜி மன்னரின் கல்வெட்டுக்கள்

1798-1832 வரை தஞ்சையை ஆட்சி புரிந்த சரபோஜி மன்னர் செய்த அறப்பணிகள் பல இக்கோயிலில் ஆங்காங்கே கல்வெட்டுக்களாகப் பொறிக்கப் பெற்றுள்ளன. இவர் காலத்தில் பிரகாரத்தில் தளம் போடப் பெற்றதை மூன்று கல்வெட்டுக்களும்,[41] வடகிழக்கில் உள்ள மண்டுக தீர்த்தக் கிணற்றைப் புதுப்பித்தது பற்றி ஓர் கல்வெட்டும்[42] கூறுகின்றன.

வடமேற்குப் பகுதியில் விநாயகர் ஆலயத்து வாயிற்படியில் உள்ள கல்வெட்டு இக்கோயில் கி.பி.1801இல் சரபோஜி மன்னரால் புதிதாகக்

கட்டப்பெற்றது என்பதையும்,[43] மல்லப்ப நாயக்கர் மண்டபத்தையும் சுப்பிரமணியசுவாமி கோயிலையும் இணைக்கும் படிக்கட்டில் உள்ள கல்வெட்டு இவ்விணைப்பும், மண்டபத்துப் பக்கச்சுவர்களும் இவரால் எடுக்கப்பெற்றன என்பதையும் கூறுகின்றன.[43]

இந்த விநாயகர் கோயிலின் வடக்கு மேற்குச் சுவர்களில் காணப்பெறும் மராட்டிக் கல்வெட்டுக்கள் இவர் காலத்தில் நிகழ்ந்த ஒரு விசாரணையையும் அதன் தீர்ப்புப் பற்றியும் கூறுகின்றன. தஞ்சாவூர் வெட்டியான் காணியாட்சி பற்றிய வழக்கில் உண்மையை அறிய, வழக்கில் சம்பந்தப்பட்டவர்களைப் பிரகதீசுவரசுவாமி சன்னதியில் கொதிக்கும் நெய்யில் கையைவிடச் செய்து, அதை மையமாக வைத்துத் தீர்ப்பு வழங்கியமை குறிக்கப்பெற்றுள்ளது.

இந்த விநாயகர் கோயிலுக்கு அருகில் திருச்சுற்று மாளிகைப் பத்தியின் தென்மேற்குப் பகுதி முழுவதும் மிக நீண்டதொரு கல்வெட்டு மராட்டியில் காணப்பெறுகின்றது. தஞ்சைப் பெரிய கோயிலிலுள்ள கல்வெட்டுக்களிலேயே மிகப் பெரியது இதுவேயாகும். இது இரண்டாம் சரபோஜி மன்னரால் வெட்டப் பெற்றதாகும். 'போன்சலே வம்ச சரித்திரம்'[45] எனப் பெறும் இக் கல்வெட்டில் மராட்டியர் வம்சாவளி முழுமையாக எழுதப்பெற்றுள்ளது. இது ஒரு தனி நூலாகத் தஞ்சாவூர் சரசுவதி மகால் நூல்நிலையத்தாரால் வெளியிடப்பெற்றுள்ளது. இதில் சரபோஜி மன்னர் காலத்து வரலாறு கூறும் பகுதியில் இவருக்கு உறுதுணையாய்த் திகழ்ந்த ஸ்வார்ஷ் பாதிரியாரின் புகழ் பாடப்பெற்றுள்ளது. ஆங்கிலேயர்களை எதிர்த்த மருது சகோதரர்களைப் பிடிக்கப் பண உதவியும் ஆள் உதவியும் செய்தார் என்பதை இக்கல்வெட்டு,

"ஆங்கில அரசாங்கத்திற்கு தெற்கு பிரதேசத்தில் இருந்த மருதை என்னும் பாளையக்காரரை அடக்க வேண்டி இருந்தது. அதற்காக மகாராஜா தம் சைன்யத்திலிருந்து 50 இந்து வீரர்களையும் 20 முகமதிய வீரர்களையும் மேலும் சிலரையும் சிவன்னா என்பவருடன் அனுப்பியதோடு, சைன்யத்தின் செலவுக்காகத் தாமே கையிலிருந்த பணத்தைக் கொடுத்து ரெசிடென்ட் பிளாக்பர்ன் துரையோடு 1801 ஜூன் 7ந் தேதி அனுப்பினார்" என்று கூறுகிறது.

இந்த 1801ஆம் ஆண்டிலேயே மருது சகோதரர்கள் ஆங்கிலேயரால் பிடிக்கப் பெற்றுத் தூக்கிலிடப்பட்டது நினைவுகூறத்தக்கதாகும். இந்தக் கல்வெட்டில் உள்ள மராட்டியர் சரித்திரம், வரலாற்று அடிப்படையில் எழுதப்பெறவில்லை. தஞ்சை அரண்மனையில் முன்பிருந்த மராட்டியர் வரலாற்று நூல் அமரசிம்மனால் திருவிடைமருதூருக்குக் கொண்டு செல்லப் பெற்றுவிட்டது. அதனால் சரபோஜி மன்னரின் ஊழியரான பாபுராவ் 1803இல் புதியதாக இதை எழுதினார். சரியான குறிப்புகள் இல்லாததால்தான் இப் புதிய வரலாற்றில் மராட்டிய மன்னர்களின் பழைய வரலாறு பிழைபட அமைந்துள்ளது.

இராசராசனின் கல்வெட்டுக்களில் காணும் மெய்க்கீர்த்தி, கோயில் மதிக்கப்பெற்ற பண்பு, மக்களாட்சித் தத்துவம் போன்ற பல்வேறு கூறுகளை

ஆங்கிலேயர்களின் தயவில் வாழ்ந்த சரபோஜியின் கல்வெட்டுக்களோடு ஒப்பிடும்போது மிகச் சரிந்த ஒரு நிலையைத்தான் காணமுடிகிறது.

விநாயகர் கோயிலிலுள்ள வேறு சில மராட்டியக் கல்வெட்டுக்கள் வாயிலாகச் சரபோஜி மன்னர் செய்த திருப்பணிகள், அறக்கொடைகள் பற்றி மேலும் பல செய்திகளை அறியமுடிகிறது.[46]

விநாயகர் கோயில் மேற்கு, தெற்குச் சுவர்க் கல்வெட்டு

ஸ்வஸ்திஸ்ரீ சாலிவாகன சகாப்தம் 1720 கலியுகம் 4899 பிரகதீசுவரசுவாமிக்கு ராசா சரபோசி ராசா அவர்கள் நகைகள், பாத்திரங்கள் கொடுத்த விபரம்:

வைரக்கற்கள் பதித்த சந்திரன் போன்ற பதக்கம். இரதத்தின் மேல் அமர்ந்து அரண்மனையின் மாடிக்கு அண்மையில் வந்தபோது அளித்த பச்சைக் கல் பதக்கம், மாணிக்கம், முத்துக்கள் பதித்துச் சரிகையால் ஆன வடம். வெள்ளிக் கிண்ணங்களும் வேலைப்பாடு மிக்க கிண்ணங்களும், பெரிய நிலைப்பாத்திரங்கள், வெள்ளியில் செய்த வேலைப்பாடுகளுடன் நடுவில் பொன்னையும் சேர்த்துக் கட்டிய சங்கு, முத்து, பவளம், பொன்னால் செய்யப்பட்ட மணிகளுடன் கூடியது. அந்தச் சங்கை வைக்கப் பீடம் ஒன்று. 26 குமிழ்கள் உள்ள கோபுர ஆரத்தி. அகலமான பாத்திரங்கள், தேவிக்குக் கிரீடம், கவசம், அங்கங்கு கொக்கிகளுடன் கூடிய உடைகள்.

மகர குண்டலங்கள், கைக்குக் கங்கணங்கள், விரலுக்கு மோதிரங்கள், கைக்குத் தாமரை போன்ற பூக்கள், பாடகம், குசராத்திக் கொலுசு, தோடா, பூநகை, மெட்டிகள் போன்ற கால்நகைகள், ஒட்டியாணம், சூரியன், சந்திரன் போன்ற தலை நகைகள், தொங்கட்டான், நெற்றிச்சுட்டி, வகிடு நகைகள், பதக்கம், சந்திராமலை, மணிக்கட்டு நகை, நெற்றிப்பொட்டு, நெற்றியில் கட்டும் பிற அணிகள், மூக்குத்தி, சங்கிலி, மோதிரம், சடை அணிகலன்கள், 108 சிறிய சிவலிங்கங்கள் வெள்ளிக் கம்பியில் கோத்த தாலி, கற்பூரத்தட்டு, தூப ஆரத்தி, ஐந்து ஆரத்தி, வெள்ளி இடபமும் கைப்பிடியுடனும் கூடிய மணி, சங்கு, காளாஞ்சி, கைப்பிடி, வைத்த ஆரத்தித்தட்டு.

விநாயகர் கோயில் வடக்குச்சுவர்க் கல்வெட்டு

ஸ்வஸ்திஸ்ரீ சாலிவாகன சகாப்தம் 1723க்குச் செல்லாநின்ற கலியுகம் 4902க்குப் பிறகு நடந்த துர்மதி ஆண்டு வைகாசி மாதம் 3ஆம் தேதி சுக்கில பக்கம் துவிதியை வியாழக்கிழமை ரோகிணி நட்சத்திரம் கூடிய நன்னாளில் ராசா சரபோஜி மகாராசா அவர்கள் பிரதகதீசுவரர் கோயிலில் பல்வேறு திருப்பணிகளைச் செய்தார். அவைகளின் விவரம்:

சுப்பிரமணியசுவாமி கோவில் கோபுரம், கொடுங்கையிலிருந்து தூபி வரையில் திருப்பணி வேலை செய்து, சுதையினால் விக்கிரகங்கள் அமைத்து, வண்ணம் பூசி,

புதிய கலசம் வைத்து, குடமுழுக்குச் செய்து அர்த்தமண்டபம் மகாமண்டபம் இவைகளின் மேல் செங்கல் தளமிட்டுக் காரை பூசி மண்டபத்தின் முன்பு 300 வெள்ளைக்கல் பாவி, தளவரிசை செய்து, மண்டபத்தின் நான்கு பக்கங்களிலும் சுவரிலும் செங்கல்லினால் படிகள் அமைத்து இணைப்பாகத் திருப்பணிகள் நடைபெற்றன.

அம்மன் சன்னதியில் கருவறை மேல் 3 நிலைகளிலும் அர்த்தமண்டபம், மகாமண்டபம், வைரவ மண்டபம், எதிரில் உள்ள நந்தி மண்டபம் ஆக ஏழு மண்டபங்களின் மீதும் செங்கல் வேலைகள் செய்து காரைபூசித் தளவரிசை அமைத்து மகாமண்டபத்தின் மேல் தெற்கு, வடக்கு ஆகிய இரண்டு பக்கங்களிலும் குறடுகளின் மேல் வெள்ளைக்கல் தளவரிசை 20 அடி செய்து புதிதாகக் காரை பூசப்பட்டது.

சபாபதி கோயிலில் அர்த்த மண்டபம், மகாமண்டபம் ஆக இரண்டு மண்டபங்கள் மீது செங்கல்லால் தளவரிசை செய்து காரை பூசி மண்டபத்தில் 200 அடி வெள்ளைக் கல்லால் தளவரிசை செய்யப்பட்டது.

தட்சிணாமூர்த்தி கோபுரத்திற்கு மண்டபத்திலிருந்து தூபி வரையில் தாழ்வாரம் அமைத்து வண்ணம் பூசப்பட்டது.

சண்டிகேசுவரர் கருவறை மேல் மண்டபத்திலிருந்து தூபி வரையில் தாழ்வாரம் போட்டு, புது விக்கிரகம் செய்து வண்ணம் பூசிப் புதிய கலசமும் வைத்துக் குடமுழுக்கும் செய்து மண்டபத்தின்மேல் செங்கல் தளவரிசை செய்து காரை பூசப்பட்டது.

மடப்பள்ளி மண்டபத்திற்கும் சுவருக்கும் செங்கல் வைத்துக் காரை பூசப்பட்டது.

தெற்குப் பிரகாரத்தில் கிழக்குப் பக்கத்தில் திருமாளிகைப் பத்தியில் திண்ணையிலிருந்து மேற்கு பக்கம் திருமாளிகைப் பத்திவரை பசுக்களுக்குக் கொட்டில் செங்கல்லினால் புதியதாகச் சுவர் போட்டுக் காரை பூசிக் கட்டப்பட்டது. கஜம் 260. குறுக்குச் சுவர் கஜம் 90. ஆக 350 கஜம் புதியதாகச் சுவர் அமைக்கப்பட்டது.

திருமாளிகைப் பத்தியில் 241 சிறு லிங்கங்களும், ஓர் அம்மனும் ஆக 242 படிமங்கள் எழுந்தருளுவிக்கப்பட்டன.

வடக்குப் பக்கம் பிரகாரத்தின் தேவியின் கோயிலில் 4 பிரகாரங்களிலும் செங்கல் தளவரிசை புதியதாகச் செய்து நடுவில் வெள்ளைக்கல் தளவரிசை போடப்பட்டது. இதன் நீளம் 1500 கஜம்.

இந்த விதத்தில் செங்கல்லால் தளவரிசை 3 செங்கல் உயரத்திற்குப் போட்டு 180 கஜம் வரையில் செய்து 4 பக்கத்துத் தண்ணீரும் சாய்க் கடையில் போய் விழும்படியாகக் கட்டப்பட்டது.

கோபுரத்திற்கு எதிரில் அட்டக்கொடித் தூண் மேடை வெள்ளைக் கல்லால் குறடு போட்டுச் செங்கல்லினால் 1¼ கஜம் 3 கஜ நீள அகலத்திற்குப் போட்டு புதியதாகக் கட்டப்பட்டது.

வாகனங்களில் காணப்பெறும் எழுத்துப் பொறிப்புகள்

தஞ்சைப் பெரிய கோயிலுக்காக இரண்டாம் சரபோஜி மன்னர், அவரது மனைவியர், மகன் ஆகியோர் கிருஷ்டாஜி ரகுநாத் என்ற அலுவலர் மூலம் வெள்ளித் தகடு போர்த்தப்பெற்ற காளை வாகனம் ஒன்றினைச் செய்தளித்தனர் என்பதைத் தற்போது இக்கோயிலிலுள்ள வெள்ளி ரிஷப வாகனத்தின் கழுத்திலுள்ள பொறிப்பால் அறியலாம்.

இவ்வாறே மான் வாகனத்திலுள்ள மராட்டி மொழிப் பொறிப்பால் இவ் வாகனம் சிவாஜி மன்னரின் மனைவி ஆகிய காமாட்சியம்பா பாயி சாகேப் அவர்களால் பழுது பார்க்கப்பட்டு புதுப்பிக்கப் பெற்றதாக அறிகிறோம்.

நடராஜர் திருமேனியின் பீடப்பொறுப்பு

மாமன்னன் இராசராசன் செய்தளித்த நடராஜர் திருமேனியின் பீடம் உடைந்து விட்டதால் கி.பி.1884இல் சிவாஜி மன்னர் ஆணையிட்டுச் சென்றபடி காமாட்சிபாய் சாகேப் கட்டளையால் நாகராஜன் என்பவரால் அச் சிலை பழுது பார்க்கப்பெற்றது என்னும் குறிப்பு அப்பீடத்திலேயே மராட்டி மொழியில் பொறிக்கப்பெற்றுள்ளது.

புகழ் நிலைபெற்ற இந்தத் தஞ்சை ராஜராஜீச்சரம் என்னும் பெருங் கோயில் ஆயிரம் ஆண்டுகளாக எண்ணற்ற வரலாறு நிகழ்வுகளைக் கண்டு கொண்டிருக்கும் பெருமிதத்துடன் தலைநிமிர்ந்து நின்றுகொண்டு இருக்கிறது. இத் திருக்கோயில் இன்னும் எத்தனையோ நிகழ்ச்சிகளைக் காணப்போகிறது. இப் பெருங்கோயிலைச்சமயம் சார்ந்த ஒரு வழிபடுமிடம் என்பதைவிடத் தமிழகத்தின் பண்பாட்டுப் பெருமையை உலகுக்கு என்றென்றும் எடுத்துக் கூறிக் கொண்டிருக்கவல்ல ஒரு வரலாற்றுப் பெருநூல் என்றும், தென்னகத்தின் கோயிற்கலைக்களஞ்சியம் என்றும் கூறத் தடையேதுமில்லை.

குறிப்புகள்

1. பிரகதீஸ்வர மகாத்மியம், சரஸ்வதி மகால்சமஸ்கிருதப் பிரிவு சுவடி எண் டி 10037, 10060.
2. Tanjore Big Temple
3. AR No 408 of 1902
4. SII Vol. II No.11

5. ARE 1922 No. 395

6. விக்கிரம சோழனுலா 3234

7. குலோத்துங்க சோழனுலா

8. டாக்டர் இரா.நாகசாமி அவர்கள் தம் ஆய்வில் இதைக் குறிப்பிட்டுள்ளார்.

9. SII Vol. II Part II No. 57

10. சுந்தரர் தேவாரம் 7.55.8

11. தற்போதுள்ள முருகன் கோயில் அருணகிரிநாதர் காலத்திற்குப் பின்பு கட்டப்பெற்றதாகும்.

12. SII Vol. II Part III

13. SII Vol. II No. 31, 33

14. பிரகதீஸ்வர மகாத்மியம்.
 "அம்மையார் நிழலில் யாமமர்வோ மென்றருள் செய்த
 செம்மையார் வீற்றிருக்குந் திருத்தஞ்சை" (திருநாட்டுப் படலம் 54) என்று மாயூரப் புராணத்தில் மகாவித்துவான் மீனாட்சி சுந்தரம் பிள்ளை பாடியிருப்பதும், தஞ்சைப் பெருவுடையாருலாவில்
 "பொன்னி
 நதியிடைக்கோன் முன்னோர் நரைமுதி யாணிழல்
 வதிகின்றோமென்ன வந்தான் வந்தான்" (70) எனவும் கூறியுள்ளனர்.

15. 20.3.94 அன்று இந்நூலாசிரியர் கலசத்தின் உச்சி வரைதானே சென்று ஆராய்ந்து, அளவுகள் எடுத்து வந்துள்ளார்.

16. SII Vol. II No. 26

17. SII Vol. II No. 2

18. திருவிசைப்பா பல்லாண்டு 9.1.10

19. பெரியபுராணம், தடுத்தாட் கொண்ட புராணம் 104

20. தக்கயாகப்பரணி 773

21. SII Vol. II No. 15

22. SII Vol. II No. 15

23. செர்ரியலிசம் : 1919ஆம் ஆண்டு பிரெஞ்சு ஓவியர்கள் தங்கள் படைப்புக்களில் அறிமுகம் செய்தது செர்ரியலிசம் எனும் தனிப்பாணியாகும். நடைமுறை சாத்தியமில்லாத ஒரு காட்சியைத் தங்கள் கற்பனையின் திறனால் காட்டி அதிலிருந்து மிகப்பெரிய ஒரு செய்தியைப் புரிந்துகொள்ளுமாறு செய்வதே இப் புதிய பாணி ஓவியங்களாகும். இவர்களது 20ஆம் நூற்றாண்டுக் கண்டுபிடிப்பை மிஞ்சும் வண்ணம் படைக்கப் பெற்றதே தஞ்சையிலுள்ள இச் சிற்பக் காட்சியாகும்.

24. நந்திபுரம் குடவாயில் பாலசுப்ரமணியன் இண்டாக் வெளியீடு பக்கம் 46-51

25. SII Vol. II No. 61

26. கொட்டார்குடி எனும் ஊர்திருவாரூர் மன்னார்குடி சாலையில் கொட்டாரக்குடி எனும் பெயரில் உள்ளது. இதுவே அருமொழிதேவ வளநாட்டைச்சேர்ந்த கொட்டார்க்குடியாகும்.

27. நூலாசிரியர் நேரில் பதிவு செய்த கல்வெட்டாகும்.

28. SII Vol. II No.62

29. SII Vol. V No. 1402, AR No. 39 of 1987.

30. நூலாசிரியர் நேரில் பதிவு செய்த கல்வெட்டாகும்.

31. ARE 413 of 1924; தஞ்சை மராட்டியர் கல்வெட்டுகள் பக் 52, 53

32. சரஸ்வதி மகால் மோடி ஆவண மொழிபெயர்ப்பு நூல் பகுதி 147

33. இம் மண்டூக தீர்த்தம் பற்றிச் சரஸ்வதி மகாலிலுள்ள பிரகதீஸ்வர மகாத்மியம் எனும் நூலில் கூறப்பெற்றுள்ளது.

34. பெரியபுராணம், தடுத்தாட்கொண்ட புராணம் 59.

35. எக்காளம் என்பது இறைவன் திருஉலா வரும்போது அவர் வருகையை மக்களுக்கு உணர்த்த ஊதப்பெறும் நீண்ட குழலாகும். விழாக்களின்போது மன்னனே இறைவனின் வருகையை அறிவிக்க வேண்டும் என்ற ஆகமக் கூற்றுக்கு ஏற்பத் தன் பெயர்களை எக்காளங்களில் பொறிக்கச் செய்தான். இதனால் தானே மக்களைக் கூவி அழைப்பதான ஓர் ஏற்பாட்டைச் செய்தான்.

36. SII Vol. II No. 34

37. திருப்பந்துருத்தி பொய்யிலியப்பர் திருக்கோயிலில் உள்ள இராசேந்திர சோழனின் கல்வெட்டில் 'ராஜராஜவிஜயம்' எனும் நாடகம் பற்றிய குறிப்பு காணப்பெறுகிறது.

38. 1971-72ஆம் ஆண்டு கல்வெட்டறிக்கை எண் 252

39. புலவர் செ.இராசு, தஞ்சை மராட்டியர் செப்பேடுகள் ப.46, 50

40. மேலது, ப.47

41. ARE No. 415, 416, 417 of 1924.

42. ARE No. 419 of 1924.

43. ARE No. 420 of 1924.

44. ARE No. 111 of 1927-28

45. போன்ஸ்லே வம்ச சரித்திரம், சரஸ்வதி மகால் வெளியீடு.

46. ARE 422, 423 of 1924.

47. இவை மராட்டி கல்வெட்டின் தமிழாக்கமாகும். புலவர் செ.இராசு, தஞ்சை மராட்டியர் கல்வெட்டுக்கள்.

தஞ்சை நாயக்கர்காலக் கோட்டையும் அரண்மனையும்

கி.பி.1218இல் மாறவர்மன் சுந்தரபாண்டியன் சோழர் அரண்மனையை இடித்துத் தரைமட்டமாக்கி அழித்தான், நகரைச் செந்தழல் இட்டுக் கொளுத்தினான். பின்பு எஞ்சியவற்றை 1311இல் மாலிக்காபூரும் சூரையாடினான். இவ்வாறு பெருநகரமாகத் திகழ்ந்த தஞ்சை பொட்டலாக மாறியது. 1343இல் பாண்டியன் முதலாம் மாறவர்மன் ஸ்ரீவல்லபனின் தளபதி நாராயணன் எனும் தொண்டைமானார், பொட்டல் வெளியாய் இருந்த தஞ்சையில் ஒரு புதிய குடியிருப்புப் பகுதியாகச் சாமந்த நாராயணச் சதுர்வேதிமங்கலத்தை உருவாக்கினார். அப்போதும் தஞ்சை பெருநகரமாக உருவாகவில்லை. அச்சுத தேவராயரால் திருநெடுங்குன்றத்துச் செவ்வப்ப நாயக்கர் சோழ நாட்டின் மகாநாயன்காரராக நியமனம் பெற்ற பிறகே தஞ்சை ஒரு நகரமாகப் புதுப்பொலிவு கொள்ளத் தலைப்பட்டது. கி.பி.1535இல் தஞ்சை நாயக்கர் அரசு உதயமாயிற்று.

செவ்வப்ப நாயக்கர் இங்கு வந்தவுடன் முதலில் தோற்றுவித்தது தஞ்சைச் சிறிய கோட்டையேயாகும். தஞ்சைப் பெரிய கோயில், சிவகங்கைக் குளம் உள்ளிட்ட பகுதிக்குக் கோட்டை மதிலும், அதனைச் சுற்றி அகழியும் ஏற்படுத்தி அங்கு ஒரு சிறிய அரண்மனையைக் கட்டிக் கொண்டார். இக் கோட்டை மதில் நாயக்கர் பாணி என்பதை அங்குள்ள கல்வெட்டுக்கள், சிற்பங்கள் வாயிலாக அறியமுடிகிறது.

பின்னரே தற்போதைய தஞ்சை நகரை அகழி அமைப்போடு, புறமதில்கள் சூழ அமைத்து, நடுவே அரண்மனையின் மாடமாளிகைகள் திகழத் 'தஞ்சாபுரி' என்ற பெயரோடு உருவாக்கினார். தற்போது தஞ்சையின் நடு நாயகமாகத் திகழும் அரண்மனை நாயக்க மன்னர்கள் கட்டியதேயாகும். பின் வந்த மராட்டியர்கள் இதனை மேலும் பொலிவுடையதாகச் செய்தனர்.

ஆங்கிலேயர் வரவால் மேலை நாட்டுக கட்டடக்கலையும் இங்குத் துளிர்க்கலாயிற்று. பழைய கட்டடங்களை மேலைநாட்டுப் பொறியாளர்கள் புதுப்பித்தும் தந்துள்ளனர். நாயக்க மராட்டியர்கால அரண்மனைப் பகுதிகளைக் கட்டுவித்தவர்கள் தமிழகத்துக் கட்டடக்கலை வல்லுநர்களேயாயினும், முகமதியக் கட்டடக்கலைப் பாணியும் இங்குச் சங்கமித்தது. விசய நகரத்து அரண்மனை அமைப்புகள் அப்படியே இங்கு உருவெடுத்தன. கட்டடக்கலை மணம் கமழும் தஞ்சை அரண்மனையைப் பற்றி இலக்கியங்கள் அடிப்படையில் முதலில் காண்போம்.

சாஹித்ய ரத்னாகரம்

கி.பி.1600 முதல் 1645 வரை தஞ்சையை ஆட்சி செய்த இரகுநாத நாயக்கரின் அவையில் அரங்கேறிய ஒரு சமஸ்கிருத நூல் சாஹித்ய ரத்னாகரம் என்பதாகும். செவ்வப்ப நாயக்கர், அச்சுதப்ப நாயக்கர், இரகுநாத நாயக்கர் (பாட்டன், மகன், பேரன்) ஆகிய மூன்று நாயக்க மன்னர்களுக்கு அறிவார்ந்த அமைச்சராகவும், மதிநுட்பம் மிகுந்த ஆசானாகவும் திகழ்ந்தவர் பெரும் புலமை பெற்ற கவிஞராகிய கோவிந்த தீட்சிதர். இவருடைய மகனாகிய யக்ஞநாராயண தீட்சிதரும் ஒரு வடமொழிப் புலவர். இவரும் இரகுநாதனின் அவைப் புலவர்களுள் ஒருவராவார். தன் தந்தையுடன் தஞ்சை அரண்மனையிலேயே வாழ்ந்த இப்புலவர் இரகுநாத நாயக்கனின் வீரத்தையும், ஆற்றலையும் புகழ்ந்து சாஹித்திய ரத்னாகரம் எனும் நூலை இயற்றினார். இந் நூலில் இரண்டாம் சருக்கம் 40ஆம் சுலோகம் முதல் 73ஆம் சுலோகம் வரையுள்ள பகுதியில் தஞ்சை நகரம், கோட்டை, அகழி, அரண்மனை ஆகியவற்றின் சிறப்பை விரித்துரைத்துள்ளார்.

யக்ஞநாராயணர் தான் கண்ணுற்ற தஞ்சையின் எழிலைக் கற்பனை வளத்தோடு குழைத்து அமுதமாக இந்நூலில் தந்துள்ளார். தான் உண்மையிலேயே நாளெல்லாம் கண்டு களிக்கும் தஞ்சை நகரின் தனியழகைப் புராண இதிகாசச் செய்திகளோடு கலந்து பருகித் தன்கவிதைச் சிறகுகளை நீள விரித்து விண்ணளவும் பறந்து காட்டுகிறார். இலக்கிய உத்தியாகக் கற்பனை மிகுந்தே காணப்படினும் உட்பொருளாக உண்மைக் காட்சிகளே தென்படுகின்றன.

சாகித்ய ரத்னாகரம்

இரண்டாம் சர்க்கம் சுலோகம் 40-73

40. இவ்வளவு சிறப்பு வாய்ந்த சோழ நாட்டிற்குத் தஞ்சாபுரி என்ற நகரம் தலைநகரமாகத் திகழ்கின்றது. அங்குப் பாவையர் நடம் புரியும் அரங்கங்கள் பல உள்ளன. சிங்கங்கள் போன்ற அரசர்களுக்குக் குகை போன்ற அரண் மிகுந்த இடங்களும் உள்ளன.

41. இங்கு ஒரு கோட்டை திகழ்கின்றது. அதன் பேரழகின் பெரு ஒளியைப் பார்த்தால் அண்டப்பெருவெளியே (பிரமாண்டம்) தன் புதல்வனாக இக் கோட்டையை அனுப்பியிருப்பதாகத் தோன்றுகிறது. ஆதவன் மறைவால் ஏற்படும் இருளைப் போக்க இதன் ஒளி உதவுகிறதோ எனக் கருத வைக்கிறது அல்லது தன் புதல்வனை (கோட்டை) சாக்கிட்டு அப் பெருவெளியே இரகுநாதனைச் சேவிக்கலாம் என அனுப்பியுள்ளதோ, (தஞ்சைக் கோட்டை அண்ட வெளியைப் போன்று பெரியது என்றும் சூரியனைப் போன்று ஒளி பொருந்தியது என்பதும் இப் பாடல்களின் கருத்தாகும்)

42. இங்குள்ள உயர்ந்த மாடங்களில் உள்ள மகளிரின் பேரழகைப் பருகுவதற்காகவே மின்னல் ஒளிரும் மேகக்கூட்டங்கள் இங்கு உலவுகின்றனவோ!

இந் நகரின் கோட்டை மேல் உள்ள கொம்புகள் தன் கூரிய பற்களால் உலவும் மேகங்களை அறுத்துச் சிதைப்பதால் எழும் ஒலியோசையே பேரிடிகள் போலும்!

43. இக் கோட்டையின் கீழே நீர் சூழ்ந்த அகழி உள்ளதே, கோட்டை மேலிருந்து பார்த்தால் ஒரு கோடு போலல்லவா திகழ்கின்றது. இதை காணுறும்போது ஆழி சூழ்ந்த உலகத்தின் பெரு மதிலோ என்ற ஐயமே எழுகிறது!

44. நெடிதுயர்த்த இக் கோட்டையின் மேல் புவனமெனும் பெரும் கலசம் மோதியதால் அதில் துளைகள் ஏற்பட்டனவோ! கலச நீர் துளைகள் வழியே வழிந்தால்தான் இந்த அகழி உருவானதோ!

45. அகழி நீரால் பேரலைகள் எழும்பி நுரைதள்ளிப் பேரொலிகள் எழும்புகின்றன. கரையிலுள்ள மரங்களில் அமர்ந்த குரங்குகள் மரங்களை அசைத்து ஒலி எழுப்புகின்றன. இதனைக் காணுறும்போது கரை ஏற முடியாமல் நுரை ததும்பக் கடல் தாளம் போடுகிறது எனக் கோட்டை ஏளனம் செய்வது போல் தோன்றுகிறதே.

46. திக்கனைத்தும் உயர்ந்து சூழ்ந்து நிற்கும் இந்தக் கோட்டையின் காட்சி அகழி நீரில் ஒளிர்கிறது. இதைக் கண்டால் முன்பு அகத்தியர் கோபங்கொண்டு கடலைக் குடித்தபோது கடல் போனாலும் நாம் தப்பிப்போம் எனக் கருதிய மலைகள் இந்த அகழியில் மூழ்கிப் பதுங்கினவோ என்ற ஐயத்தை அல்லவா ஏற்படுத்துகின்றது!

47. சந்திரனில் திருமகள் உறைகின்றாள். அவளைக் காண விழைந்த திருமால், இந்த நகரத்தின் உயர்ந்த மாடி வீடுகளின் மேல் உள்ள முயல் பதுமைகளைக் கண்டு இதுதான் சந்திரனின் இருப்பிடம் (சந்திரன். களங்கத்தை முயல் உருவமாகக் கூறுவது இலக்கிய மரபு) எனக் கருதி அங்குச் சென்றார். ஆனால் அங்குள்ள பெண்களோ தங்கள் முக அழகைச் சந்திரன் திருடி விட்டான் என அவனைச் சிறையில் வைத்திருந்தனர். அவனை அல்லவோ திருமால் நாளும் விடுவித்து அழைத்துச் செல்கிறார்.

48. தஞ்சைக் கோட்டையோ, கருடக் கோட்டை. விண்ணளவும் அது உயர்ந்து நிற்கிறது. நாள்தோறும் சூரியன் விண்ணில் எழுந்து வரும்போது அவனது தேரில் கட்டப்பெற்ற பாம்புகளாகிய கயிறுகள், தஞ்சை நகரத்து மரஉச்சிகளில் அமர்ந்துள்ள மயில்களைக் கண்டு தேரிலிருந்து நழுவி வீழ்ந்து விடுகின்றன. கருடக் கோட்டையின் சக்தியால் பாம்புகள் அசைவற்றுக் கிடக்கின்றன. இதனால் அருணன் அப்பாம்வுகளை எளிதாகவே எடுத்துக்கொண்டு மேலே செல்கிறான்.

49. உயர்ந்த மாளிகைகளில் வசிக்கும் இவ்வூர் இளைஞர்கள் இரவில் அம்மாளிகைகளின் உச்சி வழியாகச் செல்லும் சந்திரனைக் கண்டு, மனைவியின் முகமென்று கருதி அதன் அமிருதத்தைப் பருகுகிறார்கள். அது ருசியில்லாமல் புளிக்கின்றது. சீ இது மனைவியின் முகமல்ல என்று அதனை விட்டு விடுகிறார்கள். அவனும் தப்பி மேலே சென்று விடுகிறானே.......!

50. தஞ்சை நகரத்து மாளிகைகளில் சிங்கத்தின் பதுமைகள் உள்ளன. இந்திரனின் யானையான ஐராவதமோ ஆகாய கங்கையில் நீர் பருகவும் குளிக்கவும் அங்கு வந்தது. ஆகாய கங்கையில் விண்ணளவும் உயர்ந்த தஞ்சை நகரத்து மாளிகைகள் பிரதிபலிப்பதால், அதில் உள்ள சிங்க உருவங்களும் அந்நீரில் தென்பட்டன. இவற்றைக் கண்ட ஐராவதமோ அது உண்மையான சிங்கம் எனக் கருதி ஓடப் பார்க்கிறது. அதன் மாவித்தன் கடுமையாகப் போராடி அதனை அடக்கியப் பின்பே அது நீர் பருகுகிறது.

51. வாதாபி என்பவனைக் கொன்ற அகத்தியர், தான் தெற்கே செல்ல வேண்டும் என்பதற்காக உயர்ந்த விந்திய மலையைச் சிறிது குனிந்து விடு எனச் சொல்லிக் குட்டையாக்கித் தெற்கே சென்றார் என்பது வெறும் கதையே. தஞ்சை நகரிலுள்ள உயரமான வீடுகளைக் கண்டு விந்தியமலை வெட்கத்தால் பூமியில் பதுங்கிக் குட்டையாகி விட்டது என்பதுதான் உண்மை.

52. இந்திரனுடைய மகுடத்திலுள்ள நீலம், வைரம், பத்மராகம் போன்ற கற்களின் காந்தியால் ஆகாயகங்கை திரிவேணி போன்று காட்சி அளிக்கின்றது. இந்த ஊரில் உள்ள உயர்ந்த கட்டடங்கள் பிறைச் சந்திரனைத் தலையில் தாங்கி அந்தக் கங்கையில் குளிப்பதால் சிவனார் போன்று தோன்றுகின்றன.

53. இவ்வூரிலுள்ள உயர்ந்த மாடங்களின் வழியாகச் சந்திரன் செல்லும்போது அங்குள்ள பெண்களின் கன்னங்களில் பிரதிபலிக்கின்றன. அப் பெண்களின் முகங்களும் சந்திரனில் பிரதிபலிக்கின்றன. இதனால் ஒருவருக்கொருவர் போட்டி ஏற்பட்டு குளிர்ச்சி, அழகு, ருசி முதலியவைகள் ஒன்றாகிவிடவே, எது சந்திரன், எது முகம் என்று அறிய முடியாமல் இருந்தன.

54. இவ்வூரின் உயர்ந்த மாடங்களின் வழியாகச் சூரியன் செல்லும்போது, அம்மாடங்களில் பதிக்கப்பெற்றுள்ள இரத்தினங்களில் ஏற்படும் ஒளி அவனது தேரில் பிரதிபலிப்பதைக் கண்ட தேரோட்டி சேறு என்று எண்ணி ஆகாய கங்கையில் அதனைக் கழுவுகிறான். இதனைக் கண்டு பரிகசிப்பவர்களிடம் உண்மையைத் தெரிந்துகொள்ளாமல் தன் திறமையையே புகழ்ந்து கூறிக்கொண்டு இருக்கிறான்.

55. உயர்ந்த மாடங்களின் உள்ள பலகனி வழியாகச் சந்திரன் சென்றபோது அங்குள்ள பெண்கள் தங்கள் முகத்தின் அழகினைத் திருடியவன் என்பதால், கையிலுள்ள தாமரை மலர்களால் ஓங்கி அடித்தனர். அது முதல் அவன் அந்த நங்கையர்களை ஒன்றும் செய்ய முடியாவிட்டாலும் தாமரைகளிடம் தன் பகைமையைக் காட்டுகின்றான்.

56. மன்னன் இரகுநாதன் தன் தோள் வலிமையால் இந்தப் பூமி முழுவதையும் ஆளுகின்றான். இந்தப் பூமியிலுள்ள பர்வதங்கள் அவனுக்கு நன்றி பாராட்டும் வகையில் யானை வடிவம் தாங்கி இந் நகரத்திற்கு வந்துவிட்டன போலும்!

57. இவ்வூரிலுள்ள பெண்களின் மின்னல் போன்ற அழகை எவன் திருடியவன் என்று கண்டுபிடிப்பதற்காகவே கருத்த மேகங்கள் மணியடித்துக்கொண்டு

வீதிதோறும் தேடுகின்றனவோ எனக் கூறும்படியாகக் கருத்த யானைகள் மணி ஒலியோடு வீதிதோறும் உலவுகின்றன!

58. தஞ்சை நகரத்துக் குதிரைகளின் வாயில் ஒழுகும் வெண்மையான நுரையைப் பார்க்கும்போது, நம் வேகத்தில் காற்று தோற்றுவிட்டது, இருப்பினும் அதன் தேரான சந்திரனைச் சும்மா விடுதல் கூடாது எனக் கருதிய குதிரைகள் அவனை விழுங்குவது போலல்லவா தோன்றுகின்றது.

59. மனத்திலிருந்துதான் இந்தச் சந்திரன் உதித்தான். மனத்தின் குழந்தை இவன். இவன் தந்தையையே நம் வேகத்தால் நாம் வென்று விட்டோம். அவனது பிள்ளை உயரமான இடத்தில் இருப்பது கூடாது எனக் கருதிய இந்நகரத்துக் குதிரைகள் வெள்ளிய நுரைகளோடு அந்தச் சந்திரனை மென்று விழுங்குகின்றனவோ!

60. இந் நகரில் ஐந்து நிறங்களில் போர் வீரர்கள் காணப்பெறுகின்றனர். அவர்கள் தங்கள் தகுதிக்கேற்பப் பட்டங்களையும் பரிசுகளையும் அணிந்துள்ளனர். அவர்களைப் பார்த்தால் இரு இராமர்கள் (பரசுராமர், தசரதராமர்) இரு பீஷ்மர்கள் (பீஷ்மர் அல்லது தமயந்தியின் தந்தை பீமன், பாண்டவர்களின் நடுவன் பீமன்), நரன் (அர்ஜீனன்) ஆகிய இவர்களைத் தவிர எவர் வந்தாலும் வென்று விடுவோம் என்று சொல்லாமல் சொல்கிறார்களோ என்று தோன்றுகிறது.

61. மேகங்கள் எப்பொழுதும் ஒளிமயமான மின்னல்களை நீருடன் தரிக்கின்றன. அதற்கு நன்றி பாராட்டும் வகையில் மின்னல்கள் இந் நகரத்துப் பெண்களாகிக் கருத்த தலைமுடி என்ற பெயரால் அந்த மேகத்தையே தூக்குகிறார்களோ என்று தோன்றுகிறதே!

62. அசைந்து கொண்டே ஒளிவிடும் மின்னல்களைக் கொண்டே பிரம்ம தேவன் இந் நகரத்துப் பெண்களின் கண்களை மிகுந்த கவனத்துடன் படைத்துள்ளானோ! தனது படைப்புத் திறமையை வெளிப்படுத்தவே மின்னல் கண்களையுடைய இப் பெண்களை இங்கு உலவ விட்டு விட்டான் போலும்!

63. மலர் அம்பு கொண்டு மன்மதன் பரமேசனைத் தாக்கினான். ஆனால் அவன் கண் நெருப்பால் பொடி பட்டான். ஆயினும் தற்போது பிறர் அறியாவண்ணம் இந் நகரிலுள்ள பெண்களின் கடைக்கண்களையே பாணமாகக் கொண்டு தாக்குகிறான். இதனால்தான் பரமேசன் பாதி ஆண்மையைத் துறந்து உமையொருபாகன் ஆனானோ?

64. இந்த நகரிலுள்ள பெண்களின் குறைந்த அழகே மன்மதனை மயங்கி விழச்செய்துவிட்டதே. தன் அம்பே தன் மேல் தாக்குதலால் அவனால் ஒன்றும் செய்யஇயலவில்லை. மன்மதனுக்கே இந்தக் கதி என்றால் மற்றவர்கள் பற்றி என்ன சொல்லமுடியும்!

65. மணம் கமழும் பொருள்கள் விற்கும் கடைகளை மங்கையர் கூட்டம் மொய்க்கின்றது. அவர்கள் சூடியுள்ள மலர்களிலிருந்து பறக்கும் வண்டுகள் இனிய

ஒலி எழுப்புகின்றன. இதைக் காணுறும்போது, வழியில் செல்லும் ஆண்களின் காமம் தூண்டும்படி மன்மதன் தன் மலர் அம்பை எய்தும்போது ஏற்படும் ஒலி போன்றல்லவா உள்ளது!

66. நறுமணம் வீசும் மலர் அங்காடிகளில் மக்கள் கூட்டம் மொய்க்கின்றது. அங்குள்ள இளைஞர்கள் பூக்காரனிடம் நல்ல நூல் கொண்டு, அழகாகவும், உறுதியாகவும் உள்ள பெரிய பூக்களால் தொடுக்கப்பெற்ற பூப்பந்தை எனக்கு கொடு என வாங்குவதன்மூலம் மலர்களை மட்டுமல்ல, அங்கு நிற்கும் மலரினும் மெல்லிய மங்கையர்களின் இதயங்களையும் அல்லவா வாங்கிச் செல்கின்றனர்.

67. இங்குள்ள தோட்டங்களில் உள்ள இந்திர உலகத்தையும் தொடுமளவு வானளாவிய மரங்கள் தம் பூக்களில் உள்ள தேனைக் கீழேயுள்ள தாமரைகளின் மேல் பொழிகின்றன. இதைக் காணுறும்போது மரங்களாகிய அந்தணர்கள் தங்கள் பூக்கள் என்ற சுருக்கால் (வேள்வி நெய் சொரியும் மரக்கரண்டி) தேன் என்ற நெய்யைச் செந்தாமரை எனும் வேள்வித் தீ மேல் சொரிந்து யாகம் செய்து இந்திர உலகமாளும் பயன் பெற்றது போலல்லவா திகழ்கின்றது.

68. திருமகள் தாமரையில் வசித்தாள். சூரியன் அத் தாமரையைத் தன் கிரணங்களால் உடைத்து விரித்ததால், அதை விட்டகன்று திருமாலின் மார்பில் உறைந்தாள். அம் மார்பினைப் பிறகு மகரிஷி உதைத்ததால் அவ்விடத்தையும் விட்டு விட்டுச் சந்திரனில் குடியேறினாள். அவனும் ஆகாயத்தில் ஏறிடவே அங்கிருந்து அகன்று இந்திரனின் யானையான ஐராவதத்தின் தலையில் வீற்றிருந்தாள். அந்த யானையோ தன் தலையிலேயே புழுதியை அள்ளி வீசியதால் அவ்விடத்தையும் விட்டகன்று தற்போது இந்த நகரின்கண் குடியேறி இருக்கிறாள். இதனால் அவள் எந்த இன்னல்களும் இன்றி மகிழ்வாக உறைகின்றாள்.

69. காளிதேவியின் கருங்கூந்தல் அழககென்று சென்றால் அவள் விடமல்லவோ அருந்திக் கொண்டிருக்கிறாள். மான்கள் கண்கள் அழகென்று சென்றால் அவை புற்களைத் தின்று கொண்டிருக்கும். சந்திரனின் முகம் அழகு என்று சென்றால் அவன் சூரியனால் மறைக்கப்படுவான். தாமரை அழகென்று சென்றால் அது நீரில் மிதக்கும். ஆனால் இந்த நகரில் உள்ள மங்கைகளின் அனைத்தழகும் ஒருங்கே கண்டால் உலகையே மயங்கவைத்து விடுமே!

70. இந்த நகரின் அகழியின் ஆழத்தை ஆதிசேடன் ஒருவன் அறிந்து புகழ முடியும். மதிற்சுவர்களின் உயரத்தைச் சூரியன் ஒருவனே அறிந்து பாராட்ட முடியும். இந்த நகரின் விரிவையும் சிறப்பையும் எட்டுத் திசைகள்தான் அறிந்து புகழ முடியும். சிறியவர்களாகிய நாம் நம் சொல்லால் எவ்வாறு முழுமையாகப் பாராட்ட முடியும்?

இதே நூலின் ஒன்பதாம் சர்க்கம் அச்சுதப்ப நாயக்கரின் அரண்மனை தர்பார் மண்டபம் பற்றிக் கூறுகின்றது. அமைச்சர் கோவிந்த தீட்சிதர், தன் மகன்

இரகுநாதனோடு அமர்ந்துகொண்டு அச்சுதப்ப நாயக்கர் ஈழவேந்தனுக்குக் கொடுத்த வாக்குறுதிப்பற்றி ஆலோசித்தார் என்றும், இவ்வாலோசனை நிகழ்ந்த இடம் லக்ஷ்மி விலாசம் என்றும் கூறுகின்றது. இந்த லக்ஷ்மி-விலாசத்தை மந்திராலோசனை மண்டபமாகப் பத்தாம் சர்க்கமும் விவரிக்கின்றது.

சாஹித்ய ரத்னாகர வர்ணனைகளின் மொத்தக் கருத்து என்னவெனில் இந்நகரம் ஆழமான அகழியால் சூழப்பெற்ற கோட்டைக்குள் இருந்தது. கோட்டையின் உள்ளே மாடங்களுடன் திகழும் பல பெரிய மாளிகைகள் திகழ்ந்தன. அவை பலகணிகள் பல கொண்டும், யானை, முயல் போன்ற சுதை உருவங்கள் அலங்கரிக்கப்பெற்றும் திகழ்ந்தன. யானைகள், குதிரைகள், தேர்கள் முதலியவை உலவும் பெரும் வீதிகள் இருந்தன. மணம் கமழும் மலர்கள், மாலைகள், வாசனைப் பொருள்கள் விற்கும் அங்காடிகள் நிறைந்த வீதிகளும் இங்குத் திகழ்ந்தன. அழகு மிகுந்த மங்கையர்கள், பலதரப்பட்ட போர் வீரர்கள் ஆகியோர் இங்கு மிகுந்து இருந்தனர்.

கோட்டையின் அமைப்பு கருடன் வடிவில் இருந்ததால் இது கருடக் கோட்டை எனவும் அழைக்கப் பெற்றது. மந்திராலோசனை செய்யும் மண்டபத்தின் பெயர் லக்ஷ்மி விலாசம் ஆகும்.

இரகுநாத விலாசம்

அதே யக்ஞநாராயண தீட்சிதர் சமஸ்கிருதம், பிராகிருதம் கலந்த மொழி நடையில் இரகுநாத விலாசம் என்ற நாடக நூலை இயற்றியுள்ளார். இரகுநாத நாயக்கரையே கதாபாத்திரமாகக் கொண்டு எழுதப்பெற்றது இந்நூல். இரகுநாத நாயக்கர் பற்றிய கற்பனை நாடகமாக இருப்பினும், தீட்சிதர் தஞ்சை அரண்மனையின் அமைப்பை அப்படியே கண்முன் கொணர்ந்து நிறுத்துகிறார்.

இரகுநாத நாயக்கரும் அவரது நண்பன் விதூஷகன் ஒருவனும் தோட்டமொன்றில் கூடுகின்றனர். தனிமைச் சூழல் என்பதால் மனம்விட்டுப் பேசுகின்றனர். இரகுநாதன் முன்பொருமுறை இலங்கை சென்றிருந்த போது அங்கு தான் கண்ட அழகுப்பாவை ஒருத்தி மீது மையலுற்றான். காதல் அரும்பிற்று. தஞ்சை வந்த பின்னரும் அவள் நினைவே அவனை வாட்டிற்று. உலகமே இருள்மயமாகத் தோன்றியது. அந்தப் பாவையின் உருவத்தைப் பாங்குறத்தீட்டி அழகு பார்த்து ஆறுதல் அடைந்தான். காதல் உணர்வால் நிலைகுலைந்த இரகுநாதன் உடன் இலங்கைப் பாவையை அழைத்துவர முயன்றான்.

அறிவாற்றல் மிகுந்த இரகுநாதனுக்குப் பல அறிஞர்கள் நண்பர்களாக இருந்தனர். அவர்களுள் யோகவித்யா என்ற பெண்ணும் ஒருத்தியாவாள். யோகநெறி கைவரப்பெற்ற இப் பெண், தன் யோகசித்தியால் எங்கும் உலவி வரமுடியும். இரகுநாதன் தன்னிடமுள்ள இரண்டு பாதுகைகளை அவளிடம் அளித்து, உடனே இலங்கை சென்று தன் காதலிக்கு அவற்றை அளித்து அவளை

அழைத்து வரும்படி வேண்டினான். வெகு நேரமாகியும் அவர்கள் வராததால் பொறுமை இழந்த இரகுநாதன் தன் நம்பன் விதூஷகனுடன் தோட்டத்தில் அமர்ந்து உரையாடுவதே நாடகத்தின் தொடக்கமாக அமைந்துள்ளது.

மன்னனும், விதூஷகனும் தோட்டத்தில் இருக்கும்போது, மன்னனது கவனத்தைத் திருப்புவதற்காக, அங்குள்ள இயற்கை அழகை விவரிக்கத் தொடங்கினான் விதூஷகன். அந்த இயற்கைக் காட்சிகளிலும் அப் பெண்ணின் தோற்றமே மன்னனுக்குத் தோன்றியது. அப்போது அங்கு வந்த காவலன் ஒருவன் இலங்கையிலிருந்து விஜயகேது தங்களைக் காண வந்துள்ளார் என்றும், அவருடன் பிரதிபாவதி, யோகவித்யா என்ற இரு மாதர்களும் வருகின்றனர் என்றும் விவரித்தான். இவர்களைத் தொடர்ந்து பல்லக்கில் வெகுமதிப் பொருள்களுடன் அரசகுமாரி, தோழிகள் சூழ வருவதாகவும் கூறி அரசனின் ஆணையை எதிர்நோக்கினான்.

இதைக் கேட்ட அரசன் மிகவும் பரபரப்பு அடைந்தவனாய் விதூஷகனிடம் சாரங்க! நம் அரண்மனையின் வாசலில் காத்திருக்கும் குறுநில மன்னர்களை வெளியேற்று, இலங்கை அரசன் விஜயகேதுவை ராஜமரியாதைகளுடன் அரண்மனை வாயிலிருந்து அழைத்து வா, நான் லக்ஷ்மி சிலையின் எதிரில் சிம்மாசனத்தில் அமர்ந்திருக்கிறேன், அங்கு அவர்களை அழைத்து வா என்று உத்தரவிட்டான். சாரங்கன் அவ்வாறே செய்கிறேன் என்று கூறி வெளியேறினான். அரசனும் லக்ஷ்மி சதனத்திற்குச் சென்று அவர்களை எதிர் பார்த்திருந்தான்.

வெளியில் சென்ற சாரங்கன் விஜயகேதுவையும், அரசகுமாரியையும் பின் தொடரும் பிரபாவதி, யோகவித்யா என்ற மாதர்களையும் முறைப்படி உபசரித்து அவர்களுடன் அரண்மனையுள் நுழைகிறான்.

சாரங்கன் : "அரசரே இது ரகுநாத நாயக்கரின் அரண்மனை அருகில் உள்ள வெளி இடம். இதைக் கவனியுங்கள்........!"

பிரதிபா : (நான்கு புறமும் பார்த்துக் கொண்டு) குழந்தாய் விஜயகேது! இந்த இடத்தைப் பார்த்தாயா? மன்னரைக் காணவந்த குறுநில மன்னர்கள் ஒருவருக்கொருவர் முந்திக்கொண்டு சென்றதால் அவர்களின் தோள் நகைகளின் முத்துக்கள் சிதறிக் கிடக்கின்றன. யானைகளின் மதநீரால் தரை ஈரமாகவும், குதிரைகள் வேகமாகச் செல்வதால் ஒலிமிகுந்தும் காணப்படுகிறது.

விஜயகேது : ஆமாம் தாயே, இரகுநாத நாயக்கரின் மகிமையே மகிமை!

யோகவித்யா : இந்த இடத்தைப் பார்த்துச் சிங்கள மன்னன் மட்டுமல்ல ஏனைய மன்னர்களும் ஆச்சரியத்தில் மூழ்குகின்றனரே!

பிரதிபா : உண்மைதான்.

விதூஷகன்	:	மற்ற அரசர்கள் என்ன? எல்லா அரசர்களுக்குமே திகைப்புத்தான் பதினெட்டுச் சாதியினருக்கும் கர்வம்தான்! (சிரிக்கின்றனர்.)
தோழிகள்	:	இராஜகுமாரி எல்லா உலகுக்கும் இந்திரன் போன்ற இரகுநாதனை அடைந்து எங்களை மறந்து விடுவாயோ?
தோழிகள்	:	இராஜகுமாரி, ஓடக்கூடிய தேர்கள்தான் எங்கும் காணப்படும். ஆனால் இங்குத்தரையில் பதிக்கப்பட்ட தேர்களல்லவா காணப்படுகின்றன....! (இராஜகுமாரி திருப்பிப் பார்க்கிறாள்)
விதூஷகன்	:	கண்ணாடியால் செய்யப்பெற்ற தேர்கள் இவை. இவற்றின் உச்சியில் மயில்கள் உட்கார்ந்துள்ளன. இவைகளைப் பார்க்கும் போது இந்த நகரைப் பார்ப்பதற்காக தேவலோகத்திலிருந்து தேவர்கள் தேர்களில் வந்துள்ளார்களோ என்றும் எண்ணும்படியுள்ளது.
விஜயகேது	:	தாயே இவர் இடத்திற்கு தக்கப்படி பேசுகிறாரே யார் இவர்?
யோகவித்யா	:	இவர் மன்னன் இரகுநாதனின் பால்ய நண்பர்; சாரங்கன் என்ற அந்தணர்.
விஜயகேது	:	ஆம். நான் இவரைப்பற்றி கேள்விப்பட்டிருக்கிறேன். (இவ்வாறு பேசிக்கொண்டே முன்னேறுகிறார்கள்)
பிரதிபா	:	(முன்னால் பார்த்து) இது என்ன மண்டபம்? இங்குத் தளவரிசைகளை இரத்தினங்களால் பதிக்கப்பட்டுள்ளனவே. தங்கத்தாலான தூண்கள் மண்டபத்தைத் தாங்குகின்றனவே. ஆங்காங்கு தோரணங்கள் அலங்கரிக்கின்றன. பார்ப்பதற்குக் கண்ணைக் கவரக்கூடியதாக அல்லவா உள்ளது. பிரும்மாண்டமே இங்கு வந்துவிட்டதோ?
யோகவித்யா	:	மன்னன் இரகுநாதன் ஸ்ரீ ராமநவமி போன்ற உற்சவங்களைக் கொண்டாடுவது வழக்கம். அதற்காக மக்கள் இங்குவந்து போவர். அவர்களுக்கு அமர ஏற்ற மண்டபம்தான் இது.
விஜயகேது	:	மன்னன் எல்லா உலகையும் ஆளத் தகுதியுள்ளவன். எனவே அவன் கட்டிய மண்டபம் அதற்கு ஏற்றதாகவே இருக்கிறது.
விதூஷகன்	:	மன்னனது மகிமையை எடுத்துச்சொல்ல எவராலும் முடியாது. விஜயகேது நீ ஒருவனே அதற்கு ஏற்றவன். மற்றவர்களால் முடியாது. சந்திரனைக் கண்டு கடல்தான் பெருமைப்படுகிறது.

விஜயகேது : மன்னனது புலமையை ஆதிசேஷன்தான் கூறமுடியும். அவன் அழகை மன்மதன்தான் உணரமுடியும். அவன் பராக்கிரமத்தைத் தேவலோகத்திலுள்ள இந்திரன்தான் சொல்ல இயலும். அவ்விதம் இருக்கும்போது நாங்கள் கூறிட இயலுமோ?

விதூஷகன் : இருப்பினும் இப்போதுள்ள அரசர்களுள் இரகுநாத நாயக்கனின் மகிமையைச் சொல்ல நீ ஒருவனே சிறந்தவன். இந்த மண்டபத்தில் ஸ்தாபிக்கப்பட்டுள்ள ரகுவம்சத் திலகம் ராமனை வணங்கி விட்டுச் செல்வோம்.

விஜயகேது : சரியான யோசனையைச் சொன்னீர்கள், அவ்விதமே செல்வோம். (எல்லோரும் இராமமந்திரத்தில் ஏறுகிறார்கள்)

விஜயகேது : (முன்னால் பார்த்தவண்ணம்) ஆஹா இராமனுடைய அழகான உருவம் இங்குள்ளதே இடதுகையில் வில்லும் வலதுகையில் ஓர் அம்பும் ஏந்தி, பக்கத்திலுள்ள சீதையை அன்புடன் பார்க்கும் இராமனுடைய விக்கிரகம் கண்ணைக் கவருகிறது. (பக்கத்தில் பார்த்து) சந்திரகலே இராமனை வணங்கு. தசரதமைந்தன் தன் கால்தூசியால் கௌதமருக்கு மனைவியை அளித்தவன். தசமுகனை வென்றவன். அவனை வணங்கு. (கதாநாயகி சந்தரகலை இராமனை வணங்குகிறாள் பிரபாவதியும் இராமனைத் துதிக்கின்றாள்)

விஜயகேது : சாரங்க அரசன் எங்கு இருக்கிறார்?

விதூஷகன் : இந்திரா மந்திரத்தில் லக்ஷ்மியின் எதிரில் அமர்ந்திருக்கிறார். வாருங்கள் போவோம். (எல்லோரும் செல்கின்றனர்)

விஜயகேது : லக்ஷ்மி விலாசம் என்ற மண்டபம் எது?

விதூஷகன் : 24 தூண்களால் தூக்கிக் கட்டப்பட்ட மண்டபத்திற்குள் அடங்கியது பத்ரசாலை. இதன் அருகில் தான் லக்ஷ்மி விலாசம் இருக்கிறது. வாருங்கள் செல்வோம். (எல்லோரும் சிறிது உள்ளே செல்கின்றனர்)

யோகவித்யை : (நான்கு புறமும் பார்த்து) இதுதான் லக்ஷ்மி விலாசம். எல்லோரும் பாருங்கள். முன்பு இரகுநாத நாயக்கன் இங்குதான் மணி பாதுகைகளை ஸ்தாபித்தான். இதுவரையில்தான் என்னால் சொல்ல முடியும்.

விதூஷகன் : தினந்தோறும் காலையில் நீராடிவிட்டு அந்தப்புரத்திலிருந்து இரகுநாதன் இங்கு வருவான். இங்குள்ள புருஷோத்தமன்

நாராயணனை வணங்கிவிட்டு, ஜபசாலையில் அமர்ந்து ஜபம் செய்து கொண்டிருக்கும் அந்தணர்களின் ஆசியைப் பெறுவான். வேதமறிந்த அந்தணர்களுககுத் துலாபாரதானம் அளிப்பான். பின்பு ஏனைய குறுநில மன்னர்களின் மகுடங்கள் அரசனின் கால்களை அலங்கரிக்க, துதி பாடகர்கள் துதிபாட, தர்பாரில் அமர்ந்துவிட்டு மதியம் அந்தப்புரம் செல்வான்.

பிரபாவதி : ஆஹா இரகுநாத மன்னனின் மகிமையைப் பற்றிக் கேள்விப்பட்டிருக்கிறேன். இப்போதுதான் கண்களால் பார்க்கிறேன்.

விஜயகேது : (நான்குபுறமும் பார்த்து ஆச்சரியத்துடன்) ஆஹா, ஒருவன் ஓம்கார நாதத்தின் லய காலத்தில் மேகம் இடிப்பது போன்று கம்பீரமான குரலில் மெதுவாக இரு பாதங்களையும் எடுத்து ஆடுவது மிக நன்றாக இருக்கிறது. ஏனைய கிளிகளும் அதனையே செய்கின்றன. மான்கள் பாட்டை இரசித்து நிற்கின்றன.

தோழிகள் : (பிறர் காதில் விழாமல்) ராஜகுமாரி உனக்கு ஏற்றவர்தான் மன்னர் ரகுநாதன். அழகாக ஆடும் பெண்மயிலுக்கு நட்டுவம் செய்கிறது ஆண்மயில். அழகாகப் பாடும் வானம்பாடிக்குக் கூண்டிலுள்ள கிளிகள் கற்பிக்கின்றன. பெண்மானுக்கு ஆண்மான் அபிநயம் கற்றுத் தருகின்றது. இவை எல்லாவற்றையும் உனக்காகக் கொண்டு வந்துள்ளோம்.

விதூஷகன் : விஜயகேது! இங்குள்ள நாராயணனை வணங்குவோம். (எல்லோரும் முன்னோக்கிச் செல்கின்றனர்)

யோகவித்யை இதுதான் பூஜாகிருஹம்.

விஜயகேது : ஆஹா நாராயணன் இங்கு ஆதிசேடன் மீது பள்ளி கொண்டல்லவா இருக்கிறார்.

பிரதிபை : ஆம் கண்களை மூடித் தூங்குவது போல் காணப்பட்டாலும் அண்ட சராசரங்களையும் கண்ணுற்றுக் காக்கும் திருமாலுக்கு என் வணக்கம். பெண்ணே நீயும் வணங்கு. (நாயகியும் வணங்குகிறாள்.)

விஜயகேது : சாரங்கா இங்கிருந்து எவ்வளவு தூரத்தில் இந்திரா மந்திரம் உள்ளது?

விதூஷகன : இந்த லக்ஷ்மி விலாசத்திற்குத் தெற்காக அந்தப்புறப் பெண்களின் பல்கலை கற்கும் பள்ளி உள்ளது.

அதற்குள்ளாகவே சூரியனைத் தடுக்கும் ஸ்ரீ ராமசௌதம் உள்ளது. அதற்கு மறுபுறம் வடக்குத் திசையில் ஒரு மாடி. அங்கிருந்து நாழிகை தோறும் மணி ஒலியும் சங்கு ஒலியும் கேட்கும். அதன் ஒலி விஜயபவனத்தில் எதிரொலிக்கும். அதற்குப் பின்னால் ஒட்டினாற்போல்தான் இந்திரா மந்திரம். வாருங்கள் செல்வோம்.

விதூஷகன்	:	இதுதான் இந்திரா மந்திரம். அங்குச் செல்வோம்.

(எல்லோரும் அங்குச் சென்று ஆச்சரியத்துடன் பார்க்கின்றனர்.)

விஜயகேது : (நான்கு புறமும் பார்த்துக் கொண்டே) ஆஹா இரத்தினத்தால் இழைக்கப்பட்ட சுவர்களில் திக்பாலகர்கள் அமர்ந்துள்ளனர். ஜன்னல் கண்ணாடிகளில் சூரியன் தீட்டப்பட்டு எதிரொலிக்கின்றான். மாபெரும் தூண்களின் மேல் மேருமலை ஸ்தாபிக்கப்பட்டுள்ளது. இதன் சிறப்பை எவர்தான் முழுதாகக் கூற இயலும்?

பிரதிபை : இந்த இந்திரா மந்திரத்தில் கீழிருந்து மேல் வரை சுவர்களில் பசுமையான வாழை மரங்கள் தீட்டப்பட்டுள்ளன. அதன் காந்தியால் தூண்களும் பசுமையாக இருப்பதால் இங்கு வருபவர்கள் கைகளால் தொட்டுத்தான் தூண்கள் என உணர்கின்றனர். கண்ணுக்கு அவை புலப்படவில்லை.

விதூஷகன் : விஜயகேது இந்த இடத்தைப் பார்.

விஜயகேது : என்ன இது? இந்த இடம் மேடு பள்ளமாகப் புலப்படுகிறதே?

விதூஷகன் : பூமி மேடு பள்ளமாக இருக்கிறதா? உன் புத்திதான் மாறுபட்டிருக்கிறது.

விஜயகேது : (காலால் அந்த இடத்தைத் தடவி, வியப்புடன்)

இந்த இடம் கண்ணாடி பதிக்கப்பட்டுள்ளதால் சுத்தமாக இருக்கிறது. மண்டபத்தின் மேலே உள்ள தங்கத் தூண்கள் இங்குப் பிரதிபலிக்கின்றன. அதனால் பூமி மேடு பள்ளம் உள்ளது போன்று விசித்திரமாகத் தென்படுகிறது.

தோழி : சந்திரிகே! இந்த இடத்திலேயும் மேல்விதானங்கள் உடைய தங்கத்தாலான பெரிய படுக்கைகள் காணப்படுகின்றன.

தோழி : குமுதவதி மிக உயரமான 'மலயம்' என்ற பெயருள்ள வேடிக்கை மாடி இப்படித்தான்.

தோழி : படுக்கைகள் மிக உயரமாக ஆங்காங்கே வைக்கப்பட்டுள்ளன. இந்த மாடியும் மலயபர்வதத்திற்கு ஒப்பாக இருக்கிறது. இதைப் பார்ப்பதற்கோ, வர்ணிப்பதற்கோ யாரால் முடியும்? (புன்முறுவல் செய்கிறாள்)

விஜயகேது : தாயே பிரதிபாவதி, இங்குதான் வெள்ளி மேடையில் இரகுநாத நாயக்கன் அமர்ந்திருக்கிறார். சீக்கிரம் வேலைக்காரர்களிட மிருந்து பரிசுப் பொருள்களை வாங்கி வா. நான் அவரை வணங்குகிறேன். (என்று வணங்க முயற்சிக்கிறார்.)

விதூஷகன் : (அதைத் தடுத்து) விஜயகேது இது ரகுநாத மன்னனது மாணிக்கப் பதுமை.

விஜயகேது : சாரங்கா மன்னன் ரகுநாத நாயக்கரிடத்தில் என்னை அழைத்துச் செல். (விஜயகேது தன் கையிலுள்ள பரிசு பொருள்களை விஜயகேதுவிடம் கொடுத்துவிட்டு ரகுநாதரை வணங்குகிறார். அரசன் அவரைத் தூக்கிவிட்டு) நண்பா! சிங்கள சிங்கமே எழுந்திரு. உன் புகழ் எங்கும் பரவட்டும். நீ பரிவாரங்களுடன் நலமுடன் இருப்பாயாக.

அரசே உன்னை வணங்குபவர்களுக்கு நன்மைதான் உண்டாகும். ஏனைய அரசர்களுக்கும் நன்மையே உண்டாகும். உன் திருவடிகளின் மகிமையே மகிமை (அரசன் விஜயகேதுவைக் கட்டித் தழுவிக் கொள்கிறான்.)

(நாயகியைப் பார்த்து) பெண்ணே இந்த இந்திரா மந்திரத்தில் வீற்றிருக்கும் எல்லா நலன்களையும் அளிக்கவல்ல இந்திராவை (லக்ஷ்மி) வணங்கு. (நாயகி வணங்குகிறாள்.)

இரகுநாதன் : (கைகூப்பி) உன்னுடைய இதயக்கமலத்தில்தான் உட்கார்ந்திருந்தேன் என்று சொல்வதைப் போலத் தாமரையில் வீற்றிருக்கும் இந்த இந்திரா மந்திர லக்ஷ்மி எனக்குச் சகல சௌபாக்கியங்களையும் அளிக்கட்டும்.

(நாயகியிடம் மூக்குத்தி உள்ளிட்ட எல்லா அணிகலன்களும் உள்ள நகைப்பெட்டியை மன்னன் அளிக்கிறான். அவளும் ஏற்றுக் கொள்கிறாள்)

பிரதிபை : அரசன் நீடுழி இப்புவியை ஆளட்டும்
அனைவரும் நலமுடன் வாழட்டும்

இந்தக் காட்சியோடு இந் நாடகம் நிறைவு பெறுகின்றது.

யக்ஞநாராயண தீட்சிதர் இரகுநாத விலாசம் என்ற இந்த நாடகத்தின் வாயிலாகத்தான் நாளும் கண்ணுறும் தஞ்சை அரண்மனையை அப்படியே படம் பிடித்துக்காட்டுகிறார். அரண்மனைக்கு வெளியே பரந்த வெளியும், யானைகள், குதிரைகள், தேர்கள் போகும் பெரும் வீதிகளும் இருந்ததைக் குறிப்பிடுகிறார். கண்ணாடி பதிக்கப் பெற்ற தேர் போன்ற மண்டபங்கள் திகழ்ந்ததாகவும் வருணிக்கின்றார். தங்கத் தகடுகளால் அலங்கரிக்கப்பெற்ற பெரிய மண்டபம் ஒன்றைக் குறிப்பிட்டு, அது தோரணங்களால் அலங்கரிக்கப்பட்டிருப் பட்டிருந்ததாகவும், அங்கு ஸ்ரீ ராமநவமி உற்சவம் கொண்டாடப்பெறும் என்றும் கூறுகிறார். அந்த மண்டபத்தில் ஸ்ரீ ராமனின் திருவுருவம் சீதாப் பிராட்டியோடு பிரதிட்டை செய்யப் பெற்றிருந்ததால் அந்த இடத்தை 'ராமமந்திரம்' என்றும் குறிப்பிடுகிறார்.

அடுத்து 24 தூண்களுடன் இருந்த பத்ரசாலையையும் அதற்கடுத்துள்ள லக்ஷ்மி விலாசம் என்ற பகுதியையும் விவரிக்கின்றார். இங்கு வரும் மன்னன் முதலில் ஜபசாலையில் ஜபம் செய்யும் அந்தணர்களில் ஆசியைப் பெற்று, அங்குள்ள நாராயணன் உருவை வணங்குவதாகவும் கூறுகிறார். அந்த நாராயணன் திருமேனி ஆதிசேடன் மீது பள்ளிகொள்ளும் பெருமாளாகத் திகழ்வது என்றும் தெரிவிக்கின்றார். லக்ஷ்மி விலாசம் என்பது மன்னன் கொலு வீற்றிருக்கும் மண்டபம் என்பதையும் கூறுகின்றார்.

லக்ஷ்மி விலாசத்திற்கு தெற்காக அந்தப்புரப் பெண்கள் பல கலைகளையும் கற்கும் கலா பரிசீலனசாலா உள்ளது என்றும், அதற்குள்ளாகவே ஸ்ரீ ராம சௌதம் இருப்பதாகவும் விவரிக்கின்றார். அதற்கு மறுபுறம் உள்ள மாடியில் நேரத்தை அறிவிக்கும் மணி மாடம் உள்ளதாகவும், அதனை அடுத்து விஜயபவனம் திகழ்வதாகவும் அதற்கருகே இந்திரா மந்திரம் எனும் மன்னன் வசிப்பிடம் இருப்பதாகவும் கூறுகிறார்.

இந்திரா மந்திரம் பற்றி மிக விரிவாக எடுத்துரைக்கின்றார். தூண்கள் மேல் பல அடுக்குகள் கொண்ட மலயம் போன்று உயரமாகத் திகழ்வதாகவும், வாழை மரங்கள் பசுமை வண்ணத்தில் அங்குத் தீட்டப்பெற்றிருப்பதாகவும், பலகணிகள் பலவுடன் கண்ணாடிகளில் வண்ணம் தீட்டப்பெற்று அங்குக் காணப்படுவதாகவும் இயம்புகிறார். இந்த இந்திரா மந்திரத்தில் இலக்குமி தாமரையில் வீற்றிருக்கும் திருவுருவம் இடம்பெற்றிருந்தது என்றும், இதே மாளிகையில் ஓர்புறம் வெள்ளி ஆசனத்தில் இரகுநாத நாயக்கரின் ஓர் உருவச்சிலை மாணிக்கமயமாகத் திகழ்ந்ததாகவும் எடுத்துக் கூறுகிறார்.

இரகுநாத நாயகாப்யுதயமு

தஞ்சையை கி.பி.1600-1645 வரை ஆட்சி செய்தவர் இரகுநாத நாயக்கர். பின்பு இவரது மகன் விசயராகவ நாயக்கர் 1675 வரை ஆட்சி புரியலானார். தன் தந்தையின் செயல்பாடுகளை விவரிக்கும் வண்ணம் 'இரகுநாத நாயக்காப்யுதமு' என்ற காவியம் ஒன்றைத் தெலுங்கில் இயற்றியுள்ளார். இந்நூலின் 335ஆம்

பாடலிலிருந்து 460 வரை தஞ்சை நகரின் எழில், கோட்டை, அரண்மனை ஆகியவை பற்றி விவரித்துள்ளார். இரகுநாத விலாசம் போன்றே இந்நூலும் அரண்மனையின் ஒவ்வொரு பகுதியின் பெயரையும் கூறி அதன் அமைப்பையும் எடுத்துக் கூறுகின்றது. இந்நூல் கூறுவதாவது.

புண்ணிய ஊர்களாகிய மன்னார்குடி, கும்பகோணம் முதலிய ஊர்களுக்கெல்லாம் நாயகமாக விளங்குவது தஞ்சைநகரமாகும். அயோத்திக்கு ஒப்பான நகரமாகும். தஞ்சைக் கோட்டையின் அழகை வேறு எங்கும் காணமுடியாது. கடவுளால் கூட அந்த அழகைக் கூற இயலாது. கோட்டைக்கு வெளியே நீர் பருகுவதற்காக வரும் மதங்கொண்ட யானைகள் மேகக்கூட்டமாகவும், அகழியில் உள்ள நீர் கடல் போலவும் தோன்றுகிறது.

கோட்டையோ மிக உயரமாக உள்ளது. அதில் உப்பரிகைகள் உள்ளன. கோபுரம் பிரகாரம் போன்றவை முழுமையாகத் திகழ்கின்றன. திருமாளிகைகள், அதனை விஞ்சுகின்ற இதர வசதிகள், இடைவிடாது திருவிழாக்கள் நிகழும் புண்ணியத் திருக்கோயில்கள் ஆகியவை இந் நகரை அலங்கரிக்கின்றன.

மங்கலமான மணிகள் பொருந்திய இரதங்கள் உள்ளன. பெரிய மலைகளோ என வியக்கும் வண்ணம் பெரிய யானைகள் உள்ளன. இந்த யானைகள் கட்டியிருக்கும் 'பெத்தபவந்தி' எனுமிடம் இருக்கிறது. அழகாகச் சிங்காரிக்கப் பெற்ற குதிரைகள் உள்ள படாணி பவந்தி உள்ளது. எழுதுகோல்களுடன் கணக்கு எழுதும் 'சம்பிரதிகரணம்' எனும் அலுவலர்கள் பணிபுரியும் 'விசால சாலை' உள்ளது.

இராமபிரானின் உருவம் திகழும் 'இராமபத்ரசாலை' உள்ளது. வழிவழியாக வந்த இடையர்கள் பிரம்புக்கோல் வைத்துக்கொண்டு 'கோணவாகிலி' எனும் வாயிலைக் காவல் புரிந்து நிற்கின்றனர். சேனாபலத்தில் இடம் பெற்ற இராஜுலு என்ற இராஜாக்கள் இடம்பெற்ற லக்ஷ்மி விலாசம் என்ற இடம் உள்ளது. பளிங்குக் கற்களாலானதும் சிங்கமுகம் அமைந்ததுமான வாயிலொன்று அங்குள்ளது. அதனருகில் புன்னை மரமொன்று நிழல் தருகின்றது. அதனருகே வண்ணங்கள் தீட்டப்பெற்ற அச்சுதரங்ககூடம் திகழ்கின்றது. எளிமையான நாகபுரி விலாசகேஹம் என்ற வீடும் உள்ளது. மலைக்கு ஒப்பான லாகுலசப்பரங்கள் உள்ளன. வஸ்தாத்துக்கள் பயிற்சி செய்யும் 'கரடிகூடம்' அங்கேயே திகழ்கிறது. நவரத்னமயமான 'நாடகசாலை' உள்ளது. மன்னார் இடம்பெற்ற 'மதன கோபால விலாச மந்திராங்கணம்' உள்ளது. பட்டாபிராமர் உருவமும் அபரஞ்சிப் பொன்னால் செய்யப்பெற்ற சப்பரமும், நீலநிறத்தில் பளபளப்புடன் திகழும் கருப்புக் கல்லும் இடம்பெற்று, இரண்டாம் புஷ்பக விமானமோ என வியப்பூட்டும் 'ஸ்ரீ ராம சௌத ராஜம்' உள்ளது.

போர் வெற்றிகளை எடுத்துக்காட்டும் 'விஜயபவனம்' உள்ளது. இங்குக் காவல் புரிபவர்கள் பிரம்புக் கோலுடன் காவல் புரிகின்றனர். பொன் மயமான

நுழைவாயிலும் சுதை வேலைப்பாடுகளோடு பவளக் கால்களைப் போல எழில்காட்டும் தூண்களும், பச்சை, நீல இரத்தினங்களையொத்துச் சுடர்விடும் சுவர்களும், சிவப்பு மணிகளால் அமைந்த போதிகைகளும், செப்புத் தோரணங்களாலும் முத்துக் குஞ்சலங்களாலும் ஒப்பனை செய்யப்பெற்ற பலகணிகளும், மடிக்கத்தக்க கதவுகளும் இந்த விஜயபவனத்திற்கு எழில் கூட்டுகின்றன. இம் மண்டபத்துள் சோழகனை வென்ற காட்சி, ஈழ மன்னனுக்கு அரசுரிமை வழங்கிய திறம், மதுரை, செஞ்சி நாயக்கர்களைப் போரில் வென்று கைப்பற்றிய அரியணையில் இராமதேவராயரை அமர்த்தும் அருமை ஆகிய வண்ண ஓவியங்களால் இக்கூடம் தனிச்சிறப்புப் பெற்று விளங்குகிறது. இங்கே சீனநாட்டுப் பறவை வேலைப்பாடுகளால் அழகூட்டப்பெற்ற யானைத் தந்தத்தாலியன்ற நாற்காலி உள்ளது.

தேவர் உலகம் போன்ற காட்சி தரும் ‘இந்திரா மந்திரமும்’ விருத்தாந்தமாகத் திகழும் ‘விஜயராகவ விலாசமும்’ அங்கே உள்ள உன்னதமான மாளிகைகளாகும். இவ்வளவு எழில் மிகுந்த அரண்மனையில் இரகுநாதன் வீற்றிருந்து ஆட்சி புரிகிறார் என்பதை விஜயராகவ நாயக்கர் இந்நூலில் எடுத்துரைக்கின்றார்.

விஜயராகவ நாயக்கர் ஹசாரம் எனும் பகுதியில் தொடங்கி, பெத்தவந்தி, பட்டாணி பவந்தி, விசால சாலை, இராமபத்ரசாலை, கோணவாகிலி, லக்ஷ்மி விலாசம், அசுத்தரங்க கூடம், நாகபுரி விலாசகேஹம், கரடிகூடம், நாடகசாலை, மதனகோபால விலாச மந்திராங்கணம், ஸ்ரீ ராம சௌதராஜம், விஜயபவனம், இந்திரா மந்திரம், விஜயராகவ விலாசம் என்ற இடம் முடிய அரண்மனையின் பல்வேறு பகுதிகளையும் நமக்குக் காட்டுகின்றார்.

இதே நூலில் மற்றோரிடத்தில் இராம சௌதம் பற்றி விரிவாகக் கூறுகின்றார். மதுரை வீரப்ப நாயக்கரை வெற்றிகொண்ட இரகுநாத நாயக்கர் அம்மன்னனது பாவையையும், அவர் கொடுத்த வேதிகையையும் (இது கல்லாலான அரசு கட்டிலாக இருத்தல் கூடும்) ஏற்றுக் கொண்டு தஞ்சை மாநகரை அடைந்தார். இவர் தனக்கு உரிமையுடைய அரண்மனையில் கலாவதி என்ற மனைவியுடனும், மன்னார்குடியில் கோயில் கொண்டுள்ள இராஜகோபாலனின் திருவருளால் கிடைத்த பிள்ளையுடனும், வெற்றிகளுக்குக் காரணமாகத் திகழும் விஜயராகவன் என்னும் மைந்தனுடனும் உறைந்தார். அப்போது பட்டாபிராமர் வீற்றிருக்கும் அழகான இராமசௌதம் எனும் தர்பார் மண்டபத்தை அடைந்தார். குளிர்ச்சி பொருந்திய கருப்புக் கல்லின் மேல் அபரஞ்சிப் பொன்னால் உருவாக்கப் பெற்ற சப்பரத்தை அடைந்துகொலுவேறினார். உடன் மங்கலப் பெண்டிர் முத்தாரத்தி எடுத்தனர். அப்போது பாட்சாவின் பிரதிநிதியாக ஹனுமோஜிபந்த் பரிசுப் பொருள்களுடன் அங்கு வந்து மன்னனைச் சந்தித்தார் என்று கூறி, இராமசௌதத்தின் அமைப்பைக் காட்டுகின்றார்.

இரகுநாத நாயக்காப்யுதயமு மூன்றாம் பிரிவின் முதல் 45 வரிகளில் இராம சௌதத்தைப் பற்றிக் கூறப்படுகிறது. இங்கே ஒரே கல்லாலான இருக்கையின் மேல்

செம்பட்டுச் சமுக்காளம் போடப்பட்டிருந்தது. இரகுநாதன் அவ்விரிப்பில் அமர்ந்திருக்க, வெளியிலிருந்து வந்தவர்கள், இராயசம் போன்ற அலுவலர்கள், கவிஞர்கள் ஆகியோர் மரியாதை நிமித்தம் எலுமிச்சம்பழத்தைச் சமர்ப்பித்து மன்னனைச் சந்தித்தனர் என்கிறார்.

முதலில் அரண்மனையின் அனைத்துப் பகுதிகளையும் விரிவாகக் கூறியவர் பின்பு இராமசௌதம் எனும் கொலு மண்டபத்தைப் பற்றி மிக விரிவாகப் பேசுகின்றார். இதனால் சக்கரவர்த்தித் திருமகனும் நீதிநெறி ஒரு சிறிதும் தவறாதவனுமாகிய இராமபிரான் பெயரில் அமைந்திருந்த இந்தக் கொலு மண்டபத்தில் அப்பெருமானின் திருவுருவம் பட்டாபிராமனாக எழுந்தருளப் பெற்றிருந்தது என்பதை அறிகிறோம். இது இரகுநாத நாயக்கரின் அறநெறி வழுவாத நீதி பரிபாலனத்தைக் காட்டும் ஒரு குறியீடாகவும் கொள்ளலாம்.

மன்னாருதாச விலாசம்

விஜயராகவ நாயக்கரின் அவைக்களப் புலவராய்த் திகழ்ந்த ரங்காஜி எனும் பெண்பாற் புலவர் 'மன்னாருதாச விலாசம்' என்ற காவிய நூலை இயற்றினார். அதில் விஜயராகவ நாயக்கர் தஞ்சையில் வீற்றிருந்த 'இராஜகோபால விலாசம்' என்ற இடத்தைப் பற்றி மிக அழகாக விவரிக்கின்றார். அழகான சுண்ணாம்புப் பூச்சு அமைந்த சுவர்களும், தொங்கும் அலங்காரக் குஞ்சுகளும், பொன்மயமான தூண்களும், போதிகைகளும், வாசல்களும், பலகணிகளும், எழிலுடன் கூடிய தரையும், அலங்கரிக்கப்பெற்ற மல்லிகை மலர்ச்சரங்களும் இந்த மண்டபத்தை அழகூட்டுகின்றன. இராம காதையை மையமாகக் கொண்ட வண்ண ஓவியங்களும், சரிகை வேலைப்பாடமைந்த விதானங்களும், விரிக்கப்பெற்ற இரத்தின கம்பளங்களும் திகழ அழகான மேடை மீது விஜயராகவன் அமர்ந்துள்ளார். ஒரு பெண் வெற்றிலைப் பெட்டியும் மற்றொரு பெண் காளஞ்சி என்னும் எச்சில் துப்பும் பாத்திரத்தையும் மற்றப் பொருள்களையும் மன்னன் முன்னர் வைக்கின்றனர். மற்றொரு மேடைமீது சதகிருது ஸ்ரீனிவாசதாத்தாச்சாரியார் அமர்ந்து இராமாயணம், பாகவதம் ஆகிய கதைகளை விவரித்துரைக்கின்றார். குடும்பத்தினர் அனைவரும் சூழ அமர்ந்திருக்க மன்னன் முன்பு பெண்கள் அபிநயித்து நாட்டியம் ஆடுகின்றனர் என்று ஒரு காட்சி விவரிக்கப் பெற்றுள்ளது.

இந்நூலின் கூற்றால் விஜயராகவ நாயக்கர் தன் ராஜகுரு, குடும்பத்தாரோடு இராஜகோபால விலாசம் எனும் மண்டபத்தில் அமர்ந்து கொண்டு இயல் இசை நிகழ்ச்சிகளை அனுபவித்ததாக அறிகிறோம்.

சாஹித்யரத்னாகரம், இரகுநாத விலாசம், இரகுநாதாப்யுதயமு, மன்னாருதாச விலாசம் ஆகிய நூல்களில் தஞ்சைக் கோட்டை அரண்மனை, அகழி ஆகியவை பற்றிக் கூறப்பெற்றுள்ளதைக் கண்டோம். இந் நூல்களைத் தவிர இரகுநாத நாயக்கரின் சங்கீத சுதா, இராமபத்ராம்பாவின் இரகுநாதாப்யுதயம் ஆகிய நூல்களிலும் அரண்மனையின் சில பகுதிகள் பற்றி விவரிக்கப்பெற்றுள்ளன. இனி

இதுகாறும் கண்ட இலக்கியக் கூற்றுக்களைத் தொகுத்துத் தற்போது காணப்பெறும் தஞ்சை நகர அமைப்போடு ஒப்பிட்டுக் காண்போம்.

சிறிய கோட்டையும் அகழியும்

தஞ்சைக் கோட்டை மிக உயர்ந்த கட்டுமான அமைப்போடு ஆழமான அகழி சூழ்ந்து காணப்பெற்றதாகவும், இக்கோட்டையின் அமைப்பு கருட வடிவில் இருந்ததால் கருடக்கோட்டை என அழைக்கப்பெற்றதாகவும் யக்ஞ நாராயண தீட்சிதர் சாஹித்ய ரத்னாகரத்தில் கூறுகின்றார். தஞ்சைக் கோட்டை மற்றும் அகழியின் வரைபடம் 1803 இல் ராபர்ட் ஓர்ம்ஸ் என்பவர் எழுதிய Collection of Maps and plans to Accompany The History of the Military Transactions of the British Nation in 'INDUSTAN' எனும் நூலில் வெளிவந்துள்ளது. இது நிலஅளவை அடிப்படையில் வெளிவந்த துல்லியமான வரைபடமாகும். பின்னர் 1840இல் கம்பெனியார் ஆட்சியின்போது வெளியிடப்பெற்ற வரைபடத்திலும் தஞ்சைக் கோட்டையின் வரைபடம் வெளிவந்துள்ளது. சூசன்கோலி என்பவர் எழுதிய 'மேப்ஸ் ஆப் இந்தியா' எனும் நூலில் தஞ்சைச் சரஸ்வதி மகாலில் உள்ள இரண்டு மோடி வரைபடங்கள் வெளியிடப்பட்டுள்ளன. சிறிய கோட்டையின் மூலையில் உள்ள கல்வெட்டில் முதல் கோட்டையான சிறிய கோட்டை கி.பி.1560இல் கட்டப்பெற்றதாகக் கூறப்பெற்றுள்ளது. தற்போதுள்ள கோட்டையும் அகழியும் தஞ்சை நாயக்க மன்னர்களான செவ்வப்பர், அச்சுதப்பர் ஆகியோரால் எடுக்கப் பெற்றவையாகும். இக்கோட்டை அகழிகளைச் சோழர் காலத்ததாகக் கருதுவது தவறாகும்.

சோழர்களின் ஆட்சி முடிவுற்றபோது தஞ்சை நகரம் முழுவதும் அழிந்ததும், பின்னர் 1343இல் புதிய சாமந்த நாராயணச் சதுர்வேதி மங்கலம் உருவானதும் முன்னரே குறிப்பிட்டோம். அதன்பிறகு தஞ்சையில் எந்த ஒரு பெரிய வளர்ச்சியும் அடைந்ததாகச் சான்றுகள் இல்லை. கி.பி.1535இல்தான் விஜயநகரப் பேரரசர் அச்சுததேவராயர் நெடுங்குன்றத்துச் செவ்வப்ப நாயக்கரைத் தஞ்சை நாயக்கராக நியமனம் செய்தார். ஆனால் இதற்கு முன்பாக கி.பி.1532இல் வாசல் மல்லப்ப நாயக்கர் (இவர் செவ்வப்ப நாயக்கரின் உடன்பிறந்தவர்) மகன் சின்னப்ப நாயக்கர் தர்மமாகக் கோனப்ப நாயக்கர் என்பவர் தஞ்சாவூர்ப் பிள்ளையார் அளகேஸ்வர பிள்ளையாரான தொப்பாரங்கட்டிப் பிள்ளையார் கோயில் திருப்பணிகள் செய்ததைக் கல்வெட்டொன்று[1] விவரிக்கின்றது. இதுவே தஞ்சைக் கோட்டை, அகழி எடுக்கப்படுவதற்கு முன்னர் செவ்வப்பநாயக்கர் குடும்பத்தாரால் எடுக்கப்பெற்ற கோயிலாகும்.

விநாயகர் கோயிலில் தொடங்கிய இவர்களது பணி பின்பு மிகப்பெரிய கோட்டை, அகழி, அரண்மமனை என விரிந்தது. நெடுங்குன்றத்திலிருந்து ஆட்சிப் பொறுப்பேற்றுத் தஞ்சை வந்த இவர்களுக்குத் தலைநகரமே புதிதாக நிர்மாணிக்க வேண்டிய அவசியமாயிற்று. முதலில் தங்களுக்குத் தேவையான பாதுகாப்புமிக்க அரணாகத் தஞ்சைப் பெரியகோயிலையும், அதனைச் சுற்றியுள்ள பகுதியையும்

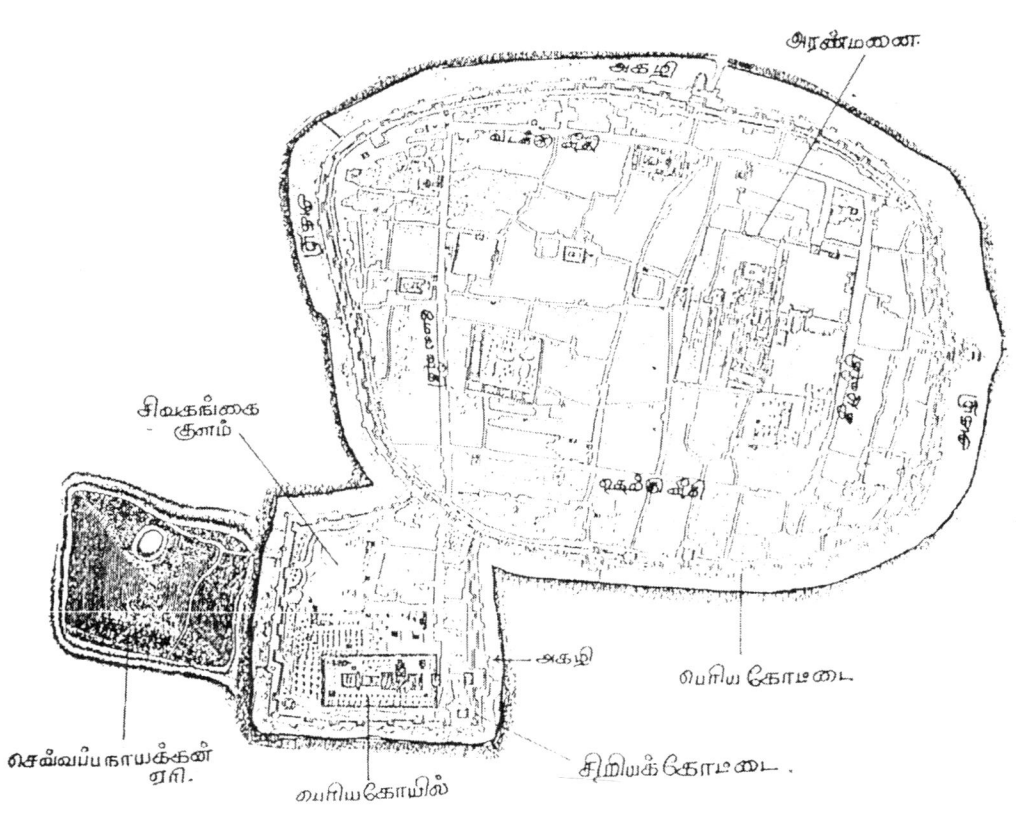

தஞ்சாவூர் பெரியகோட்டையும் சிறிய கோட்டையும்

தேர்வு செய்து அமைத்தனர். தஞ்சைப் பெரியகோயிலின் வட மேற்கு மூலையில் உள்ள சிவகங்கைக் குளமும் அதனுடன் இணைந்த பகுதிகளும் இவர்கள் அமைத்த அரணுக்குள் அமைந்தன. சிவகங்கைக் குளம் சோழர் காலத்துப் பழைமையான குளமாகும். அறிஞர்கள் இதுதான் அப்பர் சுவாமிகள் குறிப்பிடும் தஞ்சைத் தனிக்குளம் என்பர். ஆயினும் அதற்குரிய சான்றுகள் இதுகாறும் கிடைக்கப்பெறவில்லை. தஞ்சை பெரிய கோயில் எடுக்கப்பெற்றபோது தோண்டப்பெற்ற குளமே இதுவாகும்.

செவ்வப்ப நாயக்கர் தஞ்சை நகரத்துக்கு அளித்த முதற்கொடை 'செவ்வப்பன் ஏரி' ஆகும். தஞ்சைப் பெரிய கோயிலுக்கு மேற்காக மிகப்பெரிய ஏரி ஒன்றினை வெட்டுவித்து, அதற்கு மழைநீர் வரும் வாரிகளையும் அமைத்து மிகப்பெரியதாக உருவாக்கினார்.

இராசராசன் காலத்துத் தஞ்சை நகரத்துக்குத் தற்போதைய மேலவெளிக் கிராமத்தில் (களிமேட்டுக்கு அருகிலுள்ள) உள்ள 'ரங்க உடையான் ஏரியே' நீர்த்தேக்கமாகத் திகழ்ந்திருக்கிறது. பின்னாளில் அந்த ஏரி சார்ந்த பகுதிகள் அழிவுற்றதால் நாயக்கர் காலத்தில் புதிய நகர அமைப்பிற்கேற்பத் தோண்டப் பெற்றதே செவ்வப்பன் ஏரியாகும்.

செவ்வப்பன் ஏரியிலிருந்து தனித்த பாய்கால் வழியாக ஏரி நீர் சிவகங்கைக் குளத்திற்கு வந்தது. இடையிலுள்ள கோட்டைச் சுவர், அகழி இவற்றைக் கடக்க இந்தப் பாய்காலுக்குத் தனித்த சிறப்பு அமைப்புகளும் செய்துள்ளனர். இவ்வமைப்புகளால் மழைநீர் செவ்வப்பன் ஏரியில் தேங்கித்தெளிவு பெற்ற பின்னரே சிவகங்கைக் குளத்திற்கு வந்தது. அந்நீர் இங்கு மிகத் தூய்மை பெற்றுக் குடிநீராக மாறியது. எனவே செவ்வப்ப நாயக்கர், தான் தோற்றுவிக்க இருந்த தஞ்சைநகர்க்கோட்டை, அரண்மனை, அகழி ஆகியவற்றிற்கு முன்னோடியாகச் சிவகங்கைச் சிறிய கோட்டையை உருவாக்கினார். இப்பணியில் செவ்வப்ப நாயக்கரோடு, அவரது மகன் அச்சுதப்பநாயக்கரும் இணைந்தார்.

தஞ்சைப் பெரிய கோயிலுக்கென தனித்த மதிற்சுவர் இருந்தபோதும், அதனைச் சுற்றியுள்ள பகுதிகள், சிவகங்கைக்குளம், அதன் கரையின் சில கட்டடங்கள் ஆகியவற்றை உள்ளடக்கி இரண்டு கோட்டைச் சுவர்கள் எழுப்பப் பெற்றன. ஒன்று கொத்தளங்களுடனும், மற்றது அகழியை ஒட்டி மறைந்து நின்று தாக்கக்கூடிய அமைப்புகளுடனும் எடுக்கப்பெற்றதாகும். அகழியை ஒட்டித் திகழும் வெளிப்புற மதில் கருங்கற் கட்டுமானமாகவும், உட்புறக் கொத்தள மதில் செம்புறாங்கற் கட்டுமானமாகவும் திகழ்கின்றன.

இவை நாயக்கர்கள் காலத்தியதுதான் என்பதைக் கட்டுமான அமைப்பாலும், கலைப்பாணியிலும் அறியமுடிகிறது. இக்கட்டடப்பணிக்குத் தஞ்சைப் பெரியகோயில், தஞ்சையில் அழிந்துபட்ட சோழர்காலக் கற்றளிகள் ஆகியவற்றிலிருந்து கற்களை எடுத்து வந்து பயன்படுத்தியுள்ளனர் என்பதனை இம்

மதிலில் காணப்பெறும் துண்டுக் கல்வெட்டுக்களாலும், உடைந்த சிற்பங்களாலும் உறுதி செய்ய முடிகிறது. நாயக்கர்கள் காலச் சிற்பங்களும் இடம்பெற்றுள்ளன. சிறிய கோட்டையின் மேற்குப்புற அகழிப் பகுதியில் பல துண்டுக் கல்வெட்டுக்களையும் சிற்பங்களையும் காணலாம்.

இந்தச் சிறியகோட்டையின் மதில் பெரிய கோயிலுக்கு நேர் கிழக்காக, கேரளாந்தகன் திருவாயிலுக்கு எதிராக வாயிலின்றிதான் எடுக்கப் பெற்றிருந்தது. சிறிய கோட்டைக்குக் வடகிழக்குப் பகுதியில் மட்டும் ஒரே ஒரு வாயில் இருந்துள்ளது. பிறகு கட்டப்பெற்ற தஞ்சை நகரத்துப் பெரிய கோட்டைப்பகுதி இந்த வாயில் இருக்குமிடத்தில்தான் இணைந்தது. இக்கோட்டைக்குள்தான் தஞ்சை நாயக்கர் ஆட்சி முதன் முதலாக மலர்ந்திருக்கவேண்டும். நாயக்கர்களின் அரசுக்குரிய சில கட்டடங்கள் இங்கு எழுந்தன. பின்னாளில் இவை இடிபாடுற்றதால் அவற்றின் முழுத் தோற்றத்தினைத் தற்போது காண இயலவில்லை. பழைய கட்டடங்களின் தடயங்களே இன்று எஞ்சி நிற்கின்றன. வேலூர்க்கோட்டை எவ்வாறு ஜலகண்டேஸ்வரர் ஆலயத்தை உள்ளடக்கிக் கோட்டை, அகழி போன்ற அமைப்புகளோடு திகழ்ந்ததோ அவ்வாறே தஞ்சைக் கோட்டையும் பெரிய கோயிலை உள்ளடக்கித் திகழ்ந்தது.

பெரிய கோட்டையும் அகழியும்

சிறிய கோட்டைக் கட்டுமானத்தோடு மலர்ந்த தஞ்சை நாயக்கராட்சியின் மகத்தான சாதனை தஞ்சைப் பெரிய கோட்டையும், அகழியுமாகும். சிறிய கோட்டையின் வடகிழக்குதிசையில் இவை நிர்மாணமாயிற்று. நான்கு பெரிய வீதிகளை மையமாக்கிகொண்டு, அவற்றின் ஊடே அரண்மனை வளாகத்தையும் கொண்டு வட்ட வடிவில் அரணாக நின்றது தஞ்சைக் கோட்டை. அதற்கு வெளிப்புறமாக ஆழமான அகழியும் சூழ்ந்து திகழ்ந்தது. பெரிய கோட்டையின் மதிலும், அகழியும் சிறிய கோட்டையின் மதில் அகழியோடு இணைந்து ஒரே கோட்டையாகவும் வடிவம் பெற்றது. இவ்விணைப்பின் விளைவாக வானத்திலிருந்து பார்த்தால் ஒரு கருடன் பறப்பது போன்று காட்சி தருகிறது. இதனால்தான் தஞ்சைக் கோட்டையைக் கருடக்கோட்டை என அழைத்தனர் போலும்.

பெரிய கோட்டையின் அகழியை ஒட்டியுள்ள மதில் கருங்கற்களையும் செம்புறாங்கற்களையும் கொண்டு கட்டப்பெற்றுள்ளது. அதனை அடுத்து ஒரு இடைவெளி உள்ளது. உள்மதில் மிக அகலமானது. இதன் வெளி ஓரங்கள் மட்டும் செம்புறாங்கற்களால் ஆனவை. உள்ளே மண், துண்டுக் கற்கள், செங்கல், ஜல்லி முதலியவற்றைக் கொண்டு நிரப்பப்பெற்று எடுக்கப் பெற்றுள்ளது. இக் கோட்டைக்கு வடக்கு, கிழக்கு ஆகிய இரண்டு திசைகளை மட்டுமே பிரதான வாயில்கள் பிரத்தியேக அமைப்புடன் திகழ்ந்தன. தெற்கு, மேற்குத் திசைகளில் இரண்டு சிறிய அவசர வாயில்களே சிறப்புக் கட்டுமானங்களோடு இருந்தன. நான்கு ராஜவீதிகளுக்கு வெளியே மதிலை ஒட்டி அமைந்த பகுதிகள் அலங்கங்கள் என்ற பெயரில் அழைக்கப்பெற்று விளங்கின.

நாயக்கர்கள் காலத் தஞ்சாவூர்க் கோட்டையினுள் அரண்மனையோடு இணைந்து மிகச் சில வீதிகளும், கோயில்களும் மட்டுமே திகழ்ந்தன. ஆனால் பிற்காலத்தில் கணக்கற்ற சந்துகளும் கோயில்களும் தோன்றி நகரின் அழகைக் குறைத்துவிட்டன. மேலவீதியை ஒட்டி அய்யன்குளம், கீழ அலங்கத்தில் சாமந்தான் குளம், அரண்மனையின் மதிலுக்கு வெளியே மேற்குமுகமாக ஒரு சிறிய குளம் ஆகியவை பெரிய கோட்டைக்குள் அமைந்திருந்த நீர்நிலைகளாகும்.

பெரிய கோட்டையினுள் இருந்த கோயில்கள்

வடக்கு வீதியை ஒட்டி அமைந்த மதனகோபாலசாமி கோயில் (தற்போது ராஜகோபாலசாமி கோயில்), தெற்கு அலங்கத்தில் அளகேஸ்வரமான தொப்பாரங்கட்டிப் பிள்ளையார் கோயில், கிழக்கு அலங்கத்தில் கீழை நரசிம்மர் கோயில், தெற்கு வீதியில் காளி கோயில், மேலவீதியில் கொங்கணேஸ்வரர் கோயில் ஆகியவை மட்டுமே இருந்தன.

தஞ்சை நாயக்கர் அரண்மனை

நான்கு ராஜவீதிகளாகிய சதுரத்தினை இரண்டாகப் பகுத்து, கீழ்ப்பாதியினை மூன்று கூறுகளாக்கி அவள்ளுள் மையப் பகுதியினையே அரண்மனைக்குரிய நிலப்பகுதியாகக் கொண்டு தஞ்சை நாயக்கர் அரண்மனை நிர்மாணிக்கப் பெற்றுள்ளது. இவ்வாறு அமைந்த அரண்மனை கீழராஜவீதியை ஒட்டியே திகழ்கிறது.

அரண்மனை மதிலும் காவற் கோபுரங்களும்

நகரத்திற்குக் கோட்டையாக இரட்டைச்சுவர்களும், அகழியும் இருப்பினும், அரண்மனைக்கெனத் தனித்த மதிலும் உள்ளது. இது செம்புறாங் கற்களும், செங்கற்களும் கொண்டு எடுக்கப்பெற்றதாகும். இந்த அரண்மனை மதிலுக்கு இரண்டு வாயில்கள் இருந்தன. இவற்றுள் வடக்கே இருந்தது பிரதான வாயிலும், தெற்கே இருந்தது அரண்மனைத் தோட்டத்திற்குச் செல்வது ஆகும். இந்தத் தோட்டத்திற்கென அமைந்த மதிலும், அரண்மனைப் பெரிய மதிலோடு இணைந்து திகழ்கிறது. அரண்மனையின் வடக்கு மதிலில் மூன்றும், கிழக்கு மதிலில் மூன்றும் மேற்கு மதிலில் இரண்டும் ஆக 8 காவற் கோபுரங்கள் எழுப்பப் பெற்றுள்ளன. இவை பெரும்பாலும் எண்பட்டை வடிவத்தில் அமைந்துள்ளன. இரண்டு அடுக்குடையதாயும், நிறையக் காவலர்கள் தங்கிக் காவல் புரிய வசதியாயும் திகழ்கின்றன.

வடக்கு வாயிலான ஹஜாரம் (ஆசாரவாயில்)

"அழகிய இராஜவீதிகளுக்கும் நல்ல தெருக்களுக்கும் நடுவே விளங்கிய அரண்மனையின் மதிலில் பொற்கலசங்களால் அழகு செய்யப்பெற்றதாக ஹஜாரம் என்னும் நுழைவு வாயில் மிளிர்ந்தது" என இரகுநாதாப்புதம்

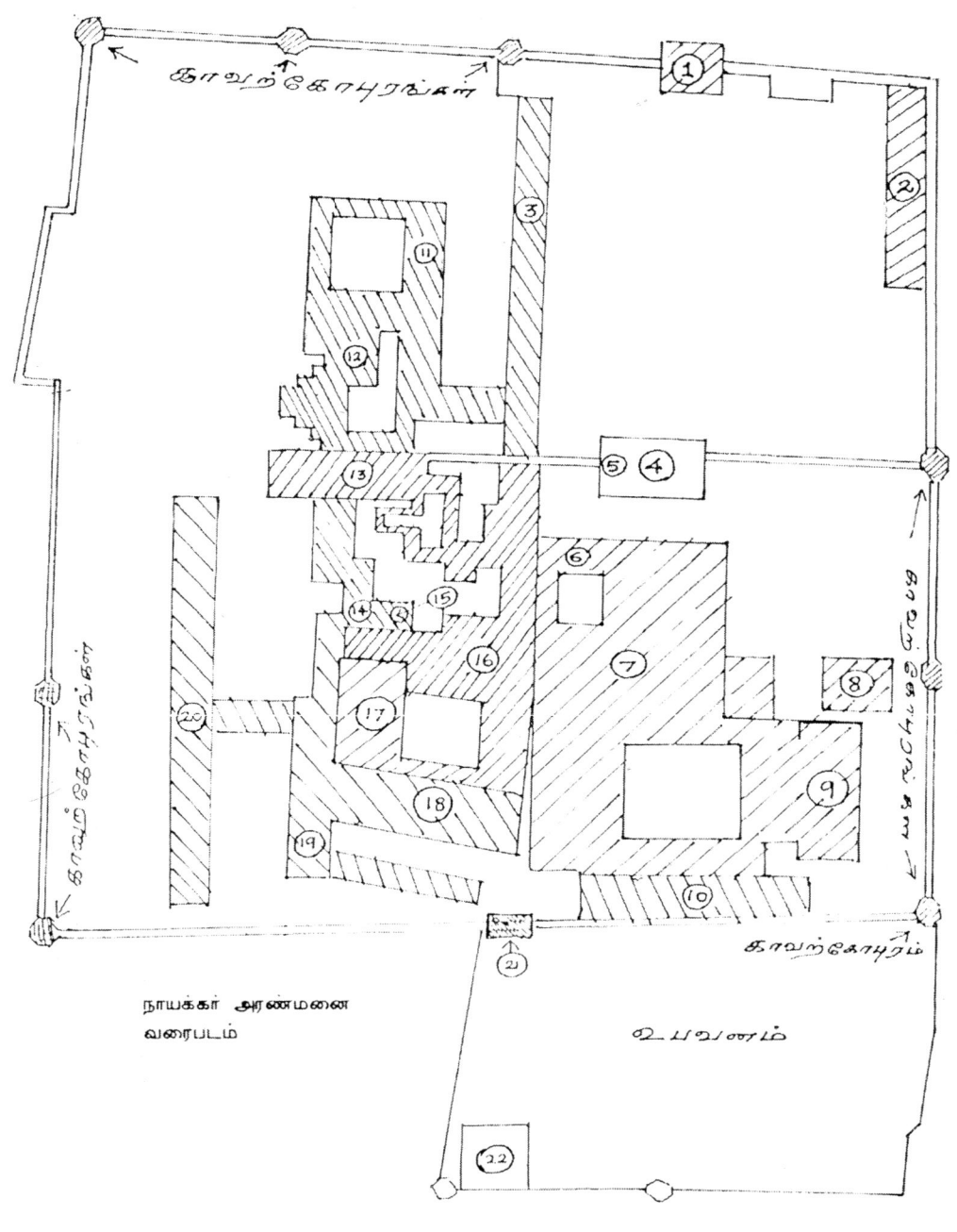

நாயக்கர் அரண்மனை
வரைபடம்

தஞ்சாவூர்

நாயக்கர் கால தஞ்சை அரண்மனை
(வரைபடக் குறிப்புகள்)

1. ஹஜாரம்
2. பெத்த பவந்தி
3. படாணி பவந்தி
4. கோணவாகிலி
5. ராமமந்திரம்
6. சிங்க முகவாயில்
7. அச்சுதரங்க கூடம்
8. பத்ரசாலை
9. லக்ஷ்மி விலாசம்
10. கலா பரிசீலனசாலா
11. விசால சாலா
12. கரடி கூடம்
13. நாடக சாலை
14. மணிமண்டபம்
15. மதனகோபால விலாசம்
16. விஜயபவனம்
17. இராமசௌதம்
18. இந்திராமந்திரம்
19. அந்தப்புரம்
20. விஜயராகவ விலாசம்
21. தெற்கு வாயில்
22. கேளீசரஸ்

குறிப்பிடுகின்றது. இது அரண்மனையின் வடக்கு வாயிலே ஆகும். அரண்மனைக்குள் இருந்த பெரும்பாலான கட்டடங்கள் வடக்கு நோக்கியே அமைந்தவையாகும். நகரத்திலிருந்து அரண்மனைக்குள் செல்லும் ஒரே பிரதான வழி இவ்வாயிலேயாகும். இதற்கு மிகப்பெரிய மரக்கதவுகள் இருந்தன.

ஆசார வாயில் என்பது தமிழிலும் அரண்மனையின் தலைமையான வாயிலைக் குறிக்கும் சொல்லாகும். இக்காலத்தில் இவ்வாயிலும், அதனுடன் இணைந்த தெருவும் வடக்கு ஆசாரம் என்ற பெயரில் அழைக்கப்பெறுகின்றன. இவ்வாசார வாயில் நாயக்கர் காலக் கட்டுமானமாய் இருப்பினும் மராட்டியர் காலத்தில் பலமுறை புதுப்பிக்கப்பெற்றுள்ளது என்பதைப் பிற்கால இணைப்புப் பகுதிகளால் அறியமுடிகிறது.

பெத்தபவந்தி

வடக்கு வாயிலைத் தாண்டி உள்ளே யானைகளைக் கட்டும் கூடம் இருந்தது. இந்த இடத்தையே தெலுங்குநூல் பெத்தபவந்தி என்கிறது. இங்கே மலைகளைப் போன்ற பெரிய பெரிய யானைகள் கட்டப்பெற்றிருந்தனவாம்.

இந்தப் பெத்த பவந்தி இருந்த இடம் அரண்மனையில் வடகிழக்குப் பகுதியாகலாம். இங்கு இன்றும் யானை மண்டபங்கள் மதிலோடு இணைந்து காணப்பெறுகின்றன.

படாணி பவந்தி

யானைக் கூடத்திற்கு அருகே குதிரை லாயம் இருந்ததாம். இதனை விஜயராகவர் படாணி பவந்தி என்னும் பெயரால் குறிப்பிடுகிறார். இங்கே நன்கு அலங்கரிக்கப்பெற்ற குதிரைகள் கைதேர்ந்த இராவுத்தர்களால் சிறப்பாகப் பராமரிக்கப் பெற்றனவாம்.

இவற்றால் முதன்மையான வாயிலைக் கடந்ததும் உள்வெளியில் யானைக் கொட்டிலும், குதிரை லாயமும் இருந்தன என்பதை அறிகிறோம்.

விசால சாலை

அரசின் கணக்கு அலுவலர்கள் கணக்கு எழுதுவதாகக் கூறப்படும் நிர்வாக அலுவலகம் விசால சாலை என அழைக்கப்பட்டது. இங்கே சம்பிரதி கரணங்கள் என்ற அலுவலர்கள் பணியாற்றிக் கொண்டிருந்தனராம்.

இந்த விசால சாலை என்பது தற்போதைய புனித பீட்டர் உயர்நிலைப்பள்ளி மைதானத்தில் உள்ள பீட்டர் நடுநிலைப்பள்ளியுடன் இணைந்த இடமாகத்தான் இருந்திருக்க வேண்டும்.

இந்திரா மந்திரம்

இராமசௌதம்

அரண்மனை மதிலிலுள்ள
காவற் கோபுரம்

தெற்குவாயில்

கோணெவாகிலி

பழங்குடியில் பிறந்தவர்களாகிய இடையர்கள் மூங்கிற் கழிகளை ஏந்தி ஒரு வாயிலைக் காவல் காத்தனர். அது 'கோணெவாகிலி' என்று வழங்கப்பெற்றது. இவ்வாயில் அரண்மனையின் உட்பகுதி வாயில்களுள் முக்கியமான ஒரு வாயில் என்று அறியமுடிகின்றது.

இன்றைய அரண்மனையின் நாயக்கர் காலக் கட்டடங்களின் முக்கிய வாயில்களில் எது சிறப்புடையது என நோக்கும்போது, மன்னர் உயர்நிலைப் பள்ளிக்கும் தீயணைப்பு நிலையத்திற்கும் இடையே உள்ள வாயிலே என்பது தெளிவு. இது நிலைக்கால்களையும் கதவுகளையும் பெற்று நன்கு அமைந்துள்ளது. இந்த வாயிலும், இதற்கு உள்ளே உள்ள மண்டபப் பகுதியும் நாயக்கர்காலக் கட்டமைப்போடு உள்ளன. நிலைக்காலுக்கு வெளிப்புறம் மராட்டியர் காலத்தில் ஆங்கிலேய பாணியில் கட்டப்பெற்று இணைக்கப்பெற்றிருப்பதும் நன்கு விளங்கும்.

இந்த வாயிலின் நிலைக்கால்கள் கருங்கற்களால் ஆனதாகும். நிலைவாயிலின் மேற்புறம் கஜலெட்சுமி முதலிய சுதையுருவங்கள் நாயக்கர் கலைப் பணியோடு திகழ்கின்றன. இதன் கீழ்ப்புறம் ஆஞ்சனேயர் கோயிலும், மேற்புறம் ஸ்ரீராமர் கோயிலும் உள்ளன.

ஸ்ரீ ராமமந்திரமும் பத்ரசாலையும்

இரகுநாத விலாசம் அரண்மனையைப் பற்றிய செய்திகளைக் கூறும் போது இராமர் கோயிலைக் குறிப்பிடுவதைப் பார்த்தோம். ஸ்ரீ ராமநவமி இங்குக் கொண்டாடப்பட்டதாம். இந்த ராமமந்திரத்திற்கு அருகே பத்ரசாலை எனும் பூஜை அறை இருந்ததாம். இராம மந்திரமும் பத்ரசாலையும் அருகருகே திகழ்ந்ததால் அவ்விடத்தை ஸ்ரீ ராமபத்ரசாலை எனப் பெயரிட்டு அழைத்தனர். இங்கு இராமபிரானின் வண்ண ஓவியம் இருந்ததாம்.

"அரச குமாரர்களுக்கு விடை கொடுத்துவிட்டு மன்னன் இரகுநாதன் மங்களகரமான பட்டத்து யானையின் மேல் இருந்தபடியே பத்ரசாலையில் எழுந்தருளியிருந்த இராமபிரானை வணங்கிவிட்டு லட்சுமி விலாசத்திற்குள் பிரவேசித்தான்" என்னும் இரகுநாதாப்யுதமு (மூன்றாம் பிரிவு) கூற்றால் அந்த மண்டபம் அம்பாரியோடு கூடிய யானை நுழைந்து செல்லுமளவு உயர்ந்த வாயிலைக் கொண்டிருந்தது என அறியப்படுகிறது.

'லக்ஷ்மி விலாசோர்பி பத்ரசாலா' என்ற சங்கீத சுதா கூற்றாலும் லக்ஷ்மி விலாசம் என்பதனை ஒட்டியே பத்ரசாலை திகழ்ந்தது என்பதும் அறிகிறோம்.

பத்ரசாலை எனும் பூஜையறையில் திருமால் ஆதிசேடன் மேல் படுத்துறங்கும் கோலத் திருமேனி இடம்பெற்றிருந்தது என்பதை இரகுநாத விலாசம் கூறுகிறது. இந்த இடம் தற்போது சதிர்மாடி என வழங்கும் மராட்டியக் கட்டடத்தின் அடித்தளமேயாகும். கீழ் அமைப்பு மட்டும் நாயக்கர் பாணியாகத் திகழ முதல்

தளமும் இரண்டாவது தளமும் மராட்டியர் கால இணைப்புப் பகுதியாகும். இன்றுவரை இத் தளம் பூஜாகிருஹமாகவே இருந்து வருகின்றது. ஆனால் இங்கிருந்ததாகக் கூறப்பெறும் பெருமாள்சிலை தற்போது காணப்பெறவில்லை. இராசகோபாலசாமி கோயில் தெருவும், வெங்கடேசப் பெருமாள் கோயில் தெருவும் சந்திக்கும் முனையில் காணப்பெறும் பள்ளி கொண்ட பெருமாள் கோயிலின் மூலவர் திருமேனி, இங்கிருந்து பின்னாளில் இடம்பெயர்ந்திருக்கலாம்.

சிங்கமுக வாயில்

இராமபத்ர சாலைக்கு அருகில் சிங்கத்தின் முகத்தைத் தன்மேற் பெற்று விளங்கிய வாயில் ஒன்று இருந்தது என்பதை அறிகிறோம். இந்த வாயிலுக்கு வெளியில் குளிர்ச்சி தரும் புன்னைமரம் இருந்தது என்றும் கூறப்படுகிறது. இந்தச் சிங்க வாயில், இதனுடன் இணைந்துள்ள கட்டடமான அச்சுதரங்க கூடத்திற்குச் செல்லும் வாயிலாகும்.

அச்சுதரங்க கூடம்

இந்த அச்சுதரங்க கூடம் என்பது முக்கியமான ஒரு பேரழகுக் கூடமாகும். முற்கூறப்பெற்ற புன்னைமரத்திற்கு அருகிலேயே இக் கூடம் விளங்கியது. இது தன் எழிலாலும் காம்பீர்யத்தாலும் விண்ணுலகத்தின் தேவேந்திரனின் கொலு மண்டபத்திற்கு இணையாகத் திகழ்ந்தது எனச் சங்கீத சுதா என்னும் வடமொழி நூல் கூறுகிறது.

நடுவில் சிறிய முற்றத்தோடும் நான்கு புறங்களிலும் மண்டபங்களோடும் திகழும் இந்த அச்சுதரங்க கூடம் தற்போது மராட்டியர் தர்பார் மண்டபம் செல்லும் வழியில் உள்ளதாகும். இதன் உட்பகுதியில் தென்புறம் மண்டபத்தின் உட்கூரை மிக அருமையான வேலைப்பாடுகளுடன் திகழ்கிறது.

லக்ஷ்மி விலாசம்

லக்ஷ்மி விலாசம் எனும் இடம்தான் இந்த அரண்மனையின் மிகமுக்கிய இடமாகப் பேசப்பெறுகின்றது. சாகித்ய ரத்னாகரம், சங்கீதசுதா, இரகுநாத விலாசம், இரகுநாத நாயகாப்யுதயம் ஆகிய நூல்கள் இம் மண்டபம் பற்றி விரிவாகப் பேசுகின்றன. நாயக்கர்களுக்குப் பின்பு வந்த மராட்டியர் கால இலக்கியமாகிய சாகேந்திர விலாசமும் இந்தக் கொலு மண்டபம் பற்றிக் குறிப்பிடுகின்றது.

> ஸோயம் நேபாளநேதீ: புனரதிநகரி ஸ்தாபனார்த்தம் ததீயே
> ஸர்வாந் துர்வார கர்வானபி தரணிப்ருத: ஸத்வரம் நிர்ஜிகீஷந்
> ஜம்பாராதி: சுதர்மாமிவ திஷணஜயந்தான்விதோ மந்த்ரஹேதோ:
> பூய: ப்ராபத்யதாத ஸசிவஸூதயுதோ ஜாதீ லக்ஷ்மிவிலாஸம்
> தத:ஸபாம் தாம் மகதௌ ஸமேத்ய

தர்பார் கூடம் (ஓவியம் - சில்பி)

லக்ஷ்மி விலாஹாபிதயா லஸந்தீம்
வம்சனுபூர்விம் வஸரதாஸு தாம்சோரா சம்ஸதாம்
வாக்பிரதிப்ரகல்பாம் (சர்கம் 6 சுலோகம் 1)

சாகித்ய இரத்னாகரம் ஒன்பதாவது பகுதியின் 75ஆம் சுலோகம் இந்த லக்ஷ்மி விலாசத்தை இந்திரசபைக்கு நிகரானதாகக் கூறுகிறது. இரகுநாதாப்யுதயம் என்னும் வடமொழி நூலில் இதன் ஆசிரியர் இராமபத்ராம்பா மன்னன் இரகுநாதன் இங்குக் கொலு வீற்றிருக்கும் போது கவிஞர்கள் அவனைப் புகழ்ந்து பாடியதாகக் கூறுகிறார். (ஆறாம் சருக்கத்தின் முதல் சுலோகம்) இரகுநாத நாயகாப்யுதயம் என்னும் தெலுங்கு நூல் லக்ஷ்மி விலாசத்தில் படை வலிமை மிக்க சிற்றரசர்களும், பிரமுகர்களும் வரிசையாக இருந்தனர் எனச் சுட்டிச்செல்கிறது. இரகுநாத விலாசம் என்னும் வடமொழி நாடகத்தில் இதைப்பற்றி வரும் பகுதியின் தமிழாக்கம் முன்பே தரப்பட்டுள்ளது.

இச் செய்திகளிலிருந்து இந்த லக்ஷ்மி விலாசம் என்னும் கொலு மண்டபம் அச்சுதப்ப நாயக்கர் காலத்திலேயே இருந்திருக்கலாம் என்றும், இங்கிருந்தே மன்னனும், அமைச்சரும், பிற உயர்நிலை அதிகாரிகளும் நிர்வாக முடிவுகளை எடுத்திருப்பர் என்றும் கொள்ளலாம். இந்த லட்சுமி விலாச மண்டபம் செவ்வப்ப நாயக்கனால் கட்டப்பெற்றிருக்கலாம். நாயக்க மன்னர்களேயன்றிப் பின்னர் வந்த மராத்தியர்களும் இதையே தம் கொலு மண்டபமாகக் கொண்டிருந்தனர் என்பதைச் சற்றும் ஐயத்திற்கிடமின்றி அறிகிறோம். இக் காரணங்களால் இதனை இன்று மராட்டியர் தர்பார் என்றும், கலைக்கூடத்தின் உள்ளே உள்ள ஒன்றை நாயக்கர் தர்பார் என்றும் கூறுவது தவறாகும். இதைப் பற்றிப் பின்னர் விரிவாகக் காண்போம்.

லக்ஷ்மி விலாசம் மூன்று பக்கங்கள் சுவர்களால் அடைக்கப்பெற்று உயரமான தூண்களைக் கொண்டதாகப் பெரிய அளவில் ஒரு மேடை மீது மேற்கு நோக்கியவாறு கட்டப்பெற்றுள்ளது. இதன் அதிஷ்டானம் கருங்கல்லால் ஆனது. தெற்கு, வடக்குச் சுவர்களில் இரண்டிரண்டு வாயில்கள் உள்ளன. இந்தத் தர்பார் மண்டபத்திற்கு எதிரே ஒரு திறந்தவெளி முற்றம் காணப்படுகிறது. இம்மண்டபத்தைத் தவிர மற்ற மூன்று பக்கங்களிலும் இருக்கும் மண்டபங்கள் நீண்டனவாகவும் நன்றாக இணைந்துள்ளனவாகவும் இருக்கின்றன. இதனால் நடுவில் உள்ள வெளிமுற்றத்தைப் போலவே உள்ளது.

இதன் அதிஷ்டானம் குமுதம், கண்டம், பட்டிகை முதலிய வர்க்கங்களைப் பெற்று ஒரு கோயிலைப் போல அமைந்துள்ளது. நடுவில் ஒரே கல்லாலாகிய நீண்ட மேடையும் அதன் மூன்றுபுறமும் படிக்கட்டுகளும் உள்ளன. லக்ஷ்மி விலாசத்தின் முகப்புப் பகுதி பிற்காலத்தில் மராட்டிய மன்னர்களால் ஓடுவேயப்பெற்று விரிக்கப்பட்டுள்ளது.

தளத்தின் மேல் மிகப்பெரிய முழுத்தூண்கள் எட்டும், சுவற்றில் பொதிந்துள்ள அரைத் தூண்கள் பத்தும் மண்டபக் கூரையைத் தாங்கி நிற்கின்றன. தூண்கள்

எண்பட்டை வடிவில் போதிகைகளும், வளைவுகளும் பெற்றுத் திகழ்கின்றன. மண்டபக்கூரையின் முன்பகுதி ஐந்து பாந்துகளாகக் குவிவட்டக் கூரைகளுடனும், பின் பகுதி நீண்ட வௌவால் நத்தி மண்டபத்துடனும் உள்ளது. முன்பகுதியின் நடுவாகக் கூரையின் உட்புறம் தூண்களுக்கு மேலாகக் கருடன் தோளில் தேவியுடன் அமர்ந்துள்ள திருமால், ரிஷபாரூடராகத் தேவியுடன் சிவபெருமான், வெள்ளை யானையின் மீதமர்ந்துள்ள இந்திரன், அன்னத்தின் மீது அமர்ந்துள்ள நான்முகன் ஆகிய சுதை உருவங்கள் உள்ளன. இவற்றைத் தவிரத் தசாவதார வடிவங்களும், பிற மனிதர்களின் உருவங்களும் உள்ளன. இவற்றில் பெரும்பாலானவை பிற்கால மராட்டியர்களின் படைப்பாகும். இம் மண்டபம் பலமுறை மராட்டிய மன்னர்களால் செப்பனிடப்பெற்றதால், நாயக்கர் காலக் கலைப்பாணியைவிட மராட்டியர் காலக் கலையம்சங்களையே அதிகமாகக் காணமுடிகிறது.

நாகபுரி விலாசம்

விஜயராகவ நாயக்கர் குறிப்பிடும் 'லலித நாகபுரி விலாச கேஹம்பு' என்பது எந்த இடத்தில் இருந்த வீடு என்பதை அறிய முடியவில்லை.

கரடிகூடம்

கவிஞர்களால் புகழப்பெறும் சிறப்பு வாய்ந்த கரடிகூடம் என இரகுநாத நாயகாப்யுதயம் போர்க்கலைப் பயிலரங்கம் ஒன்றைக் குறிப்பிடுகிறது. அனேகமாக இது விசாலசாலையை ஒட்டி அமைந்திருக்கலாம். இந்த ஊகம் சரியாக இருப்பின் இக்கூடம் சங்கீத மகாலின் வடபுறம் திகழ்ந்திருக்க வேண்டும்.

கரடிகூடம் என்பது ஜட்டிகள் எனும் மல்யுத்த வீரர்கள் பயிற்சி செய்யும் இடமாகும். தஞ்சை நாயக்கர் ஆட்சியில் இந்த மல்யுத்த மரபினர்க்கு மிகுந்த ஆக்கம் கிடைத்தது. இவர்கள் பயிற்சி செய்யும் கரடிகூடம் அரண்மனையின் ஓர் அங்கமாகத் திகழ்ந்துள்ளது.

நாடகசாலை

'நவரத்ன மனமய்ன நாடகாசால' என்ற விஜயராகவரின் குறிப்பால் நாடகசாலை என்ற கட்டடம் பற்றி அறிகிறோம். இந்த நாடகசாலையைப் பின்னாளில் மராட்டியர்கள் 'சங்கீதமஹால்' என அழைக்கலாயினர். இந்த அரங்கம் மிக அற்புத வேலைப்பாடுகளுடன் திகழ்ந்தது. ஆங்கிலேயர் காலத்தில் ஒருமுறை பழுது பார்க்கப் பெற்றதாலும், அண்மைக்காலத்தில் செய்யப்பெற்ற சில மாற்றங்களாலும், நாயக்கர் காலக் கலை அரங்க அமைப்பு பெரிதும் சிதைந்துள்ளது. ஆடலரங்கம் உயர்ந்த மேடை, ஒப்பனை அறைகள், மேல்தள வசதி ஆகியவற்றோடு திகழ்கின்றது. பார்வையாளர் பகுதி நீளவாக்கில் அமைந்துள்ளதோடு, மேல்தளத்திலிருந்து காண்பதற்கேற்ற வசதிகளோடு காணப்பெறுகின்றது. இந்த அரங்கத்தின் பகலணிகள் மிக நெருக்கமாக அமைக்கப்பெற்ற கம்பிகளால் அமைந்து எதிரொலி தோன்றாதபடி அமைக்கப்பட்டுள்ளது குறிப்பிடத்தக்கதாகும்.

நாடக மேடைக்கு முன்பாகச் சுமார் 10' ஆழமுள்ள ஒரு குளம் போன்ற பெரிய பள்ளம் இருந்தது. மேடையில் நிகழ்ச்சிகள் நடைபெறும்போது இப் பள்ளத்தில் நீர் நிரப்பப்பெற்றது. மேடையில் ஒலிக்கும் ஒலி அலைகள் இந் நீர்ப்பரப்பின் மேல் மோதி எதிரொலிக்கும் போது மிக்க நயமுடன் ஒலிப்பதற்காக இவ்வமைப்பு அறிவியல் அடிப்படையில் அமைக்கப்பெற்றதாகும். அண்மையில் இப் பள்ளத்தையும் மூடிப் பழைமைச் சிறப்பைச் சிதைத்துவிட்டனர்.

கோபால விலாசம்

மனதகோபால் விலாசம் அல்லது இராஜகோபால விலாசம் என்றழைக்கப் பெற்ற மாளிகை ஒன்று நாடகசாலையை அடுத்துத் திகழ்ந்தது. இந்த மாளிகையில் ரங்கமன்னார் என்னும் இராஜகோபாலனின் திருவுருவம் இடம் பெற்ற சிறு கோயிலும், அதனோடு இணைந்த ஒரு மண்டபமும் இருந்தன என அறியமுடிகிறது. மன்னாருதாச விலாசம் என்னும் நூலில் இதைப்பற்றி இடம் பெற்ற குறிப்பு முன்னர் எடுத்துக்காட்டுப் பெற்றுள்ளது.

இப்போது இம் மண்டபத்தின் பெரும்பகுதி அழிந்துவிட்டது. தற்போதைய சங்கீத மகாலின் தென்புறத்தில் தொடங்கிக் கலைக்கூடம் வரை நீண்டு திகழ்ந்த இம் மண்டபத்தின் பழைமை எச்சங்கள் சிலவற்றையே இன்று காணமுடிகிறது. மதனகோபால மந்திரத்தின் கருவறையும் விமானமும் இன்றும் காட்சி நல்குகின்றன. இப்பகுதி முழுவதையும் பக்க அடைப்புகளால் மூடி இருந்தனர். அண்மையில் அரண்மனையை புதுப்பிக்கும் பணியில் ஈடுபட்டுள்ள தொல்பொருள் துறையினர் இப்பகுதிகளைத் தூய்மை செய்துள்ளனர். கருவறைக்குள் மன்னார் திருவுருவம் காணப்பெறவில்லை. இங்கு சுதை சிற்பங்களாகத் திகழ்ந்த விஜயராகவ நாயக்கர் அவரது தேவி ஆகியோருடைய முகங்கள் மட்டும் கிடைத்துள்ளன.

“ஸ்ரீ ராமசௌதத்தின் பக்கத்திலிருக்கின்ற இராஜகோபாலனை வணங்கி” என்று இரகுநாதாப்யுதயமு கூறுவதிலிருந்து ராமசௌதராஜத்திற்கும், நாடக சாலைக்கும் இடையில் இக் கூடம் இருந்தது என்பது தெளிவாகின்றது.

கண்டாப் பிராசாதம்

இரகுநாத விலாசம் எனும் நூல் ராமசௌதம் எனும் மாளிகையை அடுத்து வடபுறம் திகழும் உயரமான மாடியிலிருந்து மணி அடித்தும், சங்கு ஊதியும் நேரம் அறிவிக்கப்படும் என்று கூறுகிறது. இந் நூல் எழுந்த கி.பி.1600-1632 காலகட்டத்தில் டேனிஷ் மன்னனுக்கும், இரகுநாத நாயக்கருக்கும் நெருங்கிய நட்புறவும் வணிகத் தொடர்பும் இருந்தன. டேனிஷ் தொழில் நுட்பத்தோடு கூடிய மணி அறிவிப்புக் கடிகை அமைந்திருந்ததற்கான சாத்தியக் கூறுகள் உள்ளன.

இங்குக் குறிக்கப்பெறும் மணி அறிவிப்பு மண்டபம் தற்போது காவல் கோபுரம் (Watch Tower) என்றும், தொள்ளைக்காது மண்டபம் எனவும் அழைக்கப்படும் பகுதியேயாகும்.

7 அடுக்குகளுடன் உட்புறம் மேலே ஏற வசதியான படிக்கட்டு வசதியுடன் இக் கட்டடம் உள்ளது. இதனைப் போன்ற மண்டபம் ஒன்று செஞ்சிக் கோட்டை அரண்மனையிலும் உள்ளது.

ஸ்ரீராமசௌதம்

இரகுநாதாப்யுதமு என்னும் தெலுங்கு நூலில் ஸ்ரீராமசௌதம் பற்றிக் குறிப்பிட்டுள்ள செய்திகள் முன்னர் எடுத்துக் காட்டப்பெற்றுள்ளன.

> "லக்ஷ்மி விலாஸோபி ச பத்ரசாலா
> ஸ்ரீ ராமஸௌதோபி ச ஹேமகூட"

என்ற சங்கீத சுதாவின் கூற்றால் ஸ்ரீ ராம ஸௌதம் தங்கமயமாகத் திகழ்ந்தது என்பதையும் அறிகிறோம். இச்சபை பல மணிகள் பதிக்கப்பெற்றும் பலவிதமான மலரலங்காரங்கள் செய்யப் பெற்றும் பெருங்கவின் பெற்ற சிறப்பான சபையாக விளங்கிற்று என்றும் இந் நூல் கூறுகிறது.

இராமசௌதம் என்ற சபை அரசன் சிறப்பிற்குரிய பிரமுகர்களைச் சந்திக்கும் இடமாகத் திகழ்ந்தது என அறிகிறோம்.

இந்த இராமசௌதம் தற்போதைய கலைக்கூடத்தின் செப்புத் திருமேனிகள் இடம்பெற்றுள்ள (Bronze Gallary) மண்டபமேயாகும். இங்கு ஒரே கல்லாலான கருங்கல் மேடை உள்ளது. மேலே சுவரில் இராம பட்டாபிஷேகக் கோலம் சுதையில் வடிக்கப்பெற்று வண்ணப்பொலிவோடு திகழ்கிறது. மண்டபத்தின் முன்பகுதியை உயர்ந்த தூண்கள் தாங்கி நிற்கின்றன. முகப்பிலுள்ள தூண்களிலும் மேலே விதானத்திலும் நாயக்கர் காலச் சுதை உருவங்கள் அழகு செய்கின்றன. அனுமன், கருடன், பறவைகள், தாமரை, விலங்குகள், மரங்கள், நடனப் பெண்கள், இசைவாணர்கள் போன்ற பல்வேறு சுதை உருவங்கள் காணப்பெறுகின்றன. பின்னாளில் கல் மேடைமீது சரபோஜி மன்னரின் சலவைக்கற் சிற்பத்தினை இடம்பெறச் செய்துவிட்டனர்.

இம்மண்டபத்தினைச் சிலர் நாயக்கர் தர்பார் மண்டபம் எனக் குறிப்பர். இதற்குத் தகுந்த சான்றுகள் இல்லை. நாயக்க மன்னர்கள் அரசோச்சும் தர்பார் மண்டபம் லக்ஷ்மி விலாசம் என்றே எல்லா நூல்களும் குறிக்கின்றன.

இங்குக் குறிப்பிடப்பெறும் ஒரே கருங்கல் மேடை மிக அழகான வேலைப்பாடுகளோடு 5.70 மீ x 5.10 மீ x 40 செ.மீ என்னும் அளவுடையதாக விளங்குகின்றது. இக்கல்லின் மேல் 2.10 மீ x 1.25 மீ x 53 செ.மீ அளவில் நான்கு கால்களுடன், கருப்பு வண்ணக் கருங்கல்லால் செய்யப்பட்ட அரசு கட்டில் இருந்தது. இதன்மீதுதான் தங்கச்சப்பரம் அமைந்திருந்தது. கல்லாலான இக்கட்டில் இப்போதும் இம் மண்டபத்திலேயே உள்ளது குறிப்பிடத்தக்கதாகும். இரகுநாதன் முதலிய அரசர்கள் அமர்ந்து செங்கோலோச்சியதையும் பல வெளிநாட்டுப்

பிரமுகர்களையும் உயர் அதிகாரிகளையும், கலைஞர்களையும் சந்தித்து உரையாடியதையும் இலக்கியங்களின்வழி அறியும்போது இம்மண்டபத்தின் பெருமை இமயமென உயர்ந்து நிற்கின்றது.

விஜயபவனம்

ராமசௌதத்திற்கு வடக்கே இருக்கும் நேரம் அறிவிப்புக் கோபுரத்தில் ஒலிக்கும் மணிஒலி விஜயபவனத்தில் எதிரொலிக்கும் என்று இரகுநாத விலாசம் கூறுகின்றது. இந்த விஜயபவனத்தின் பெருமையை விஜயராகவ நாயக்கர் எவ்வாறு வருணித்துள்ளார் என்பது முன்னர் விரிவாக எடுத்துக்காட்டப்பெற்றுள்ளது.

தற்போதைய கலைக்கூடத்தின் வாசலில் தொடங்கிச் சரஸ்வதி மகால் அமைந்துள்ள பகுதி முழுவதும் அடங்கிய ஒரு பகுதியே விஜயபவனமாக இருந்திருக்கக் கூடும்.

விஜயராகவ விலாசம்

'விருந்தகமாகத் திகழும் விஜயராகவ விலாசம்' என்று இரகுநாதாப்புதயமு எனும் நூலில் விஜயராகவ நாயக்கர் தொடர்ந்து வகை வகையான உணவுப் பொருள்களைப் பற்றி விரிவாகக் கூறி, இரகுநாத நாயக்கர் உணவு அருந்தும் காட்சியை விவரிக்கின்றார். இதனால் இம்மண்டபம் அரண்மனையின் விருந்து மாளிகையாக இருக்கலாம் எனத் தோன்றுகிறது. ஸ்ரீராமசௌதத்திற்கு மேற்கே இந்திரா மந்திரத்தோடு இணைந்த ஒரு மாளிகை இருந்து பின்னாளில் அழிந்துள்ளது. அம்மாளிகையின் ஒரு பகுதியினை மட்டும் இன்றும் காணலாம். இதையே விஜயராகவ விலாசம் எனக் கொள்ளலாம்.

இந்திரா மந்திரம்

தேவலோகத்திற்கு ஒப்பானதாகத் திகழ்வது இந்திரா மந்திரம் என்று ஒரே வரியில் இம் மாளிகையின் பெருமையை விஜயராகவர் இரகுநாதாப்யுதயமு எனும் தம் நூலில் குறிப்பிட்டுள்ளார். இதன் சிறப்பை விரிவுபடக் கூறுவது இரகுநாத விலாசம் நாடகமேயாகும். அந் நாடகத்தில் இந்த இந்திரா மந்திரத்தைப் பற்றி வரும் பகுதியை அப்படியே தமிழாக்கி முன்னர்க் கொடுத்திருக்கிறோம்.

இரகுநாத நாயக்கரே இயற்றிய சங்கீத சுதாவில் ராமசௌதம் எனும் சபையை அடுத்து இந்திரா மந்திரம் உள்ளது என்றும், அங்கு அரண்மனை மகளிர் உறைவர் என்றும், அதனோடு அந்தப்புரம் பூஞ்சோலையும் கேளிக்கைக்குரிய குளமும் இணைந்துள்ளன என்றும் கூறியுள்ளார்.

இந்த இலக்கியங்கள் அனைத்தையும் தொகுத்துப் பார்த்தால் மன்னர்கள் வாழ்ந்த இல்லம் இந்த இந்திரா மந்திரம்தான் என்பது உறுதியாகிறது. இதனுடன் அந்தப்புரமும், மலர்வனமும், மன்னர் நீராடும் குளமும் இருந்தன என்பதையும்

அறிகிறோம். தற்போதுள்ள அரண்மனையில் இது எந்த இடம் என அறியப் பல குறிப்புகள் நமக்குக் கிடைக்கின்றன. இராம சௌதத்தை ஒட்டியே இந்திரா மந்திரம் இருந்தது என்பது முக்கியமான குறிப்பாகும். அடுத்து இது பல அடுக்குகள் உள்ள மாடமாளிகை என்பதும், பெரிய தூண்கள்மீது மலை போன்று இம் மாளிகை அமைந்துள்ளது என்பதும் சிந்திக்கத்தக்கதாகும். தற்போது 'ஆயுதக்கோபுரம்' (Arsenal Tower) என்ற பெயரால் அழைக்கப்படும் 8 அடுக்குகள் உள்ள மாடமாளிகையே இந்திரா மந்திரமாகும். இதில் ஒவ்வோர் அடுக்கிலும் நடுப்பகுதியில் மன்னரின் படுக்கைக் கட்டில்களும் விதானங்களும் இருந்ததற்காக அடையாளங்கள் இன்றும் அப்படியே உள்ளன. தற்போது தாண்கள் உள்ள கீழ்ப் பகுதியில் முக்கால் பாகத்தை நாற்புறமும் சுவர் எழுப்பி மறைத்து விட்டார்கள். இம் மாளிகையின் ஒரு பக்கத்தில் திருமகளின் சிலை வழிபாட்டில் இருந்ததாலும், ராஜ்யலட்சுமி குடியிருந்த இடமாகக் கருதப்பட்டதாலும், லக்ஷ்மி ஆலயம் எனப் பொருள்படும் இந்திரா மந்திரம் எனப் பெயரிட்டுள்ளனர்.

அந்தப்புரமும் கலாபரிசீலன சாலையும்

இது இந்திரா மந்திரத்தின் பின்பக்கமும் மேற்குப் பகுதியும் இணைந்த பகுதியாகும். இதன் பெரும்பகுதி முற்றிலுமாகச் சிதைந்து மிகச் சில எச்சங்களே தென்படுகின்றன. இங்கிருந்து கிழக்கே சென்றால் லட்சுமி விலாசத்துடன் இணையும் மண்டபம் இருந்தது. இப் பகுதிக்கு இரகுநாத விலாசம் 'கலாபரிசீலனசாலா' என்று பெயர் குறித்து இங்கு அந்தப்புரம் பெண்கள் பல கலைகளையும் கற்றுக் கொண்டனர் என்கிறது.

தெற்கு வாயில்

அரண்மனையின் பிரதான வாயிலான வடக்கு வாயில் பற்றி முன்னரே குறிப்பிட்டோம். அதைத் தவிர இந்த அரண்மனையில் திகழ்ந்த ஒரே வாயில் தெற்கு வாயிலாகும். தற்போதைய சரஸ்வதி மகால் நூலகத்திற்கு நேர் பின்புறம் உயர்ந்த கோபுரத்துடன் அடைக்கப்பெற்ற வாயிலோடு திகழும் கட்டடமே தெற்கு வாயிலாகும். இது மிகச் சிறந்த கலைநயம் வாய்ந்ததாகும். இதன் கட்டுமான அமைதி ஹம்பியில் காணப்பெறும் கமல மஹால் எனும் தாமரை மகாலின் வடிவமைப்பையே ஒத்துக் காணப்பெறுகின்றது. 'உபவனம்' எனும் அரண்மனைத் தோட்டத்திற்கு மன்னரும், அந்தப்புர மகளிரும் செல்லும் வழி இதுவாகும். இதனைக் கடந்து உள்ளே சென்றால் தோட்டம் நாற்புறமும் மதில் சூழ்ந்து காணப்பெறுகின்றது. உள்ளே கேளீசரஸ் எனும் சிறுகுளம் உள்ளதை இன்றும் காணலாம். மன்னரும் அந்தப்புரப் பெண்களும் கூடி மகிழ்வுடன் நீராடும் குளமே இந்தக் கேளீசரசாகும். இந்தக் குளத்திற்கு ஜலசூத்திர அமைப்பு இருந்ததை இரகுநாத நாயக்காப்யுதயமு குறிப்பிடுகிறது.

அரண்மனையின் இப் பூங்காவனத்தில் மணம் கமழும் பல பூச்செடிகள் இருந்ததாகவும், புன்னை, சந்தனம், நாரத்தை, மாதுளம், பாரிஜாதம், கமுகு முதலிய மரங்கள் நிழல் தந்ததாகவும் அந்தத் தெலுங்குக் காவியம் வருணிக்கிறது.

இராஜகோபால பீரங்கி

தஞ்சாவூர்ப் பெரிய கோட்டையின் உட்புறம் கிழக்கு வாசலையொட்டி ஒரு பெரிய மேடை அமைக்கப்பெற்று அதன் மேல் பெரிய பீரங்கி ஒன்று வைக்கப் பெற்றுள்ளது. இதனை மக்கள் ‘இராஜகோபால பீரங்கி’ என்று குறிப்பிட்டு வருகின்றனர். இது நாயக்கர் காலப் பீரங்கி என்பது செவி வழியாகத் தொடரும் செய்தியாகும். இது பற்றிய தெளிவான ஆவணச் சான்றுகள் கிடைக்கவில்லை. எனினும் சில இலக்கியக் குறிப்புகளின் வாயிலாக நாயக்கர் காலத்திய கோட்டையின் பாதுகாப்பு அமைப்புகள் பற்றி அறியமுடிகிறது.

ஸாகித்ய ரத்னாகரம் எனும் தஞ்சை அரண்மனைச் சுவடி நூல், தஞ்சைக் கோட்டையின் கொத்தளத்தில் “அனலவர்த்தியுதைர் நாளிகாயுதம்” *(15-20)* - இருந்ததாகக் கூறுகிறது.

இந்த சமஸ்கிருதத் தொடருக்கு தீயைக் கக்குகின்ற குழல் வடிவிலுள்ள படைக்கலம் என்பது பொருளாகும். இது பீரங்கிதான் என்பது வெள்ளிடைமலை மேலும் முதலாம் சரபோஜி மன்னர் காலத்தில் தஞ்சையில் மலர்ந்த நூலான ‘சரபராஜவிலாசம்’ எனும் வடமொழி நூல் கொத்தளத்தின் மேல் அக்னியந்திரம் இருந்ததாகக் குறிப்பிடுகிறது. இதனையும் பீரங்கி என்றே கொள்ளத் தடையில்லை.

தஞ்சையின் கீழைக் கொத்தளம் எனும் இம் மேடை, பிற்காலத்தில் மராட்டியர்களால் ‘டாஸ்மேடு’ என அழைக்கப்படலாயிற்று. டாஸ்மேடு என்பது மணி அறிவிப்பு மேடை என்பதாகும். செம்புறாங்கற்களால் அமைக்கப்பெற்ற உயர்ந்த இம் மேடை மீதுதான் கிழக்கு நோக்கியவண்ணம் முற்கூறப்பெற்ற பீரங்கி உள்ளது. இது கி.பி.1600-1650 கால கட்டத்தில் நிறுவப்பெற்றதாகும். இரும்பால் ஆன இந்தப் பீரங்கி வரலாற்றுப் பெருமையுடையது மட்டுமன்று; தொழில்நுட்பச் சிறப்பாலும் பெருமை படைத்ததாகும்.

பொதுவாகப் பீரங்கிகள் வார்ப்பிரும்பால் வார்க்கப்படும். ஆனால் இதுவோ தேனிரும்புப் பட்டைகளால் இணைப்பு முறையில் உருவாக்கப் பெற்றுள்ளது. 26 அடி நீளம் 300 எம்.எம். உருட்டுருளையும் 150 எம்.எம் உட்சுவர் கனமும் கொண்டது. உடலமைப்பு இரு பகுதிகளாக இணைக்கப்பெற்றுள்ளது. நீண்ட இருப்புப் பட்டைகளைப் பக்கவாட்டில் இணைத்து உட்குழாய் வடிவம் உருவாக்கப்பெற்றுள்ளது. பிறது அதன்மீது தொடராக வளையங்களைப் பக்கவாட்டில் இணைத்து மேல்குழாய் உருவாக்கப் பெற்றுள்ளது. இவ்விரண்டும் ஒன்றை ஒன்று பாதுகாக்கும் வண்ணம் மிக இருக்கமாகப் பிணைக்கப்பெற்றுள்ளது. உட் குழாயின் பட்டைகள் பீரங்கி வாயின் வெளிப்புறமாக மடக்கி விடப்பெற்றுள்ளது. மறுபுறம் பீரங்கியின் தலை உள்ளது. மேல்குழாயின் மேல் 5 இடங்களில் இறுக்க இணைப்பு வளையங்கள் பிதுக்க அமைப்புடன் உள்ளன. அவற்றுள் இரண்டு இடங்களில் பீரங்கியை மேலே உயர்த்துவதற்காக வளையங்கள் துளையிட்டு மாட்டப்பெற்றுள்ளன.

தஞ்சை பீரங்கியின் அமைப்பு

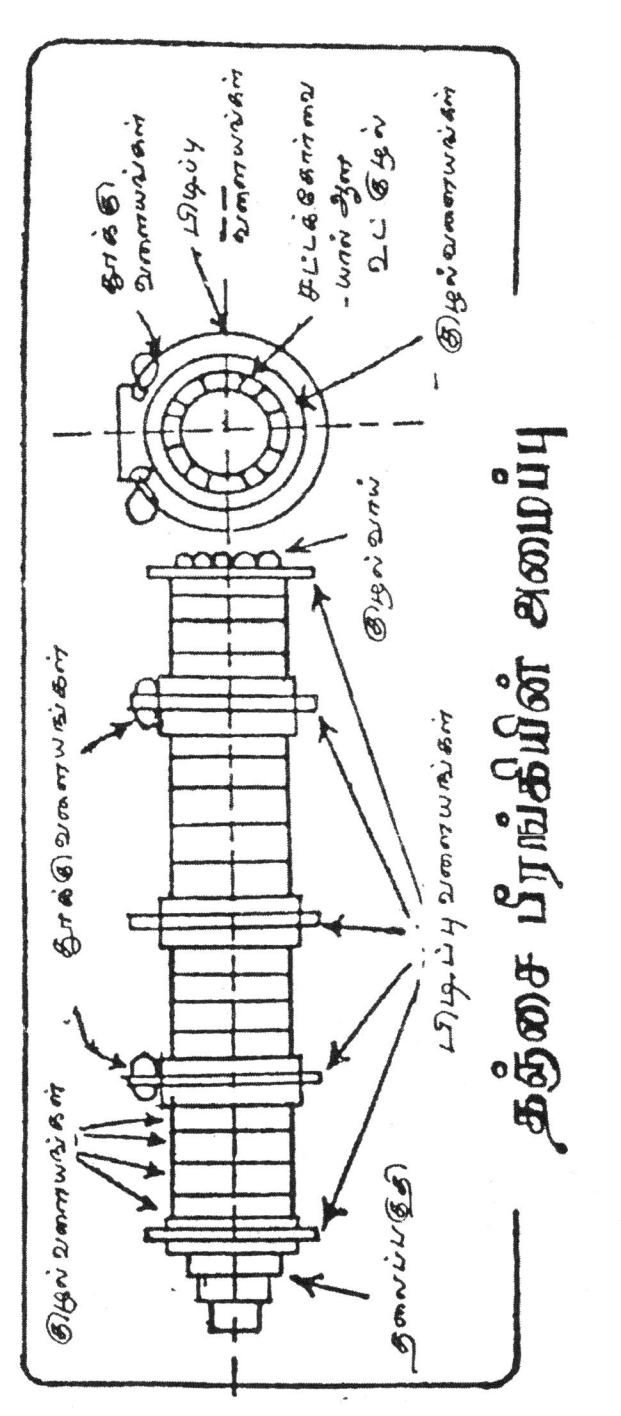

இதன் வடிவமைப்பு தொழில்நுட்பத்தின் சிறந்த சாதனையாகும். கேஸ்வெட்டிங், ஆர்க் வெல்டிங் முறைகளைக் கண்டுபிடிப்பதற்கு முன்பாகவே இங்கு இணைக்கப்பெற்றுள்ள செய்திறன் வியப்பூட்டுவதாகும். மிக அழுத்தமாக வெடிமருந்து வெடித்து, குண்டுகளோடு பீறிட்டு எழும் நெருப்பையும், அழுத்தத்தையும் தாங்கும்படியாக இருப்புப் பட்டைகளை இணைந்துள்ள செயல்திறன் வியப்பளிப்பதாகும். இது மட்டுமன்றி இந்த இரும்புப் பீரங்கி துருப்பிடிக்காமல் இருப்பதும் குறிப்பிடத்தக்க சிறப்பாகும். தில்லியில் குப்தர் காலத்தில் நிறுவப்பெற்ற தூணை இரு நினைவூட்டுகிறது. இப் பீரங்கி தஞ்சையிலேயே உருப்பெற்றிருக்கலாம். தஞ்சையில் மானோஜிப்பட்டிப் பகுதியில் உள்ள 'கொல்லுமேட்டில்' இரும்புத் தொழில் மிகவும் சிறந்திருந்ததற்கான சான்றுகள் உள்ளன.

தஞ்சை நாயக்கர்களுக்கும் ஹாலந்து நாட்டைச் சேர்ந்த டேனிஷ் வணிகர்களுக்கும் நல்ல நட்புறவு இருந்துள்ளது. தரங்கம்பாடியில் இருந்த டேனிஷ் வர்த்தக மையம் தஞ்சை நாயக்கர்கள் அரவணைப்பால் உருவானதே. டேனிஷ் தொழில் நுட்பமும், தஞ்சைக் கொல்லர்களின் திறனும் இணைந்து உருவானதே இப்பீரங்கி என்று முழுமையாக நம்பலாம். இந்திய நாட்டிலுள்ள மிகப்பெரிய பீரங்கிகளில் இது ஒன்று என்பதும் இதன் பெருமைக்குரிய அம்சங்களில் ஒன்றாகும்.

அரண்மனைக் கட்டுமானச் சிறப்புகள்

அரண்மனை முழுவதும் செங்கல், கருங்கல், சுண்ணாம்பு, மரம் போன்ற அடிப்படைப் பொருள்களைக் கொண்டு கட்டப்பெற்றதாகும். பெரிய தூண்களின் உட்பகுதி துண்டுக் கருங்கற்களைக் கொண்டும், வெளிப்பகுதி செங்கற்களாலும் கட்டப்பெற்றுச் சுண்ணாம்புப் பூச்சுடன் திகழ்கின்றன. தூண்களின் மேல் வளைவுகள் (Arches) எழுப்பி அதன்மேல் வளைவு மண்டபக் கூறைகளை (Vault) அமைத்துள்ளனர். தூண்களின் தலைப்பகுதி போதிகைகள் கொண்டு திகழ்கின்றன. சில தூண்களின் மேல் யாளி சிம்ம வேலைப்பாடுகளும், சிலவற்றின் மேல் தெய்வ, மனித உருவச் சுதைச் சிற்பங்களும் உள்ளன.

ஒவ்வொரு நான்கு தூண்களுக்கும் மேலாக அமையும் மண்டபக்கூரை அரைவட்டம், வௌவால் நந்தி, எண்பட்டை, நான்குபட்டை போன்ற பல வடிவுகளில் உள்ளன. நீண்ட மண்டபங்களின் கூரைகள் வௌவால் நந்தி எனும் அமைப்பிலேயே உள்ளன. இவ்வகை மண்டபங்களில் குறிப்பிடத் தக்கவை நாடகசாலை எனப் பெற்ற சங்கீத மகால், லட்சுமி விலாசம், ராமசௌதம் ஆகியவற்றின் கூரைகளே. அரைவட்டக் கூரையாகத் திகழும் தற்போதைய கலைக் கூடத்தின் நுழைவு மண்டபம் (விஜயபவனம்) குறிப்பிடத்தக்க சிறப்புடையதாகும். மற்றவகை மண்டபக் கூரைகளையும் தற்போதைய சரஸ்வதி மஹால் நூலகக் கட்டடத்தில் காணலாம்.

இந்திரா மந்திரமும், கடிகைக் கோபுரமும் பல அடுக்குகள் பெற்றவையாகும். இந்திரா மந்திரம் தூண்களின் மேல் அமைக்கப்பெற்ற தளங்களாகவே உள்ளது. தமிழகக் கட்டடக்கலையோடு முகமதியப் பாணியும் இணைந்த ஒரு கலைப்பாணியில் உருவானதே தஞ்சை நாயக்கர் அரண்மனையாகும்.

நன்கு சுடப்பெற்ற செங்கற்களையே கட்டுமானத்திற்கு உபயோகித்துள்ளனர். இணைப்பிற்கும் மேற்பூச்சுக்கும் சுண்ணாம்புச் சாந்தை உபயோகித்துள்ளனர். இவர்கள் உபயோகித்த சாந்திற்கு மிக அழுத்தமான இணைப்புத் தன்மை உள்ளது என்பதை 400 ஆண்டுகள் ஆகியும் கட்டடம் வலிமை குன்றாமல் நிற்கும் திறத்தால் உணரமுடிகிறது.

பெரிய கட்டடங்களுக்கான சாந்து தயாரிப்பது பற்றி மதுரைத் திருப்பணிமாலை என்னும் நூல் ஒரு குறிப்பைத் தருகிறது. சுண்ணாம்போடு சேர்த்து நன்றாகப் பசைபடும் வண்ணம் மணலை அரைத்துக் கொள்ள வேண்டும். இக் கலவையை நன்றாகப் புளிக்க வைத்து மிக நுண்மையாகச் சற்றும் சிறு கட்டிகள் கூட இல்லாமல் தயாரிக்கப்பெற்ற வெல்லச்சாற்றை விட்டுக் குழைக்க வேண்டும். பிறகு கடுக்காய், பெரு நெல்லிக்காய், தான்றிக்காய், உளுந்து ஆகியவற்றை நுண்மையான மாவாக ஆகும் வரை மூன்று நான்கு முறை இடித்து, சுத்தமான தண்ணீரில் ஊறவைத்துச் செய்யப்பெற்ற கருஞ்சாற்றோடு முற்சொல்லப் பெற்ற சுண்ணாம்புக் கலவையில் நன்றாகக் கலந்துவிட வேண்டும். இதுவே கட்டடச் சாந்தாகும். இது மிக உறுதியாக நிற்கும் எனக் கூறப்படுகிறது.

மதுரைத் திருப்பணிமாலை கூறுவது பெரும்பாலும் பிற்காலத் திருப்பணிகளைப் பற்றியேயாதலின் கால ஒற்றுமையால் தஞ்சை அரண்மனைக் கட்டுமானச் சாந்தும் இவ்வகையில் செய்யப்பெற்றிருக்கலாம் எனக் கொள்வதில் தவறில்லை.

இந்த அரண்மனையிலேயே வாழ்ந்து பல புதிய கட்டடங்களையும் எழுப்பியவர்கள் மராட்டியர்கள். இவர்கள் காலத்தில் மலர்ந்த நூல்களுள் பிரஹதீஸ்வர மகாத்மியம் என்பது ஒன்றாகும். இந்நூலின் பதினைந்தாவது அத்தியாயம் 31, 32ஆம் சுலோகங்கள் கட்டடத்திற்கான சுண்ணாம்புக்காரைப் பற்றிக் குறிப்பிடுகிறது. மஞ்சள், வெல்லச்சாறு, கடுக்காய்த் தண்ணீர் ஆகியவற்றைக் கலந்து செய்யப்பெற்ற சுண்ணாம்புக் கலவையை ஒரு மயிரிழையளவு கனத்திற்குப் பூசிப் பாறைகளை இணைத்தனர் என்பது அக்குறிப்பாகும். இந்த அரண்மனையில் இந்தக் காரையையும் பயன்படுத்தியிருக்கலாம்.

கொடுங்கைகள்

மண்டபக் கூரைகளின் விளிம்பு நீண்டு வளைந்து காணப்பெறுவதைக் கொடுங்கை என அழைப்பர். சோழர்காலக் கொடுங்கைகளைவிட விஜயநகரப் பேரரசர்களாலும், நாயக்கர்களாலும் அமைக்கப்பெற்ற கொடுங்கைகள் சிறப்பு

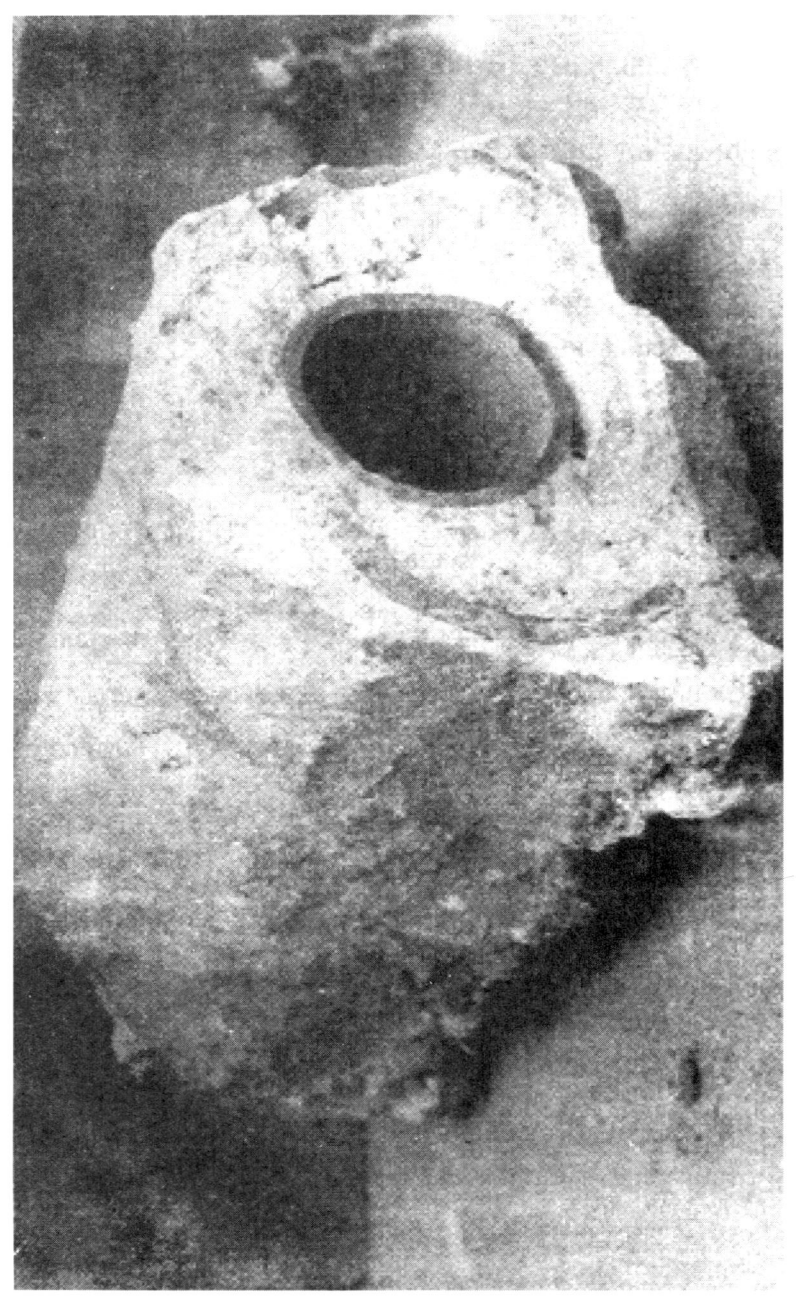

குடிநீர் குழாய் (சுடுமண்)

வாய்ந்தவையாகும். கருங்கல்லில் எவ்வாறு அற்புதமான கொடுங்கைகளைப் படைத்தார்களோ அவ்வாறே செங்கற் கொடுங்கைகளையும் அமைத்தனர். இதற்கு இவர்கள் பலவிதமான உத்திகளைக் கையாண்டுள்ளனர். கொடுங்கைகளை அமைப்பதற்குச் செங்கற்களுடன் கருங்கற்துண்டு, மரக்கழி, மூங்கிழ்கழி, கயிறு ஆகியவற்றோடு உபயோகித்துள்ளனர். சுவரிலிருந்து சற்றுச் சாய்ந்தவண்ணம் மரக்கழிகளையோ அல்லது கருங்கற்களையோ பொருத்தி, இவைகளுக்கு இடையே செங்கற்களைச் சுண்ணாம்புக் கலவையுடன் இணைத்துக் கொடுங்கையை உருவாக்கியுள்ளனர். கடைசியில் மரமோ, கற்களோ தெரியாமல் மேற்பூச்சும் பூசியுள்ளனர். இதற்குத் தேக்கு, கருங்காலி, இலுப்பை ஆகிய மரக்கழிகளையே பயன்படுத்தியுள்ளனர். சிலவிடங்களில் மூங்கில் துண்டுகளையும் உபயோகித்துள்ளனர். மரக்கழிகள் மக்கிச் சேதமடையாமல் இருக்க அவற்றின் மேல் இறுக்கமாகத் தேங்காய் நாராலான கயற்றைச் சுற்றியுள்ளனர். 400 ஆண்டுகள் ஆகியும் இப் பொருள்கள் மக்காமலும் சிதையாமலும் இருப்பது வியப்பூட்டுகிறது.

இத்தகைய கொடுங்கைகளின் நீளம் 6 அடி வரை வெளிநோக்கி அமைந்துள்ளன. நீண்ட கொடுங்கைகளைத் தாங்குவதற்காக மர உத்தரங்களைச் சுவரில் புதைந்துள்ளனர்.

மரப்பகுதிகளைச் சுவரில் புதைக்கும்போது அப்பகுதி மக்காமல் இருக்கத் தாமரை இலைகளை மரத்தின் மேல் அடுக்கடுக்காகப் பரப்பி மெல்லிய கயிறு கொண்டு கட்டிப் புதைத்துள்ளனர். தாமரை இலைகள் மரத்தைக் காக்கும் காப்பாக அமைந்துள்ளது.

கோட்டைக்குள் குடிநீர்க் குழாய்கள்

தஞ்சை மக்களுக்குத் தூய குடிநீர் வழங்குவதற்காகச் செவ்வப்ப நாயக்கர் தன் பெயரில் ஓர் ஏரியை வெட்டுவித்து, அங்குத் தேக்கப்படும் மழை நீரை அகழியில் கலக்காமல் சிவகங்கைக் குளத்திற்குக் கொண்டு வந்திருந்தார் என முன்னரே குறிப்பிட்டுள்ளோம். இவ்வாறு சிவகங்கைக் குளத்தில் சேமிக்கப்படும் தெளிந்த குடிநீரைப் பெரிய கோட்டையின் நடுவே திகழும் அரண்மனைக்கும் நான்கு இராஜவீதிகளில் உள்ள கிணறு குளங்களுக்கும் கொண்டு செல்லப் பூமியில் புதைக்கப்பட்ட குடிநீர்க் குழாய்களைப் பயன்படுத்தினர். இவ்வமைப்பு பற்றிய குறிப்பு விஜயராகவ நாயக்கர் எழுதிய இரகுநாத நாயக்காப்யுதயமு எனும் தெலுங்குச் சுவடியில் காணப்பெறுகின்றது. ஜாருகுபீடலு ஜல சூத்ரமூலுனு ஸாரகா ஸாரமுல் சால நொப்பாரு (266-267) என்று கூறி இத்தகைய ஜலசூத்திர அமைப்பு கேளிசரஸ் எனும் அரண்மனையின் அந்தப்புரக் குளத்திற்கு இருந்ததாகவும் குறிக்கப்பெறுகின்றது.

இவர்கள் பயன்படுத்திய சில குழாய்ப் பகுதிகள் அண்மையில் வெளிப்பட்டன. அவற்றை இந்நூலாசிரியர் ஆய்ந்தபோது பல பயனுள்ள

இராஜ கோபால பீரங்கி

சர்ஜா மாடி

அரண்மனை வளைவுக் கட்டுமானம்

செய்திகளை அறியமுடிந்தது. இவை சுமார் ஒரு முழம் நீளமுள்ள சுடுமண் குழாய்களே ஆகும். இவற்றின் ஒரு புறவாயிலின் விளிம்பு விரிவு பெற்றுத் திகழ்ந்ததால் மற்றொரு குழாயை இதனுள் இறுக்கமாகச் செருகி இணைக்க முடியும். பூமியைத் தோண்டி, தேவைப்படும் ஆழத்தில் இரண்டு கற்கள் அகலத்தில் செங்கற்களைப் பரப்பிச் சுண்ணாம்புக் காரை கொண்டு தளம் அமைத்து, அதன் மேல் நன்கு பதப்படுத்தப்பட்ட சுண்ணாம்புக் கலவையோடு இக்குடிநீர்க் குழாய்களைத் தொடர்ச்சியாக அமைத்துள்ளனர். இவற்றைச் சுற்றி மூன்று அங்குலக் கனத்திற்குச் சுண்ணாம்புக் காரையைக் கவசமிட்டுள்ளனர். பூமியின் மேல் கனமான வாகனங்கள் செல்வதாலோ அல்லது மற்ற இறுக்கத்தாலோ இவைகள் உடையாவண்ணம் பாதுகாக்க அக் கவசத்தினுள் பக்கவாட்டில் இரண்டும், உச்சியில் ஒன்றுமாக மூன்று நாட்டு வளைவு ஓடுகளைத் தொடர்ச்சியாகப் பதித்துள்ளனர். இது வளைவுக் காப்பு (Shell Protection) என்ற அறிவியற் கோட்பாட்டின்படி அமைக்கப்பெற்றதாகும்.

இவ்வாறு பதிக்கப்பெற்ற குடிநீர்க் குழாய்கள் பல நூற்றாண்டுகள் கெடாமலிருக்கும். மேலும் குழாய்க்குள் செல்லும் தூய நீரோடு வெளியிலிருந்து எந்தக் கசிவு நீரும் கலக்க முடியாவண்ணம் சுண்ணாம்புக் காரைக் காப்பு தடுத்து விடுகிறது. வெளியிலிருந்து வரும் எத்தகைய அதிர்வும் சுடுமண் குழாயைத் தாக்காவண்ணம் மெத்தைக் காப்பாகவும் (Cushion effect) திகழ்கின்றது. சிறந்த அறிவியல் நுட்பத்தோடு நகரம் முழுவதும் இத்தகைய குழாய்கள் பதிக்கப்பட்டு நீர் வழங்கப்பெற்றது. சிவகங்கைக் குளத்து நீரை அதன் கீழ்க்கரையில் உள்ள மதிலின் அடைப்பை நீக்கி இக்குழாய்களில் பாய விடுவர். அந் நீர் நகரின் முக்கியக் கிணறுகளுக்கும், குளத்திற்கும் பாயும். இதனால் கிணற்று நீர் மட்டம் எப்போதும் உயர்ந்தே இருக்கும். நகரைச் சுற்றிலும் இருந்த அகழி நீரும் நிலத்தடி நீரின் மட்டத்தை உயர்த்தத் துணையாக இருந்தது. 400 ஆண்டுகள் கழித்து இன்றும் மழைக்காலங்களில் சிவகங்கைக் குளத்து நீர்மட்டம் உயரும்போது பல கிணறுகளில் பாதி ஆழத்தில் காணப்படும் இக்குழாய் வழியாக நீர் வருவதைக் கண்கூடாகக் காணமுடியும்.

குறிப்பு

1. ARE No. 39 of 1897. SII vol V No. 1402.

தஞ்சை மராட்டியர் கோட்டையும் அரண்மனையும்

விஜயராகவ நாயக்கருக்குச் சொந்தமான வல்லம் கோட்டையை மதுரைச் சொக்கநாத நாயக்கர் கைப்பற்றியமையால், இவர் பீஜப்பூர் சுல்தானின் உதவியை நாடினார். சுல்தான் தன் படைத்தளபதிகளான காதர் யெக்கலாசு, அப்துல் ஹலிம் ஆகியோரைப் பெங்களூர் ஜாகீர்தார் ஏகோஜி என்ற வெங்கோஜியுடன் பெரும்படை கொடுத்து அனுப்பினார். இப்படை தஞ்சை வந்து வல்லம் கோட்டையை மீட்டு விஜயராகவரிடம் கொடுத்து விட்டுத் திரும்பும்போது திருமழபாடியில் முகாமிட்டிருந்தது. முகமதியத் தளபதிகளின் சூழ்ச்சியினால் விஜயராகவ நாயக்கரையே ஒழித்துவிட்டுத் தஞ்சையைக் கைப்பற்ற ஏகோஜி முனைந்தார்.

கி.பி.1675 ஆனந்த வருடம் மாசி மாதம் 7ஆம் நாள் ஏகோஜியின் பெரும்படை தஞ்சாவூர்க் கோட்டையை வடக்கு வாசல் வழியாக உள்ளே நுழைந்து, சற்றும் எதிர்பாராத நாயக்கர் படையைத் தாக்கியது. வடக்கு வீதியில் இராசகோபாலசாமி கோயில் அருகே நடந்த கடும் சமரில் விஜயராகவ நாயக்கரும் அவரது குடும்பத்தினரும் வீரமரணமுற்றனர். தஞ்சைக் கோட்டையைக் கைப்பற்றிய ஏகோஜி அன்றே கிழக்கு வாசல் வழியே வெளியேறிப் புறநகரில் முகாமிட்டுத் தங்கினார். பின்னர்த்தானே தஞ்சை மன்னராக முடிசூடிக் கொண்டார்.

ஏகோஜி தஞ்சைக் கோட்டைக்குள் புகுந்த வடக்கு வாயிலை 'அல்லிதர்வாஜா' என்றும்; வெற்றிக்கு பிறகு கோட்டையிலிருந்து வெளிப்போந்த வாயிலைப் 'பத்தேதர்வாஜா' என்றும் அழைத்தனர்.[1]

பெரிய கோயிலை உள்ளடக்கித் திகழ்ந்த சிறிய கோட்டையை மராட்டிய மன்னர்கள் சிவகங்கைக் கோட்டை என்றே அழைத்தனர். இதனைச் சரஸ்வதி மகாலிலுள்ள மோடி ஆவணங்கள் வாயிலாக அறியலாம்.[2] கி.பி.1832இல் சிவகங்கைக் கோட்டை அரண்மனையில் ஓவியர் மூவர் பணியிலிருந்தனர் என்பதை மோடி ஆவணம் கூறுவதால், சிவகங்கைக் கோட்டையில் இவர்களுக்கு ஓர் அரண்மனை இருந்ததை அறியமுடிகிறது.[3] சரஸ்வதி மகாலில் உள்ள இரண்டு மோடி வரைபடங்களில் பெரிய கோட்டையும், சிறிய கோட்டையும் காட்டப்பெற்றுள்ளன. ஒரு வரைபடத்தில் சிறிய கோட்டையில் உள்ள அரண்மனையைச் 'சர்க்கார்வாடா' என்றும் மற்றொன்றில் இதையே 'திவான்வாடா' என்றும் வேறு வேறு பெயர்களில் குறித்துள்ளனர்.

இங்குள்ள குளத்தைச் 'சிவகங்கைக் குளம்' என்றே அழைத்தனர். சிவகங்கைக் குளத்து நீர் தூய்மையான குடிநீராகப் பாதுகாக்கப் பெற்றது என்பதை இதில் இரு பெண்கள் குடங்களை அலம்பியதற்காக 4½ சக்கரம் அபராதம் விதிக்கப்பட்ட NÝÛiÌ°Y û °ÌÂ årG¢.[4] இந்தக் கோட்டையில் இருந்த தோட்டத்தினைச் சிவகங்கைத் தோட்டம் என்றே குறிப்பிட்டு அழைத்ததைப் பல மோடி ஆவணங்கள் குறிப்பிடுகின்றன.[5]

பெரிய கோட்டைக்குள் திகழ்ந்த தஞ்சை நகரில் மராட்டியர் காலத்தில் நெரிசல் மிகுந்தது. பல கோயில்களை எடுத்தனர். முன்பு ஜன நெருக்கம் இன்றித் திகழ்ந்த உட்பகுதியில் பல தெருக்களும் சந்துகளும் தோன்றின. அரண்மனையின் உட்பகுதியில் பல புதிய கட்டடங்கள் கட்டப்பெற்றன. இவ்வாறு அரண்மனைக்குள்ளும் வெளியிலும் இருந்த முக்கிய இடங்களை மகால்கள் என்றும் கானாக்கள் என்றும் அழைக்கலாயினர். சி.கோவிந்தராசனார், கே.எம். வேங்கடராமையா ஆகிய இருவரும் இந்தக் கானாக்கள் பற்றியும், மகால்கள் பற்றியும் தொகுத்துத் தந்துள்ளனர்.[6]

மகால்கள்

1. போத்தே மஹால்	கஜானா
2. பாகா மஹால்	குதிரை லாயம்
3. தர்ஜி மஹால்	தையல் கூடம்
4. ஆடே மஹால்	தண்ணீர் பந்தல்
5. கோட்டி மஹால்	தானியக் கிடங்கு
6. தட்டி மஹால்	மாட்டுப்பண்ணை
7. பால்கி மஹால்	பல்லக்குக் கூடம்
8. முபதக் மஹால்	சமையல் கூடம்
9. இமாரதி மஹால்	மராமத்துக் கூடம்
10. டங்க மஹால்	தங்கசாலை
11. ஜாசுத மஹால்	தூதுவர் தங்குமிடம்
12. தாஸ்தான் மஹால்	நெற்களஞ்சியம்

கானாக்கள்

1. ஜாம்தார் கானா	ஜவுளி நகை
2. ஸர்பத் கானா	குளிர்பானம்
3. ஜிராத் கானா	ஆயுதசாலை
4. ஹத்தி கானா	யானை கட்டும் இடம்
5. அப்தர்கானா	தண்ணீர்பந்தல்

6.	தாரு கானா	வெடிமருந்து
7.	சராப் கானா	சாராயம்
8.	நகார் கானா	டமாரம்
9.	தாலிம் கானா	உடற்பயிற்சி, மல்யுத்தம்
10.	தோப் கானா	பீரங்கி அதிர்வேட்டு
11.	சேத் கானா	நெல் வயல்கள்
12.	தவா கானா	மருத்துவமனை
13.	அம்பர் கானா	நெல் கிடங்கு
14.	தப்தர் கானா	ஆவணப் பதிவுக்கூடம்
15.	பராஸ் கானா	சட்டி பானை செய்யுமிடம்
16.	தஸ்த கானா	வரி செலுத்துமிடம்
17.	துஸ்த கானா	தலைப்பாகை செய்யுமிடம்
18.	ஜர்கர் கானா	காசுக்கடை

என்பவை இவர்கள் மோடி ஆவணங்கள் கொண்டு தொகுத்த இடங்களாகும். கானா என்பது பொதுவாக ஓர் இடத்தைக் குறிக்கும் உருதுச் சொல்லாகும். முகமதியரின் கலாச்சாரத் தாக்கம் மராட்டியருக்கு முன்பே நிலை பெற்றுவிட்டதால், உருதுச் சொற்கள் அரசியல் வழக்காறு பெற்றிருந்தன.

இவை அனைத்தும் தஞ்சை நகரில் எங்கெங்கு இருந்தன என்பது பற்றி முழுமையான நாம் அறியமுடியவில்லை என்றாலும் ஒரு சில இடங்களை உறுதி செய்ய முடிகின்றது.

அரண்மனை வடக்கு வாசல்

நாயக்கர் காலத்தில் அரண்மனையின் ஒரே வாயிலான வடக்கு வாயில் 'ஹசாரம்' என்றழைத்தனர். இப் பெயர் மராட்டியர் காலத்திலும் தொடர்ந்தது. மராட்டியர் ஆட்சியின் இறுதிக் காலத்தில், ஆங்கிலேயர் ஆட்சியின் போது நடந்த வழக்கொன்றில் நீதிமன்றத்தில் தாக்கல் செய்யப்பெற்றுள்ள ஓர் ஆவணத்தில் 'ஹசாரம்' என்று குறிக்கப்பெற்று, இக்கட்டடம் தஞ்சாவூர் மார்க்கெட்டுக்கு அருகிலுள்ள வாயில் என்று குறிக்கப்பெற்றுள்ளது.[7]

'ஹஜாரம்' என்ற இப்பெயர் பொதுமக்கள் பேச்சு வழக்கில் வடக்கு ஆசாரம் என்றழைக்கப்பெறுகின்றது.

நகாரா கானா

நகரா அல்லது நகாரா என்னும் உருதுச்சொல் முரசு என்று பொருள்படும். மராட்டியர் காலத்தில் நகார் கானா எனும் இடத்தில் மேளவாத்தியங்கள்

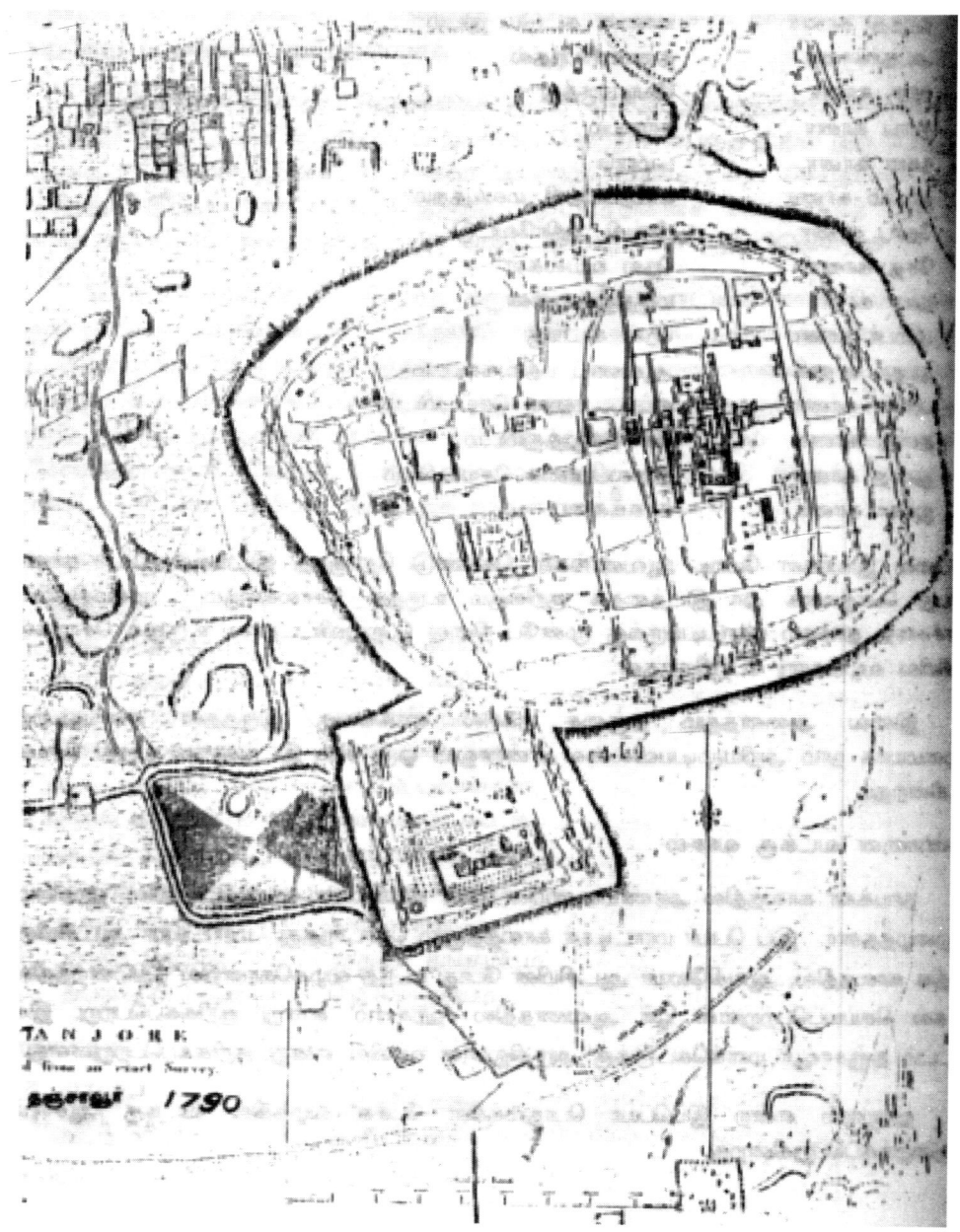

தஞ்சை நகர வரைபடம் - 1790

வைத்திருந்தனர் என்பதை ஒரு மோடி ஆவணம் கூறுகிறது.[8] இந்த இடம் ஹஜாரம் என்ற வாயிற்படி மண்டபத்தின் மேற்பகுதியில் இருந்தது என்பதனை "1809 : ஹஜாரி வாசலின் வடவண்டை வாசற்படி மண்டபத்தின் மேல் நகாரா கானா கொறடின்சுவர் போடுவதற்கு செலவு சக் 2-15/16" என்ற மோடி ஆவணக் குறிப்பால் அறியமுடிகிறது.[9]

இதனால் அரண்மனையின் வடக்கு வாசலின் மேல்தளத்தில் நகாரா கானா எனும் முரசுக்கொட்டில் இருந்தது என்பதை அறிகிறோம்.

ஹசாரம் (கிழக்கு வாசல்)

வடக்கு வாசலில் இருந்ததைப் போன்றே கீழவீதியை ஒட்டி மராட்டியர்களால் புதிதாக ஒரு வாயில் கட்டப்பெற்றது. இதற்குப்பெயர் கிழக்கு ஹசாரம் என்று ஆவணங்கள் கூறுகின்றன. இவ்வாறே கல்யாண மகாலை ஒட்டி ஒருவாயிலும், சர்ஜா மாடியின் கீழ்த்தளதில் ஒன்றும் கீழவீதியை நோக்கியவண்ணம் மராட்டியர்களால் உருவாக்கப்பெற்றன. இவை பெரும்பாலும் இரண்டாம் சரபோஜி மன்னர் காலத்தில் உருவாக்கப்பெற்றவை ஆகும்.

இனி அரண்மனையின் மதிற்சுவருக்கு உள்ளே உள்ள பகுதிகளைக் காண்போம். வடக்கு ஆசார வாயிலுக்கு அருகே வடபுற மதிலை ஒட்டி உள்ளே அமைந்த கட்டடப்பகுதி இமாரதி மகால் ஆகும்.

இமாரதி மகால்

கட்டட மராமத்துப் பணிக்கு 'இமாரதி' என்று பெயர். இப்பணி புரியும் அலுவலர் பணிசெய்யும் இடம் இமாரதி மகாலாகும். மராமத்துப் பணிக்குரிய தளவாடங்களும் இங்குதான் பாதுகாக்கப்பெறும். 1809ஆம் ஆண்டு மோடி ஆவணம் ஒன்றில் "நவவித்யா கலாநிதி எனும் கல்விக்கூடத்தின் அச்சு இயந்திரத்தின் கட்டை உடைந்து போனதற்குப் புதிய கட்டை போட 1½ முழம் நீளம் ஒருசான் அகலம் உள்ள கருப்புக் கட்டையும், தச்சனும், இமாரதி மகாலிலிருந்து அனுப்பவேண்டும் என்றுள்ள குறிப்பால் இது நன்கு விளங்கும்.[10]

இக்கட்டடம் அரண்மனை வளாகத்தின் வடகிழக்கு மூலையில் உள்ளது. இது தற்போது இராஜா உயர்நிலைப்பள்ளி மைதானத்தில் பள்ளியின் ஒருபகுதியாகத் திகழ்கிறது.

ஹத்திகானா

வடகிழக்குப் பகுதியில், இமாரதி மகாலை ஒட்டி அமைந்திருந்த பகுதி ஹத்திகானா என அழைக்கப்பெற்றது. இது யானைகள் கட்டப்பெறும் கொட்டிலாகும். இங்கு மன்னர் குடும்பத்தினர் யானைகளும், மற்ற உயர் அலுவலர்களின் யானைகளும் இருக்கும். நாயக்கர் காலத்தில் 'பெத்தபவந்தி'

என்றழைக்கப்பெற்ற இந்த இடம் மராட்டியர்களால் ஹத்தி அல்லது ஹஸ்திகானா என்றழைக்கப்பெற்றது. மோடி ஆவணங்கள் யானைக் கானா என்றும் பீல்கானா என்றும் இவ்விடத்தைக் குறிப்பிடுகின்றன.[11, 12].

ஓபல்நாயக் பங்க்

தற்போதையை இராஜா உயர்நிலைப்பள்ளியின் கிழக்குப்பகுதி முழுவதும் ஓபல்நாயக் பங்க் என்ற பெயரால் அழைக்கப்பெற்றது. இது சரபோஜி மன்னர் காலத்துக் கட்டமாகும். இது அரசு அலுவலர் ஒருவர் இருந்த இடமாதல் கூடும்.

பாகா மகால்

அரண்மனையின் குதிரை இலாயம் பாகா மகால் என அழைக்கப்பெற்றது. நாயக்கர் காலத்தில் இது "படாணி பவந்தி" என அழைக்கப்பெற்றது. இது தற்போதைய செயிண்ட் பீட்டர் பள்ளியிலிருந்து, மேற்குக் காவல் நிலையம் வரை உள்ள நீண்ட கட்டடப் பகுதியாகும்.

கஜேந்திர மகால்

கி.பி.1800இல் சரபோஜி மன்னர் தான் கட்டுவித்த கௌரி விலாசத்தில் பொறித்துள்ள கல்வெட்டில் கஜேந்திர மகாலுக்குத் தென்புறம் இக்கட்டடம் இருப்பதாகக் குறிப்பிட்டுள்ளார். இது அரண்மனையின் உட்பகுதிகளுக்குச் செல்லும் நுழைவாயிற் பகுதியாகும். அனுமார் கோயில் வாயிலுக்கு வெளியே புதிதாக இணைக்கப்பெற்ற உயர்ந்த கட்டப்பகுதியாகும். நாயக்கர் காலக் கோணவாகிலி எனும் வாயிற்பகுதியின் முகப்பாக இந்தக் கஜேந்திர மகால் அமைந்துள்ளது. மன்னரின் பட்டத்து யானை கட்டப்பெறும் இடமாக இது இருந்திருக்கக்கூடும் மண்டப ஒட்டு அமைப்பும், விதானத்தில் காணப்பெறும் நுணுக்கமான சுதை வேலைப்பாடுகள் சிறப்புடையன.

ஹுஜூர் மகால்

இது கஜேந்திர மகாலுக்கு அடுத்து மேற்குப் பகுதியில் திகழ்வதாகும். மராட்டியர்கள் பிற்காலத்தில் (19ம் நூற்றாண்டில் ஆங்கிலேயப் பொறியாளர்களின் உதவியுடன் 'மெட்ராஸ் ரூபிங்' என்ற கட்டுமான அமைப்பில் கட்டப் பெற்றதாகும். தற்போதைய மேற்குக் காவல் நிலையம், பொதுப்பணித்துறைப் பொறியாளர் அலுவலகம், தணிக்கையாளர் அலுவலகம் ஆகியவை அடங்கியதே ஹுஜூர் மகாலாகும். இரண்டாம் சிவாஜி மன்னரின் காமக்கிழத்தியர் சிலரும் அவர்களது குழந்தைகளும் இங்கு வசித்தனர் என்பதை ஒரு மோடி ஆவணம் கூறுகிறது.[13]

இராமர் கோயிலும் அரண்மனைக் கிடங்கும்

ஒபுல்நாயக் பங்க், கஜேந்திர மகால் ஆகியவற்றோடு இணைந்து அரண்மனை உட்பகுதிக்குச் செல்லும் பகுதியில், வாசல்நிலைக் கால்களும், மரக்கதவங்களும்

பெற்றுத் திகழும் பகுதிக்கு உட்புறமே, இராமர் கோயில் மண்டபமும், அனுமார் கோயிலும் உள்ளன. நாயக்கர் காலத்தில் கோணவாகிலி என்றழைக்கப்பெற்ற இந்த இடத்தினைப் பிற்கால மராட்டியர்கள் அரண்மனைப் பொருள்கள் வைக்கும் கிடங்காக (Estate Store Room) மாற்றினர். இப்பகுதி முழுவதையும் கஜேந்திர மகால் என்ற பெயராலேயே அழைத்தனர். இராமர் விக்கிரகமும் இங்கிருந்து அகற்றப்பெற்றது. அனுமன் கோயில் மட்டுமே நிலைத்தது. நாயக்கர் காலத்தில் மிக எழிலுடன் திகழ்ந்த இந்த மண்டபம் சுவர்களால் தடுக்கப்பெற்று, கிடங்கு அறையாக மாற்றப்பெற்றது.

கௌரி விலாசம்

அரண்மனையின் உள் நுழைவாயிலான கஜேந்திர மகால் அனுமார் கோயில் வழியாக வரும்போது எதிர்ப்படும் கட்டடமே கௌரி விலாசமாகும். தற்போது தொல்லியல் துறை அலுவலகங்களும், வேளாண் கிடங்கும் இங்கு உள்ளன. ஒருதள மாடியோடு திகழும் இக் கட்டடத்தின் உள்ளே நடுமுற்றத்துடன் கூடிய நான்கு அங்கணங்கள் உள்ளன. மரத்தாலான தூண்கள், போதிகைகள், உத்திரங்களுடன் இக்கட்டடம் எழுப்பப் பெற்றுள்ளது. விதானத்து வேலைப்பாடுகள் அழகிய தேக்குமரங்களால் அமைக்கப்பெற்றுள்ளன. சுவர்களில் மராட்டியர் கால வண்ண ஓவியங்கள் உள்ளன. இராம பட்டாபிஷேகம், விட்டோபா ஆகிய இரண்டு ஓவியங்கள் குறிப்பிடத்தக்கனவாகும்.

நடுமுற்றத்தை ஒட்டிய இரண்டு மரத்தூண்கள் மட்டுமே இரண்டடி உயரக் கற்றூண்களின் மேல் வைக்கப்பெற்றுள்ளன. ஒருதூணின் நான்கு புறமும் மராட்டி மொழியில் பின்வருமாறு எழுதப்பெற்றுள்ளது.

மராட்டிக் கல்வெட்டில் தமிழ் மொழிபெயர்ப்பு, "ஸ்ரீகஜேந்திர மகாலுக்குத் தென்புறம் கௌரி விலாசம் ரௌத்திரி வருஷம் மாதம் ஆவணி சுகர்சன் இகிதே மயானதன் ஆலப் மாதம் ரபிலாவல் மகாராஜா ஸ்ரீ சரபோஜி ராஜாசாகேப் அவர்கள் புதியமகால் கட்டுவித்தார்" என்பதாகும். இதனால் கௌரி விலாசம் கி.பி. 1800இல் இரண்டாம் சரபோஜி மன்னரால் கட்டப்பெற்றது என்பதை அறியமுடிகிறது.

மராட்டியர் கால மரவேலைப்பாடுகளுக்கு இம் மகால் சிறந்த எடுத்துக்காட்டாகும். அறைக் கதவுகளில் சிறுசிறு துளைகள் இடம்பெற்று, உள்ளிருந்து பார்ப்போருக்கு வெளியே நிகழும் நிகழ்ச்சி நன்கு தெரியும்படியும், ஆனால் வெளியிலிருந்து உள்ளிருப்பவர்களைப் பார்க்க முடியாதவாறும் அமைந்துள்ளன. தற்போது இம் மகால் பழுதுற்ற நிலையில் உள்ளது.

பால்கி மகால்

இது பல்லக்குக் கூடமாகும். இதனுடன் இணைந்த பகுதியைச் சாரட் மகால் என்றழைத்தனர். அரண்மனைக்குரிய பல்லக்குகள், சாரட் வண்டிகள் வைக்கப்பெறும் இடமே இவைகளாகும். சரஸ்வதி மகாலுக்கு முன்பாகவும்

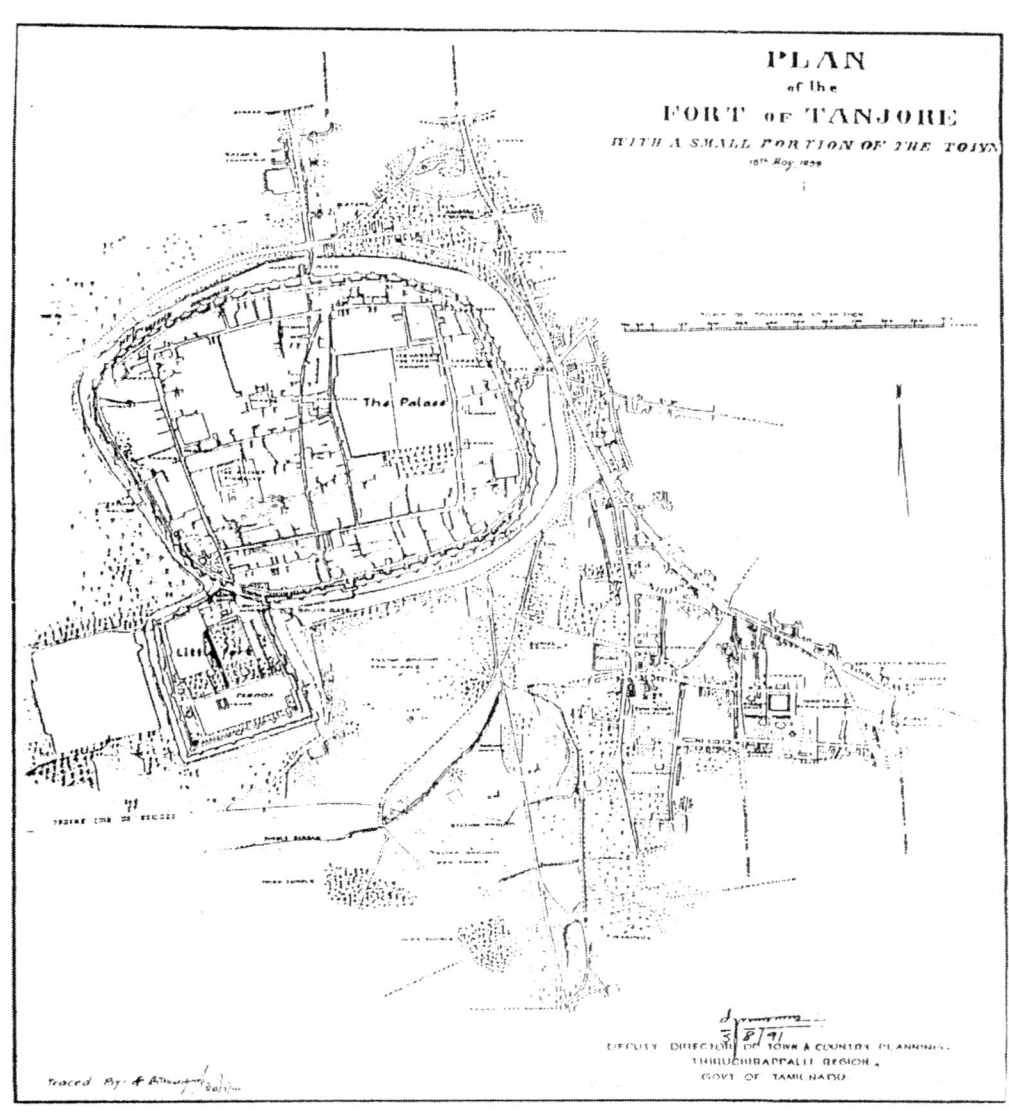

தஞ்சாவூர் - 1859 A.D

கௌரி விலாசத்திற்கு வடமேற்காகவும் உள்ளதே இம் மகால் ஆகும். தற்போதும் மராட்டிய மன்னர் குடும்பத்தினர் தம் வாகனங்கள் நிறுத்தும் இடமாக இது திகழ்கிறது.

போத்தே மகால்

அரசாங்கப் பொருள் வைப்பு நிலையமே போதே மகால் என அழைக்கப் பெற்றது. பால்கி மகாலுக்கு எதிர்ப்புறமும், சரஸ்வதி மகாலுக்குச் செல்லும் வழிக்குக் கிழக்காகவும் கௌரி விலாசத்திற்கு மேற்காகவும், மராட்டியர் தர்பார் மண்டபத்திற்கு செல்லும் நுழைவு வாயிலோடு திகழும் இடமே போத்தே மகாலாகும். இது நாயக்கர் காலச் சிங்கமுக வாயிலும், அச்சுதரங்க கூடமும் இணைந்த பகுதியாகும். இக் கட்டடமும் நடுவே முற்றமாகிய வெளிகொண்டு, நான்குபுறமும் கூடங்களோடு அமைந்ததாகும். நாயக்கர் காலத்தைச் சேர்ந்த இக் கூடத்தின் நான்கு புறமும் மராட்டிய ஆங்கிலேய இணையாட்சிக் காலத்தில் புதிய பகுதிகளைக் கட்டுவித்து இம் மகாலை விரிவு செய்துள்ளனர். ஆங்கிலேயர்கள் இப் பகுதியை 'டிரஷரி ஆபீஸ்' எனக் குறிப்பிட்டனர். இங்கிருந்து தெற்காகச் செல்லும் வழி மராட்டியர் தர்பார் கூடத்திற்கும் கிழக்காகச் செல்லும் இரண்டு வழிகள் மன்னர் குடும்பத்தார் வசிக்கும் பகுதிகளுக்கும் செல்வனவாகும்.

மராட்டியர் தர்பார் கூடம் (லக்ஷ்மி விலாசம்)

இது நாயக்கர் காலக் கொலு மண்டபமான லக்ஷ்மி விலாசம் என்பதுதான் உண்மை. பலர் நாயக்கர்களின் தர்பார் மண்டபம் வேறு, மராட்டிய மன்னர்களின் தர்பார் மண்டபம் வேறு என்று கூறுவர். இது தவறானதும் ஆதாரமற்றதுமான கூற்றாகும்.

தஞ்சையைக் கைப்பற்றிய மராட்டிய மன்னர் ஏகோஜியின் மரணத்திற்கு பின்பு தஞ்சை அரசு கட்டிலில் அமர்ந்தவர் சாஹஜியாவார். *(கி.பி.1684-1712)* இவரது வாழ்க்கையையும், புகழையும் விரித்துக் கூறும் நூல் 'சாஹேந்திர விலாசம்' எனும் சமஸ்கிருத நூலாகும். இதனை இம்மன்னரின் அவைக்களப் புலவரான திருவிசலூர் அய்யாவாள் என அழைக்கப்பெற்ற ஸ்ரீதர வெங்கடேச அய்யா இயற்றினார். இதில் ஓரிடத்தில் சஹஜி மன்னர் தனது கொலு மண்டபமான லக்ஷ்மி விலாசத்திற்கு வருவதை விவரித்துள்ளார். நீலக்கற்களால் இழைக்கப்பட்டு, நான்கு புறமும் முத்துக்களால் அலங்கரிக்கப்பட்ட தூண்களோடு இச்சபை திகழ்கின்றது. இதன் அழகைப் பார்க்கும் போது ஒரு கிருஹலட்சுமியின் அலங்கரிக்கப் பெற்ற கூந்தல் போன்றுள்ளது. இந்திரனுடைய சபையும், குபேரனது மாளிகையும் இதன் அழகிற்கு ஈடாகாது. இங்கு வானளாவிய கொடி மரங்களில் கொடிகள் பறக்கின்றன. அரசன் சபையுள் நுழையும் போது சபையின் இரத்தினச் சுவர்களிலும், தூண்களிலும் பற்பல பிம்பங்கள் பிரதிபலிக்கின்றன. அவற்றைக் காணும்போது மன்னனுக்குத் தான் பலர் சூழ வருகிறோமோ என்ற பிரமை ஏற்பட்டது. அரசன் காவலர்கள் கட்டியம் கூற லக்ஷ்மி விலாசத்தை அடைந்தான்'' என்கிறது இந்நூல்.

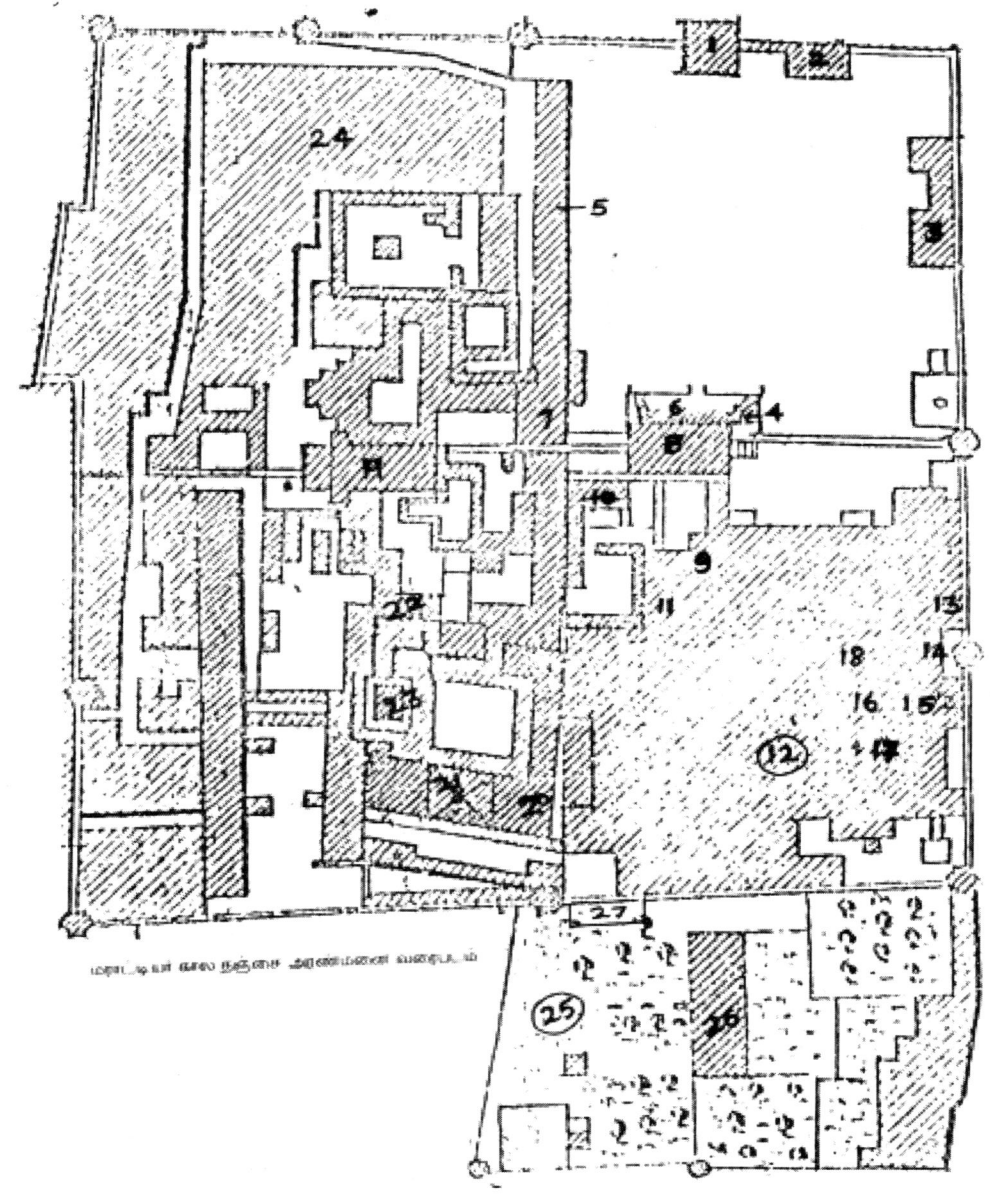

மராட்டியர் கால தஞ்சை அரண்மனை வரைபடம்

தஞ்சாவூர்

மராட்டியர் கால தஞ்சை அரண்மனை
[வரைபடக் குறிப்புகள்]

1. ஹஜாரம்
2. இமராதிமகால்
3. ஹத்திகானா
4. ஓபல் நாயக் பங்க்
5. பாகா மகால்
6. கஜேந்திர மகால்
7. ஹுஜுர் மகாலா
8. அரண்மனைக் கிடங்கு
9. கௌரி விலாசம்
10. பால்கி மகால்
11. போத்தே மகால்
12. தர்பார் கூடம்
13. கல்யாண மகால்
14. அனுமார் கோவில்
15. சர்ஜா மாடி
16. சதர் மாடி
17. கிருஷ்ண விலாஸ் குளம்
18. இருட்டறைகள்
19. சங்கீத மகால்
20. சரஸ்வதி மகால்
21. ஆயுதக் கோபுரம்
22. மொட்டைக் கோபுரம்
23. தர்பார் மண்டபம்
24. ஹுஜுர் மால் தோட்டம்
25. தாஸ்தான்மால் தோட்டம்
26. தாஸ்தான் மால்
27. விஜய விலாசம்

லக்ஷ்மி விலாசம் எனும் எந்தச் சபையில் அச்சுதப்ப நாயக்கர் கொலு வீற்றிருந்ததாகச் சாஹித்திய ரத்னாகரம் கூறுகின்றதோ அதே லக்ஷ்மி விலாசம் மராட்டியர்களுக்கும் கொலு மண்டபமாகத் திகழ்ந்தது என்பதனை இந்நூல் தெளிவாகக் காட்டுகின்றது. தற்போது மராட்டியர் தர்பார் ஹால் எனப்படும் இம்மண்டபம் இருமரபினர்க்குமே தர்பார் மண்டபமாகத் திகழ்ந்தது என்பதனை இதனால் உறுதியாக அறிகிறோம்.

இக்கொலு மண்டபத்தைப் பற்றி முன்னால் விரிவாக விவரிக்கப்பட்டுள்ளது. இம்மண்டபத்தின் சுதை உருவங்களும் வண்ண ஓவியங்களும் பலமுறை புதுப்பிக்கப்பெற்றுள்ளதால் நாயக்கர் காலக் கலை அமைதியைக் காணமுடியாது. சரபோஜி மற்றும் சிவாஜி மன்னர் காலத்து ஓவியப் படைப்புகளேதற்போது காட்சி நல்குகின்றன. மன்னர் அமரும் இடத்தின் பின்புறச் சுவரில் சிவாஜி மன்னரின் ஓவியம் இன்றும் பொலிவுடன் திகழ்கின்றது.

தற்போது சுவரில் உள்ள மராட்டியர் கால ஓவியங்களுக்கு **கீழே** நாயக்கர் காலத்து ஓவியங்கள் உள்ளன. இவற்றை அண்மையில் தமிழ்நாடு **அரசு தொல்பொருள்துறையினர்** வெளிப்படுத்தினர். இத்தர்பார் மண்டபத்திற்கு **கீழாகச்** சுருங்கைவழி ஒன்றும் உள்ளது. இம்மண்டபத்தின் நிகழ்ச்சிகளை மேலிருந்து பெண்கள் காண்பதற்காக மேல்நிலையில் பலகணி அமைப்பும் உள்ளது. இக் கொலு மண்டபத்திற்கு எதிரே மூன்று புறமும் சுற்று மண்டப **அமைப்பு** இருந்துள்ளது.

தர்பார் மண்டபம் பற்றிய வண்ணப்படம்

தஞ்சாவூர் சரஸ்வதி மகால் நூலகத்தில் 1¼ அடிக்குப் பத்தங்குல அளவில் காணப்பெறும் வண்ணப்படம் ஒன்றில் இக்கொலு மண்டபத்தில் கடைசி சிவாஜி மன்னர் அமர்ந்திருக்கும் காட்சி தீட்டப்பெற்றுள்ளது. நடுவே சிவாஜி மன்னர் தம் ஆசனத்தில் அமர்ந்திருக்க, இருபுறமும் உயர் அலுவலர்கள் அமர்ந்திருக்க மண்டபத்தின் இருபுறமும் அரண்மனை ஊழியர்களும், மக்களும் நிற்கின்றனர். தர்பார் மேடைக்கு எதிரே இரத்தினக் கம்பளம் விரிக்கப் பெற்றுள்ளது. ஆங்கிலேயர் முறையில் உடையணிந்த சிப்பாய்கள் கையில் வாளேந்தி எதிரெதிரே நிற்கின்றனர். தர்பார் மண்டபத்தின் முகப்புப் பகுதியில் 18 தூண்கள் வண்ண மயமாக நிற்கின்றன. விதானத்தில் பலவண்ணத் துணிகளும், மடிப்பு அலங்காரங்களும் காணப்பெறுகின்றன. மன்னரின் இருக்கைக்கு மேலாகச் சரவிளக்கு தொங்குகிறது. தர்பார் முழுவதும் வண்ணப் பொலிவோடு காட்சி நல்குகின்றது. அரிய இவ்வோவியத்தில் 19ஆம் நூற்றாண்டில் இம் மண்டபம் எவ்வாறு திகழ்ந்தது என்பதை அறியமுடிகின்றது.

கீழராஜவீதியை ஒட்டிய அரண்மனைப் பகுதிகள்

கல்யாண மகால் : கல்யாண மகால் எனும் கட்டடப்பகுதி கி.பி.1825இல் சரபோஜி மன்னரால் கட்டப்பெற்றதாகும். இது சர்ஜாமாடி எனப்படும் ஐந்து

சிவாஜி மன்னர் காலத்து தர்பார் காட்சி

சர்ஜா மாடி டேனிஷ் ஓவியர் வரைந்தது

அங்கண மாடியோடு இணைந்த பகுதியாகும். இரண்டாம் சரபோஜி மன்னரின் காமக்கிழத்தியர் பலர் இங்கு வசித்தனர் என்பதைப் பல மோடி ஆவணங்கள் குறிப்பிடுகின்றன.[14]

அனுமார் கோயில் : இது அரண்மனைச் சுவரோடு இணைந்த கோயிலாகும். அரண்மனைக்குள் நாயக்கர் கால அனுமார் கோயில் இருப்பது போன்று இது புதியதாக மராட்டியர்களால் கட்டப்பெற்றதாகும்.

அனுமன் கோயிலிலிருந்து அரண்மனைக்குள் செல்லும் பகுதிகளில் சர்ஜா மாடிக்கு அருகாமையில் நலிபங்க், ஸர்கார்பங்க், சாயிதான்மகால், போதேமகால், இராமசாமிமகால் என்ற இடங்கள் தனித்தனிப் பகுதிகளாக உள்ளன.

சர்ஜா மாடி : இது சரபோஜி மன்னரால் எடுக்கப்பெற்றதாகும். மராட்டியர்களால் கட்டப்பெற்ற மிக உயரமான அரண்மனைக் கட்டடம் இதுவேயாகும். ஐந்து மாடிகள் கொண்ட இக்கட்டிடம் ஆங்கிலேயர்களின் தொழில் நுட்ப அறிவோடு, முகலாய கட்டடக்கலையின் சில அம்சங்களும் பெற்றுத் திகழ்கின்றது. ஒவ்வொரு மாடியிலும் பிதுக்கம் பெற்ற பால்கனி அமைப்போடு கூடிய பலகணிகள் (Bay Windows) உள்ளன. ஐந்தாவது மாடியின் முகப்புக் கூரை கலச அமைப்போடு திகழ்ந்தது. இங்குத் திரிசூல அமைப்போடு இடிதாங்கி ஒன்றும் பொருத்தப்பெற்றிருந்தது என்பதைப் பழைய ஓவியங்கள் வாயிலாக அறியமுடிகிறது. இம்மாடிகளில் சரபோஜி மன்னரின் காமக் கிழத்தியரே வசித்தனர் என்பதை மோடி ஆவணங்கள் எடுத்துரைக்கின்றன.

சதிர்மாடியும் அதனுடன் இணைந்த மகால்களும்

சர்ஜா மாடிக்கு நேர் பின்புறம் அதனுடன் இணைந்த இரண்டு மாடிக் கட்டடமே சதிர் மாடி என்பதாகும். தற்போது தஞ்சை இளவரசர் அவர்கள் வசிக்கும் பகுதியாகும். இக் கட்டடத்தின் அடித்தளம் நாயக்கர் காலத்துப் பூஜாகிருஹமாகும். இதே இடம் பின்பு மராட்டியர்களின் பூஜை மகாலாகப் பெயர் மாற்றம் பெற்றது. இதன் மேல்தளம் இரண்டு அடுக்கு மாடியாக உருப்பெற்றதோடு, இதனோடு இணைத்துப் பல புதிய மன்னர் குடும்பத்துக் குடியிருப்புப் பகுதிகளும் கட்டப்பெற்றன. இவ்வாறு சதிர் மாடியோடு இணைந்த பகுதிகளாகத் திகழ்பவை சவுக்கண்டி, கர்டிமகால், சைதன்மகால், குண்டுமகால், மஞ்சமகால், சமையல் அறை போன்றவையாகும். தர்பார் மண்டபத்திற்குப் பின்புறமாக யஸ்வந்த்மகால் என்ற கட்டடமும் திகழ்கின்றது.

கிருஷ்ண விலாஸ் குளம்

சதிர்மாடிக்குத் தென்புறம் இருந்த பெரிய குளமும், அதனைச் சுற்றிக் காணப்பெறும் எழில்மிகு கட்டடங்களும் கிருஷ்ண விலாஸ் என அழைக்கப்பெறும். இக்குளத்தைத் தற்போது முற்றிலுமாகத் தூர்த்துவிட்டுத் தோட்டமாக மாற்றி விட்டனர். இக் குளத்திற்கு நான்குபுறங்களிலும்

படித்துறைகள் இருந்தன. கீழ்ப்புறம் அழகிய மண்டபமொன்று உள்ளது. அதன் வெளிப்புறம் அழகான சுதை வேலைப்பாடுகள் உள்ளன. தெய்வத் திருவுருவங்களும், அழகுப் பெண்களின் பதுமைகளும் உள்ளன. உள்ளே மூன்று பகுதிகளாகக் பிரிக்கப்பெற்றுத் தெய்வத் திருவுருவங்களை வைத்துப் பூஜித்துள்ளனர். ஆனால் தற்போது அவை காணப்பெறவில்லை. ஆனால் உள் மண்டபம் முழுவதும் எழில் மிகுந்த சுதைத் திருவுருவங்கள் உள்ளன.

இடபத்தின் மீது தேவியுடன் சிவபெருமான், தசமுகன் கயிலையைப் பெயர்க்கும் காட்சி, ஆலமர்செல்வர், மாணிக்கவாசகருக்குச் சிவபெருமான் உபதேசிக்கும் காட்சி முதலிய சுதைச் சிற்பங்கள் இம்மண்டபத்தை அலங்கரிக்கின்றன.

கவாத்து கானா

கி.பி.1813ஆம் ஆண்டு மோடி ஆவணம் ஒன்றில் கிருஷ்ண விலாசத்திலுள்ள கவாத்துக் கானா என்ற குறிப்பு காணப்பெறுகின்றது.[15] மல்லர்கள் பயிற்சி செய்யும் இடமே கவாத்து கானா என்பதாகும். நாயக்கர் காலத்தில் இக் கூடம் 'கரடி கூடம்' என அழைக்கப்பட்டது.

இருட்டறைகள்

சதிர் மாடியை ஒட்டிய அரச குடும்பத்துக் குடியிருப்புப் பகுதிகளுக்குக் கீழாகப் பல இருட்டறைகள் உள்ளன. இந்த அறைகளுக்குச் சிறந்த காற்றோட்டமும் உண்டு. சில அறைகளில் சுதையால் செய்யப்பட்ட தெய்வ உருவங்களும் ஓவியங்களும் காணப்பெறுகின்றன. அவற்றுள் குறிப்பிடத்தக்கவை சில உருவங்களாகும். அவை: சோடசபுஜராமன்; திருமால் இராமனாகக் காட்டப்பெறும் போது இரண்டு கரங்களுடன்தான் காட்டப்பெறுவார். ஆனால் இவ்விருட்டறைச் சிற்பத்தொகுதி ஒன்றில் இராமன் 16 கரங்களுடன் வில்லேந்தி நிற்க அருகே இலக்குவனும் சீதையும் உள்ளனர்.

கபில விஷ்ணு : திருமால் அமர்ந்த நிலையில் ஐந்து முகங்களுடனும், பத்துக் கரங்களுடனும் காட்சி நல்குகிறார். மனிதத்தலை நடுவிருக்க இரு பக்கங்களில் கூர்ம, வராக உருவங்களின் தலைகளும் பின்தலை சிதைந்தும் மனிதத் தலைக்கு மேலாகச் சிம்மத்தலையும் அதற்கு மேல் மகுடமும் காணப்படுகிறது. இவ்வரிய கபில விஷ்ணுவின் வலதுபுறம் ஐந்துமுக அனுமனும், இடதுபுறம் ஐந்துதலைக் கருடனும் பத்துக்கரங்களுடன் நிற்கும் காட்சியும் உள்ளன. சோடசபுஜராமனும் கபில விஷ்ணுவும் தஞ்சையைத் தவிர தமிழகத்தில் வேறு எங்கும் இல்லாத அரிய படைப்புகளாகும்.

சங்கீதமகால்

நாயக்க மன்னர்களால் 'நாடகசாலை' என அழைக்கப்பெற்ற அரங்கமே மராட்டியர்களால் 'சங்கீத மகால்' என அழைக்கப்படலாயிற்று. 1857ஆம் ஆண்டு

எழுதப்பெற்ற மோடி ஆவணமொன்றில் ஸங்கீத மஹால் மண்டபம் இராஜ்யமாயினுடைய தோட்டத்திலிருந்து சுவர் போட்டது. மேற்படி மண்டபத்தின் மேலண்டை சக்ரீமண்டபம் பழுதுபார்த்தல் ....'' என்ற குறிப்பு காணப்பெறுவதால் சங்கீத மகால் என்ற பெயர் வழக்கு இருந்தது பற்றியும், இதனருகில் 'இராஜ்யமாயினுடைய தோட்டமும்', 'சக்ரீ மண்டபம்' என்ற மண்டபமும் இருந்ததை அறிகிறோம். சரஸ்வதி மகாலிலுள்ள பல சுவடிகளின் வாயிலாகச் சங்கீத மகாலில் பல இசை நாட்டிய நிகழ்ச்சிகளும் பாகவத மேளா நாடகங்களும் நடந்ததாக அறியமுடிகிறது. பின்னாளில் ஆங்கிலேயப் பொறியாளர்கள் இம்மண்டபத்தைப் புதுப்பித்துள்ளனர். அவர்கள் இதன் பழமை அமைப்பை மாற்றவில்லை. ஆனால் அண்மையில் பழுது பார்த்தபோது பழமையின் சுவடுகளே இல்லாதவாறு சில மாறியுள்ளன. இச்செயல் வருத்தமளிப்பதாக உள்ளது.

சரஸ்வதி மகால்

18ஆம் நூற்றாண்டு மராட்டியர் ஆவணங்களில் சரஸ்வதி பண்டாரம் என்ற பெயரில்தான் இந்த இடம் குறிக்கப்படுகின்றது.[16] பின்னர் 19ஆம் நூற்றாண்டு ஆவணங்களில்தான் 'சரஸ்வதி மகால்' என்ற பெயர் வழங்குகிறது.[17] இது அரண்மனை நூலகமாகும். நாயக்க மன்னர்களின் காலத்திலிருந்து இங்கு சுவடிகள் சேர்க்கப் பெற்றன. நாயக்க மன்னர்களும், மராட்டிய மன்னர்களும் தாங்களே புலமை பெற்று நூல்கள் யாக்கும் திறன் கொண்டவர்களாகத் திகழ்ந்ததால், இவர்கள் எழுதிய நூல்களும், இவர்களால் ஆதரிக்கப்பெற்ற புலவர்கள் எழுதிய நூல்களும், இவர்கள் சேர்த்த நூல்களும் இங்குத் திகழ்ந்தன. சமஸ்கிருதம், மராட்டி, தெலுங்கு, தமிழ் ஆகிய மொழிகளில் பல்லாயிரக்கணக்கான சுவடிகள் இங்குக் காப்பாற்றப்பெற்றன. சரபோஜி மன்னர் நாடாளும் உரிமையை இழந்ததால், தன் வாழ்நாள் முழுவதையும் இந் நூலகத்தைப் பேணுவதிலேயே கழித்தார். இந்திய மொழிகள் மட்டுமின்றி மேனாட்டு மொழிகளிலும் பல்லாயிரக்கணக்கான நூல்களைச் சேகரித்தார்.

ஓவியக்கலையை இவர் கண்ணெனப் போற்றியதால் பல ஆயிரக்கணக்கான ஓவியப் படைப்புகளையும் இந் நூலகத்தில் இடம்பெறச் செய்தார். பனை ஓலைச் சுவடிகள் சிதைவதால், அந் நூல்களைக் காகிதச் சுவடிகளில் படி எடுக்கச் செய்தார். முன்னாளைய சமஸ்கிருத மொழிச் சுவடிகள் தெலுங்கு அல்லது கிரந்த லிபியில் இருந்ததைக் காகிதச் சுவடியாகப் படி எடுக்கும்போது நாகரிலிபியில் மாற்றி எழுதச் செய்தார். நவவித்யாகலாசாலை என்ற கல்விக்கூடம், அச்சகம் ஆகியவற்றைத் தோற்றுவித்துச் சமஸ்கிருத நூல்களை இங்கு அச்சு வடிவம் பெறச் செய்தார். இது தஞ்சையில் அமைந்த முதல் அச்சுக்கூடமாகும். இந் நூலகத்தில் அனைத்துத் துறை நூல்களும் இடம்பெற்றன.

கி.பி.1871இல் பர்னல் துரை நூல்நிலைய அட்டவணையைத் தயார் செய்து இலண்டன் மாநகரில் அச்சிடத் செய்தார். இந் நூலகம் நாயக்கர் கால விஜய

விலாசம் என்ற கட்டடத்தின் பெரும்பகுதியிலும், இந்திரா மந்திரத்தின் ஒரு பகுதியிலும் தொடர்ந்து திகழ்ந்து வருகிறது.

இந்திரா மந்திரம் – ஆயுதக் கோபுரம்

நாயக்கர்கால இந்திரா மந்திரம் பற்றிய குறிப்பு மராட்டியர் ஆவணங்களில் காணப்பெறவில்லை. இருப்பினும் இச் சொல் வழக்கு இருந்ததற்கான ஒரு சான்று கிடைத்துள்ளது. சகஜி மன்னரின் அவைக்களப் புலவரான கிரிராஜ கவியின் தம்பி வேங்கடகிரி கவி ருக்மாங்கத சரிதம் எனும் தெலுங்கு நூலை எழுதியுள்ளார் (எஸ்.எம்.353). இதில் ருக்மாங்கதன் மோகினியை வசப்படுத்தி அரண்மனைக்குக் கொண்டு வருதலும், தன் மகனான தர்மாங்கதனிடம் மோகினியைப் பற்றிக் கூறி, தக்க பவனம் ஒன்று கொடுக்க உத்தரவிடுகிறான். தந்தையின் ஆணையின்படி மோகினியை 'இந்திரா மந்திரம்' எனும் ஒரு பவனத்தில் இருக்கச் செய்கிறான் (ஓலை எண்.105).

சகஜி, சரபோஜி துளஜா ஆகிய மன்னர் காலத்தில் தோன்றிய இந் நூலில் காணப்பெறும் குறிப்பால் 'இந்திரா மந்திரம்' என்ற பெயர் தொடர்ந்து வழக்கில் இருந்தது உறுதியாகின்றது. பின்னாளில் இப் பெயர் வழக்கழிந்தது. மராட்டியர் ஆட்சி அகன்று ஆங்கிலேயர்கள் அரண்மனையைத் தங்கள் வயப்படுத்துங்காலை, இரகுநாத நாயக்கன் வசித்த இந்திரா மந்திரம் எனும் எட்டடுக்கு மாளிகையில் மராட்டியர்களின் ஆயுதங்கள் குவிக்கப்பெற்று இருந்தன. இதனைக் கண்ட ஆங்கிலேயர்கள் இம் மாளிகைக்கு ஆயுதக் கோபுரம் (ஆர்சினல் டவர்) எனப் பெயரிட்டனர். அதுவே இன்றளவும் நிலைபெற்று விட்டது.

மொட்டைக் கோபுரம்

ஆயுதக் கோபுரத்திற்கு வடக்கே அமைந்த மணி அறிவிப்பு மாடியை மராட்டியர்கள் மொட்டைக் கோபுரம் எனக் குறிப்பிட்டார்கள். இதனை ஆங்கிலேயர்கள் காவற் கோபுரம் என்று அழைக்கலாயினர். 7 அடுக்குடன், உயரே செல்லப் படிக்கட்டுகளுடன் இக்கட்டடம் திகழ்கின்றது.

நாயக்கர் தர்பார் மண்டபம் (ராம சௌதம்)

இராம சௌதம் என்று நாயக்கர்களால் அழைக்கப்பெற்ற இடம் மராட்டியர்களால் நாயக்கர் கொலு மண்டபம் என்றும் தர்பார் மண்டபம் என்றும் அழைக்கப்பெற்றது. பின்னாளில் சரபோஜி மன்னரின் சலவைக்கற் சிற்பத்தினை இராமசௌதத்தில் உள்ள ஒரு கல் மேல் மேடை மீது இடம்பெறச் செய்து விட்டனர்.

ஹுஜூர் மகால் தோட்டம்

தற்போது பீட்டர் உயர்நிலைப்பள்ளியின் விளையாட்டுத் திடலாக விளங்கும் பகுதி மராட்டியர் காலத்தில் ஹுஜூர்மால் தோட்டம் என்று வழங்கப்பட்டது.

மங்கள விலாஸ்

ஹுஜுர் மகால் என்ற கட்டடப்பகுதி இத்திடலோடு இணைந்துள்ளால் ஹுஜுர் மகால் தோட்டம் என்று பெயராகி அதுவே திரிந்து ஹுஜுர்மால் தோட்டம் என அழைக்கப்படலாயிற்று.

தாஸ்தான்மால் தோட்டம்

நாயக்கர்களால் உபவனம் எனக் குறிப்பிடப்பற்ற நந்தவனப் பகுதி மராட்டியர்களால் தாஸ்தான் மகால் தோட்டம் என அழைக்கப்படலாயிற்று. தற்போதைய தமிழ்ப் பல்கலைக்கழகத்தின் ஒரு பகுதி, ஆசிரியப் பயிற்சிப்பள்ளி ஆகியவை அடங்கிய தோட்டமே தாஸ்தான்மால் தோட்டமாகும். இத்தோட்டத்தின் தென்மேற்கு மூலையிலுள்ள குளம்தான் நாயக்கர்காலக் 'கேளீசரஸ்' என்பதாகும். இத் தோட்த்தின் நடுவே ஒரு கட்டடம் எழுப்பி அதற்குத் தாஸ்தான் மஹால் எனப் பெயரிட்டனர். இது நெற்களஞ்சியம் என்பதாகும். தாஸ்தான் மகாலைச் 'சங்கரவிலாஸ்' என்றும் குறிப்பிட்டனர். இதே தோட்டத்தின் வடபகுதியில் 'விஜய விலாஸ்' என்ற கட்டடம் ஒன்றும் மராட்டியர்களால் தோற்றுவிக்கப்பட்டது. தாஸ்தான் மகாலில் பிராமணர்களுக்கு உணவு அளிக்கும் வழக்கம் (பிராமன போஜனம்) இருந்துள்ளது என்பதை மோடி ஆவணங்கள் மூலம் அறிய முடிகிறது. கி.பி.1801இல் தாஸ்தான் மகாலில் 'லட்சப் பிராமன போஜனம்' என்ற பெயரில் ஆயிரக்கணக்கான பிராமணர்களுக்கு உணவு அளித்ததை ஓர் ஆவணம் கூறுகின்றது. கி.பி.1865இல் முகமதிய ஆண்டு ஜுல்ஹேக் மூன்றாம் நாளில் ஸ்ரீவித்யா பூர்ண தீர்த்த ஸ்ரீபாதாசார்ய சாமிகள் 'விஜய விலாசத்தில்' அரசருக்கு எதிரில் பூஜை நடத்தினார் என்றும், அன்று தாஸ்தான் மால் தோட்டத்தில் அந்தணர்களுக்கு உணவு இடம்பெற்றதாகவும் மற்றொரு மோடி ஆவணம் கூறுகிறது.[19]

இங்குக் குறிக்கப்பெறும் விஜய விலாசம் என்பது இத்தோட்டத்தின் வடமேற்கு மூலையில் பல்கலைக்கழகத்தின் சித்த மருத்துவ, சிற்ப, கட்டடக் கலைத் துறைகள் இலங்கும் பகுதியாகும். தாஸ்தான் மால் தோட்டத்தில் அபூர்வ வகைப் பறவைகள் வளர்க்கப்பெற்றன என்ற செய்தியையும் மோடி ஆவணங்கள் கூறுகின்றன. இரண்டாம் சரபோஜி மன்னரின் காசி யாத்திரையின் போது மிராஜ்பூர் எனும் முகாமிலிருந்து எழுதப்பெற்ற கடிதத்தில், "ஸாரஸ் எனும் பறவைகளில் ஒரு ஜோடி தாஸ்தான்மால் தோட்டத்திலும், எஞ்சிய நான்கைச் சிவகங்கைத் தோட்டத்திலும் விட்டு அவற்றுக்கு நாடொறும் உயிருள்ள மீன்களையும், அரிசி நெல் சாதம் வைத்து விருப்பப்படி தனியாக விட்டிருக்கச் செய்யவேண்டும்"[20] என்று மன்னரே எழுதியுள்ளதால் இதை அறிகிறோம். இந்தத் தாஸ்தான்மால் தோட்டத்தை ஒட்டிய சந்திற்குத் தற்போதும் தாஸ்தான்மால் சந்து என்ற பெயரே உள்ளது குறிப்பிடத்தக்கதாகும்.

பிற முக்கிய இடங்கள்

தன்வந்திரி மகால் என்ற பெயரில் இருந்த வைத்தியக் கூடம், நவவித்யா காலாசாலை 'என்ற கல்வி நிறுவனம், அச்சுக்கூடம் ஆகியவை எங்கிருந்தன

என்பதற்குச் சரியான சான்றுகள் கிடைக்கவில்லை. ஆனால் அவற்றின் செயல்பாடுகள் பற்றிய பல குறிப்புகள் மோடி ஆவணங்களில் காணப்பெறுகின்றன. தஞ்சையில் அன்ன சத்திரங்கள் பல செயல்பட்டுள்ளன. தெற்கு வீதியில் உள்ள 'மங்கள விலாஸ்' எனும் கட்டடம் சிவாஜி மன்னரின் காமக்கிழத்தியர் பலர் வசித்த இடமாகும். சமர்த்த இராமதாசரின் சீடர்களால் தோற்றுவிக்கப் பெற்ற கோஸ்வாமி மடங்கள் சாமந்தான் குளக்கரை, தெற்குவீதி, எல்லையம்மன் கோயில் தெரு, சகாநாயக்கன் தெரு, பாலோபா சந்து ஆகிய இடங்களில் உள்ளன. கருந்திட்டைக்குடியில் ஆதி பீமராஜ ஸ்வாமி மடமும் இருந்தது. கீழவீதியில் இருந்த சேதுபாவா ஸ்வாமி மடம் முற்றிலுமாக அழிந்து விட்டது. கரந்தையில் ராஜாகோரி எனும் பகுதியில் கைலாச மகால் எனும் மராட்டிய அரச குடும்பத்தாரின் பள்ளிப்படைக் கோயில்கள் உள்ளன.

தஞ்சைக் கோட்டை அகழி ஆகியவற்றின் அழிவும் மோடி வரைபடங்களும்

18ஆம் நூற்றாண்டில் தஞ்சைக் கோட்டையும், அகழியும் பலமுறை அழிவு நிலைக்கு உட்படலாயின. பிரெஞ்சுக்காரர்கள், முகமதியர்கள், ஆங்கிலேயர்கள் ஆகியோரது படைஎடுப்புகளால் கோட்டையும் அகழியும் பலமுறை அழிவுக்கு உள்ளாயின. கி.பி.1758இல் பிரெஞ்சுப் படையினர் கர்னல் லாலி தலைமையில் பீரங்கித்தாக்குதல் செய்தபோது சிறிய கோட்டையின் தென்கிழக்குப் பகுதியும், பெரிய கோட்டையின் தென்கிழக்குப் பகுதிதியும், பெரிய கோட்டையின் தெற்குப் பகுதியும் சிதைந்தன. இவ்வாறே 1771இல் ஒருமுறையும் 1773இல் ஒருமுறையும் ஆங்கிலப் படைகளின் தாக்குதலால் சிறிய கோட்டையின் தென்மேற்குப் பகுதியும், பெரிய கோட்டையின் வடமேற்குப் பகுதியும் சிதைந்தன. இவ்வாறு 18ஆம் நூற்றாண்டில் நிகழ்ந்த போர்களினால் கோட்டையின் பல பகுதிகளும், அகழியும் பேரழிவுகளுக்கு உள்ளாயின. பின்பு மெல்ல மெல்ல ஆங்கிலேயர்கள் தஞ்சை அரசைக் கைப்பற்றினர். சரபோஜி மன்னராக்கப் பெற்றவுடன், சோழநாடு ஆங்கிலேயரின் ஆதிக்கத்திற்கு உட்படலாயிற்று. அப்போது அவர்கள் தஞ்சைக் கோட்டை, அகழி ஆகியவை பாதுகாப்பாக இருப்பதை விரும்பவில்லை. தஞ்சை நகரம் கோட்டை, அகழி போன்றவை பாதுகாப்புகளின்றி இருப்பதே ஆங்கிலேயர்களின் நலன்களுக்கு உகந்ததாகும் எனக் கருதி அவற்றின் பராமரிப்பை முழுவதுமாகக் கைவிட்டனர். இதனால் கோட்டையும், அகழியும் மெல்ல மெல்ல அழியத் தொடங்கின. நீரின்மையால் அகழியின் பல பகுதிகள் தூர்ந்து காய்கறிகள் பயிரிடும் நிலமாக மாறியது.

அகழிக் குத்தகை

கி.பி.1807இல் அகழியில் பறங்கி பயிரிடப்பெற்று ஐந்தில் ஒரு பங்கை அரண்மனைக்குத் தர உத்தரவிட்ட மோடி ஆவணம் ஒன்றுள்ளது.[21] இது போன்று 1846இல் அகழியில் பயிர் செய்ய ஆண்டொன்றுக்கு ரூ.192 வீதம் கொடுப்பதாக 3 ஆண்டுகளுக்கு ஒருவர் குத்தகை எழுதிக் கொடுத்ததைப் பிறிதோர் ஆவணம் கூறுகின்றது.[22]

மோடி வரைபடங்கள்

சரஸ்வதி மகாலி 53½ x 5 செ.மீ; 55½ x 53½ செ.மீ. அளவில் இரண்டு பெரிய வரைபடங்கள் உள்ளன. இவை சரபோஜி மன்னர் காலத்தியவை ஆகும். இதுவரை இவற்றைப் பற்றிக் குறிப்பிட்ட அறிஞர்கள் இது தஞ்சை நகரத்தின் வரைபடம் என்று மட்டுமே கூறிவந்தனர். மேலும் இதில் இடம்பெற்றிருக்கும் மோடி எழுத்துச் செய்திகளைக் கவனிக்காமலும் விட்டு விட்டனர். 'மேப்ஸ் ஆப் இண்டியா' எனும் நூலில் சூசன்கோலி என்பவர் இப் படங்களை வெளியிட்டுத் தஞ்சை நகர வரைபடங்கள் என்று மட்டுமே குறிப்பிட்டுள்ளார்.

இவ்விரு வரைபடங்களிலும் உள்ள மோடிக் குறிப்புகளை முழுமையாகத் தமிழில் மொழிபெயர்த்தோம். இது தஞ்சை நகரத்தைக் காட்டும் துல்லியமான வரைபடம் அல்ல. பெரிய கோட்டையும் சிறிய கோட்டையும் காட்டப்பெற்று, அவற்றின் அகழியில் யார் யாருக்குப் பயிர் செய்ய எந்த எந்த இடங்கள் குத்தகையாகக் கொடுக்கப்பெற்றன என்ற விவரங்கள்தான் குறிக்கப் பெற்றுள்ளன. நகரத்தின் முக்கியமான சில இடங்களின் பெயர்களும் குறிக்கப்பெற்றுள்ளன.

'அல்லி தர்வாஜா' என்ற வடக்கு வாசல், 'பத்தே தர்வாஜா' என்ற கிழக்கு வாசல், சிவக்கோட்டை, பிரஹதீஸ்வரர் கோயில், கோட்டை வாயில்கள் அகழியில் தண்ணீர் உள்ள இடம், பயிர் செய்யும் இடம், பழைய சிவகங்கை, அனுமார் கோயில், மாடுகள் மேய்க்கும் இடம், திவான் வாடா, நட்டுவன் சாவடி, ராணி வாய்க்கால், மாமா சாஹேப்வீடு, நரசிம்மர் கோயில், கொடிமரத்து மூலை ஆகிய இடங்கள் குறிப்பிடப்பெற்றுள்ளன.

சரியான அளவுக்கு வரையப்பெற்ற துல்லியமான வரைபடமாக இல்லாவிட்டாலும் இவற்றால் முக்கிய இடங்களின் பெயர்களை அறியமுடிவதோடு, அகழியில் பயிர் குத்தகைக்காக அளிக்கப்பட்ட இடங்களைப் பற்றிச் சரியாக அறிய முடிகிறது. மேலும் மராட்டியர்களின் காலத்தில், குறிப்பாகச் சரபோஜி மன்னர் காலத்திலிருந்து, அகழியும் கோட்டையும் முற்றிலும் அழிந்த நிலையில்தான் இருந்தன என்பது உறுதியாகிறது.

குறிப்புகள்

1. கே.எம். வேங்கடராமையா, தஞ்சை மராட்டிய மன்னர் வரலாறு, ப.89.

2. தமிழ்ப் பல்கலைக்கழக மோடி ஆவணம் 12-365.

3. சரஸ்வதி மகால் மோடி ஆவணம் 11-42.

4. த.ப.க.மோ.ஆ. 4-222.

5. கே.எம்.வேங்கடராமையா தஞ்சை மராட்டிய மன்னர் கால *அரசியலும் சமுதாய வாழ்க்கையும்*, ப.519.

6. (1) மேலது, பக்.452-453.

   (2) மோடி ஆவணக் கருத்தரங்குக் கட்டுரைகள் த.ப.கழகம், 1983.

7. The Hazaram Gate is next to market, p.39 line 35. Deposition of Yogambal.

8. த.ப.க. கையெழுத்துப் பிரதி தொகுதி 1, ப.188.

9. மேலது, 1, ப.239.

10. த.ப.க.மோ.ஆ. 1-233, 284.

11. மேலது, 1-231.

12. ச.ம.மோ.ஆ. 13-1100

13. (1) த.ப.க.மோ.ஆ. 4-165.

    (2) கே.எம்.வேங்கடராமையா, மு.கா.நூல், ப.331

14. மேலது, ப.329.

15. த.ப.க.மோ.ஆ. 5-215.

16. மேலது, 2-129.

17. மேலது, 12-133.

18. மேலது, 2-127.

19. மேலது, 11-75, 76.

20. மேலது, 5-203, 204.

21. மேலது, 4-65.

22. மேலது, 5-32.

மராட்டியர் கால ஓவியம்

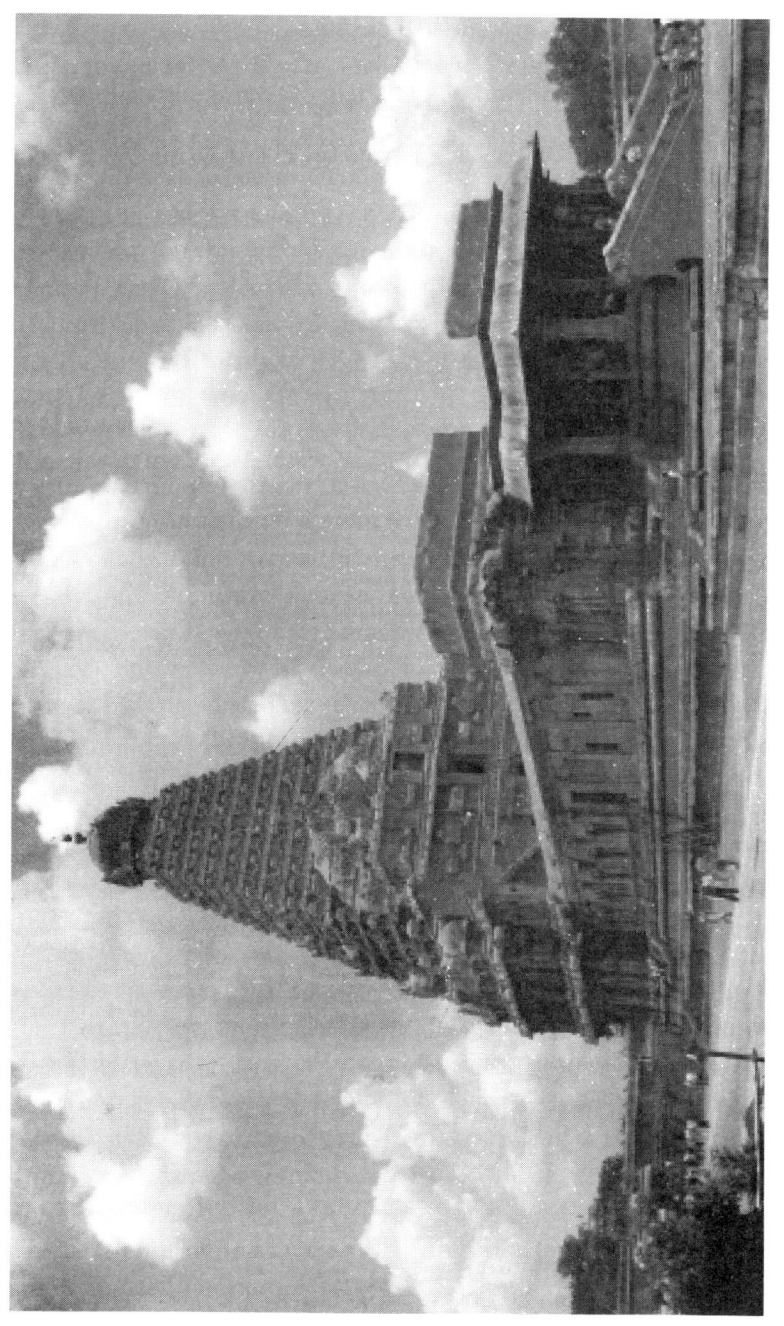

தஞ்சை இராஜராஜஈச்சரம்

துவார பாலகர்